ƯU ĐÀM
LƯỚT BÃO

AF765761

NGUYÊN SIÊU

ƯU ĐÀM LƯỚT BÃO

VIỆN TRIẾT LÝ VIỆT NAM
& TRIẾT HỌC THẾ GIỚI XUẤT BẢN

Lời Tựa Giới Thiệu
của Phạm Công Thiện

Hiện nay, và không phải chỉ hiện nay, ngay từ năm 1963 cho đến bây giờ, khoảng trên 35 năm nay, Phật Giáo Việt Nam đã làm rung động tận gốc rễ tất cả nền tảng cơ sở chính trị của đất nước, vì lý do ấy và vì nhiều lý do khác, một số người vong bản đã tìm đủ mọi lý lẽ ngu xuẩn để kết án Phật Giáo Việt Nam và những tăng sĩ Việt Nam; họ gọi **hành động của bậc Bồ Tát, hành động toàn diện của Bồ Tát để chuyển hóa thế giới**, thành ra một hành động hoàn toàn có tính cách phụ thuộc, gọi là **"làm chính trị"**; tất nhiên, hạng người nào đã từng kết án quí thầy **"làm chính trị"** đều là hạng người chưa từng bao giờ hiểu được đúng nghĩa thế nào là **"làm"** và thế nào là **"chính trị"**, và nhất là thế nào là **hành động toàn diện siêu việt của Bậc Bồ Tát.**

Bất cứ người nào muốn có một ý niệm đứng đắn về Hành Động Toàn Diện của Phật Giáo Việt Nam ở thế kỷ XX này và ở cả thế kỷ XXI cho đến tương lai vô tận hay ngược lại quá khứ từ trên hai ngàn năm nay của Phật Giáo Việt Nam, tưởng cũng nên chịu khó đọc qua một lần quyển sách này, tác phẩm ***Ưu Đàm Lướt Bão*** của Thượng Tọa Thích Nguyên Siêu. Đây là một công trình biên soạn công phu, đầy đủ tài liệu lịch sử và những dữ kiện cụ thể chính xác; hơn thế nữa, một điều quan trọng cần phải nêu ra đây: viết về Hành Động

Toàn Diện của Phật Giáo Việt Nam ở thời hiện đại này, người viết phải là một tu sĩ đã sống trọn đời dưới mái chùa, giữa lòng bão tố của quê hương.

Chẳng những thế, người viết phải tu chứng những pháp môn giáo lý căn bản của Phật Giáo, và điều quan trọng nhất vẫn là chí nguyện hực lửa phát dậy Bồ Đề Tâm một cách quyết liệt nhất giữa lòng đời ngũ trược này.

Thượng Tọa Thích Nguyên Siêu đã thể hiện và thực hiện tất cả những gì tôi mới nêu ra ở trên. Ngoài ra, Ngài còn có nhiều đức tính khó lòng hiện diện đồng lúc với cách sử dụng chữ nghĩa một cách lưu loát của một nhà văn có tài diễn đạt linh động những gì có liên hệ trực tiếp với cái gì nằm sâu thẳm nhất ở tận đáy lòng mình và ở tận đáy lòng của lịch sử dân tộc; những đức tin đáng kính phục và ca ngợi: lòng khiêm tốn một cách tự nhiên, lòng tin tưởng quyết liệt toàn diện vào Phật Pháp và sức mạnh vô biên của tinh thần Hộ Pháp giữa những cơn chấn động liên tục của sinh mệnh và tính mệnh quê hương.

Tôi xin hết lòng cảm tạ Thượng Tọa Thích Nguyên Siêu đã làm được điều đáng làm và giúp đỡ cho chúng ta hiểu được trọn vẹn thế nào là **làm chính trị** *trong ý nghĩa cao siêu nhất, toàn diện và* **siêu sĩ** nhất và **trí tuệ** nhất của danh từ **chính trị**...

Phạm Công Thiện

Long Beach, ngày 27 tháng 5, 1998

Lời Ngỏ

Hơn hai mươi năm qua, kể từ ngày 30-4-1975 đến nay, Phật Giáo Việt Nam chịu cảnh phân hóa, dập vùi một cách đau thương, tủi nhục. Mọi bộ phận đều bị áp đặt, khống chế bởi thế quyền. Bằng sức mạnh thế quyền này, nhà cầm quyền CSVN đã tiến hành chính sách đàn áp Phật Giáo và biến Phật Giáo thành một diễn đàn chính trị cho chế độ. Đối với GHPGVNTN, một Giáo Hội thừa truyền lịch sử Đạo pháp từ chư vị Lịch Đại Tổ Sư qua hơn 2000 năm cùng Dân tộc, quê hương, hiện đã và đang lâm vào cảnh bức tử. Âm mưu đàn áp và tiêu diệt GHPGVNTN, đảng và nhà nước CS đã áp dụng hai phương thức:

1. Thành phần nhân sự:

- Giải thể Giáo Hội lịch sử (GHPGVNTN) bằng cách phân tán chư vị Giáo phẩm của Hội Đồng Lưỡng Viện - Viện Tăng Thống và Viện Hóa Đạo - Một số quí Ngài buộc phải tham gia làm việc với nhà nước, mặc nhiên từ nhiệm chức vụ đương nhiệm trong Giáo Hội. Số quí Ngài còn lại không tuân phục theo chính sách nhà nước thì bị bỏ tù, biệt giam và thủ tiêu.

2. Tịch thu tất cả cơ sở của Giáo Hội gồm có:

a. Hệ thống giáo dục Trung Tiểu Học Bồ Đề, Viện Đại Học Vạn Hạnh.

b. cơ sở kinh tế tự túc: Các nhà in, phòng phát hành kinh sách, hãng xì dầu Bồ Đề, Hương Giác Ngộ...

c. cơ sở Cô Ký nhi viện, Trung tâm Văn hóa Xã hội, Thanh niên Phụng sự Xã hội.

d. Tịch thu Văn phòng Viện Hóa Đạo, các tự viện từ trung ương đến địa phương, mặc nhiên trở thành tài sản của nhà nước.

e. Gỡ bảng hiệu GHPGVNTN treo trước cổng chùa

g. Tịch thu con dấu Viện Hóa Đạo, tuyệt đối không cho HT Huyền Quang xử dụng với tư cách quyền Viện Trưởng Viện Hóa Đạo.

Nhân sự của Viện Tăng Thống, kể từ năm 1977, sau khi Đại Lão Hòa Thượng Thích Giác Nhiên, Đức Đệ Nhị Tăng Thống, viên tịch, Hội Đồng Viện đã cung thỉnh Đức Đại Lão Hòa Thượng Thích Đôn Hậu đảm nhận chức vụ Chánh Thư kýXử lý Viện Tăng Thống cho đếnngày 23-4-92 Hòa Thượng xả báo thân, cao đăng Phật quốc và kể từ đó đến nay, 1997, viện Tăng Thống đã không người kế nhiệm.

Riêng Viện Hóa Đạo, sau khi HT Thích Trí Thủ, Viện Trưởng Viện Hóa Đạo (năm 1975 đến 1979) bị nhà cầm quyền VC bắt ép giữ chức vụ Trưởng ban Vận động Thống Nhất Phật Giáo của nhà nước, năm 1980, kế tiếp là Chủ Tịch Hội Đồng Trị Sự Trung Ương GHPGVN từ năm 1981-1984, HT bị bức tử tại bệnh viện Thống Nhất, và như vậy Viện Hóa Đạo đã khuyết ngôi Viện Trưởng.

Theo điều 3, chúc thư của HT Thích Đôn Hậu, Chánh Thư ký xử lý Viện Tăng Thống, đề ngày 15-11-1991, và quyết nghị của Đại Hội GHPGVNTN Kỳ VII thì HT Thích Huyền Quang - Quyền Viện Trưởng Viện Hóa Đạo, HT Thích Pháp Tri - Phó Viện Trưởng, HT Thích Quảng Độ - Tổng Thư ký Viện Hóa Đạo...

Vì thế, HT Thích Huyền Quang với tư cách quyền Viện Trưởng và HT Thích Quảng Độ Tổng Thư ký điều hành công tác Phật sự của Giáo Hội cho đến hôm nay, 1997. Riêng HT Thích Pháp Tri, Phó Viện Trưởng, đã viên tịch năm 1996. Nhưng, các Ngài lại bị nhà cầm quyền CS bắt giữ - HT Quyền Viện Trưởng Viện Hóa Đạo bị bắt giam năm 1977 và lưu đày tại Nghĩa Bình từ năm 1982 đến nay; HT Tổng Thư ký cũng bị bắt vào năm 1977, lưu đày tại Thái Bình lần thứ nhất từ năm 1982-1992, sau đó bị kết án 5 năm tù vào năm 1995 và lưu đày lần thứ hai tại Nam Địnhcho đến bây giờ, 1997- Do đó, mọi hoạt động của Viện Hóa Đạo hầu như bị đình trệ. Riêng các cấp Tổng Vụ xuống Miền, Tỉnh, Quận, Thị xã, thì cũng mặc nhiên phải làm việc theo đường lối của nhà nước.

Nhà cầm quyền CSVN đã thẳng tay tiêu diệt GHPGVNTN nên phải nương tay bảo hộ GHPGVN. Vì vậy, sau khi vận động và thành lập GHPGVN, nhà nước đã giao cho BanTôn Giáo - một bộ phận của đảng và nhà nước - trực tiếp trông nom Giáo Hội này. Tất cả mọi công việc đều nhận được chỉ thị từ Trung Ương Đảng, qua cánh tay Mặt Trận Tổ Quốc, để điều hành từ Ban Trị sự Giáo Hội Trung

Ương đến địa phương, theo đúng chính sách và chủ trương của chế độ.

Nói chung, Phật Giáo Việt Nam hiện nay đang trong cảnh dầu sôi lửa bỏng, bị tiêu diệt mọi cơcấu tổ chức cùng các thành phần nhân sự từ Trung ương đến địa phương. Phật Giáo là một tôn giáo lớn tại Việt Nam, với khoảng 80% quần chúng Phật tử, mà đến hôm nay chỉ còn là một bộ phận nhỏ tùy thuộc vào sự điều động theo sách lược của đảng và nhà nước. Phật Giáo đã không được tự do hành đạo, truyền đăng tục diệm trên tinh thần hoằng pháp thị gia vụ, lợi sanh vi sự nghiệp (1). Nhưng, cho dù cách nào đi nữa, về mặt hiện tượng giới thì có thăng trầm, thành bại, hữu không, nhưng an lập trên: Thật tế lý địa bất thọ nhất trần. Phương tiện môn trung bất xả nhất pháp (2), thì tinh thần tu chứng giác ngộ, được khơi dậy từ hương vị Giáo pháp bất nhị, từ giá trị vô ngã sống động, từ chân lý Phật tánh thường hằng, bất biến, từ giáo pháp siêu việt tam vô lậu học - Giới, Định, Huệ, hay Văn, Tư, Tu, bất động, như nhiên tùy duyên bất biến, bất biến tùy duyên, thường tự tịch diệt tướng, biểu hiện pháp giới của Đại Bi tâm vô phân biệt, như bài kệ Thị Tịch của Ngộ Ấn Thiền Sư:

"Diệu tính hư vô bất khả phân
Hư vô tâm ngộ đắc hà nan
Ngọc phần Sơn Thượng sắc thường nhuận
Liên phát lô trung thấp vị càn"
dịch:
"Diệu tính không hư khó thấy thay,
Hư vô tâm giác ngộ được ngay
Ngọc thiêu đỉnh núi sắc nhuần nhã,
Sen nở trong lò hương chửa phai." (3)

Đạo Phật nhuần nhuyễn bằng khả tính chân không diệu hữu, thực tại siêu việt của giáo pháp duyên sinh trùng trùng vô tận, và nơi đó Đạo Phật như thị.

Người viết xin thưa cùng quí bậc Cao minh Thức giả, Thiện hữu, tập sách này được hình thành với sự khuyến khích và giúp đỡ của quí Thầy, quí huynh đệ cùng quí Phật tử bằng những tận tình chỉ dạy và cung cấp dữ kiện để đưa vào tập sách. Tài liệu về những biến cố xảy ra cho Phật Giáo do nhà cầm quyền Hà Nội gây nên trong suốt hơn hai thập niên qua nhiều vô kể, người viết chỉ xin mạn phép trích lại một phần nhỏ để dẫn chứng cho vấn đề mà thôi.

Trong phần trích dẫn, có nơi đã xin phép với tác giả, soạn giả, nhưng có nơi thì chưa vì hoàn cảnh, thời gian không cho phép. Do vậy, trong lời ngỏ này người viết xin được thưa cùng chư vị: Nhật báo, Tuần báo, Thời báo, Tạp chí, ... Sách nghiên cứu liên quan đến chủ đề cũng như một số bài viết, nhận định và quan điểm được đưa vào chương báo chí, hay phần phụ lục chương XI của các Triết gia, Học giả, Văn gia, Giáo sư, ... xin chư vị hoan hỉ cho phép. Thành thật tri ân sự hứa khả của chư vị.

Về nội dung quyển sách, người viết không dám có một ước vọng cao xa, mà chỉ là đôi dòng cảm nghĩ được bộc bạch một cách thô thiển, trước đại nạn của dân tộc. Trong hiện tình Đạo pháp ngửa nghiêng, nước nhà khổ lụy, tình nghĩa đồng bào ruột thịt đau thương mà nói lên một lời bi thiết. Nguyện cho quê hương Việt Nam được thực sự thanh bình, dân tộc Việt Nam được hạnh phúc yên vui.

Xin cho Đạo pháp trường tồn, bằng Bi nguyện độ sinh.

Thích Nguyên Siêu.

(1) Hoằng pháp là việc nhà, lợi sanh là sự nghiệp.

(2) - Trên phương diện tuyệt đối, người siêu thoát không vướng bận một cấu nhiễm;

- Trong lãnh vực phương tiện để cứu độ chúng sanh, Bồ Tát không bỏ một pháp.

(3) *Tư tưởng Phật Giáo trong văn học đời Lý* - Hiện Đại, tháng 7/96 tại Gia Nã Đại, trang 71, 1996. Nguyễn Vĩnh Thượng

Kính Đề

Tự tình một người Việt Nam trước cảnh tang thương của đất nước, đói nghèo của dân tộc thì ai không đau xót, ngậm ngùi? Dù kẻ đã tha phương nơi đất khách hay người còn ở lại cũng đều đắng cay thừa nhận rằng đất nước ta hôm nay không có nhân quyền, công lý, tự do và dân chủ.

Vì tự do, dân chủ, công bằng và lẽ phải mà dân tộc VN đã không biết bao nhiêu người vĩnh viễn nằm xuống, bao nhiêu người đã phải bỏ mình nơi mồ hoang địa lãnh một nơi xa xôi nào đó trong các nhà tù cải tạo! Và còn nữa, biết bao người hiện đang trong cảnh gông cùm xiềng xích của các trại lao động nơi đèo heo hút gió. Bất kể ai, từ các nhà lãnh đạo tôn giáo, các bậc thức giả, thiền sư, tu sĩ, tăng, ni cho đến các bậc văn gia, học giả, giáo sư, chính trị gia, và ngay cả người dân bình thường cũng không thoát khỏi lao tù của chế độ CSVN.

Là chứng nhân trong một giai đoạn lịch sử đau thương của đất nước, người viết xin được góp nhặt đôi dòng sử liệu nhỏ nhoi để cất thêm lời trần tình với người đã khuất sớm được siêu thoát. Và cũng xin góp phần cầu nguyện cho tất cả những ai đang còn bị lưu đày trong lao tù CS được sớm tự do và an lành. Người viết cũng xin gửi đôi lời tâm sự cùng những ai đang cưu mang hoài bão cho một quê hương tươi sáng ấm no.

* * *

Đạo Phật hiện hữu trong cuộc đời bằng tinh thần phụng sự, tỏ bày tri kiến chân như cho người, chúng sanh được thể nhập. Lấy Đại Bi làm chất liệu độ sanh, lấy trí tuệ làm ngọn đèn soi rọi để đi trên lộ trình tu chứng - Tự giác, giác tha, giác hạnh viên mãn. Từ nỗi lòng của mỗi hành giả là tự nguyện dấn thân trọn vẹn đời mình cho công cuộc dập tắt vô minh, tỏ bày Phật tánh, dẫu cho đời có đắng cay nghiệt ngã, có nhục nhằn cách nào chăng nữa quí Ngài vẫn kham nhẫn và an nhiên hành đạo. Cuối cùng, cho dầu có chết, các Ngài cũng chết cho đại cuộc và Đạo pháp.

Giở lại từng trang lịch sử, từ thời sơ khai dựng nước và giữ nước, chúng ta đã thấy chư vị Thiền sư chống tích trượng góp phần xây dựng và bảo vệ quê hương. Khi thì làm Quốc sư giúp vua bình yên xã tắc, lúc làm kẻ lái đò đón tiếp sứ giả ngoại bang. Tất cả chỉ vì sự thịnh suy của Quốc gia Dân tộc. Làm thầy trong cung vua các Ngài cũng không thấy đó là vinh, làm kẻ lái đò các Ngài cũng không thấy đó là nhục. Vì tự tánh nhục vinh là không, ngã pháp cả hai chẳng thật. Tự tánh vạn pháp vốn bất sanh, bất diệt, nên sự hành xử của các Ngài cũng tịch lặng như nhiên. Khi Phật sự đến, cần ra tay góp sức thì quí Ngài cũng chẳng phó mặc cho riêng ai, dẫu cảnh đời lắm nỗi thị phi, đắc thất, hơn thua, nào tư, nào công, nào thành, nào bại đâu sá kể. Chỉ mong Dân tộc an lành, Quốc gia thịnh trị, Đạo pháp trường tồn, thì tấm thân giả huyễn của quí Ngài cũng vui lòng hy hiến. Do vậy, hơn hai thập niên qua, 75-97, chư Tăng Ni. tín đồ Phật tử sống dưới chế độ CSVN cũng lắm phen nghiệt ngã, nhưng tấm lòng độ sinh của quí Ngài cũng không hề nao núng, mà còn thệ nguyện dấn thân, lấy ngục tù làm nơi thiền thất.

Bồ Tát độ sinh, thương chúng sanh như mẹ hiền thương con đỏ. Chúng sanh còn nhiều khổ lụy, nước mắt ly tan vẫn không ngớt đổ xuống. Quê hương nghèo đói điêu tàn. Dân tộc lầm than, tủi hờn, khóc hận, thì sứ mệnh của Bồ Tát là phải hành trang lên đường cứu đời, độ thế, từ nơi hang cùng ngõ hẻm của trại tập trung lao động xa xôi, cách trở, từ chốn ngục tù tối tăm trong xà lim bít kín, âm u hay nơi cải tạo rừng thiêng nước độc để thị hiện nơi đó mà hóa giải chướng duyên, hoàn thành thệ nguyện. Vì công hạnh của Bồ Tát là hiện hữu khắp chốn khổ đau. Cho nên, đời ác năm trược - kiếp trược, kiến trược, phiền não trược, chúng sanh trược, mạng trược (1) - các

Ngài thệ nguyện bước vào trước.

Để cùng chia xẻ tinh thần Từ Bi, ban vui cứu khổ, mà quí Ngài tùy hỷ sống - Tùy sở trụ xứ thường an lạc - tùy theo chỗ ở mà an vui - Một chiếc chõng tre ọp ẹp, một chiếc chiếu ngả màu rách nát với thời gian, trong đêm tối muỗi mòng nào có ngại chi. No cùng chia, ấm cùng xẻ với các bạn tù (2). Vì trong cùng cảnh ngộ đọa đày, lao lung tất cả đều cảm thông hiểu biết, xem nhau như anh em, bạn hữu. Để từ nơi tận cùng thương đau, từ chốn lưu đày biên địa khốn khổ, các Ngài thắp sáng hào quang giác tánh, như hào quang chư Phật chiếu rọi đến tận ngục A Tì, cứu bạt những loài chúng sinh trong tăm tối. Cho nên, một cái chết trong ngục tù (3), quí Ngài cũng bằng lòng hứa khả, một bản án tử hình giáng xuống (4), quí Ngài cũng chẳng cầu ban ân, hay biệt giam đói khổ, quản thúc về nơi nguyên quán(5), quí Ngài cũng thuận thế tùy thời, vì ấy là lẽ tạm cõi đời, trong thế giới sa bà thiên lưu, thiên biến, như không hoa, nguyệt ảnh, phù vân mà tận cùng tâm thức quí Ngài hằng hiển lộ lý tính thánh Trí tự chứng. Quí Ngài là những đóa sen đang bị thiêu đốt trong lò lửa đỏ vô thần, nhưng sắc sen muôn đời vẫn tươi nhuận, hương thơm xông ngát mười phương.

Góp nhặt bằng những lời tự bạch.

Chú thích:

(1) Năm thứ ô trược:

- Kiếp trược (kỳ kiếp trược): vào thời kỳ giảm kiếp, tuổi thọ con người giảm lần, cho đến khi còn mười tuổi thì hết sự giảm kiếp. Trong thời kỳ ấy, con người có đủ bốn thứ ô trược là: kiến trược, phiền não trược, chúng sanh trược, mạng trược.

- Kiến trược (ý kiến, sự thấy biết ô trược): con người có kiến thức tà vọng, chấp quấy bỏ phải, theo tà bỏ chánh, điên đảo thiên lệch.

- Phiền não trược (các mối mê dục ô trược): thâm tâm con người chứa đầy những tham lam, hờn giận, mê muội ngu si.

-Chúng sanh trược: loài người và vạn vật sinh ra ở cõi đời ô trược này, thường bị khổ não, tai nạn, không mấy lúc được sung sướng, thanh nhàn.

- Mạng trược (đời sống ô trược): bởi đời sống con người giảm lần, cho nên trong đời họ đã phạm rất nhiều tội lỗi do họ lo tầm hưởng các điều thỏa mãn về vật chất, chớ không lo tu hành.

(Phật Học Từ Điển - Đoàn Trung Còn)

(2) TT Tuệ Sỹ được quà thăm nuôi, đều chia xẻ cho anh em trong tù cùng hưởng.

(3) HT Thiện Minh bị tra tấn đến chết trong tù, năm 1978.

(4) TT Tuệ Sỹ và TT Trí Siêu bị kết án tử hình, năm 1988.

(5) HT Huyền Quang và HT Quảng Độ bị lưu đày về nguyên quán.

Chương Một

TAI TRỜI ÁCH NƯỚC – BIẾN CỐ 30 THÁNG 4, NĂM 1975 – NỀN ĐỆ NHỊ CỘNG HÒA SỤP ĐỔ. CỘNG SẢN HÀ NỘI CƯỠNG CHIẾM MIỀN NAM.

Không khí ngột ngạt của chiến tranh càng lúc càng lan rộng kể từ đầu tháng 3/75 khi CS Hà Nội dốc toàn lực với hơn 20 sư đoàn quân chính qui Bắc Việt tấn công các vùng cao nguyên Trung phần. Quân đội Việt Nam Cộng Hòa đã truy cản bước tiến quân của CS Bắc Việt trên các trục lộ giao thông: Quốc lộ I, Quốc lộ 17, 21... Các phi đội Không quân tại phi trường Nha Trang được lệnh bay về lại phi trường Phan Rang, tái dội bom cầu Xóm Bóng nhằm cắt đường chuyển quân của bộ đội miền Bắc vào thành phố Nha Trang, cũng như các thành phố miền trung Trung phần. Vận nước còn điêu linh, Ban Mê Thuộc, Pleiku, Kontum thất thủ, tiếp theo các thành phố Đà Nẵng, Huế, Qui Nhơn... bỏ ngỏ – môi hở răng lạnh – nên, Nha Trang, Phan Rang, Bình Tuy, Long Khánh... cũng không thể nào chống giữ được. Dân chúng lũ lượt bồng bế nhau chạy thoát các vùng vừa bị CS chiếm đóng, lần về Côn Sơn, Phú Quốc, Vũng Tàu, Cát Lái... và các vùng ven đô tạo nên khung cảnh hỗn loạn, bất thường.

Ngày 29/4/75 hầu hết các phi đoàn Không quân rời phi trường Tân Sơn Nhất, các chiến hạm Hải quân rời bến Bạch Đằng theo lệnh tập trung tại Côn Sơn. Ba giờ chiều cùng ngày, bộ đội CS tiến dần vào thành phố Vũng Tàu, Biên Hòa, Thủ Đức và 10 giờ sáng 30/4/75 cựu TT Dương Văn Minh tuyên bố đầu hàng. CS Bắc Việt tiến chiếm Dinh Độc Lập, treo cờ "giải phóng miền Nam". Không một ai muốn tin miền Nam trù phú, giàu đẹp có thể rơi vào tay CS vô thần, lạc hậu nên mọi người bàng hoàng, hụt hẫng trước đại nạn 30/4/75.

Biến cố 30/4/75 chấm dứt cuộc chiến tranh ý thức hệ – Quốc gia và Cộng sản – giữa hai miền Nam Bắc, khiến cho người dân miền Nam nát lòng ấm ức đã đánh mất cuộc sống tự do, hạnh phúc. Người dân miền Bắc tiêu tan hy vọng được quân dân miền Nam Bắc tiến, giải phóng họ thoát ách CS.

Mặc dù bộ đội CS Bắc Việt tràn ngập khắp nơi trong thành phố Sài Gòn cũng như các vùng ven đô, nhưng một số các doanh trại quân đội Việt Nam Cộng Hòa các vùng chung quanh vẫn cố tử thủ. Một số đồn bót Cảnh sát ngay tại Sài Gòn vẫn không chịu buông súng đầu hàng cho đến giờ phút cuối. Một số các quân nhân, tướng lãnh miền Nam không chấp nhận đầu hàng chế độ CS đã tự sát, hiến dâng đời mình cho đất nước... và còn nhiều nữa, biết bao các vị anh hùng dân tộc đã bỏ mình cho đại cuộc.

Sài Gòn tan hoang như một bãi chiến trường, la liệt xác thường dân vô tội bỏ mình vì đạn pháo kích của Cộng quân. Có những bà mẹ còn mang đứa con chưa kịp chào đời đã vội chết; những em bé khóc ngất, trong khi tay còn ôm bầu sữa mẹ mà không biết mẹ mình đã ra đi; những cụ già yên nghỉ trong khi hai tay còn ôm chặt đứa cháu thơ dại, mong che chở cho người thân trong cảnh tên bay, đạn lạc; những thanh niên, thiếu nữ đang độ thanh xuân nằm chết rải rác đó đây, khuôn mặt còn hằn nỗi kinh hoàng; những chuyến xe đầy hành khách chưa kịp về bến sum họp với gia đình đã tan tành trong khói lửa. Nói sao cho hết nỗi thống khổ của người dân trong biến cố 75.

Ngày 30/4/75 đánh dấu khúc quanh lịch sử của dân tộc Việt Nam – đất nước đã bị nhuộm đỏ bởi chủ nghĩa CS – Hơn hai triệu người dân Việt Nam hai miền Nam Bắc đã bỏ mình trong cuộc chiến xâm lăng của chủ nghĩa CS qua chiêu bài "giải phóng miền Nam" do CS đàn em – Bắc Bộ phủ Hà Nội – thi hành. Cũng như, bên kia bờ đại dương, trên 58000 quân dân Hoa Kỳ và khoảng 40000 quân dân các nước đồng minh: Phi Luật Tân, Đại Hàn, Đức, Tân Tây Lan, Úc Đại Lợi... đã gửi thân khắp núi rừng nước Việt.

Ngay những ngày đầu của cuộc "chiến thắng" miền Nam, đầu não CS đã thiết lập ngay chế độ quân quản để tịch thu tất cả cơ sở, tài sản của người dân. Đồng thời, để dễ bề thống trị và tiêu diệt, CS Hà Nội đã phân loại người dân miền Nam theo sách lược của chế độ như sau:

1. Thành phần phản động, chống đối: chính trị gia, đảng phái Quốc gia, văn nghệ sĩ, trí thức, Tu sĩ miền Nam.
2. Thành phần ác ôn, ngụy quân, ngụy quyền: sĩ quan, công chức trong cơ chế an ninh, tình báo, chiến tranh chính trị, cảnh sát, cán bộ thông tin chiêu hồi, xây dựng nông thôn, cán bộ xã, ấp...
3. Tư sản mại bản, tư sản, tiểu tư sản: các nhà xuất nhập cảng, kinh doanh, thầu khoán, kỹ nghệ gia, thương gia, các điền chủ, địa chủ.

Guồng máy chế độ đã đoàn ngũ hóa trẻ em miền Nam thành đội ngũ thiếu nhi, khăn quàng đỏ, bắt xuống đường nhặt giấy rác và phong tặng "kế hoạch lớn, kế hoạch nhỏ". Thật thương thay cho nhi đồng Việt Nam!

Bằng kế hoạch cụ thể để bần cùng hóa, đảng và nhà nước CS đã mị ngữ bằng khẩu hiệu "san bằng giai cấp, không có kẻ giàu, người nghèo", nhà nước đã bóc lột một cách trắng trợn nhưng cho là hợp pháp, khiến cho người dân trắng tay sau những đợt đổi tiền: tháng 8/75, tháng 6/78 và năm 81, 82 (?). Và để nhân danh cái gọi là hiến pháp của một quốc gia độc lập, tự do vì dân, vì nước – hay vì đảng? – Nhà nước CS đã tuyên bố ban hành vào ngày 23/8/75. Hiến pháp được thi hành, các tôn giáo và mọi tầng lớp người dân đều bị xiềng xích và tiêu diệt theo hiến pháp đó.

Sau khi đất nước bị chia đôi ngày 20/7/1954, CS Hà Nội đã bần cùng hóa nhân dân miền Bắc, cũng bao lần đổi tiền, cùng khơi dậy ác tính hận thù bị áp bức của tầng lớp công nông, theo đường lối tuyên truyền CS Hà Nội, làm nền tảng tố khổ địa chủ, tiêu diệt điền chủ, qui tất cả mọi ngành về một mối – đảng CS Hà Nội – Đặc tính cương cường của người dân miền Nam quen sống trong thể chế tự do đã làm cho Hà Nội phải chùn bước không dám áp dụng triệt để mọi phương pháp khống chế người dân như ở miền Bắc. Chưa bao giờ người dân miền Bắc được thực sự biết đến nhân quyền là gì, họ bị bó buộc, mất tự do, luôn luôn sống trong lo âu, sợ hãi dưới sự kềm kẹp của đảng và nhà nước. Do đó, người dân không còn thì giờ nhàn rỗi, tự do làm ăn sinh sống, vui với gia đình và hưởng những gì do chính mình tạo lập. Đời sống, công việc và mọi hành động đều bị bạo quyền cài người theo dõi. Một bữa ăn ngon, một chiếc áo đẹp, một đôi dép mới cũng bị báo cáo để làm tự kiểm, tường trình.

Sống trong một thể chế bức ngặt, khốn cùng như vậy, thử hỏi làm sao lành mạnh hóa, cải thiện đời sống và tâm linh con người. Về mặt tôn giáo, chế độ đã thẳng tay đàn áp, vì quan niệm của Karl Marx: *Tôn giáo là thuốc phiện ru ngủ quần chúng*.

Như vậy, có khác nào họ đã khẳng định: dưới chế độ Cộng sản không có tôn giáo.

Các thập niên vừa qua, tôn giáo tại miền Bắc đã không chiếm một địa vị quan trọng trong đời sống tinh thần của người dân. Những hình ảnh ngôi chùa chỉ là hình thức, là dư âm truyền thống Phật Giáo của các triều đại: Đinh, Lê, Lý, Trần. Cộng sản đã trưng dụng các cơ sở tôn giáo để làm kho hàng quốc doanh, làm cơ sở tuyên truyền đường lối nhà nước. Dùng một số các bậc tu hành vào mục đích chính trị, bắt Sư Tăng hoàn tục gia nhập vào bộ đội hay lao động xã hội chủ nghĩa. Về phương diện vật chất, người dân dưới chế độ CS bị bóc lột nghèo nàn. Họ phải tận dụng sức lao động, nhưng không được hưởng đúng mức theo công sức của họ. Quốc doanh, hợp tác xã dành quyền phân phối, khấu trừ đầu trừ đuôi khiến đôi khi sau một vụ mùa họ còn bị mắc nợ lại nhà nước, phải vay mượn vá víu, ăn trước trả sau, theo vòng lẩn quẩn từ năm này qua năm khác.

Sau năm 75, người dân miền Nam phải làm quen với các từ ngữ: quân đội nhân dân, viện kiểm sát nhân dân, tòa án nhân dân, ngân hàng nhà nước. Chủ trương Cộng sản là kềm kẹp, thu hoạch các nguồn lợi tức về phía nhà nước, và thắt chặt bao tử của người dân để không còn sức cựa quậy, bụng đói meo, lép xẹp còn sức đâu mà đấu tranh, chống đối, đòi hỏi. Đói mờ con mắt, bùng lỗ tai còn trí sáng suốt, mưu lược đâu nữa để nghiên cứu, hoạch địch. CSVN đẩy người dân vào bóng tối, thực hiện chính sách ngu dân để dễ bề cai trị, quần chúng có ngu dốt, đói nghèo thì đảng mới dễ lãnh đạo, sai khiến, bằng như người dân giàu có, học thức và hiểu biết thì đảng không thể bảo sao nghe vậy. Do đó, sau khi chiếm nốt miền Nam, họ đã thay thế guồng máy chính quyền bằng lớp người có cái học ê a, một chữ cắn làm đôi không vỡ từ quận huyện đến làng xã. Thử hỏi với lớp người có khả năng văn hóa như vậy – đỉnh cao trí tuệ của đảng – làm sao nước giàu dân mạnh để cùng so vai đọ sức với các quốc gia trên thế giới; hay vẫy vùng ngang ngửa với các con rồng Á Châu, nhất là Việt Nam đã bị dãy Trường Sơn đâm thẳng ra biển, chiếm trọn một vùng đất núi rừng, phần còn lại là sa mạc cát trắng, nắng nóng thiêu đốt cộng thêm miền Trung ruộng đất khô cằn, không có đồng bằng bình nguyên làm mất đi một phần tiềm năng sống còn để phát triển khiến người dân càng lầm than khổ cực.

Một nắng hai sương, người dân vẫn chưa đủ phương tiện để có cuộc sống tương đối. Những điều kiện khắc nghiệt của thiên nhiên đang đè nặng trên đôi vai của người dân chưa được giải quyết, thì lại một nỗi khổ thứ hai còn nặng nề và sống chết hơn, đó là đảng CSVN đã thẳng tay tiêu diệt các tầng lớp quần chúng yêu nước, các nhân vật có địa vị trong xã hội – Trí, Phú, Địa, Hào – để không còn ai chống đối đảng. Ngay cả những người đã sinh ra các đảng viên, cán bộ Trung Ương đảng, Cộng sản cũng thanh trừng giết sạch, vì chủ thuyết của xã hội chủ nghĩa hay Cộng sản chủ nghĩa. Trường Chinh là một trường hợp điển hình trong muôn ngàn trường hợp khác.

Vì muốn bảo vệ địa vị, Trường Chinh đã mang chính cha ruột của mình ra đấu tố trước nhân dân, hầu làm gương cho các cán bộ CS khác, bất kể tình máu mủ, ruột thịt cha con, huống nữa là đồng bào có thân thiết giá trị gì đâu. Đạo đức đã không có, lễ nghĩa cũng không, thì một bản án tử hình cho những kẻ tu hành có sá gì dưới mắt người CS.

"Cũng ngày hôm nay, cách đây 49 năm, sư phụ tôi là Hòa Thượng Thích Đức Hải, trụ trì chùa Linh Quang, xã Thanh Đam, phủ Ứng Hòa, tỉnh Hà Đông, đã bị CS giết chết vào hồi 10 giờ sáng ngày 19/8/1945 (tức ngày 12/7 năm Ất Dậu, ngày cách mạng thành công, trên bãi cỏ trước đình làng Bặt thuộc phủ Ứng Hòa tỉnh Hà Đông, cách chùa sư phụ tôi hai cây số, vì bị gán tội "Việt gian bán nước".

Sư bá tôi (tức là anh trong đạo của sư phụ tôi) là Hòa Thượng Thích Đại Hải, trụ trì chùa Pháp Vân (chùa Đậu) thuộc tỉnh Bắc Ninh, cũng đã bị CS bắt năm 1946 và sau đó đã chết vì tội là đảng viên Việt Nam Quốc Dân Đảng

Sư Tổ tôi (tức ông nội trong đạo) pháp húy Thích Thanh Quyết, trụ trì chùa Trà Lũ Trung, phủ Xuân Trường tỉnh Nam Định, năm 1954, CS vào chùa bảo là Tổ tôi dùng thuốc phiện Tôn giáo ru ngủ nhân dân bị qui định thành phần đưa ra đấu tố và hành quyết trước tòa án nhân dân của chế độ CS Hà Nội." (1)

Còn cái gì chua cay và nghiệt ngã hơn mà CSVN chưa làm? Đấu tố cha mẹ, chôn sống nhân dân, bấn bỏ người không cùng đảng phái – giết lầm còn hơn bỏ sót – Với bao nhiêu hình ảnh ghê rợn đó, mà tự thân H.T Quảng Độ đã chứng kiến, và là nạn nhân của chế độ. Hòa Thượng viết :

"Khi tôi nhìn sư phụ tôi, hai tay bị trói bằng giây kẽm quặt về phía sau, cổ đeo hai tấm biển viết mấy chữ "Việt gian bán nước", một tấm trước ngực, một tấm sau lưng đứng giữa sân đình làng Bặt, hai bên một đoàn người tay cầm gậy gộc, giáo mác, câu liêm, bồ cào đứng canh gác.

Một nhóm người mệnh danh là quan tòa của Tòa án nhân dân đứng trên thềm đình để xử án.

Họ bắt sư phụ tôi quì xuống sân đình và cúi đầu để nghe tòa luận tội. Nhưng sư phụ tôi đã không chịu làm thế. Một người từ trên thềm đình bước xuống trước mặt sư phụ tôi, nói : "Mày là thằng Việt gian bán nước mà còn ngoan cố à?". Nói xong họ đấm vào quai hàm Thầy tôi mấy cái, một dòng máu từ trong miệng sư phụ tôi ứa ra, chảy theo cằm nhỏ xuống thấm đỏ tấm biển "Việt gian bán nước" ở trước ngực. Lập tức họ tuyên án tử hình rồi đưa sư phụ tôi ra bãi cỏ trước đình, máu từ trong miệng sư phụ tôi tiếp tục chảy ra, thấm vạt áo dài, nhỏ xuống sân đình. Khi đến bãi cỏ, họ vật sư phụ tôi nằm nghiêng xuống rồi một người bắn vào màng tai của sư phụ tôi ba phát súng lục, lại một dòng máu đỏ tươi phun lên thẳng tắp và sư phụ tôi chết liền tại chỗ." (2)

(1), (2) Nhận định về những sai lầm tai hại của đảng CSVN đối với Dân tộc và Phật Giáo, trang 17, 19. HT Quảng Độ. 1995

Người dân miền Bắc sống dưới chế độ đảng trị Cộng sản vô thần, thiếu nhân nghĩa, bị cải tạo nhồi sọ một chiều, gây hận thù theo guồng máy tuyên truyền của bộ chính trị đảng. Vì thế, người dân không có cái nhìn hiểu biết toàn diện, khách quan. Đảng CS Hà Nội đã lợi dụng tình huống tâm lý đó, họ kêu gọi tinh thần nghĩa vụ quân sự, nghĩa vụ lao động của người dân, phục vụ cách mạng, tham gia *"đánh Mỹ cứu nước"*, giải phóng ách nô lệ cho người dân miền Nam, khiến toàn thể người dân miền Bắc đều nghĩ rằng, miền Nam bị đói khát, cơ cực, cơm không đủ no, áo không đủ mặc, về mọi lãnh vực đều bị kềm tỏa, nhà tan cửa nát, lam lũ, sống dưới gầm cầu, ống cống đô thành như loài chuột ăn đêm. Hình ảnh tuyên truyền này đã gây căm phẫn trong lòng người dân xứ Bắc, và họ tỏ lòng thương xót nhân dân miền Nam nên sẵn sàng "hạt gạo cắn làm ba, làm tư" để chia sẻ với dân miền Nam như lời đảng dạy, và rồi họ phải lao đầu vào cuộc chiến không chính nghĩa.

CS Hà Nội đã xua quân lên miền Việt Bắc, Hạ Lào hay rừng núi Trường Sơn theo đường mòn Hồ chí Minh đưa bộ đội vào miền Nam, chiếm các cứ địa làm mật khu, như Ban Mê Thuộc, Xuân Lộc, Vĩnh Long, Củ Chi, Sông Bé, Đồng Tháp Mười... trong bưng biền, rừng sâu nước độc. Bộ đội, đặc công, du kích đã phải sống dưới địa đạo, hầm sâu, ống cống thành phố, bằng một túm lương khô, quần đùi, áo cụt. Trong khi đó dân miền Bắc, đầu tắt mặt tối, lao động bằng mười đôi tay, tám đôi chân, phải làm dân công tiếp tế lương thực cho bộ đội. Người dân đầu đội vai mang, lưng thắt ruột tượng, gánh gồng trong đêm lạnh lẽo, *"nuôi quân diệt giặc"* – Diệt giặc hay diệt nòi giống Lạc Hồng, Hùng Vương đất tổ, để xương chất thành núi, máu chảy thành sông, và hàng trăm ngàn người dân vô tội bị vùi dập không toàn thây dưới những nấm mồ tập thể.

Và còn nữa, trên những cánh đồng, trong khu rừng già, bên những cồn cát, hay giữa bãi chiến trường bao nhiêu thanh niên, và người dân Việt Nam của cả hai miền Nam Bắc đã chết vội, đã nằm một cách nghiêng ngả, đầu không gối, thân không mền, trên mảnh đất của cha ông. Họ chết không một lời trăn trối, không một tiếng kêu la, không có đôi bàn tay nồng ấm, yêu thương của cha, của mẹ, vuốt mắt trong giờ phút cuối cùng. Đành rằng người chiến sĩ xông pha trận mạc thì nguyện "da ngựa bọc thây", nhưng lý tưởng chiến đấu ở đâu? Cho quê hương dân tộc nào? Hay chiến đấu cho nhóm người theo chủ nghĩa Cộng sản với tham vọng thôn tính miền Nam, và biến miền Nam Việt Nam thành đôi tay đen, người dân miền Nam thành những kỵ sỹ không đầu. Bởi vì bối cảnh lịch sử Việt Nam cũng như chính trường của cả hai miền Nam Bắc không giống như xã hội Nga Hoàng thời xưa:

"Ngày Chủ Nhật Đẫm Máu, 22 tháng Giêng 1905, những kỵ binh của Nga Hoàng được tung vào các công nhân đình công ở ST. Petersbourg. Quả thật phải nói là các kỵ binh được tung ra trong đám đông dân chúng không khí giới, người ta đếm được hơn ngàn người chết, và con số bị thương phải gấp đôi. Nước Nga sau biến cố đó không bao giờ còn phục hồi được nữa." (3)

Cái tệ hại để đưa đến hậu quả mất nước Nga, là các cấp chính quyền sử dụng bạo lực đối với người dân không đúng chỗ, cũng như không đáp ứng được nguyện vọng của người dân, mà ngược lại dùng quyền lực, súng đạn để đàn áp, bịt miệng, bóp cổ người dân hầu ém nhẹm, thị oai trong tước vị của mình. Tức nước vỡ bờ, người dân Nga chỉ nêu nguyện vọng trong thân phận của những người công nhân, và cầu xin Nga Hoàng chiếu cố, chỉ có thế, họ không có tham vọng đấu tranh lật đổ chế độ. Nhưng, kết quả đã ngược lại hàng triệu dân Nga đã biến thỉnh nguyện ôn hòa thành bạo động dấy loạn, cũng vì những người cầm đầu nước Nga không hiểu được lòng dân. Nhân cuộc dấy loạn này, Lénine đã cướp cơ hội và nói:

"Năm 1905, năm đấu tranh, năm cuồng loạn, đã dứt khoát chôn vùi nước Nga của chế độ tộc trưởng." (4)

(3), (4) Chủ Nghĩa CS - Nguyễn Ngọc Bách, Nguyễn Khái dịch. 1989. Trang 21, 22.

Thật ra thỉnh nguyện của người dân Nga thời bấy giờ, chỉ nói lên ước vọng của người dân sống trong một chế độ ước muốn thật sự có hòa bình, tự do, dân chủ. Ước nguyện ấy đặt thành:

"Ân thích những người đình công đã bị bắt, tôn trọng những quyền tự do dân sự căn bản, một đồng lương đủ sống, một chương trình cải cách nông nghiệp qua nhiều giai đoạn, và sự phổ thông đầu phiếu."(5).

Đây chính là những tự tình của người dân đen bị áp bức mà không thể nói; qua bao nhiêu lầm than tủi nhục. Họ đã trần tình:

"Chúng tôi là những dân lao động, bản thỉnh nguyện mở đầu, cư ngụ tại St. Petersbourg, đến trước Hoàng Thượng. Chúng tôi chỉ là những kẻ nô lệ bất hạnh bị sỉ nhục. Chúng tôi bị chà đạp vì sự độc đoán và bạo quyền.

Cuối cùng sự nhẫn nại của chúng tôi đã cùng cực. Chúng tôi đã rời bỏ công việc và khẩn cầu các chủ nhân của chúng tôi cho chúng tôi những điều tối thiểu để đời sống không phải là khổ hình.

Nhưng đã bị từ chối... và bản thỉnh nguyện kết thúc:

"Thưa Hoàng Thượng, xin Ngài đừng từ chối giúp đỡ thần dân của Ngài! Xin hạ bức tường ngăn cách Ngài với thần dân của Ngài. Xin Ngài ban lệnh và hứa rằng những điều thỉnh cầu của chúng tôi sẽ được chấp nhận. Vậy là Ngài sẽ làm cho nước Nga được hạnh phúc, nếu không chúng tôi sẵn sàng chết tại nơi đây. Chúng tôi chỉ có hai con đường: tự do trong hạnh phúc hay là chết dưới nấm mồ." (6)

(5), (6) Chủ Nghĩa CS. Nguyễn Ngọc Bách, Nguyễn Khái dịch. 1989. Trang 22, 23.

Lénine đã lợi dụng cảnh hỗn loạn của nước Nga để đẩy cuộc cách mạng xã hội chủ nghĩa đi xa hơn và nắm lấy phần thắng lợi; để được tôn xưng là cha đẻ của Đảng Cộng sản Quốc tế. Xã hội Chủ nghĩa Việt Nam đã không thấy được nguyên do chế độ Nga Hoàng sụp đổ vì tham vọng bạo quyền, hà khắc, thủ tiêu và tàn ác đã đưa đến sự cáo chung của một triều đại. Nhân nào quả nấy, tám mươi bốn năm về trước Lénine đã lợi dụng phong trào đình công và dấy loạn của đám công nhân để làm cách mạng, xây dựng Xã hội Chủ nghĩa, nhưng rồi Lénine cũng lại lăn theo vết xe cũ của Nga Hoàng: phong kiến, đặc quyền thủ lợi, tiêu diệt tôn giáo, vi phạm nhân quyền lấy tầng lớp công nhân làm bàn đạp xây dựng địa vị, bỏ tù thành phần trí thức, các đảng phái dị biệt chính kiến, đưa đến kết quả thảm khốc: CS Đông Âu sụp đổ, bức tường ô nhục Bá Linh bị triệt hạ, và tượng đài Lénine đã bị dân chúng Sô Viết giật sập, bể đầu, gãy cổ, san thành bình địa tại Quảng trường đỏ. CSVN đến nay vẫn chưa sáng mắt - Vì chưa thấy quan tài chưa đổ lệ - Nhưng, chiếc quan tài màu cờ búa liềm đang đặt trước mặt đảng CSVN, chờ chôn tập thể bạo quyền.

Qua bao lần Cộng sản Bắc Việt tiến quân cưỡng chiếm miền Nam: Tết Mậu Thân 68 với hơn 60 ngàn cán binh CS thiệt mạng, mùa hè đỏ lửa 72... tất cả đều thảm bại. Cộng sản đã phung phí biết bao nhiêu xương máu người dân miền Bắc và thiệt hại bao nhiêu sinh mạng người dân miền Nam, kẻ thoát ly tập kết, du kích địa phương, tính cho đến nay thế hệ thanh niên đó mấy ai còn sống sót. Bao nhiêu người đã vùi thây nơi chiến hào, địa đầu giới tuyến; làm bia đỡ đạn cho bọn quan thầy đảng nhà nước, hưởng thụ với những đặc quyền, đặc lợi, bao cấp, vinh thân.

Ngày 30 tháng 4 năm 75 là ngày tai trời ách nước, là ngày đại họa đổ xuống đầu người dân miền Nam. Bao nhiêu căm hờn, tàn bạo, dã man, CSVN đã xả ra một cách thoải mái trên mọi tầng lớp người dân, từ Địa, Hào, Trí, Phú, Tôn giáo, cho đến kẻ buôn gánh bán bưng, cuối hẻm, đầu đường, xó chợ. Những ngày đầu sau khi cưỡng chiếm miền Nam, để lợi dụng, xoa dịu lòng dân, và là chiêu bài của buổi đầu còn cần phải xử dụng Mặt Trận Giải Phóng Miền Nam. Nhưng, sau một thời gian ngắn, CS Hà Nội đưa người của họ vào guồng máy công quyền, vai trò của Mặt Trận Giải Phóng Miền Nam không cần thiết nữa, nên họ đã thẳng tay vắt chanh bỏ vỏ, ăn cháo rồi đập chén luôn. Vì vậy, những ngày đầu tiên năm 75, họ phải dựng lên chế độ cai trị gọi là chế độ quân quản. Quản lý đất nước vừa chiến thắng bằng súng đạn, quân quyền, đâu đâu cũng thấy công an, bộ đội. Từ chế độ đó, Cộng sản đẻ ra phương pháp "*quản lý hộ khẩu*", chính quyền nắm lấy từng miệng ăn của mỗi gia đình, có công an khu vực kiểm soát, theo dõi gắt gao. Người trong gia đình muốn đi đâu phải xin giấy thông hành, công an cấp mới được đi, bằng không phải làm kiểm điểm vô cùng phiền toái.

Chế độ "*quản lý hộ khẩu*" này đã làm cho người dân mất tự do, hạnh phúc, vì họ có thể soát hộ khẩu bất cứ khi nào họ muốn, bất kể đầu hôm, hay đêm khuya gà gáy với lý cớ bảo vệ an ninh cho dân. Gia chủ bị chất vấn đủ điều nếu gia đình có người vắng mặt: *"Người trong nhà đi đâu? Làm gì? Tại sao không báo cáo cho công an khu vực? khóm, phường? Có đi tiếp tay với thành phần bất hảo, phản động, chống lại nhà nước? Tại sao gia đình không kiểm soát chặt chẽ các thành viên trong nhà? Lần thứ nhất, lần thứ hai, lần thứ ba, làm kiểm điểm. Mọi người phải biết rằng, bây giờ cách mạng thành công, nhân dân ta đã thắng lợi lớn, không còn bọn Mỹ Ngụy đè đầu cưỡi cổ nữa, nên phải tự giác báo cáo, phải có đạo đức cách mạng, tự giác với nhân dân..."*. Một chuỗi ngôn từ *"cách mạng 30/4"* rỗng tuếch, vô lễ, cộc cằn được tuôn ra, cùng với thái độ bất kính từ một kẻ đáng tuổi con cháu, người chủ nhà cho dù đã 6, 7 mươi tuổi cũng phải cúi đầu vâng dạ. Đúng là đạo đức suy đồi, luân thường đạo lý bị đảo lộn, mà truyền thống hơn bốn ngàn năm văn hiến của nòi giống Lạc Hồng chưa bao giờ xảy ra.

Do chế độ *"quản lý hộ khẩu"* này mà người dân của khu vực nào phải sống trong sự kiểm soát của công an khu vực đó, không được đổi chuyển qua khu vực khác, vì những khắc nghiệt của chế độ khiến người dân bị siết chặt không lối thoát. Chính vì *"bổn phận, và trách nhiệm với người dân"* cho nên, những nơi có chùa chiền, đền thờ, thánh thất, hàng đêm công an đã đến đột ngột, tay ghìm súng AK, từng toán đứng núp góc hè, đầu trên, hóc dưới, kẻ trước người sau trộm nhìn qua kẽ hở.

Công an canh gác những trú xứ này ngày đêm bất kể, nếu có được hỏi thì họ trả lời: *"Cách mạng thành công, nhân dân làm chủ, cán bộ công an là tôi tớ của nhân dân, cho nên chúng tôi thừa lệnh cấp trên đến đây để canh gác, bảo vệ an ninh."* Vì cán bộ là tôi tớ của dân, cho nên kẻ tôi tớ đã rất "trung thành", quán xuyến mọi việc cho dân từ chuyện lớn, chuyện nhỏ, nhà cửa, tài sản, cơ sở, đất đai, vàng bạc của người dân đã có tự bao giờ, thì hôm nay, *"cách mạng thành công, nhân dân làm chủ"*, nhưng *"đảng lãnh đạo, nhà nước quản lý"* nên nhân dân bị bắt buộc phải đem nộp cho nhà nước quản lý hộ. Chuyện nhỏ đến như miếng ăn, cái mặc, cũng bị rình rập để tố khổ là gia đình địa chủ cường hào, sống theo *"Mỹ Ngụy"*, ăn sung mặc sướng bóc lộc kẻ ăn người làm trong nhà.

Giữa buổi giao thời, lòng dân hoang mang lo sợ, đã vậy chiều nào cũng bị cán bộ CS vác loa mời họp: họp cách quản lý hộ khẩu; họp bầu ban chấp hành phụ nữ; họp công tác thủy lợi, thay trời làm mưa; họp lao động nghĩa vụ kinh tế mới; họp cách thức bầu bán một hợp tác xã; và học tập về tư tưởng Marx–Lénine. Từ một căn nhà hàng xóm bị tịch thu làm phòng thông tin, trạm canh gác, cán bộ CS ngồi bàn trên, nhân dân, nam phụ, lão ấu ngồi bệt dưới đất, để nghe cán bộ thuyết trình về tư tưởng Marx–Lénine, Liên Sô vĩ đại:

"Sự bảo vệ cái tài năng độc nhất ấy... cái khoa học chủ nghĩa Marx–Lénine...của họ và sự mâu thuẫn bất khả dung hòa của họ với toàn thể truyền thống Tây phương đã được diễn tả bằng bốn cách trong dòng thời gian

Cách thứ nhất chính là nền độc tài chuyên chế...bị ám ảnh bởi sự tin tưởng mù quáng rằng kẻ thù của họ ở khắp nơi, ở bên trong cũng như ở bên ngoài.

Cách thứ hai là bức màn sắt... mà đàng sau đó người ta có thể đào tạo ra người Cộng sản với những bảo đảm tối đa chống lại sự phá hoại tất yếu từ bên ngoài đưa đến.

Thứ ba là chính sách đối ngoại chính thức của Liên Bang Sô Viết – Không gì khác hơn là một chính sách gây chiến hoặc là công khai hoặc là dưới một sự ngụy trang nào đó.

Thứ tư là sự sử dụng phổ biến sự khởi loạn. Sự khởi loạn của Cộng sản không phải là một trò chơi lính kín, ăn cướp.

Đây là một phương pháp được xây dựng cẩn thận để khiến cho các tư tưởng chạy theo một điều duy nhất. Nó bao gồm tất cả các chiến thuật và mưu lược, nhờ đó người Cộng sản truyền bá cái tài năng độc nhất của họ vào tất cả những nơi không Cộng sản mà chẳng bao giờ phải đưa nó ra trước Công hội tinh thần. Trong các mưu đồ khởi loạn đó, Lénine là vị thầy của họ" (7)

(7) Chủ Nghĩa CS. Nguyễn Ngọc Bách, Nguyễn Khái dịch. 1989. Trang 32, 33.

Người dân miền Nam Việt Nam sống tự do dưới chế độ Cộng Hòa, giờ đây phải gột rửa, tẩy não, buộc phải tiếp nhận *"tư tưởng vĩ đại Marx–Lénine"*. *"Tư tưởng vĩ đại"* của nhân loại đó chính là xây dựng một chế độ độc tài chuyên chế. Có độc tài, cực đoan, xuẩn động như vậy, mới cai trị nhân dân, và *"tư tưởng vĩ đại đó"*, cài người gây rối loạn trong mọi tầng lớp quần chúng, tạo sự nghi ngờ, tị hiềm, thù địch với nhau, không ai tin tưởng nơi ai. Kẻ thù luôn ở quanh mình, nhìn đâu cũng thấy, từ trong ra ngoài, từ ngoài vào trong đâu đâu cũng có bóng dáng kẻ thù. Một guồng máy quốc gia, một thể chế lãnh đạo đất nước, mà tất cả không ai tin ai, từ chính bản thân của những người cầm quyền, cán bộ không tin cán bộ, người dân không tin người dân, hàng xóm láng giềng tất cả đều nghi ngờ nhau. Đây là chế độ cai trị theo mạng lưới công an nhân dân. Họ muốn biến mọi người dân thành công cụ của đảng, mọi người phải có bổn phận theo dõi nhau, nếu thấy người nào có hành vi khác thường là tức tốc báo cáo ngay cho cán bộ biết để kịp thời bắt giữ. Một tư tưởng *"Marx–Lénine vĩ đại"* đã tạo được sự nghi ngờ, không thành thật với nhau, từ một câu chuyện giữa hai người bình thường, nhưng nếu có người thứ ba đến là hai người kia chuyển hướng câu chuyện ngay, vì họ nghĩ rằng người mới đến là công an, và ngược lại người mới tới cũng nghĩ hai người kia là công an; vì vậy, không ai dám tin ai là người dân bình thường, hiền lành đạo đức. Từ sự chủ trương, gieo rắc tư tưởng nghi kỵ cho mọi người, chế độ CS đã biến xã hội con người tự lừa dối, thiếu thành thật. Và tất cả mọi người dân, mọi lãnh vực, phục vụ cho đảng mà thôi.

Sau bức màn sắt, chế độ đã đào tạo hàng loạt cán bộ CS ngu trung, chỉ biết chết cho và vì đảng. Người CS được nhồi sọ, học tập theo đường lối chủ nghĩa Marxism: thế gian này duy chỉ có đảng, đảng là chủ nhân ông của vạn loài, là đỉnh cao của trí tuệ, là cánh tay vạn năng, là chiếc đũa thần của bà phù thủy, là chìa khóa của nàng tiên mầu nhiệm, do đó, từng toán đặc công ôm bom lao xuống cầu, nhảy vào tòa Đại sứ. Cái học của người CS rất đơn giản, không cần lý luận, không được đặt vấn đề suy tư, nghĩ ngợi, không sáng tạo, phát huy sáng kiến mà chỉ học một chiều và vâng lệnh đảng phán thị. Do đó, ngoài chiến trường bộ đội chỉ biết cầm súng chạy tới – Chiến thuật biển người – Đại lộ kinh hoàng mùa hè đỏ lửa 72. Lớp trước ngã xuống, lớp sau vùng lên, cứ như đàn thiêu thân lao vào chỗ chết, không cần suy nghĩ. Tay xạ thủ đại liên, chân được xích khóa 3 người thành một – Trận chiến Tết Mậu Thân 68 – để tử thủ.

Người CSVN đã học thuộc lòng bài học gây chiến của Lénine, do đó, sau khi nắm trọn miền Nam đảng CS Hà Nội đã gây chiến với Campuchia, và xua quân lấn đất, dành dân, thành lập chính phủ lâm thời, đặt chính quyền bảo hộ với tham vọng biến Campuchia thành thuộc địa, và còn đi xa hơn nữa, bộ đội CSVN còn đánh thốc, và đi sâu vào nội địa Thái Lan. Giai đoạn này Liên Hiệp Quốc phải lên tiếng can thiệp và cảnh cáo nhà cầm quyền CS Hà Nội phải rút quân ra khỏi lãnh thổ Thái Lan và Campuchia vì hành động xâm lăng này. CSVN đã thiêu sống, giết tươi bao nhiêu tiểu đoàn, sư đoàn bộ đội nơi rừng thiêng nước độc, nơi thung lũng núi non, hay vùng tam biên hiểm hóc. Sau khi bỏ mình vì đảng, họ cũng không được nhà nước báo tin về cho cha mẹ thân nhân hay biết, để rồi sau vài tháng, đại diện xã phường, cán bộ mang tới cho người thân tấm bằng *"Liệt sĩ"*, đó là ân huệ cuối cùng của đảng. Một kiếp người dưới chế độ CS được khỏa lấp bằng cây khô, lá mục, hay trần truồng nghiêng ngả; chết đứng, chết ngồi, chết lăn lóc vì để vinh danh cho đảng. Và cuối cùng, chủ trương sự nổi loạn, gây hấn là cái nghề của Lénine, và chủ trương này, đã trở thành xương sống của chủ nghĩa CS Quốc tế:

"... Với tính cách là một người theo chủ nghĩa Marx–Lénine đã biến cải sự phẫn nộ của ông đối với bạo quyền Nga Hoàng thành một mối mâu thuẫn bất khả dung hòa đối với tất cả các chính quyền tư sản và biến cải ý chí bài trừ các những lạm xác định thành một kế hoạch cách mạng khuynh đảo trên toàn thế giới.

Để làm chỗ dựa kế hoạch ấy, ông đã tinh luyện sự sử dụng khởi loạn mà những người Bolshevik đầu tiên đã thực hiện và biến cải nó thành một khoa học tỉ mỉ. Ông chỉ định rằng sự khởi loạn đó phải được áp dụng triệt để trong tất cả các Quốc gia tư bản, chứ không phải trong những Quốc gia như nước Nga thời Nga Hoàng không có khung cảnh chính trị cần thiết để tạo ra sự biến đổi bằng ý chí quần chúng đơn thuần. Nơi nào bộ máy cai trị dân chủ còn tồn tại thì càng tốt; bộ máy ấy có thể phục vụ cho các mục tiêu khởi loạn. Nhưng nó không bao giờ được người CS xem là một phương tiện đủ để biến đổi. Người ta không bao giờ được lấy đó làm một lý lẽ để giảm thiểu sự khởi loạn" (8)

(8) Chủ Nghĩa CS. Nguyễn Ngọc Bách, Nguyễn Khái dịch. 1989. Trang 34.

Trên đây là những "tư tưởng vĩ đại" của Lénine mà sau ngày 30/4/75, CS Hà Nội bắt người dân phải học tập tốt; tư tưởng gây rối loạn, chủ trương cướp chính quyền, xách động tầng lớp công nông đình công bãi thị, đấu tranh giai cấp, tạo sự căm phẫn và thù địch giữa mọi người; gây hoang mang trong quần chúng. Để từ đó, CS lợi dụng tình thế rối ren, chen chân khuấy động, cướp chính quyền, lật đổ chế độ đối lập.

"Tất cả nghệ thuật khởi loạn là ở chỗ sử dụng mỗi người và mỗi vật... mà vẫn nắm vững sự lãnh đạo toàn diện phong trào." ..."Những mục tiêu của cuộc khởi loạn được xác định và vạch rõ. Tất cả hoạt động hợp pháp hay bất hợp pháp, phải nhằm phá rã chế độ cũ và củng cố các lực lượng cách mạng" (9)

(9) Chủ Nghĩa CS. Nguyễn Ngọc Bách, Nguyễn Khái dịch. 1989. Trang 41.

Đây chính là chủ trương, và cũng là chính sách được khai triển, học tập của toàn bộ đảng viên cán bộ áp dụng và thi hành qua bao thập niên, kể từ khi Lénine chủ xướng cuộc cách mạng lật đổ chế độ Nga Hoàng, nhân cuộc tổng đình công của người dân Nga bấy giờ, 1905.

Một đất nước mà nhà tù nhiều hơn trường học, rập khuôn theo chủ trương CS Quốc tế, cướp được miền Nam, CS Hà Nội áp dụng ngay chính sách này vào đầu tháng 6/75. Tinh tế hơn, khắc nghiệt hơn họ đã đẩy hơn một triệu người dân miền Nam gồm các thành phần họ gọi là "phản động, nguy hiểm, ác ôn, ngụy quân và ngụy quyền" vào các trại tù khổng lồ với mỹ từ "học tập cải tạo", bằng những thông cáo trấn an "đem tiền bạc, giấy bút, quần áo, chăn màn, vật dụng cá nhân" đủ dùng cho 10 ngày hoặc một tháng, tùy theo thành phần. Nhưng trong số này, nhiều người đã ra đi không trở về hoặc trở về để đôi ba ngày sau thành người thiên cổ. Sau biến cố này, CS Hà Nội đã rêu rao tuyên truyền:

"Kể từ hôm nay, 30/4/75, nước Việt Nam là một, nhân dân Việt Nam là một, đã thực sự thanh bình thống nhất đất nước, không còn bị bọn tay sai "Mỹ Ngụy" kềm kẹp, tôi đòi dày xéo quê hương này nữa. Giờ đây nhân dân Việt Nam làm chủ đất nước, dưới sự lãnh đạo sáng suốt của đảng, để tích cực, khẩn trương cách mạng tốt, tiến nhanh tiến mạnh, tiến vững chắc lên xã hội chủ nghĩa".

Chính vì tiến lên xã hội chủ nghĩa, cho nên người dân Việt Nam bây giờ thật ngắc ngoải, dở sống dở chết, vì nhà nước chủ trương: *"Không có gì quý hơn độc lập tự do"* và *"Cộng Hòa Xã hội Chủ nghĩa Việt Nam – Độc lập tự do hạnh phúc"*.

Đây là cụm từ ngữ khiến cho người dân miền Bắc *"hồ hởi phấn khởi"* nhưng người dân miền Nam thì *"e dè, để coi"*.

Vì *"độc lập"*, cho nên đảng CS Hà Nội phải tiêu diệt tất cả các đảng phái, ai đề nghị, thương thuyết hoặc chống đối đều bị thủ tiêu. Ai đòi hỏi, yêu sách, đóng góp ý kiến xây dựng đất nước đều bị bắt giam vào tù và ai nói lên lời trung thực vì nước vì dân là được đưa lên mạn ngược Cao Bằng, Lạng Sơn hay A30 Hàm Tân, cải tạo để gột rửa ý tưởng vì dân vì nước – không có vì dân vì nước mà vì túi tham của đảng – xây dựng đất nước quê hương theo đường lối của đảng. *"Bây giờ đã có Bác và Đảng lo rồi, nhân dân khỏi phải lo, đừng có lộn xộn."*

Nếu còn các thành phần đối lập, thì làm sao ăn nói "đảng là đỉnh cao trí tuệ" và làm sao có thể đặc quyền, đặc lợi được nữa.

Độc lập theo người Cộng sản có nghĩa là chỉ có một mình đảng không thôi mà không có đảng thứ hai thứ ba nào khác, để khỏi tranh giành, chống đối. Vì *"độc lập"* – đứng một chân đảng – cho nên đảng đã bị què quặt, sai lầm, mà qua các kỳ Đại Hội Đảng kỳ 5, 6, nhà nước Cộng sản đã tuyên bố sửa sai. Đây cũng là lối *"đạo đức cách mạng Cộng sản"*. Khi nói đến vấn đề đạo đức hay ý thức hệ của người Cộng sản, Lénine đã nói:

"Lời tuyên bố của Lénine về điểm này không phải đã kém xác thực hơn trước, lúc ông tuyên bố: "Chúng ta nói rằng đạo đức của chúng ta hoàn toàn tùy thuộc các lợi ích của cuộc đấu tranh giai cấp. Đạo đức của chúng ta được diễn dịch từ cuộc đấu tranh giai cấp" (10)

(10) Chủ Nghĩa CS. Nguyễn Ngọc Bách, Nguyễn Khái dịch. 1989. Trang 38.

Vì *"tự do"*, người Cộng sản VN đã khống chế tất cả mọi lãnh vực: kinh tế, chính trị, xã hội, tôn giáo, lưu hành, ngôn luận, báo chí... nói chung quyền làm người. Sự tự do này, người dân không được quyền đòi hỏi, hoặc phải có, mà duy chỉ đảng nhà nước mới có tự do này. Nếu Cộng sản Hà Nội để cho người dân được các quyền tự do căn bản nói trên, thì điều thứ nhất, làm sao CS cai trị được nhân dân; thứ hai, không còn là xã hội Cộng sản nữa.

CSVN đã thẳng tay đàn áp, bịt miệng, bóp cổ, nếu ai đòi hỏi tự do ngôn luận; nếu ai đòi hỏi tự do báo chí, tư tưởng văn chương thì CS khóa tay, tẩy não bằng cách đưa đi tập trung cải tạo, bỏ tù, hay chung thân, tử hình. Ai muốn tự do thương mại, kinh tế giao lưu, thì CS đánh thuế siêu ngạch, tom góp hết tất cả vàng bạc, của cải người dân qui về một mối – Ngân hàng nhà nước – lập ra các trạm thu thuế dọc đường để đánh thuế người dân. Nhưng, nhà cầm quyền CSVN đã không thể kiểm soát được tư tưởng cán bộ – không trung thành với đảng – do đó, cán bộ tự do những lạm quyền thế, tự do tham nhũng, thuế người dân đóng góp "tự do" vào túi cán bộ, từ hạ tầng cơ sở cho đến trung ương... cá lớn nuốt nhái lớn, cá nhỏ nuốt nhái nhỏ.

Chính sách "thắt lưng buộc bụng" của nhà cầm quyền CSVN khiến cho nhân dân miền Bắc nghèo túng, đói khát, thèm thuồng và vì tưởng rằng người dân miền Nam còn đói khổ hơn miền Bắc – theo luận điệu tuyên truyền của CS Hà Nội – nên sau khi chiếm được miền Nam, dân miền Bắc đã hí hửng tom góp đôi ba cái chén sành méo mó, vài tấm vải trúc bâu thô, ít đường đen đem vào làm quà cho người nhà ở miền Nam. Nhưng họ đã chóa mắt vì đời sống "phồn vinh giả tạo" của miền Nam bèn cất dấu hết những món quà xứ Bắc mà hát câu "vào vơ vét về" (xứ Bắc nghèo nàn). Và cũng chính vì thế, chính vì bao nhiêu năm bị bịt mắt tải đạn chiến đấu, đói khổ trong rừng, nay được ra ánh sáng đô thành, ngước nhìn các cao ốc chót vót của thành phố Sài Gòn đến rơi mũ không hay. Và cũng vì thế, vì mặc cảm thua kém miền Nam họ đã không ngần ngại "được hủ hóa" cho kịp với sự giàu có, lịch lãm của người dân bị "Mỹ Ngụy" kềm kẹp. Nhà nước đã cố tình siết chặt người dân qua chính sách "sưu cao, thuế nặng", gom góp của tư nhân đưa vào túi nhà nước và cán bộ, quốc hữu hóa tài sản cá nhân – hợp tác xã – để nhân dân làm chủ "hờ", triệt tiêu các doanh thương, các nhà tư bản; mặt khác các ông "vua con" – cán bộ – lại hà hiếp đồng bào, rút tỉa tài sản người dân trong khu vực trách nhiệm. Vì lẽ sống người dân cũng phải "trà nước" qua các khe hở của luật pháp. Vì thế, sau năm 75, xã hội Việt Nam đã đầy dẫy những tệ nạn, bất công và phân chia giai cấp.

Từ những bất công giai cấp này, con của cán bộ có lý lịch ba đời "bần cố nông" và là đảng viên thì được học hành đỗ đạt làm ông nọ, bà kia; còn con của nhân viên chính quyền cũ, hoặc quân nhân dẫu có học giỏi đến đâu cũng khó được vào đại học, khó có việc làm vững chắc. Nạn thất nghiệp phát sinh, các em bé Việt Nam đang còn tuổi cắp sách đến trường đã phải lang thang đầu đường xó chợ, tay cầm que sắt, tay mang bao cát nhặt từng túi nhựa, mảnh giấy vụn, lon sữa bò, từ dưới gầm cầu, ống cống bùn lầy bới lên trong đống rác cũ may ra tìm được chút gì đem bán hầu phụ giúp với mẹ trong phương kế mưu sinh và để có chút quà đi thăm cha, anh đang còn bị nhốt trong trại cải tạo. Có những em bé đã chết tan thây trên đống rác của đô thành khi gặp phải bom đạn còn sót lại trong cuộc chiến. Khắp nơi trong thành phố, từ vỉa hè, công viên, trước cổng chùa, thánh thất hàng dãy người ăn xin khốn khó, chìa đôi tay gầy guộc, tìm tình thương, cơm áo. Phải chăng đây là sự tự do của người dân đang chờ đợi nhà nước ban bố, hay được khẳng định rằng: *"Tất mọi sự tự do chỉ có người CS làm cách mạng mới có, còn người dân là kẻ bị trị, phải chịu cảnh lầm than?"*

Vì mục đích phân tán, bần cùng hóa người dân để không còn sức chống đối, CSVN sách động chiến dịch kinh tế mới, đẩy người dân thành thị lên vùng đồng chua, nước mặn, lam sơn, chướng khí: Nhiễu Giang, Đá Bàn, Đồng Trăng, Ba Sao, Sông Bé... lặn lội vào núi rừng chặt cây, cắt tranh, cất nhà lập ấp, xây dựng đời sống mới Xã hội Chủ nghĩa, *"cơm no áo ấm"*. Còn nơi phố thị thì để cho gia đình cán bộ ở. Từ giá trị và ý nghĩa *"hạnh phúc của XHCN"*, người dân phải tay lấm chân bùn, một nắng hai sương theo chủ trương: *"Bàn tay nầy làm nên tất cả, với sức người sỏi đá cũng thành cơm"*.

Người dân quả tình có đôi tay, có sức lực, nhưng qua bao nhiêu năm dưới chế độ CS miền Bắc và bao nhiêu năm cai trị miền Nam, sỏi đá đã không thành cơm mà người thành còm cõi, thiếu ăn, suy nhược và mất sinh khí. Ruộng vườn thành hoang phế, mương nước khô cạn, cánh đồng lúa vàng biến thành đồng cỏ hoang, làng xóm hoang vắng tiêu điều. Chế độ luôn tuyên truyền lo cho người dân, vì hạnh phúc của người dân, nên đã đẩy người dân làm nghĩa vụ lao động, đưa cả nước đến tận cùng mức đói nghèo, đến độ người dân đã phải thốt lên những lời diễu cợt nhà nước: *"Lao động vinh quang, lang thang chết đói, hay nói ở tù, lù khù đi kinh tế mới"*. Ai là tác giả của câu nói này? Phải chăng tầng lớp dân chúng lao động, bình dân, uất ức với sự đàn áp, bóp chẹt không thể kêu ca được nên đã chuyền nhau những câu châm biếm, trào lộng ấy cho vơi đi những uẩn ức bị dồn nén lâu ngày.

Dưới chế độ CSVN, người dân có thật sự hạnh phúc như nhà nước rêu rao "độc lập, tự do và hạnh phúc"? Hay hạnh phúc đã phải trả giá bằng sách lược: nghĩa vụ lao động, nghĩa vụ quân sự, xắn tay, xăn quần đắp đê xây đập, làm thủy lợi, lao động chân tay làm ra của cải cho đảng và nhà nước hưởng phúc lợi.

Khi xưa, trước 75, Sài Gòn được mệnh danh là Hòn Ngọc Viễn Đông, miền Tây là vựa lúa của Đông Nam Á, ấy vậy, chỉ sau một thời gian ngắn dưới chế độ bóc lột, người dân miền Nam đã phải ăn độn một phần gạo đến bốn năm phần khoai mì, khoai lang, bắp hầm, bo bo... song song với nếp sống kham khổ ấy của người dân nơi thôn giã, người dân thành thị cũng phải bương chải buôn gánh, bán bưng, chợ trời, chợ cũ, thậm chí phải đạp xích lô, buôn bán ve chai, lông vịt, lông gà và đồ lạp xoong. Phần còn lại, thắt lưng buộc bụng, đồ đạc trong nhà từ từ không cánh bay ra chợ ngắm nhìn thiên hạ qua lại. Vốn liếng không còn khiến nhiều người vì tiếc của đến tự vận. Chết đã đành, gia đình lại phải đóng "phạt tiền chết ngu". Bút mực nào tả cho hết ý nghĩa hai chữ hạnh phúc dưới chế độ CS?

Từ thành thị đến thôn quê, từ đời sống tinh thần đến vật chất, đâu đâu cũng thấy những hình ảnh bất an, thiếu thốn, hao gầy. Sỏi đá khô cằn giờ lại khô cằn hơn. Núi đồi ruộng nương kém xanh, giờ thêm cháy nám.

Đàn bò đói, lũ trâu gầy, không buồn nhá cỏ, ngóng mỏ nhìn mây bay, dưới ánh nắng thiêu đốt của XHCN, một chế độ thất nhân tâm.

Từ sự bức ngặt hạnh phúc, tự do của chế độ CS; người dân vì mong cầu tự do, hạnh phúc đã phải rứt áo ra đi trở thành làn sóng người vượt biển, vượt biên không ngại hiểm nguy, gian khổ tìm tự do nơi đất khách quê người. Hình ảnh những con tàu mỏng manh tan nát trước sự cuồng nộ của phong ba bão táp, hình ảnh bọn hải tặc Thái Lan cưỡng hiếp phụ nữ, cướp bóc tài sản của dân lành, bắn chìm những con thuyền lênh đênh trên đường đi tìm tự do cũng không làm cho người dân chùn bước, lui chân trong cuộc vượt thoát ra đi. Bao nhiêu người đã bỏ mình cho ác thú, giặc cướp, lạc đường trong cuộc vượt biên? Bao nhiêu người đã bỏ mình trên biển cả, bao nhiêu người đã phải ăn thịt thân nhân và đồng loại trong cuộc vượt biển? Sách vở nào ghi lại được đầy đủ những cái chết oan khiên đó? Ra đi với viễn tượng chín phần chết, một phần sống nhưng người dân vẫn không sờn lòng thốt lên: "Nếu cây cột đèn có chân, nó cũng sẽ bỏ nước ra đi". Vì sự sống còn, vì tự do hạnh phúc, vì muốn trốn tránh lầm than tủi nhục, khóc chẳng thành lời mà đành gạt lệ, cúi đầu bỏ nước ra đi.

Bạo quyền Hà Nội, có thể bắt bớ, bỏ tù thân xác người dân, nhưng không thể bỏ tù được tâm tư của người dân. Tâm tư của những con người phải sống dưới chế độ nghiệt ngã, vô lương tâm, xem con người không bằng loài thú vật. Vì vậy, con dân Việt Nam đành chấp nhận mọi bất trắc có thể xảy ra mà xa lìa đất Tổ.

Việt Nam ơi! Quê hương yêu dấu ngàn đời, dòng dõi con Rồng cháu Tiên với Tổ Hùng Vương khai quốc, có hay chăng, có thấy chăng người lột xác người, người ăn thịt người từ dòng máu đỏ, từ trái tim tươi, từ hơi thở ấm, từ tình thương máu mủ bứt ra. Núm rún chưa lìa, Mẹ đã phải chứng kiến cảnh người ta ăn thịt con mình, anh em, bà con thân thuộc nhắm mắt ăn thịt lẫn nhau.

Có một quốc gia nào trên thế giới phải chịu thảm cảnh oan nghiệt như dân tộc Việt Nam? Có bao giờ lịch sử dân tộc Việt Nam có một cuộc di cư nào to lớn và bi thảm đến như thế, cho dẫu ngay cả trong thời gian bị Tàu và Tây đặt ách đô hộ biết bao là khổ ải; dẫu ngay cả trận đói năm Ất Dậu với hơn một triệu dân chết vất vưởng đầy đường do bọn Nhật gây ra, dân Việt vẫn bám mình nơi quê cha đất tổ bởi vì người dân Việt vốn cần cù, chịu khó và nhẫn nại, không vì những khó khăn vật chất mà xa lìa nơi chôn nhau cắt rốn.

SAU KHI CHIẾM TRỌN MIỀN NAM VIỆT NAM, CỘNG SẢN HÀ NỘI ĐẮM MÌNH TRONG CHIẾN THẮNG, QUA THÁI ĐỘ NGANG TÀNG, BẠO NGƯỢC, ĐƯỢC NHÀO NẶN, ĐẦU ĐỘC BỞI CHỦ THUYẾT MARXISM-LENINIST

Ngọn cờ Mặt Trận Giải Phóng Miền Nam được tung bay theo đoàn xe thiết giáp, Motova, tiến vào các thành phố miền Nam Việt Nam. Những họng súng đại bác đen ngòm, đại liên, AK 47, hướng vào những tỉnh lỵ, Sài Gòn, sẵn sàng nhả đạn, nếu có sự chống đối. Từ trước đến giờ, người dân trong thành phố, đa số chỉ nghe nói đến "cộng sản" nhưng chưa thực sự nhìn thấy những con người ấy ra sao thì hôm nay, 30/4/1975, mọi người đều được trông thấy tận mắt những con người ấy, họ cũng đầy đủ các cơ phận đầu mình và tứ chi như mọi người, có khác chăng là vẻ mặt ngơ ngáo như "mán xuống đồng bằng" luộm thuộm bơi trong bộ áo quần bộ đội và đôi dép râu mòn lẳn. Vậy sao ta lại sợ hãi? Họ có gì để đáng sợ? Họ đâu có ba đầu, sáu tay, mười hai con mắt, mà họ cũng giống như mọi người. Ai cũng sợ con người Cộng sản, hay nói một cách nôm na chúng ta sợ chủ thuyết CS vì chủ nghĩa CS đã nhào nặn, nhồi sọ cán bộ CS thành những công cụ phục vụ cho chủ nghĩa. Con người hằng có lương tâm và thánh thiện, nhưng nếu con người đó xuất thân từ guồng máy Cộng sản thì con người đó rất đáng sợ, vì họ sắt máu, cuồng tín, say men chém giết chẳng kể gì cha mẹ, vợ con, anh em ruột thịt, láng giềng, làng nước. Do chủ nghĩa ác nghiệt, phi nhân – Cộng sản Quốc tế, cha đẻ là Lénine, và cái nôi Cộng sản mẹ là Liên Sô – khiến người cán bộ Cộng sản Việt Nam trung thành noi theo nên họ cũng thẳng tay tiêu diệt đồng loại. Hận thù họ cưu mang 30 năm miền Bắc, âm thầm trong rừng sâu và uất nghẹn trong hầm chông địa đạo. Từ một bộ đội 15, 16 tuổi, mới biết cầm súng cho đến các cán bộ cao cấp Cộng sản, họ nuôi chí căm thù "giải phóng miền Nam", đập tan chế độ "ngụy quyền", để đưa người dân thoát vòng nô lệ như nhà nước Hà Nội tuyên truyền. Chính vì được nhồi sọ bằng những tư tưởng ấy, nên họ đã không ngần ngại xâm trên tay hàng chữ "sinh Bắc tử Nam", liều mình để đánh "Mỹ Ngụy" giải phóng miền Nam thanh bình thịnh trị, rồi họ có chết cũng cam lòng vì đã đền xong nợ nước, thù nhà! Tất cả những người bộ đội nằm xuống như những con thiêu thân lao vào vùng đất hứa Cộng sản. Họ không ý thức được rằng quê hương Việt Nam bị cắt đôi là vì những thế lực ngoại vi xâm thực và những thành phần tài phiệt tham vọng nội tuyến đã phân chia giang sơn gấm vóc thành hai mảnh, mà không phải chiến đấu vì lý tưởng bảo vệ quê hương, bị giặc xâm lăng, như qua các Triều đại nhà Trần chiến thắng quân Nguyên. Nhà Lê chiến thắng quân Minh và Vua Quang Trung đại phá quân Thanh... Ngay sau khi chiến thắng quân Pháp tại Điện Biên Phủ, những tưởng đất nước được thanh bình, thịnh trị, nhưng không, thế cuộc đã xoay chiều:

"Quả thật, kể từ năm 1945, ảnh hưởng liên đới của Thế Chiến thứ II kết thúc, cách mạng tháng tám thành công, đất nước ta lại bắt đầu một trang sử mới.

Nhưng não nề thay, đó không phải là trang sử hòa bình, thịnh vượng và an lạc mà lại là trang sử của "nồi da sáo thịt", của chiến tranh khốc liệt, của ám ảnh kinh hoàng, của hận thù đổ nát..."Vừa mới tạm có chủ quyền thì dân chúng VN lại là nạn nhân bi thảm của cuộc nội chiến giữa những ý thức hệ thời thượng man rợ ngoại lai là Vô Thần và Độc Thần, giữa những chủ nghĩa xuẩn động là Duy Vật Cộng Sản và Thực Dân Tư Bản để rồi Hiệp Định Genève phân ranh giới tuyến mỗi bên đều dựa vào thế lực của ngoại nhân, xử dụng ý hệ ai không theo ta là kẻ thù của ta làm chính nghĩa, lấy bom đạn làm phương tiện, coi quyền lợi riêng tư làm cứu cánh dẫm đạp trên máu thịt của dân lành mong bước lên địa vị thống trị độc tàn".(11)

(11) Chân Nguyên số 22. Tháng 4/1994. Nguyên Tường. Trang 27.

Một ý thức hệ ngoại lai, CSVN không tự chủ, độc lập chính mình để bảo tồn dân tộc quốc gia, mà luôn vọng ngoại, cầu cạnh những thế lực siêu cường, nối đôi tay đỏ, để nhuộm máu quê hương – rõ thật: "cõng rắn cắn gà nhà, rước voi dầy mả tổ" – trong ảo tưởng men say "chiến thắng", "đánh cho Mỹ cút, Ngụy nhào". Nhưng đáng lẽ ra, sau khi Mỹ đã "cút" khỏi miền Nam, "Ngụy" đã nhào không còn nữa, CS Hà Nội phải thực thi chế độ "tự do, dân chủ, độc lập, hạnh phúc cho toàn dân" như họ đã tuyên truyền. Vì họ đã làm được việc thống nhất đất nước. Nhưng có thực được những điều như họ đã rêu rao, hay chỉ là mị ngôn, ỷ ngữ? Thực tế sau khi chiếm xong miền Nam họ đã bày tỏ lập trường rõ rệt:

"Thái Độ của CS đối với chính quyền Dương Văn Minh quá rõ ràng. Không những họ không chịu thỏa ước bất kỳ điều kiện gì của phái đoàn do Dương Văn Minh gửi đến tiếp xúc mà ngay khi đến Dinh Độc Lập tiếp thu, họ chỉ cho những viên chức quân sự cấp dưới đến tiếp nhận mà thôi. Đối với họ, đó là cuộc chiến thắng của họ và việc tiếp nhận không khác một cuộc hành quân tiếp thu khác" (12)

(12) Bão Qua Cổng Chùa. Thích Mãn Giác. 1991. Trang 34, 35.

Qua bao nhiêu năm cha đi tập kết ra miền Bắc, con thoát ly vào bưng biền, chiến khu, miền Nam còn lại vợ chồng, bạn bè đầu đen máu đỏ, hai bên cầm súng bắn nhau suốt 30 năm qua. Kẻ đã chết rồi không nói, người còn sống thành phế binh, hay tù tội, đau thương suốt một dòng lịch sử huynh đệ tương tàn, để đến tháng 4 năm 75 Cộng sản hô to khẩu hiệu: *"Chiến thắng, chiến thắng, đại chiến thắng. Thành công, thành công, đại thành công".* Bạn bè, thân hữu giết được nhau gọi là chiến thắng, con giết được cha gọi là đại thành công. Đây là cách chiến thắng và thành công của người Cộng sản vong nô, đã xé nát trang sử oai hùng của dân tộc Việt, dẫm đạp uy danh hồn thiêng sông núi. Họ đã quay lưng lại các bậc tiền nhân, anh hùng liệt nữ của Tổ Quốc. Một trang sử vàng son, dày công giữ nước và dựng nước của các bậc tiền bối bây giờ đã vấy máu đen, nhuộm chàm sẫm. Lịch sử Việt Nam hào hùng bị thay vào đó bằng lịch sử do nhà nước Cộng sản bóp méo đưa vào chương trình giáo dục học đường.

Học sinh phải học những tên tuổi du kích, đặc công, những tên bắn rớt máy bay và giết được người lính Mỹ, giờ thì còn gì là nền văn hóa Việt Nam hơn 4000 ngàn năm văn hiến và còn gì là tình tự non sông.

"Cây có cội, nước có nguồn, chim có tổ, người có tông", cội nguồn đã bị vùi dập, khỏa lấp, san bằng, và tổ tông đã bị khai tử tự trong tâm thức của người CS. Một trời Bắc đau thương, một trời Nam tủi hờn cả hai miền gánh trọn một quê hương bão táp. Quê hương đã nuôi sống ngàn cây nội cỏ, đã un đúc chí khí quật cường của người dân Bách Việt... Quê hương có sông Hồng, sông Đuống mang phù sa từ nguồn về nuôi sống người dân miền Bắc, có đồng bằng sông Cửu Long nuôi dưỡng dân miền Nam, và sông Hương núi Ngự nơi xứ thần kinh thơ mộng, nuôi dưỡng tinh thần dân miền Trung khốn khó. Nhưng tất cả tình người dân Việt sống dưới mái nhà Việt Nam đầm ấm của buổi cơm chiều khói lam mờ quyện, thôn làng ấp ủ hương cau, thơm mùi lúa chín. Trong cái bình lặng và an phận của người dân thôn dã, họ có muốn chiến thắng trên xương thịt của người thân thương, họ có muốn thành công trên tủi hờn và nước mắt của mẹ cha rớt xuống? Họ an bần gìn giữ quê hương của mấy ngàn năm con Hồng cháu Lạc, nét sử xanh còn truyền lại. Và như vậy, ai là kẻ muốn "đại thắng, đại thành công" giữa tình ruột thịt? Chỉ có những người CS mang đầy tham vọng bá quyền, vương tước, mới mong lật đổ và dẫm nát truyền thống thanh cao tiết liệt của dân tộc Việt Nam. Họ là người có lẽ được sinh ra từ trứng đá, từ đất nẻ chui lên, được nuôi lớn bằng chất liệu căm hờn, không ân tình sinh dưỡng, không nghĩ đến công cha nghĩa mẹ, không có tôn giáo tâm linh, không biết phụng thờ hương khói tổ tiên, phụ mẫu. Họ là kẻ vô thần, vong bản!

"Ngày 30 tháng 4 năm 1975, đoàn quân CS đi vào Sài Gòn. Khi đi ngang qua đường Công Lý trước Tổng Vụ Thanh Niên của Giáo Hội Phật Giáo Việt Nam Thống Nhất họ đã chĩa súng bắn nát lá cờ Phật Giáo treo tại Trung Tâm Quảng Đức. Đó là những hành động vô kỷ luật hay là một cử chỉ được nghiên cứu sẵn phát lộ chủ trương của chính quyền CS?" (13)

(13) Bão Qua Cổng Chùa. 1991. Thích Mãn Giác. Trang 35.

Bắn nát cờ Phật Giáo Việt Nam, là một thách thức lớn lao làm tổn thương tinh thần dân tộc Việt. Phật Giáo Việt Nam được hòa nhập vào lòng dân tộc VN và dân tộc VN lớn mạnh, vững bền trên tinh thần Từ Bi, Trí Tuệ, Hùng Lực của Phật Giáo. Vì sự hòa nhập ấy Đạo Phật và dân tộc Việt không thể tách rời, như chim bay hai cánh, Phật Giáo và dân tộc đã hỗ tương để sanh tồn, trong khi hưng thịnh cũng như lúc suy vong, thời chính biến, cũng như khi thanh bình. Trải qua bao thời đại, gặp thời thịnh trị thì người Tăng sĩ tay mõ, tay chuông, gối thiền tu niệm, gặp lúc nhiễu nhương, đất nước bị xâm lăng, thì cởi áo cà sa, khoác lấy chiến bào, dấn thân ngăn bước tiến quân thù cướp nước. Thở cùng một nhịp thở với dân tộc, mang cùng một trái tim nồng ấm với quê hương, nghiêng vai gánh vác xã tắc sơn hà, hy sinh lý tưởng xuất trần, dấn thân làm người chiến sĩ nơi trận mạc.

Từ ải Nam Quan cho đến mũi Cà Mau, đâu đâu cũng có những mái chùa rêu phong cổ kính, được ấp ủ, che chở bởi hồn dân tộc. Giòng máu Lạc Hồng, Hùng Vương trưởng thành theo vận nước, thì ngọn đèn Phật Pháp cũng soi tỏ bước dân đi. Tinh thần giải thoát, giác ngộ của đạo Phật đã thấm nhuần vào xương tủy, tâm can dân tộc Việt, cho nên qua những triều đại huy hoàng nhất lịch sử Việt Nam, các vị Vua, quan đã lấy đạo Từ Bi làm cương lĩnh trị nước, an dân; đem tình thương đồng loại vỗ về muôn chúng, như Vua Trần Thánh Tông, nhân mùa đông rét mướt, Vua động lòng từ, thương đến những người tù tội, ra lệnh cấp phát thêm chiếu mền, thức ăn nước uống và giảm bớt tội hình. Thương muôn dân như thương con ruột, nhà Vua khuyên dân giữ lấy bổn phận, thi hành quốc sách nghiêm minh để khỏi vướng vòng lao lý cơ hàn, thật tội nghiệp. *"Tinh thần cởi mở, hòa hợp và từ bi của Phật Giáo đã duy trì hòa bình và thịnh vượng trên*

300 năm..."; "Vua là người trung hiếu, nhân thứ, tôn người hiền, trọng kẻ sĩ, cha làm ra trước, con nối về sau, cơ nghiệp của nhà Trần được bền vững..." (14)

(14) Việt Nam Phật Giáo Sử Luận. 1978. Nguyễn Lang. Trang 47.

Và khi Vua Lê Đại Hành, muốn bàn luận và hỏi thăm về sự nghiệp quốc gia, Thiền Sư Pháp Thuận đáp:

"Vận nước như dây quấn
Trời Nam ôm thái bình
Đạo đức ngự cung điện
Muôn xứ hết đao binh"

Dịch:

Quốc tộ như đằng lạc
Nam thiên lý thái bình
Vô vi cư điện cát
Xứ xứ tức đao binh

"Ý Thiền Sư muốn nói sự đoàn kết nương tựa lẫn nhau và sự thực hành đạo Từ bi sẽ khiến cho ngôi Vua vững bền và hòa bình trường cửu." (15)

(15) Việt Nam Phật Giáo sử Luận I. Nguyễn Lang. 1993. Trang 146.

Nơi nào có ánh đạo vàng Phật pháp chiếu soi thì nơi ấy được huy hoàng rạng rỡ. Vị Vua nào áp dụng lời Phật dạy, lấy nhân đức làm quốc sách, lấy giáo lý từ tâm, nhu hòa nhẫn nhục làm phương châm và lấy tình yêu thương, lòng mẫn cảm để hóa giải hận thù, bạo lực thì triều đại của Vua ấy được lâu dài, lạc nghiệp âu ca. Giáo lý thiền học, đức tính tu thân là ngọn đuốc soi đường phá tan mọi u mê, ám chướng, tiềm ẩn nơi tâm thức mỗi con người.

Tinh thần giáo lý đó, được rải khắp muôn nơi, trong sứ mạng độ sinh cho tất cả vạn loài, hay cho từng triều đại quốc gia dân tộc.

Là ngọn hải đăng, là kim chỉ nam, là cương lĩnh cho mỗi vị Vua, các minh quân áp dụng giáo pháp vào thể chế quốc gia làm dân giàu nước mạnh. Đức Phật dạy: *"Bảy điều kiện để làm một quốc gia hưng thịnh: hòa hiệp trong dân chúng; dân chúng một lòng đoàn kết với nhau; pháp luật công minh và có truyền thống dân tộc; dân chúng sống đạo đức, biết tôn kính lẫn nhau; xã hội có an ninh trật tự; có tín ngưỡng và tôn trọng truyền thống tín ngưỡng; kính trọng và ủng hộ các Thánh Tăng."*

"Bảy phương pháp trang bị và bốn loại lương thực cho một thành trì nơi biên địa được kiên cố: trung tâm điểm của thành được tạo dựng và gìn giữ vững chắc; có thông hào bao bọc; có đường liên lạc với nhau; vũ khí chống quân địch; đủ các loại binh chủng; người thủ thành dõng kiện trí tuệ; bức thành kiên cố".

"Bốn loại lương thực: tích trữ nhiên liệu; tích trữ lương thực; tích trữ đậu, ngũ cốc; tích trữ thuốc men."

Song song với những phương pháp, điều kiện để quốc gia hưng thịnh, Đức Phật đã dạy tiếp: *"Mười pháp của một nội các (chính phủ) tốt bởi dân, cho dân và vì dân: Vua độ lượng, từ bi, bố thí, giữ giới, có đạo đức cao, không sát sanh, trộm cắp, tà hạnh, nói dối, uống rượu; hy sinh tất cả vì lợi của toàn dân, thẳng thắn, thành thật và liêm khiết; hiền từ, hòa ái; sống khổ hạnh; không sân hận thù hiềm; bất hại: không giết người, tạo lập hòa bình, chối bỏ chiến tranh và tinh thần bạo động; nhẫn nhịn và khuất phục mọi khó khăn, lắng nghe, tôn trọng và thuận theo ý dân."*

Tinh thần giáo pháp của Đức Phật là một bài học thực tiễn để áp dụng vào đời sống hàng ngày cho mỗi cá nhân, gia đình và xã hội. Tinh thần giáo pháp đó đem lại lợi ích, tiến thân và chứng đắc quả thánh ngay trong đời này cũng như mai hậu trên lộ trình tu tập mà không thể có kết quả ngược lại. Vậy thì, Phật Giáo Việt Nam có tội gì với Quốc gia Dân tộc mà người CS đã bắn nát lá cờ Phật Giáo?

Lịch sử Phật Giáo Việt Nam nói riêng và lịch sử Phật Giáo thế giới nói chung, tất cả được chứng minh một cách hùng hồn qua hơn hai ngàn năm. Đạo Phật truyền giáo bằng tình thương, trí tuệ, bằng đạo hạnh, lợi ích chúng sinh, bằng nguyện ước cứu khổ độ mê, đưa mọi người về bến giác; bằng sự hân hoan, đón nhận hạnh phúc thanh bình của người dân, mà đạo Phật chưa bao giờ truyền giáo bằng sức mạnh, bạo lực, gươm đao hay súng đạn. Trên bước đường hoằng dương chánh pháp chưa có một dân tộc nào rơi một giọt máu, chưa có một quốc gia nào lầm than, tủi nhục vì Phật Giáo. Phật Giáo không tranh quyền thế vị, không chủ trương cướp đoạt lợi danh. Đức Phật dạy: *"Chỉ có thế gian tranh cãi với Như Lai, chứ Như Lai không bao giờ tranh cãi với thế gian. Người trí thế gian nói đó là hòn núi, thì Như Lai cũng nói đó là hòn núi."* Vậy thì, có lý nào người CS Hà Nội lại bắn nát lá cờ Phật Giáo? Đảng CSVN phải hoàn toàn chịu trách nhiệm về hành động này và trả lời câu hỏi trên trước lịch sử dân tộc Việt Nam. Hơn 2000 năm lịch sử Phật GiáoViệt Nam đã chứng minh cho toàn dân cùng thấy: Phật Giáo đã đóng góp hết tâm huyết, con tim và khối óc cho đất nước hầu tạo dựng hòa bình, an lạc cho quốc gia dân tộc. Ai là kẻ đã theo chủ nghĩa ngoại lai, làm kẻ vong nô bán đứng quốc gia dân tộc cho ngoại bang, dày xéo quê hương, sống trên xương máu người dân lương thiện, thì lịch sử dân tộc còn đó!

"Không thể nhìn lịch sử trên mặt biểu chương. Phải đào xuống nền tảng vô sử mới thấu rõ hết căn nguyên hành động. Với cuộc kháng chiến chống quân Nguyên thế kỷ XIII, cuộc kháng chiến chống nhà Minh thế kỷ thứ XV, cuộc phạt Thanh thế kỷ XVIII, ta không thể đơn giản kết luận là dân tộc ta vũ dũng anh hùng, bất khuất...Điều gì làm cho ta vũ dũng, và biết sử dụng hoàn hảo vũ dũng đó? Điều gì đã làm cho sinh dân đoàn kết, nhất tâm chống lại những phương lực hãm giết sự sống? Điều gì đã nuôi dưỡng và phát khởi tâm thức khiến một đứa trẻ lên ba như Phù Đổng Thiên Vương biết cầm gươm quất ngựa xông ra trận mạc? Khiến các khuê nữ trở thành anh thư nước Việt như Trưng Trắc, Trưng Nhị, Triệu thị Trinh...? Khiến một đứa bé mồ côi sống quạnh hiu nơi chùa viện trở thành vị Vua lập quốc mở đầu triều đại hoàng kim Việt Nam như Lý Thái Tổ? Khiến một kẻ đánh cá mở dựng triều đại nhà Trần? Khiến một bạch diện thư sinh như Nguyễn Trãi trở thành nhà hành động quyết liệt có khả năng giải phóng dân tộc bằng con đường nhu hòa? khiến người nông dân áo vải Nguyễn Huệ thành Vua Quang Trung?"

Điều gì làm nên những sự việc đó?

- Tổ tiên, huyết thống dân tộc? Dân tộc nào lại không có những thứ đó từ thời tiền sử hoang sơ? Điều gì đã làm tộc Việt trở thành quốc gia Việt Nam? Điều gì đã tạo nên mệnh đề ngắn gọn, giản dị và phổ thông "Bốn nghìn năm văn hiến", "dân tộc anh hùng..." ?

Trong "điều gì" đó, Thiền đã giữ mặt sinh thế tối hậu.

Dĩ nhiên còn và sẽ còn những yếu tố khác nữa. Nhưng từ cội rễ của Văn minh Việt Nam, Thiền là tinh thể trung hòa của mọi chuyển hóa sinh động" (16)

(16) Nguyễn Trãi, Sinh thức và hành động. Võ văn Ái. 1992. Trang 58, 59.

Cả một thế hệ được nhào nặn trong cái nôi CS, uống sữa Liên Sô, Trung Cộng, nên sinh ra dòng máu đế quốc đỏ, đốt cháy quê hương giống nòi Việt Nam. Làm phân tán đàn con Lạc Việt, kẻ vùi xác trên rừng xanh, người chết trong lao tù cải tạo, kẻ đang lao động quất queo nơi rừng thiêng nước độc, người vượt biên bỏ mình trong bụng cá, kẻ lạc loài tha hương trên đất khách, người cam tâm làm thân khuyển mã phục vụ cho Cộng nô, kẻ tham nhũng, lạm quyền phè phỡn hưởng thụ trên nhung lụa mặc đám dân đói khổ lầm than... Và còn đau thương gì nữa trong chế độ CS bạo tàn Việt Nam? Cả một lỗ hổng khổng lồ: kinh tế, giáo dục, từ thiện, tín ngưỡng, tôn giáo, lương tâm... Từ thời tiền sử, đến thời du mục, hay cận đại và hiện tại, đời sống con người luôn luôn được kết hợp bởi hai lãnh vực: Vật chất và tinh thần. Cả hai cùng bổ khuyết cho nhau không thể thiếu. CSVN nghĩ gì khi chỉ xử dụng bạo lực mà quên đi nếp sống tinh thần?

Người dân Việt Nam cho dầu không theo tôn giáo nào họ cũng vẫn thờ cúng ông bà tổ tiên làm đạo gia đình, sớm hôm hương khói, để tưởng nhớ công ơn các bậc tiền nhân đã sinh thành ra họ. Và chính đời sống này làm cân bằng giá trị, tư cách, đạo đức và luân lý nơi mỗi con người – Chủ nghĩa duy vật Cộng sản mất thăng bằng, bị què quặt vì không có đời sống tâm linh tôn giáo – Từ giá trị căn bản phục vụ nhân sinh, tạo sự tôn ty, trật tự xã hội để hướng đời sống con người trên lộ trình hướng thượng, đạo Phật đã tích cực dấn thân như một tôn giáo sống thực, sống trong sáng, sống thanh tịnh, sống đúng đắn, sống cho loài người và chúng sinh, mà các vị sứ giả của Như Lai ngót mấy ngàn năm lịch sử đã thực hiện. Trong đó, có những sứ giả Như Lai, các vị Bồ Tát quên mình gióng lên bức thông điệp hòa bình cho dân tộc. Các Ngài đã nằm xuống để cho dân tộc được sống: HT Thiện Minh, HT Trí Thủ. Các Ngài chịu cảnh tử hình tù tội, khảo tra: HT Huyền Quang, Quảng Độ, TT Tuệ Sỹ, Trí Siêu... để dân tộc được an lành, hạnh phúc, và các Ngài tự nguyện thiêu mình – 12 vị Tăng Ni chùa Dược Sư, Cần Thơ, năm 1975 – đã là ngọn đuốc thiêng, soi rọi lương tâm người CSVN được sáng tỏ. (Các sự kiện này được trình bày trong những chương sau)

Hương vị Giáo Pháp là hương vị giải thoát, tinh thần Giáo Pháp là phụng sự chúng sinh, đảng CSVN phải hiểu thế nào cho đúng để không đi theo tín điều cuồng vọng, bất thức, si tâm: *"Tôn giáo – có mặt Phật Giáo – là thuốc phiện, ru ngủ nhân dân."* để biến Phật Giáo thành kẻ thù cần phải tiêu diệt – quan niệm kẻ thù một chiều của người CS, vì dưới mắt của Đạo Phật không có kẻ thù, nhân sinh quan của Đạo Phật là: "Lấy pháp giới chúng sanh làm nhà và lấy chúng sanh làm cha mẹ". Cái nhìn của Đạo Phật không có sự sai biệt, thân sơ, nhân ngã mà ở đâu hoặc bất cứ ai cũng đều là phụ mẫu, huynh đệ tình thâm từ nhiều đời nhiều kiếp.

"Chúng tôi khâm phục sự thành khẩn nghiên cứu với ý chí dân tộc của một số các nhà nghiên cứu miền Bắc trong việc đào sâu, khai thác kho tàng văn hóa Việt Nam. Song chúng tôi rất lấy làm lạ thấy trong số lớn trường hợp, nhiều vị đã đánh giá rất thấp nếu không nói là hời hợt hay thiên lệch về Phật Giáo Việt Nam. Quí vị này thường có một căn bản văn hóa Tây phương, nhưng chúng tôi dám nghĩ rằng họ đã không lưu tâm đọc nghiêm chỉnh một cuốn kinh nào của Đạo Phật, và chẳng bao giờ họ nghĩ tới việc so chiếu những lối nhìn trí thức nhất của nhân loại như cái nhìn quán chiếu Bát Nhã với lý luận mà họ thiết lập làm nền tảng suy luận. Lối nhìn trong nghĩa một sinh phong chuyển hóa cuộc sống. Phải chăng mệnh đề "Tôn giáo là thuốc phiện của quần chúng" đã được hiểu và áp dụng một cách manh động và cơ giới? Câu hỏi cần đặt lại với mệnh đề này là: "Người phát ngôn đó có hiểu Phật Giáo là gì không? Có đặt sinh phong và nhận thức Đạo Phật trong tầm đả phá và phê phán hay không? Tôn giáo nào và hình bóng tôn giáo đó trong giai kỳ, thời đại nào được qui định để lập ngôn phê phán? Đạo Phật có phải là một tôn giáo hiểu theo nghĩa đó? Giải xong những câu hỏi này, thì những dòng sinh hoạt tư tưởng, tâm linh và hành động của nền Phật Giáo dân tộc mới khỏi mắc những hàm oan và ức chế." (17)

(17)Nguyễn Trãi, Sinh thức và Hành động. Trang 59, 60. Võ Văn Ái. 1992.

Sau ngày *"cách mạng thành công"*, tất cả dân miền Nam ai cũng thấy được thái độ ngang tàng, bạo ngược, xấc láo của cán bộ, đảng viên CSVN

"Trong cuộc tiếp xúc đầu tiên tại Bộ Nội Vụ với Sáu Trí, bí thư của Trần Văn Trà, chúng tôi đã đề cập đến việc cần thiết nên có những trao đổi về quan niệm của hai bên... về mọi vấn đề liên quan đến lòng dân và sự xây dựng đất nước...

Sáu Trí đã nói một cách thẳng thắn: "Chúng tôi mới về đương quá bận rộn không thể thảo luận được những vấn đề này" (18)

(18) Bão Qua Cổng Chùa. Trang 37. Thích Mãn Giác. 1991.

Một thái độ khác, qua cung cách hành chánh, văn thư, cán bộ CS đã sử dụng lời lẽ, văn chương cách mạng đối với HT Thích Trí Thủ, Viện Trưởng Viện Hóa Đạo GHPGVNTN như sau:

"Kính gửi ông Trí Thủ:

Theo văn thư 111/VHĐ/VP do ông ký về việc Thích Minh Nghị phá hoại trật tự trị an bị an ninh khóm 2 lập biên bản. Lý ra chúng tôi không phúc đáp vì không biết danh nghĩa Viện của ông như thế nào trong tình thế hiện nay.

Nhưng để cho sự việc không bị hiểu lầm và bị xuyên tạc nhằm tố cáo một cách thiếu trung thực sự việc, chúng tôi kính mời ông 14 giờ ngày 12/6 đến 294 Nam Kỳ Khởi Nghĩa (Câu Lạc Bộ Thiếu Niên) để trao đổi kỹ hơn"

Kính chào,

TM Ban TNND

Ba Sao (19)

(19) Bão Qua Cổng Chùa. Trang 63. Thích Mãn Giác. 1991.

Và tất cả những gì phải đến thì đã đến, theo gót chân người CS, họ đã dẫm đạp tan nát về mọi mặt, từ những lãnh vực cá nhân - thất học, ngu dốt, thất nghiệp, nghèo đói; qua lãnh vực gia đình - không có hạnh phúc, không đùm bọc nhau vì "miếng cơm manh áo"; không có sinh khí làm mất đi cuộc sống đầm ấm gia đình, cha con, chồng vợ, không có tinh thần tôn kính lẫn nhau; đến lãnh vực xã hội - nghi kỵ, lừa lọc, cướp giựt, tranh giành vì lẽ sống, bảo thủ và cá nhân. Về lãnh vực tinh thần, tín ngưỡng tôn giáo, thì bức ngặt, khủng bố, tịch thu chùa viện, giải tán Tăng sĩ, bắt đi nghĩa vụ quân sự, cấm đoán thời khóa tu niệm, đại lễ truyền thống, bỏ tù tống giam, giết hại chư Tôn Giáo Phẩm, ngăn chận, cấm đoán tín đồ không được lui tới chùa viện. Phá hủy tượng Phật, Bồ Tát... (Sẽ trình bày ở các chương sau) Tất cả mọi thảm trạng trên không ngoài chủ trương của chủ nghĩa CSVN, tuy nhiên cộng thêm vào những lý lẽ chủ quan:

"Cộng sản thắng miền Nam về quân sự một cách dễ dàng quá nên đâm ra cuồng vọng, ảo tưởng và giáo điều để nghĩ rằng cũng có thể "tiến nhanh, tiến mạnh, tiến vững chắc trên con đường xây dựng XHCN" ở miền Nam.

Cuồng vọng đó đã làm cho miền Nam trở thành một địa ngục hỗn loạn. Làm người Việt Nam trong hoàn cảnh ấy đã khổ rồi, làm người Phật tử xuất gia cũng như tại gia lại càng khổ hơn. Bởi vì dưới mắt những người Cộng sản VN, Phật Giáo còn "Ngụy" hơn "Ngụy". (20)

(20) Bão Qua Cổng Chùa. Trang 129. Thích Mãn Giác. 1991.

Chương Hai

NHÀ CẦM QUYỀN CỘNG SẢN VIỆT NAM BAN HÀNH VÀ THỰC THI CHÍNH SÁCH ĐÀN ÁP, TIÊU DIỆT TÔN GIÁO MÀ PHẬT GIÁO LÀ TRỌNG TÂM

Sau hơn ba mươi năm (1945–1975) thống trị miền Bắc, CS Hà Nội đã giải thể Phật Giáo từ hình thức đến nội dung. Những ngôi chùa còn lại chỉ là những hình ảnh hoang phế điêu tàn, rêu phong phủ kín, vì không có chư Tăng ở, kể cả những ngôi chùa có tính cách di tích lịch sử, cũng không được tu bổ chăm nom thờ phụng, lễ bái, tụng kinh. Họa chăng dăm ba nơi, Cộng sản còn giữ lại để chứng tỏ với thế giới bên ngoài, xã hội chủ nghĩa vẫn có tự do tôn giáo. Họ đã mà mắt thế giới bằng cách khi có phái bộ ngoại quốc nào đến thăm Hà Nội thì chính quyền địa phương được chỉ thị bắt một số người dân tin cẩn trong làng cho cạo đầu, mặc áo tràng giả làm sư ở chùa. Xong việc thì họ trở về đời sống gia đình. Phật Giáo của chế độ Cộng sản miền Bắc chỉ là cái bình phong trên đường chính trị mà Cộng sản còn giữ lại để lòe bịp thế giới. Thực chất không có gì là Phật Giáo thuần túy, vì Sư Thầy thì giả tạm, không thông hiểu giáo lý, tu niệm nhà chùa. Còn tín đồ thì lam lũ làm ăn, tất cả mọi lãnh vực: tài lực, vật lực, tinh thần, tâm tư, tình cảm đều bị ép buộc dồn vào việc xây dựng chủ nghĩa xã hội, hay làm hậu cứ cho công cuộc tiến chiếm miền Nam. Hơn nữa với chủ trương vô thần và duy vật của Cộng sản họ đã tìm mọi cách để tiêu diệt các tôn giáo. Do đó, sau khi cưỡng chiếm hoàn toàn miền Nam, chỉ trong vòng mười ngày là các cấp chính quyền địa phương, công an phường, khu vực, nhận được chỉ thị từ Trung Ương đảng, Mặt Trận Tổ Quốc, ban Tôn Giáo Vận, ra sức thi hành, bố ráp chùa viện dưới mọi hình thức:

a. *Cơ sở vật chất của Giáo Hội:*

Chiếm dụng chùa viện; tịch thu hệ thống giáo dục, biến trường Bồ Đề từ cấp tiểu học, trung học đến Viện Đại họcVạn Hạnh, cơ sở kinh tế tự túc của GHPGVNTN thành hợp tác xã và sung công ruộng đất của Giáo Hội.

b. Thành phần nhân sự–Tu sĩ:

Cưỡng bức chư Tăng, thanh niên Tăng, đi nghĩa vụ quân sự, đi kinh tế mới, buộc hoàn tục, không được tu học, hoằng dương đạo pháp.

c. Cấm sinh hoạt các ngày lễ truyền thống có tính cách đại chúng—Phật Đản, Vu Lan:

Không cho Phật tử tụ tập đông đảo trước sân chùa, không cho treo cờ Phật Giáo nơi cổng tam quan, chỉ treo trong phạm vi chánh điện nhưng phải treo chung với cờ Mặt Trận Giải Phóng Miền Nam Việt Nam. Cấm tư gia treo cờ Phật Giáo.

d. Phật tử đi lễ chùa bị rình rập theo dõi:

Công an lúc nào cũng trà trộn vào đồng bào Phật tử để theo dõi; do đó, Phật tử không dám mặc áo dài, không dám đi đông từng nhóm, không dám chuyện trò thăm hỏi vì chẳng biết ai là công an chìm, ai là Phật tử.

e. Giải tán các Phật Học Viện, Cao Đẳng Phật Học, nơi đào tạo Tăng tài:

Chư Tăng Ni chấm dứt việc học. Giải tán Ban Giám đốc, Ban Giáo sư, Tăng Ni sinh trả về nguyên quán hoặc phải bị ép buộc lao động sản xuất cho xã hội chủ nghĩa.

g. Phá hủy tượng Phật, tượng Bồ Tát:

Ủy Ban nhân dân địa phương, hoặc công an, bộ đội đã dùng mìn giật sập các tôn tượng Phật, Bồ Tát lộ thiên, san bằng những nơi thờ phượng tôn nghiêm mà Phật tử đã dày công xây dựng, hầu làm thắng cảnh hay lưu truyền di tích lịch sử, văn hóa dân tộc.

h. Giải tán gia đình Phật tử:

Tổ chức gia đình Phật tử không được sinh hoạt, mặc dù đã có truyền thống 50 năm hộ đạo giúp đời. Cộng sản bắt giới trẻ gia nhập "thanh niên tiền phong", hoặc "cháu ngoan bác Hồ", để nhồi sọ chủ thuyết Marx—Lénine. Do tệ trạng của ngành giáo dục lạc hậu khiến thiếu nhi thành thất học, ngu dốt, lang thang, thất thểu, đầu đường xó chợ, vỉa hè, công viên. Cộng sản là một tập đoàn thiếu giáo dục từ lãnh vực gia đình đến xã hội, cộng đồng quốc gia, vì thế các cán bộ, đảng viên không biết thế nào là lễ nghĩa, đạo đức, hiếu đễ với cha mẹ, lịch sự, thân thiện với mọi người trên tinh thần thương yêu, hiểu biết và tôn trọng. Họ đã đánh mất giá trị, nhân cách của một con người, nên đã trở thành những công cụ để chế độ sai sử trong mục tiêu phục vụ cho quyền lợi cá nhân của một số đảng viên cầm quyền và được huấn luyện thành những kẻ không tim óc trong phần vụ: tra tấn, bắn giết, khủng bố, đàn áp, tước đoạt, tố khổ, bắt bớ, nói láo và tuyên truyền...

Có sẵn quyền hành trong tay, nhà cầm quyền Cộng sản Việt Nam đã giăng ra mạng lưới đàn áp và tiêu diệt Phật Giáo, có hệ thống nghiên cứu kỹ lưỡng. Họ đã cho các lực lượng như Ủy Ban nhân dân địa phương, công an khu vực, công an nhân dân... thường hay lui tới chùa viện thăm dò, để ý; khi thì han hỏi ngọt ngào, khi thì xét tra nộ nạt với đầy đủ các mánh khóe, thủ đoạn trong hành động triệt tiêu từng cá nhân, có thể bắt bỏ tù, đưa đi cải tạo; có thể hăm dọa hay vuốt ve để làm nội công, gián điệp, tạo sự lũng đoạn từ hạ tầng cơ sở, làm ung nhọt cơ cấu tổ chức, gài người bất hảo vào Giáo Hội theo chiến lược: "Gậy ông đập lưng ông", hay "Ngao sò tranh nhau, ngư ông đắc lợi". Theo nhận định:

"Đúng như Hòa Thượng Huyền Quang đã nói, một tổ chức như Giáo Hội Phật Giáo Việt Nam Thống Nhất (GHPGVNTN) vừa to lớn, vừa có cơ sở đều khắp từ thành thị đến thôn quê, có truyền thống từ lâu đời, có hệ thống giáo dục... là một tổ chức Cộng sản muốn triệt hạ ngay từ khi chúng chưa chiếm được miền Nam Việt Nam. Cho nên, quá trình tấn công vào GHPGVNTN của Cộng sản phải thực hiện qua nhiều thời kỳ, nhiều thủ đoạn, lâu dài, bền bỉ, từ việc phá chùa, chiếm chùa làm kho lương thực, giải tán khuôn hội, Gia đình Phật tử cho đến việc bắt bớ, giam cầm Tăng Ni, Phật tử. Chúng đánh vào Giáo Hội từ ngoài vào trong, từ ngoại vi đến trung tâm, từ chùa làng, khuôn hội, Phật tử, nay dần tiến đến Viện Hóa Đạo, mà biểu tượng là Hòa Thượng Thích Huyền Quang, Quyền Viện Trưởng." (1)

(1) Chân Nguyên Xuân Quí Dậu 1993, trang 85, Tuệ Chương, Malaysia

Chiến thuật vết dầu loang. Cộng sản Việt Nam dùng thủ thuật đàn áp, bẻ bó đũa riêng từng chiếc, để từ đó họ thôn tính từng cá nhân, từng cơ sở địa phương, cuối cùng là Giáo Hội Trung Ương. Vì họ biết rằng, nếu đánh thốc vào thượng tầng cơ sở, cũng như chư vị Giáo Phẩm Trung Ương thì sẽ làm chấn động quần chúng, hơn nữa chân ướt, chân ráo, phải thăm dò, mềm mỏng, nhưng dưới làn nhung lụa đó đã cài sẵn hầm chông, cọc sắt, bãi mìn. Kể từ ngày chiếm được miền Nam tháng 4 năm 1975 cho đến năm 1981, Cộng sản mới thành lập ban tổ chức thống nhất Phật Giáo, theo đường lối của đảng. Họ chiếm văn phòng Viện Hóa Đạo, dụ dỗ, cưỡng bách chư Tôn Giáo Phẩm phải tiếp tay làm việc với họ (dù không muốn cũng phải cúi đầu ngậm chịu) nhằm hai mục đích:

1. THÀNH PHẦN GIÁO PHẨM CAO CẤP CỦA GHPGVNTN:

Ép buộc được chư vị Hòa Thượng trong Hội Đồng Viện cộng tác — để chứng tỏ rằng CSVN có chính nghĩa nên chư vị Tôn Túc của GHPGVNTN đã thực sự làm việc với đảng, nhà nước — hầu lôi kéo quần chúng Phật tử. Thứ nữa, tổ chức Phật Giáo nhà nước của họ, không có nhân sự, không đủ uy tín, khả năng, để trực diện đối thoại với cộng đồng Phật tử miền Nam. Do đó, CS mượn uy danh của chư vị Hòa Thượng trong GHPGVNTN để thi hành đường lối chính trị cho đảng cũng như thủ đoạn mị dân của xã hội chủ nghĩa, cuối cùng là chặt tay chân và tiêu diệt GHPGVNTN, để hình thành GHPGVN, làm công cụ cho đảng nhà nước.

2. CƠ SỞ CHÙA VIỆN, VĂN PHÒNG TRUNG TÂM:

Cộng sản cưỡng chiếm miền Nam Việt Nam và tất cả mọi cơ sở của Giáo Hội. Tự thân họ chỉ có hai bàn tay trắng, đôi chân trần, cây súng, mũ cối, đôi dép râu, một ruột tượng lương khô thắt lưng thì lấy đâu đặt cứ điểm để hành hoạt, dù đến một tấc đất cũng của người dân miền Nam Việt Nam. Do đó, họ đã dùng bạo lực—nhà tù, trại cải tạo, để chiếm đoạt cơ sở của Giáo Hội, chùa Ấn Quang—văn phòng Viện Hóa Đạo, chùa Xá Lợi—Hội Phật Học Nam Việt... trưng dụng cho Giáo Hội nhà nước, đặt văn phòng Ban Trị Sự Thành Hội; Giáo Hội Trung Ương, ban liên lạc Phật Giáo yêu nước... Đảng Cộng sản Việt Nam là những kẻ cướp của, giết người, đuổi chủ nhân ra khỏi nhà, tước đoạt tài sản của kẻ khác, hành hung, bức hại.

Với những thủ đoạn như vậy, nhà cầm quyền Cộng sản ngày một khủng bố nhiều hơn. Qua các tài liệu Bão Qua Cổng

Chùa, 1991, Thích Mãn Giác, và Những Biến Cố Liên Quan đến Cuộc Đấu Tranh của Giáo Hội Phật Giáo Việt Nam Thống Nhất cho Dân Tộc và Đạo Pháp của tu viện Vạn Hạnh—Canberra—ACT—Australia, tháng 9, 1995 đã cho thấy, từ Sài Gòn, miền Nam lục tỉnh, đến cao nguyên Trung phần ra đến cầu Bến Hải miền Bắc không có ngày nào mà Cộng sản không mở chiến dịch đàn áp, triệt hạ Phật Giáo. Ngày 7, tháng 5, 1975, chùa Phổ Đà, Bình Tuy, nhà cầm quyền CSVN đã bố ráp, ngăn chặn, hăm dọa Phật tử đi lễ chùa, với thái độ, hống hách, ngang tàng của đoàn người từ rừng xanh mới về thành phố. Tại Khánh Hòa, Nha Trang, Ủy ban Quân quản cấm Giáo Hội không được treo cờ Phật Giáo ngoài khuôn viên chùa, cũng như nhà Phật tử không được tụ họp, hay treo cờ xí đông đảo. Ủy ban Nhân dân quận 7, thành phố Hồ Chí Minh, đã ra lệnh cho Giáo Hội địa phương muốn làm hay tổ chức gì cũng phải xin giấy phép, không được tự tiện hành lễ. Bất tuân sẽ bị trừng trị. Tại Phan Thiết, Ủy ban Nhân dân cách mạng lâm thời đã phủ quyết văn thư của Giáo Hội xin làm lễ Phật Đản vào ngày 25, tháng 5, 1975, chưa kể các ngày khác của đại lễ. Họ nói:

"Ủy ban Nhân dân Cách mạng lâm thời, thị xã Phan Thiết chấp nhận cho Giáo Hội Phật Giáo Việt Nam Thống Nhất tỉnh Bình Thuận làm lễ Phật Đản một ngày 25, tháng 5, 1975. Chương trình ngày lễ, Giáo Hội cần báo cáo cho Ủy ban biết trước. Mọi hoạt động trong các ngày khác tại Phan Thiết theo đơn xin của Giáo Hội Phật Giáo Việt Nam Thống Nhất Bình Thuận không thể tiến hành được."

Một quốc gia mà hiến pháp thường rêu rao là tôn trọng nhân phẩm, giá trị con người, tự do của lẽ sống, không xâm phạm quyền tư hữu, cá nhân, đoàn thể, và nhất là tự do nhân quyền, và tín ngưỡng, thì thực nơi đây đã có tự do tín ngưỡng hay chưa? Tất cả chỉ là lời nói suông như chuột chạy ống tre. Tại Quảng Ngãi, ngày 10, tháng 6, 1975, Ủy ban Nhân dân xã Bình Phước đã cưỡng chiếm chùa Trung Sơn, trường học, tịch biên tài sản, đồ dùng, kể cả tiền bạc. Cán bộ lấy uy quyền đảng, nhà nước để giải tán Giáo Hội xã, và bắt bỏ tù vị đại diện Giáo Hội, vì phản đối việc làm của họ. Tại Định Tường, ngày 26, tháng 6, 1975, Ủy ban Nhân dân xã Hòa Thịnh và Phú Mỹ đã đóng cửa các Niệm Phật Đường, Tự Viện, bắt chư Tăng phải tham gia công việc của nhà nước. Chính quyền địa phương tổ chức học tập, xuyên tạc, đả kích, bôi nhọ tinh thần lễ nghi, giáo pháp. Họ nguyền rủa, tục tằn, xem Phật Giáo như kẻ phản động, cần phải tẩy chay. Họ tuyên truyền:

"Theo ông Thích Ca ngồi ngó xuống suốt ngày, lim dim đôi mắt, mà chẳng làm gì hết, sao có áo ấm cơm no, hãy theo bác Hồ, lao động vinh quang và xã hội chủ nghĩa là rừng vàng biển bạc có hơn không?"

Công an quận 4 thành phố Hồ Chí Minh đến lục soát, kiểm tra chùa lúc 1 giờ khuya ngày 26, tháng 6, 1975, vu khống Thầy trụ trì là "Sĩ quan ngụy", tìm đủ mọi cách để bôi nhọ, áp đảo tinh thần, khủng bố, bắt phải nhận tội, dù mình không có tội. Trường Thanh Niên Phụng Sự Xã Hội tại Phú Thọ Hòa, bộ đội đã ngang nhiên xông vào ngày 6 tháng 8, 1975, khiêng vác tất cả đồ đạc, vật dụng bàn ghế, đập phá tường vách, mái nhà bỏ lên xe chở đi, mà không cần nói với ai một lời nào. Rõ thật, trong lịch sử nước nhà, chưa có một triều đại nào từ vua chúa, quan quân, đến dân chúng có những việc làm sỉ nhục như vậy. Xã hội, đạo đức của Cộng sản , họ có lỗ tai như không lỗ tai, có mắt như không mắt, có con tim như không có tim và có khối óc như không khối óc. Họ không biết suy tư đâu là đạo lý, đâu là tình dân tộc giống nòi. Họ cũng được sinh ra và trưởng thành trên dải đất Việt Nam, mang danh mấy ngàn năm văn hiến, dòng dõi con Lạc cháu Hồng, vậy mà cái sĩ khí của họ đã bỏ mất đi đâu? Tại Long Châu Tiền, xã Tân Long Chí, chính quyền đã đến chùa Lập Phúc trong ngày 18 tháng 8, 1975, tịch thu hết tài sản, kinh sách, đất đai, và bắt buộc các Tu sĩ làm tờ ly khai khỏi Giáo Hội. Đây chính là chính sách tự do tín ngưỡng của đảng và nhà nước Cộng sản? Ty giáo dục Tùng Nghĩa yêu cầu GHPGVNTN tỉnh Tuyên Đức bàn giao trường học và cô nhi viện cho chính quyền, ban đại diện Giáo Hội không chấp thuận. Họ đã khẳng định rằng:

"Tôn giáo không có quyền đưa ra điều kiện nào cả, chỉ có chính quyền mới có điều kiện, nếu cần thì đóng ngay cả chùa!"

Lời nói này rất đúng đối với kẻ có sức mạnh súng đạn trong tay. Chỉ có chính quyền mới có điều kiện, điều kiện bắt dân gọi dạ bảo vâng, ngoan như con cừu giữa đàn lang sói. Kẻ bạo lực lúc nào cũng mạnh, nhưng lẽ thiện, điều lành tất hẳn phải hợp lý. Trung tâm Quảng Đức, số 294 đường Công Lý, Cộng sản cũng ngang nhiên tịch thu để sử dụng cho nhóm sinh viên học sinh giải phóng Sài Gòn, Gia Định làm văn phòng và cũng là nơi tịch thu vũ khí của chế độ cũ. Họ vẫn chưa bằng lòng, còn tạo đủ mọi khó khăn, vu khống mạ lị cho rằng Thượng Tọa giám đốc chứa chấp vũ khí nhằm lật đổ chính quyền CS. Lật đổ làm sao, một tu sĩ như Hòa Thượng Thiện Minh bịnh tật, đi phải chống gậy, trong tay không một tấc sắt, mà Ngài lúc nào cũng bằng tâm niệm kêu gọi hòa bình:

"Thực hiện giáo lý của đức Phật, GHPGVNTN trong nhiều năm qua đã hết lòng vận động hòa bình, trong nước cũng như ngoài nước. Phương châm của Giáo Hội là: chủ quyền đất nước và hòa giải dân tộc. Trong cuộc vận động này, Giáo Hội chỉ đứng trên cương vị tôn giáo mình mà không có một thế đứng chính trị phe phái nào.

Hôm nay, lệnh ngưng bắn đã được ban hành, toàn thể chúng ta hãy cầu nguyện trong niềm tri ân sâu xa cho những Tăng, Ni, Phật tử và những thân hữu xa gần đã hy sinh cho cuộc vận động này.

Chúng ta cũng thành thật ghi ân các giới lãnh đạo các bên lâm chiến đã chấp nhận thỏa thuận ngưng bắn, để chấm dứt những thương đau mà dân tộc đã chịu đựng trong bao nhiêu năm qua.

Là một giáo đoàn, GHPGVNTN không theo chính trị, phe phái và tuyệt đối không có chủ đích ganh đua với những lực lượng chính trị về phương diện quyền bính.

Giáo Hội chỉ nhắm tới mục đích hòa bình, đóng góp vào công việc hóa giải hận thù, tạo thêm cơ hội cho sự chấp nhận lẫn nhau và cộng tác với nhau giữa những người có chính trị và văn hóa khác biệt. Lệnh ngưng bắn đã được các bên ban hành: thiết tha vào sự nghiệp bảo vệ hòa bình, Giáo Hội nguyện tiếp tục nỗ lực để bồi đắp tình huynh đệ, sự hiểu biết và niềm tin cậy giữa mọi thành phần dân tộc.

Mục đích của Giáo Hội chỉ có thể thực hiện được hữu hiệu trong phạm vi những hoạt động tôn giáo, văn hóa, xã hội mà không phải bằng đường lối chính trị của phe phái. Để tránh mọi sự hiểu lầm, Giáo Hội xác nhận là: những cuộc vận động vừa qua của Phật Giáo chỉ nhắm đến việc bảo vệ Đạo Pháp, tranh thủ chủ quyền và thực hiện hòa bình; chứ không nhắm đến việc tranh chấp quyền bính chính trị" (sẽ trình bày sự kêu gọi hòa bình của Hòa Thượng đầy đủ hơn nơi chương bốn).

Còn gì để khảo tra, hạch sách và vu khống một Hòa Thượng bệnh tật, thương tích:

"Chúng tôi có đầy đủ hồ sơ các anh là những người phá hoại an ninh trật tự, đội lốt nhà sư."

Hồ sơ tự dàn dựng, viết theo chủ trương của nhà nước CS thì kẻ nào theo CS cũng viết được. Một thứ văn chương của đảng và văn tự của họ Hồ thì một anh bộ đội bấn súng trường cũng viết được, huống chi là cán bộ, cấp quận, tỉnh, thành phố, thì làm sao mà viết không suông sẻ được. Không những rất suông sẻ mà nghe còn rất hợp lý theo chủ trương của đảng nữa là khác, người không tội nghe hồ sơ thấy toàn là tội lỗi. Tội với nhân dân, tội với đảng, tội với đường lối cách mạng xã hội chủ nghĩa. Hễ ai không theo chủ thuyết phi nhân đó thì sẽ bị một hồ sơ tội từ đỉnh đầu đến gót chân. Còn việc phá hoại trật tự an ninh, đây cũng là luận điệu một chiều của Cộng sản. Không ủng hộ lập trường hay chính sách nhà nước—làm một người công dân đòi hỏi quyền tự do, lẽ sống, là người ấy lập tức bị ghép vào tội "phá hoại an ninh trật tự". Cái tội của Cộng sản gán ghép là phá hoại an ninh trật tự là một cái tội ở đầu môi chót lưỡi của cán bộ Cộng sản, phải hay không phải gì rồi ghép ngay vào tội đó, như tụng kinh khuya 4:30, dọng chuông, đánh mõ cũng bị kết tội làm ồn hàng xóm, làm hao tổn giấc ngủ của nhân dân lao động, bị kết án phá rối an ninh trật tự. Phật tử đi chùa lễ Phật đông đảo cũng kết án là phá rối an ninh trật tự. Thật sự phải như thế nào để hiểu đúng nghĩa an ninh trật tự của chế độ Cộng sản? Chính tự thân và chế độ của Cộng sản Việt Nam đã tàn phá quê hương trên mọi lãnh vực từ kinh tế, văn hóa, xã hội, tôn giáo, đạo đức, lễ nghi, tình người, học đường, giáo dục, nhân bản, tự do, hiếu nghĩa, lương tri... thì Cộng sản có tự thấy chủ trương của chế độ cách mạng Marx–Lénine phá nát nền an ninh trật tự quốc gia hay không? Do đó, nếu kết án kẻ phá hoại an ninh trật tự quốc gia một cách công bằng và khách quan thì phải nói là những người theo chế độ Cộng sản Việt Nam đang hoành hành, chân đạp tay thoi trên mọi lãnh vực vì họ là những người đại diện cho quyền lực, súng đạn, dao găm, mã tấu, nhà tù và xiềng xích. Còn đối với chư vị Hòa Thượng, những nhà tu hành chỉ có đôi bàn tay trắng với tấm lòng từ bi thì làm sao có thể phá hoại an ninh trật tự và nhất là thời điểm mới "chiến thắng" của "những người hùng" từ rừng sâu trở về thành phố thì thử hỏi ai có thể tưởng tượng được "những người hùng" rừng rú đó sẽ làm gì? nghĩ gì? khi mà họ đang thừa thắng xông lên?

Bằng một truyền thống 2000 năm lịch sử đạo pháp đã song hành với dân tộc, từ đó đạo giáo đã sinh ra các bậc Tổ Đức, Chư Thánh tử Đạo, các vị Thiền sư, Quốc sư để làm lợi Đạo ích đời, thì ai là người đội lốt nhà sư? Nếu có chăng thì có những người Cộng sản đặc công hay nội tuyến đội lốt nhà sư để lừa bịp quần chúng, lợi dụng hình thức chư vị Tôn Đức để thi hành sách lược, đường lối dưới dạng tôn giáo thì có. Những người đội lốt nhà sư Cộng sản đó đã có từ thời trước 75, sống trong bưng biền vào trong thôn xóm, hình thức thì giống nhà sư, nhưng thâm tâm thì thờ phụng Lénine, Karl Marx, chủ nghĩa duy vật, vô thần, thì làm sao có sư thật trong chủ nghĩa. Do vậy, họ chính là công cụ, là nhà sư giả dạng để ngụy tạo tín tâm đến với mọi người. Từ thực tế đó, Cộng sản đã tự mình mâu thuẫn và sai quấy từ trong nền tảng của chế độ.

Ngày tháng kế tiếp, chính quyền Cộng sản tại các địa phương như: Ba Xuyên, Quảng Ngãi, Kiên Giang, Chương Thiện đã đến tận chùa thuyết trình về chính sách xã hội chủ nghĩa đối với tôn giáo. Họ nói rằng: "Tôn giáo là một bộ phận của nhà nước, chịu sự sai sử của đảng và nhân dân, là chất liệu làm hư hỏng tâm hồn thánh thiện của con người; thời giờ đi chùa tụng kinh gõ mõ để làm lao động xã hội chủ nghĩa có ích hơn. Theo ông Thích Ca đâu có cơm gạo, theo bác Hồ và đảng mới có áo ấm, cơm no." Họ dùng mọi lý lẽ, mọi sở học một chiều đem ra thi thố để lập công và cũng là chứng tỏ quyền uy và hiểu biết của người cán bộ nón cối, dép râu. Từ thực chất của sự thiên kiến, kiến thủ qua lăng kính chính trị thời đại, Cộng sản Hà Nội đã trương to câu biểu ngữ:

"NHÂN DÂN LÀ CHA MẸ, ĐẠO PHÁP VÀ XÃ HỘI CHỦ NGHĨA"

Nhưng người Cộng sản Hà Nội đã làm ngược lại.

Một khi đề cập đến hai chữ NHÂN DÂN, là tự nó bao hàm đầy đủ ý nghĩa và giá trị sống của một dân tộc. Ý nghĩa đó: có chung từ ngữ: Nhân hậu, Nhân ái, Nhân nghĩa, Nhân luân, Nhân cách, Nhân quần, Nhân tín, Nhân lý, Nhân duyên, Nhân tình, Nhân thức... và hàng triệu cái khía cạnh của sự sống có ý thức tương duyên khác để làm nền tảng xây dựng cho hai chữ Nhân Dân đúng nghĩa mà không là lừa bịp dối láo như Cộng sản đã lợi dụng. Họ lợi dụng tình ngoài đã cam, còn lợi dụng tận xương tủy, máu mủ, từ mẹ cha, đấng sanh thành ra họ. Nhân dân của xã hội chủ nghĩa được làm cha làm mẹ với ai? Làm cha của công an khu vực mới mười chín, hai mươi, bắt nạt, sừng sỏ người chủ hộ sáu bảy mươi! Và làm mẹ với người cán bộ phụ nữ vùng lên bằng đôi tay khua, miệng chửi:

"Nhân dân miền Nam có tội với đảng nhà nước, bọn ngụy quân, ngụy quyền tay sai của đế quốc."

Với cách thức đấu tranh của người cách mạng Cộng sản như vậy, do đó, tinh thần tôn giáo tín ngưỡng, họ cũng mang xài một cách rẻ mạt như rau húng, tần ô, lá quế giữa chợ đời, để lấy đó làm chiêu bài tự do tín ngưỡng, nhưng thực tế bên trong, họ đã xuyên suốt sợi chỉ từ trung ương tới địa phương.

a. Tịch thu tài sản, khống chế cơ sở Giáo Hội, đập phá tượng Phật, bắt bỏ tù chư Tăng Ni và Phật tử:

Ngót 50 năm chấn hưng Phật Giáo, chư Tăng Ni cũng như tín đồ đã tích cực trong công việc hoằng dương Phật pháp qua nhiều lãnh vực: tạo dựng cơ sở giáo dục như viện Đại học Vạn Hạnh, thuộc ngành văn hóa phổ thông đã đáp ứng được nhu cầu giáo dục của Giáo Hội đối với thế hệ Phật tử trẻ, cũng như cung cấp tài liệu, kinh điển cho các nhà học giả khảo cứu Phật pháp đúng tiêu chuẩn.

Viện Cao Đẳng Phật Học Huệ Nghiêm ở miền Nam và viện Cao Đẳng Phật Học Hải Đức ở Nha Trang, miền Trung, thuộc ngành văn hóa Phật học chuyên khoa, môi trường đào tạo Tăng Tài, những cán bộ nồng cốt của Giáo Hội trong công cuộc hoằng truyền Phật pháp, kể cả lãnh vực phiên dịch đại tạng Việt Nam.

Ngoài 3 viện đại học nói trên, hệ thống trường trung tiểu học Bồ Đề từ địa đầu giới tuyến Quảng Trị chạy suốt vào miền Nam, một thời đã mang tình yêu thương qua hình ảnh chư Tăng Ni đã hòa mình để giáo dục tuổi trẻ.

Trung tâm Quảng Đức–Tổng vụ Thanh Niên ở Sài Gòn – là nơi tập trung thanh thiếu niên để đào tạo, huấn luyện theo truyền thống của tổ tiên trên tinh thần yêu nước và phụng sự dân tộc, đạo pháp.

Trường Thanh Niên Phụng Sự Xã Hội, nơi đây xây dựng những đoàn người dấn thân vào xã hội để kiến tạo cho người dân một cuộc sống bình an giữa một hoàn cảnh rối ren và bất hạnh.

Cô nhi viện Quách Thị Trang ở Sài Gòn cũng như các tỉnh, thành phố, từ đôi bàn tay thương yêu, săn sóc của quý Ni cô, Phật tử đã xoa dịu đời sống đơn côi của hàng trăm ngàn trẻ em không cha mẹ do hậu quả chiến tranh gây ra, mà cả một thế hệ, ai là người chịu trách nhiệm khi mà tàn tích chiến tranh qua rồi, bao nhiêu cảnh tang thương dẫy đầy, loang lổ trên quê hương, nếu không có những đôi bàn tay giàu lòng yêu thương được trang trải để san bằng những hầm hố bị cày xới lên bởi bom đạn của hận thù, thì những tâm hồn còn trong trắng, vô tội kia sẽ đi về đâu, và tương lai của một lớp người mờ mịt!

Các cơ sở kinh tế tự túc: hãng Vị Trai lá Bồ Đề, nhà in Sen Vàng, Hoa Sen, ruộng đất, các cơ sở này làm ra của cải một phần để nuôi Tăng Ni sinh ăn học, một phần làm nhẹ sự lo lắng và cúng dường của đàn na thí chủ. Từ phương tiện tự túc này mà các Phật Học Viện, các Tổ Đình đã được tự tồn với chính nó. Nhất là các Tổ Đình Phật Học Viện ở các tỉnh miền Trung, nếu không tự canh tác lúa gạo, trồng trọt rau muống, bí ngô, và làm tương hột là lương thực hằng ngày thì làm sao nuôi nổi Tăng Ni Sinh tu học.

Các Tự viện, Niệm Phật Đường, như chùa Ấn Quang, văn phòng viện Hóa Đạo của Giáo Hội, chùa Xá Lợi, văn phòng của Hội An Nam Phật Học của cụ Chánh Trí Mai Thọ Truyền là hai mái chùa đã một thời un đúc, nuôi dưỡng tinh thần đấu tranh để giải trừ Pháp nạn năm 1963 dưới chế độ độc tài gia đình trị, Ngô Đình Diệm, với quá nhiều tham vọng nghiệt ngã, đàn áp khủng bố và thủ tiêu Phật Giáo đồ. Còn biết bao nhiêu ngôi chùa khác từ Nam chí Bắc, từ các vùng cao nguyên đến bình nguyên, từ miền Đông đến miền Tây đã được kiến tạo bằng đạo tâm, chí nguyện của chư Tăng Ni và tín đồ.

Đập phá tượng Phật: một số lớn là tượng đức Quan Thế Âm Bồ Tát lộ thiên, tại Biển Hồ Pleiku, đồi núi Phan Thiết, Phú Phong Bình Định. Các tượng Bổn Sư thờ trong chùa, chư vị Long thần Hộ pháp đập u đầu lỗ trán, gãy cổ, sứt chân và quăng vào xọt rác. Thế lực của ma thật quá dữ dằn, họ bất kể thần thánh Phật trời. Họ làm bằng ác nghiệp, tự thân khẩu ý mà họ không nghĩ rằng chư Phật Bồ Tát có đụng chạm gì tới họ đâu.

Tất cả, tự viện, cơ sở... lớn nhỏ đều bị khống chế hay tịch thu sung vào tài sản xã hội chủ nghĩa của đảng Cộng sản Việt Nam. Họ đã thi hành một chính sách trù dập Giáo Hội, chôn vùi những người bất hợp tác với đảng. Từ nơi chính sách đó, Cộng sản tung ra mạng lưới công an, lùng bắt tất cả chư Tôn Giáo Phẩm của Giáo Hội, từ vị lãnh đạo tối cao của Giáo Hội, Hòa Thượng Thích Đôn Hậu—bị bắt bỏ vào võng khiêng ra Bắc năm 1968 và sau năm 75 là Chánh Thư ký kiêm xử lý viện Tăng Thống GHPGVNTN, Hòa Thượng Thiện Minh—cố vấn Viện Hóa Đạo—người chết trong tù Cộng sản, Hòa Thượng Chánh Thư ký Viện Tăng Thống, Thích Đức Nhuận—trước 75 cho đến Hòa Thượng Thích Trí Thủ—Viện Trưởng Viện Hóa Đạo bị bắt ép làm Trưởng Ban Vận Động Thống Nhất Phật Giáo năm 1981—bức tử bằng thuốc độc chuyền vào bình nước biển. Chủ trương của Cộng sản là sau khi sử dụng người hoàn thành mục đích của đảng, thì họ không cần dùng nữa và sẵn sàng giết bỏ. Hòa Thượng Thích Trí Thủ cũng không nằm ngoài biệt lệ, vì Hòa Thượng đã hoàn thành sứ mạng vận động thống nhất Phật Giáo cho ban tôn giáo nhà nước. Do đó, họ thẳng tay thi hành sách lược được chỉ thị từ Trung Ương đảng, là giết Hòa Thượng tại bệnh viện Thống Nhất, năm 1984.

Hòa Thượng Huyền Quang, Quyền Viện Trưởng Viện Hóa Đạo, Hòa Thượng Quảng Độ, Tổng Thư ký viện Hóa Đạo GHPGVNTN, nhị vị Hòa Thượng bị biệt giam, lưu đày, thân sơ thất sở, tù tội chẳng biết chừng nào.

Chư vị Thượng Tọa Thích Tuệ Sỹ, Thích Trí Siêu, Thích Nguyên Giác, Như Minh, quí cô Thích Nữ Trí Hải, Huệ Khương... là những giáo sư Đại Học Vạn Hạnh và cũng là các nhà học giả, triết gia, sử gia, văn sĩ, thi sĩ, là những đóa hoa tinh anh, nhiệm màu của dân tộc và Đạo pháp cũng bị vùi dập trong ngọn lửa hung tàn của Cộng sản đỏ. Họ không hề thương tiếc, nâng niu, những bông hoa tươi đẹp của đất nước. Những nguồn trí tuệ siêu việt của con người mà thẳng tay bóp cổ, đè đầu, ngu si và bần cùng hóa người dân để họ dễ cai trị. Đoàn thể Gia Đình Phật tử Việt Nam có truyền thống 50 năm của Giáo Hội, là tầng lớp thanh thiếu niên tích cực hộ pháp cũng như trau dồi trí tánh của mình qua tinh thần

Bi Trí Dũng. Họ đi đúng phương châm của người Phật tử Việt Nam và hành xử đúng vai trò của mình cho quê hương, đạo pháp; tuy nhiên vẫn không được nhà nước chấp nhận theo sự sinh hoạt truyền thống, khách quan mà phải có nhuốm mùi giáo điều Lénine, Karl Marx. Một tổ chức thuần túy giáo dục tuổi trẻ—Hòa, Tin, Vui, như những cánh chim non đang tung bay trên bầu trời thênh thang, thì giờ đây, Cộng sản đã cắt cánh, nhổ lông và nhốt chim oanh vũ trong lồng, không cho ca hót.

Báo Chánh Đạo, số 43 ngày 31, tháng 7, 1993 đã đăng tải bản tin:

"Tên Công An Tống Hồ Cầm Đang Kềm Chặt Gia Đình Phật Tử Việt Nam

"(Tin CĐ)—Theo một tài liệu vừa nhận được từ quốc nội, Giáo Hội nhà nước quốc doanh đang tìm cách khép chặt tổ chức Gia Đình Phật Tử Việt Nam vào một ban Hướng Dẫn Nam Nữ Phật tử đặt trực thuộc vụ cư sĩ dưới sự lãnh đạo trực tiếp của Giáo Hội quốc doanh. Ban Hướng Dẫn Nam Nữ Cư Sĩ này do Thích Thiện Duyên làm Trưởng ban nhưng thực chất là do tên công an Tống Hồ Cầm lãnh đạo. Trong danh sách dự kiến các ủy viên, bọn cán bộ Cộng sản trong tổ chức Phật Giáo quốc doanh cố đưa vào thật nhiều các tên tuổi của những Huynh trưởng trung kiên của tổ chức GĐPTVN để lòe bịp dư luận cho rằng đây là một tổ chức có tính cách tôn giáo nhưng thực chất ai cũng biết rằng đưa tên là một chuyện, nhận lời làm việc hay không là một chuyện khác. Vả lại, trong chế độ kềm kẹp Cộng sản, nếu vạn bất đắc dĩ vì bị hăm dọa, khủng bố, những anh chị em trong GĐPT hoặc các nam nữ Phật tử thuần túy, trung kiên với đạo pháp dù bị nêu tên không dám cải chính nhưng lòng họ hướng về ai thì Phật tử toàn quốc cũng đã rõ. Âm mưu kềm kẹp GĐPTVN của tên Tống Hồ Cầm và đồng bọn đã bị lật tẩy... Gia Đình Phật tử Việt Nam trên thế giới và cơ cấu lãnh đạo này sẽ trả lời trực tiếp với bất cứ ai đang muốn tìm cách bóp nghẹt tổ chức GĐPTVN."

Từ danh xưng Gia Đình Phật tử Việt Nam, giờ đây Giáo Hội nhà nước đã đổi thành "Ban Hướng Dẫn Nam Nữ Phật tử Trung Ương" mà theo quyết định của Hội Đồng Trị Sự như sau:

GIÁO HỘI PHẬT GIÁO VIỆT NAM

———

HỘI ĐỒNG TRỊ SỰ
Văn phòng II
ĐT 446.280
Số: 240–QĐ/HĐTS
CỘNG HÒA XÃ HỘI CHỦ NGHĨA VIỆT NAM
Độc Lập – Tự Do – Hạnh Phúc

TP Hồ Chí Minh, ngày 27/11/1993

QUYẾT ĐỊNH

VỀ VIỆC CHẨN Y THÀNH PHẦN NHÂN SỰ BAN HƯỚNG DẪN NAM NỮ PHẬT TỬ T/Ư GIÁO HỘI PHẬT GIÁO VIỆT NAM

Chủ tịch Hội đồng Trị sự Giáo hội Phật giáo Việt Nam

– Căn cứ Quyết định số 83–BT ngày 29/12/1981 của Bộ trưởng Tổng thư ký Hội đồng Bộ trưởng về việc cho phép thành lập Giáo hội Phật giáo Việt Nam, phê chuẩn Hiến chương Giáo hội Phật giáo Việt Nam và công nhận Ban lãnh đạo T/Ư Giáo hội Phật giáo Việt Nam;

– Căn cứ Hiến chương Giáo hội Phật giáo Việt Nam, chương V, điều 19, qui định các Ban, ngành hoạt động của T/Ư Giáo hội;

– Căn cứ Hiến chương Giáo hội Phật giáo Việt Nam, chương V, điều 23 và qui chế hoạt động của Ban Thường trực Hội đồng Trị sự, chương thứ nhất, điều 4, qui định quyền hạn, chức năng, nhiệm vụ của Chủ tịch Hội đồng Trị sự Giáo hội Phật giáo Việt Nam;

– Xét đề nghị của Trưởng ban Hướng dẫn Nam nữ Phật tử T/Ư Giáo hội Phật giáo Việt Nam, về việc đề cử thành phần nhân sự Ban Hướng dẫn Nam nữ Phật tử T/Ư Giáo hội Phật giáo Việt Nam;

– Căn cứ biên bản phiên họp của ban Thường trực Hội đồng Trị sự Giáo hội Phật giáo Việt Nam ngày 22/7/1993 nhất trí thông qua thành phần nhân sự Ban Hướng dẫn Nam nữ Phật tử T/Ư Giáo hội Phật giáo Việt Nam.

QUYẾT ĐỊNH

ĐIỀU I – Chuẩn y thành phần nhân sự ban Hướng dẫn Nam nữ Phật tử T/Ư Giáo hội Phật giáo Việt Nam nhiệm kỳ III như sau:

1. Trưởng ban: Thượng Tọa THÍCH THIỆN DUYÊN, Ủy viên Hội đồng Trị sự Giáo hội Phật giáo Việt Nam.
2. Phó ban thường trực: Thượng Tọa THÍCH MINH THÀNH (TP Hồ Chí Minh).
3. Phó ban: Đại Đức THÍCH QUẢNG TÙNG (TP Hải Phòng)
4. Phó ban: Đại Đức THÍCH THIỆN TOÀN (Quảng Nam – Đà Nẵng).
5. Thư ký: Đại Đức THÍCH ĐẠT ĐẠO (TP Hồ Chí Minh).
6. Phó thư ký: Đạo hữu NGUYỄN VĂN THUẦN (TP Hồ Chí Minh).
7. Phó thư ký: Đại Đức THÍCH BẢO NGHIÊM (TP Hà Nội).
8. Phó thư ký: Đạo hữu NGUYỄN MINH CHÂU (Quảng Nam – Đà Nẵng).
9. Ủy viên tài chánh kiêm thủ quỹ: Đạo hữu PHÚ TOÀN QUANG (TP Hồ Chí Minh).
10. Ủy viên: Đạo hữu TĂNG HỮU THỨC (TP Hà Nội).
11. Ủy viên: Đạo hữu NGUYỄN XUÂN LOAN (TP Hà Nội).
12. Ủy viên: Đại Đức THÍCH CHÁNH NIỆM (TP Hồ Chí Minh).
13. Ủy viên: Đại Đức THÍCH GIÁC PHÁP (TP Hồ Chí Minh).
14. Ủy viên: Thượng Tọa THÍCH VIÊN THÀNH (tỉnh Hà Sơn Bình).
15. Ủy viên: Đại Đức THÍCH CHƠN THANH (TP Hồ Chí Minh).
16. Ủy viên: Đạo hữu LA THÀNH TỴ (Quảng Nam – Đà Nẵng).
17. Ủy viên: Đạo hữu TRƯƠNG VĂN TRỌNG (tỉnh Bình Thuận)

18. Ủy viên: Đạo hữu CAO VĂN TIẾN (TP Hồ Chí Minh).

19. Ủy viên: Đạo hữu LÊ VĂN SAN (TP Hồ Chí Minh).

20. Ủy viên: Đạo hữu TRẦN THẾ MỸ (tỉnh Kiên Giang).

ĐIỀU 2 – Trưởng ban Hướng Dẫn Nam nữ Phật tử T/Ư Giáo hội Phật giáo Việt Nam, Chánh Văn phòng T/Ư Giáo hội Phật giáo Việt Nam và các nhân sự có tên ở điều I, chiếu nhiệm vụ thi hành quyết định này.

TM BAN THƯỜNG TRỰC HỘI ĐỒNG TRỊ SỰ GIÁO HỘI PHẬT GIÁO VIỆT NAM

Chủ tịch,

HT Thích Trí Tịnh ấn ký

Nơi nhận:

– Như điều 2 (để thực hiện)

– Ban Dân Vận T/Ư

– Ban Tôn giáo Chính phủ

– VP T.176 – VP T.78

– Ban Trị sự Phật giáo các tỉnh, thành hội

– H/L VPI – VPII.

Thay đổi thành phần nhân sự trong Ban Hướng Dẫn không chưa đủ, vì hình thức tổ chức cũng như danh xưng vẫn còn là một vấn đề ảnh hưởng quan trọng; do đó, họ thay đổi luôn danh xưng Gia Đình Phật tử Việt Nam thành "Ban Hướng Dẫn Nam Nữ Phật tử Trung Ương" để xóa đi những chứng tích lịch sử và dập vùi truyền thống đấu tranh của người Phật tử áo lam để cho mọi người quên đi công lao, và thành tích phụng sự suốt 50 năm lịch sử. Hơn nữa, bằng một âm mưu sâu độc:

1. Gia Đình Phật tử thuộc Tổng vụ Thanh niên mà Hòa Thượng Thích Thiện Minh là Tổng Vụ Trưởng, người cha tinh thần đầu tiên của truyền thống GĐPTVN, Hòa Thượng đã bị Cộng sản bắt và đánh chết trong tù năm 1978; do đó, đảng Cộng sản Việt Nam muốn xóa đi hình ảnh của vị Tổng Vụ Trưởng Tổng Vụ Thanh Niên—người đã kiêu hùng bằng cái chết an nhiên trong ngục tù Cộng sản để họ chạy tội, khi mọi người không còn nhớ đến danh xưng GĐPTVN là gì nữa.

2. Cộng sản âm mưu cắt bỏ khúc phim lịch sử tranh đấu cho tự do tín ngưỡng và bảo vệ Đạo Pháp của Gia Đình Phật tử áo

lam thời kỳ pháp nạn 1963, đã thành chư Thánh Tử Đạo: Đào Thị Yến Phi, Quách Thị Trang, Nhất Chi Mai, hay Gia Trưởng Viên Lạc Phạm Gia Bình... mà chế độ Cộng sản không dám trực diện, để nhìn thấy những tấm gương tử vì đạo đó.

3. Sử dụng cái tên chung chung "Nam Nữ Phật tử" ai là tín đồ Phật Giáo thì người đó là nam nữ Phật tử. Đạo Phật đâu còn có một đoàn thể nào khác nữa, để từ đó, tất cả những người Phật tử đều thống thuộc vào sự điều động của Giáo Hội nhà nước mà không còn lưu lại những hình ảnh của chư vị tổ chức một thời đã dầy công xây dựng và kiến tạo.

Thừa tiếp quyết định của Giáo Hội Trung Ương nhà nước, ban trị sự Phật Giáo nhà nước tỉnh Bà Rịa, Vũng Tàu cũng theo đuôi với quyết định như sau:

GIÁO HỘI PHẬT GIÁO VIỆT NAM
BAN TRỊ SỰ PHẬT GIÁO
TỈNH BÀ RỊA
Số: 82/BTS/QĐ.
CỘNG HÒA XÃ HỘI CHỦ NGHĨA VIỆT NAM
Độc Lập – Tự Do – Hạnh Phúc

Vũng Tàu, ngày 30 tháng 11 năm 1993
QUYẾT ĐỊNH
VỀ VIỆC BỔ NHIỆM TRỢ LÝ THEO CHỨC NĂNG CHUYÊN MÔN

– Căn cứ quyết định số 361–QĐ/HĐTS ngày 29/9/1992 đã chuẩn y thành phần nhân sự Ban Trị sự tỉnh Bà Rịa Vũng Tàu nhiệm kỳ 1992–1995.

– Căn cứ quyết định số 650–QĐ/UBT ngày 15/10/1992 của Ủy ban Nhân Dân tỉnh Bà Rịa Vũng Tàu đã công nhận thành phần nhân sự Ban Trị sự tỉnh Bà Rịa Vũng Tàu.

– Căn cứ Nội qui của Ban Hướng Dẫn Nam Nữ Phật Tử Trung Ương GHPGVN Chương III, điều 9. Quyền hạn của vị Ủy viên Hướng Dẫn Nam Nữ Phật Tử, Tỉnh Hội, Thành Hội.

– Căn cứ bản đề xuất của Ủy Viên Hướng Dẫn Nam Nữ Phật Tử Ban Trị Sự Tỉnh ngày 17/11/1993. Nay

QUYẾT ĐỊNH

ĐIỀU I: – Nay bổ nhiệm:

1. Đại Đức THÍCH ĐỊNH NGỘ: Ủy Viên Hướng Dẫn Nam Nữ Phật Tử BTS làm Trưởng Ban HDNNPT.

2. Đại Đức THÍCH MINH BẢO: Phó ban 1, đặc trách nội vụ.

3. Thượng Tọa THÍCH GIÁC HẠNH: Phó ban 2, đặc trách ngoại vụ.

4. Ni Sư THÍCH NỮ MAI LIÊN: Phó ban 3. Cố vấn Giáo lý nữ P/Tử.

5. Đạo hữu LÊ VĂN DƯƠNG (TÂM TUYÊN): Chánh Thư ký, đặc trách kiểm soát.

6. Đạo hữu NGUYỄN HỒNG TRẦN (THIỆN BÌNH): Phó Thư ký1, đặc trách Nam Nữ Phật tử.

7. Đạo hữu NGUYỄN NGỌC (THIỆN CHÁNH): Phó Thư ký 2, đặc trách GĐPT.

8. Đạo hữu LÊ VIẾT VĨNH (TÂM DƯ): Phó Thư ký3.

9. Đạo hữu HUỲNH HI: Thủ Quỹ.

ĐIỀU II: – Các đương sự có tên kể trên có nhiệm vụ hoạt động Phật sự theo chức năng chuyên môn như đã nêu trong Điều 7, Chương II Nội Qui và đúng với luật pháp nhà nước.

ĐIỀU III: – Chánh Thư ký Ban Trị Sự, Ủy Viên Hướng Dẫn Nam Nữ Phật Tử Ban Trị Sự Tỉnh và các đương sự có tên trong Điều I. Chiếu nhiệm vụ thi hành Quyết định này.

TM BAN TRỊ SỰ TỈNH

Trưởng ban,

Hòa Thượng Thích Đồng Huy

(Ấn ký)

Nơi nhận:

– Các đương sự có tên ở Điều I "để thi hành"

– Các Ban Đại Diện Huyện, Thành Phố trong Tỉnh "để tường".

Ngót gần hai năm đảng Cộng sản Việt Nam đã đưa ra những chiêu bài đánh có, thoa có, hăm dọa có, khuyên lơn có, để thử lòng dân, cũng như nghiên cứu chiến lược, cuối cùng cái được gọi là Nghị quyết của Hội đồng chính phủ ban hành ngày 11, tháng 11, 1977 như sau:

NGHỊ QUYẾT CỦA HỘI ĐỒNG CHÍNH PHỦ VỀ MỘT SỐ CHÁNH SÁCH ĐỐI VỚI TÔN GIÁO

Trong những năm qua, chính quyền các cấp và nhân dân các địa phương đã chấp hành nghiêm chỉnh chính sách tôn giáo của đảng và nhà nước. Đồng bào các tôn giáo đoàn kết chặt chẽ cùng toàn dân tích cực tham gia công cuộc kháng chiến chống Mỹ cứu nước và xây dựng chủ nghĩa xã hội.

Ngày nay, nước nhà đã hoàn toàn độc lập, thống nhất và đang từng bước tiến lên chủ nghĩa xã hội. Trước tình hình mới, để bảo đảm quyền tự do tín ngưỡng của nhân dân, đồng thời ngăn ngừa những phần tử phản cách mạng, những phần tử xấu lợi dụng tôn giáo, gây trở ngại cho công cuộc xây dựng đất nước, nhất là ở những vùng mới giải phóng, căn cứ vào Sắc lệnh số 234SL, ngày 14 tháng 6, năm 1975, Hội Đồng Chính phủ quyết định những nguyên tắc và chính sách cụ thể đối với tôn giáo như sau:

I. Những nguyên tắc chung:

1. Chính phủ bảo đảm quyền tự do tín ngưỡng và quyền tự do không tín ngưỡng của nhân dân.

2. Các nhà tu hành và tín đồ các tôn giáo đều được hưởng mọi quyền lợi và phải làm mọi nghĩa vụ của người công dân.

3. Các tôn giáo và mọi công dân theo đạo hoặc không theo đạo đều bình đẳng trước pháp luật.

4. Các tôn giáo phải tuân theo hiến pháp, luật pháp và chủ trương, chính sách, thể lệ của nhà nước trong mọi lãnh vực hoạt động của mình.

5. Những kẻ lợi dụng tôn giáo để phá hoại nền độc lập của tổ quốc, chống lại chế độ xã hội chủ nghĩa, phá hoại khối đoàn kết nhân dân, ngăn cản tín đồ làm nghĩa vụ công dân, chống lại các chính sách và luật pháp của nhà nước sẽ bị luật pháp nghiêm trị.

II. Một số chính sách cụ thể.

1. Đối với các hoạt động tôn giáo

a. Tín đồ và nhà tu hành được hoạt động tôn giáo bình thường ở những nơi thờ cúng, nhưng phải tôn trọng pháp luật của nhà nước. Không gây trở ngại cho việc giữ gìn trật tự trị an, cho sản xuất và sinh hoạt bình thường của tín đồ

Mọi công dân được tự do tham gia hoặc không tham gia các hoạt động tôn giáo, không ai có quyền cưỡng ép người khác phải tham gia hoặc không được tham gia các hoạt động đó.

Ngoài những cuộc hành lễ thông thường, những hoạt động tôn giáo sau đây phải xin phép Ủy ban Nhân dân xã, huyện hoặc tỉnh, thành phố:

— Những cuộc hành lễ có đông người từ các nơi khác đến tham dự.

— Những lớp giáo lý.

— Những cuộc hội họp của các tôn giáo như khóa Hạ và đại hội của Phật Giáo, đại hội của Tin Lành, cấm phòng Linh mục của Thiên Chúa giáo v.v...

b. Những nhà tu hành và những nhà chuyên hoạt động tôn giáo được tự do giảng đạo tại nơi thờ cúng và trong các cơ quan tôn giáo. Khi truyền bá tôn giáo, ngoài việc giảng đạo lý, các nhà tu hành còn có nhiệm vụ động viên tín đồ làm tốt nghĩa vụ công dân và chấp hành tốt chính sách, pháp luật của nhà nước; không được tuyên truyền chống chế độ chủ nghĩa xã hội, chống chính quyền, chống chính sách, pháp luật của nhà nước; không được tuyên truyền chia rẽ đoàn kết dân tộc, tôn giáo, tuyên truyền mê tín dị đoan.

2. Đối với nơi thờ cúng.

a. Những nơi thờ cúng đã bỏ không từ lâu, không có người tu hành hoặc người chuyên trách, không có nhân dân đến lễ bái thì Ủy ban Nhân dân cấp cơ sở có trách nhiệm quản lý, khi cần thiết có thể mượn làm trường học, nơi hội họp v.v... nhưng phải giữ gìn cho chu đáo không được dùng vào những việc xúc phạm đến tình cảm và tín ngưỡng của nhân dân, những nơi thờ cúng quá hư hỏng chính quyền muốn dọn đi thì phải được nhân dân đồng tình và Ủy ban cấp trên đồng ý.

3. Về việc đào tạo, bổ nhiệm, thuyên chuyển những người chuyên hoạt động tôn giáo:

a. Các tôn giáo được mở trường đào tạo những người được tuyển chọn để đào tạo phải là những người có tư cách công dân, có tinh thần yêu nước, yêu chủ nghĩa xã hội. Khi mở trường lớp, các tôn giáo phải xin phép Ủy ban Nhân dân tỉnh hoặc cấp tương đương và tuân theo những qui định sau đây:

— Học sinh được tuyển để đào tạo phải do ủy ban nhân dân cấp cơ sở nơi quê quán hoặc nơi đang ở xác nhận là công dân tốt, không vi phạm pháp luật.

— Những người phụ trách giảng dạy trong các trường tôn giáo phải được ủy ban nhân dân tỉnh hoặc cấp tương đương chấp thuận.

— Nơi dùng giảng dạy về tôn giáo không được trái pháp luật, chủ trương, chính sách của nhà nước.

— Nếu các trường này có dạy thêm văn hóa thì phải theo chương trình của bộ giáo dục nhưng có châm chước. Các cơ sở, ty giáo dục có trách nhiệm xem xét chương trình, nội dung giảng dạy và tổ chức việc phổ biến thời sự, chính sách cho học sinh.

b. Việc phong chức, bổ nhiệm những người chuyên hoạt động tôn giáo (kể cả những người do tín đồ bầu ra) phải được chính quyền chấp thuận trước. Tùy theo phạm vi hoạt động tôn giáo của những người này trong một xã, huyện, tỉnh hoặc thành phố mà Ủy ban Nhân dân xã, huyện, tỉnh hay thành phố chấp thuận. Nếu phạm vi hoạt động tôn giáo gồm nhiều tỉnh thì phải do Thủ tướng chính phủ quyết định.

c. Việc thuyên chuyển những người chuyên hoạt động tôn giáo từ nơi này đến nơi khác phải được sự chấp thuận trước của Ủy ban Nhân dân nơi đến.

d. Tùy theo sự cần thiết, các nhà tu hành có thể có một số người là tín đồ giúp việc trong hoạt động tôn giáo, những người này phải được Ủy ban Nhân dân cấp cơ sở chấp thuận.

4. Về tài liệu và đồ dùng về đạo của các tôn giáo:

Các tổ chức tôn giáo được xuất bản những tài liệu tôn giáo và sản xuất những đồ thờ cúng, nhưng phải tuân theo chế độ chung của nhà nước (chế độ xuất bản, chế độ sản xuất các mặt hàng thủ công nghiệp...) nếu muốn nhập những thứ ấy từ nước ngoài vào thì phải tuân theo thể lệ của nhà nước và phải được phép của các cơ quan quản lý bộ văn hóa, cục hải quan trung ương.

5. Đối với các cơ sở kinh tế, văn hóa, giáo dục, xã hội của các tôn giáo:

a. Đối với những cơ sở kinh tế của tôn giáo kinh doanh theo lối tư bản chủ nghĩa hoặc phong kiến thì nhà nước sẽ tiến hành việc cải tạo theo chính sách hiện hành, có sự chiếu cố đến tôn giáo

b. Ruộng đất của tôn giáo được để lại sau cải cách ruộng đất có thể giao cho hợp tác xã quản lý; hợp tác xã trả hoa lợi cho nhà thờ, nhà chùa, thánh thất với mức từ 25% đến 30% tổng số thu hoạch của ruộng đất đó.

c. Các cơ sở văn hóa, giáo dục, xã hội của tôn giáo phải tuân theo qui luật chung của nhà nước.

6. Vấn đề quan hệ giữa các tổ chức tôn giáo trong nước với các tổ chức tôn giáo quốc tế và nước ngoài.

a. Các tổ chức tôn giáo hoặc người hoạt động tôn giáo trong nước muốn quan hệ với các tổ chức tôn giáo hoặc các tổ chức khác, hoặc với người nước ngoài thì phải tuân theo những qui định của nhà nước về quan hệ với người nước ngoài.

b. Giáo Hội Thiên Chúa giáo được quan hệ với Vatican về mặt tôn giáo, nhưng phải tôn trọng chủ quyền quốc gia và pháp luật của nhà nước Cộng Hòa Xã Hội Chủ Nghĩa Việt Nam. Khi một giáo sĩ Việt Nam được Vatican lựa chọn phong chức giám mục trở lên thì Giáo Hội Thiên Chúa giáo phải báo cáo để được sự chấp thuận trước của chính phủ Cộng Hòa Xã Hội Chủ Nghĩa Việt Nam.

c. Những tài liệu tôn giáo từ các tổ chức tôn giáo ở nước ngoài gởi cho các tổ chức tôn giáo nếu có điều gì trái pháp luật, chính sách của nhà nước Cộng Hòa Xã Hội Chủ Nghĩa Việt Nam thì các tổ chức tôn giáo không được phổ biến và thực hiện.

III. Trách nhiệm của chính quyền các cấp.

Ủy ban Nhân dân các cấp có trách nhiệm phối hợp với Mặt Trận và các cơ quan có liên quan tại địa phương, bảo đảm cho nhân dân thực hiện đầy đủ quyền tự do tín ngưỡng và quyền tự do không tín ngưỡng của mình.

— Tuyên truyền giải thích phổ biến rộng rãi cho nhân dân, cho các tín đồ và nhà tu hành, cho cán bộ các cấp, nhất là ở cấp cơ sở, tinh thần và nội dung của các văn bản của nhà nước về việc bảo đảm quyền tự do tín ngưỡng và không tín ngưỡng của nhân dân.

— Giúp đỡ, tạo điều kiện cho các tín đồ và nhà tu hành trong việc thực hiện quyền tự do ấy.

— Ngăn cấm những việc lợi dụng danh nghĩa tôn giáo để kích động quần chúng chống lại chính quyền, chống lại chế độ, làm trái pháp luật của nhà nước, ngăn cấm những kẻ có những hành vi xâm phạm đến quyền tự do tín ngưỡng và quyền tự do không tín ngưỡng của nhân dân.

Ban Tôn giáo phủ Thủ tướng có trách nhiệm hướng dẫn các tôn giáo thi hành và xem xét, đôn đốc việc thực hiện của các cấp chính quyền.

Từ khi nghị quyết của hội đồng chính phủ được ban hành, người dân thấy có sự thay đổi gì trên các lãnh vực tôn giáo, tín ngưỡng, tự do, nhân quyền...? Nếu chúng ta chịu khó đọc kỹ và suy tư thì sẽ thấy lối xảo thuật của từ ngữ, và văn chương của Cộng sản, thứ văn chương viết sao cũng được, và nói sao cũng đúng. Cách lập luận cài bẫy, đánh lừa cán bộ bị nhồi sọ một chiều của nhà nước CS, nhưng không thể lừa dối những người đã sống chế độ tự do, có cái nhìn và kiến thức sâu rộng hơn họ.

Ngay nơi điều 1, Cộng sản đã mập mờ đánh lận con đen. Đọc vào điều này chúng ta thấy tính cách không thật, ngụy biện của chủ thuyết Marx–Lénine ngay, mà Cộng sản Việt Nam lấy đó làm giáo điều để học tập, ru ngủ cán bộ. Đối với chủ trương vô thần không tôn giáo, không tín ngưỡng như Marx đã nói: "Tôn giáo là liều thuốc phiện, ru ngủ nhân dân, đầu độc tuổi trẻ, làm lụn bại tâm hồn..." thì làm gì có chuyện "chính phủ bảo đảm quyền tự do tín ngưỡng và quyền tự do không tín ngưỡng..." chẳng lẽ Cộng sản Việt Nam học sâu hiểu rộng lý thuyết Marx–Lénine hơn cả ông Marx, ông Lénine và ý thức tiến bộ, đổi mới, cải tiến, để đưa đảng và nhà nhà nước đến chân trời tự do? Nếu đảng Cộng sản Việt Nam thực sự dọn mình ăn năn sám hối, có cái nhìn văn minh tiến bộ theo trào lưu tiến hóa của nhân loại và tự nhận thấy từ đầu đến chân Cộng sản đã lỗi thời, lạc hậu thì từ đó họ mới có chính sách bảo đảm quyền tự do tín ngưỡng... vì ngay nơi nền tảng, cội nguồn của chủ thuyết CS duy vật,vô thần nghĩa là tổ tiên, cha ông của Cộng sản đã không có tôn giáo, thì làm sao đến đời con cháu, có được để mà bảo đảm quyền tự do tín ngưỡng? Đây chỉ là cách nói mị cán bộ CS, mị dân, và tuyên truyền suông để cán bộ CS cảm thấy được nhà nước bảo vệ. Tín ngưỡng là đời sống tâm linh, thiêng liêng cao cả, không thể dùng ngôn ngữ để diễn đạt, nói năng hay luận bàn, mà phải trải cả tâm khảm, lòng chí thành và niềm tin vững chắc, trong sáng, bằng trí tuệ thật hữu và đời sống tâm linh đó là một đời sống bất khả xâm phạm, được nuôi nấng, trưởng thành bằng niềm tin thanh cao phát xuất từ con tim, khối óc mà đã có túc duyên từ nhiều đời nhiều kiếp. Là một con người, bất kể là loại người nào–trừ người Cộng sản, vì họ không có tôn giáo, tín ngưỡng, đời sống tâm linh– con người ai cũng có niềm tin riêng, kể cả các bộ lạc, dân du mục xa xưa, hay thời con người còn ăn lông ở lỗ, họ cũng biết sợ oai lực của thiên nhiên, mà những oai lực đó đè nặng trên tâm hồn họ trong những đêm mưa gió, cạnh ven rừng, bên bờ sông, trong hang núi. Vì những oai lực đó, khiến họ đã khởi tâm cầu nguyện ngay trong cuộc sống hằng ngày, hay vào những ngày đầu mùa, từ khi gieo hạt giống xuống đất, cho đến cuối mùa mang lúa thóc về kho. Họ thường cầu nguyện, cho gia đình bộ lạc họ, cho đàn súc vật họ chăn nuôi được an toàn, hạnh phúc quanh năm, thì niềm tin đó ai có thể phê phán là sai trái, là giả dối qua giá trị tín ngưỡng, tôn giáo hay sự tinh khiết của tâm hồn?

Nếu chính phủ đã thực tâm bảo đảm quyền tự do tín ngưỡng thì không thể song hành có những hành động lỗ mãng, xấc láo, bất kính đối với những người có tín ngưỡng. Vì thực tế, sau khi Cộng sản chiếm miền Nam, hay thời kỳ Cộng sản làm chủ miền Bắc, cán bộ Cộng sản đã đập chùa, phá tượng, tịch thu tài sản, cơ sở tôn giáo, cưỡng bức Tăng sĩ lao động, nghĩa vụ quân sự, hàng trăm ngàn những điều tồi tệ, bức hại người có tín ngưỡng. Chư vị Tôn Túc bị tù đày, chết chóc trong nhà tù. Phải chăng bảo đảm tự do không tín ngưỡng theo sách lược của Cộng sản Việt Nam là các cán bộ, bộ đội công an cứ đến chùa đập phá, bắt bớ, khảo tra, hạch sách, ngăn cấm; chư Tăng Ni thì không được hành đạo, học đạo; các tín đồ Phật tử thì không được đến chùa lễ Phật, tụng kinh. Mọi công tác Phật sự của chùa không được sinh hoạt v.v... và Giáo Hội có phúc trình văn thư hay kiến nghị lên nhà nước thì nhà nước làm ngơ không trả lời hay nếu có trả lời thì cũng chỉ nằm trong đường lối, chủ trương là bảo đảm quyền tự do của người không tín ngưỡng, vì họ không tín ngưỡng nên họ mới bức tử Giáo Hội, mới cho công an bộ đội đặt mìn giật sập tượng Phật, mới tước đoạt chùa chiền, cơ sở, động sản cũng như bất động sản, mới bắt bỏ tù chư vị Giáo Phẩm, mới giết chết chư vị lãnh đạo Giáo Hội Thống Nhất. Một cách trắng trợn, đó là chính sách bảo đảm quyền tự do không tín ngưỡng của đảng. Còn người có tự do tín ngưỡng, sau khi bị thiệt hại nhân mạng, mất mát tài sản, cơ sở, tổn thương danh dự nhà nước hoặc đảng có hề đếm xỉa gì không? Có hề bồi thường, hay tôn trọng gì không? Hay chính sách nhà nước làm ngược lại những điều đã ban hành.

Qua quá nhiều sự đàn áp, bắt bớ thao túng quyền hành nhằm dập vùi Giáo Hội, bằng những chứng cớ cụ thể, Hòa Thượng Huyền Quang, phó Viện Trưởng viện Hóa Đạo, thừa lệnh Hòa Thượng Viện Trưởng đã gởi văn thư số 0044–VHD/VP cho Thủ tướng Phạm Văn Đồng, ngày 17, tháng 3, 1977 như sau:

"Thưa Thủ tướng,

Từ ngày miền Nam được hoàn toàn giải phóng, đã xảy ra nhiều vụ vi phạm chính sách tôn trọng tự do tín ngưỡng của chính phủ do các cấp cơ sở gây nên đối với Phật Giáo tại miền Nam.

Giáo Hội chúng tôi đã phản ảnh tất cả những sự kiện này lên Ủy Ban Quân Quản Sài Gòn Gia Định, chính phủ Cách Mạng Lâm Thời Cộng Hòa Miền Nam trước đây và Ủy Ban Nhân Dân thành phố Hồ Chí Minh hiện nay xin can thiệp để ngăn chận những trường hợp như vậy. Nhưng tình trạng không những không được cải thiện mà còn có chiều hướng phát triển thêm.

Bởi thế, hôm nay, Giáo Hội chúng tôi kính gởi đến Thủ tướng và Ban Thanh Tra Trung Ương tập tài liệu ghi những sự kiện xảy ra từ gần hai năm qua đối với Phật Giáo để Thủ tướng và quí Ban Nghiên cứu đồng thời yêu cầu Thủ tướng có biện pháp thích nghi đối với các cấp chính quyền cơ sở để những việc tương tự đừng tái diễn trong tương lai hầu tạo niềm tin của tín đồ Phật Giáo đối với các chính sách của chính phủ và giữ vững tình đoàn kết dân tộc.

Trân trọng cám ơn và kính chào Thủ tướng."

Sau khi gởi văn thư cho Thủ tướng Phạm Văn Đồng khoảng ba tuần lễ thì vào ngày 6, tháng 4, 1977, công an đã bắt giam tất cả chư vị: Hòa Thượng Huyền Quang, Quảng Độ, Thuyền Ấn, Thượng Tọa Thông Bửu, Thông Huệ, Thanh Thế và đóng cửa các: Viện Cao Đẳng Phật Học Huệ Nghiêm Sài Gòn, Viện Cao Đẳng Phật Học Hải Đức Nha Trang, Viện Đại Học Vạn Hạnh Sài Gòn, tất cả các Phật Học Viện trung đẳng cũng như sơ đẳng, đó là cách trả lời văn thư của chính sách bảo đảm quyền tự do tín ngưỡng của nhà nước CSVN. Sau khi chiếm trọn miền Nam, Cộng sản Hà Nội thừa thắng xông lên, say men chiến thắng, bắt chư Tăng Ni ra đời thế tục hóa nhà chùa, làm nơi kho lẫm, bắt tất cả học tăng về nguyên quán, đóng cửa trường học, giải tán ban giáo sư. Đó có phải là quyền lợi của kẻ tu hành mà Cộng sản quan niệm? Quyền lợi của kẻ tu hành là cái chết của Hòa Thượng Thiện Minh trong tù năm 1978, là bản án tử hình của Thượng Tọa Tuệ Sỹ và Trí Siêu năm 1984, là cái chết của Hòa Thượng Viện trưởng Thích Trí Thủ tại bệnh viện Thống Nhất năm 1984, là cái chết của Hòa Thượng Thanh Trí tại bệnh viện Nguyễn Trãi năm 1984, và biết bao nhiêu cái chết của chư Tăng Ni và đồng bào Phật tử khác nữa?

Còn nói đến nghĩa vụ của người công dân, nhà cầm quyền Cộng sản VN có để cho các nhà tu hành làm nghĩa vụ của công dân không? Hay họ tước đoạt mất nghĩa vụ của người công dân trên tự thân nhà tu hành? Hòa Thượng Huyền Quang đã kêu gọi khẩn thiết và mong muốn làm nghĩa vụ của một người dân, nhưng không được nhà nước đáp ứng hay quan tâm vì thấp cổ bé miệng nên đành phải chịu bó tay ngồi tù!

Đến mục 3. "Các tôn giáo và mọi công dân theo đạo hay không theo đạo tất cả đều bình đẳng trước pháp luật". Nhà nước áp dụng mục này thật nghiêm túc và đúng đắn! Do đó, qua phiên tòa tử hình của hai Thượng Tọa Tuệ Sỹ và Trí Siêu, bắt mặc đồ thường không cho cạo tóc và gọi là "vụ án của Phạm Văn Thương, Lê Mạnh Thát" cũng như vụ án của HT Quảng Độ và quí TT Không Tánh, Trí Lực... cư sĩ Đồng Ngọc, họ đã tuyên bố "vụ án của Đặng Phúc Tuệ và đồng bọn", vì bình đẳng trước pháp luật, cũng như họ sợ vi phạm điều số 1 là bảo đảm quyền tự do tín ngưỡng nên tòa đã gọi tên tục của chư Hòa Thượng, Thượng Tọa, mà không dám gọi bằng pháp danh, pháp hiệu. Tuy nhiên, họ có đánh lận con đen bằng đôi tay phù thủy đi nữa, thì văn chương chữ nghĩa vẫn còn sờ sờ ra đó. Họ không thể lấy vải thưa che mắt thánh, dùng quyền lực áp đảo mọi người không được lên tiếng.

Điều 4–"Các tôn giáo phải tuân theo hiến pháp, luật pháp và chủ trương, chính sách, thể lệ của nhà nước trong mọi lãnh vực hoạt động của mình." Đây là mẻ lưới trùm gọn lên đầu các tôn giáo mà không có một tôn giáo nào cựa quậy gì được. Những chữ hiến pháp, luật pháp, chủ trương, chính sách, thể lệ đã khóa miệng, cột tay, bó chân và kề con dao ngay cổ của các tôn giáo.

Hiến pháp của nước Cộng Hòa Xã Hội Chủ Nghĩa Việt Nam trong đó có điều số 4... Còn luật pháp hiện hành thì bắt và xử người trái phép, luật pháp của kẻ mạnh được yếu thua. Luật pháp chỉ có giá trị khi có sức mạnh bằng bạo hành, súng đạn và chìa khóa nhà tù. Do đó, sau ngày 30/4/75, người dân miền Nam đã có những câu thơ nói: “Nam Kỳ khởi nghĩa tiêu Công Lý, Đồng Khởi vùng lên mất Tự Do”. Trong luật pháp của đảng Cộng sản Việt Nam làm gì có tự do và công lý. Nếu quả thật có tự do và công lý thì qua những lần tuyên án xử chư vị Hòa Thượng, Thượng Tọa cũng như các nhà đấu tranh vì nhân quyền, tù nhân lương tâm, thì đã có những luật sư đoàn từ Pháp qua để biện hộ, hay tự chọn luật sư cho mình, đằng này điều đó đã không được xảy ra, các phiên tòa đều được dấu kín và chỉ xử vỏn vẹn một ngày là xong. Có luật pháp của một quốc gia nào như vậy hay không? Luật pháp của Cộng sản xem mạng người còn rẻ hơn rơm rác, danh dự con người còn kém xa hơn muôn thú. Một Phật tử từ miền Nam ra thăm viếng HT Đôn Hậu bằng tấm lòng tha thiết vì đạo pháp đang ngửa nghiêng, nước nhà đang lâm lụy, người phát nguyện tự thiêu thân mạng để cảnh tỉnh chính quyền hãy vì dân vì nước, tôn trọng đời sống an lành của người dân, đừng bắt bớ giam cầm tù tội thì ngay khi đó, công an áp vào cướp xác mang đi; tẩu tán hành lý và còn tuyên truyền là vì thất tình nên tự tử bằng xăng. Thầy Thiện Ân bị công an đánh chết, quăng từ lầu ba xuống đường, và tuyên bố láo khoét Thầy nhảy lầu tự tử. Thiệt là mạng người rẻ rúng còn hơn loài chuột bọ. Ở các nước Tây phương còn có hội bảo vệ súc vật, trong khi đó luật pháp của nhà nước Cộng sản có bảo vệ mạng sống con người không? Chủ trương chính sách thì sao? Ngày 17/8/92, ban Dân Vận Trung Ương đảng CSVN ra Văn thư mật số 125/TUDV do Phan Văn Tánh, Trưởng ban Dân Vận Trung Ương từ Hà Nội gởi Ban Dân Vận các Tỉnh ủy và Thành ủy, có tựa đề:

“Về việc Huyền Quang và số phần tử hoạt động chống đối”. Văn thư chỉ thị kiểm soát Thầy Huyền Quang chặt chẽ hơn, không công nhận sự tồn tại của GHPGVNTN, không cho phép Thầy dùng chùa làm viện Hóa Đạo, và cho biết đảng đang “vạch một kế hoạch đối phó và chuẩn bị thời cơ công khai hóa”.

Ngày 18/8/1992, bộ Nội vụ Công an tỉnh Quảng Trị ra thêm chỉ thị “tuyệt mật” số 106/PA15–16, có tựa đề: “Báo cáo tình hình và kế hoạch đấu tranh với số đối tượng cực đoan âm mưu phục hồi Phật Giáo Ấn Quang". Trong phần III, mục 2, đề ra chủ trương và biện pháp:

"Phân hóa cao hàng ngũ giáo sĩ, tranh thủ số có xu hướng tiến bộ, lôi kéo lưng chừng. Răn đe những đối tượng có biểu hiện tiêu cực. Đối với số cực đoan chống đối, phải cắt đứt chân tay, lấy giáo luật, pháp luật đấu tranh, không cho chúng co cụm chống phá ta" (2)

(2) Tài liệu tu viện Vạn Hạnh, Canberra ACT, Australia, tháng 9, 1995

Có chủ trương và chính sách nào với lời lẽ tốt đẹp hơn qua chỉ thị trên? Đã chủ trương và chính sách như vậy thì có còn ý nghĩa bảo đảm tự do tín ngưỡng, cũng như người dân có được hưởng mọi quyền lợi nữa không?

Mục 5—Những kẻ lợi dụng tôn giáo để phá hoại nền độc lập của tổ quốc... Ai lợi dụng ai? Chỉ có Cộng sản Việt Nam mới lợi dụng Phật Giáo Việt Nam, lợi dụng sự tu hành, kiến thức hiểu biết, uy tín với quần chúng của chư Tôn đức để phục vụ cho chủ trương sách lược của CS. Những người đã bị lợi dụng đó là một phần chư vị Tôn đức Giáo Phẩm thuộc GHPGVNTN, và nhà nước Cộng sản đã lợi dụng người của Giáo Hội đánh phá, phân hóa, triệt tiêu Giáo Hội Thống Nhất để đẻ ra một Giáo Hội công cụ nhà nước làm bình phong trên diễn đàn chính trị quốc tế. Ai lợi dụng ai? Khi xưa, trước 75, chư Tôn Giáo Phẩm cùng làm việc chung trong Hội Đồng Viện, qua biến cố năm 75, Giáo Hội bị phân hóa vì đâu? Vì có bàn tay đỏ của Cộng sản Hà Nội nhúng vào Giáo Hội để từ đó sanh ra mọi vấn đề:

1. Thành phần Phật Giáo yêu nước của Cộng sản từ trong bưng biền ra.

2. Vận động Ban Tổ chức Thống nhất Phật Giáo.

3. GH Phật Giáo nhà nước ra đời năm 1981, để rồi từ đó dùng quyền lực bắt ép bao nhiêu nhân sự của Giáo Hội Thống Nhất; kẻ thì làm Chủ tịch Giáo Hội Phật Giáo Trung Ương, người thì làm Tổng thư ký Giáo Hội Trung Ương; làm đại biểu quốc hội, có chân trong Ban Trị sự Thành hội, Tỉnh hội v.v... Vậy thì ai lợi dụng ai? Cộng sản miền Bắc sau khi cưỡng chiếm miền Nam, trong tay họ đã có gì? Giáo Hội? Tăng Ni tín đồ Phật tử? Tự viện, Niệm

Phật Đường, Tịnh thất? Cơ sở văn phòng trụ sở? Họ tước đoạt tất cả, hoặc bắt phải đem hiến dâng? Phải nói rằng chủ trương chính sách thâm độc của chế độ Cộng sản Việt Nam đã lợi dụng Phật Giáo để phá hoại ngôi nhà Phật pháp, GHPGVNTN, gây phân hóa, chia rẽ để cai trị, và đây, chúng ta thấy Cộng sản Hà Nội lợi dụng miệng lưỡi người của Giáo Hội đập lại Giáo Hội:

* NHỮNG Ý KIẾN VÀ QUAN ĐIỂM CỦA GHPGVN QUA VỤ PHÁ RỐI TRẬT TỰ CÔNG CỘNG TẠI THÀNH PHỐ HUẾ:

— H.T. Thích Minh Châu, Phó Chủ tịch & Tổng Thư ký Hội đồng trị sự, Hiệu trưởng trường CCPHVN.

"Tình hình phản đối này xảy ra cho chúng ta thấy rằng đây là một cuộc vận động có mưu đồ chính trị, muốn chứng tỏ rằng chính phủ vi phạm tự do tín ngưỡng, đàn áp Phật Giáo, làm suy yếu uy tín GHPGVN, cho rằng GHPGVN là tay sai của chính phủ.

"Có những vị khách ngoại quốc đến thăm thành phố Hồ Chí Minh và Thiền viện Vạn Hạnh thường được chúng tôi mời tham dự những lễ hội của Phật Giáo như Phật Đản tại chùa Vĩnh Nghiêm cũng như ở một số nơi tổ chức rất long trọng, vậy thì nếu Phật Giáo bị đàn áp thì làm sao tổ chức các buổi lễ đông đảo như vậy. Họ (các vị khách nước ngoài) cũng đồng ý rằng rõ ràng là không có vấn đề đàn áp tôn giáo tại Việt Nam. Dưới cái nhìn của họ, Phật Giáo Việt Nam đoàn kết gắn bó các hệ phái, đưa GHPGVN gặt hái được nhiều thành quả trong những năm qua. Đó là kết quả của việc tự do tín ngưỡng.

"Sự việc gần đây ở Huế, người tu hành đạo Phật không chấp nhận những hành động bạo lực hoặc đấu tranh có tính cách chính trị nhằm phục vụ những mưu đồ xấu xa. Đạo Phật không chấp nhận nói láo. Người mà gọi là tự thiêu đó có phải là Phật tử không và tự thiêu nhằm mục đích gì, GHPGVN chúng ta cần phải làm hết trách nhiệm để chia xẻ sự ưu tư này với nhà nước. Chúng ta cần tăng cường đoàn kết để xây dựng GHPGVN ngày càng tốt đẹp và kiên quyết chống các phần tử xấu xen vào nội bộ chúng ta."

— Hòa Thượng Thích Thiện Hào, phó Chủ tịch Thường trực Hội đồng Trị Sự GHPGVN, Trưởng ban Trị sự THPG/TPHCM

"Tôi thấy tình hình hiện nay rất là căng thẳng đối với nhà nước cũng như đối với Giáo Hội chúng ta. Bởi vì sự việc Hòa Thượng Huyền Quang bắt chước theo Đông Âu muốn lật đổ chế độ Cộng Hòa Xã Hội Chủ Nghĩa Việt Nam và phá hoại sự thống nhất của Giáo Hội Phật Giáo Việt Nam hiện nay. Mặc dầu nhóm H.T. Huyền Quang với danh nghĩa bề ngoài là đấu tranh để phục hồi GHPGVN Thống Nhất trước đây, nhưng ý đồ âm mưu chỉ là chính trị, chứ không phải là tôn giáo. Thực sự là mượn cái danh nghĩa tôn giáo Phật Giáo để mà thực hiện mưu đồ chính trị, tức là chống Cộng sản, chống chế độ CHXHCNVN, chống sự thống nhất của GHPGVN, phá hoại sự đoàn kết giữa Phật Giáo và các tầng lớp nhân dân Việt Nam để thực hiện theo cái ý đồ của các thế lực thù địch. Biện pháp của thành hội Phật Giáo thành phố Hồ Chí Minh chúng tôi là thông báo cho các quận huyện, các chùa trong thành phố phải tự mình giữ lấy trật tự an ninh của từng chùa, từng quận huyện mà các Ban Đại diện Phật Giáo đều phải có trách nhiệm thực hiện." (3)

(3) Giác Ngộ, số 60, ngày 15/6/1993, trang 12

— Hòa Thượng Thích Đạt Hảo, thành viên Hội Đồng Chứng Minh Trung Ương GHPGVN.

"Như đài, báo đưa tin, một sự việc đáng tiếc xảy ra tại Huế ngày 24/5/1993, xuất phát từ chùa Thiên Mụ, nơi mà Hòa Thượng Phó Pháp Chủ GHPGVN Thích Đôn Hậu kính mến viên tịch.

"Do các vị Trí Tựu, Hải Tạng và Hải Thịnh gây rối, làm bất ổn an ninh trật tự địa phương, ngang nhiên thách thức chính quyền, âm mưu cùng với ngoại bang chống lại Giáo Hội Phật Giáo Việt Nam ngày nay.

"Theo ý kiến cá nhân tôi nhận định: Giáo Hội Phật Việt Nam ngày nay là một tổ chức duy nhất trong đại gia đình Phật Giáo, kế thừa sự hiện hữu của đạo Phật Việt Nam kể từ khi có mặt trên tổ quốc thân yêu. Suốt mấy ngàn năm văn hiến, đạo Phật Việt Nam luôn luôn kề vai sát cánh với cộng đồng dân tộc, hài hòa gắn bó keo sơn, từng chặng đường lịch sử.

"Tội trọng ở đây là cố ý phá hoại hòa hợp chúng. Si mê tham vọng nổi lên, nghe lời xúi dục ngoại bang, quên mất chơn tánh thiện mỹ, chẳng những phản bội, đi ngược lại tôn chỉ, mục đích cao cả của đức Phật và của Giáo Hội Phật Giáo Việt Nam chúng ta, mà còn vi phạm luật pháp của nhà nước, có tội lớn với nhân dân. Phật dạy: "Này các Tỳ Kheo, khi ta nhập diệt cho đến mai sau, không ai tiêu diệt được đạo ta, mà chính đệ tử ta mới tự diệt đạo ta"

"Ngày nay hành động của Hải Tạng, Trí Tựu và Hải Thịnh đã lộ nguyên tướng phá hoại tôn chỉ mục đích đoàn kết của GHPGVN.

"Tôi đề nghị Tăng Ni, Phật tử trong và ngoài nước cực lực lên án hành động của đám người đội lốt giả danh, giả nghĩa tu sĩ Phật Giáo, gây ảnh hưởng xấu đến danh dự Phật Giáo trong cộng đồng dân tộc Việt Nam và quốc tế.

— Đề nghị Trung Ương GHPGVN khai trừ ra khỏi hàng Giáo Hội của chúng ta.

— Đề nghị nhà nước xử lý nghiêm khắc đúng luật pháp nhằm giúp cho Phật Giáo chúng tôi thực hiện tốt tinh thần đoàn kết hòa hợp, trưởng dưỡng đạo tâm, trang nghiêm Giáo Hội."

* Hòa Thượng Thích Thanh Kiểm—Trưởng Ban KTTC/GHPGVN:

"Theo chúng tôi nghĩ, bất cứ ở đâu, một nước không có hai chính phủ, và ngày nay Phật Giáo cả nước, việc lãnh đạo cũng không thể có hai Giáo Hội. Giáo Hội Phật Giáo Việt Nam ra đời đã thống nhất, thể hiện mọi Phật sự chu đáo, kết hợp chặt chẽ các hệ phái được hoạt động hiệu quả, phát triển hơn bao giờ cả. Pháp lý của Giáo Hội hiện nay là pháp lý của một tổ chức Phật Giáo duy nhất được phép hoạt động hợp pháp trong cả nước. Kể từ ngày hình thành GHPGVN thì không còn Giáo Hội nào khác nữa.

"Đức Phật khi nhập diệt có phó chúc cho các đệ tử là giáo pháp của ngài được truyền tới nước nào thì phải theo cái qui luật, pháp luật của nước đó mà tu hành và được quốc vương, đại thần nước đó bảo hộ. Cho nên, GHPGVN phải biết thích nghi, chính đáng theo chủ trương đạo pháp, dân tộc và chủ nghĩa xã hội, là thể hiện đức tính tùy thuận, đáp ứng đúng với lời đức Phật đã dạy, và đúng với giới luật của Phật Giáo. Sự tổ chức này đã hòa hợp, tức là tâm tâm hòa hợp, mọi sự viên thành, Giáo Hội được bền vững.

"Thế mà giờ đây, lại có một số người tự tranh quyền vì ý đồ riêng tư đòi thành lập một Giáo Hội không đi vào khuôn phép nào cả. Như vậy, không những trái với đạo pháp, mà trái cả với luật pháp nhà nước nữa. Trong Tăng giới phải có sự hòa hợp, nếu ai mà không hòa hợp ở trong Tăng giới thì người đó bị tội biệt chúng và phá Tăng luân, điều này rất là tội lỗi." (4)

(4) Giác Ngộ, số 61, ngày 1/7/1993, trang 4

Ý KIẾN CỦA TỈNH HỘI PHẬT GIÁO ĐỒNG THÁP:

Kính gởi:

— Hội Đồng Chứng Minh Giáo Hội PGVN

— Hội Đồng Trị Sự Giáo Hội Phật Giáo Việt Nam

Kính bạch quý chư Tôn đức hai Hội Đồng:

Ban Trị Sự Phật Giáo tỉnh Đồng Tháp đã tổ chức một phiên họp khoáng đại ngày 15/6/1993, gồm toàn Ban Trị Sự, 11 Ban Đại Diện Phật Giáo huyện thị trong tỉnh và chư Tăng trụ trì các tự viện trong thị xã Sa Đéc để báo cáo sơ kết công tác Phật sự sáu tháng đầu năm 1993. Trong phiên họp này, hội nghị đã nghiên cứu các văn thư của nhóm Hòa Thượng Thích Huyền Quang đã gởi cho Ban Trị Sự trong thời gian từ trước đến nay. Và nhận định tình hình một số tu sĩ Phật Giáo ở Huế đã gây rối làm ảnh hưởng đến trật tự xã hội.

Hội nghị đã nhận xét:

— Giáo Hội Phật Giáo Việt Nam là một tổ chức Phật Giáo duy nhất đại diện Phật Giáo Việt Nam về mọi mặt quan hệ trong nước và ngoài nước. Được nhà nước Việt Nam công nhận và phù hợp với nguyện vọng của Tăng Ni, tín đồ cả nước.

— Hội đồng lưỡng viện của Giáo Hội Phật Giáo Việt Nam Thống Nhất trước đây không còn hiệu lực pháp lý từ trung ương đến cơ sở.

— Sự việc tự thiêu tại chùa Linh Mụ (Huế) đưa đến sự gây rối tại thành phố Huế ngày 24/5/1993 là hành động không hợp tư cách của người Phật Giáo Việt Nam và vi phạm nghiêm trọng luật pháp của nhà nước.

Từ nhận xét trên, hội nghị đã thống nhất kiến nghị:

— Thứ nhất: Kiến nghị Hội Đồng Chứng Minh, Hội Đồng Trị Sự Giáo Hội Phật Giáo Việt Nam có văn bản xác nhận rõ ràng là Hòa Thượng Thích Huyền Quang và những tu sĩ liên hệ có hành động chia rẽ không phải là Tăng sĩ của Giáo Hội Phật Giáo Việt Nam

— Thứ hai: Đề nghị chính quyền xét xử nghiêm minh đối với sự việc gây rối tại Huế ngày 24/5/1993 như một công dân vi phạm pháp luật.

Vì sự trong sáng và hòa hợp, đoàn kết xây dựng đạo pháp, dân tộc và chủ nghĩa xã hội của Giáo Hội Phật Giáo Việt Nam, hội nghị Phật Giáo tỉnh Đồng Tháp kiến nghị lên quí Hội Đồng Giáo Hội Trung Ương hai ý kiến trên.

Kính mong quí Hội Đồng Chứng Minh và Hội Đồng Trị Sự Giáo Hội Phật Giáo Việt Nam quan tâm giải quyết.

T/M Hội Nghị và Ban Trị Sự PG/ĐT
Phó Ban Trị Sự kiêm Chủ Tọa Hội Nghị
Thượng Tọa Thích Thiện Chánh

NHỮNG KIẾN NGHỊ KHẨN THIẾT GỬI GIÁO HỘI PHẬT GIÁO VIỆT NAM

Tỉnh Hội Phật Giáo tỉnh Sông Bé.

— Trong những việc mà Hòa Thượng Thích Huyền Quang nêu ra có một số kiến nghị đến nhà nước Việt Nam. Trong văn bản kiến nghị gởi đến Ban Trị Sự Tỉnh hội qua đường bưu điện đề ngày 25/6/1992 do Hòa Thượng Huyền Quang ký với danh xưng là Quyền Viện Trưởng Viện Hóa Đạo. Trong đơn xin cứu xét của ông có mục đề xin phục hồi hoạt động GHPGVNTN, một số Giáo Hội ra đời và hoạt động trước năm 1975.

Theo chúng tôi (BTS, Tăng Ni) đây là nhu cầu không phù hợp và hoàn toàn đi ngược lại với tôn chỉ mục đích của giáo lý đạo Phật và càng đi ngược lại với luật pháp nhà nước. Từ sự việc trên của ông là nguyên nhân chính dẫn tới sự vụ xảy ra ở Huế ngày 24/5/1993 và một số vấn đề khác đã gây không tốt, làm ảnh hưởng xấu đến tinh thần hòa hợp của PGVN trong lòng dân tộc Việt Nam.

Chúng tôi cho việc làm trên của quí vị ấy là trái với đạo lý. Bởi lẽ, Phật Giáo lấy tinh thần lục hòa và giáo lý từ bi làm nền tảng. Hơn thế nữa, hiện nay Tăng Ni Phật tử cả nước đang sống trong tinh thần hòa hợp trong hiến chương GHPGVN đã được đại hội cả nước thông qua, trong đó bậc lãnh đạo cao nhất là chư Tôn Giáo Phẩm đã và đang có uy tín đối với đạo pháp và dân tộc. Do đó, yêu cầu của Hòa Thượng Huyền Quang xin hoạt động lại cái gọi là GHPGVNTN để ông biến nó trở thành hai Giáo Hội trong một cộng đồng của dân tộc, đây là một ý đồ muốn chia rẽ nội bộ Phật Giáo, làm mất tinh thần đoàn kết hòa hợp của Tăng đoàn. Đây là hành động hoàn toàn có tội với giáo lý hòa hợp của đạo Phật, có tội với dân tộc, mà Tăng Ni Sông Bé chúng tôi không thể chấp nhận được.

— Sự vụ xảy ra ở Huế của nhóm người Thích Hải Tạng, Thích Trí Tựu, Thích Hải Thịnh gây ra ngày 24/5/1993 vừa qua là một hành động đi trái lại hạnh nguyện từ bi của đạo Phật. Đạo Phật không thể chấp nhận người mang hình thức đạo Phật lại có hành động làm mất oai nghi đạo hạnh, dùng hình thức bạo động gây thiệt hại đến tài sản nhà nước, gây rối trật tự an ninh của tổ quốc. Đây là việc làm mang tính bản ngã cá nhân của một nhóm người si mê không lý trí. Một việc làm không có lý tưởng, không đúng mục đích của đạo Phật. Một việc làm không có sự đồng tình ủng hộ của hàng ngũ Tăng đoàn. Rõ ràng đây là ý đồ chống phá đạo pháp và gây rối tổ quốc.

Để minh định được chánh tà, để làm sáng tỏ đường lối chủ trương đúng đắn của GHPGVN, để nhằm ổn định thế đứng vững mạnh của GHPGVN, chúng tôi, ban trị sự, và Tăng Ni tỉnh Sông bé, kính mong TUGHPGVN sớm có biện pháp xử lý đúng tinh thần giới luật và nội quy ban Tăng sự GHPGVN. Đồng thời sớm có biện pháp đề đạt đến nhà nước Việt Nam dùng luật pháp để ngăn chặn sự diễn tiến của những hành động sai lầm này. Vì đạo Phật không thể chấp nhận những tội lỗi, si mê của những người lợi dụng tôn giáo có ý muốn đục phá cội gốc bồ đề của đạo Phật.

Trưởng Ban Trị Sự Phật Giáo tỉnh Sông Bé

Hòa Thượng Thích Trí Tấn (5)

(5) Giác Ngộ, số 63, ngày 1/8/1993

Cái nguy hiểm và đáng sợ của Cộng sản là giết lầm còn hơn bỏ sót. Ai cũng biết câu nói đó, do vậy, có một người dân nào Cộng sản bảo nói theo chủ trương của đảng mà không nói, và còn phải nói đúng, nếu nói sai hay lệch ý đảng là bị giết. Đã sống dưới một chế độ súng kề ngay cổ thì đảng bảo sao phải nói vậy. CS bắt người dân hay chư Tăng phải nói theo họ nếu không sẽ bị kết án là vi phạm hiến pháp, vi phạm tự do tín ngưỡng, phản động... Vì vậy, tất cả những kiến nghị, ý kiến nêu trên, là chủ trương của Cộng sản được dàn dựng và thổi vào những từ ngữ Phật pháp rồi chụp mũ đó là ý kiến của Giáo Hội này, hay Ban Trị sự nọ. Người dân quá biết bản chất gian trá luân lưu trong máu huyết của Cộng sản thì điều đó có gì phải ngạc nhiên. Khó gì đâu một bài kiến nghị, ý kiến kêu ca chỉ cần ban tôn giáo ngày đêm nghiền ngẫm, nghiên cứu thì viết bao nhiêu bản chả được.

QUA PHẦN II CỦA QUYẾT NGHỊ: MỘT SỐ CHÍNH SÁCH CỤ THỂ.

Mục b: "Khi truyền bá tôn giáo, ngoài việc giảng giáo lý, các nhà tu hành còn có nhiệm vụ động viên tín đồ làm tốt nghĩa vụ công dân và chấp hành tốt chính sách, pháp luật của nhà nước."

Đúng theo nghĩa của chữ "cụ thể", một người tu hành phải làm 2 bổn phận:

1. Ông Thầy thuyết pháp, giảng đạo cho tín đồ tu tập.
2. Ông Thầy làm cán bộ tuyên truyền đường lối của đảng nhà nước.

Đã là một Thầy tu chân chính vì lý tưởng giải thoát, giác ngộ, thì không thể là một đảng viên để tuyên truyền chính sách, pháp luật cho nhà nước, cho chế độ chủ nghĩa xã hội, vì chế độ chủ nghĩa xã hội là chế độ đánh phá tôn giáo, tù đày Tăng sĩ, chửi mắng Phật Trời.

" Ông Lê Nhuận, Trưởng phòng giáo dục, ngày 14/3/76, đã họp nhân viên giáo dục Ty, dùng những lời xúc phạm mạ lỵ. Ông ta đã nói: "Con mẹ nào mặc áo trắng đứng trước chùa Phật học (chỉ ngay tượng Phật Bà lộ thiên trước chùa), lo mà dẹp đi, chớ tôi còn ở đây thì sẽ làm trúc (đổ nhào) đi cho mà coi."

"Trịnh Văn Minh đại diện cho Mặt Trận tỉnh Kiên Giang đến chùa An Hòa, đứng bên tượng Phật đã bị đập phá, mạ lỵ Giáo Hội: "Giáo Hội hiện nay là cái thớ gì mà phải bám víu tôn thờ. Thực chất Giáo Hội chỉ là thứ củi mục và càng bám víu bao nhiêu thì càng bị chính quyền lưu ý, đó là tự chuốc lấy họa vào thân."

"Đặng Văn Giang, Chủ tịch Mặt Trận xã Chu A Thái, huyện Ajunpa, tỉnh Gia Lai, Kontum ngày 5/10/1976 đã đến bắt buộc Thầy trụ trì giao chùa Bửu Thắng... đã tuyên truyền chống phá Phật Giáo bằng những lời xuyên tạc như sau: "Việt Nam không có Phật Giáo, chỉ có Phật Giáo ở nước ngoài mà thôi. Đạo Phật từ nơi khác truyền tới, đồng bào mê tín không biết cái gì, lấy đất sét đắp thành tượng Phật rồi quỳ lạy cầu khẩn."(6)

(6) Bão Qua Cổng Chùa, 1991, Thích Mãn Giác, trang 77

Một chế độ biết lo cho dân cho nước, sống vì dân mà chết cũng vì dân thì bất cứ ai, không riêng gì người dân, ngay cả hàng ngũ tu sĩ Phật Giáo, đều đóng góp công sức kiện toàn quốc gia. Một chế độ biết tôn trọng hiến pháp, tôn trọng sự tự do, bình đẳng, biết bảo vệ đời sống người dân, biết xây dựng, kiến tạo một quốc gia giàu đẹp sẽ là động cơ khai hóa qua hai lãnh vực: vật chất và tâm linh để giá trị sống của con người không bị đánh mất, bị cướp đoạt, bị coi rẻ, thì dẫu cho nhà nước không khuyến khích, không đòi hỏi sự hy sinh của người dân, họ vẫn tình nguyện đóng góp bằng xương máu của tự thân họ cho quê hương xứ sở, mà không cần dùng bộ máy tuyên truyền kêu gọi hay cưỡng bức người dân phải ý thức nhiệm vụ, chấp hành tốt chính sách, tôn trọng luật pháp, đừng tuyên truyền chống lại đường lối, chế độ. Điều này đã nói lên những người lãnh đạo quốc gia không vì dân; một chế độ không vì dân; chính sách, pháp luật của nhà nước không vì dân, thì bảo sao nhà nước không lo sợ, không phải rào đón, tuyên truyền bắt dân học tập đường lối, chính sách của đảng để dân làm tốt, đủ thứ. Một khi chế độ hà khắc, tập quyền, đi ngược lại nguyện vọng chung của dân tộc thì dù nhà nước có rêu rao cách mấy đi nữa, người dân vẫn không nghe, không biết, không tham gia hợp tác. Vì người dân đã không được quyền lợi gì lại còn bị tước đoạt, chà đạp nhân phẩm, cướp của giết người, bịt miệng, cột chân, cùm tay; thử hỏi làm sao chấp hành chính sách của đảng, của nhà nước. Người Tăng sĩ cũng là một người dân phải sống dưới chế độ vô thần, vô tôn giáo, sự sống của họ lại bị đè nặng bởi bao nhiêu quyền lực, bạo hành, tù tội, và không được tự do hành đạo một cách chân chánh. Chế độ đã đẩy họ vào thế chân tường hay lưỡng đầu thọ địch. Nếu họ theo chế độ để phục vụ cho đảng nhà nước thì đi ngược lại truyền thống dân tộc, đạo pháp; đánh mất lương tri, lòng chân thật, và giá trị tu hành: thượng cầu hạ hóa. Còn nếu họ bảo vệ tự do nhân quyền, tín ngưỡng của một lịch sử dân tộc mấy nghìn năm của tổ tiên, cha ông, dày công xây dựng, đóng góp máu xương, quyết giữ gìn truyền thống lịch sử đó, thì lại bị nhà nước đàn áp, bức tử. Vậy thì sao, có không một con đường thứ ba để dung nạp tấm thân tứ đại này? Cuối cùng, một là chết cho lý tưởng giải thoát, giác ngộ và tấm lòng yêu thương qua chất liệu từ bi, trí tuệ của đạo Phật để cho mọi người được sống. Hai là làm công cụ, nô lệ hóa của chế độ, nhằm phục vụ cho chính sách, mà chính sách đó chỉ đặc biệt cho một số người vì đặc quyền, đặc lợi, vinh thân, phì gia, thụ hưởng tiền tài danh vọng. Từ câu nói: "Duy vật chủ nghĩa là chế độ chuyên chính vô sản." Giờ đây đã thành "chủ nghĩa duy vật chất", đảng viên Cộng sản ngày nay không còn trung thành với Bác và đảng nữa mà họ trung thành với bao tử của họ, với quyền hành, chức tước để giữ lấy cái lợi nhuận mà bao nhiêu nguồn tài lộc từ người dân đem dâng hiến. Chủ nghĩa duy vật đã lột xác và hiện nguyên hình con bạch tuộc duy chủ nghĩa đại tư bản, có nhiều vòi để vơ vét qua chiêu bài: "Ba sạch, bốn diệt", cướp bóc tài sản nhân dân qui về một mối, cán bộ đầu não, để trở thành ông triệu phú, tỷ phú ngồi trên đầu, ăn trên cổ của dân, không phải là lời tuyên truyền "cán bộ là tôi tớ của nhân dân".

Vậy thì làm sao hiểu đúng ý nghĩa "chuyên chính vô sản" mà phải hiểu là "chuyên chính hữu sản". Cán bộ Cộng sản ngày nay đi xe hơi đắt tiền, nhà cao cửa rộng, tiền bạc đầy ắp trong ngân hàng nhà nước, chưa đủ còn gởi qua các ngân hàng quốc tế Thụy Sĩ giữ dùm. Từ đâu người Cộng sản có những thứ đó, phải chăng từ đôi bàn tay của người dân lam lũ đói nghèo. Một chế độ đã ngu dân và bần cùng hóa quốc gia thì làm sao tinh thần đạo đức, tâm linh phát triển. Chế độ Cộng sản đã bóp nghẹt tín tâm và lòng tôn thờ của sự tín ngưỡng, bằng cách làm bất cứ việc gì cũng phải lệ thuộc vào chính sách, luật pháp của nhà nước. Trên thực tế, việc hành đạo của Phật Giáo không vi phạm đến nền an ninh của quốc gia, nhưng chế độ Cộng sản cố tròng vào cổ chư Tăng Ni cái thòng lọng để phải làm theo chỉ thị, đường lối của đảng nhà nước, nếu chư Tăng Ni nào không làm theo chủ trương đó là bị kéo dây thòng lọng thắt cổ ngay, sau ngày 30/4/1975 đã có bao nhiêu Tăng Ni bị đảng nhà nước bức tử bằng mọi hình thức.

QUA PHẦN II, MỤC 2: ĐỐI VỚI NƠI THỜ CÚNG

a. Những nơi thờ cúng của các tôn giáo được nhà nước bảo hộ.

Một tấm lòng tốt được ngụy trang bằng dao găm mã tấu, lịch sử của duy vật chủ nghĩa cộng sản quốc tế chưa hề tôn trọng những nơi thờ cúng như trên. Vì sao, vì chủ trương của đảng Cộng sản mẹ là Liên Sô, Lénine là cha đẻ ra đảng Cộng sản quốc tế, mà Hồ Chí Minh đã lựa chọn để đi trên con đường đó.

"Sau khi đọc bản: "Luận Cương về vấn đề dân tộc và vấn đề thuộc địa" của Lénine, dày khoảng 8 trang, đọc một cách vất vả vì như chính ông đã kể: "Trước đó, tôi chưa hề đọc một quyển sách nào của Lénine viết" và "trong luận cương ấy có những chữ chính trị khó hiểu. Nhưng cứ đọc đi đọc lại nhiều lần, cuối cùng tôi cũng hiểu được phần chính". và thế là ông dứt khoát lựa chọn: từ đó ông hoàn toàn tin theo Lénine".(6)

(6) Hồ Chí Minh tuyển tập, Hà Nội, 1980, trang 2, trang 174–175

Tin theo quốc tế thứ ba", nhất quyết đi theo "ngọn đuốc lý luận Marx–Lénine và kinh nghiệm cách mạng tháng Mười vĩ đại soi đường cho cách mạng Việt Nam". Ông đã nói: "...khi gặp khó khăn, người ta giở cẩm nang ra và tìm thấy cách giải quyết. Chủ nghĩa Lénine cũng gần như cái cẩm nang thần kỳ đó". Hồ Chí Minh nói tiếp: "...trước con mắt của các dân tộc phương Đông, Lénine không phải chỉ là một lãnh tụ, một người chỉ huy. Đó cũng là một người thầy có sức hấp dẫn!" (7)

(7) Cộng sản Con Đường Vô Đạo, Trần Minh, 1993, trang 12.

Từ sự lựa chọn này, Hồ Chí Minh đã quyết định dấn thân vào con đường cách mạng của Lénine vạch ra, đưa cả nước và nhân dân Việt Nam vào công cuộc đấu tranh cách mạng chủ nghĩa xã hội. Chủ nghĩa đó, đã chủ trương như sau: "Lénine coi tôn giáo là "một trong những thứ đê tiện nhất đã từng có trên trái đất này". Chính sách của Lénine đối với tôn giáo: "Chúng ta phải đấu tranh với tôn giáo. Đó là điều sơ đẳng của toàn bộ chủ nghĩa duy vật và do đó của chủ nghĩa Marx". Tôn giáo là đối tượng để Lénine đánh phá vạ triệt tiêu toàn bộ cơ sở, nhân sự, thánh tích.

"Lénine là người đã khởi xướng bốn chiến dịch rộng lớn nhằm chống Chính Thống giáo. Chiến dịch đầu tiên từ tháng 11, năm 1917 đến năm 1919: bắt đầu đóng cửa các tu viện và một số nhà thờ, tịch thu tài sản nhà thờ và tước quyền pháp nhân của Giáo Hội. Chiến dịch thứ hai từ năm 1919 đến năm 1920: khai quật di hài các thánh. Chiến dịch thứ ba từ cuối năm 1920: chia rẽ Giáo Hội Chính Thống giáo, làm Giáo Hội phân rã từ bên trong. Và chiến dịch thứ tư từ đầu năm 1922: cướp bóc, hay nói theo từ ngữ của Lénine "quét sạch" tất cả các nhà thờ "giàu có", đồng thời bắn chết với số lượng tối đa các nhà tu hành Chính Thống giáo."

"Ngay từ tháng 8, năm 1918, Lénine đã ra lệnh cho ủy ban chấp hành (giống như ủy ban hành chánh ở Việt Nam) tỉnh Penza "thẳng tay tiến hành khủng bố một cách không thương xót, hàng loạt; chống bọn phú nông, cha cố và bạch vệ; những tên khả nghi thì nhốt trong các trại tập trung ở ngoài thành phố." Sau đó Lénine đã phát triển thêm cái "kế hoạch tuyệt vời "hãy đi qua 10–20 verstes (mỗi verste bằng 1.06km) và treo cổ bọn phú nông, cha cố và địa chủ. Giải thưởng: 100,000 rúp cho một tên bị treo cổ." Lénine đã dạy: "... việc tịch thu các báu vật nhất là ở các tu viện, các nhà thờ và nhà thờ giàu có phải được tiến hành với một tinh thần cương quyết không thương xót, phải thẳng tay, nhất thiết không được dừng lại trước bất cứ cái gì và phải làm trong một thời gian ngắn nhất. Nhân việc này, càng có nhiều tên đại diện của giai cấp tư sản phản động, và giới tu hành phản động mà chúng ta có thể bắn chết được thì càng tốt." "Lénine. Điều 12 của sắc lệnh gây ra sự phản đối rất mạnh của các bậc giáo phẩm và đại đa số tu sĩ: "Bất cứ hội nhà thờ và hội tôn giáo nào cũng đều không có quyền thủ đắc sở hữu. Các hội đó đều không có quyền pháp nhân." (8)

(8) Cộng sản, Con Đường Vô Đạo, 1993, Trần Minh, trang 21

Chủ trương và lập luận của Lénine như vậy, thật quá rõ ràng cho chúng ta thấy không hề có tôn trọng hay bảo vệ tự do tín ngưỡng, hoặc "những nơi thờ cúng của các tôn giáo được nhà nước bảo hộ". "Những nơi thờ cúng quá hư hỏng chính quyền muốn dọn đi thì phải được nhân dân đồng tình và ủy ban cấp trên đồng ý." Có thật sự là như vậy không, hỡi đảng Cộng sản Việt Nam?

"Các sở, ty giáo dục trách nhiệm xem xét chương trình, nội dung giảng dạy và tổ chức việc phổ biến thời sự, chính sách cho học sinh."

Cộng sản đã cố ý đưa chính trị vào học đường, tôn giáo, nhồi sọ chủ thuyết Marx–Lénine, gieo hạt giống chủ nghĩa vô thần vào tâm tư của thế giới trẻ, mà suốt bao nhiêu năm chế độ học đường ở miền Bắc đã áp dụng. Chế độ đã đào tạo ra hàng loạt người chỉ biết phục vụ cho đảng nhà nước không thôi, ngoài ra không hiểu tình tự quê hương, nòi giống là gì. Đạo đức, gia phong, luân lý thì lại càng tách xa đời sống con người hơn. Biến con người thành cái máy, không có lý tính, suy tư, nhận định phải trái để hành xử.

Mục 5a của phần II. "Đối với những cơ sở kinh tế của tôn giáo kinh doanh theo lối tư bản chủ nghĩa hoặc phong kiến thì nhà nước sẽ tiến hành việc cải tạo theo chính sách chung hiện hành, có sự chiếu cố đến tôn giáo."

Những quốc gia Cộng sản đầu sỏ như Liên Sô, Đông Âu, đã không thể nâng cao nền kinh tế của nước họ được. Người dân của những quốc gia đó đã thất nghiệp, thiếu ăn, nền kinh tế mỗi ngày càng mỗi suy sụp, và đưa đất nước đến chỗ tiêu vong. Vậy mà đảng Cộng sản Việt Nam dám đưa ra nghị quyết cải tạo đời sống kinh tế, chiếu cố đến tôn giáo, thật là một điều ngoài sức tưởng tượng của con người.

"Cứ nhìn lại những việc làm cụ thể của đảng Cộng sản Việt Nam đối với tôn giáo từ khi đảng đó cướp được chính quyền đến nay thì đủ xác minh điều nói trên là đúng. Thực tế là đảng Cộng sản Việt Nam, bằng những biện pháp vừa tinh vi, vừa xảo quyệt, vừa trắng trợn, vừa man rợ, đã và đang tiến hành một cuộc đánh phá toàn diện—cả về mặt kinh tế, tài chánh, cả về mặt cơ sở vật chất, cả về mặt tổ chức, cán bộ, cả về mặt tinh thần, tư tưởng, lẫn về mặt chính trị, luật pháp—chống các Giáo Hội Phật Giáo, Công giáo, Tin Lành, Cao Đài, Phật Giáo Hòa Hảo... nhằm lũng đoạn, chia rẽ, làm tê liệt, triệt hạ các Giáo Hội nói trên, theo đúng "cái cẩm nang thần kỳ" là chủ nghĩa Lénine, theo đúng "kim chỉ nam" của Cộng sản Liên Sô." (9)

Đảng Cộng sản Việt Nam là hàng con cháu mà còn tích cực áp dụng chính sách triệt để như vậy, huống gì là các quốc gia cha chú còn như thế nào nữa.

"Thế nhưng chính sách đối với tôn giáo, cũng như các chính sách khác của đảng Cộng sản về mặt kinh tế, chính trị, văn hóa... đều không thể thực hiện được vì trái với nhân tính, trái với bản chất tự nhiên của con người; trái với nhân tâm. Đã thế, con đường để thực hiện các chính sách cũng như mục tiêu cuối cùng, lại là con đường bạo lực, đầy máu xương và nước mắt, con đường lừa mị và dối trá nên sự thất bại của các đảng Cộng sản là điều không thể tránh khỏi. Cứ lấy cái gương của "đất nước chuyên chính vô sản đầu tiên của loài người" là Liên Sô thì đủ rõ: nền thống trị của đảng Cộng sản trong thời gian trên 73 năm, nghĩa là trên ba thế hệ người, đã đưa đất nước rộng lớn nhất, giàu có nhất thế giới với nguồn nhân tài rất lớn xuống hàng các nước chậm tiến, lạc hậu, đẩy toàn bộ đất nước, toàn thể xã hội vào một cuộc khủng hoảng toàn diện, cả về kinh tế, cả về chính trị, cả về văn hóa, giáo dục, lẫn về đạo đức tinh thần."(10)

(9) (10) Cộng Sản Con Đường Vô Đạo, 1993, Trần Minh, trang 55.

Sau hơn 20 năm chiếm ngự miền Nam, nền kinh tế quốc gia có tiến bộ chút nào không? Thật sự là không. Vậy thì đời sống người dân hay nền kinh tế quốc gia như thế nào?

Hiện nay, chính quyền Cộng sản chưa có một đường lối kinh tế cụ thể, thiết thực để bảo đảm đời sống người dân và phát triển quốc gia. Những năm 1975 đến 1980, đời sống người dân thật cùng cực bị "thắt lưng buộc bụng" đến kiệt quệ. Từ nền kinh tế tự do, nhà nước tiến hành việc cải tạo theo chính sách hiện hành nên tất cả ruộng đất, nhà nước tịch thu sung công thành hợp tác xã, làm theo khả năng, hưởng theo nhu cầu, hoặc chia hoa lợi với mức từ 25–30% tổng số thu hoạch. Kinh tế như thế đó thì làm sao người dân có thể sống, do đó, từ ruộng đồng phì nhiêu mà một thời miền Nam là vựa lúa của Đông Nam Á, cánh đồng Tháp Mười "cò bay thẳng cánh, chó chạy cong đuôi" đã không đủ lúa gạo cho người dân tiêu dùng. Chế độ hợp tác xã đã biến người dân thành nô lệ cho nhà nước. Từ ý thức nô lệ đó, người dân phát sinh ra tinh thần tiêu cực, vì họ thấy rằng có làm cách mấy đi nữa cũng không được ăn, mà nhà nước tóm thâu bỏ vào bao—tài sản xã hội chủ nghĩa—để xuất khẩu hay trả nợ cho Liên Sô.

Bi thảm nhất là miền Trung, vốn dĩ đã nghèo khổ, giờ lại càng nghèo khổ hơn, ruộng vườn xơ xác, bỏ hoang, không đủ nước để cung cấp cho lúa mạ, không đủ trâu bò để cày bừa, không có phân bón để ruộng lúa xanh tươi. Nói chung, mạch sống của người dân bị bóp chết, từ trên cánh đồng, từ trong khu vườn, dưới mái nhà, nơi làng mạc thôn xóm, đâu đâu cũng thấy sự túng bấn, đói khát dại người. Đời sống người dân nơi đây, một nắng hai sương, họ leo tận núi đồi, đào khoai mài, bứt lá giang, củ nghệ để đắp đỗi qua ngày. Đời sống khắc nghiệt hiện hữu khắp mọi nơi. Ruộng đồng bị bóp ngặt, người dân phải bương chải qua nương rẫy, gieo bắp, trồng sắn, tỉa đậu, để lấy đó làm nguồn sống cho gia đình; có những thời gian, tất cả nhà kể cả những em bé lên 3, lên 5 cũng phải gặm khoai, sắn, bắp, đậu, bo bo, nguồn sữa của mẹ cũng cạn khô không đủ để con bú, vì đời sống và lương thực của Mẹ không ngoài những thứ ấy thì làm sao sinh ra dòng sữa tươi mát cho con. Đấy là đời sống của miền thôn dã, kinh tế mới. Còn ở thành thị, thì nền kinh tế thả nổi, ai có khả năng làm gì thì làm miễn sao trong ngày kiếm đủ tiền tiêu xài cho bản thân. Người dân thì thi đua chạy theo sinh kế, có thành phần thì buôn lậu, cướp giựt trên xe lửa, xe hơi, có thành phần thì tham nhũng, tiếp tay với con buôn, chợ đen, có thành phần thì quan liêu, phè phỡn sống trên nhung lụa, xương máu của người dân, có thành phần thì mua gánh bán bưng nơi công viên, bên vỉa hè, đầu đường xó chợ, có các em gái dưới tuổi vị thành niên phải bán thân nuôi gia đình, và có thành phần thất nghiệp cuộc sống gian truân. Nói chung, nền kinh tế của xã hội chủ nghĩa Việt Nam sau năm 1975 đến nay chưa thấy có gì đổi mới hoặc tiến bộ, để có một nền kinh tế vững chắc và căn bản. Có một nền kỹ nghệ tương đối bảo đảm mức lương cho công nhân. Có một thị trường quân bình, giữ vững giá thương trường để khỏi chạy theo giá chợ đen, chợ đỏ. Nhìn tổng quát, sự sinh hoạt cũng như đời sống thực thụ của dân chúng ở thành phố phải nói là phù phiếm, hình thức. Một cuộc sống xa hoa, lãng phí, từ nguồn giúp đỡ tiền bạc ở hải ngoại gởi về của những người thân, bạn bè quen biết, và lấy số tiền đó làm kế sinh nhai: từ nguồn viện trợ không điều kiện, được rải trên quê hương Việt Nam, trên đầu người dân Việt Nam, người có, người không, do đó, mức sống trong dân chúng đã tạo nên thế mất quân bình. Người thì giàu nứt vách, kẻ thì nghèo xác xơ.

Do một cuộc sống chông chênh, nền kinh tế không căn bản, phát sinh ra mọi tệ trạng xã hội. Từ lãnh vực giáo dục, trẻ em bị thất học; kinh tế khốn cùng, sinh ra nạn tham nhũng, cướp bóc. Đạo đức suy đồi, sinh ra cuộc sống sa đọa. Từ những người với trình độ học vấn lớp bốn, lớp năm, tiểu học, lên lãnh đạo nhân dân, thay mặt nhà nước làm quan thầy sai sử, hạch sách, cai trị nhân dân, thì thử hỏi chính sách cai trị đó, đưa quốc gia dân tộc đi về đâu? — Đi xuống hố thẳm sa đọa, nghèo khổ, lạc hậu, bệnh tật, dốt nát. —

Qua bao cuộc đại hội, những người đầu não chính trị đảng đã tuyên bố sửa sai; tuy nhiên, lời nói không đi đôi với hành động, lãnh đạo Cộng sản vẫn tiếp tục tham quyền cố vị, bảo thủ và củng cố ghế ngồi của mình ngày một thêm vững chắc, mà không dám thay đổi đường lối, mở bày chủ trương cải tiến. Cho đến ngày hôm nay, ngót trên 20 năm, và kể từ ngày Mỹ mở cấm vận, rồi tiếp tục bang giao, bắt tay phát triển kinh tế, thì Việt Nam lại tràn ngập đủ thứ hình ảnh, xô bồ tiếp nhận một nền kinh tế Tây phương rực ánh đèn màu, nhà cửa, phố xá,cao ốc, khách sạn, sân cù, hàng quán mọc lên như nấm, làm thay đổi bộ mặt thành phố. Từ đó, người ta có thể nhìn thấy sự trù phú, phát triển, nền kinh tế gọi là đổi mới thật nhanh. Nhưng, nếu quan sát kỹ hơn thì sẽ nhìn thấy các tay thương gia Việt Nam hay các công ty bách hóa tổng hợp nhà nước, các con buôn, các nhà thầu xây cất, các khách hàng chạy ngày cũng như bán đêm, tất cả đều bị các giới thương gia ngoại quốc kéo chạy. Người Tây phương, các nước tư bản tự do, họ đã tung ra những hộp phấn son để tô trét quê hương Việt Nam qua bao thập niên bị loang lổ bởi bom đạn; hay họ đang đi tìm thị trường để tiêu thụ hàng hóa ứ đọng. Nhờ vậy, người dân tương đối có cuộc sống ra vẻ phồn thịnh, nhưng giả tạm, vì thực chất trong nước chưa có một nguồn tài lợi tự sản xuất thực hữu, cũng như một nền công kỹ nghệ, hay nông nghiệp thực thụ. Đã vậy, nhà nước Cộng sản còn cho phá rừng lấy củi, làm ảnh hưởng môi sinh; đất đai miền rừng thì khô cằn, còn đồng bằng thì bị lụt lội, mùa màng tiêu hủy, thiệt hại không biết bao nhiêu tài sản của người dân mà kể. Dân đã nghèo, Nước đã đói mà còn bị thiên tai, hạn hán làm cho người dân càng lầm than hơn.

Tóm lại, nghị quyết của hội đồng chính phủ như sợi dây xích, xiềng đôi chân tôn giáo, không cho tự do cựa quậy, mà chỉ nằm yên một chỗ để giữ ngọn cờ của đảng nhà nước mà thôi. Trên thực tế, chế độ Cộng sản có thương yêu gì tôn giáo, và nhất là Phật Giáo chủ trương xây dựng xã hội nhân sinh trên tinh thần lợi tha, từ bi và trí tuệ, đã đi ngược lại chế độ Cộng sản chỉ tôn thờ đảng, không có lòng yêu thương kẻ khác và nhất là chẳng có trí tuệ hiểu biết. Vì vậy, suốt hai thập niên qua, Phật Giáo đã là nạn nhân thê thảm của chế độ Cộng sản. Người không phục tùng chế độ, chỉ vì dân vì nước bị tù đày, khảo tra, cho đến bỏ xác trong tù: Hòa Thượng Thích Thiện Minh, Hòa Thượng Thích Trí Thủ, Hòa Thượng Thích Thanh Trí... Còn kẻ quá bức bách, buộc phải làm việc cho chế độ vì phải sống dưới chế độ: Hòa Thượng Thích Minh Châu, Hòa Thượng Thích Thiện Siêu, Hòa Thượng Thích Trí Tịnh... đau lòng nhưng chẳng dám hở môi. Thấy đạo pháp ngửa nghiêng, tiền đồ u tối, nhưng không dám nói. Lắm lúc nhà nước bắt phải tuyên bố thế này, thế nọ để có lợi cho đảng nhà nước cũng phải làm theo, nếu không làm đúng chính sách yêu cầu, thì khó lòng sống sót hay bị hăm dọa, khủng bố. Đường nào, Giáo Hội cũng thọ nạn, bức tử đau thương.

Trước sự đàn áp bức tử Giáo Hội, cũng như chà đạp nhân quyền, và tiêu diệt tôn giáo một cách nghiệt ngã, chí nguyện xuất trần của bậc Thượng sĩ không thể nào làm ngơ trước thảm cảnh, mười hai vị Tăng Ni chùa Dược Sư, Cần Thơ, đã nêu cao tinh thần Từ bi, Trí tuệ và Hùng lực, hiến thân mạng làm ngọn đuốc soi sáng lương tri của tập quyền Cộng sản Hà Nội.

* CUỘC TỰ THIÊU TẬP THỂ CỦA CHƯ TĂNG NI TẠI CHÙA DƯỢC SƯ—CẦN THƠ, ĐỂ BẢO VỆ CHÁNH PHÁP—TỒI TÀ HIỂN CHÁNH.

Một cái chết tập thể bằng chí nguyện phụng sự, bảo vệ là điều khó, nhưng cái khó này đã được chứng tỏ trong ý thức trách nhiệm cao cả, bằng tinh thần từ bi, trí tuệ và hùng lực, mười hai thánh tử đạo tại chùa Dược Sư đã tự tại an nhiên, thiêu thân cúng dường, nguyện cầu quốc thái dân an, đạo pháp thoát qua cơn khổ nạn.

Có cái chết nào không đau nhức, thương tâm, dù cái chết bằng tâm niệm hy sinh, hay hiến dâng, vẫn để lại trong lòng người còn sống một sự xúc động, bồi hồi, một người đã vậy, huống nữa là mười hai người, thì sự xúc động, đau thương đến như thế nào. Mười hai nhân mạng, thành mười hai ngọn đuốc, bằng xương, bằng thịt, bằng máu mủ, tim gan, được thắp lên để soi sáng đến tận cùng cõi u minh. Một tâm niệm chân không, thanh tịnh làm chuyển động thế giới ba ngàn, mười hai tâm niệm thanh tịnh, chí thành, vượt khỏi tam thiên đại thiên thế giới. Chúng ta, những người còn sống phải đê đầu đảnh lễ những anh linh thánh tử đạo đó; những con người phụng hành Bồ Tát hạnh. Cuộc đời ác năm trược thệ nguyện hiện thân để hóa độ quần sanh, đem tấm thân ngũ uẩn làm đèn phá tan bóng tối si mê, dục tình nhân thế; giống như ngài Nhất Thiết Chúng Sanh Hỷ Kiến Bồ Tát, đốt thân cúng dường chư Phật để cầu đạo quả chánh giác. Còn mười hai vị Tăng Ni chùa Dược Sư, Cần Thơ, tự thiêu để cảnh tỉnh lòng người tàn ác, sớm quay về nẻo thiện. Đại Đức Huệ Hiền đã dõng dạc nói lên chí nguyện bảo vệ chánh pháp, hy sinh cho đại cuộc và lý tưởng của người xuất gia:

"Hôm nay là ngày 29 tháng 9 năm Ất Mão, tức là ngày 2 tháng 11 năm 1975, Tăng Ni Thiền Viện chúng tôi sắp sửa thể hiện việc thiêu thân để bảo tồn chánh pháp, để bảo vệ danh nghĩa của giới Tăng sĩ ở địa phương cũng như toàn quốc. Chủ trương của cuộc sống Tăng sĩ là hành đạo để trở về bản thể vô ngã. Hành động của chúng tôi ngày hôm nay là cốt đem tấm thân nhục thể này làm bó đuốc soi sáng cho những người mê muội vô ý thức, những người với lòng lang dạ thú, người Việt giết người Việt, người giết người, không chút bận lương tâm, không chút lòng nhân đạo, hãy cải tà qui chánh.

"Phật tử hiện diện nên bình tĩnh để chúng tôi có thể làm tròn bổn phận của những trưởng tử của Như Lai. Sau đây, ngôi chùa này có thể biến thành biển lửa, những tấm thân này sẽ trở thành ngọn đuốc. Chúng ta không phải là kẻ tham sanh úy tử. Chúng ta đã dâng hiến cuộc đời cho đạo, thì hành động này chẳng qua cũng chỉ là một hành động dâng hiến mà thôi. Phật tử phải thương yêu nhau, siết chặt tay nhau, giữ gìn, bảo vệ chánh pháp.

"Thôi xin vĩnh biệt, hy vọng sẽ gặp nhau lại ở bên kia thế giới, ở cửu phẩm liên đài miền cực lạc."

Một chế độ mà tôn giáo này đòi hỏi tự do tín ngưỡng, đoàn thể kia đòi hỏi tự do ngôn luận, hiệp hội nọ đòi hỏi tự do báo chí, nhân quyền... thì thử hỏi chế độ đó như thế nào? Người dân chỉ mới đòi hỏi những thứ tự do bình thường, sinh hoạt trong cộng đồng xã hội mà không được đáp ứng thì đủ biết chế độ ấy chẳng vì dân, vì nước rồi, huống nữa đây là một cuộc tự thiêu tập thể 12 chư Tăng Ni, thì đủ biết, và thực sự trả lời cho giới báo chí, truyền thông, truyền hình nơi quốc nội, cũng như hải ngoại biết: nhân dân Việt Nam không có tự do nhân quyền, và tôn giáo Việt Nam không có tự do tín ngưỡng. Nhà cầm quyền Cộng sản Việt Nam thẳng tay đàn áp, khủng bố, và tiêu diệt Phật Giáo, đây chính là sách lược của chủ nghĩa Marx–Lénine mà đảng Cộng sản Việt Nam là tay sai để thực thi chính sách đó.

"Để cướp chính quyền, Lénine chủ trương bạo động. Giết người, theo ông, là kỹ thuật chính trị bình thường. Mà giết người nói đây là trong mọi phương cách, mọi trạng thái: giết nhãn tiền, giết nhẹ nhàng, giết tập thể, giết từng người một, giết bí mật, giết công khai, giết có dàn cảnh, giết lén lút."

"Khi thì giết những kẻ chỉ trích, để diệt đối lập. Khi thì giết những người vô tội để khủng bố nhân dân." (10)

(10) Hồ Chí Minh, Ngô Đình Diệm và Mặt Trận Giải Phóng, Văn Nghệ xuất bản, 1992, Hồ Sĩ Khuê, trang 59.

Chủ trương của Cộng sản muốn cướp chính quyền là phải giết, và chỉ có giết, giết tất cả, những kẻ đối lập; giết tất cả những người không đồng chủ trương; giết để khủng bổ, giết để xây dựng xã hội chủ nghĩa. Cũng vậy, muốn cướp Phật Giáo, đảng Cộng sản Việt Nam cũng phải giết. Giết trực tiếp, giết gián tiếp, giết trực diện, giết sau lưng, giết bằng đủ mọi cách. Những người bị giết để cướp GHPGVNTN đó là: 12 chư Tăng Ni chùa Dược Sư, Cần Thơ, năm 1975. Hòa Thượng Thích Thiện Minh, cố vấn Viện Hóa Đạo, Tổng Vụ Trưởng Tổng Vụ Thanh Niên, GHPGVNTN, năm 1978. Thượng Tọa Thích Thiện Giải. Hòa Thượng Thích Trí Thủ, nguyên viện trưởng Viện Hóa Đạo, GHPGVNTN, 1984 tại bệnh viện Thống Nhất. Hòa Thượng Thích Thanh Trí, Chánh Đại Diện Miền Vạn Hạnh, 1984, tại bệnh viện Nguyễn Trãi. Đại Đức Thích Huệ Thâu....

Vì sao người dân phải xuống đường, phải tranh đấu, biểu tình, tuyệt thực hay cuối cùng là tự thiêu thân để nói lên ước nguyện, công bằng và lẽ phải, trong một quốc gia được gọi là thống nhất, tự do, độc lập. Nếu thực sự là tự do, độc lập, hạnh phúc, thì người dân có cần phải đòi tự do nhân quyền, tự do tôn giáo, tự do ngôn luận và những thứ tự do bình thường khác? Cũng vì muốn có tự do, trong giá trị sống của con người, của tín ngưỡng tôn giáo, tự ngàn xưa mà 12 ngọn đuốc thiêng đã thắp sáng lòng nhân thế. Lấy thịt xương làm đuốc, lấy máu, tủy, nước mắt làm dầu, và lấy trái tim nóng bỏng, chí nguyện siêu phàm vì Đạo pháp, dân tộc làm lửa. Để từ đó, lửa đốt thịt da, lửa thiêu hủy đời người trong nháy mắt. Mười hai chư Tăng Ni chỉ thấy có lửa; một biển lửa của Từ bi, Trí tuệ và Hùng lực quét sạch bóng tối vô minh, soi sáng tận cùng nẻo tối tăm, từ những cõi lòng của người Cộng sản. Đem thân làm bó đuốc thiêng, để soi từng bước chân đi của dân tộc, giống nòi; đi về nẻo vinh quang, ấm no chân thực, mà không là đói rách, lạc hậu, bơ vơ. Hai mươi năm qua, có ai còn nghĩ tưởng, nhớ về 12 ánh lửa Từ bi, còn rực sáng, còn rạng rỡ với Đạo pháp, núi sông. Mười hai ngọn lửa thiêu thân sẽ sáng và sáng mãi suốt một dòng lịch sử oai hùng của dân tộc, Đạo pháp, quê hương. Hỡi những người Cộng sản, hãy mở mắt ra để thấy, mở tai ra để nghe, mở trái tim, khối óc ra để hiểu, dân tộc Việt là đó, Đạo pháp Việt là đó. Thiêu thân mình để kẻ khác được sống, hy sinh mình để Đạo pháp dân tộc trường tồn. Nhưng da thịt nào không đau, máu xương nào không khô kiệt, nứt nẻ? Con người đành quay lưng, lãng quên, phủ nhận, bạo tàn, chà đạp lên thi hài người đã hy sinh bằng tấm lòng Thánh Tử Đạo, cướp xác, phi tang, tẩu tán, lừa bịp, dối trá, chụp mũ và kết án phi nhân. Ngôn ngữ nào có thể nói lên sự ác tâm đó, lời lẽ nào có thể diễn đạt hành động không chút lương tri của người Cộng sản.

Sự kiện quá hiển nhiên, vì sự bạo tàn của chế độ, để đưa tới sự tự thiêu tập thể này, nhưng guồng máy tuyên truyền của chế độ đã chối phăng đi tất cả. Đúng là miệng lưỡi của Cộng sản Hà Nội! Đứng trước một sự kiện quá đau lòng, nhân danh Viện Trưởng Viện Hóa Đạo GHPGVNTN, Hòa Thượng Thích Trí Thủ đã gởi văn thư số: 0136–VHĐ/VP lên Chủ tịch Chánh phủ, Cách mạng Lâm thời Cộng Hòa miền Nam Việt Nam:

"Thưa quí vị Chủ tịch,

"Ngày 2 tháng 11, năm 1975, tại tỉnh Cần Thơ đã xảy ra một vụ tự thiêu tập thể hết sức bi thảm của 12 Tăng Ni để phản đối chính quyền địa phương về hành động vi phạm chính sách tôn trọng tự do tín ngưỡng của Mặt Trận Dân Tộc Giải Phóng và Chánh Phủ Cách Mạng. Nguyên nhân như sau:

"Hằng năm cứ đến ngày 21 tháng 9 Âm lịch, Tăng Ni Thiền Viện Dược Sư tại ấp Tân Long A, xã Tân Bình, quận Phụng Hiệp, tỉnh Cần Thơ có làm lễ kỷ niệm Ni cô Diệu Hậu đã tự thiêu ngày 21 tháng 9 năm Nhâm Tý (1972) để cầu nguyện cho hòa bình. Đặc biệt năm nay cũng là lần thứ nhất kỷ niệm một Ni cô nữa tên

Diệu Nguyên cũng đã tự thiêu để cầu nguyện hòa bình ngày 21 tháng 9 năm Giáp Dần (1974). Vì hai sự kiện trùng hợp đó, nên năm nay Tăng Ni Thiền Viện Dược Sư đã tổ chức lễ kỷ niệm trong ba ngày từ 19 đến 21 tháng 9 năm Ất Mão, tức từ 23 đến 25 tháng 10, năm 1975. Nhưng cuộc lễ đã bị chính quyền địa phương ngăn cấm.

"Đến ngày 24 tháng 10 năm 1975, Ủy ban Cách mạng xã Tân Bình đã cho gọi Đại Đức Trụ Trì là Thích Huệ Hiền đến văn phòng xã buộc phải chấp hành những điều sau đây:

1. Cấm tuyệt đối không được treo cờ Phật Giáo ngoài chùa.

2. Cấm tuyệt đối không được để chung việc cầu nguyện tôn giáo cho Bác và liệt sĩ và các chương trình hành lễ.

3. Tăng Ni thiền viện không được nhập thất và tịnh khẩu mà phải ăn cơm và nói chuyện để học theo đường lối cách mạng.

4. Ông Trụ trì phải có trách nhiệm phát huy thắng lợi vẻ vang lịch sử vĩ đại của cách mạng cho Tăng Ni thiền viện.

5.Tăng Ni Thiền viện phải hợp tác sinh hoạt chính trị vào các tổ chức đoàn thể của cách mạng.

6. Cấm tuyệt đối không được thu nhận đệ tử xuất gia và tại gia.

"Vì nhận thấy những điều trên đây của Ủy ban Cách mạng xã Tân Bình quá khắt khe đối với người tu hành, không thể thực hiện được nên toàn thể Tăng Ni Thiền viện Dược Sư gồm 12 người đã đồng lòng chọn cái chết để được giải thoát. Và đúng 24 giờ khuya ngày 29 tháng 9 Ất Mão, tức ngày 2 tháng 11, 1975, tất cả Tăng Ni Thiền viện Dược Sư đã tự thiêu để lại một bức thư tuyệt mệnh với bảy điều thỉnh nguyện (bản sao đính kèm). Sau khi tự thiêu, thi thể của các Tăng Ni đã bị nhà chức trách địa phương đưa đi mất tích và Thiền viện Dược Sư bị cô lập.

"Ba ngày sau nghe tin Thầy tự thiêu, mấy người đệ tử của Đại Đức Thích Huệ Hiền là Ni cô Diệu Hoa tục danh Phạm Thị Chước, Ni cô Diệu Hậu tên nhà (không rõ họ) và cô Vũ Bạch Tuyết pháp danh Diệu Nga về thăm liền bị bắt và đưa đi đâu không ai biết. Ngoài ra còn nhiều chi tiết liên quan đến vụ này chúng tôi không thể đề cập hết vì quá đau lòng.

"Thưa quí vị Chủ tịch

"Chúng tôi phản ảnh sự kiện này với niềm hy vọng là quí vị Chủ tịch và chính phủ Cách mạng sẽ lưu tâm nhiều hơn đến tình hình tại các cơ sở hạ tầng. Chúng tôi không tin hay nghĩ rằng sự kiện đáng tiếc này cũng như một số sự kiện khác liên quan đến vấn đề tự do tín ngưỡng đã xảy ra tại một số nơi, là chủ trương hoặc chính sách chung của Mặt Trận và chính phủ mà đây chỉ là sự bồng bột và sai lầm của những cán bộ hạ tầng. Chúng tôi chưa mất niềm tin ở chính sách quang minh chính đại của cách mạng, do đó, chúng tôi xin đạo đạt lên ông Chủ tịch và chính phủ những nguyện vọng sau đây:

1. Chỉ thị cho các cán bộ hạ tầng triệt để tôn trọng quyền tự do tín ngưỡng của nhân dân đã được Mặt Trận và chính phủ cách mạng bảo đảm bằng minh văn.

2. Xử lý thích đáng những người có trách nhiệm đã gây ra sự kiện bi thảm tại Thiền viện Dược Sư.

3. Xin phóng thích những người bị bắt khi họ về thăm Thiền viện Dược Sư.

4. Xin giải tỏa và trả lại ngôi Thiền viện Dược Sư.

5. Tìm biện pháp hữu hiệu ngăn chặn, không để cho những trường hợp tương tự tái diễn.

"Thưa quí vị Chủ tịch,

"Đáng lý ra chúng tôi phải đến trực tiếp trình bày nội vụ với quí vị cho được đầy đủ hơn và kín đáo hơn thay vì gởi văn thư này, nhưng rất tiếc là một cuộc gặp gỡ trực tiếp như vậy rất là khó khăn, bởi vì, từ sau ngày miền Nam được hoàn toàn giải phóng, đã ba lần chúng tôi xin được tiếp xúc quí vị để trình bày về lập trường của Giáo Hội chúng tôi, nhưng đã không được quí vị chấp thuận. Tuy nhiên, chúng tôi vẫn sẵn sàng cung cấp đầy đủ chi tiết về vụ này cũng như nhiều vấn đề khác một cách trực tiếp nếu quí vị Chủ tịch thấy điều đó cần thiết.

"Với tất cả lòng thành, chúng tôi cầu chúc quí vị Chủ tịch dồi dào sức khỏe để lãnh đạo Mặt Trận và chánh phủ mang lại yên vui hạnh phúc cho toàn dân.

"Trân trọng cám ơn và kính chào quí vị Chủ tịch."

Đau thương không thể nói, chết mới nói nên lời. Cho dù Hòa Thượng Viện Trưởng có nói gì đi nữa thì con người Cộng sản của chế độ phi nhân nghiệt ngã ấy có nghe không? Có sửa sai, có ăn năn hối cải việc giết người không? Hay họ tiếp tục giết tất cả những ai chống đối, mà tự thân Hòa Thượng sau này cũng phải chết dưới kỹ thuật giết người này? Chỉ có chết mới nói lên được dòng sinh mệnh và sử mệnh Đạo pháp, dân tộc. Mười hai chư Tăng Ni đã đi vào dòng sử mệnh, để làm sống dậy dòng sinh mệnh mà suốt chiều dài lịch sử bảo vệ Đạo pháp, dân tộc đã un đúc, ý chí đấu tranh kiên cường — chúng tôi nằm xuống để mọi người bước tới

Chương Ba

SỰ HY SINH CAO CẢ CỦA HÒA THƯỢNG THÍCH THIỆN MINH, PHÓ VIỆN TRƯỞNG VIỆN HÓA ĐẠO, CỐ VẤN VIỆN HÓA ĐẠO, TỔNG VỤ TRƯỞNG TỔNG VỤ THANH NIÊN—GHPGVNTN, NGƯỜI ĐÃ ĐẤU TRANH CHO HÒA BÌNH, TỰ DO NHÂN QUYỀN VÀ CHẾT TRONG NGỤC TÙ CỘNG SẢN

Chí nguyện của kẻ xuất gia là thượng cầu hạ hóa, mang sứ mệnh độ sinh đi vào cuộc đời — Hoằng pháp thị gia vụ, lợi sanh vi sự nghiệp — Hoằng pháp là việc nhà, làm lợi ích cho chúng sinh là sự nghiệp thì đối với tấm thân tứ đại dưới hình tướng của một vị Tăng, đâu không là nhà, đâu không là sự nghiệp. Mang cả thân và tâm ra để hoằng pháp, bảo vệ chánh pháp, hoằng dương đạo pháp, để nguyện cho Phật pháp được bền vững, tồn tại lâu dài nơi cõi đời và lợi lạc cho quần sanh. Bằng chí nguyện xuất trần đó, người Tăng sĩ đã thực sự dấn thân vào đời, như giá trị siêu việt, hùng dũng, qua hình ảnh vị Bổn Sư cầm dao cạo mái tóc xanh của thời thơ ngây trong trắng; và tán thán sơ tâm xuất gia của người con Phật — Điều ngự tử.

"Hủy hình thủ khí tiết
Cát ái từ sở thân
Xuất gia hoằng Phật đạo
Thệ độ nhất thiết nhân"

"Lành thay, bực Đại Trượng Phu! Hủy thân mình, mặc pháp phục, cắt ân ái, từ thân thuộc, phụng hành Như Lai mạng, rộng độ các quần mê." (1)

(1) Tăng Già Việt Nam, nhà xuất bản Phú Lâu Na—1991, trang 35, Hòa Thượng Trí Quang

Ngoại hình không còn giống như người thế tục, cạo bỏ râu tóc, mặc áo hoại sắc, cho hình dung cách biệt người đời, không săm se, trau chuốt, không phấn sáp, hương hoa chỉ một lòng giữ gìn tiết tháo của kẻ "xuất trần vi thượng sỹ". Chính khí tiết siêu xuất thế gian mà kẻ xuất gia từ bỏ thân thuộc, xa lìa tình thương yêu gia đình nhỏ nhoi, cầu mong ra khỏi nhà tam giới để phụng hành Phật đạo, cứu độ chúng sanh. Với ý nghĩa cao cả đó, hình bóng của kẻ xuất gia thênh thang tự tại, như con voi chúa thong dong trong rừng sâu; an nhiên thanh thản như con tê giác một mình giữa chốn núi rừng trầm lặng, để tự quán chiếu thâm tâm, soi tỏ ngọn nguồn bản lai diện mục, để từ đó, cất bước ra đi hóa độ, qua hình ảnh tuyệt trần của kẻ xuất gia:

Nhứt bát thiên gia phạn
Cô thân vạn lý du
Kỳ vị sanh tử sự
Giáo hóa độ xuân thu.
Dịch:
Một bát cơm ngàn nhà
Thân chơi muôn dặm xa
Mắt xanh xem người thế
Mây trắng hỏi đường qua.

Một mình, một bình bát đi xin ăn trong cõi Diêm Phù Đề này, trải qua ngàn vạn dặm—lấy pháp giới chúng sanh làm nhà, lấy chúng sanh làm cha mẹ—chỉ nhớ nghĩ lo giải quyết vấn đề sinh tử—sanh tử sự đại, chóng kiếp vô thường, ngày tháng như thoi đưa, đạo nghiệp khó thành, và giáo hóa qua năm tháng. Một hình ảnh mà Hòa Thượng Trí Quang đã phóng dịch:

"Việc xuất gia khó lắm. Cắt ân ái, từ dục vọng, cô thân chích ảnh đi trên đường giác ngộ, hiến cả đời mình cho một mục đích duy nhất: "hoằng pháp lợi sanh".(2)

(2) SĐD.

Với mục đích cao cả đó, Hòa Thượng Thích Thiện Minh đã thực sự "cô thân chích ảnh" bằng hành trang, tư lương giáo hóa đi vào cuộc đời này. Trải qua ba chế độ, đệ nhất Cộng Hòa, đệ nhị Cộng Hòa, và Cộng sản. Hòa Thượng đều bị ở tù. Rõ thật cuộc đời ác năm trược này, Ngài nguyện vào trước để độ sinh nên đã hy sinh thân mạng, không sợ hãi trước bạo quyền. Nghĩa khí và tiết liệt của Hòa Thượng đã nêu cao dòng máu oai linh, Thánh tử đạo của Tăng già Việt Nam.

"Dòng máu của Tăng già Việt Nam là dòng máu Trí Tuệ, sáng suốt, dòng máu đại hùng, đại lực, dòng máu từ bi hỷ xả, dòng máu tinh tấn, dũng mãnh, dòng máu ấy đủ tất cả, không thiếu một đức tính tốt di truyền nào. Con đẻ của dòng máu ấy là những anh hùng vị tha, lợi tha, và giác tha, cứu khổ và giải thoát cho muôn loài. Dòng máu ấy làm cho Tăng già thành bực tai mắt của người và trời, làm kiểu mẫu cho tam giới. Dòng máu ấy đào tạo Tăng già thành những vị giác tha, những Đức Phật. Dòng máu ấy là dòng máu chánh giác cao cả của Đức Phật vậy." (3)

(3) SĐD. Trang 14.

Tiếp nối dòng máu của chư vị Tổ Đức, từ thời sơ khai, Khương Tăng Hội, Mâu Tử, Chi Cương Lương, thời đại Luy Lâu, làm nền tảng Đạo pháp phát huy theo vận nước, Hòa Thượng Thích Thiện Minh đã thừa tiếp ngọn đèn chánh pháp được thấp sáng từ đó, để rồi qua những ngày hoằng pháp độ sinh, Hòa Thượng đã đem hết tâm huyết của mình ra phục vụ cho nhân quần xã hội. Bằng khả năng sẵn có, bằng ý chí kiên định, Hòa Thượng đã chống tích vân du khắp các miền: từ Huế lên cao nguyên, xuống miền Nam, ra miền Trung, để điều động công tác Phật sự, hoạch định phương án hoằng pháp, thiết lập các cơ sở chi hội, khuôn hội, tổ chức các đại hội, đẩy mạnh phong trào chấn hưng Phật Giáo, nhằm kiện toàn cơ cấu tổ chức của Giáo Hội, và mở ra con đường tươi sáng cho Phật Giáo Việt Nam—tranh đấu cho hòa bình dân tộc. Hòa Thượng là ngôi sao sáng trong hàng Tăng già trong những thập niên 50–60, 70. Hình ảnh Hòa Thượng trong chiếc áo tràng đà, chiếc kính gọng đen to bản cố hữu, thật thâm trầm, đĩnh đạc, biểu hiện một tăng tướng oai nghi, mà qua những thập niên đương đại, Hòa Thượng là bậc Thiệu long thánh chủng, là rường cột của Giáo Hội. Hòa Thượng gìn giữ bản hoài sơ tâm xuất gia, vì vậy Ngài đã hiến trọn đời mình cho Dân tộc, Đạo pháp. Trong hàng Tăng đoàn, nơi ngôi Tổ Đình, Hòa Thượng là bậc Chúng trung tôn, để truyền trì mạng mạch Phật pháp; còn khi dấn thân vào đời hoằng pháp thì Hòa Thượng là một chiến lược gia, là một nhà hùng biện của Giáo Hội. Đến khi bị tù ngục qua bao chế độ, thì Ngài là vị Bồ Tát chịu khổ nhục thay cho mọi người. Tâm tư của Ngài lúc nào cũng thanh thản trầm tĩnh như tướng mạo của Ngài. Sau năm 75, chế độ Cộng sản bức hại và khủng bố Hòa Thượng, dụ Ngài làm việc với chế độ, nhưng Ngài vẫn lập trường dứt khoát, không bao giờ bắt tay với Cộng sản, vẫn đứng thẳng người làm vị thuyền trưởng để lèo lái con thuyền Giáo Hội vượt qua cơn phong ba bão táp của chế độ nghiệt ngã Cộng sản. Hòa Thượng đã khẳng định dứt khoát qua cuộc nói chuyện với tướng Đỗ Mậu:

"Dù tình thế có đi về đâu, thì Phật Giáo vẫn đứng trong lòng dân tộc mà đấu tranh cho đến cùng, bằng thế cách này, hay chiến thuật khác. Thiếu tướng cứ tin đi, còn Giáo Hội, còn tôi, thì cuộc tranh đấu không bao giờ ngừng."(4)

(4) Cố Hòa Thượng Thích Thiện Minh, 1983, trang 65, Thích Mãn Giác.

Ngày nào đất nước còn loạn ly, quê hương còn khổ lụy và dân tộc lầm than thì ngày đó sứ mệnh Tăng già Việt Nam còn phải hành hoạt, mang hạt giống xây dựng quê hương, mang ánh sáng từ bi, hạnh phúc đến cho tất cả, mà Hòa Thượng Thích Thiện Minh là hạt nhân để thành tựu sứ mạng đó. Phương châm của Hòa Thượng là kiến tạo nền hòa bình đích thực cho dân tộc, phát huy Đạo pháp trường tồn và thăng tiến trên lộ trình tu tập đạo giải thoát. Hiện thân của Hòa Thượng trong cuộc đời này là sự thị hiện của vị Bồ Tát, khổ trước cái khổ của chúng sinh, và vui sau cái vui của mọi người. Chính vì mong cầu niềm vui đến cho tất cả mà Ngài không hề quản ngại, lo âu khi đối diện với người đại diện Cộng sản VN, Mai Chí Thọ, trước lập luận và chủ trương bạo hành của nhà cầm quyền Cộng sản VN:

"Có thể các Thầy nói hàng ngàn người nghe, chúng tôi nói không ai nghe, nhưng chúng tôi có súng, có nhà lao, có quân đội. Tất cả chúng tôi có trong tay. Liệu các Thầy có chống đối được không và chống đối đến bao giờ?"

Qua những lời đối thoại này chúng ta càng thấy rõ được thái độ bình tĩnh, tâm tư từ hòa của bậc Đại sĩ, bằng trí tuệ siêu việt, bằng cái nhìn kinh nghiệm lịch lãm suốt một chiều dài lịch sử dựng nước và giữ nước. Ngài nói:

"Tôi nghĩ rằng có lẽ ông đã nói sai. Hơn ai hết ông biết rằng trong suốt thời gian đương đầu với Pháp và với Mỹ, kẻ khác chứ không phải là ông đã nói ra những câu tương tự như vậy. Lịch sử đã chứng minh rằng súng đạn và nhà tù không phải là tất cả, lại càng không phải là yếu tố tất thắng. Một Ngô Đình Diệm với 9 năm cai trị bằng mật vụ; một Tần Thủy Hoàng với chính sách bạo ngược đốt sách, chôn học trò. Kết quả như thế nào? Đúng, chúng tôi, một tấc sắt cũng không có trong tay và các ông thì có tất cả. Nhưng chúng tôi biết bài học lịch sử." (5)

(5) SĐD, trang 75.

Bài học lịch sử qua kinh nghiệm tự thân của Hòa Thượng là bài học giáo lý sống động, thực tiễn, đó là tinh thần giáo lý: Tam pháp ấn: vô thường, khổ, vô ngã vì vô thường qua chứng tích lịch sử mà sau lời nói của Hòa Thượng không lâu, các nước Cộng sản Đông Âu đã sụp đổ. Cái nôi Cộng sản Liên Sô cũng tan tành. Lời nói đó đã chứng minh cho Cộng sản Việt Nam sáng mắt, sáng lòng, để nhìn rõ hơn: không phải có đủ súng đạn, có dư nhà tù, quân đội mà tượng đài Lénine không bị giật sập, bể đầu, gãy cổ, san thành bình địa.

Vì tinh thần khí khái, không khuất phục trước bạo quyền, năm 78 Hòa Thượng đã chống gậy lang thang từ văn phòng Viện Hóa Đạo đến chùa Già Lam, từ Già Lam qua chùa Pháp Vân, từ Pháp Vân đến trung tâm Quảng Đức mà chẳng có nơi nào là chốn tạm dung cho tấm thân tứ đại đau yếu của Ngài, vì nhà cầm quyền Cộng sản VN không cấp hộ khẩu , để Ngài tự biết rằng, nhà tù là chốn dung thân. Ngài chuẩn bị hành trang với hai bộ áo quần và những vật dụng cần thiết đợi ngày vào tù Cộng sản. Và chính nơi đó, là nơi an nghỉ nghìn thu của Hòa Thượng. Cánh cửa nhà tù được khép lại, chôn kín hình ảnh của một kẻ sĩ xuất trần, nhưng không thể chôn mất ý chí, tâm nguyện của Bậc Thượng nhân, vì hạnh nguyện độ sinh, lợi tha giác ngộ.

NỖI TANG THƯƠNG, HAY NIỀM ĐAU CỦA DÂN TỘC, HÌNH ẢNH CỦA CỐ HÒA THƯỢNG THIỆN MINH, NGƯỜI CON TRONG LÒNG ĐẠO PHÁP:

"Một gương mặt bầm tím với râu tóc mọc dài, yên nghỉ trong chiếc quan tài. Tất cả những phần còn lại của con người yên nghỉ đó đều bị che lấp, không ai biết có vết tích gì trên phần còn lại đó hay không?"

Đó là hình ảnh của cố Hòa Thượng Thích Thiện Minh mà chúng ta biết được qua lời kể của những vị đại diện Viện Hóa Đạo đi "nhìn mặt" hai ngày sau khi cố Hòa Thượng đã nằm xuống trong lao tù của Cộng sản.

"Hòa Thượng Thích Thiện Minh, chiến lược gia của Giáo Hội Phật Giáo Việt Nam Thống Nhất, người đã từng ở tù trong cả ba chế độ, hôm 17 tháng 10 năm 1978 đã bỏ mình trong một nhà tù của Cộng sản tại thành phố Hồ Chí Minh." (6) Đây là tin của đài BBC London.

(6) SĐD, trang 59.

"Hình ảnh cuối cùng của Thượng Tọa Thiện Minh mà người ta thấy, là một thi thể được che phủ kín mít, nằm tại một khu rừng ở Hàm Tân (Bình Tuy) ngày 18 tháng 10, 1978. Hòa Thượng Thích Trí Thủ, viện trưởng Viện Hóa Đạo là một trong số rất ít người được công an thành phố Sài Gòn cho phép đến thăm và nhìn thi thể của Thượng Tọa lần chót. Khi Hòa Thượng Trí Thủ giở tấm vải che mặt, những người chứng kiến xúc động thấy khuôn mặt của Thượng Tọa bầm đen và râu tóc trắng xóa mọc dài. Những gì có thể thấy được và biết được về Thượng Tọa Thiện Minh chỉ có thế; chính quyền Cộng sản Việt Nam cũng muốn gói trọn cái thi thể và tất cả những tin tức về cái chết của Thượng Tọa Thiện Minh tại khu rừng Hàm Tân xa xôi, hẻo lánh." (7)

(7) SĐD, trang 68.

Theo tài liệu của tuần báo Chánh Đạo đăng tải về cách hỏi cung và sự đánh đập để đưa đến cái chết thê thảm của Hòa Thượng Thiện Minh, số 157, ngày thứ Bảy 28 tháng 10, 1995:

Đây, bộ mặt thật của chế độ Cộng sản Hà Nội: cố Hòa Thượng Thích Thiện Minh đã bị hành hạ, tra tấn đến chết trong lao tù Cộng sản bất nhân như thế nào?

Qua tài liệu này, người viết sẽ trích lại phần lớn bài tường thuật để cho tất cả chúng ta thấy cái chết của Hòa Thượng, và cách đối xử với người đã quá cố của chế độ Cộng sản Hà Nội.

L.T.S: Lâu nay giới Phật tử ở trong cũng như ngoài nước chỉ biết Thượng Tọa Thiện Minh chết ở trại cải tạo Hàm Tân (Phan Thiết cũ). Trong một bức thư gởi từ Sài Gòn cho tòa soạn Quê Mẹ ngày 7 tháng 11, 1978, Hòa Thượng Thích Trí Thủ đã viết: "...Thầy Thiện Minh đã qua đời một cách hắc ám, tối tăm trong cơ cực, tin cho bà con biết. Khi Thầy nằm xuống, không một thân nhân ở đó. Khi được tin thì cũng chỉ được quyền ngó mặt rồi họ giục về cho họ đi chôn. Muốn ở lại thêm họ cũng không cho..." Nhưng cho đến nay vẫn chưa ai biết là Thượng Tọa đã bị tra tấn cho đến chết ngay ở Sài Gòn tại trại X4 (ở góc đường Nguyễn

Trãi, Sài Gòn) là trại thẩm vấn (hiểu là tra tấn) và tạm giam trước khi phân phối qua các nhà tù hay trại tập trung. Cộng sản đã chở xác Thượng Tọa ra Hàm Tân để đánh lạc hướng biểu tình của Phật tử ở Sài Gòn đang sôi động sau những ngày Thượng Tọa bị bắt.

Mới đây, ông Lê Xuân Thuấn, nguyên là một cán bộ công an làm việc tại viện khoa học hình sự thuộc Bộ Nội Vụ của Cộng sản Việt Nam, không chịu đựng nổi sự thống trị nghiệt ngã dã man và vô cùng xảo quyệt của Cộng sản, đã vượt biên tìm tự do. Trong thời gian công tác, ông Thuấn đã chứng kiến những sự kiện liên quan đến cái chết của Thượng Tọa Thích Thiện Minh từ đầu đến cuối. Bài viết sau đây của Báo Quê Mẹ đã viết lại theo sát lời kể của ông Thuấn như một bằng chứng mới bổ sung vào tập hồ sơ tội ác đã dày cộm của Cộng sản hơn 12 năm qua.

"Tên công an gằn giọng:

— Tôi hỏi lần cuối cùng: ông có chịu ký vào biên bản nhận mình có âm mưu đứng ra tổ chức chống phá cách mạng không?

Thượng Tọa Thiện Minh lắc đầu.

—Không.

Tên công an đập bàn quát:

— Đ.M. mày ngoan cố hả?

Thượng Tọa Thiện Minh vẫn điềm đạm:

— Tôi không ngoan cố. Tôi chỉ đòi hỏi ông nêu ra những bằng cớ chính xác chứng minh là tôi đứng ra âm mưu tổ chức chống phá cách mạng. Thế thôi.

Tên công an gừ gừ mấy tiếng trong cổ họng nhưng cuối cùng hắn vẫn nín khe. Hắn gườm gườm nhìn vị Thượng Tọa ốm yếu đang ngồi xiêu vẹo trước mặt. Đôi lông mày sâu róm của hắn cau lại, đôi môi giật giật liên hồi, mắt hắn long lên như đổ lửa. Rồi hắn đứng dậy, rít lên trong kẽ răng:

— Được, mày muốn, ông sẽ chứng minh cho mày thấy.

Hắn quay ra ngoài, gọi lớn:

— Đính đâu?

Một tên công an mặt mũi non choẹt nhưng hung ác xăm xăm chạy vào.

— Thưa Thiếu tá, có em

Tên Thiếu tá công an nhìn Thượng Tọa Thiện Minh, hất hàm:

— Đánh!

Không cần lời ra lệnh thứ hai, Đính hiểu ngay. Hắn bước từng bước chậm chạp lại gần Thầy Thiện Minh. Thầy cố trấn tĩnh chờ đợi. Thầy nghe tiếng chân hắn khua vang trên nền gạch. Thầy nhìn bàn tay hắn co lại và Thầy thấy hình như cánh tay hắn vung lên. Thầy bật người ra sau, ngã sóng soài trên mặt đất. Mắt hoa lên thấy cả một trời sao lấp lánh. Hai vệt máu từ từ lăn ra hai bên khóe miệng. Thầy cố gắng ngồi dậy. Đính lặng yên đứng ngó và chờ lịnh. Tên Thiếu tá Công an hất hàm:

— Tiếp!

Đính lại nhào tới. Thầy Thiện Minh chưa kịp đứng vững đã bị ngay một quả đấm như trời giáng vào ngực. Thầy oằn người lại gục xuống, nhưng không té hẳn. Bàn chân của hắn đã tung lên đá thẳng vào mặt khiến cả thân hình Thầy như sắp ngã về phía trước lại bật ngược ra sau. Đầu nện xuống nền nhà. Đính lại cúi xuống, nắm cổ áo vực dậy. Hắn đấm đá tới tấp vào người Thầy. Mặt mũi Thầy Thiện Minh loang đầy máu. Có mấy chiếc răng văng ra ngoài. Người mềm nhũn ra mặc tình cho Đính hành hạ.

Tên Thiếu tá công an đang đứng nhìn bỗng lên tiếng:

— Khoan, Đính. Dừng tay chờ tí.

Rồi hắn bước lại, đưa bàn tay thô nhám nâng cằm Thầy Thiện Minh hất lên. Hắn hỏi giọng mỉa:

— Sao, bằng cớ như vậy đã đủ chưa? Chịu ký không?

Thầy Thiện Minh ráng mở mắt nhưng cứ hấp háy hoài không mở nổi. Một quả đấm trúng vào đuôi mắt trái khiến mắt Thầy sung vù lên, húp lại. Thầy thều thào:

— Kh..ô..ng...

Thầy muốn nói nữa, nhưng không đủ sức. Tên Thiếu tá công an chỉ nghe cái âm ú ớ như người sắp tắt thở. Hắn giận dữ đẩy chúi Thầy Thiện Minh về phía trước. Đầu Thầy đập vào cái góc bàn kêu chát một tiếng rồi quỵ xuống. Tên Thiếu tá công an nhìn Đính ra lệnh tiếp:

— Cứ đánh đến khi nào hắn hết ngoan cố thì thôi. Nhớ đừng đánh lên mặt nhiều quá.

Đính lại nhào tới. Hai cánh tay cứng cáp của hắn lại vung lên lia lịa. Bình bịch. Chan chát. Lâu lâu Thầy Thiện Minh kêu "oái" lên một tiếng. Rồi lại bình bịch. Chan chát. Khuôn mặt Thầy dầm dề máu me. Mặt mày Đính cũng ướt đẫm mồ hôi. Bình bịch... chan chát... Những cánh tay vung. Những dòng máu hộc. Đính như điên cuồng. Hắn đánh bất kể... thân hình Thầy Thiện Minh như mềm lả ra.

— Thôi!

Tên Thiếu tá ra lệnh. Đính ngừng tay. Thân thể Thầy Thiện Minh rũ xuống, ngã huỵch xuống đất, ông nằm ngay đơ không nhúc nhích. Tên Thiếu tá hất hàm bảo Đính:

— Lại rờ mũi hắn xem sao?

Đính bước lại, đưa tay rờ rờ trên mũi Thầy Thiện Minh, rồi đáp:

— Chết cha, sao chẳng nghe thở gì hết trơn, Thiếu tá?

Tên Thiếu tá hỏi giọng bồn chồn:

— Thiệt hả? Mày coi lại kỹ đi...

Đính lại cúi xuống. Lát sau, hắn ngước lên, trả lời:

— Chả chết thiệt rồi, Thiếu tá. (...)

Tên Thiếu tá gật gù:

— Hay đó. Anh Vân có dặn cụ thể là ai sẽ mang xác tên Thầy tu này ra Hàm Tân không, thưa đồng chí?

— Ảnh nói, tốt hơn hết là chính đồng chí hướng dẫn vụ chở xác này cho bảo đảm. Ảnh đã điện thoại báo cho trại Hàm Tân biết rồi.

Trước sân chùa Quảng Hương Già Lam ở Gò Vấp, Hòa Thượng Thích Trí Thủ cầm tờ giấy báo tử mà cứ ngơ ngẩn như xuất thần. Ông đọc đi đọc lại tờ giấy mỏng dính, vàng khè ấy không biết bao nhiêu lần. Vẫn có chừng ấy chữ. Nội dung thật vô cùng đơn giản: ông Đỗ Xuân Hàn, tên đạo là Thích Thiện Minh, sinh năm 1921 tại Quảng Trị, chết tại trại giam Hàm Tân, thuộc huyện Hàm Tân, tỉnh Thuận Hải vào ngày 18 tháng 10, 1978. Lý do: bịnh. Ông đọc lại lần nữa. Rồi lại lần nữa. Vẫn bao nhiêu chữ. Giản dị biết mấy, mà cũng thương tâm biết mấy. Lòng vị Thiền sư già bỗng dưng nhói lên nghẹn ngào. Nước mắt ông rưng rưng chảy ra long lanh trên đôi khóe mắt nhăn nheo. Đã xong một kiếp người. Ông thở dài, bâng quơ nhớ lại hình ảnh của Hòa Thượng Phó Viện trưởng Viện Hóa Đạo, trí tuệ minh mẫn, ăn nói hùng hồn và quyến rũ lạ thường, đạo đức ngời lên như một tấm gương sáng trong Giáo Hội. Rồi cũng qua đi, qua đi hết! Ông tưởng tượng thân xác Thầy Thiện Minh giờ này có lẽ đã lạnh. Lạnh lắm ở một nơi nào đó có cái tên dễ khiến người ta hãi hùng là Hàm Tân kia. Hòa Thượng Thích Trí Thủ ngồi bất động thật lâu. Hai mắt ông nhắm nghiền lại mà nước mắt cứ ứa ra hoài.

Ngày hôm sau, Hòa Thượng Thích Trí Thủ đích thân dẫn mấy vị thị giả ra Hàm Tân viếng Thầy Thiện Minh lần cuối...(...)

Pháp thân Hòa Thượng Thiện Minh được đặt trong một căn phòng nhỏ. Ngài nằm bẹp dí trên giường, người mỏng như một xác lá, một chiếc khăn trắng phủ choàng lên bên trên. Khuôn mặt ông xanh thật xanh nổi lên những vết bầm tím. Một vết đứt ngắn nằm ngay trên cánh môi dưới của ông nhưng đã được rửa sạch máu nên rất khó thấy.

Mọi người đứng lặng. Lòng ai cũng cồn lên nhức nhối. Hòa Thượng Thiện Minh mới bị bắt ngày 13/4/1978, tức mới hơn 6 tháng thế mà ông thay đổi nhiều quá. Người gầy quắt lại. Miệng ông há hốc ra và nhô cao.

Hòa Thượng Thích Trí Thủ nghiêng mình hỏi tên Trung tá công an đang đứng bên cạnh:

— Ông cho phép tôi được vuốt mắt người quá cố?

Tên Trung tá lắc đầu:

— Thưa không được. Mong Hòa Thượng thông cảm. Vị Thượng Tọa đây từ trần đã hơn hai ngày, đến gần, sợ không được bảo đảm cho sức khỏe của các vị đâu.

Năn nỉ mấy, tên Trung tá công an cũng khăng khăng nhất định không cho ai được đến gần thi thể Ngài...

— Thưa các vị, trước hết tôi thành thật xin chia buồn với các vị về cái chết của ông Đỗ Xuân Hàn. Vì có những hành động khả nghi thiếu chân thành và thiếu thân thiện với cách mạng nên ông Đỗ Xuân Hàn được tạm giữ để điều tra trong mấy tháng nay. Chẳng may vì già yếu, ông lâm bịnh bất ngờ. Chúng tôi đã tận tình chạy chữa nhưng cuối cùng không thể cứu chữa được. Thật đáng tiếc. Đây là điều hoàn toàn ngoài ý muốn của chúng tôi.

Tên Trung tá công an cúi xuống lật lật xấp hồ sơ dày cộm trước mặt. Hắn rút ra một xấp giấy rồi nói:

— Đây là hồ sơ bệnh lý của ông Đỗ Xuân Hàn, ông ngã bệnh vào ngày 29/9/1978, y sĩ trong trại tận tâm khám và chữa cho ông nhưng bệnh tình không thuyên giảm. Từ ngày 5/10, trại và phòng công an chúng tôi cho mời các bác sĩ có nhiều kinh nghiệm từ bệnh viện Thuận Hải về để chữa trị. Mặc dù các bác sĩ và chúng tôi hết sức cố gắng song cuối cùng, đến ngày 18/10 vừa rồi, ông Đỗ Xuân Hàn từ trần.

Tên Trung tá công an thở dài thườn thượt. Hắn im lặng một lát làm ra bộ ngậm ngùi rồi trầm ngâm nói tiếp:

— Sau khi ông Đỗ Xuân Hàn mất, chúng tôi có mời một phái đoàn y khoa khám nghiệm tử thi để biết chính xác căn bệnh hiểm nghèo mà ông Hàn bị. Các bác sĩ đã đi đến kết luận là ông Hàn bị đau thận cấp tính.

Tên công an rướn người ra phía trước đưa cho Hòa Thượng Thích Trí Thủ xấp hồ sơ bệnh lý, biên bản khám nghiệm tử thi và mấy tấm phim chụp sọ não của Thượng Tọa Thiện Minh. Hòa Thượng Trí Thủ thờ ơ cầm xấp hồ sơ trên tay ông liếc xuống đoạn cuối tờ biên bản khám nghiệm tử thi thấy ngoằn ngoèo mấy chữ ký:

Ông Đỗ Văn Thuận, bác sĩ bệnh viện Thuận Hải.

Ông Nguyễn Văn Hùng, Trung tá Tiến sĩ Pháp y thuộc viện Khoa học Hình sự Bộ Nội Vụ.

Ông Nguyễn Tiến Dũng, Thượng úy.

Ông Ngô Quang Dân, Trung sĩ.

Tự nhiên mắt Hòa Thượng chợt cay xé. Nước mắt chảy ra, rơi nhòe trang giấy vàng khè trên tay, ông rưng rưng:

— Thưa ông, chúng tôi có thể xin phép được mang thi hài ông Hàn về nhà mai táng được không?

Tên Trung tá lắc đầu:

— Rất tiếc, theo quy chế về vấn đề giam giữ, tử thi tù nhân sẽ được chôn cất tại chỗ.

— Vậy thì, thưa ông, việc mai táng ông Hàn sẽ được tổ chức vào lúc nào và ở đâu?

— Có lẽ ngay chiều nay.

— Chúng tôi rất mong được tham dự buổi mai táng chiều nay, chắc ông chấp thuận?

Tên Trung tá công an cắn môi ngần ngừ một chút rồi đáp, giọng cứng rắn:

— Thưa, mong ông thông cảm. Không phải chúng tôi khắt khe nhưng có điều là nội quy không cho phép

— Chúng tôi thiết tưởng điều đó không có gì trái với nội quy. Chúng tôi chỉ xin đứng làm người tham dự cuộc mai táng để tiễn đưa người quá cố lần cuối. Chúng tôi không rõ khi còn sống Thượng Tọa Thiện Minh có phạm lỗi gì với nhà nước chăng, nhưng ngay cả khi ông có lỗi thì bây giờ Thượng Tọa cũng đã qua đời rồi, xin ông nghĩ lại.

Tên công an vẫn khăng khăng:

— Chúng tôi hiểu và chúng tôi rất thông cảm. Nhưng cũng xin ông nhớ cho là, dù đã chết thì ông Đỗ Xuân Hàn vẫn là một tù nhân. Chưa có lệnh nào xóa án cho ông ấy cả.

Hòa Thượng Trí Thủ hơi giận:

— Thưa ông, cũng chưa có tòa án nào kết tội ông Đỗ Xuân Hàn cả!

Tên Trung tá công an bướng:

— Nhưng ông ấy vẫn bị liệt vào hạng bị tình nghi về chính trị.

Hòa Thượng Trí Thủ gắt:

— Vậy, thưa ông, tình nghi và tù nhân giống nhau?

Tên Trung tá công an đứng dậy:

— Vâng, thưa ông, giống nhau.

Hắn xếp lại chồng hồ sơ trên bàn rồi châm một điếu thuốc Samit rồi nói:

— Thưa các vị, tất cả những gì cần trình bày, tôi đã trình bày xong. Bây giờ, xin lỗi là tôi phải đi họp, xin chào các vị.

Hòa Thượng Trí Thủ vẫn ngồi chết cứng trên ghế. Bên tai ông vẫn còn văng vẳng giọng nói đanh ác của tên Trung tá công an hồi nãy: “Dù đã chết, thì ông Hàn vẫn là một tù nhân.” (Bảo Trâm)

Người tù chính trị của chế độ Cộng sản Việt Nam là những nhân tài của đất nước, là những người sống vì Đạo, chết vì Đời. Khí thiêng sông núi, anh linh giống nòi qua mấy ngàn năm đã un đúc họ thành những tinh hoa của đất nước, là những người con yêu của tổ quốc. Những con người đó đã hùng dũng vươn vai gánh vác sơn hà, cất cao lời ca tụng quê hương gấm vóc ngàn đời yêu dấu. Sống đã trọn tình nghĩa với dân tộc, quê hương, chết đã da ngựa bọc thây, nấm mồ vô chủ, đêm đêm nằm ngắm sao trời, để nghe tiếng gọi thì thầm: quê hương dân tộc này, qua bao đời tang thương khổ lụy. Mảnh đất điêu tàn, dân mình khốn khổ, ai chẳng tay trong tay, lòng chung lòng kết lại, cùng lo giềng mối Tổ Tông, làm nên lịch sử oai hùng từ xưa còn vang vọng. Từ trên đỉnh cao Yên Tử, mây gối nhẹ đầu rừng. Suối trong róc rách, hình bóng của Trúc Lâm Tam Tổ, khơi sáng dòng Thiền Tông Việt Nam còn rạng ngời. Hình ảnh, công phu của Tổ Tiên là thế ấy, hay đó chính là dòng máu của Tăng già Việt Nam còn tô đậm nét sử son. Phật pháp bất ly thế gian pháp – Phật pháp chẳng rời khỏi thế gian mà có –

Phật pháp tại thế gian
Bất ly thế gian giác
Ly thế mích Bồ Đề
Do như cầu thố giác
Dịch:
Phật pháp trong cõi thế gian này
Chẳng lìa thế gian để giác ngộ
Lìa thế gian tìm đạo Bồ Đề
Giống như đi tìm sừng thỏ.

Hình ảnh của chư vị Thiền sư, ngồi bồ đoàn, tĩnh tâm đề khởi công án, quán chiếu duyên trần nghiệp, dập tắt trần lao để buông thõng đôi tay giữa trần thế. Nhưng khi thế sự đảo điên, duyên trần vọng động chư vị Thiền sư cũng tùng duyên cất bước dở chân để phụng hành Bồ Tát đạo. "Đến năm Đinh Tỵ (1257), Thái Tông tạm dẹp việc kinh điển để ngự giá đi đánh quân Mông Cổ, vì bấy giờ nhà Tống (Trung Hoa) bị quân Mông Cổ lấy, lập ra nhà Nguyên. Do sự xích mích giữa nhà Trần và nhà Nguyên, quân Mông Cổ kéo sang đánh nước ta. Thái Tông đi đánh bị thua, bỏ kinh đô chạy về Thiên Mục (Hưng Yên), không lâu, Thái Tông trở lại đuổi được quân địch, lấy lại kinh đô." (8)

(8) Việt Nam Phật Giáo Sử Lược, 1993, trang 128, Thượng Tọa Mật Thể.

"Trần Nhân Tông – trong lúc này giặc Nguyên quấy rối, Ngài phải xếp việc kinh kệ để lo gìn giữ xã tắc. Bấy giờ giặc Nguyên là Thoát Hoan, Ô Mã Nhi hai lần sang quấy rối, nhưng vua được những đại tướng như Hưng Đạo Vương Trần Quốc Tuấn, Trần Quốc Toản, Trần Nhật Duật, Trần Bình Trọng, Trần Khánh Dư... giúp, nên chẳng bao lâu trong nước lại thái bình. Nước loạn thì Ngài ra trị loạn, nước yên thì Ngài lại về nghiên cứu kinh điển nhà Phật." (9)

(9) SĐD, trang 129.

Khí phách của bậc trượng phu là an bang tế thế, tu thân, bảo vệ nước nhà. Khi quốc phá gia vong thì thất phu cũng phải hữu trách, huống nữa là bậc anh tài. Vì thế, bổn phận của người học đạo, tu đạo không phải chỉ sớm mõ chiều chuông, công phu bái sám mà còn phải có bổn phận với quốc gia, dân tộc. Nước nhà thịnh trị, nhân dân âu ca thì sớm Thiền tối Tịnh, tương chay, muối lạt nằm lòng; còn gặp phải lúc binh đao, tai trời ách nước, thì một cũng là chung vai, hai cũng là gánh vác, nhường cơm xẻ áo, kể cả tấm thân mình cho đại cuộc. Đó chính là việc làm của chư Đại Bồ Tát, chư vị Thiền Sư—Sát nhứt miêu cứu vạn thử, hay phương tiện quyền xảo, từ bi lợi tế giả bất phạm.

Sự ra đi của Hòa Thượng Thiện Minh theo thế thường thì lòng nào không xót; tâm nào không đau. Dù ai có vô tình đến mấy đi nữa cũng không khỏi ngấn lệ bùi ngùi. Một bậc chân tu, suốt đời chưa hề đang tâm giết một con ong, cái kiến, tổn người hại vật, chỉ suốt đời canh cánh bên lòng tự giác, giác tha, giác hạnh viên mãn, để cho thế nhân bớt khổ, huynh đệ chẳng tương tàn, trong lẽ sống chân hạnh phúc. Nhưng nào ngờ, giờ đây sương chiều ảm đạm, cỏ cây núi rừng trại Hàm Tân cũng sầu cô tịch; nắm đất lạnh chôn vùi tấm thân người Tăng lữ một cách vội vàng, tàn nhẫn. Bao nhiêu năm qua, Hòa Thượng đã tranh đấu cho hòa bình, đã xả thân vì đại cuộc, cũng chỉ với mục đích gìn giữ quê cha, đất tổ, chẳng nỡ chia lìa. Khi sống đã một lòng xây dựng, thì giờ đã ra đi, Hòa Thượng thực sự ôm trọn khối lòng dân tộc, hàng 60 triệu con tim người Phật tử Việt Nam, hàng vạn tấm lòng của các nhà ái quốc, nhân bản, thi hào, văn sĩ, lãnh tụ quốc gia nghiêng mình, kính cẩn đảnh lễ và chúc tụng chí nguyện độ đời kham nhẫn của Hòa Thượng.

Lẽ đời có đến có đi, có sanh có tử; dẫu có sanh có tử, nhưng khi chứng kiến cái chết của Hòa Thượng quá đau đớn, tàn nhẫn, vô lương tâm lòng người cũng chẳng thể không ai hoài. Nhưng từ nơi thâm tâm, chí nguyện của Hòa Thượng, Ngài đã gác bỏ ưu phiền, hoan hỷ xả bỏ báo thân theo tuồng huyễn hóa – Huyễn thân mộng trạch, thân huyễn nhà mộng – đối với Hòa Thượng quan niệm về huyễn thân này như sương mai, như ánh chớp, như điện xẹt, như ánh nắng chiều hôm, để rồi đến giây phút nào đó, khi hộc xuyên tước phi – lưới thủng chim bay – Hòa

Thượng đã thật chứng, lẽ diệt sinh, sinh diệt, ngàn đời vạn pháp như nhiên bất động.

Hàng hậu duệ, thừa tiếp ngọn đèn chánh pháp xương minh, Hòa Thượng đã uống trọn ngụm nước đầu nguồn, Tông phong Tổ đức, mà đệ nhứt Tổ Trúc Lâm Thiền phái – Trần Nhân Tông – đã huấn thị:

Nhứt thiết pháp bất sanh
Nhứt thiết pháp bất diệt
Nhược năng như thị giải
Chư Phật thường hiện tiền,
Hà khứ lai chi hữu.
Dịch:
Tất cả pháp không sanh
Tất cả pháp chẳng diệt
Hiểu đúng nghĩa như vậy
Chư Phật thường trước mặt
Chẳng có đến cùng đi.

Hòa Thượng vẫn còn đó và sống mãi trong lòng Đạo pháp, dân tộc, để cho hàng con cháu noi gương bậc Tiền bối hữu công mà thắp sáng, khơi nguồn ý thức Thiện Minh làm sinh khởi hướng đi đích thực nhân bản, hòa bình cho thế kỷ 21.

Ý THỨC THIỆN MINH LÀ SINH THỨC HÓA GIẢI HẬN THÙ VÀ NẠN ĐỘC TÀI

(Tưởng thức trong ngày Hiệp kỵ chư Anh linh tử đạo và truy niệm lần thứ 17 ngày Thầy Thiện Minh viên tịch cho Đạo Pháp trường tồn – San Jose, CA, 23–26/11/1995)

Nam mô Bổn sư Thích Ca Mâu Ni Phật
Kính bạch chư Tôn đức Tăng Ni,
Kính thưa quý liệt vị,

Hôm nay, nhân ngày Đại hội Thường niên lần thứ III của GHPGVNTN Hải ngoại tại Hoa Kỳ thuộc Văn phòng II Viện Hóa Đạo, chúng ta làm lễ Hiệp kỵ chư Tôn đức tiền bối, chư anh linh Thánh tử đạo, đồng bào Phật tử các giới đã hiến thân cho Đạo nghiệp và dân tộc trong lịch sử cận đại và đương đại của Phật Giáo Việt Nam.

Giáo Hội Phật Giáo Việt Nam Thống Nhất (GHPGVNTN) không đặt sự tồn tại của mình nơi nguyên vị cá biệt mà đặt sự tồn tại đó trong sự tồn tại của nhân loại và dân tộc. Thống Nhất là điều hợp giáo lý, giới luật và nếp sống của hai Tông phái (Bắc tông và Nam tông) cũng như của hai giới Tăng sĩ và Cư sĩ. Chính đó là sắc thái đặc thù và hy hữu của nền Phật Giáo thống nhất tại Việt Nam xuất hiện lần đầu tiên trên thế giới. Tinh thần thống nhất này đã được 11 phái đoàn các giáo phái và hội đoàn Phật Giáo thuộc hai Tông phái toàn quốc họp tại chùa Xá Lợi ngày 20 tháng 11 Phật lịch 2507 chuẩn y và quyết tâm thực hiện.

Cho nên lễ Hiệp kỵ hướng tới tất cả chư Tôn đức, Anh linh Thánh tử đạo, chư Phật tử các giới thuộc hai Tông phái Phật Giáo Việt Nam đã hiến mình cho Đạo Pháp và dân tộc trường tồn. Xin mỗi lễ viên tham dự hôm nay hãy dùng huệ lực hồi hướng tới từng vị Thầy Tổ, Đạo hữu mà mình từng phục vụ, chung sống, hay chứng kiến sự hy sinh cao cả của chư vị cho Đạo nghiệp Việt Nam. Có như thế, tinh thần Hiệp kỵ mới trọn vẹn.

Tuy nhiên năm nay, ngoài sự Hiệp kỵ chư Thánh Tăng, chư Hiền linh Phật tử, đại lễ muốn được đặc biệt hồi hướng công đức tới Cố Hòa Thượng Thích Thiện Minh, một chứng nhân sống Phật nơi trần thế Sa bà, người đã bị chủ trương thù hận Cộng sản tra tấn đến chết mười bảy năm trước đây. Chết là danh từ thế tục chỉ định sự kết thúc một giai đoạn trên dòng đời vô thủy vô chung. Với Hòa Thượng Thiện Minh thì chết là sự khai sinh nhân cách để bước vào Quốc độ Từ Bi An Lạc. Hành động giết Thầy vào một ngày tháng 10 năm 1978, vô hình chung đã đồng lúc khai tử chế độ Cộng sản trong tâm thức dân Việt. Mười hai năm sau, thế giới mới chứng kiến sự khai tử ấy khi bức tường Bá Linh và ác quốc Liên Sô sụp đổ. Thế thì cái chết của Thầy là đạo lệnh khai tử ý thức hệ Thù Hận, tiếng nói của vũ khí và đánh giết, dựa trên chủ trương đấu tranh giai cấp, để khai sinh lòng Từ Bi và Trí Tuệ mà dân tộc ta đánh mất suốt hai thế kỷ vọng ngoại. Chỉ có tình yêu và trí tuệ lớn lao mới dập tắt được sự căm giận khổng lồ của chủ nghĩa hư vô.

Nơi ác thế sinh linh bị nạn độc tài áp bức, bị các chính thể vô đạo làm tâm linh, thì cái THIỆN là điều con người chờ đợi và khao khát hơn cả. Ở một đất nước đen tối suốt 50 năm vì chiến tranh, nghèo đói, thù hận, tranh chấp, nhân dân liên tục bị chà đạp dưới những thể chế vọng ngoại và vong bản, thì MINH, ánh sáng giải thoát của Chân như để là nỗi đợi chờ tha thiết mà con người mơ ước. Đây chính là Ý THỨC THIỆN MINH, một Sinh thức hóa giải Hận thù và nạn Độc tài; một Giải pháp cứu nguy Người và Nước.

Ý thức Thiện Minh được hiển lộ trọn vẹn qua cuộc đời Thầy Thích Thiện Minh. Sau chín năm qua hai cấp Tiểu học và Trung học Phật Giáo, trong số 22 vị, Thầy là một trong sáu học tăng ưu tú đầu tiên tốt nghiệp lên Cao đẳng ở Phật Học Viện Báo Quốc. Bồ tát Cư sĩ Lê Đình Thám cùng với các Ngài Mật Khế, Giác Tiên, Trí Độ là những người xướng xuất và xây dựng Phật Học Viện đầu tiên này để đào tạo Tăng tài Việt Nam. Có ai ngờ ngày làm "Lễ Phát nguyện tinh trì giới Sa Di của sáu Thầy Cao Đẳng Học Tăng Báo Quốc" vào Rằm tháng Giêng năm Quí Mùi (19/2/1948) ấy cũng là ngày mở đầu cuộc Hoằng pháp độ sanh kỳ vĩ và đấu tranh bảo vệ chánh pháp cho lịch sử đương đại Phật Giáo Việt Nam. Mười, hai mươi năm sau, số lớn những học tăng nay trở thành các nhà lãnh đạo ưu tú làm xốc dậy hồn Phật Giáo Lý Trần.

Nếu Thầy Trí Quang vừa là gương mặt biểu tượng quốc tế vừa làm nổi dậy cuộc đấu tranh năm 1963 đòi nhà nước đương quyền chấm dứt kỳ thị Phật Giáo, thì Thầy Thiện Minh là chiến lược gia soạn thảo kế hoạch đấu tranh và tổ chức quần chúng, cũng như cầm đầu các phái đoàn thương thuyết với nhà đương cục. Vì tầm vóc quan trọng của một chiến lược gia gìn giữ đạo phong dân tộc, đối địch các thế lực ngoại bang, quân phiệt, các thế lực phi dân tộc, mà Thầy liên tục bị tù đày, thảm sát.

Năm mươi năm vừa qua, đất nước ta bị trầm đắm trong tranh chấp, thù hận và vô minh. Nhưng cuộc đời Thầy Thiện Minh là sự gắn liền với Đạo và Dân qua hình ảnh một vị Thầy cao cả nhắm trao truyền "tam đạt đức" cho thế hệ trẻ, thế hệ Áo Lam của Gia Đình Phật tử, của thanh niên, sinh viên, học sinh Phật tử: đây chính là tinh thần và nhân cách Bi Trí Dũng. Tinh thần và nhân cách ấy như ngọn hải đăng chiếu rọi trong đêm tối và giông bão dài nửa thế kỷ. Phật Giáo và dân tộc tuy hai mà một trong mãnh lực đương cự mọi chủ trương xâm lược, mọi thế lực hắc ám, mọi chính sách ngu dân, trải dài qua các chế độ phong kiến, thực dân cũ mới, tới chế độ độc tài Cộng sản. Từ quá khứ cho đến hôm nay, cuộc đàn áp nhằm triệt tiêu GHPGVNTN, một lực lượng của dân tộc, biểu tỏ sự sợ hãi cuồng điên của các thế lực ma ngoại nói trên. Phật Giáo là nền tảng đạo đức của dân tộc, gắn liền với đời sống và lịch sử đất nước cho nên Phật Giáo trở thành biểu tượng văn hóa Việt Nam.

Chính vì những tương quan mật thiết với quê hương đất nước và với khối hậu thuẫn mạnh mẽ của quần chúng Phật tử, Phật Giáo luôn luôn bị đàn áp bởi các thế lực phi dân tộc. Một trong những người lâm nạn đau thương nhất là Thầy Thiện Minh. Thời kháng chiến chống Pháp giành độc lập, Thầy bị quân viễn chinh Pháp bắt và suýt bị xử tử nếu không được hồng ân chư Phật độ trì. Đêm âm mưu tàn diệt chủng tính Phật, 20/8/1963, Thầy cùng bị bắt chung với toàn thể Tăng Ni trong các chùa viện toàn quốc. Sau chính biến ngày 1/11/1963, Thầy mới được trả tự do. Dưới thời quân phiệt, vì tham gia cuộc đấu tranh với quần chúng đòi hỏi chấm dứt nạn thập nhị sứ quân tranh giành quyền bính riêng tư của giới tướng lãnh, mặc sự tồn vinh của dân và nước, Thầy lại bị mưu sát trọng thương bằng lựu đạn vào năm 1966. Bệnh chưa thuyên giảm, chính quyền quân phiệt lại giáng cho Thầy cái án 15 năm khổ sai vào năm 1969. Nhờ cuộc đấu tranh mạnh mẽ của quần chúng Phật tử và áp lực quốc tế khắp nơi trên thế giới, Thầy mới được trả tự do.

Một hành trạng như thế ắt có người đặt ra nghi vấn: Thầy làm "chính trị" chăng? Sao Thầy không lo chuyện tu tập về phần tự lợi đúng theo chánh pháp để lợi tha trong việc hoằng dương Phật pháp? Nói nôm na là sao Thầy không ngồi yên tụng kinh gõ mõ nơi am thất, chùa viện an tịnh, mà lại xông vào thế sự? Tinh thần Bất Nhị ở đâu mà đặt câu hỏi lạ lùng như thế? Nơi cõi thường tục nghi vấn này nghe có vẻ hợp lý. Song đi sâu vào thực tế chẳng có chi đáng để tâm thắc mắc. Vì sao như vậy? Vì thế giới như Nhà Lửa hôm nay, ai có thể đang tâm bỏ mặc dân đen thống khổ để điềm nhiên tự thị ngồi thiền lánh tục? Đâu thể cho thuốc bổ khi bệnh chưa dứt? Chưa truy diệt nguyên nhân sinh ra khổ ách cho dân lành thì làm sao mang lại Đại lạc? Rõ hơn nữa, ngày nay, những kẻ gán cho Phật Giáo "làm chính trị" lại chính là những kẻ đang hoạt đầu chính trị, dù ở thế cầm quyền hay ở thế rấp ranh cướp chính quyền. Cầm quyền thì phải khư khư giữ quyền để tư lợi. Thế lực cầm quyền hay thế lực rấp ranh cướp quyền luôn sợ hãi các sinh lực dân tộc, như Phật Giáo, là con đê chắn ngọn triều tham vọng gây khổ của chúng. Cho nên khi có quyền trong tay thì đàn áp. Khi chưa có quyền thì lợi dụng Phật Giáo làm bàn đạp làm chiêu bài. Lợi dụng không được tất bôi nhọ, vu khống, chụp mũ. Đó là sinh hoạt của chính trường vô–chính–trị tại Việt Nam suốt năm mươi năm qua. Nơi xã hội mầu mỡ cho sự làm quan, nhưng lại dìm đè, hãm hại những người có tài kinh bang tế thế cho dân và nước.

Thầy Thiện Minh không xông xáo xuống đường tranh đấu, tuyệt thực, biểu tình, để bảo vệ đặc quyền đặc lợi tư kỷ hay bè đảng của những kẻ không hiểu đại nghĩa mà chỉ sính cường theo cái dũng của kẻ thất phu. Hành động dấn thân của Thầy không đi tìm quyền lực, mà nhắm vào mục tiêu thoát ly khỏi biển khổ cho quần chúng đang bị làm con cờ thí cho những ý thức hệ ngoại lai. Bài học đại nguyện độ sanh mà Thầy huân tập ở Học viện Báo Quốc đã được Thầy đem ra thực hiện mấy chục năm sau để Báo Dân (báo đáp sinh dân). Cuộc đời dấn thân của Thầy luôn lấy Phật Pháp làm chủ đích, để dẹp chướng ngại của bát phong và chông gai của ma ngoại. Năm tháng trước khi mất, bút tích cuối cùng của Thầy mà chúng ta còn giữ được là bức thư viết ngày 9/5/1977 gửi Ôn Linh Mụ, tức Cố Đại lão Hòa Thượng Thích Đôn Hậu. Trong bức thư này Thầy đánh giá cuộc khủng bố trắng trợn năm 1977 của Cộng sản đối với Giáo Hội như sau: "Sự kiện xảy ra trong mấy tuần nay cũng chỉ là một hiện tượng tất yếu và nếu có chút ít ý thức thì ai cũng đoán biết không thể tránh được. Tuy nhiên, nhìn thẳng vào vấn đề và những dữ kiện xung quanh nó thì thấy nó làm sao đâu, nếu không muốn nói là ấu trĩ, phũ phàng, ngang ngược v.v... Và cũng vì vậy nên không đánh lừa được ai cả. Qua sự kiện xảy ra đôi khi tự kiểm điểm thấy Phật Giáo cũng như các vị có trách nhiệm chưa làm một điều gì đi ngược lại quyền lợi của bất cứ ai chứ đừng nói đến nhân dân đất nước."

Từ thập niên 40 trở đi, những ai từng sống trong đại gia đình Áo Lam đều chứng kiến nỗ lực kiên quyết mà dũng cảm của Thầy Thiện Minh nhằm xây dựng một thế hệ trẻ thấm nhuần đạo lý dân tộc làm trường thành ngăn chận cơn thác lũ thời đại như những đợt đại hồng thủy tràn ngập vào quê hương. Với Thầy, không có vấn đề Phật Giáo riêng tư như một tôn giáo, không có vấn đề dân tộc như một chủ nghĩa bài ngoại cuồng tín, cho nên hành trạng Thầy gắn liền với văn hiến Việt, với sinh dân nước Việt, mà cũng là công dân của nhân loại. Bởi vì Thầy quan niệm đạo Phật là Con Đường Cứu Khổ. Ở đâu có khổ đau, bất công, ở đó người Phật tử xuất hiện đấu tranh diệt khổ. Tiền đồ Phật Giáo hay Dân tộc tùy thuộc vào khí phách và công hạnh CỨU KHỔ CON NGƯỜI.

Bảo vệ Chánh Pháp là nuôi dưỡng tâm linh Con Người.

Tranh đấu chống bất công xã hội là bảo vệ nhân phẩm Con Người.

Con đường hành thế của một Đại Tăng hàm dưỡng trong sự An lạc và Hạnh phúc của quần sanh.

Cách đây đúng mười bảy năm và một tháng, Thầy Thiện Minh, một trong những vị lãnh đạo tối cao của GHPGVNTN, từng giữ chức Tổng vụ trưởng Tổng vụ Thanh niên rồi Cố vấn Viện Hóa Đạo, đã bị công an tra tấn đến chết trong ngục tù Cộng sản ở Sài Gòn. Đây cũng là thời điểm mà Giáo Hội cũng như dân tộc Việt Nam chung chịu thảm họa đen tối nhất trong lịch sử.

Chiếm xong miền Nam vào tháng tư, 1975, thế lực dân tộc mà nhà nước Cộng sản nhắm triệt tiêu trước hết là Phật Giáo. Hàng giáo phẩm thuộc GHPGVNTN đầu tiên bị Cộng sản đàn áp, bắt bớ là chư Tăng lãnh đạo Viện Hóa Đạo. Trong số chư vị lãnh đạo bị tù đày này, người bị giết là Thầy Thiện Minh. Công an tra tấn Thầy đến chết tại trại thẩm vấn X ở đường Nguyễn Trãi, thành phố Hồ Chí Minh, ngày 17/10/1978. Nhưng để đánh lạc hướng phẫn nộ và dự tính biểu tình của Phật tử Sài Gòn, Cộng sản đã chở xác Thầy ra trại cải tạo Hàm Tân trước khi thông báo cho Giáo Hội bằng cái tin Thầy "chết bệnh"! Cố Đại lão Hòa Thượng Thích Đôn Hậu đã phải lên tiếng phản đối với Quốc hội Cộng sản và yêu cầu truy tố những tên công an giết Thầy Thiện Minh. Một nhân chứng sống là Cố Hòa Thượng Trí Thủ ghi mấy dòng dồn nén: "Thầy Thiện Minh đã qua đời một cách hắc ám, tối tăm trong cơ cực. Tin cho bà con biết. Khi Thầy nằm xuống, không một thân nhân ở đó. Khi được tin thì cũng chỉ được quyền ngó mặt (mặt mày bầm tím) rồi họ giục về cho họ đi chôn. Muốn ở lại thêm, muốn làm lễ, họ cũng không cho ..."

Chúng ta những kẻ đi sau, những người thừa tiếp Đạo sản quý báu do máu xương và tâm niệm của Thầy Tổ đi trước, Thầy Thiện Minh là Đạo sư, là Ngọn đuốc, chúng ta không chỉ tưởng niệm Thầy bằng hương hoa trầm đèn, bằng lời kinh tụng mà thôi. Chúng ta phải phát nguyện làm những việc làm còn dang dở của

Thầy để lại. Đó là việc làm CỨU KHỔ CON NGƯỜI và XÂY DỰNG THẾ HỆ TRẺ của Thầy.

Con Người đã hết khổ trên quê hương Việt Nam ngày nay chưa? Câu hỏi này thừa. Vì suốt 80 năm qua, từ Liên Sô cũ, Đông Âu, tới Trung cộng, Bắc Hàn, Cuba, Việt Nam, có nòi giống nào, quê hương nào, sống dưới chế độ Cộng sản được no cơm ấm áo và tự do, hạnh phúc đâu? Tại quê nhà hiện nay, nhà nước Cộng sản đang đánh phá nhằm triệt tiêu GHPGVNTN. Hầu hết hàng giáo phẩm của Giáo Hội bị hành hạ trong các nhà tù, trại cải tạo, hay nơi quản thúc trá hình nhà giam. Ngoại trừ những ai chịu phản đạo, nối dáo cho cường quyền thì mới có thể xum xoe mũ áo tràng hạt sống vinh thân.

Việc quản thúc không lý do, không xét xử Hòa Thượng lãnh đạo tối cao Thích Huyền Quang ở Quảng Ngãi từ năm 1982. Việc xử án tù 20 năm cho các Thượng Tọa học giả Tuệ Sĩ, Trí Siêu. Các vụ án phi pháp xử bốn Đại Đức chùa Linh Mụ, các Thầy Hải Tạng, Trí Tựu, Hải Thịnh, Hải Chánh và năm Phật tử tháng 11 năm 1993 tại Huế, xử Đại Đức Hạnh Đức tháng 7, 1994 tại Bà Rịa, và ngày 15 tháng 8, 1995 vừa qua xử Hòa Thượng Quảng Độ, Thượng Tọa Không Tánh, Thượng Tọa Nhật Ban, Đại Đức Trí Lực, Cư sĩ Nhật Thường và Cư sĩ Đồng Ngọc, chỉ vì chư vị đi cứu trợ nạn nhân lũ lụt ở đồng bằng sông Cửu Long, là những chứng cớ hiển nhiên của một chính quyền vô đạo, sát dân. Phiên xử phúc thẩm hôm 28/10/1995 vừa rồi là tấn tuồng tái diễn của một chủ trương thâm độc triệt tiêu nền Phật Giáo dân tộc.

Cho nên, lễ Hiệp kỵ và truy niệm Cố Hòa Thượng Thích Thiện Minh hôm nay cũng là dịp cho chúng ta dọn mình dấn thân vào cuộc đấu tranh bảo vệ Chánh Pháp, hậu thuẫn Giáo Hội và đồng bào Phật tử trong nước để thực hiện ước vọng và chỉ thị đề ra trong "Tuyên cáo Giải trừ Pháp nạn và Quốc nạn" của Hòa Thượng Thích Huyền Quang.

Chúng ta không thể tọa thủ bàng quan trong lúc này, khi Đạo Pháp lâm nguy, khi trên quê hương nhân quyền và dân chủ bị chà đạp, tự do bị xiềng xích. Truy niệm Người Xưa là để phục vụ Người Nay. Đó là ý nghĩa của Hiệp kỵ. Và cũng là tâm nguyện mà tất cả chúng ta mang theo, khi rời khỏi chánh điện, như một hành trang mới cho những ngày tháng tới. Đó là tâm nguyện: Hễ là Chánh Đạo thì cứ dũng mãnh bước tới, chỉ sợ bước tới không mau. Hễ không phải Chánh Đạo thì tức khắc đi lui, chỉ sợ đi lui không gấp.

Nam Mô Thường Tinh Tấn Bồ Tát Ma Ha Tát.

Võ Văn Ái phụng thảo"

SƠ LƯỢC TIỂU SỬ CỐ HÒA THƯỢNG THIỆN MINH

(Theo bài tường thuật của ĐPV Hoa Đàm nhân lễ Tưởng niệm Húy nhật thứ 15 Cố Hòa Thượng Thích Thiện Minh tại chùa Việt Nam, Los Angeles, số 9 ngày 23/10/1993.)

Lễ tưởng niệm húy nhật thứ 15 của cố Hòa Thượng Thích Thiện Minh—nguyên Tổng vụ Trưởng Tổng vụ Thanh niên, quyền Viện trưởng Viện Hóa Đạo, cố vấn Hội đồng Viện Hóa Đạo Giáo Hội Phật Giáo Việt Nam Thống Nhất, đã chết ngay trong nhà tù Cộng sản vừa tròn 15 năm, đã được trang trọng cử hành lúc 11 giờ ngày Chủ nhật 17/10/1993 tại chùa Việt Nam, Los Angeles...

Hòa Thượng Thích Thiện Minh đã nằm xuống trong lao tù Cộng sản, cái chết của Ngài càng nêu cao chính nghĩa và hào khí của cả dân tộc bất khuất anh hùng, càng chứng tỏ tính gian ác bạo tàn của chế độ Cộng sản. Sự việc giết hại lãnh tụ đối lập và mờ ám như thế, nhất là việc giết hại bậc lãnh đạo tinh thần của một tôn giáo đã có công với đất nước và dân tộc là một hành động đê hèn ti tiện, mà lịch sử thế giới và nhân loại bao giờ cũng lên án.

Không phải những năm tháng và chức vụ ghi trong tiểu sử của Ngài là những điều quan trọng, đó cũng chỉ là những con số thời gian để quên đi, nhưng chắc chắn và nhất định, điều không bao giờ có thể quên được trong lòng chúng ta chính là hạnh nguyện Bồ Tát của Ngài đã cung hiến cho Đạo Pháp và Dân Tộc chính là tinh thần Vô úy của Ngài trước cường quyền và bạo lực để phụng sự lý tưởng và sứ mệnh của Giáo Hội Phật Giáo Việt Nam Thống Nhất.

Ngài có thế danh là Đỗ Xuân Hàn, húy Thượng Tâm hạ Thị hiệu Thiện Minh. Sinh năm 1921 tại làng Bích Khê, quận Triệu Phong, tỉnh Quảng Trị. Ngài xuất gia từ nhỏ và Quy Y nhập Đạo với Đức Đại Lão Hòa Thượng Thuyền Tôn Thích Giác Nhiên, (Đức Đệ nhị Tăng Thống GHPGVNTN).

— Năm 1936–1939: theo học lớp Sơ đẳng Phật Học tại chùa Trúc Lâm, Huế

— Năm 1939–1944: theo học lớp Trung đẳng tại Phật Học Đường Báo Quốc, Huế.

— Năm 1944–1947: theo học chương trình Đại học Nghiên cứu Phật Giáo cũng tại Phật Học Đường Báo Quốc, Huế.

— Năm 1948, Ngài thọ Đại Giới Tỳ Kheo tại Đại Giới Đàn Báo Quốc do Đức Đại Lão Hòa Thượng Thích Tịnh Khiết (Đức Đệ Nhất Tăng Thống GHPGVNTN) làm Đàn Đầu Hòa Thượng. Cuối năm ấy, Ngài được công cử làm Hội trưởng Hội Phật Học Đà Lạt kiêm Giảng sư của Giáo Hội tại Lâm Đồng.

— Năm 1948–1952: Ngài lần lượt tổ chức những chi hội Phật Giáo tại Cầu Đất, sông Hinh (Blao), Di Linh, Đơn Dương, La Ba.

Song song với việc điều hành các công tác Phật sự tại đây, Ngài đã thành lập các đơn vị Gia Đình Phật tử Lâm Nguyên, Cầu Đất, Trại Mát, Trạm Hành... Tổ chức những trại huấn luyện Đội chúng Trưởng, Huynh trưởng sơ cấp và cấp I.

— Năm 1952–1956: Ngài được Giáo Hội cử về làm Hội trưởng Hội Phật Học Khánh Hòa.

Phong trào phát triển Phật Giáo tại vùng Khánh Hòa, Ninh Thuận, Bình Thuận trong giai đoạn chấn hưng này, phần lớn là do công trình tổ chức, kiện toàn và đào tạo của Ngài. Sự nghiệp đó đã lưu lại 4 công trình chủ yếu:

* Kiện toàn tổ chức cơ sở hạ tầng của Giáo Hội và thành lập Ban Trị sự toàn vùng.

* Lập Phật Học viện Nha Trang.

* Thành lập trường Bồ Đề.

* Thành lập những đơn vị Gia Đình Phật tử đầu tiên.

Chỉ trong vòng hơn nửa năm, Ngài đã thành lập được tám đơn vị rất vững vàng. Đặc biệt, ban hướng dẫn Miền Liễu Quán được hình thành cũng chính nhờ sự lãnh đạo và chỉ đạo của Ngài.

— Năm 1956: cùng với sự hỗ trợ của chư Tôn đức Tăng Già Bắc, Trung nhất là sự cộng tác đắc lực của cụ Chánh Trí Mai Thọ Truyền, cố Hòa Thượng Thích Thiện Minh đã đứng ra vận động tổ chức Đại hội Tổng hội Phật Giáo Việt Nam lần thứ hai tại chùa Ấn Quang, Sài Gòn.

— Năm 1957: Ngài về Huế, điều hành Phật sự tại Trung phần

— Năm 1960: Trại Họp Bạn ngành Thiếu Gia đình Phật tử toàn quốc đã được Ngài nhiệt tình bảo trợ, công tác tổ chức đang tiến hành tốt đẹp thì bị chính quyền ngăn cản không cho phép với lý do an ninh.

— Năm 1962: Ngài gởi "Hồ Sơ Kỳ Thị Tôn Giáo" mà các cấp chính quyền đã gây ra lên Tổng thống Ngô Đình Diệm. Và sau đó...

— Năm 1963: Hòa Thượng là một trong những Tôn Túc lãnh đạo Ủy Ban Liên phái Bảo vệ Phật Giáo đòi hỏi chế độ nhà Ngô thi hành chính sách bình đẳng tôn giáo và công bằng xã hội.

Do đó, vụ triệt hạ cờ Phật Giáo năm 1963, chỉ là một giọt nước mắt làm tràn bể nước uất hận chất chứa từ một thế kỷ, chỉ trong thời kỳ trị vì của chế độ nhà Ngô, Phật Giáo đã chịu đựng mọi sự khủng bố, đàn áp trắng trợn. Riêng về Gia đình Phật tử, Huynh trưởng Phan Duy Trinh bị sát hại dã man tại Huế năm 1955, sau khi dốc toàn tâm lực đóng góp việc tổ chức rước Xá Lợi Phật, nhiều Huynh trưởng bị cưỡng bách qua tôn giáo khác, bị bắt bớ tù đày. Nhiều nơi sinh hoạt Gia đình Phật tử bị trở ngại. Nhưng tất cả những đe dọa ấy chẳng làm sờn lòng một ai. Cho nên, cuộc vận động được khởi xướng, thì Gia đình Phật tử đã có mặt ngay từ những giờ phút đầu tiên và đã đóng góp không ít xương máu. Oanh vũ Đặng Văn Công là một trong tám Phật tử bị thảm sát tại Đài phát thanh Huế, thiếu nữ Quách Thị Trang bị bắn chết tại Công trường Diên Hồng, chợ Bến Thành Sài Gòn cùng với hàng ngàn Huynh trưởng và Đoàn sinh trên khắp toàn quốc đã bị đánh đập, tra tấn, tù đày... mang cả tật nguyền cho đến ngày hôm nay.

— Năm 1964: Đại hội Thống nhất Phật Giáo và Giáo Hội Phật Giáo Việt Nam Thống Nhất ra đời, Hòa Thượng được sung cử trong cương vị Tổng vụ Trưởng Tổng vụ Thanh niên.

Thời gian này, ngoài Gia đình Phật tử mà Hòa Thượng đã dày công kiện toàn và phát triển, các đoàn thể Thanh niên, sinh viên, học sinh, Hướng đạo và Nhu đạo Phật tử cũng đã được Hòa Thượng quan tâm thành lập và đoàn ngũ hóa.

— Năm 1966–1967: cuộc vận động đòi hỏi quốc hội lập hiến, quyền tự quyết dân tộc, và đòi hỏi hủy bỏ sắc luật 23/67 – mầm mống của sự phân hóa Giáo Hội của Ủy ban lãnh đạo quốc gia – cố Hòa Thượng bị mưu sát và bị thương nặng. Huynh trưởng

Nguyễn Đại Thức bị bắn chết tại bộ Tư lệnh Quân đoàn I, Huế, thiếu nữ Đào Thị Tuyết tự thiêu tại Sài Gòn và thiếu nữ Nguyễn Thị Vân tự thiêu tại thành nội, Huế.

— Năm 1969: Ngài bị chính quyền Nguyễn Văn Thiệu bắt giam với bản án 15 năm cấm cố. Sau nhiều phản ứng và chống đối từ khắp nơi trong và ngoài nước, kể cả sự can thiệp của chính phủ Hoa Kỳ, Hòa Thượng được phóng thích bằng một quyết định đặc biệt của Tổng thống Nguyễn Văn Thiệu.

— Năm 1970: Ngài tham dự Hội nghị Tôn giáo và Hòa bình tại Tokyo, Nhật Bản.

— Năm 1973: Hòa Thượng Thích Thiện Hoa viên tịch, Ngài đảm nhiệm chức vụ Quyền Viện Trưởng Viện Hóa Đạo.

— Năm 1974: Ngài được Đại hội cung thỉnh Cố vấn Hội Đồng Viện Hóa Đạo; tham dự Hội nghị Tôn giáo và Hòa bình tại Louvain, Bỉ.

30/04/1975: Cộng sản cưỡng chiếm miền Nam.

28/03/1978: công an khu vực Trương Minh Giảng ra lệnh trục xuất Ngài ra khỏi trụ sở Tổng vụ Thanh niên, 294 Công Lý, Sài Gòn.

13/04/1978: Cộng sản bắt giam Ngài tại Tổng Nha Cảnh sát Quốc Gia cũ, rồi chuyển qua trại Phan Đăng Lưu... và Ngài đã trút hơi thở cuối cùng vào ngày 17/10/1978, sau 6 tháng 5 ngày bị nhốt trong hầm tối, lột bỏ áo quần, đánh đập, tra tấn dã man...

Suốt cuộc đời phụng sự Đạo pháp và dân tộc, Ngài là tấm gương sáng cho thế hệ ngàn sau. Cố Hòa Thượng Thích Thiện Minh, người đã sống cái sống của con người đương đầu với bạo lực. Và khi chết cũng là cái chết của con người vô úy trước bạo lực.

Ngài đã ra đi trong niềm đau vô biên của dân Việt, trong nỗi thương tiếc vô cùng của toàn thể Phật Giáo đồ. Tuy nhiên, uy danh của Ngài vẫn sáng ngời không những trên bầu trời Việt Nam mà cả trên toàn thế giới.

NGƯỜI CHA TINH THẦN CỦA THẾ HỆ TRẺ— THANH NIÊN, SINH VIÊN, HỌC SINH, GIA ĐÌNH PHẬT TỬ

Sau khi nhận chức vụ Tổng vụ Trưởng Tổng vụ Thanh niên, Hòa Thượng đã hết lòng chăm lo giới trẻ. Một mặt soạn thảo kế hoạch để thành lập Gia đình Phật tử ở những miền chưa hội đủ điều kiện để tổ chức. Mặt khác lên chương trình hoạt động cho GĐPT đã hình thành, để lấy đó làm bước tiến trong công cuộc tu học. Như đã nói, tự thân Hòa Thượng chống tích vân du, đến từng địa phương để mở ra những trại huấn luyện, gồm nhiều cấp bậc: Trại huấn luyện Đàn Đội, Chúng Trưởng, trại Lộc Uyển cho các Huynh trưởng, A nô ma ni liên, trại A Dục, Huyền Trang...

Là vị cha tinh thần, Hòa Thượng quan niệm rằng: thế giới người trẻ là thế giới nồng cốt cho mai hậu, là thế hệ của những người nắm lấy đường hướng và phát triển Giáo Hội thật hữu hiệu. Là rường cột, là sức mạnh phụng sự lý tưởng của Đạo giáo. Nếu tre tàn mà măng không mọc thì lấy đâu để duy trì Đạo pháp. Hòa Thượng đã đem hết tài năng của mình để trao truyền lại cho giới trẻ, không quản sự khó khăn, mệt nhọc, Ngài hiểu và thông cảm tâm lý tuổi trẻ. Để thích hợp với đường hướng của người chỉ đạo, Hòa Thượng đã gần gũi tâm tình, nói lên những kinh nghiệm của mình trong lúc hành xử, mà giờ này các anh chị Huynh trưởng lão thành mỗi khi đề cập đến Hòa Thượng, không ai không xúc động, bàng hoàng, bằng tấm lòng khả kính.

Thế giới trẻ là thế giới năng động, tháo vát, thân thiện nhưng khó phục tùng nếu không gặp người lãnh đạo giỏi để hướng dẫn họ thành những người hữu ích cho xã hội. Với tư cách là người lãnh đạo, Hòa Thượng đã chứng tỏ cả đạo đức lẫn tài năng qua nhân cách, sinh hoạt trở thành bài học sống động cho tất cả Huynh trưởng, Đoàn sinh noi gương rèn luyện và thi hành. Hòa Thượng là cội tùng che mát đàn con – Gia đình Phật tử Việt Nam, mấy mươi năm.

"Thiện Minh" tên người lãnh đạo Giáo Hội bất khuất mà cả một thế hệ của những thập niên 50, 60, 70 phải tôn sùng, thành thiết đảnh lễ. Đảnh lễ để thấy mình đang học một bài lịch sử sống, mà Hòa Thượng Thiện Minh là hiện thân của dòng lịch sử đó. Dòng lịch sử dân tộc kiêu hùng, ngọn đuốc "Thiện Minh" soi đường tăm tối; xoáy tận vào lòng người, vào tâm can, lương tri những con người bạo lực phi nhân. Bài học "Thiện Minh" là bài học ngàn vàng mà thế hệ đã qua, thế hệ hôm nay hay thế hệ mai sau ai cũng phải học. Học cái can trường, học cái bất khuất, học cái dũng cảm, học cái hy sinh, học cái quên mình và học cái không thù hận, giữa những người thù hận. Học cái khôn, cái nghĩa, cái từ bi, cái hỷ xả, cái trí tuệ của dòng dõi Tăng già Việt Nam. "Thiện

Minh", con người của ý thức hệ, con người của lương tâm, con người của những con người đang sống, đang cưu mang lý tưởng hòa bình. Ý thức "Thiện Minh" được khơi nguồn và dẫn đi từ đầu đời dòng lịch sử dân tộc. Suốt một dòng lịch sử đó, được un đúc bằng từng giọt máu, bằng từng đốt xương, bằng từng trái tim, khối óc, để hôm nay trở thành tường đồng vách sắt bao bọc, chở che cho giang sơn gấm vóc. Hào hùng trong ý nghĩa tự trị, bất khuất trong giá trị trí thức, can trường trong tự tính bảo tồn cái phải và không hận thù trong khả tính quyến thuộc từ bi. "Thiện Minh", tên người là những khả tính ấy.

Thật gần gũi với Hòa Thượng để thấy hình ảnh Ngài sừng sững như dãy Trường Sơn đêm che sương, ngày hứng nắng. Để thấy lòng Ngài như gió lộng từ Thái Bình Dương thổi vào cánh đồng hoang vu, khô cằn sỏi đá, của miền Trung nước Việt, nơi đã thai nghén, cưu mang và sản sinh ra "Thiện Minh", tên người Việt tộc.

Trong ngôi làng Bích Khê, nơi quê hương đầu đời của Hòa Thượng, và cũng từ đó, từ mảnh đất nghèo khổ, khô cằn sỏi đá, từ vị trí địa dư lịch sử, địa đầu giới tuyến, bên dòng sông Thạch Hãn, khu phân chia ranh giới Bắc Nam, ý thức "Thiện Minh" tạo dòng sinh mệnh được bắt nguồn từ đó. Từ hạt bụi, từ viên sỏi, từ giọt sương, từ tinh thể, tinh hoa của quận Triệu Phong kết thành người "Thiện Minh" lịch sử. Quảng Trị đêm mưa đông, ngày nắng hạ đã nuôi lớn trái tim dân tộc bằng liếp cải, nương rau, luống cà, vồng khoai, đám bắp nuôi dưỡng quê hương Bách Việt, Đại Việt, Đại Cồ Việt; giòng máu của sông Hồng, sông Cửu Long, phù sa mầu mỡ cho người dân được cơm no, áo ấm. Để rồi dần theo ngày tháng, con nước ròng và con nước lớn, dòng sông Thạch Hãn đẩy đưa người con dân tộc trưởng thành và mang trọn sử mệnh cho đến ngày 30/4/75, ngày biến cố trọng đại lịch sử tang thương, dập vùi, xương cha, máu mẹ, mở ra cánh cửa ngục tù, nhốt người con dân nước Việt.

Bao nhiêu công trình xây dựng bằng tâm huyết của Hòa Thượng, giờ vẫn còn đây, còn lại một đàn con áo lam, hoa sen trắng và mũ Tứ Ân. Bác Sĩ Lê Đình Thám là cha đẻ Gia Đình Phật tử, thì Hòa Thượng là người cha nuôi dưỡng, giáo dục lớn khôn, mà suốt một dòng lịch sử 50 năm tại quê nhà, Gia đình Phật tử đã chung lưng với chư Tôn Đức, để rồi cùng cưu mang tù tội giam cầm qua bao chế độ. Nhưng nghiệt ngã, sầu thảm hơn hai mươi năm qua, chế độ Cộng sản đã bức tử Giáo Hội, triệt tiêu Gia Đình Phật tử. Qua chủ trương tiêu diệt Gia Đình Phật tử, công an huyện Tuy Phước, tỉnh Bình Định đã ban hành văn thư mật, ký ngày 20/02/1993, ra lệnh cho các công an xã, thị trấn thi hành chính sách như sau:

Cộng Hòa Xã Hội Chủ Nghĩa Việt Nam
Độc Lập Tự Do Hạnh Phúc
CA tỉnh Bình Định
CA huyện Tuy Phước (Mật)
Số 33/CV
Tuy Phước ngày 20 tháng 02 năm 1993
Kính gởi: Công an các xã, thị trấn trong huyện,

Hiện nay Giáo Hội Phật Giáo tỉnh Bình Định đã có một số nơi sinh hoạt Gia đình Phật tử—riêng huyện Tuy Phước đã có 515 người hoạt động Gia đình Phật tử, lâu nay các hoạt động này nhà nước ta chưa cho phép.

Ngày 25/12/1992, văn phòng chính phủ đã có công văn số 1650/HC chấp thuận hiến chương sửa đổi của Giáo Hội Phật Giáo Việt Nam trong Đại hội Phật Giáo lần III, trong đó, có ghi "hoạt động Gia đình Phật tử nằm trong ban Hướng dẫn Nam Nữ Cư sĩ Phật tử, trực thuộc Hội đồng Trị sự Trung ương và ban Trị sự Tỉnh".

Để đường lối hoạt động của tổ chức này đi đúng hướng, không để số xấu điều khiển chi phối hoạt động của tổ chức Gia đình Phật tử, công an huyện Tuy Phước đề nghị công an xã, thị trấn làm tốt một số công tác cụ thể như sau:

— Phối hợp Mặt trận Tổ quốc xã, nắm lại số Huynh trưởng Gia đình Phật tử cũ trước ngày giải phóng và số Huynh trưởng mới sau ngày giải phóng hiện đang hoạt động và số thành viên Gia đình Phật tử từng chùa cụ thể, lập danh sách lý lịch (có mẫu đính kèm), gởi về công an huyện để công an huyện phối hợp với Mặt trận huyện, hướng dẫn ban Đại diện Phật Giáo huyện đưa Gia đình Phật tử hoạt động đúng thủ tục đã quy định, để Giáo Hội có trách nhiệm quản lý mọi hoạt động của tổ chức Gia đình Phật tử.

— Loại bỏ những tên xấu, không cho chúng vào hướng dẫn Gia đình Phật tử mà đưa người tốt của ta vào ban Hướng dẫn để hướng hoạt động của Gia đình Phật tử hoạt động vâng phục chính quyền.

Nhận được công văn này, đề nghị các đồng chí Trưởng công an xã, thị trấn nắm chắc tình hình, thông báo bằng văn bản theo yêu cầu trên, gởi về công an Tuy Phước để tập hợp tình hình theo dõi chỉ đạo.

Trưởng công an huyện
(Ký tên và đóng dấu)
Đại úy Nguyễn Thành Tín

Nơi nhận:
— 13 xã, thị trấn
— Mặt trận TQVN Huyện (phối hợp)
— T.T. Huyện ủy
— T.T. UBND Huyện (thay báo cáo)
— Lưu hồ sơ A.N.

Từ sự ức chế, trù dập của nhà nước Cộng sản, tổ chức Gia đình Phật tử tại quốc nội cũng như hải ngoại đã đồng thanh nói lên tiếng nói của mình, với lập trường trung kiên cùng Giáo Hội Phật Giáo Việt Nam Thống Nhất, là một dạ sắt son với dân tộc, cho dù gặp phải gian nan, máu lửa vẫn không sờn lòng bảo vệ Đạo pháp, dân tộc.

Quan Điểm: LẠI THÊM MỘT BẰNG CHỨNG

... Riêng đối với Phật Giáo Việt Nam, Cộng sản đã hèn hạ ám hại các cấp Giáo Phẩm ngay trong tù, âm mưu lật đổ Giáo Hội Phật Giáo Việt Nam Thống Nhất qua việc dàn dựng Giáo Hội nhà nước, để làm tay sai trong mưu đồ bẩn thỉu: dùng gậy Phật Giáo để đập Phật Giáo. Trong ba lần Đại hội Phật Giáo do Cộng sản chỉ huy điều khiển, thì cũng chỉ bằng ấy những hệ phái công cụ tham dự và múa may quay cuồng... và gần đây, Cộng sản Việt Nam đang tiến xa thêm bước nữa, với ý đồ khống chế Gia đình Phật tử – một tổ chức giáo dục thanh thiếu niên Phật Giáo – đã, đang và sẽ mãi mãi kiên cường bất khuất trước bạo lực, sắt son và trung kiên với Giáo Hội Phật Giáo Việt Nam Thống Nhất trong mọi trạng huống khó khăn của Đạo pháp kể từ ngày thành lập cho đến nay, nhất là 18 năm qua dưới sự bao vây, kềm kẹp, khủng bố và đàn áp dã man của bạo quyền Cộng sản. Gia đình Phật tử vẫn luôn luôn là đội quân tiên phuông của Giáo Hội Phật Giáo Việt Nam Thống Nhất để thực hiện đường hướng và sứ mệnh của Phật Giáo Việt Nam.

Thư đề ngày 20/10/1992 của Huynh trưởng cấp Dũng Tâm Thiệt Nguyễn Xuân Quyền gửi Giáo Hội nhà nước, phản đối hành động gây mâu thuẫn, lũng đoạn và chia rẽ Gia đình Phật tử qua việc xóa bỏ hệ thống hàng dọc của tổ chức, cùng với âm mưu "vo tròn bóp méo" để áp đặt Gia đình Phật tử trong Giáo Hội phi truyền thống này. Qua Thông tư số : 4018/HDTU/TB ngày 30/11/1992, ban Hướng dẫn Trung Ương Gia đình Phật tử Việt Nam tại Hoa kỳ đã có những chỉ thị cần thiết gởi đến đoàn viên các cấp để hưởng ứng, yểm trợ và phát huy tinh thần Vô úy và Truyền thống Đoàn kết, Trung kiên của Gia đình Phật tử Việt Nam đối với Giáo Hội Phật Giáo Việt Nam Thống Nhất. Cũng như kháng thư đề ngày 22/05/1993 của Thượng Tọa Thích Long Trí – Trưởng ban Hướng dẫn Gia đình Phật tử tỉnh Quảng Nam – gởi nhà nước Cộng sản, phản đối việc giải tán sự sinh hoạt của Gia đình Phật tử Chính Truyền tại huyện Duy Xuyên và dựng lên một một tổ chức "Gia đình Phật tử nhà nước" khác, qua việc áp đặt nhóm "Cư Sĩ Trẻ" để đàn áp xuyên tạc, phủ nhận tuyệt đại đa số Huynh trưởng và Đoàn sinh Gia đình Phật tử đã có truyền thống 50 năm hoạt động, xây dựng Giáo Hội, đóng góp cho Đạo pháp và dân tộc. Với thông tư số: 4073/HDTU/TB ngày 20/07/1993, ban Hướng dẫn Trung Ương GĐPTVN tại Hoa kỳ cũng đã đề ra một số phương thức bằng những hoạt động cụ thể trong việc yểm trợ Đại Phật sự Giải trừ Pháp nạn và Quốc nạn tại quê nhà.

Tất cả đã thể hiện trọn vẹn tinh thần và truyền thống của Gia đình Phật tử, dù ở quốc nội hay hải ngoại, cũng vẫn luôn là người con ngoan của Giáo Hội Phật Giáo Việt Nam Thống Nhất, vẫn luôn hiện hữu và sinh tồn trong lòng Đạo pháp và dân tộc.

Văn thư Mật số 30 ngày 20/02/1993 của công an huyện Tuy Phước, tỉnh Bình Định ra lệnh cho các công an xã và thị trấn: "loại bỏ các Huynh trưởng thuần thành, không cho vào hướng dẫn Gia đình Phật tử và đưa người của ta vào ban Hướng dẫn để hướng các hoạt động của Gia đình Phật tử phải hoạt động vâng phục chính quyền". Đây chỉ là một trong muôn ngàn "lệnh mật" khác của Cộng sản Hà Nội, nhằm tiêu diệt Giáo Hội Phật Giáo Việt

Nam Thống nhất, mà Gia đình Phật tử chính là lực lượng xung kích cần phải phế bỏ tay chân.

"...Do đó, một lần nữa, chúng tôi long trọng tố cáo trước dư luận quốc tế về hành động khuynh loát, khống chế, gây mâu thuẫn, và phân hóa Gia đình Phật tử Việt Nam của nhà nước đương cuộc Việt Nam trong mưu đồ chính trị và xích hóa tổ chức này để trở thành công cụ thừa sai cho chế độ Cộng sản Hà Nội. Chúng tôi cũng tha thiết kêu gọi đoàn viên các cấp Gia đình Phật tử ở quốc nội cũng như hải ngoại, đã, cũng như đang khoác vào người chiếc áo Lam, tiếp tục phát huy xứng đáng tinh thần và truyền thống của Gia đình Phật tử, để giữ vững mục đích sinh hoạt của tổ chức, hầu hoàn thành nghĩa vụ thiêng liêng đối với Tổ quốc cũng như đối với Giáo Hội Phật Giáo Việt Nam Thống nhất hiện lãnh đạo bởi Hòa Thượng Thích Huyền Quang.

Nhà cầm quyền Việt Nam cố tình không biết: chúng càng khủng bố, đàn áp, thì mầm mống đấu tranh chống đối càng gia tăng, và dĩ nhiên, ngày tàn của chế độ lại càng đến sớm hơn. Cũng như chúng cố tình quên đi nội dung bản Tuyên ngôn Nhân quyền và Dân quyền pháp ở điều cuối, mà họ đã từng ca ngợi qua lời dẫn về Nguyễn An Ninh:

"Khi quyền lợi công dân bị vi phạm thì họ có nghĩa vụ dùng bạo lực để chống lại sự áp bức, khi bị dồn đến chỗ không còn sự lựa chọn nào khác ngoài cái chết, thì phải đương đầu với cái chết mới thể hiện sức sống mạnh mẽ của mình. Nếu quần chúng, thà chịu chết còn hơn chịu cảnh bất công, thì những người Việt Nam dũng cảm biết hy sinh, có bổn phận phải tính đến việc tổ chức một cuộc chống trả có khả năng đánh bại sự áp bức."

Có thể nhà cầm quyền Cộng sản nghĩ rằng: với tinh thần bất bạo động của Phật Giáo, thì không là vấn đề so với cường quyền và bạo lực mà chúng đã, đang có trong tay. Nhưng chúng không thể không biết rằng: cao trào đấu tranh đòi hỏi tự do tín ngưỡng và quyền sống của con người đã lan tràn khắp tận hang cùng ngõ hẹp ở trong cũng như ngoài nước, đã tranh thủ được sự đồng tình hưởng ứng, hỗ trợ và can thiệp của khắp các quốc gia tự do trên thế giới. Do đó, hành động điên cuồng bạo ngược của chế độ Hà Nội hiện nay, chẳng khác nào hành động hung dữ của con ác thú đang vùng vẫy trong cơn hấp hối

Với trào lưu tiến hóa của nhân loại đang loại trừ hầu hết chủ nghĩa Cộng sản phi nhân, thì chắc chắn và nhất định không còn bao lâu nữa, chính nghĩa sẽ được thấy rõ là tất thắng. Gia đình Phật tử Việt Nam cần nêu cao hơn bao giờ hết châm ngôn Bi -Trí - Dũng để đóng góp hữu hiệu bằng mọi phương cách và sáng tạo trên nền tảng giáo lý Phật Giáo, để đòi hỏi bạo quyền Hà Nội trả lại những gì của tôn giáo cho tôn giáo, cũng như quyền lợi công dân cho người dân. Có thế chúng ta mới không hổ thẹn với truyền thống 50 năm lịch sử thành lập Gia đình Phật tử, đã đóng góp không nhỏ cho tuổi trẻ và Giáo Hội Mẹ – GHPGVNTN." (10)

(10) Hoa Đàm, số 8 ngày 16/10/1993

Từ khi khai sinh tổ chức Gia đình Phật tử đến nay, trải qua 50 năm quây quần sinh hoạt với nhau bằng tình Lam, trong tổ ấm Giáo Hội Phật Giáo Việt Nam Thống Nhất, nhưng đến biến cố 30/04/1975, tổ chức Gia đình Phật tử như đàn chim lạc bầy, tổ ấm bị cơn giông bão dập vùi, rách nát. Đàn chim bay loạn xạ, tung cánh muôn phương, và xa tít tận trời tây, đàn chim oanh vũ đậu lại, hợp quần bên nhau để tạo thành tổ ấm mới, vọng về quê hương, nơi đó còn trú ngụ bao nhiêu tình thân thương, bao nhiêu vòng dây thân ái, còn đồng vọng và vang lên lời ca: "Chúng ta là chim bốn phương bay về đây, về đây chúng ta sống trong đạo tiến... chúng ta là hướng gió mang đi ngàn phương, nguyện đem gieo rắc khắp nơi ánh đạo vàng."

Nơi đây miền đất lạ, tổ chức Gia đình Phật tử đã làm sống lại hình ảnh sinh hoạt của giới trẻ, mà qua bao nhiêu năm tháng tại quê nhà bị cắt đoạn. Cũng như một phần nào còn sót lại dòng máu bất khuất, kiêu hùng của giống nòi và phương châm Bi Trí Dũng của Đạo pháp mà người cha tinh thần là Hòa Thượng Thích Thiện Minh, đã có đủ Bi, Trí và Dũng, lặng lẽ nằm xuống trong ngục tù Cộng sản để lót đường cho các thế hệ sau vươn lên.

Lòng người lân mẫn, đã theo dõi từng bước đi của đàn con lạc loài nơi đất khách, Hòa Thượng Huyền Quang, Quyền Viện trưởng Viện Hóa Đạo GHPGVNTN đã gởi Huấn từ cho Trại Họp Bạn GĐPTVN tại hải ngoại. Ngài nhắn nhủ, gởi gấm tất cả những gì tốt đẹp nhất, thể theo truyền thống 50 năm của tổ chức GĐPTVN không hổ thẹn với chư vị tiền bối hữu công, với chư liệt vị Thánh tử đạo. Noi theo gương sáng đó, người Phật tử Áo Lam mạnh tiến trên đường phụng sự.

HUẤN TỪ CỦA H.T. HUYỀN QUANG QUYỀN VIỆN TRƯỞNG VIỆN HÓA ĐẠO GHPGVNTN GỞI TRẠI HỌP BẠN GIA ĐÌNH PHẬT TỬ VIỆT NAM TẠI HẢI NGOẠI

Nam mô Bổn Sư Đại Từ Bi Phụ Thích Ca Mâu Ni Phật,

Kính bạch chư Tôn Giáo phẩm, chư Thượng Tọa, Đại Đức Tăng Ni,

Kính thưa quý vị Tân khách, Thiện hữu Tri thức, và toàn thể đồng bào Phật tử – cùng các anh chị Huynh trưởng BHD/TƯ/GĐPTVN trên thế giới.

Kính thưa quý liệt vị, cùng các anh chị Huynh trưởng,

Trước hết, tôi xin thay mặt HĐLV/GHPGVNTN quốc nội và hải ngoại, trân trọng kính lời chào mừng nồng nhiệt nhất đến quý liệt vị hiện diện trong lễ khai mạc Trại Họp Bạn nhân lễ kỷ niệm 50 năm lịch sử ngày thành lập tổ chức GĐPTVN.

Như quý vị đã biết, cách đây 50 năm, tại cố đô Huế, cố Bác sĩ Tâm Minh Lê Đình Thám, Hội trưởng Hội An Nam Phật Học đã có sáng kiến lập một Đoàn Trí Thức Tuổi Trẻ Học Phật, mang tên là "Đoàn TN Phật Học Đức Dục", rồi từ Đoàn này tiến đến thành tổ chức có danh hiệu là "Gia đình Phật Hóa Phổ", sau đó không lâu, cải tổ thành Gia đình Phật tử ngày nay, và được mở rộng đến các miền Trung, Nam, Bắc Việt Nam. GĐPT lúc bấy giờ được kết nạp nhiều thành phần thế hệ trẻ tin Phật, từ thành thị đến thôn quê, từ miền cao nguyên đến hải đảo và từ trong nước ra hải ngoại như ngày nay. Nghĩa là nơi nào có Phật Giáo là nơi đó có GĐPT tập hợp sinh hoạt.

Sau 1975, Giáo Hội bị nhà nước Cộng sản Việt Nam lật đổ, nhưng những người Huynh trưởng GĐPT vẫn trung thành với Giáo Hội, với GĐPT, vẫn âm thầm hoạt động, vì quý trọng màu cờ sắc áo và châm ngôn Bi Trí Dũng của tổ chức GĐPT, và sau 12–18 năm hoạt động, đã dựng lại được 60–70% cơ sở của GĐPT tại thành thị và một số ở nông thôn, mặc dù đã gặp quá nhiều khó khăn trở ngại. Việc tái tập hợp và tái sinh hoạt phát triển của tổ chức GĐPTVN trên thế giới ngày nay là một tin vui và khích lệ lớn lao cho GĐPT trong nước.

Thưa quý vị, cùng các Huynh trưởng

Điều mà Giáo Hội nhà rất lưu ý là các anh chị Huynh trưởng, sau khi ra hải ngoại, cuộc sống chưa được ổn định bình thường, nhưng các anh chị Huynh trưởng không quên trách nhiệm của mình, đã bỏ ra rất nhiều thời giờ và công sức làm việc tái tập hợp, tái sinh hoạt dù kẻ ở chân trời, người ở góc biển trên xứ lạ quê người... và sau 10 năm hoạt động mới có ngày Họp Bạn năm châu, làm lễ kỷ niệm 50 năm ngày tổ chức thành lập và 10 năm tổ chức lưu vong, để gặp lại những người bạn mới bạn cũ, dưới Đạo kỳ rực rỡ hào quang năm sắc của Đức Phật và dưới bóng cờ Xanh Sen Trắng thân yêu, tượng trưng cho sự trong sạch, ngát thơm và tươi trẻ của đàn con Giáo Hội và dân tộc Việt Nam. Sức sống trí tuệ, Từ Bi và Dũng mãnh của các anh chị Huynh trưởng của GĐPTVN cả trong và ngoài nước trong 18 năm qua, đáng được Giáo Hội trong ngoài tán dương công đức và sẽ rất hoan hỷ nâng cấp bậc lãnh đạo và danh dự của các anh chị Huynh trưởng. Sau khi BHD/TƯ/GĐPT quốc nội và hải ngoại lập hồ sơ lý lịch đệ trình Giáo Hội cứu xét và phê chuẩn cấp phát.

Nhân đây tôi cũng xin báo cáo với Giáo Hội các cấp trong và ngoài nước được biết là Giáo Hội đang sống lưu vong, nhưng sẽ cố gắng chăm lo việc tu học cho các Tăng Ni qua một số Phật sự quan trọng đã được thông qua tại Đại Hội Giáo Hội kỳ III năm 1969 như sau:

1. Tăng trưởng Đạo lực và Trí lực cho Tăng Ni:

Từ nay Tăng Ni được Giáo Hội giúp đỡ việc học hành từ Đại học đến Cao học cả 2 chương trình Phật pháp và Thế pháp, có tầm vóc trí thức quốc gia và quốc tế để phục vụ hoằng Pháp cho thế kỷ 21. Nhất là các Bồ Tát hạnh được nhiều nam nữ Tăng Ni phát nguyện cho phước lợi xã hội chúng sanh.

2. Tiếp tục phát triển quy mô Tổ chức GĐPTVN:

Từ nay, tự thân BHD/GĐPT trong cũng như ngoài nước sẽ nghiên cứu việc canh tân tu chính chương trình tổ chức và sinh hoạt của GĐPT cho thích hợp với đà tiến bộ văn minh và các nếp sống văn hóa lành mạnh của dân tộc và nhân loại thế giới ở thế kỷ tới. Vì không có tổ chức nào mà không đổi để đưa tổ chức đi lên với thời đại. Tuy nhiên, việc canh tân tổ chức cũng phải lưu ý là đừng đi xa ra ngoài truyền thống Đạo pháp và các nền văn minh của nhân loại. Một ví dụ cụ thể là Phật Giáo Việt Nam sau 2.000

năm du nhập nay đã biến thành một tôn giáo của dân tộc Việt Nam.

Trong tương lai không xa, Tăng Đoàn là một hợp nhất, Thiện tín cũng sẽ được hòa đồng, vì tất cả đã trưởng thành và xuất thân từ một Giáo Hội và một tổ chức. Sự chia rẽ bớt đi từ từ trong nửa thế kỷ sau. Đó là một lý tưởng, một hy vọng có cơ sở đã có và sẽ có, để chúng ta tích cực hơn nữa trong việc xây dựng Giáo Hội ngày một vững chắc, quy củ hơn.

Thưa quý liệt vị, cùng các anh chị Huynh trưởng,

Pháp nạn 1963 đưa các tổ chức PGVN lên thành GHPGVNTN có địa vị một tôn giáo Quốc gia và Dân tộc mà không ai phủ nhận và thay thế được, dù hiện nay có một Giáo Hội thứ hai do nhà nước Cộng sản Việt Nam dựng lên để xóa bỏ Giáo Hội Thống Nhất chính thống.

Pháp nạn 1975 đưa một số Tăng, Ni, Phật tử Việt Nam ra hải ngoại để ngày nay Phật Giáo có mặt trên khắp thế giới và sau 18 năm lưu vong vất vả, PGVN ngày nay đã có tầm vóc quốc tế mà không ai phủ nhận và ngăn cấm được. Nói cách khác, qua 50 năm chấn hưng Phật Giáo, PGVN đã tiến lên qua từng bước khó khăn của Đạo pháp và của cả dân tộc, vượt qua 200 năm suy thoái. Tuy nhiên, Giáo Hội nhà trong thời gian gần đây, sau một năm vận động phục hồi sinh hoạt và sự đương nhiên hiện hữu, đã bị nhà nước Cộng sản Việt Nam đàn áp ngày một trầm trọng, nhất là từ tháng 3/1993 đến nay VPLV/VHĐ bị bao vây ngày đêm, kiểm soát người ra kẻ vào một cách nghiêm ngặt. TT Long Trí bị quản chế tại gia sau Phật Đản vừa qua, hằng ngày phải đến cơ quan làm việc, Thầy Không Tánh ngồi tù từ tháng 10/1992, các vị ở Linh Mụ đang tuyệt thực vô thời hạn tại nhà giam Huế, các Tăng, Ni, Phật tử có hoạt động cho Giáo Hội cũng bị cơ quan đòi hỏi tra vấn khó khăn đủ thứ từ tháng này qua tháng nọ, áp đảo tinh thần để cuộc vận động của Giáo Hội phải tê liệt và thất bại. Các việc làm trên là nhà nước đã và đang thực hiện chiến dịch "Nước Lũ 2" mà Giáo Hội đã dự báo tại tuyên cáo số 24 ngày 7/11/1992. Ngoài việc làm trên, nhà nước mới đây đã tố cáo Giáo Hội ta lợi dụng tôn giáo làm chính trị khuynh đảo chế độ hiện tại...

Trước các việc làm nhiều mưu mô thủ đoạn nguy hiểm ấy, Giáo Hội nhà một lần nữa nghiêm chỉnh xác minh việc làm của Giáo Hội trước dư luận trong và ngoài nước như sau: GHPG Ấn

Quang không làm chính trị chống nhà nước và khuynh đảo chế độ Cộng sản hiện tại mà chính chế độ Cộng sản và nhà nước chống Giáo Hội và lật đổ GHPG Ấn Quang. Trong một năm qua, Giáo Hội chỉ làm việc đòi hỏi nhà nước Cộng sản Việt Nam phải trả lại nhân sự, tài sản của Giáo Hội mà nhà nước đã chiếm dụng một cách phi pháp cũng như giải quyết các vụ giết chóc vô cớ các Tu sĩ Giáo phẩm của Giáo Hội, nhưng nhà nước chẳng giải quyết một việc gì cả ngoài việc ức chế đàn áp ngày một nặng mà thôi. Giáo Hội đang sống và làm việc lâu dài trong thầm lặng với tinh thần vô úy và bất bạo động.

Thưa quý liệt vị, cùng các anh chị Huynh Trưởng,

Đến đây, tất cả chúng ta dành một vài phút truy niệm và tôn vinh Giác linh cư sĩ Viên Lạc – Phạm Gia Bình – là hàng Thánh Tử vì Đạo, vì đã tự thiêu để cứu đạo, cứu nước, cũng như tưởng nhớ đến các vị Gia Trưởng, Huynh Trưởng, Đoàn sinh GĐPT trong ngoài nước nay không còn nữa và ghi công đức quý vị ấy vào lịch sử Giáo Hội hiện tại.

Sau hết, tôi thành kính cung thỉnh chư Tôn Giáo phẩm hiện diện cùng tôi Từ Bi Tác đại chứng minh cho Trại Họp Bạn và lễ kỷ niệm 50 năm thành lập tổ chức GĐPTVN để Phật tử được ân triêm công đức và Trại Họp Bạn lịch sử được thành tựu viên mãn.

Tất cả chúng ta hãy thành tâm cầu mười phương Chư Phật, Chư Bồ Tát, Lịch Đại Tổ Sư, Chư Thánh tử Đạo gia hộ cho sự nghiệp phục hồi sự hiện hữu và sinh hoạt của Giáo Hội, cũng như trân trọng cảm ơn các quốc gia, các chính phủ, các nhân sĩ trí thức, các nghiệp đoàn, các cơ quan truyền thông báo chí thế giới đã ủng hộ nhiệt liệt chính nghĩa của Giáo Hội qua cuộc vận động hiện nay và mong sự ủng hộ to lớn sẽ được tiếp tục trong năm 1993 này.

Cung kính cảm ơn và thân chào quý liệt vị.
Quyền Viện Trưởng Viện Hóa Đạo GHPGVNTN.
Tỳ kheo Thích Huyền Quang.

Tất cả tâm nguyện, chí nguyện của Hòa Thượng còn đó, còn trong tâm tư của mỗi người con Phật, của người Phật tử áo Lam, của người bạn đồng hành – Hòa Thượng Thích Huyền Quang – tiếp tục gánh vác để hoàn thành những gì mà Hòa Thượng còn dang dở, chưa thành tựu. Cũng như mọi kỳ vọng, tâm huyết Hòa

Thượng, phần lớn đặt trọn niềm tin vào giới trẻ, một thế hệ mà Hòa Thượng lúc nào cũng quan tâm hàng đầu. Từ lãnh vực giáo dục đến đạo đức, hạnh kiểm, thể thao vận động, Hòa Thượng muốn kiện toàn tổ chức người trẻ này để trở thành mầm móng, rường cột cho Đạo pháp và giống nòi. Ngay bây giờ – khi Hòa Thượng còn sanh tiền – nếu không lưu tâm giới trẻ, hướng dẫn, dìu dắt họ trở về ngôi nhà Phật pháp, bước đi trên con đường trong sáng, chân thiện mỹ, để họ lạc loài vọng ngoại, hay bị những thế lực phi nhân bản lôi cuốn, ấy là trách nhiệm nơi mình. Bằng mọi khả năng, Hòa Thượng Huyền Quang đã thể hiện qua con đường Bồ Tát Đạo, và tiếp tục thổi những luồng sinh khí mới để trưởng dưỡng những tâm hồn trong trắng hầu theo kịp đà phát triển và văn minh của nhân loại.

Công hạnh của chư vị Tổ Đức, tiền nhân hòa quyện vào mọi tấm lòng son trẻ, hỗ trợ, khuyến tấn, làm đà tiến lên đạt thành lý tưởng. Qua Bản Nhận Định và Quyết Nghị, tổ chức GĐPTVN nguyện hiến dâng và phụng sự chánh pháp, là những ngọn đuốc soi sáng từng bước chân đến ngày mai.

QUYẾT NGHỊ CỦA TRẠI HUYỀN QUANG – TRẠI HỌP BẠN VÀ HỘI THẢO HUYNH TRƯỞNG GIA ĐÌNH PHẬT TỬ VIỆT NAM TẠI HẢI NGOẠI VỀ VIỆC KHẲNG ĐỊNH VỊ TRÍ, LẬP TRƯỜNG VÀ TÂM NGUYỆN CỦA GIA ĐÌNH PHẬT TỬ ĐỐI VỚI GIÁO HỘI PHẬT GIÁO VIỆT NAM THỐNG NHẤT TRONG GIAI ĐOẠN ĐẠI PHÁP NẠN VÀ QUỐC NẠN HIỆN NAY

Nhân kỷ niệm 50 năm thành lập Gia đình Phật tử, cùng lúc với việc tưởng niệm 30 năm Pháp nạn; nhất là đại Pháp nạn và Quốc nạn kéo dài trong 18 năm qua, đặc biệt trong giai đoạn cực kỳ nguy khốn của Tổ Quốc hiện nay, quyết định sự tồn vong của Giáo Hội Phật Giáo Việt Nam Thống Nhất và sự sống còn của cả một dân tộc Việt Nam oai hùng trong lịch sử hơn 4000 năm văn hiến.

Chúng tôi, toàn thể Huynh trưởng, Cựu Huynh trưởng hiện lưu ngụ tại các Quốc gia tự do trên thế giới, tham dự Trại Họp Bạn và Hội Thảo Huynh Trưởng Gia đình Phật tử Việt Nam tại hải ngoại, mang danh hiệu Huyền Quang, được tổ chức trong các ngày

27, 28, 29 và 30/08/1993 tại Walden West Center, Saratoga, California, Hoa Kỳ.

NHẬN ĐỊNH

1. Mạng mạch của Phật Giáo đã gắn liền với dòng sinh mệnh của dân tộc, mà Giáo Hội Phật Giáo Việt Nam Thống Nhất đã thừa truyền chính thống Lý Tưởng Hòa Bình, sứ mệnh Hoằng Dương Chánh Pháp, sự nghiệp Giác Ngộ và Giải Thoát Chúng Sinh của Lịch Đại Tổ Sư, Cư Sĩ Tiền Bối, trong suốt lịch sử 2000 năm dựng nước, giữ nước và cứu nước.

2. Trên bước đường phụng sự Đạo pháp và dân tộc, Giáo Hội Phật Giáo Việt Nam Thống Nhất, luôn là đối tượng hận thù tiêu diệt của thế lực Vô Minh, phi Nhân Bản và phi Dân Tộc, bởi "Giáo Hội Phật Giáo Việt Nam Thống Nhất không đặt sự tồn tại của mình nơi nguyên vị cá biệt, mà đặt sự tồn tại nơi sự tồn tại của nhân loại và dân tộc". Chính vì vậy mà trong suốt 18 năm qua, dưới sự thống trị của chế độ Hà Nội, Tăng, Ni, Tín đồ Phật Giáo đã kiên trì chịu đựng mọi khủng bố, đàn áp, tù đày, tra tấn, và sát hại trong mưu đồ tiêu diệt GHPGVNTN của nhà cầm quyền Cộng sản, để bần cùng, nô lệ và xích hóa dân tộc.

3. Gia đình Phật tử là một Tổ chức Giáo dục, đã được khai sinh và trưởng thành trong lòng Đạo pháp và dân tộc; đã được hun đúc bởi sức mạnh của tinh thần Phật Giáo: TỪ BI, TRÍ TUỆ và DŨNG MÃNH, đã được nuôi dưỡng bởi sức sống Giáo Hội Phật Giáo Việt Nam Thống Nhất, để chung cùng ảnh hưởng những thịnh suy hưng phế của Tổ Quốc.

Từ những NHẬN ĐỊNH trên, toàn thể Huynh Trưởng, cựu Huynh Trưởng Gia đình Phật tử Việt Nam tại hải Ngoại, đồng thanh:

QUYẾT NGHỊ

1. Khẳng định vị trí TRUNG KIÊN và lập trường TRUNG TRINH NHẤT QUÁN của Gia đình Phật tử đối với Giáo Hội Phật Giáo Việt Nam Thống Nhất, trong mọi không gian và thời gian, trong mọi hoàn cảnh và tình huống, để thực hiện Mục đích, Lý tưởng và Sứ mệnh của Phật Giáo Việt Nam đối với Nhân Loại và Dân Tộc.

2. Triệt để Khâm Tuân và Quyết Tâm Hoàn Thành mọi Giáo Chỉ của Hội Đồng Lưỡng Viện, Giáo Hội Phật Giáo Việt

Nam Thống Nhất, để Đại Pháp Nạn và Quốc Nạn hiện nay sớm được giải trừ.

3. Nguyện Vô Úy dấn thân và nếu cần xả thân cho sự sống còn của Đạo Pháp và Dân Tộc, qua việc bảo vệ sự phục hoạt chính nghĩa của Giáo Hội Phật Giáo Việt Nam Thống Nhất, hiện lãnh đạo bởi Hòa Thượng THÍCH HUYỀN QUANG, để mưu cầu Tự Do, An Lạc thật sự cho 70 triệu đồng bào ruột thịt, để hoàn thành Mục Đích, Lý Tưởng và Sứ Mệnh của Gia đình Phật tử.

Phật Lịch 2537
Làm tại Hoa Kỳ, ngày 30 tháng 8 năm 1993
Toàn thể Huynh Trưởng, cựu Huynh Trưởng
Gia đình Phật tử Việt Nam tại Hải Ngoại

Đồng ký tên

Chương Bốn

BAN VẬN ĐỘNG THỐNG NHẤT PHẬT GIÁO CỦA CỘNG SẢN RA ĐỜI – GIÁO HỘI PHẬT GIÁO VIỆT NAM: SỰ KẾT TINH THÂM ĐỘC CỦA CỘNG SẢN VIỆT NAM

Cái nôi lập quốc của dân tộc khởi nguồn là miền Bắc, nuôi dưỡng tinh thần dân Việt theo truyền thống Hồng Bàng, Hùng Vương, xây dựng giang sơn ngày thêm vững mạnh. Dòng máu Rồng Tiên cho người dân Việt ngẩng cao đầu tiến về phương Nam mở mang bờ cõi, nới rộng sơn hà. Tiền nhân Việt đã trải máu xương vun bồi lên mảnh đất quê hương, tô đậm thêm những nét son hùng liệt đánh đuổi ngoại xâm. Từ những vị anh hùng đầu tiên của dân Việt, anh thư Trưng Trắc, Trưng Nhị chống quân nhà Đông Hán, bà Triệu Thị Trinh đánh dẹp Đông Ngô, Hưng Đạo Vương Trần Quốc Tuấn đuổi phá quân Nguyên cho đến Quang Trung Đại Đế đánh thắng quân Thanh chỉ vỏn vẹn năm ngày... bằng những ngọn trường thương, giáo dài, kiếm ngắn, cọc sắt, thuyền nan. Bằng tinh thần quyết tâm, đoàn kết nơi hội nghị Diên Hồng, hay bằng ý chí độc lập, tự cường của Lý Thường Kiệt:

Nam quốc sơn hà Nam Đế cư
Tuyệt nhiên định phận tại thiên thư
Như hà nghịch lỗ lai xâm phạm
Nhữ đẳng hành khan thủ bại hư
Dịch:
Non sông nước Nam, Vua Nam ở,
Cõi bờ ngăn cách tự sách Trời;
Cớ chi quân giặc sang xâm lấn?
Thất bại bay xem sẽ đến nòi! (1)

(1) Đại Việt Sử Ký Toàn Thư - Cao Huy Giu

Người dân Việt với bản chất nhân hòa, hiền hậu, nhẫn nại, trọng nhân nghĩa nên dễ dàng thấm nhuần hương giáo Từ, Bi, Hỉ, Xả của đạo Phật – được du nhập vào Việt Nam cuối thế kỷ thứ I, đầu thế kỷ thứ II, và rất hưng thịnh vào thời nhà Lý, nhà Trần tạo nên nền Phật học và nền văn hóa đặc thù cho đất nước – Phật Giáo là một đạo giáo với triết lý đạo đức sống thực, làm chất liệu, tu tỉnh, giác ngộ đạt thành công hạnh con đường Bồ Tát đạo, trên tiến trình thăng tiến của dân tộc Việt. Phật Giáo đã sinh ra chư vị Thiền sư, Quốc sư, để hộ quốc an dân, làm cột trụ cho sơn hà xã tắc, tạo dựng nền hòa bình, độc lập chân chính cho nước nhà. Những thời thanh bình thịnh trị, hoan lạc âu ca, còn sáng ngời sử sanh và cũng từ đó, Phật Giáo đã ăn sâu vào lòng người, đơm hoa thơm, kết trái ngọt hiến dâng cho dân tộc, mà trải qua bao đời Phật Giáo vẫn hiện hữu cùng quốc gia, dân tộc. Sự hiện hữu đó được chứng minh qua tiềm năng sức sống, qua hình ảnh hành hoạt của chư Tăng già, qua kiến trúc chùa viện mái cong cổ kính, và qua nền giáo lý rạt rào, tinh thần tu chứng, giác ngộ giải thoát; hay nói gần gũi hơn, giàu lòng từ bi, nhân ái, sống thực với nước non, với tự tình dân tộc, qua hai cấu tầng: quần chúng bình dân và thượng lưu trí thức.

– Quần chúng bình dân: Sự thấu hiểu Phật Pháp được thể hiện qua các hình ảnh, các sự sinh hoạt hằng ngày, như câu chuyện Tấm Cám, ở hiền gặp lành. Qua ca dao tục ngữ: "gần chùa gọi Bụt bằng anh, thấy Bụt hiền lành bế Bụt đi chơi" vì Bụt với mình quá gần gũi. Nhìn hình ảnh Bụt quá dễ thương, hiền hòa, thuần hậu, miệng lúc nào cũng tươi cười, mắt lúc nào cũng chứa đựng đầy tình thương yêu mênh mang, và đôi tay Bụt lúc nào cũng mở rộng để đón nhận tất cả chúng sanh. Hình ảnh dễ thương như vậy thì ai mà không bế Bụt đi chơi. Đây chính là tinh thần bình đẳng, không phân chia giai cấp, xóa bỏ ranh giới nô lệ và tôn trọng Phật tánh chung đồng. Rồi cũng từ đó, người dân quê hòa mình trong tình từ bi của Bụt mà mang đến chùa chùm ổi, rổ khoai, giỏ đậu để cúng Bụt, nói theo tâm tình bình dân cho Bụt vào những ngày Rằm, ba mươi, mồng một, để nhìn lên dung từ trang nghiêm, nhưng thật gần gũi mến thương. Từ giá trị sống mộc mạc, thuần hậu này mà người dân không thể tách rời khỏi đời sống nơi thôn xóm của mình với Bụt được, "Đất Vua chùa làng, phong cảnh Bụt". Bởi vì hình ảnh của ngôi chùa làng phong cảnh của Bụt làm thêm xinh xóm làng, thắt chặt tình người dân thôn dã và đó chính là lẽ sống tâm linh, là sự chở che bằng tấm lòng dịu hiền, thương xót. Một người xa quê từ độ trăng rằm, sáng vằng vặc gieo rắc ánh sáng trên cánh đồng lúa thơm, trên luống ngô, vồng sắn, trên đọt dừa, tàu chuối, hay trên giàn trầu, ngát hương cau, hương bưởi, vẫn không sao quên được quê mình có mái chùa cong, rêu phong phủ kín núp dưới cội đa, bồ đề, phượng đỏ, chất ngất những nỗi niềm nhớ thương trĩu nặng mà tự thân của Bụt là lẽ sống của mình. Còn nhiều và thật nhiều vô kể hình ảnh giáo lý giải thoát hiển hiện bàng bạc trong dân quê, từ cụ già tay khoáy trầu, tay lần chuỗi hạt, niệm Phật 108 biến. Hay tâm sự của người con, vì lòng hiếu thảo mà không nỡ bỏ mẹ già đi tu. "Lên chùa thấy Phật muốn tu, về nhà thấy mẹ công phu sao đành". "Mẹ già ở túp lều tranh, sớm thăm tối viếng mới đành dạ con". Đó là đạo Phật. Đó là Đức Phật ở giữa chúng ta, ở quanh ta, và ở ngay trước mặt ta, trong tầng lớp dân gian Việt tộc.

- Thượng lưu trí thức: Đạo Phật đã thấm nhuần, ăn sâu, bám chặt vào những tâm hồn Thiền gia, Vua Chúa, Văn hào, Thi bá, chói ngời qua những tác phẩm thi văn trác tuyệt, bất hủ, có một không hai của nhân loại. Những đại thi phẩm, những đại văn hào đó đã được kết tinh bằng dòng tâm thức duyên khởi, bằng một thế giới quan trùng trùng vô tận của Hoa Nghiêm, bằng một trí tuệ, thật tướng, quán chiếu Bát Nhã, bằng một trí tuệ Kim Cang, bằng giáo lý luân hồi nhân quả, và bằng giáo lý Tứ Thánh Đế...

Đại diện cho tầng lớp này, chúng ta thấy chư vị sau đây: Nhìn thấy cảnh vô thường, khổ đau ở đời, Ôn Như Hầu thi cảm:

"Trẻ tạo hóa đành hanh quá ngán,
Chết đuối người trên cạn mà chơi,
Lò cừ nung nấu sự đời,
Bức tranh vân cẩu vẽ người tang thương."

Hay

"Phong trần đến cả sơn khê
Tang thương đến cả hoa kia cỏ này
Tuồng huyễn hóa khéo bày ra đấy
Kiếp phù sinh trông thấy mà đau." (2)

(2) Phật Học Khái Luận, Chơn Thiện, 1992, trang 252

Đọc qua bài Nguyễn Du Nơi Cửa Phật, cụ Nghiêm Xuân Hồng đã viết:

"Tôi không phải là người có xu hướng quốc gia cuồng tín (chauvin), không ưa nghĩ rằng cái gì của dân tộc mình cũng là nhất. Nhưng đối với những áng văn chương như Kim Vân Kiều, Chinh Phụ Ngâm, Cung Oán, tôi thấy khó tìm ở trên thế giới những áng văn chương tương tự... Tiềm năng ngàn đời của dân tộc có lẽ cũng không đủ để giải thích những sự kết tinh ấy. Cho nên, tôi vẫn coi những áng văn ấy như một "phép lạ" về văn học của dân Việt.

"Song song với phép lạ ấy, có lịch sử dân Việt còn ghi dấu hai phép lạ khác: phép lạ về quân sự tức là việc ba lần đánh bại quân Nguyên, tức là đạo quân đã dẫm nát hai cõi lục địa Âu, Á. Phép lạ thứ ba là phép lạ về Đạo học: sau khi đánh Đông dẹp Bắc, một số những Vua tôi nhà Trần đã quẳng gươm, cởi giầy, bỏ ngôi Vua, khoác áo nhà Thiền để suy gẫm về lẽ mầu nhiệm của cái Tâm vi diệu. Các vị đó đã viết nên những áng văn như Phóng Cuồng Ca, hoặc Khóa Hư Lục...

"Nay bước sang vấn đề tư tưởng Nguyễn Du và giáo lý nhà Phật.

"Từ khi cầm bút, tôi vẫn ngần ngại không dám viết gì về Nguyễn Du, vì nhiều lẽ.

"Lẽ thứ nhất là văn chương của cụ quá hay. Đọc những câu thơ như:

"Nửa vành tuyết ngậm, bốn bề trăng soi..."

Hoặc

"Đánh tranh lợp mái thảo đường,
Một gian nước biếc mây vàng chia đôi"

Thì mình còn biết nói gì nữa đây? Lẽ thứ hai là tâm thức cụ quá đa dạng. Lẽ thứ ba là muốn phê phán một người, mình cần phải biết rõ về cuộc sống của người ấy, về những trợ duyên bên ngoài, về tâm thức, về những chủng tử trong tiềm thức và vô thức của người ấy.

"Tôi thiển nghĩ rằng cụ Nguyễn Du am hiểu rất sâu xa, và cũng có một lòng tin rất sâu xa về đạo Phật. Cụ nói rằng đã đọc 1000 lần kinh Kim Cang. Cụ tin sâu xa ở các cõi, các kiếp, và tin ở cuộc hành trình mênh mang của thần thức qua các hình hài và các cõi

"Trong vòng trầm luân mênh mang ấy, cụ hiểu rằng tất cả đều do nghiệp lực dẫn dắt. Cho nên, khi vãi Giác Duyên hỏi:

"Người sao hiểu nghĩa đủ đường,
Mà sao chịu những đoạn trường khắt khe?"

Thì Tam Hợp đạo cô trả lời theo nghiệp lực:

"Đã mang lấy nghiệp vào thân,
Thời đừng trách lẫn trời gần, trời xa...
Có trời mà cũng có ta
Tu là cội phúc, tình là dây oan..."

"Nghiệp lực của chúng sanh đã dệt nên những nỗi đau triền miên ấy rồi, cụ Tố Như cũng tin rằng thần lực của chư Phật có thể cứu độ chúng sanh ra khỏi biển khổ trầm luân ấy:

"Mười loài là những loài nào?
Trai, gái, lớn, bé hãy vào nghe kinh
Nhờ PHÉP PHẬT siêu linh Tịnh Độ..."

"Những câu thơ trên đây phảng phất phong vị và ý nghĩa của lời dạy trong kinh Hoa Nghiêm: "Hoa tạng thế giới này, cùng thân tâm của chúng sanh đều là do nguyện lực hải của chư Đại Bồ Tát, và do thần lực hải của chư Phật chiêu cảm mà khởi lên..."

"... Nhưng cũng cần ghi rằng chính là do sự giằng co của tấm lăng kính đa dạng ấy, mà lối thơ của cụ Tố Như đã đến chỗ tuyệt vời... Và chưa bộc lộ được đúng mức thái độ tâm thức của người Phật tử, những vần thơ tuyệt diệu của cụ vẫn gieo sâu nhiều ý niệm Phật Giáo vào tâm khảm của toàn thể dân tộc, và như thế, công hoằng dương giáo lý của cụ thực mênh mang rộng lớn."

Triết gia Phạm Công Thiện đã viết về Đại Thi hào Nguyễn Du:

"Nguyễn Du đã được nuôi dưỡng cả đời trong giáo lý Phật Giáo (hiển nhiên Nguyễn Du rất uyên thâm về Kinh Dịch, Lão Trang và Nho giáo, nhưng giáo lý Phật Giáo đã ảnh hưởng sâu đậm mãnh liệt nhất đối với nhà đại thi hào dân tộc). Một người như Nguyễn Du đã tự nhận rằng mình đã tụng đọc Kinh Kim Cang Bát Nhã đến trên cả ngàn lần ("Ngã độc Kim Cương thiên biến linh") thì người ấy không thể nào sử dụng chữ "tưởng" một cách cẩu thả phiến diện (năm chữ "sắc, thọ, tưởng, hành thức" là năm chữ đầu lòng và vỡ lòng cho tất cả Phật tử mọi tông phái của Phật Giáo)(3)

(3) Nguyễn Du Đại Thi Hào Dân Tộc, Phạm Công Thiện. Viện Triết lý Việt Nam và Triết Học Thế Giới, CA, 1996, trang 336.

"Xuyên qua lăng kính văn học, tinh thần giáo lý của Phật Giáo hầu như bàng bạc khắp mọi nơi, chứng tỏ đạo Phật là Đạo của dân tộc.

"Trở lại chặng đường lịch sử từ thời Hùng Vương lập quốc, hay cuộc khởi nghĩa kháng chiến của Hai Bà Trưng đánh đuổi quân nhà Hán, Mã Viện, nối dài chặng đường lịch sử đó, đạo Phật đã có mặt và khơi nguồn cho tinh thần tự chủ, độc lập quốc gia.

"Bắt đầu với cuộc khởi nghĩa Tượng Lâm năm 101 hơn ba mươi năm sau anh hùng Khu Liên đã xây dựng thành công, một vùng Việt Nam tự do làm hậu phương vững chắc cho các phong trào vận động độc lập ở Cửu Chân của Châu Đạt năm 158, và ở Giao Chỉ của Lương Long năm 177. Để đến khoảng năm 180 một chính quyền độc lập hình thành dưới sự lãnh đạo của Sĩ Nhiếp. Tới năm 187, Chu Phù tuyên bố: "Bỏ điển huân của tiền thánh, vứt pháp luật của Hán gia "để đi theo Phật Giáo và kết hợp với Sĩ Nhiếp củng cố chính quyền độc lập do anh hùng Khu Liên mở đầu. Chính quyền này về danh nghĩa tuy chưa xưng Đế xưng Vương gì, nhưng về thực chất là một chính quyền Việt Nam độc lập có tính Phật Giáo..." (4)

(4) Khương Tăng Hội Toàn tập I, Tu Thư Đại Học Vạn Hạnh, 1995, trang 9, Lê Mạnh Thát.

Nói đến đạo Phật là nói đến lòng yêu thương, xây dựng và hướng thượng. Từ ngàn xưa, dân tộc Việt Nam đã gắn bó với đạo Phật, đã hít thở không khí của đạo Phật, và bằng hành động thực tiễn đạo Phật đã là tiền đồn kiên cố giữ vững tinh thần độc lập, tự chủ nước nhà. Tinh thần tự chủ này, được thể hiện từ thời lập quốc, từ lúc sơ khai, và chảy dài suốt một dòng lịch sử, xuyên qua mấy nghìn năm đấu tranh để tự tồn và phát huy giòng giống tộc Việt.

Song hành bằng đôi chân, Dân tộc và Đạo pháp, Phật Giáo Việt Nam đã hành hoạt bằng đôi chân ấy, để cùng kéo nhau đi trên tiến trình tự lợi và lợi tha, đối với tiền đồ dân tộc vận mạng Đạo Pháp. Do vậy, phương tiện hoàn thành sứ mệnh của Đạo pháp thì cũng chính là phương tiện để hoàn thành trách nhiệm với Dân tộc. Qua tinh thần thực hữu và ý nghĩa thiêng liêng ấy mà Tăng già Việt Nam đã làm sứ mệnh lịch sử.

"Bản Tuyên Ngôn thống nhất đạo Phật Việt đã được công bố nhân lễ Phật Đản ngày 8 tháng Tư năm Tân Mão (1951), nguyên văn như sau:

Bánh xe Phật pháp xoay vần trên khắp quốc độ Việt Nam đến nay đã gần hai mươi thế kỷ, nhân tâm, phong hóa, chính trị trong nước đều đã chịu ảnh hưởng sâu xa tinh thần Phật Giáo, tăng đồ và tín đồ từ Bắc chí Nam, một lòng qui ngưỡng đức Điều Ngự Thích Ca Mâu Ni, sống trong Từ Bi Hỷ Xả và luôn luôn xây dựng hòa bình. Nhưng sự đời không hòa nhịp với lòng mong mỏi, hoàn cảnh trước đây đã chia ranh giới ba phần, nên Phật sự cũng phải tùy duyên, mặc dù là Phật pháp bất biến.

Nay cơ duyên thuận tiện, Phật Giáo Việt Nam phải thống nhất. Hơn nữa, họa chiến tranh gieo rắc khắp nơi, nhân loại đang lâm vào cảnh lầm than... Chính là lúc đạo từ bi vô thượng phải đem nước Cam lồ "rưới tắt lửa sân si", để xây dựng hòa bình cho nhân loại...

Hỡi toàn thể Phật tử Việt Nam!

Chúng ta hãy san phẳng những hình thức sai biệt, cùng chung sức làm tròn sứ mệnh kiến tạo hòa bình, gây nền an lạc và nêu cao ngọn đuốc trí tuệ của Đức Thế Tôn.

Trong suốt chiều dài lịch sử từ năm 168–189 tây lịch, cách đây trên 18 thế kỷ, đạo Phật du nhập Việt Nam đã chứng minh sự hiện diện của mình trong cuộc sinh hoạt toàn diện của dân tộc, với mục đích thực hiện chân hóa, thiện hóa, và mỹ hóa nếp sống Việt Nam. Những viên đá đầu tiên làm chất liệu xây dựng cho nền văn hóa sáng, đẹp, đó là tinh chỉ Từ Bi, Trí Tuệ bình đẳng giải thoát và tự chủ mà đạo Phật đời Lý Trần (thế kỷ XI–XIII) đã làm tròn sứ mệnh đối với dân tộc một cách thâm thiết. Do đấy, ta có thể quả quyết: đạo Phật đã ngự trị và thấm đượm trong tim, óc, huyết khí của người Việt, dù cho họ hiểu hay không hiểu gì về nguồn giáo lý Phật nhưng thật sự trong thâm tâm họ đã sẵn có mầm Phật nơi mỗi người. Mọi ý tưởng, ngôn từ và hành động họ như đã sống thực và thể hiện đúng tinh thần Từ Bi Trí Tuệ bình đẳng giải thoát và tự chủ của đạo họ tin. Giòng máu họ phải chăng là dòng máu tín ngưỡng đạo Phật được truyền lại từ nhiều đời, nên bất kỳ thời nào, ở đâu, họ cũng dễ dàng tiếp nhận, hay nói đúng hơn là, trực nhận giáo lý, một cách mặc nhiên, mà không chút ngần ngại, thắc mắc nào cả.

Tinh thần đạo Phật Việt quả đã đồng nhất với dân tộc trong dòng sống tích lũy của lịch sử: đó là truyền thống tốt đẹp của người Việt tin thờ đạo Phật đã có trên mười tám thế kỷ, và còn nối tiếp mãi mãi..." (5)

(5) Phật Học Tinh Hoa, Một Tổng Hợp Đạo Lý, Tu thư Vạn Hạnh, trang 435-438, Đức Nhuận.

Đạo Phật đã có một sức sống miên trường, và chiều sâu với dân tộc, mà như đã trình bày ở trên, miền Bắc là cái nôi sinh sản và gieo mầm, mọc rễ, cây đại thọ Phật Giáo. Trong các ngôi Thiền viện, dưới những mái Tổ đình, ẩn náu chư vị danh Tăng, Tổ Đức, đạo cả sáng ngời, để từ đó, làm niềm tin vững chắc cho đạo Phật quần chúng. Người Phật tử đã thể hiện tinh thần hộ trì Phật pháp qua các công trình xây dựng tự viện, danh lam thắng cảnh Phật Giáo, để đến ngày nay những di tích ấy đã trở thành Phật tích lịch sử thời đại dân tộc. Những Phật tích lịch sử dân tộc ấy đã tiêu biểu cho một nền văn hóa, một tinh thần tín ngưỡng, sùng đạo cao thâm, mà suốt cả đời hay nhiều thế hệ dày công tạo dựng, và bảo trì. Tuy nhiên, đến chế độ Cộng sản thì hầu như những Phật tích này đều phá hủy, bằng mọi phương thức. Hòa Thượng Quảng Độ đã viết:

"2.1. NẠN PHÁ CHÙA VÀ TRUY DIỆT TĂNG NI.

"Lại nữa, xét thấy những ngôi chùa lịch sử danh tiếng, điển hình như chùa Thiên Trù (chùa Hương-chùa ngoài) ở huyện Mỹ Đức, tỉnh Hà Đông, chùa Quỳnh Lâm tại làng Cổ Pháp xưa, nay thuộc tỉnh Quảng Ninh, do Thiền sư Định Không (729–808) sáng lập vào khoảng năm Trinh Nguyên đời Đường bên Tàu, Cộng sản thấy sau này, khi đã thành công, khó mà tự mình ra tay phá được vì sẽ có ảnh hưởng rất lớn, chi bằng mượn tay quân Pháp cho tiện. Cộng sản bèn đưa quân lính đến đóng tại các chùa đó, treo cờ đỏ sao vàng lên, máy bay của Pháp đến, thấy có cờ Việt Minh liền báo cho oanh tạc cơ đến bỏ bom (dĩ nhiên là Việt Minh đã rút trước rồi), thế là chùa tan nát! Trong trường hợp này cũng lại một mũi tên bắn hai con chim: một mặt kích động lòng căm thù của nhân dân lên án giặc Pháp phá chùa và kêu gọi toàn dân hết lòng đánh Pháp; mặt khác, sau này, khi thành công rồi khỏi phải phá để tránh tiếng Cộng sản phá chùa lịch sử danh tiếng!" (6)

(6) Nhận Định Về Những Sai Lầm Tai Hại của Đảng Cộng sản Việt Nam Đối Với Dân Tộc và Phật Giáo, Phòng Thông Tin Phật Giáo Quốc Tế, Quê Mẹ xuất bản, 1995, trang 64-65.

Bằng những sử liệu và nhân chứng lịch sử cho thấy, từ ngày Việt Minh ra đời, cho đến khi hóa thân thành đảng Cộng sản Việt Nam có mặt nơi đất Bắc thì Phật Giáo miền Bắc như xác chết mà chưa chôn, chỉ là một cái xác gầy èo uột, nằm trơ, mà không có sức sống, không linh hồn cựa quậy. Tại sao một xác chết mà không đem chôn? Là vì Cộng sản lợi dụng cái xác Phật Giáo nằm đó, rồi hà hơi, đánh động dư luận khoe khoang thế giới: rằng xã hội chủ nghĩa cũng có Phật Giáo, cũng có tự do tín ngưỡng; còn bằng đem chôn đi thì thế giới bên ngoài đâu thấy cái xác Phật Giáo nữa, khó mà tuyên truyền. Thì ngày hôm nay, 30 tháng 4, 1975, Cộng sản có thương yêu gì Phật Giáo miền Nam mà tự nguyện đứng ra đảm đang công việc thống nhất Phật Giáo? Trong khi đó, nhà nước còn phải đối đầu với bao nhiêu vấn đề khác, hết sức mình mà lo cũng không xuể? Bao nhiêu lãnh vực khó khăn, phức tạp mà cán bộ Cộng sản không đủ khả năng để giải quyết, thì sao lại có khả năng thống nhất Phật Giáo? Vậy thì, chiêu bài thống nhất Phật Giáo có thật tình đứng trên giá trị đạo pháp – dân tộc hay là cái xích trói chân đạo pháp vào guồng máy xã hội chủ nghĩa, để rồi guồng máy đó nghiền nát Phật Giáo?

THỐNG NHẤT PHẬT GIÁO ĐỂ TIÊU DIỆT GHPGVNTN – MỘT GIÁO HỘI THỪA TRUYỀN LỊCH SỬ 2000 NĂM VỚI DÂN TỘC.

Nói đến GHPGVNTN thì phải nói đến một lịch sử lâu đời từ khi các đoàn truyền giáo đầu tiên truyền vào Giao Châu như các cao Tăng: Ma Ha Kỳ Vực (Mârajivaka), người gốc Ấn Độ. Khương Tăng Hội (K'ang Seng Housei) người nước Khương Cư, tổ tiên ở Thiên Trúc. Chi Cương Lương (Tche Kiang Leang) cùng thời Vua Võ Đế nhà Tấn (265–290) đã trụ tích ở Quảng Châu niên hiệu Thái Thụy (266). Mâu Bác (Méou Pô, 165–170 Tây lịch) người ở Thương Ngô, Ngô Châu ngày nay; khi Hán

Linh Đế mất (189), Mâu Bác qua Giao Châu lánh nạn với mẹ. Đây là thời kỳ phôi thai đạo Phật có mặt với dân tộc Việt Nam, để rồi dần dần hưng thịnh qua các triều đại Tiền Lý (544–548), Hậu Lý Nam Đế (571–602) Triệu Việt Vương (549–571). Trong thời kỳ này, tức Bắc thuộc lần thứ ba (603–939) xuất hiện Tổ sư Thiền là Ngài Tì Ni Đa Lưu Chi, lập ra phái Thiền Tông đương thời. Thời kỳ này thực sự đạo Phật đã được truyền vào nước ta khoảng năm trăm năm, nhưng đến lúc Tổ Tì Ni Đa Lưu Chi và Pháp Hiền ra công hoằng hóa, đạo Phật mới đi sâu vào quần chúng.

Cũng trong giai đoạn này, có những đoàn hoằng pháp từ Trung Hoa truyền vào, hay của An Nam, Giao Châu, thành lập, gồm chư vị:

1. Đoàn hoằng pháp thứ nhất:

– Minh Viễn Pháp sư, huyện Thanh Thành, Ích Châu (Tứ Xuyên ngày nay)

– Huệ Mạnh Thiền sư, Giang Lăng, Kinh Châu (Hồ Bắc)

– Vô Hành Thiền sư, Giang Lăng

2. Đoàn hoằng pháp thứ hai:

– Đàm Nhuận Pháp sư, Lạc Dương

– Trí Hoằng Pháp sư, Lỗ Giang

– Tăng già Bạt Na, Khương Cư

3. Đoàn hoằng pháp thứ ba:

– Vân Kỳ Thiền sư, Giao Châu

– Mộc Xoa Đề Bà, Giao Châu

– Khuy Sung Pháp sư, Giao Châu

– Huệ Diệm Pháp sư, Giao Châu

– Trí Hành Thiền sư, Ái Châu

– Đại Thặng Đăng Thiền sư, Ái Châu

Trong giai đoạn này, Phật Giáo được xem là thịnh hành, vì có nhiều đoàn hoằng pháp từ Ấn Độ, Trung Hoa truyền vào, hay chư vị Thiền Tăng trong nước vân du hóa độ. Từ đây Phật Giáo luân lưu, khi thăng lúc trầm, xuyên suốt chặng đường lịch sử để đến các triều đại Lý, Trần thì Phật Giáo cực thịnh.

PHẬT GIÁO DƯỚI THỜI NHÀ LÝ (1010 – 1225)

Khi nói đến Phật Giáo dưới triều nhà Lý, thì hình ảnh Lý Công Uẩn, con nuôi của vị Thiền sư Cổ Pháp, Lý Khánh Vân, và Quốc sư Vạn Hạnh liền hiện khởi ngay trong tâm tưởng người

Phật tử Việt Nam. Vì Lý Công Uẩn, tức Vua Lý Thái Tổ (1010 – 1028) được nuôi nấng trong chùa và được giáo huấn bởi Vạn Hạnh Quốc sư, vì vậy mà khi lớn lên đã trở thành nhà Vua hộ trì Phật pháp thật đắc lực. Nối tiếp Lý Thái Tổ, Vua Lý Thái Tông (1028 – 1054); Vua Lý Thánh Tông (1054 – 1072); Vua Lý Nhân Tông (1072 – 1127); Lý Thần Tông (1128 –1138); Lý Anh Tông (1138 – 1175)... Các vị Vua triều đại nhà Lý đều một lòng hộ Đạo, từ việc triều chính đến việc đối ngoại đều có mặt chư vị Thiền sư, Tăng Cang, giúp Vua chỉnh lý quốc sách. Nói chung về mọi mặt đã kiện toàn một guồng máy nội các theo tinh thần Từ Bi Trí Tuệ của đạo Phật. Vì thế, suốt hơn 100 năm lãnh đạo quốc gia, các Vua nhà Lý đã mang tinh thần đạo Phật, giác ngộ giải thoát, áp dụng vào luật pháp, và cũng từ đó, đã lớn mạnh tinh thần độc lập quốc dân, phát triển nền văn học cường thịnh.

Trong bầu không khí thuần mùi Thiền học, tu chứng, liễu ngộ đạo lý nhiệm mầu mà vị Thiền sư dẫn đầu ấy là Ngài Vạn Hạnh. Người làng Cổ Pháp, tỉnh Bắc Ninh, đến năm 20 xuất gia với Thiền sư Định Huệ, rồi cầu học với Ngài Đạo giả Thiền Ông. Vạn Hạnh Thiền sư đã giúp Vua Lê Đại Hành về mọi lãnh vực, để an bang tế thế.

– Đa Bảo Thiền sư: trú trì chùa Kiến Sơ, làng Phù Đổng, đệ tử Ngài Khuông Việt Thái sư, thuộc phái Vô Ngôn Thông

– Huệ Sinh Thiền sư: họ Lâm, quê Đông Phú Liệt, Trà Sơn (huyện Thanh Trì, Hà Đông ngày nay)

– Định Hương Trưởng lão: họ Lữ, quê Chu Minh; Ngài là đệ tử của Thiền sư Đa Bảo (phái Vô Ngôn Thông)

– Thiền Lão Thiền sư: trú trì chùa Trùng Minh, huyện Tiên Du; Ngài là đệ tử Đa Bảo Thiền sư

– Ngộ Ấn Thiền sư: họ Đàm, làng Kim Bài, huyện Thanh Oai, Hà Đông, trú trì chùa Long Ân

– Minh Không Thiền sư: họ Nguyễn, quê Đàm Xá, học đạo với Ngài Từ Đạo Hạnh, chùa Thiên Phúc

– Thông Biện Thiền sư: họ Ngô, quê Đan Phượng (Hà Đông) trú trì chùa Phổ Minh, thọ giới với Ngài Viên Chiếu Thiền sư

– Bảo Giám Thiền sư: họ Kiều, xuất thân Nho học, làm quan triều đình, nhưng về sau thọ học với Trưởng Lão Thiền sư

– Viên Thông Thiền sư: họ Nguyễn, quê Nam Định, trú trì chùa Quốc Ân, theo học với Thiền sư Viên Học

PHẬT GIÁO DƯỚI TRIỀU ĐẠI NHÀ TRẦN (1225 – 1400)

1. Trần Thái Tông (1225 – 1258). Nhà Vua rất sùng kính đạo Phật, mặc dù khi lên ngôi vừa mới 8 tuổi, đến năm Kiến Trung thứ 7 (1231), nhà Vua ra lệnh cho mọi người vẽ hình Phật ở khắp nơi công cộng, để mọi người được chiêm ngưỡng hình ảnh Đức Thế Tôn. Bằng chí nguyện xuất trần, nhà Vua tìm Thầy học Đạo, Phù Vân Quốc sư Yên Tử, và không muốn làm Vua; tuy nhiên, việc triều chính bấy giờ không cho phép, do đó, Vua phải trở về triều đình tiếp tục lo việc triều chính.

2. Trần Thánh Tông (1258 – 1278). Vua cũng một lòng sùng tín, ngưỡng mộ đạo Phật, tạo phương tiện cho chư vị Cao Tăng tự do truyền đạo, mở giảng đường thuyết pháp độ sinh.

3. Trần Nhân Tông (1278). Cũng như Vua Trần Thái Tông, nhà Vua tôn sùng đạo Phật từ thuở thiếu thời. Tuy không muốn làm Vua, nhưng không được. Có lần Ngài định trốn vào núi Yên Tử để học Thiền, nhưng bị bại lộ, vị sư trụ trì thỉnh Ngài về triều đình. Vua thường tham học với Tuệ Trung Thượng Sỹ.

4. Trần Anh Tông (1293 –1314). Học trò của Pháp Loa Tôn Giả, cũng nhất mực học hỏi thâm hiểu giáo pháp, thường tổ chức đàn tràng để bố thí cho kẻ nghèo.

Điểm đặc biệt của triều đại nhà Trần, các Vua đã lánh tục xuất gia, chẳng màng đến công danh, phú quí, vương tước, quyền uy, tất cả những thứ đó đều là huyễn hóa, và cũng chính thời này, đã hình thành dòng Thiền Trúc Lâm Yên Tử thực thụ của Phật Giáo Việt Nam, mà Vua Trần Nhân Tông, hiệu Hương Vân Đại Đầu Đà là sơ Tổ. Sau khi Ngài viên tịch được ban danh hiệu Đại Thánh Trần Triều Trúc Lâm Đầu Đà Tĩnh Tuệ Giác Hoàng Điều Ngự Tổ Phật.

– Tuệ Trung Thượng Sỹ: húy là Quốc Toản, con của Hưng Đạo Đại Vương Trần Quốc Tuấn, làm chức Hưng Nhượng Vương. Ngài đã ngộ được lý Đạo, lập trường giảng pháp, truyền bá đạo Thiền, nên được Vua Trần Thánh Tông ban tước hiệu "Tuệ Trung Thượng Sỹ".

– Pháp Loa Tôn Giả: họ Đồng, làng Cửu La, Nam Sách (nay là Tiền Trung, Vũ La, Hải Dương). Khi lớn lên gặp Ngài

Điều Ngự Giác Hoàng và xin làm đệ tử. Ngài tinh thông kinh điển, liễu đạo thật sớm. Trú trì chùa Siêu Loại, Sơn Vân Yên Tử.

– Huyền Quang Tôn Sư: họ Lý, làng Vạn Tải (Bắc Giang ngày nay). Ngài thông minh xuất chúng, khi thi đỗ Trạng nguyên, các nhà quý tộc xin gả con gái, ngay cả Vua cũng hứa gả Công chúa, nhưng Ngài đã từ chối tất cả. Sau khi nghe bài thuyết pháp của Pháp Loa Tôn Giả và khai ngộ, Ngài từ giã thế sự, xuất gia tu học thành đệ Tam Tổ Trúc Lâm. Đến ngày cuối cùng, xả bỏ báo thân, thị tịch, nhà Vua sắc ban tước hiệu: Trúc Lâm Đệ Tam Đại Tự Pháp Huyền Quang Tôn Giả.

Kế tiếp những triều đại sau này, dù rằng sự hưng thịnh của Phật Giáo không bằng như hai triều đại Lý, Trần nhưng đời sống nhân gian vẫn mang sắc thái Phật Giáo sâu đậm. Dù hoàn cảnh phân ly, lòng người mạc trắc, và nhiều thế lực bên ngoài chi phối, nhưng tinh thần đạo Phật đã hòa nhập trong dòng máu của dân tộc. Phật Giáo trải qua các thời đại nhà Hồ (1400 – 1407) đến thời lệ thuộc nhà Minh (1414 – 1427) rồi đến thời Nam Bắc phân tranh (1528 – 1802) thì Phật Giáo được hưng khởi lại, chư vị Thiền sư lại chống tích hóa độ chúng sinh.

– Hương Hải Thiền sư: Ngài vốn dòng dõi thế phiệt danh gia, làm quan dưới thời chúa Nguyễn. Ngài vừa làm quan vừa tham khảo triết lý đạo Phật và vô cùng mến mộ . Đến năm 28 tuổi, Ngài từ quan và xuất gia học đạo. Từ đó, danh đức Ngài càng ngày càng truyền rộng trong nhân gian với chí nguyện độ sinh cho đến ngày viên tịch.

Nguyên Thiều – Thập Tháp Di Đà Tự

Tổ Nguyên Thiều, người quê Trình Hương, Triều Châu, Quảng Đông, đi tu năm 19 tuổi nơi chùa Bao Tư. Xuất gia với Ngài Bổn Khao Khoán Viên Hòa Thượng. Niên hiệu Cảnh Trị, thứ ba, Lê Huyền Tông (tức Ất Tỵ niên, thứ 17, chúa Nguyễn Phúc Tần, 1665). Ngài là người Trung Hoa qua hoằng pháp tại An Nam trụ tích tại Bình Định, lập Thập Tháp Di Đà Tự và thành lập phái Nguyên Thiều.

Thiền phái Liễu Quán

Hòa Thượng Liễu Quán, họ Lê, húy Thiệt Diệu, làng Bạch Mã, huyện Đồng Xuân, Phú Yên. Ngài học với Giác Phong Lão tổ, chùa Báo Quốc, Thuận Hóa; thọ Sa Di giới với

Hòa Thượng Thạch Liêm. Cụ túc giới với Ngài Hòa Thượng Từ Lâm Lão. Ngài vân du tham vấn học Thiền, năm Nhâm Ngọ (1702) đến Long Sơn tham kiến Hòa Thượng Tử Dung cầu học. Tổ không thực đời thứ 35 dòng Lâm Tế Chánh Tông (7)

(7) Tài liệu tham khảo – Việt Nam Phật Giáo Sử Lược, Hòa Thượng Thích Mật Thể.

Tiếp tục dòng thời gian, Phật Giáo xuyên qua các thời kỳ cận đại triều Nguyễn hay hiện đại, 50 năm chấn hưng Phật Giáo và pháp nạn năm 1963. Bồ Tát Thích Quảng Đức thiêu thân và bao nhiêu Thánh tử đạo đã hiến dâng thân mạng để bảo tồn đạo pháp đến ngày 1/11/1963 một Bản Hiến Chế được ban hành.

"Bản Hiến Chế được viết ra sau ngày 1/11/1963, và đã trình kiến trước một hội nghị thu hẹp gồm đại biểu của mười một giáo phái, hội đoàn tham dự, để quyết định thành lập, Giáo Hội Phật Giáo Việt Nam Thống Nhất.

"Cuộc họp của Tiểu ban dự thảo Hiến chương đã diễn ra tại thư viện chùa Xá Lợi, Sài Gòn, từ 15 giờ ngày 31/12/1963 và chấm dứt lúc 23 giờ 30, mà Thượng Tọa Trí Quang và chúng tôi (Thượng Tọa Đức Nhuận) là hai thuyết trình viên."

BẢN HIẾN CHẾ

Chương I

Thuyết Minh Vấn Đề

Điều 1. Sống trong vũ trụ vô thường ảo hóa, sống bằng kiếp người thống khổ mong manh, sống giữa một xã hội phân hóa bất công, Đức Phật chân nhận được trách nhiệm và sứ mệnh "Cứu độ chúng sinh" nên Ngài đã trút bỏ mọi ràng buộc thế tục để tu tìm một phương pháp giải thoát cho mình và hướng dẫn chúng sinh trên con đường giác ngộ.

Điều 2. Sau phút thành đạo, đấng Đại giác quán triệt hết thảy hiện tượng của vạn hữu, khám phá ra tận gốc rễ của sự khổ đau của chúng sinh, tìm thấy chính đạo để giúp con người thoát khổ, đã bước ra khỏi cội bồ đề, dấn thân vào đời khổ ải, nhận chịu mọi sự, để hóa độ chúng sinh, hòng giúp chúng sinh đạt được cảnh giải thoát viên mãn.

Điều 3. Như Lai đã tận diệt mọi chấp trước để hòa đồng với tự nhiên giới, làm cho vạn hữu cùng rực rỡ thêm lên; hòa đồng với tâm tư giới, làm cho nhân loại cùng sáng suốt thêm lên;

hòa đồng với siêu việt giới để Phật–tính–thường–hằng–nơi–vạn–hữu mau xòe nở tròn đầy.

Điều 4. Nhân loại hôm nay đã tự soi vào mình để phát giác ra rằng: mình đang hiện hữu trong một nghiệp dĩ khổ đau; giữa một xã hội toàn là kẻ thù giết chóc; trong một vũ trụ vật lý vô nghĩa ma sát, giới hạn khắt khe sinh mệnh con người. Tâm trạng này đang vò xé con người, tạo ra một nguồn tư tưởng cô đơn tuyệt vọng.

Điều 5. Mọi giá trị tinh thần cũ đang bị con người bôi bỏ, hệ thống duy thần đã lạc hậu, hệ thống duy vật tàn ác phi nhân đang bị vượt dưới nhận thức toàn diện của nhân loại tiến bộ. Nhưng hiện nay nhân loại chưa tìm được tư tưởng chỉ đạo cho cuộc sống mình, nên đang rơi vào trạng thái hoài nghi buồn chán. Đã đến lúc đạo Phật phải trở lại lối sống xưa cũ để "nhập cuộc", hướng dẫn tư tưởng con người trong việc giải thoát tâm tư khỏi trói buộc của thực tại thế giới mê vọng khổ đau.

Điều 6. Con người đều sinh hoạt trong ba thực tại: nhiên giới, tâm giới, và siêu việt giới. Đạo Phật đã thỏa đáp đầy đủ ba nhu yếu đó bằng cách nhìn nhận con người sống trong tự nhiên qua tình thương bao la để hòa đồng nổi với mọi hiện tượng vô thường; nhìn nhận và giúp con người thăng hóa tâm tư mình bằng trí tuệ sáng suốt, để tìm thấy an bình trong tâm hồn và sống vui với anh em; nhìn nhận và giúp cho Phật-tính thường trụ nơi con người bằng sự chứng đạt trạng thái trong sáng tròn đầy, để hòa đồng được với siêu việt giới thường hằng của vũ trụ. Nên đạo Phật là đạo giác ngộ và giải thoát cho nhân loại tiến bộ hôm nay.

Chương II.

Diễn Trình Đạo Phật

Điều 7. Dưới chiều hướng nhận thức, đạo Phật đã hiển nhiên trong một thuyết minh tự biến trong cộng biến và cộng biến trong tự biến: dưới chiều hướng thế giới, đạo Phật đã nói lên vấn đề tự do cá nhân trong tập thể xã hội; dưới chiều hướng hành động, đạo Phật đã đưa ra một phương pháp tự giác, giác tha. Đó là cội gốc của đạo Phật, thời kỳ duy nhất ở Ấn độ xưa.

Điều 8. Khoảng một trăm năm sau ngày Đức Thế Tôn nhập diệt, đạo Phật Ấn độ bắt đầu phân phái: Thượng Tọa bộ thiên nặng về khuynh hướng tự do tự giác; Đại chúng bộ thiên nặng về tập thể giác tha. Và, trong hai phái này còn có nhiều tông phái xuất hiện làm cho đạo Phật trở thành vô cùng phồn thịnh.

Điều 9. Đại chúng bộ, ngược hướng Bắc, phát triển ở Népal Thiên-trúc truyền qua Mông cổ vào Trung Hoa, Nhật bản, và Việt Nam. Thượng Tọa bộ, xuôi theo hướng Nam, phát triển ở Tích lan truyền qua Miến điện, Thailan, Laos, Kampuchia rồi gặp Đại chúng bộ tại miền Nam nước Việt.

Điều 10. Đạo Phật truyền tới đâu đều đã dung hợp với các nền văn minh địa phương để tạo cho địa phương một sắc thái từ bi đạo hạnh; nên đạo Phật mỗi ngày một thêm phong phú hơn là nhờ ở các cuộc dung hợp này. Đặc tính của đạo Phật là dung hóa sáng suốt, đón nhận mọi phát huy của con người, và đã thích ứng với mọi nơi, mọi thời đại.

Điều 11. Hiện nay, hai nền văn minh Thượng Tọa bộ và Đại Chúng bộ bổ sung cho nhau ở Việt Nam; để làm thành một đạo Phật duy nhất và toàn diện, cung ứng cho nhân loại một nền văn minh tự do cá nhân trong tập thể xã hội; để làm môi trường dung hợp cho hai nền văn minh cá nhân cực đoan và xã hội quá khích.

Điều 12. Sự kiện Đại thừa và Tiểu thừa hợp nhất để thức tỉnh hai hệ thống tư tưởng duy thần và duy vật hiện nay tại Việt Nam, cũng như sự hưởng ứng của các quốc gia Phật giáo – không phân biệt Thượng Tọa bộ và Đại Chúng bộ – đã nói lên ý chí thống nhất đạo Phật trên một bình diện rộng lớn hơn. Bằng vào ý chí đó, Phật Giáo đồ phát nguyện quyết tâm xây dựng một đạo Phật duy nhất toàn diện, để các tông phái cùng nảy nở và để nâng đỡ hướng dẫn tinh thần con người trên đường giải thoát nhiệm màu.

Chương III.

Con Người Đạo Phật

Điều 13. Đạo Phật nhận rằng: Vạn vật, chúng sinh đều có Phật-tính: Con người đều có khả năng thành Phật, do đấy con người trong đạo Phật là con người của mọi tầng lớp xã hội, mọi quốc gia, mọi tôn giáo, trên mặt đất và trong tam thiên đại thiên thế giới.

Điều 14. Mặc nhiên là con người đạo Phật, khi tự nhận là một người sinh hoạt trên ba chiều hướng: nhiên giới, tâm giới, siêu việt giới, và ý thức được mình là một con người hiện hữu; rồi nhận trách nhiệm về sự hiện hữu của mình để tự chủ tu chứng và thực hiện ba đại hạnh: đại bi, đại trí, đại hùng.

Điều 15. Ý thức là con người đạo Phật, khi người đó đã hấp thụ và tu chứng bằng phương pháp của đạo Phật, rồi đặt mình vào hàng ngũ Phật tử để hoằng dương chính pháp. Những người này được chia làm ba loại: Hiện thế tăng, Thăng thế tăng và Siêu thế tăng.

Điều 16. Hiện thế tăng là các Phật tử tu tại gia đã phát nguyện thọ trì Tam qui và Ngũ giới để thể hiện Phật pháp trong cuộc sống thường ngày, đem vào cho đời một nếp sống Bi Trí Hùng, giúp nhân loại đặt lại giá trị cho con người, an bình cho xã hội.

Điều 17. Hiện thế tăng có thể tự nguyện gia nhập các hội đoàn Phật Giáo như hội Nghiên cứu Phật học, hội tương tế Phật Giáo, hội tịnh độ Phật Giáo, hội văn nghệ sĩ Phật Giáo, hội y dược sĩ Phật Giáo, đoàn sinh viên Phật tử, đoàn thanh niên Phật tử, thanh nữ Phật tử, thiếu niên, thiếu nữ Phật tử, đoàn lao động Phật Giáo...

Điều 18. Thăng thế tăng là các tu sĩ xuất gia, từ bỏ mọi ràng buộc gia đình, kinh tế, chính trị, để tu tập duy trì, phát huy và hoằng dương chính pháp, nâng đỡ tinh thần quần chúng bằng lối giảng dạy hoặc bằng phong thái sống của mình. Ngoài phần tu học và hướng dẫn tinh thần quần chúng, Thăng thế tăng còn là những người làm tất cả mọi việc mà người Tu sĩ làm được để hàn gắn những rạn nứt, khổ đau cho xã hội, tức là giúp đỡ quần chúng về cả mặt tinh thần lẫn vật chất.

Điều 19. Để thành một Thăng thế tăng, không phân biệt nam nữ, nếu phát nguyện hiến dâng trọn đời mình cho Phật pháp đều được chấp nhận, nhưng để hoàn hảo tăng chúng, trước khi được nhận là một Tăng sĩ thực thụ, phải qua một giai đoạn thử thách cần thiết (theo qui luật riêng của tăng chúng), có ba phẩm trật trong gia đình Thăng thế tăng là Tăng sinh, Đại Đức và Thượng Tọa.

Điều 20. Tăng sinh là các tu sĩ đã đủ mười tám tuổi, học hết bậc trung học Phật Giáo, sau khi thụ Sa-di giới và phát nguyện giữ "mười giới". Nam được gọi là tăng sinh, nữ được gọi là ni sinh

Điều 21. Đại Đức là những Tăng sĩ đủ hai mươi tuổi, học hết bậc đại học Phật Giáo, đã thụ Tì–Khưu giới và đủ năm hạ lạp. Nam gọi là Đại Đức phát nguyện giữ hai trăm năm mươi giới. Nữ gọi là Ni Sư phát nguyện giữ ba trăm năm mươi giới.

Điều 22. Thượng Tọa là các Đại Đức đã có mười hạ lạp và được Đức Pháp chủ sắc phong. Các vị này thuộc hàng Giáo Phẩm cao nhất của Thăng thế tăng.

Điều 23. Siêu thế tăng là các bậc Trưởng lão đã có những hạ lạp cao và đức hạnh đầy đủ, thoát khỏi mọi vòng tục lụy; ở trường hợp thông thường thì vị Thượng Tọa nào đã góp công hoằng pháp đủ bốn mươi năm; ở trường hợp đặc biệt, các vị tổ của các tông phái, hay các vị được tăng chúng truy nhận đã chứng đạt được hạnh Siêu thế tăng thì không kể tuổi tác và thời gian hoằng pháp. Các vị này gọi là Hòa Thượng.

Điều 24. Hòa Thượng là các vị thể hiện trọn vẹn tinh thần giải thoát của đạo Phật, nên các Ngài là những vị lãnh đạo cố vấn tối cao của Giáo Hội, tuy không còn hoằng pháp bằng lời, bằng thân, nhưng là hoằng pháp bằng tâm lực của mình đối với việc hóa độ chúng sinh.

Chương IV.

Tổ Chức Giáo Hội

Điều 25. Vị lãnh đạo tinh thần tối cao của Giáo Hội là đức Pháp chủ (theo bản hiến chương hiện nay, là Đức Tăng Thống). Đức Pháp chủ là vị thể hiện trọn vẹn giáo tính, giáo pháp và giáo luật, do đấy đức Pháp chủ là một Siêu thế tăng có đại đức, đại trí, đại hùng.

Điều 26. Đức Pháp chủ do Chưởng pháp viện nhất trí suy tôn.

Điều 27. Đức Pháp chủ là vị lãnh đạo vĩnh viễn, trọn đời.

Điều 28. Đức Pháp chủ là tiếng nói chung quyết của mọi vấn đề Phật Giáo.

Điều 29. Đức Pháp chủ tấn phong các hàng Giáo Phẩm và tuyển lựa các vị Hòa Thượng, Thượng Tọa để sung vào Chưởng pháp viện.

Điều 30. Chưởng pháp viện gồm các vị Hòa Thượng, Thượng Tọa do Đức Pháp chủ ủy nhiệm và hủy nhiệm, cũng như ấn định viện số. Viện này là cơ quan lập pháp của Giáo Hội. Mỗi năm họp một lần.

Điều 31. Chưởng pháp viện (theo Hiến chương hiện nay, là Hội Đồng Trưởng lão) suy cử ra một Hoằng pháp viện của Giáo Hội.

Điều 32. Hoằng pháp viện của Giáo Hội điều hành và giải quyết mọi vấn đề của Phật Giáo.

Điều 33. Nhiệm kỳ của Hoằng pháp viện là ba năm.

Điều 34. Đứng đầu Hoằng pháp viện là một vị Tăng chủ (theo Hiến chương hiện nay, là Viện Hóa Đạo tức Viện trưởng Viện Hóa Đạo).

Điều 35. Tăng chủ điều lý mọi vấn đề đối nội, đối ngoại và ký tên trong mọi văn kiện của Giáo Hội.

Điều 36. Tăng chủ triệu tập các cuộc họp thường và bất thường của Hoằng pháp viện và chủ tọa các cuộc họp đó.

Điều 37. Tăng chủ luôn luôn là người thừa ủy nhiệm của Đức Pháp chủ trong việc điều lý Phật Giáo, và chịu sự kiểm soát của Chưởng pháp viện.

Điều 38. Phụ tá Tăng chủ có hai vị Phó Tăng chủ đại diện Tăng chủ trong lúc vắng mặt.

Điều 39. Một bộ Tăng vụ coi việc tổ chức Giáo Hội, tổ chức các hội đoàn và thuyên chuyển Tăng sĩ. Lập sổ bộ tăng, tín đồ, cấp phát chứng minh thư. Đứng đầu là một vị Tăng vụ Trưởng và có các Tăng sĩ giúp việc.

Điều 40. Một bộ Tăng luật coi việc kiểm soát Tăng chúng và gìn giữ giới luật, nghiên cứu luật pháp Nhà Nước liên quan đến Phật Giáo và tôn giáo. Đứng đầu là một vị Tăng luật Trưởng và có các Tăng sĩ phụ lực.

Điều 41. Một bộ Tăng thiệp coi việc ngoại giao của Giáo Hội, liên lạc với các tổ chức, các hệ phái trong và ngoài nước, giao thiệp chính quyền, tham dự các hội nghị quốc tế. Đứng đầu là vị Tăng thiệp Trưởng và có các Tăng sĩ phụ tá.

Điều 42. Một bộ Tăng hóa coi việc văn hóa, giáo dục và hoằng pháp. Đứng đầu là một vị Tăng hóa Trưởng và có các vị Tăng sĩ phụ giáo.

Điều 43. Một bộ Tăng lễ coi việc lễ nghi của Giáo Hội. Đứng đầu là một vị Tăng lễ Trưởng và có các Tăng sĩ hộ trì

Điều 44. Một bộ Tăng phúc coi việc y tế, lập nhà thương, cô nhi viện, dưỡng lão viện và các công tác từ thiện xã hội, khai thác cơ sở. Đứng đầu là một vị Tăng phúc Trưởng và có các Tăng sĩ phụ lực.

Điều 45. Một bộ Tăng quản coi việc quản thác và gìn giữ tài sản Tam bảo. Trùng tu, kiến thiết các cơ sở Giáo Hội. Đứng đầu là một vị Tăng quản Trưởng và có các Tăng sĩ thừa hành.

Điều 46. Một vị Tăng thư Trưởng, một vị Tăng thư Phó (theo bản Hiến chương hiện nay, là Tổng Thư ký và Phó Tổng Thư ký) thường trực tại trụ sở Trung Ương và có các Tăng sĩ phụ nhiệm.

Điều 47. Các Tăng sĩ giúp việc ở các bộ thì do các vị đứng đầu mỗi bộ tuyển chọn. Chưởng pháp viện chỉ bầu các vị trưởng và phó (nếu có) ở mỗi cơ quan trung ương mà thôi.

Điều 48. Dưới Giáo Hội Trung Ương là miền. Mỗi miền có một vị Thượng Tọa Tăng trưởng đại diện miền điều khiển.

Điều 49. Tăng trưởng do Đức Pháp chủ tấn phong và Tăng chủ ủy cử quản nhiệm mỗi miền.

Điều 50. Dưới miền là thành, tỉnh. thành, tỉnh do một vị Đại đức Tăng giám điều khiển.

Điều 51. Tăng giám do Giáo Hội ủy cử và Tăng Trưởng ở miền là tỉnh, thành trực thuộc thuyên chuyển.

Điều 52. Dưới thành, tỉnh là khu. Mỗi khu do một vị Tăng đạo điều khiển.

Điều 53. Tăng đạo do Tăng Trưởng ủy cử và Tăng Giám của tỉnh liên hệ thuyên chuyển.

Điều 54. Các hàng Giáo Phẩm điều khiển ở mỗi cấp, có thể tuyển thêm Tăng sĩ hoặc cư sĩ giúp việc, nếu cần. Riêng trường hợp các Tăng sĩ thì phải xin ở bộ Tăng vụ cung ứng.

Điều 55. Về Ni bộ, theo như các thể thức thành lập các hội đoàn (các Phật tử cư sĩ tại gia "hiện thế tăng") được qui định ở các điều 15, 31, 34, 36, 38 và do Tăng vụ Trưởng Tăng bộ trực tiếp điều khiển.

Điều 56. Các hội đoàn (hiện thế tăng) chỉ được thành lập sau khi đã đệ trình nội qui lên cấp Giáo Hội trực thuộc, và được Giáo Hội Trung Ương cho phép mới chính thức hoạt động

Điều 57. Hội đoàn tự bầu lấy ban chấp hành nhưng về mặt lãnh đạo tinh thần đều do các hàng Tăng sĩ đảm nhận.

Chương V.

Quản Chưởng Giáo Hội

Điều 58. Tất cả các tự viện, học viện, thư viện, các trường Đại, Trung, Tiểu học Bồ Đề đều trực thuộc Giáo Hội.

Điều 59. Tất cả động sản và bất động sản của các chùa có thập phương đến hành hương đều thuộc quyền quản chưởng của Giáo Hội.

Điều 60. Những tài sản do thập phương tiến cúng được phân làm ba phần để: sửa sang chùa cảnh; dùng vào việc hoằng pháp; và làm việc tăng sự.

Điều 61. Phần tiền dành vào việc hoằng pháp thì các chùa phải gửi lưu tại quỹ Giáo Hội Trung Ương để thực hiện chương trình hoằng pháp rộng lớn và duy nhất.

Điều 62. Các Am, Tịnh xá của các vị tự tu không có thập phương hành hương thì không thuộc quyền quản chưởng của Giáo Hội, nhưng đều được Giáo Hội bảo trợ về mặt tinh thần.

Điều 63. Tất cả Tăng sĩ có thể lập trường học, bệnh xá... và làm các việc "thường" hợp với khả năng của bậc tu trì, nhưng lợi tức phải tập trung vào quĩ Tam bảo. Vì cuộc sống của các vị là do Giáo Hội chu toàn.

Chương VI.

Kỷ Luật Giáo Hội

Điều 64. Kỷ luật của Tăng bảo là kỷ luật tự nguyện, tự giác để đi tới tự trị, tự lý, nên Giáo Hội không thưởng người có công, cũng không phạt người có Thượng tội, bằng những hình thức thông thường. Giáo Hội chỉ nêu công tội thành vấn đề để cảnh tỉnh chung. Tuy nhiên, trong trường hợp Tăng sĩ nào phạm tội "tứ trọng, ngũ nghịch", tức là đã cố ý ly khai với Giáo Hội, thì Giáo Hội mới trục xuất.

Điều 65. Đối với thế luật thì Tăng sĩ cần nỗ lực đến cùng để điều hợp thế luật với giáo luật, bằng phương pháp từ bi bất bạo động.

Điều 66. Một Tăng sĩ coi là phạm thế luật nhưng đích thực tâm mình ngay thẳng chân chính thì vẫn không phạm giáo luật.

Điều 67. Trường hợp Tăng sĩ bị thế luật buộc tội không oan, tức là có tà tâm thực sự, thì mặc nhiên đã phạm giáo luật.

Điều 68. Tăng sĩ không được nhân danh mình để nhận hàm tước và tặng thưởng của thế tục, mà phải nhân danh Giáo Hội để nhận các thứ đó.

Điều 69. Giáo Hội không hạn chế bất cứ một sáng kiến nào, nhưng chỉ áp dụng những sáng kiến đó khi xét thấy không ngược Phật pháp.

Chương VII.

Thực Hiện Hiến Chế

Điều 70. Bản Hiến chế này, sau khi đã được Đại biểu các cấp Giáo Hội Phật Giáo Việt Nam hội họp tại... từ ngày... đến ngày... tháng... Phật lịch năm 2507, đã thảo luận kỹ từng chương, điều của bản Hiến chế và đã được hội nghị biểu quyết chấp thuận. Hội nghị cũng đã cung thỉnh đức Pháp chủ, vị lãnh đạo tối cao của Giáo Hội và Ngài thay mặt đại biểu hội nghị công bố, ban hành bản Hiến chế này.

Điều 71. Việc sửa đổi Hiến chế phải do một hội nghị đặc biệt của đầy đủ các vị Hòa Thượng, Thượng Tọa mới có quyền quyết định.

Điều 72. Bản Hiến chế này gồm bảy (7) chương, bảy mươi hai (72) điều và... chữ.

Làm tại Sài Gòn, ngày tháng năm 1963.

Phật lịch 2507, dương lịch 1963.

Bản Hiến chế này là tiền thân của GHPGVNTN (1964). Bằng tâm nguyện, ý chí của đạo lực tất cả các hệ phái Tăng già, cư sĩ, các đoàn thể, tổ chức Phật Giáo đều thống hợp để thành lập và kiện toàn Giáo Hội Thống Nhất. Đó là tự thân của GHPGVNTN về mặt pháp lý mà cũng là tổ chức duy nhất được sinh ra của suốt một dòng lịch sử đạo Phật kể từ thời sơ khai. Do đó, không ai có quyền nói gì để phủ nhận vai trò của GHPGVNTN đang hiện hữu, và mãi mãi hiện hữu cho đến ngàn sau. Ngày nào dân tộc Việt Nam còn, đất nước Việt Nam còn thì ngày đó GHPGVNTN còn tồn tại trên quê hương dấu yêu. Kẻ nào chà đạp, tiêu diệt GHPGVNTN, thì chính kẻ đó bức hại, hủy diệt dân tộc Việt Nam và quê hương của nòi giống Lạc Hồng, đi ngược lại lịch sử của tiền nhân, Tiên Tổ, và là kẻ vong bản, nô dịch, đã chối bỏ nòi giống Tổ Tông, cội nguồn văn hiến mà biết bao nhiêu anh hùng, liệt nữ, Thiền sư, Đạo sư, Thánh tử đạo, chiến sĩ vô danh đã nằm xuống vì dân tộc và Đạo pháp để có được ngày nay. Vì thế, chế độ Cộng sản Hà Nội không thể nói rằng: "Tôi không biết GHPGVNTN của ông là ai". Nếu không biết GHPGVNTN là ai thì hãy chịu khó giở lịch sử ra đọc thì sẽ biết, và một khi biết rồi thì xin đừng lấy thịt đè người, đừng dùng bạo lực để trấn áp, đừng đem súng đạn để bắn giết, đừng xây nhà tù trại giam để nhốt những người dân vô tội, đừng dùng thủ đoạn dã man để tra tấn, và đừng giết người rồi đổ hô bị bịnh viêm thận cấp tính, bể mạch máu đầu, hay đau tim không chữa được.

Lịch sử oai hùng của dân tộc Việt Nam còn đó, đảng Cộng sản Việt Nam với đôi ba mươi năm du nhập chủ thuyết ngoại lai ngông nghênh quay lại chê bai, phủ nhận dòng sử mệnh của dân tộc, và hủy diệt văn hóa Lạc Hồng, Hùng Vương, Bách Việt. Trong cuốn "Hồ Chí Minh, Ngô Đình Diệm và Mặt Trận Giải Phóng", Hồ Sĩ Khuê viết:

"Đảng Cộng sản Việt Nam thoát thai từ Đông Dương Cộng sản đảng của Nguyễn Ái Quốc, đã hoạt động khá lâu từ trước, nhưng chính thức thành lập ngày 3/2/1930. Từ năm 1923, Nguyễn Ái Quốc sang Nga, đến năm 1945 Hồ Chí Minh tuyên ngôn độc lập ở Hà Nội, hai tên nhưng vẫn một người, đảng Cộng sản Việt Nam đã áp dụng thành công chủ nghĩa "cướp chính quyền" và chủ nghĩa "giữ chính quyền" ở miền Bắc, với nhiều giai đoạn thăng trầm trong cuộc xung đột chống Pháp. Các đảng phái Quốc gia có kinh nghiệm về vấn đề này, đầy đủ và bi thảm.

"Từ 1945 đến 1975, khi Dinh Độc Lập Sài Gòn bị xe tăng Liên sô đạp đổ, chủ nghĩa Mác–Lê quả thực đã "bách chiến bách thắng", khắp các chiến trường Việt Nam. Nhờ ông Hồ đã khéo nhập nhằng vẽ nên hình ảnh "thét to mừng rỡ đến rơi nước mắt, khi tìm ra được trong tư tưởng Lénine con đường cứu nước".

Đảng Cộng sản Việt Nam được thành lập khoảng 45 năm, tính đến ngày 30/4/1975. Trong 45 năm đó, đảng CSVN đã làm được gì cho quốc gia dân tộc? Hay đảng chỉ biết thủ lợi, bè phái, đặc quyền cho tập đoàn đảng không thôi? Sau khi chiếm miền Nam, 30/4/75, với tinh thần vọng ngoại u mê, CSVN đã hủy hoại truyền thống văn hóa, lịch sử tốt đẹp của đất nước, thay vào đó bằng những chủ thuyết vong bản ngoại lai của Marx–Lénine. Riêng lãnh vực tôn giáo, nhất là Phật Giáo, hãy bình tâm suy xét chế độ Cộng sản Việt Nam đã làm được chút gì cho Phật Giáo, mà lúc nào cũng hô to: "Dân tộc, đạo pháp, xã hội chủ nghĩa?". Tinh thần dân tộc quốc gia đã bị CSVN xóa bỏ, Đạo pháp bị áp chế, tiêu diệt và bức tử GHPGVNTN, đày ải, giết chết hàng loạt quí Chư Tôn Giáo Phẩm, tước đoạt con dấu Viện Hóa Đạo, Văn Phòng Lương Viện, không cần có một văn thư, án lệnh nào cả. Như vậy, nói Đạo pháp mà có Đạo pháp hay không? Hay chỉ có đảng viên, cán bộ xã hội chủ nghĩa ung dung, bảnh bao, chưng diện hơn nữa, mặc cho dân tộc ngất ngư, đói nghèo, mặc cho Đạo pháp nghiêng ngửa, đúng như câu diễu của người dân đối với tập quyền lãnh đạo CSVN: "Nhân dân đừng no, đảng nhà nước no rồi". Như vậy, đảng nhà nước đứng ra hô hào, triệu tập thống nhất Phật Giáo (1981) hai miền Nam Bắc có đúng theo chánh pháp hay âm mưu tiêu diệt Giáo Hội Phật Giáo lịch sử?

Để chứng minh điều này, trước tiên theo tài liệu của Hòa Thượng Quảng Độ trong tập Nhận định về những sai lầm tai hại của đảng Cộng sản Việt Nam đối với dân tộc và Phật Giáo:

"Việc thống nhất Phật Giáo là việc của chư tăng mà không phải việc của đảng nhà nước, nhưng vì chủ trương của chế độ và đường lối tiêu diệt Phật Giáo cho nên nhà nước và Ban Tôn giáo đã trực tiếp điều hành sự thống nhất này. Thêm một điều oái ăm, thâm độc, đó là Cộng sản bắt người của GHPGVNTN làm bình phong che dư luận, che những ý đồ, âm mưu của đảng nhà nước, đứng ra vận động thống nhất Phật Giáo và nắm những vai trò cốt cán của Ban: Hòa Thượng Thích Trí Thủ, nguyên Viện Trưởng Viện Hóa Đạo, GHPGVNTN, làm Trưởng Ban Vận Động; Hòa Thượng Thích Trí Tịnh, nguyên Tổng Vụ Trưởng Tổng vụ Tăng sự, làm phó Trưởng Ban Vận Động; Hòa Thượng Thích Minh Châu, nguyên Tổng vụ Trưởng Tổng vụ giáo dục, làm Tổng thư ký Ban Vận Động, ngoài ra còn có một số chư Tăng khác làm Ban Viên Vận Động.

Chúng ta có một cái nhìn tổng quát về Ban Vận Động này. Thứ nhất, đối với Hội Phật Giáo Việt Nam, trong Ủy Ban Mặt Trận Tổ quốc Việt Nam của cụ Phạm Thế Long, đây chỉ là một Ban trong các Ban của Mặt Trận, như một ngón chân trên một bàn chân không có thực lực, không có nhân sự, không có uy tín quần chúng và không có quần chúng thì lấy ai để thành lập Ban Vận Động. Thứ hai là Ủy Ban Liên Lạc Phật Giáo yêu nước của cụ Minh Nguyệt thì cũng chỉ là hữu danh vô thực, là công cụ, sản phẩm của đảng nhà nước, chẳng có quyền hành, uy tín gì ráo thì nói ai nghe. Nhìn trước ngó sau không ai khác hơn, có khả năng, đầy đủ uy tín, thực lực nhân sự, đó là GHPGVNTN. Do vậy, bằng mọi cách phải bắt cho được những vị đầu não của Giáo Hội. Bắt không được theo cách chính trị, dụ dỗ, lừa bịp, mị dân, thì bắt bằng những cách khủng bố, công an, bộ đội. Cuối cùng rồi cách nào cũng không sẩy. Cá lớn thì nơm lớn, cá nhỏ thì nơm nhỏ. "Khoảng đầu năm 1980, lần đầu tiên cố Hòa Thượng Thích Trí Thủ, Thượng Tọa Trí Tịnh, và Thượng Tọa Minh Châu được nhà nước Cộng sản mời với tư cách cá nhân đi dự cuộc "gặp mặt đầu năm", do ông Nguyễn Văn Linh, Bí Thư Thành Ủy chủ trì."

Trước khi bắt ba vị Giáo Phẩm của Giáo Hội, Cộng sản đã nghiên cứu kỹ, Hòa Thượng Thích Trí Thủ, đối với Giáo Hội là đương kim viện Trưởng Viện Hóa Đạo, thì còn ai hơn Hòa Thượng nữa, nắm lấy đầu tàu, người thủ lĩnh thì chắc hẳn cả con tàu Giáo Hội phải chạy theo, đối với đức độ tu hành, huynh đệ với nhau thì phải nói rằng Hòa Thượng là một vị chân tu, đạo hạnh, có uy tín với Giáo Hội, có uy tín với quần chúng Phật tử, rất thâm tình với chư Tôn Giáo Phẩm: trên như Hòa Thượng Chánh Thư ký, kiêm Xử lý viện Tăng Thống, Thích Đôn Hậu, Hòa Thượng Thích Mật Hiển..., dưới đối với đàn em hay ngang hàng với mình như Hòa Thượng Từ Đàm, Hòa Thượng Trí Quang, Hòa Thượng Thiện Minh, Hòa Thượng Trí Nghiêm thì Ngài cũng nhất mực tôn trọng, cung kính, lắm lúc còn tỏ ra tùy thuận, khiêm tốn hơn nữa, cho nên ai cũng có một đạo tình sâu xa, quí mến Hòa Thượng; xem Hòa Thượng như một người cha tôn kính, một người anh cao quí mà nhất nhất đều hoan hỷ trong Phật sự Giáo Hội. Về mặt hoằng pháp lợi sanh, thì phải nói rằng Hòa Thượng là người có khuynh hướng canh tân, cải tiến, cho chư Tăng Ni du học-phổ thông, xây dựng các Phật Học Viện: Báo Quốc, Huế; Hải Đức, Nha Trang; Quảng Hương Già Lam, Sài Gòn để đào tạo Tăng tài, nhằm đẩy mạnh con thuyền Giáo Hội đuổi kịp thế giới văn minh bên ngoài, và mang hương vị giáo pháp giác ngộ giải thoát trang trải cho tất cả nhân loại, chúng sanh. Và cuối cùng là giá trị địa phương, Phật Giáo miền Trung mà Huế là cái nôi trưởng thành tiềm lực sống, và Hòa Thượng là người đại diện cho tiềm lực sống đó. Hòa Thượng Thích Trí Tịnh, đối với Phật Giáo miền Nam, từ khi chư cố Hòa Thượng Phó Tăng Thống Thích Thiện Hòa, Hòa Thượng Viện Trưởng Viện Hóa Đạo Thích Thiện Hoa còn sanh tiền thì quần chúng Phật tử miền Nam đều quy tụ về nhị vị Hòa Thượng, y cứ, nương tựa như là điểm hội tụ, như là hai ngọn hải đăng để Phật Giáo miền Nam làm chuẩn hướng trên bước đường tu học, nhưng sau nhị vị Hòa Thượng đã viên tịch thì có thể nói Hòa Thượng Trí Tịnh là người đại diện cho giới Tăng lữ miền Nam đương thời, nhất là trên lãnh vực phiên dịch kinh tạng. Và Hòa Thượng Minh Châu, viện Trưởng Viện Đại Học Vạn Hạnh, đảng nhà nước Cộng sản Việt Nam nhắm vào Hòa Thượng qua ba phương diện:

– Hòa Thượng là anh ruột của Đinh Văn Vinh, cán bộ cao cấp Cộng sản trong Ban Tôn giáo nhà nước, có thể đại diện cho Phật Giáo miền Bắc. Hòa Thượng người Nghệ Tĩnh.

– Viện Trưởng Viện Đại Học Vạn Hạnh, có trong tay một khối sinh viên trí thức về mặt văn hóa.

– Người có ảnh hưởng tầm vóc quốc tế, trên lãnh vực đối ngoại.

Qua hình ảnh của ba vị Hòa Thượng, có khả năng, thừa uy tín để đại diện cho ba miền Phật Giáo, Bắc, Trung, Nam mà không bắt làm Trưởng, Phó, Thư ký, cái xương sống của Ban Vận Động Thống Nhất thì bắt ai hơn? Và chính thành phần nhân sự này đã đưa đến sự thành công trong việc thống nhất Phật Giáo của đảng Cộng sản Việt Nam. Nếu như chư Tôn Giáo Phẩm của GHPGVNTN không bị cưỡng bách, bức hại, hăm dọa bắt phải vào Ban Vận Động Thống Nhất Phật Giáo để thống nhất theo chiều hướng của đảng, thì chặng đường tủi nhục của lịch sử Phật Giáo Việt Nam,1981, không thể có, vì khi nói thống nhất Phật Giáo là nói đến các Giáo Hội, các hệ phái nằm ngoài sự kềm kẹp của đảng nhà nước, thống nhất vào sự quản chế của Ban Tôn Giáo chính phủ, chứ chẳng lẽ Hội Phật Giáo Việt Nam của cụ Phạm Thế Long đi vận động thống nhất với Ban Liên Lạc Phật Giáo yêu nước của cụ Minh Nguyệt, Thiện Hào? Mà hai cái Ban và Hội này nhân sự đếm không quá trên đầu ngón tay, còn quần chúng Phật tử thì không có chỉ có đảng viên và cán bộ không thôi, mà đã là đảng viên, cán bộ, thì đâu cần phải thống nhất nữa vì chính tự thân và tâm của họ đã nhất thống với đảng cả rồi. Từ đó, chặng đường lịch sử Phật Giáo Việt Nam đã điểm một vết mực đen, Dân tộc – Đạo pháp tối tăm trong cảnh đau thương, huyết lệ.

Từ tinh thần thống nhất để hòa hợp và kiện toàn sứ mệnh dân tộc, Đạo pháp, có một nền hòa bình, an lạc chân chính, có một môi trường tu tập, hành đạo lợi vật ích người để thăng hoa cuộc sống, để bảo vệ và tôn trọng tánh làm Phật với nhau, trong cộng đồng liên đới người với người, chúng sinh với chúng sinh. Thống nhất là để có cùng một phương hướng hành xử, một cái nhìn quán triệt toàn diện, một lối sống như nước với sữa, một ý chí như kim cương, và một đường lối hóa đạo cụ thể, thực tiễn, đi trên phương châm "Thượng cầu Phật đạo, hạ hóa chúng sanh" mà từ thuở xa xưa, từ thời khởi thủy, chư vị Tổ Đức đã xương minh, hay nói đến ngụm nước đầu nguồn, nắm đất uyên nguyên sinh ra Phật Giáo, cách đây gần 3000 năm, Ấn Độ, khi Đức Thế Tôn còn tại thế đã minh chứng một cách hùng hồn qua lời huấn thị của Đức Như Lai: "Ta là Phật đã thành, các ngươi là Phật sẽ thành" hoặc: "Tất cả chúng sinh đều có tánh làm Phật". Ngài trân trọng quí hóa chúng sinh đến như vậy, thử hỏi còn có ai trong thế gian này ngang bằng? Quả thật là không! Con đường Trung Đạo của Phật Giáo còn sáng ngời, con đường Bát Chánh Đạo còn thênh thang, con đường Tứ Niệm Xứ, con đường độc đạo mà chư Phật ba đời đều đi trên con đường đó, trên tiến trình tu tập giác ngộ và giải thoát. Bằng giá trị của lòng từ bi, bằng ý nghĩa của sứ mệnh độ sinh, và bằng lý tưởng của một sứ giả Như Lai, để thống nhất ngôi nhà Phật Giáo đúng vị thế của nó, đã không được mà còn lệch hướng, rớt xuống vực thẳm, gặp con đường khúc khuỷu, gồ ghề, nguy nan. Con đường của bạo lực và tước đoạt. Hòa Thượng Quảng Độ nói:

"Mấy chục năm qua, quí vị ở ngoài Bắc may mắn được sống trong hòa bình, độc lập, tự do, hạnh phúc, chắc quí vị đã làm được rất nhiều việc cho Phật pháp ngoài ấy, còn tại miền Nam này chúng tôi phải sống trong chiến tranh, lại bị kìm kẹp, đàn áp, nên chẳng làm được bao nhiêu Phật sự. Mà có làm được chút nào thì nhà nước cũng trưng dụng cả rồi. Như quí vị chắc đã thấy, các trường trung, tiểu học Bồ Đề, viện đại học Vạn Hạnh, các trung tâm văn hóa và các cơ sở từ thiện xã hội từ trung ương đến các địa phương đều đã phải giao cho nhà nước. Các Phật học viện thì phải giải tán cho Tăng Ni sinh ở đâu về đó lo việc sản xuất, thành thử bây giờ Giáo Hội chẳng còn gì cả. Cho nên, nếu được vinh dự thống nhất với quí vị thì cũng chỉ với hai bàn tay không thôi. Như vậy, ai cần thống nhất với ai?"

Qua một khía cạnh khác, sự thống nhất Phật Giáo nước nhà là một vấn đề trọng đại của đoàn thể khối Phật tử cả nước nói chung và chư Tăng Ni nói riêng đều phải tham gia, đóng góp ý kiến xây dựng, và chịu trách nhiệm từ nơi tinh thần căn bản của người Phật tử. Có như vậy thì ngôi nhà Phật Giáo mới vững vàng từ nền móng lên đến vách, mái, mà không bị xiêu vẹo, sụp đổ nửa đường, đằng này thống nhất Phật Giáo mà chỉ có số đảng viên, cán bộ Ban Tôn giáo để thống nhất không thôi, thì thử hỏi cái thống nhất đó là thống nhất gì? Thống nhất như là cái ách đặt trước cổ con trâu, bắt cày thì phải kéo cày, bắt bừa thì phải kéo bừa? Nếu thống nhất kiểu đó thì Phật Giáo đâu phải của dân tộc, Phật Giáo cũng không còn giá trị của Phật Giáo nữa, mà Phật Giáo đó chỉ là nhãn hiệu, làm công cụ cho chủ nghĩa Marx-Lénine mà thôi. Chính vì sự quan trọng đó, mà chư Tôn Đức đã ý kiến:

"Ngôi nhà GHPGVNTN đây là do Tăng Ni miền Nam, từ Quảng Trị đến Cà Mau xây dựng nên với sự đóng góp xương máu, nước mắt của toàn thể Tăng Ni Phật tử miền Nam, họ không thể tất cả tập trung về đây để trông nom ngôi nhà ấy được, nên họ nhờ quí vị và chúng tôi trông nom giữ nhà dùm họ. Nếu bây giờ vì một lý do nào đó, quí vị thấy không thể tiếp tục giữ nhà dùm họ nữa, thì quí vị phải gọi họ về mà trả nhà lại cho họ để họ quyết định, nếu họ muốn giữ lại nhà thì họ sẽ nhờ người khác, còn nếu họ muốn bán hoặc cho ai thuê thì đó là quyền của họ, chứ quí vị cũng như chúng tôi ở đây không ai có thẩm quyền quyết định việc này. Nói cách khác, Hiến Chương của Giáo Hội đã qui định, Đại hội Giáo Hội thường niên là hai năm một kỳ, nhưng khi có vấn đề liên quan đến sự tồn vong đến Giáo Hội thì phải triệu tập Đại hội bất thường để giải quyết, chứ Ban Chỉ Đạo Viện Hóa Đạo không có quyền quyết định. Bây giờ đây chính là lúc có liên quan đến sự tồn vong của Giáo Hội, vậy xin Hòa Thượng Viện trưởng thay mặt Đức Tăng Thống, triệu tập Đại hội bất thường để Đại hội quyết định vấn đề này."

Đây chính là mối liên quan mật thiết giữa cấp lãnh đạo trung ương, với hạ tầng cơ sở địa phương, đồng san sẻ và ý thức trách nhiệm chèo chống con thuyền Giáo Hội đến bến bờ, trước cơn phong ba, bão táp; bằng ngược lại, là tự mình đập vỡ con thuyền mà thực sự con thuyền Giáo Hội đang chồng chềnh bởi những người đang lèo lái nó.

Một thảm kịch của trò đời, một tấn tuồng bi đát, trớ trêu oan nghiệt, mà đạo diễn là đảng CSVN, biến GHPGVNTN thành nạn nhân trong thảm kịch đó. Phật Giáo Việt Nam trải qua bao nhiêu cảnh thăng trầm, vinh nhục với vận nước, thì hôm nay Phật Giáo cũng đang cưu mang gánh nặng ý thức dân tộc, tiền đồ Quốc gia mà chư vị Hòa Thượng Huyền Quang, Hòa Thượng Quảng Độ, Hòa Thượng Đức Nhuận, Thượng Tọa Tuệ Sỹ, Trí Siêu... đã xả thân cho đại cuộc, chưa kể những người đã hy sinh thân mạng của mình làm hương hoa, chất liệu tưới lên mảnh đất quê hương nhiều máu xương chồng chất, cho vơi đi sự hận thù, oan trái. Nhưng thật nghiệt ngã, người chết thì đã nằm yên dưới mồ đất lạnh, còn người sống thì vẫn đeo đẳng túc trái oan khiên.

Mấy nghìn năm lịch sử, đạo Phật đã có mặt khắp thế giới. Từ Đông sang Tây, từ Âu sang Á, đâu đâu cũng có lời kinh nguyện cầu, được cất lên từ những tâm hồn trầm lặng; từ thung lũng sâu hay núi đồi cao, từ vùng biển xanh hay bình nguyên nhuộm màu nắng ấm, bất cứ nơi nào cần đến đạo Phật là đạo Phật xuất hiện như hương của trời, như không khí của thiên nhiên, và từ đó, con người, chúng sinh thấm được hương giác ngộ giải thoát. Đạo Phật luôn đứng trên lập trường xây dựng qua hai lãnh vực: thế gian và xuất thế gian. Kiện toàn đời sống con người trong bổn phận cư xử với đời, quốc gia, xã hội, làng nước, gia đình, vợ chồng, con cái, để thực sự có một cuộc sống hạnh phúc giữa người với người, ngõ hầu tạo dựng một quốc gia phú cường, dân tộc giàu mạnh chan hòa trong niềm tin yêu, hiểu biết. Từ đó, con người tiến lên đời sống siêu việt của một bậc thánh, chứng ngộ giác tâm, chân trời của linh minh đổng triệt mở bày. Đạo Phật giác ngộ cho tự thân, giác ngộ cho tha nhân, và giác ngộ cho cả hai: đó là hành trang, là tư lương của Bồ Tát Đạo, là con đường xả kỷ vị tha, quên đi những cái của riêng mình, xóa mờ ý tưởng chấp ngã, để hòa tan trong đại thể. Đạo Phật đã vạch ra cho mình một hướng đi đích thực có từ gần 3000 năm nay, hướng đi phụng sự chúng sinh, ban vui cứu khổ. Đạo Phật hiện thân là giọt nước cam lồ làm mát dịu kiếp nhân sinh đang bốc cháy, làm vơi đi nỗi khổ lụy đau thương, mà kiếp người đang nhọc nhằn cưu mang từ cội nguồn của tâm thức. Đạo Phật là con đường đưa chúng sinh thành Phật quả.

Như đã biết, chế độ Cộng sản không dung nạp tôn giáo, hay nếu có thì chỉ là hình thức, công cụ cho đảng. Ngày 30/04/1975, sau khi chiếm miền Nam Việt Nam, CS đã thiết lập thể chế đảng trị, tóm thâu tất cả mọi bộ phận về tay đảng. GHPGVNTN là nạn nhân đau thương nhất trong chính sách trù dập của chế độ. Từ nơi ý niệm căn bản của khối người xã hội chủ nghĩa, thì không phải đến 1980 Cộng sản mới hành động tiêu diệt Phật Giáo vì giai đoạn này là thời điểm thuận lợi, đủ điều kiện, đủ nhân sự để tiến hành chủ trương, mà thực ra chế độ đã vạch sẵn phương án chiến lược từ khi đảng Cộng sản Việt Nam mới nhen nhúm. Kết quả là phải tiêu diệt thế lực, tiềm năng Phật Giáo mà cấp lãnh đạo là Chư Tôn Hòa Thượng, Thượng Tọa Hội Đồng Lưỡng Viện để làm tê liệt công cuộc hoằng pháp, cũng như đánh bật sự bất phục tùng của Giáo Hội và như vậy sẽ không có người chống đối, bất tuân chế độ; có nghĩa là không có đối phương cản đường hành thủ bần cùng hóa nhân dân, thao túng đất nước, đưa dân tộc vào con đường hẻm nghèo đói, dốt nát, lạc hậu, phi nhân. Kể từ thập niên 45–54, chế độ Cộng sản đưa ra những chính sách học tập, cải tổ tôn giáo, hướng sự hành hoạt của tôn giáo về con đường xã hội chủ nghĩa: bắt chư Tăng phải thoát ly, tập kết, rồi lên án, kết tội, giải thể tất cả các Hội Phật học, các Sơn môn, Tổ đình, Học viện, không cho đào tạo Tăng tài, nhằm cắt đứt con đường hậu thế, tuyệt dòng lịch sử truyền đạo, dựng đạo của chư vị Lịch Đại Tổ Sư, hủy bỏ tất cả những chứng tích lịch sử của Phật Giáo để vô hiệu hóa nền văn hóa Phật Giáo với dân tộc, để sau đó khi dẫn chứng lịch sử dân tộc, chế độ Cộng sản chỉ trình bày công lao của họ Hồ và đảng. Vì thế, các thành phần trí thức, các người Việt quốc gia yêu nước, các văn hào nhân sĩ, cũng đều cùng bị cảnh ngộ như Phật Giáo là bị khóa tay, còng chân, bịt miệng và sát hại, để không còn các thế lực đối lập, mà chỉ còn độc nhất đảng Cộng sản.

Nói đến Phật Giáo Việt Nam là nói đến suốt chiều dài lịch sử hơn 2000 năm Phật Giáo có mặt trên đất nước; bao nhiêu anh hùng tử sĩ Phật tử đã nằm xuống vì các cuộc chống xâm lăng, giữ yên bờ cõi, đem lại thái bình thịnh trị cho quốc gia dân tộc. Những công lao ấy được đánh đổi bằng xương, bằng máu, bằng tấm lòng hy sinh cho đại cuộc; bằng thân xác của người Phật tử để bảo vệ giống nòi, để giữ yên bờ cõi; tâm ý đó được nung nấu và thắp sáng niềm tin yêu nòi giống. Trong quá trình lập quốc, lịch sử đã chứng minh, Phật Giáo sống bằng cái sống của dân tộc và có chết cũng chết cho sự hưng thịnh của quốc gia mà không vì lợi nhuận, vinh thân riêng tư. Tự thân của Phật Giáo đã gắn liền với dân tộc Việt suốt mấy nghìn năm lịch sử như vậy, thì thử hỏi làm sao chế độ Cộng sản để Phật Giáo được yên, nếu không giết được ngay lập tức thì cũng cho chết lần chết mòn, hoặc ngược lại lợi dụng để làm bàn đạp bành trướng chế độ. Từ những dữ kiện lịch sử hình thành và phát triển của đảng Cộng sản quốc tế, đến con đường nghiệt ngã, thâm độc của Cộng sản Việt Nam, chế độ đã đặt sẵn chiếc thòng lọng dành cho Phật Giáo Việt Nam từ mấy thập niên qua, mà trong Bạch Thư, Về Quá Trình Xây Dựng Giáo Hội và Đòi Tự Do Dân Chủ của GHPGVNTN, Hòa Thượng Huyền Quang đã trình bày:

"... IV. Giáo Hội PGVN Thống Nhất Bị Lật Đổ

Những người lãnh đạo đảng Cộng sản Việt Nam trong đó có ông Nguyễn Duy Trinh, Chủ tịch Ủy Ban Kháng chiến Liên khu 5, khi được Trung Ương đảng chỉ đạo vào giữ nhiệm vụ lãnh đạo kháng chiến LK đã nói trong một cuộc họp rằng (không nhớ ngày tháng): "Phật Giáo đã đến lúc cáo chung". Từ nhận định đó, dẫn đến hành động mở chiến dịch bài trừ tôn giáo ở Liên khu 5, từ năm 1950-1954, mở đầu là khóa học tập về tôn giáo và lên án tôn giáo đủ thứ bất hảo. Tiếp đến là bắt tay vào việc bắt bớ giam cầm các giáo sĩ, giáo dân, kể cả các Giáo Phẩm cao cấp của các tôn giáo. Giáo Hội Phật Giáo Cứu quốc Liên khu 5 bị giải tán, sau khi bắt Tăng sĩ Thích Huyền Quang an trí tại Quảng Ngãi từ năm 1952–1954, sau khi ký Hiệp định đình chiến Genève mới trả tự do mà không có một sự lên án nào cả.

Tại chiến khu 4 có Hòa Thượng Trí Độ, chiến khu 7 có Hòa Thượng Minh Nguyệt, Thiện Hào tham gia kháng chiến. Biến cố 1968 Tết Mậu Thân, Hòa Thượng Thích Đôn Hậu bị bắt đưa lên chiến khu, trong lúc Hòa Thượng đang bị sốt xuất huyết, bắt buộc tham gia Mặt Trận Giải Phóng Miền Nam Việt Nam

Sau 30/4/1975, Hòa Thượng trở về miền Nam thấy tình hình Phật Giáo bị đàn áp nên Hòa Thượng đưa đơn từ chức tất cả các chức vụ trong Mặt Trận và Quốc Hội. Các Hòa Thượng Thiện Hào, Minh Nguyệt thì vẫn tiếp tục giữ các chức vụ Mặt Trận và trong Ban Liên Lạc Phật Giáo Yêu Nước. Hòa Thượng Trí Độ và Minh Nguyệt nay đã từ trần, chỉ còn Hòa Thượng Thiện Hào hiện là Trưởng ban Trị sự Thành hội Phật Giáo thành phố Hồ Chí Minh, do đảng Cộng sản Việt Nam lãnh đạo.

Sau 30/4/1975, tiếng súng chống ngoại xâm vừa chấm dứt, Cộng sản Việt Nam liền quay lại bắn phá Phật Giáo. Các Hòa Thượng Thiện Minh, Huyền Quang, Quảng Độ, Thuyền Ấn, các Thượng Tọa Thông Bửu, Nhật Thiện bị bắt vào tháng 4, 1977, đưa ra tòa tuyên án ngày 10/12/1978, có vị trắng án, có vị 2 năm tù treo, có vị 3 năm tù ở kể từ ngày bị bắt. Các vị khác trong Hội đồng Viện Hóa Đạo và Viện Tăng Thống, kẻ ẩn náu tu hành, người bôn tẩu ra nước ngoài lánh nạn. Hòa Thượng Thích Đức Nhuận, Thượng Tọa Tuệ Sỹ, Trí Siêu, Nguyên Giác... cũng bị bắt và kêu án từ 10 đến 20 năm. Hằng trăm nhân sự trung cấp khắp các tỉnh thành miền Nam bị giam giữ, quản thúc từ 3 đến 10 năm, riêng Thầy Liễu Minh 16 năm biệt xứ nay vẫn còn tiếp tục quản thúc vô thời hạn. Nhiều chùa chiền, cơ sở Giáo Hội khắp miền Nam Việt Nam bị nhà nước Cộng sản chiếm dụng; nhiều Phật đài lộ thiên uy nghiêm to lớn như ở Biển Hồ Pleiku, Bình Định, Phan Thiết... đều bị đập phá sạch sẽ. Các Phật sự Giáo Hội bị đình trệ ngay từ lúc đó, nhất là sau khi hàng Giáo Phẩm cao cấp lãnh đạo bị bắt, Giáo Hội hoàn toàn bị tê liệt gần như tan rã. Bởi đảng Cộng sản Việt Nam và chính quyền Cách mạng Lâm thời miền Nam Việt Nam không thừa nhận sự có mặt của GHPGVNTN, một Giáo Hội có đông đảo quần chúng, có địa vị trong nước, ngoài nước, có truyền thống đấu tranh dựng nước, giữ đạo, nên đã làm cho đảng Cộng sản ngán ngại, cần phải tiêu diệt.

Đến năm 1980, nhà nước Cộng sản Việt Nam mời các Hòa Thượng Đôn Hậu, Trí Thủ, Minh Châu, Trí Tịnh, tham gia ban Vận động Thành lập GHPGVN do đảng lãnh đạo hiện nay. Quí vị trên tham gia với tư cách cá nhân, không đại diện cho GHPGVNTN. Và, Giáo Hội do đảng dựng lên đã ra đời vào tháng 11 năm 1981 tại Hà Nội. Hòa Thượng Đôn Hậu được bầu (vắng mặt) làm Phó Pháp chủ Giáo Hội nhà nước, nhưng sau đó Hòa Thượng đã viết đơn từ chức, vì thấy không thể để tiếp tục bị lợi dụng, phiêu lưu vào mục tiêu chính trị, mất hết giá trị của tôn giáo như ông Nguyễn Văn Linh đã tuyên bố tại cuộc họp có đông đảo hàng Giáo Phẩm nghe: "Phải thống nhất Phật Giáo cả nước để làm chỗ dựa vững chắc cho đảng CSVN". Hơn nữa, sau 30/4/1975, GHPGVNTN có gởi thư ra Hà Nội kêu gọi Phật Giáo thống nhất hai miền, nhưng không được đáp ứng. Sau đó, Hòa Thượng Đôn Hậu được GHPGVNTN đề cử đại diện Giáo Hội đến tiếp xúc với nhà cầm chính quyền Mặt trận Giải phóng miền Nam Việt Nam để trao đổi ý kiến về việc thống nhất Phật Giáo cả nước, thì được ông bộ trưởng Văn hóa Nguyễn Văn Hiếu tuyên bố rằng: "thống nhất Phật Giáo là tốt, nhưng thống nhất với Phật Giáo cách mạng chứ thống nhất làm gì với Phật Giáo phản động". Từ ông Nguyễn Duy Trinh ở Liên khu 5 đến ông Hiếu và sau đó ông Linh đều có một thái độ chống GHPGVNTN. Do đó, nhà nước Cộng sản đã loại GHPGVNTN, tách ra khỏi khối quần chúng Phật tử và lập ra một Giáo Hội công cụ hiện nay. Sau khi Giáo Hội nhà nước ra đời tháng 11, 1981, đến tháng 2, 1982, nhà nước bắt Hòa Thượng Huyền Quang, đệ nhất Phó Viện trưởng, Hòa Thượng Thích Quảng Độ, Tổng Thư ký, lưu đày biệt xứ đến nay là 13 năm không xét xử, không can án, không cho biết phạm tội gì. Và, được biết, sau ngày Giáo Hội nhà nước ra đời, chính quyền thành phố buộc Hòa Thượng Trí Tịnh và Minh Châu ký thư đồng ý tống xuất Hòa Thượng Huyền Quang và Quảng Độ ra khỏi thành phố để Giáo Hội nhà nước dễ dàng sinh hoạt, không còn ai cản trở, rồi đồng loạt chiếm đoạt trụ sở, văn phòng và các cơ quan Văn hóa, Giáo dục, Từ thiện xã hội của GHPGVNTN các cấp giao cho Giáo Hội nhà nước sử dụng một cách ngang nhiên, phi pháp. Trong biến cố này, cố Đại lão Hòa Thượng Đôn Hậu, Chánh Thư ký kiêm Xử lý Viện Tăng Thống, đã có thái độ phản kháng nhưng vì cô đơn, vì nhân sự Hội đồng Lưỡng Viện tan rã, kẻ chết trong tù, người bị quản thúc, số khác biệt xứ lưu vong, phần thì bệnh tình của Hòa Thượng lâu năm ngày càng suy yếu, nên chưa làm được gì sau khi GHPGVNTN bị lật đổ năm 1981 cho đến năm 1991. Hòa Thượng Đôn Hậu viết chúc thư ủy thác lãnh đạo Phật sự Giáo

Hội cho chư vị Giáo Phẩm hiện có mặt ở trong và ngoài nước, tiếp tục điều hành Phật sự của Giáo Hội."

Hẳn nhiên là Phật Giáo không có đất đứng trong chế độ Cộng sản, mặc dù Phật Giáo không quan niệm có kẻ thù, hay ân oán, mà phương châm và hướng đi của Phật Giáo Việt Nam lấy Từ Bi, Trí Tuệ làm chuẩn đích, lấy đại bi tâm làm phương tiện độ đời, và lấy tinh thần phụng sự vị tha làm Bồ Tát đạo. Hiến thân mạng cho sự nghiệp quốc gia, dân tộc mà mãi đến hôm nay, hai thập niên 75–95 âm thầm trôi qua như một giấc mơ kinh hoàng, đè nặng trên những trái tim dân tộc Việt Nam, Phật Giáo Việt Nam. Giấc mơ kinh hoàng đó đã hiện thành cụ thể qua hình ảnh Ban Vận động Thống Nhất Phật Giáo dưới chiêu bài và đường hướng của chế độ Cộng sản.

SỰ VIÊN TỊCH CỦA HÒA THƯỢNG THÍCH TRÍ THỦ, NGUYÊN VIỆN TRƯỞNG VIỆN HÓA ĐẠO, GHPGVNTN

Chủ Trương Giết Bỏ Của Những Kẻ Nhứt Xiển Đề, Tập Thể Đảng và Tay Sai Cộng Sản Bức Tử Hòa Thượng Tại Bệnh Viện Thống Nhất

Hòa Thượng Trí Thủ là Giám viện Phật Học viện Nha Trang vào những năm 1966 – 1967, tuy nhiên, Hòa Thượng không ở hẳn nơi Viện mà Hòa Thượng còn phải lo những nơi khác như Phật Học đường Báo Quốc, Huế, Tu viện Quảng Hương Già Lam, Sài Gòn. Do đó, thỉnh thoảng Hòa Thượng có về Nha Trang vì công tác Giáo Hội hay công việc đào tạo Tăng, Ni sinh các Phật Học viện. Mỗi khi Hòa Thượng về, Hòa Thượng ở trên cốc, và anh em Tăng sinh y áo lên đảnh lễ Hòa Thượng. Cứ mỗi lần đến thăm, Hòa Thượng đều ân cần hỏi han sự tu học, ăn ở của anh em, như người cha già đi xa về vấn an đàn con. Nhất là cái giọng Quảng Trị đượm mùi tương chao của Hòa Thượng, anh em Tăng sinh ai nấy im phăng phắc, cúi đầu nghe Hòa Thượng chỉ dạy. Có lần Hòa Thượng hỏi: "Chừ răng, Thầy Đổng Minh có cho tiền hằng tháng anh em tiêu đủ không? Nếu thiếu, thì hỏi Thầy hỉ!" Khi ấy có Tăng sinh (không nhớ tên) nói: "Bạch Ôn, con đi học trường Lê Quí Đôn, mà không có đôi xăng-đan, Thầy Giám sự rày con.". "Chừ răng? Muốn gì nói ta cho." Và ngay khi ấy Hòa Thượng lấy tiền cho ngay. Thấy vậy, Thầy Đổng Minh cười: "Coi bộ cũng lanh dữ !" Cũng như có lần Hòa Thượng Mật Hiển vào Viện, anh em Tăng sinh thấy mà không chào. Thật tình

Tăng sinh ở Viện thấy Hòa Thượng nhưng không biết là Thầy nào, vì chưa bao giờ gặp Hòa Thượng Mật Hiển, thế nên Hòa Thượng Mật Hiển trách Hòa Thượng là không biết dạy học Tăng. Đến khi họp chúng, mỗi tháng một lần, Hòa Thượng kể lại và khuyên anh em, gặp bất cứ Thầy nào đến thăm Viện cũng đều phải chắp tay kính chào để khỏi phải mang tiếng là Thầy không biết dạy Tăng chúng. Trong lời lẽ ôn tồn, khả kính, mặc dù Hòa Thượng không la rầy, quở trách nặng, nhưng anh em Tăng sinh cũng cảm thấy thấm thía qua ngôn từ được phát xuất từ tấm lòng thương yêu của bậc Thầy có bổn phận, trách nhiệm giáo dục con cháu. Và cũng từ nơi đạo tình đầm ấm, chân thành dưới mái Phật Học viện, và cộng thêm cách xưng hô của nhà chùa Huế, mà anh em Tăng sinh lúc nào cũng gọi Hòa Thượng bằng Ôn.

Thật khó có đủ ngôn từ để diễn đạt công hạnh và đức độ của Ôn, cũng như không dám phô diễn những gì hằng hữu nơi Ôn, thể hiện qua tứ oai nghi. Người viết xin được nói về Ôn bằng một tấm lòng tôn kính, trân trọng, khiêm cung của người học trò đối với bậc Trưởng thượng kỳ túc trong tư cách là một Tăng sinh của Viện, qua những năm 1969 – 1980, và tại tu Viện Quảng Hương Già Lam những năm 1980 – 1984.

Ôn là mẫu người Tăng sỹ cấp tiến của những thập niên 45, 55, 65; mặc dù thời bấy giờ đối với đời sống Thiền gia rất nghiêm nhặt, lễ giáo. Chư Tăng, Thầy trò cùng sống với nhau trong sơn môn Tổ đình, Thầy dạy trò học, và cuộc sống của giới luật oai nghi hầu như được đóng khung đời tu hành của người học tăng trẻ, thật ít học tăng được học chương trình phổ thông và tiếp xúc với thế giới bên ngoài. Ngày hai buổi, sớm hôm bái sám công phu, dọn mình trong thanh qui Bách Trượng. Trong nếp sống nâu sòng, muối dưa tương chao, Ôn đã thấy được nền văn minh của thế giới, nhận chân được sự tiến bộ của xã hội Âu tây, thực sự Ôn đã thổi vào và khơi dậy một luồng sinh khí cho cuộc sống chư Tăng đương thời. Ôn thấy được vai trò của người Tăng sĩ trẻ trong tương lai, hướng đi của Giáo Hội, phần lớn ảnh hưởng đến thanh niên Tăng. Để khai mở chân trời thế học, song song hai chương trình phổ thông, chuyên khoa, nhằm trang bị cho lớp Tăng sĩ trẻ một kiến thức tổng quát, qua các lãnh vực: giáo dục, văn hóa, kinh tế, xã hội, từ thiện... đủ hành trang và tư lương để là một sứ giả của Như Lai tham dự với đời

Ôn là người tiên phong trong các công cuộc xây dựng Phật Học viện, mở các giới đàn, các khóa huấn luyện Trụ trì, giảng sư cho chư Tăng xuất ngoại tham học các ban cao học, tiến sĩ, cho xuất bản các tạp chí, sách báo Phật học, làm cơ quan truyền thông Phật pháp, kiến tạo các cơ sở kinh tế tự túc để đủ tài chánh nuôi Tăng sinh ăn học, trang trải chi phí cho các Phật Học viện, người mà Ôn giao phó về mặt kinh tế là Thầy Đổng Minh, đảm trách và nghiên cứu điều chế qua các hãng xì dầu Lá Bồ Đề, hương Giải Thoát, đèn Giác Ngộ, tại Báo Quốc, Huế, Nha Trang, Giác Sanh, Sài Gòn. Ôn đã đem hết chí nguyện của mình ra để phụng sự, hầu mong đưa đẩy con thuyền Đạo pháp đến bờ bến vinh quang trong công cuộc độ sinh. Ôn đã cất bước vân du rày đây mai đó, khi mở đạo tràng tu học cho Tăng tín đồ tại cố đô Huế, thuyết pháp độ Tăng qua các giới đàn, tuyển Phật trường, để xây dựng, đào tạo những bậc Thiền gia lương đống. Khi dừng chân ngơi nghỉ nơi cốc của viện trên đồi trại Thủy, Nha Trang, sau những chuyến thuyết pháp ở các tỉnh miền trung Trung bộ hay Cao Nguyên. Và lúc thì tưới cây, nhặt lá vàng, làm thơ nơi tu viện Quảng Hương Gia Lam yên tĩnh.

Cũng có lắm lúc nghiệt ngã, bởi cuộc đời thăng trầm dâu bể, Ôn cũng đã dấn thân, chống tích trượng cùng với chư Đại lão Hòa Thượng tranh đấu dưới chế độ Ngô Đình Diệm, rồi bị bắt bỏ tù qua nhiều tháng năm. Nhưng vẫn không sờn chí nguyện, chẳng quản thân già sức yếu, Ôn tiếp tục phát triển, xây dựng viện Đại học Vạn Hạnh, để chư Tăng Ni sau khi tốt nghiệp trung học tiếp tục chương trình đại học, cũng như đáp ứng nhu cầu cho giới nghiên cứu Phật học, và phát huy tinh thần giáo pháp Phật Đà đến mọi tầng lớp, mọi thế hệ. Và đến thập niên 74 – 84, cuối đời Ôn đã mời Ban Giám đốc Phật học viện Trung phần, quí Phật tử hữu danh, có công của Viện để họp bàn công việc mở Viện Cao Đẳng Phật Học Hải Đức Nha Trang. Phật sự được hanh thông tốt đẹp, cung thỉnh Ôn Từ Đàm làm Viện Trưởng, Thầy Đổng Minh làm Phó viện trưởng, Thầy Tuệ Sỹ làm Giám học vụ... Cũng như toàn ban Giám đốc và ban Giáo sư được cung thỉnh.

Từ đó, anh em học Tăng những tưởng rằng con đường tu học của mình được quí Ôn, quí Thầy chăm sóc che chở và chắc chắn sẽ gặt hái được kết quả mỹ mãn. Nhưng rồi, tất cả đều bất như ý, biến cố 30/4/1975 đã làm đảo lộn mọi ước mơ tu học của Tăng sinh. Dù vậy, lòng Ôn vẫn chưa thỏa, hay nói cách khác bất từ bi quyện, đến năm 1980, Ôn tiếp tục sự nghiệp làm tàng cây đại thọ che mát đời học tăng, mở ra lớp Cao đẳng Phật học thứ hai tại Tu viện Quảng Hương Già Lam, cho các Tăng sinh trong ban biên soạn bộ Bách khoa Phật học Đại Từ Điển, Thầy Trí Siêu – Lê Mạnh Thát hướng dẫn, cũng như các Tăng sinh bị lỡ dở của Viện Cao đẳng Phật học Hải Đức Nha Trang, tiếp tục chương trình của mình. Ôn đứng ra bảo lãnh quí Thầy Tuệ Sỹ, Thầy Nguyên Hồng... bị CS giam giữ trở về lo Phật sự.

Chí nguyện phụng sự, hộ đời, giúp đạo tưởng là lâu hơn, nào ngờ cây chiên đàn bị heo rừng ủi trốc gốc. Âu thế nghiệp dĩ chúng sinh, nhưng hoài bão và công hạnh của Ôn đã viên mãn, phủi tay chẳng bận bụi trần, không phân tranh nhơn ngã. Ôn trở về cội nguồn Tịnh độ, thượng phẩm nêu danh, đúng như khuya nào cũng 108 lạy nơi Phật điện. Đạo hạnh của Ôn, đức độ của Ôn cao vời thế ấy nên mỗi lần về Già Lam viếng Ôn, nhìn lên bia tháp mà ngậm ngùi nhớ lại lời Ôn nói:

"Thầy đã già rồi, suốt một đời phục vụ cho Tăng chúng, cũng đã có công, cũng đã có danh, có địa vị trong Giáo Hội, cũng như ngoài đời. Anh em chống Thầy là quyền của anh em, nhưng đừng lầm tưởng cho Thầy ham những thứ danh lợi, địa vị ấy. Thầy đã hơn 70 tuổi, đã làm Hòa Thượng, thì Thầy có ngồi nơi phòng khách, bàn ghế cao sang thì anh em cũng gọi Thầy là Hòa Thượng, hay Thầy ngồi dưới nhà bếp thì anh em cũng gọi Thầy là Hòa Thượng, có khác chi mô."

Lời lẽ của Ôn mộc mạc chân tình, mà mãi cho đến hôm nay, trong lòng mỗi học tăng dù còn ở quê nhà, hay lưu vong nơi hải ngoại vẫn không quên được âm thanh đó, hình ảnh đó. Hình ảnh mà Ôn đã làm theo việc làm của Vua Tịnh Phạn khi cho phép Thái tử ra dạo chơi bốn cửa thành. Ôn đi nhặt từng chiếc lá vàng còn dính trên cành, bẻ từng cành cây khô còn vương trên nhánh, hay quét sạch những chiếc lá rơi lăn trên sân chùa. Ôn không muốn để cho ai nhìn thấy những cảnh tiều tụy, khô khan thiếu sức sống. Hình ảnh nâng niu, gần gũi với mọi người, với thiên nhiên, với súc vật đúng như lời thi điếu của Thầy Nguyên Hồng qua tiểu sử của Ôn

Nhìn thấy được hạnh nguyện tu thân, lợi người, ích vật và công tròn quả mãn suốt 76 năm ở với đời, 56 năm tinh chuyên tu niệm, Ôn Từ Đàm đã đề lời bia:

"Tưởng niệm Hòa Thượng Thích Trí Thủ (1909–1984)

"Hòa Thượng họ Nguyễn, húy Văn Kính, pháp danh Tâm Như, tự Đạo Giám, hiệu Thích Trí Thủ, sinh ngày 19 tháng 9 năm Kỷ Dậu (1909) tại Trung Kiên, Quảng Trị.

"17 tuổi xuất gia, 20 tuổi thọ Cụ túc, di pháp đời thứ 43 phái Thiền Lâm Tế.

"Với chí nguyện thượng cầu hạ hóa, Hòa Thượng là một trong những vị đi đầu trong công cuộc chấn hưng Phật Giáo nước nhà, mở nhiều Phật học viện, trùng tu nhiều phạm vũ, khai sơn Quảng Hương Già Lam, mở nhiều Đại giới đàn và phiên dịch giảng giải kinh, luật, luận. Hòa Thượng không ngừng tiếp dẫn hậu lai cho Tăng tín đồ được nhờ ơn pháp vũ.

"Xuất thế tinh chuyên đã vậy, nào quên nhập thế độ sinh, dẫu tuổi già chẳng ngại dấn thân, hạnh Phổ Hiền lợi đời, lợi đạo. Biết thế sự lắm phen khe khắt, tâm hồn hoan hỷ bao dung. Mãn cơ duyên tứ đại trả về đây, song thọ ta la chúng sanh truy niệm:

"Như thị chân, như thị huyễn

"Như thị công đức trang nghiêm

"Hòa Thượng viên tịch ngày 02 tháng 03 năm Giáp Tý (1984)

"Hòa Thượng Thích Thiện Siêu

(Ngày 19 tháng 9 năm Ất Sửu, 1985)

"Tháp bia hoàn thành ngày 19 tháng 9 năm Ất Sửu (1985)

"Thất chúng đệ tử phụng lập"

CÁI CHẾT MỜ ÁM CỦA HÒA THƯỢNG TRÍ THỦ – ÂM MƯU CỦA CHẾ ĐỘ.

Vì những sự kiện xảy ra quá đột ngột bất ngờ, Hòa Thượng hoàn toàn không hay biết gì về những mưu toan ấy. Trước tình cảnh đau lòng, với bao nỗi niềm chua cay khôn xiết, Hòa Thượng không thể nói nên lời. Nhà nước Cộng sản coi Hòa Thượng thật rẻ rúng, vào bắt người nhà mà không hề nói với chủ nhà nửa tiếng. Điều này chứng tỏ bạo lực cường quyền của chế độ đã dẫm nát lương tri của con người, đạo đức của tôn giáo, giá trị nhân phẩm của nhân quyền, và tình nghĩa dân tộc như nước đổ lá môn. Thứ nữa, Thầy Tuệ Sỹ là đệ tử của Hòa Thượng, Thầy đang phụ tá cho Hòa Thượng phiên dịch kinh điển và nhất là Luật tạng: Tứ Phần Giới Bổn, Yết Ma Chỉ Nam, Yết Ma Yếu Chỉ... đang còn dang dở, cũng như bộ Phật Học Phổ Thông Tự điển còn nằm trong bản thảo chưa in. Tất cả mọi công trình văn hóa đều bỏ nửa vời, lấy ai tiếp nối, và ai có đủ khả năng, trình độ như Thầy Tuệ Sỹ để thay thế? Còn đối với Thầy Trí Siêu, Lê Mạnh Thát, Thầy cũng đang hướng dẫn anh em soạn bộ Bách Khoa Phật Học Đại Từ điển cho Hòa Thượng, chỉ mới được một nửa vần A, giờ đành xếp bút, chưa kể đến những công trình sử học, những khám phá mới nhất của Thầy về nguồn tài liệu cổ, và tương lai của lớp cao cấp tại Già Lam do hai Thầy trực tiếp đảm trách, Thầy Nguyên Hồng là người đang chỉ đạo viết Tiểu luận hoàn mãn bốn năm qua.

Tất cả mọi công trình khai quật và phát triển cho nền văn hóa Việt Nam, nền văn học Phật Giáo, nền sử học cổ, đều gãy đổ dở dang cùng với tương lai của thế hệ trẻ khiến Hòa Thượng ngậm ngùi, xót thương cho những bông hoa trí tuệ của dân tộc, Đạo pháp bị chìm ngập trong cơn bão táp thời đại. Những bậc anh tài siêu việt bị chôn vùi giữa lòng nhân thế, không một tí tiếc rẻ, mến thương. Những tinh hoa ấy là Thầy Tuệ Sỹ, Thầy Trí Siêu, Thầy Nguyên Giác, sư cô Trí Hải... Tất cả công trình xây dựng một nền văn học hiện đại của Hòa Thượng đã tiêu tan – mỗi năm đến ngày 19 tháng 9, tất cả các tác phẩm cổ cũng như mới nhất của quí Thầy, của anh em trong lớp học được trưng bày nơi phòng triển lãm – Phòng "Cúng Dường Pháp là Cúng Dường Tối Thắng" tại Già Lam cũng bị đóng cửa, hoang lạnh, tiêu điều, hai Thầy không còn nơi đó nữa, nên thiếu người hướng dẫn. Hòa Thượng xót xa, đau buồn cho cái đau buồn chung của dân tộc, Đạo pháp đã mất đi những bậc hiền tài, kỳ đức của giống nòi Lạc Việt, những viên ngọc quí trong Thiền gia bị vùi lấp. Vì quá xúc động, nên Hòa Thượng cảm thấy mệt tim, sau một vài ngày nghỉ ngơi tĩnh dưỡng, Thượng Tọa Trụ trì đề nghị đưa Hòa Thượng vào bệnh viện Thống Nhất để điều trị, nhưng Tăng chúng thì yêu cầu để Hòa Thượng ở chùa, mời Bác sĩ đến thăm. Sau khi đưa vào bệnh viện

Thống Nhất, bệnh viện Vì Dân cũ, được khoảng một tuần thì Hòa Thượng đã khỏe nhiều. Chúng tôi và một Thầy nữa từ miền Trung vào thăm Hòa Thượng, gặp Thầy thị giả cho biết là Hòa Thượng đang bình phục có thể nay mai được xuất viện, vì thực sự Hòa Thượng không có bệnh gì hết. Nói xong, Thầy thị giả dẫn chúng tôi vào trước, hầu Hòa Thượng. Đảnh lễ Hòa Thượng xong, đứng cạnh bên giường, thấy sắc diện Hòa Thượng thật tươi sáng; Hòa Thượng vui vẻ nói chuyện thăm hỏi quí Thầy, anh em học Tăng cũng như công việc làm từ điển... Và cuối cùng, Hòa Thượng hỏi chúng tôi ba câu:

1. Có hay tin tức quí Thầy như thế nào không?
2. Cô Trí Hải, Huệ Khương (thư ký của Thầy Lê Mạnh Thát, tại thư viện Vạn Hạnh) có được thả về không?
3. Cái chuông ở Phật học viện Nha Trang đã chở vào Già Lam chưa?

Chúng tôi đã trả lời ba câu hỏi của Hòa Thượng: tình hình của quí Thầy chúng con không được biết, Cộng sản bắt nhốt, khảo cung quí Thầy thật bí mật, không cho ai biết cả. (mãi cho đến ngày 28/9/1984, Cộng sản mang hai Thầy ra tuyên án tử hình, lúc ấy mọi người mới vỡ lẽ) Riêng hai Sư cô Trí Hải và Huệ Khương chưa được thả, vì họ mới bắt đâu có lý do nào CS lại thả liền. Câu hỏi thứ ba, theo dự định của Hòa Thượng, chở cái Đại Hồng Chung thứ nhất (vì viện có hai cái) nặng 1 tấn mốt, cao 1.60m, đường kính 0.80m, vào Già Lam, để treo nơi giá chuông trước sân chùa. Công việc chuyên chở do bác Tư, đạo hữu làm nghề thợ mộc và cũng là Phật tử thuần thành của viện. Bác đã kiền Hồng Chung bằng 1 vòng tròn gỗ 4x4, và lăn theo đường triền núi của viện (đại lộ Bình Minh – do anh em Tăng sinh đặt tên – con đường mỗi sáng xuống trường Bồ Đề đi học) để tại chùa Tỉnh Hội chờ xe chở vào Già Lam, đâu đó đã sẵn sàng. Chúng tôi xá Hòa Thượng rồi ra về. Thật sự, trước khi từ giã Hòa Thượng và sau khi về lại Vạn Hạnh lòng chúng tôi không có một điều gì phải lo lắng về bệnh tình của Hòa Thượng. Như lời Thầy thị giả nói, nhìn sắc diện của Hòa Thượng, từ lời nói, cử chỉ, hoạt động tất cả đều tươi vui, hiền hòa, lạc quan, lành mạnh. Ba hôm sau, khi nhân viên bệnh viện cho biết sẽ cho phép xuất viện, thì ngay chiều hôm đó, ngày 2/4/1994, có lệnh giữ Hòa Thượng lại không cho ký giấy xuất viện, kế đến Bác sĩ xem mạch và khám lại bệnh tình, kết quả cuộc tái khám là một bình nước biển được chuyền vào cho Hòa Thượng. Trong lúc này không có mặt Thầy thị giả, vì nhân viên bệnh viện không cho Thầy vào. Sau 1 tiếng rưỡi đồng hồ, Hòa Thượng đã lạnh cả người, tim co thắt đến cực độ, đến khi Thầy thị giả được phép vào thấy tình cảnh như vậy, vội báo động, thì đã vô phương cứu chữa. Ngay khi đó, quí Thầy đã kể lại, y tá bệnh viện đã vội mang bình nước biển đi nơi khác, vì thực tế, trong bình nước biển đã bơm thuốc độc trước khi chuyền vào Hòa Thượng. Thế là hết!

Từ bệnh viện, Thầy thị giả điện thoại về Già Lam cho tin là Ôn đã viên tịch. Thượng Tọa trụ trì và quí Thầy cùng đến bệnh viện và chỉ còn biết lo thủ tục giấy tờ về cái chết của Hòa Thượng, chứ còn làm được gì khác hơn. Nhân viên chuyên nghiệp về những thủ thuật đã hỏi Thượng Tọa trụ trì muốn như thế nào? Có muốn khiếu nại, thưa kiện hội đồng y khoa bệnh viện, hoặc khám nghiệm tử thi về trường hợp này không? Thượng Tọa trụ trì đã trả lời trong nỗi đau buồn, gần như bất cần tất cả:

"Giờ đây Hòa Thượng của tôi đã chết rồi, có thưa kiện, khám xét thì Hòa Thượng cũng không còn. Tôi chỉ muốn đem Hòa Thượng chúng tôi về chùa, cho yên thân Ngài."

Thế là xe chở Hòa Thượng về quàn tại hậu tổ chùa Già Lam vào lúc 8 giờ tối, ngày 2/4/1984, bên viện Phật học Vạn Hạnh, Thượng Tọa Minh Châu được điện thoại từ Già Lam, lúc 9 giờ kém 15 phút: Ôn đã viên tịch. Vắn gọn chừng đó! Quí Thầy hay tin Ôn tịch đều cảm thấy như trái đất ngừng quay, mọi sự vật hầu như bất động, không một tiếng khua, mọi người ngơ ngác nhìn nhau không nói, mặc cho hai hàng nước mắt tuôn rơi. Quí Thầy đứng sát bên nhau mà không thốt nên lời. Từng tế bào, từng dòng máu, từng nhịp đập của tim nghe như đang chuyển mình trôi về một thế giới khác; một nơi xa xôi, mông lung, thầm lặng nào đó, không phải là phút giây hiện tại nữa. Chúng tôi không thể ngờ, không thể tin vào tai mình nghe đúng. Vì cách đấy ba hôm, tự thân chúng tôi đã đến thăm, hầu Ôn, truyện trò với Ôn như chúng tôi đã trình bày ở trên. Hoặc như mới ngày nào, hình ảnh Ôn còn rõ mồn một, sáng sớm, sau giờ công phu khuya, lạy 108 lạy, Ôn mặc bộ áo quần màu vàng, ra cầm vòi nước tưới cây, xuống nhà bếp lấy rau muống cho cá Tây tượng nơi hồ Quan Âm, kêu các chú ra quét lá chung quanh chùa. Thầy

Đức Hải, điệu Thêm phụ Ôn kéo ống nước, thì ai có nghĩ rằng Ôn tịch mà không một lời di chúc, không một tiếng nói cuối cùng, không nhìn thấy quí Thầy pháp hữu; bổn đạo, học Tăng? Như ánh sao băng giữa đêm tăm tối, lóe lên rồi phụt tắt, tất cả đều sụp đổ, mọi người bàng hoàng, ngơ ngẩn. Bóng cây đại thọ giờ không còn nữa, chim muông của núi rừng biết làm tổ, trú ngụ nơi đâu? Biết tránh núp nơi nào khi những trận cuồng phong, bão tố thổi tới? Ôn mất đi để lại bao nhiêu nỗi trống vắng trong mỗi tâm hồn của quí Thầy, học Tăng, Phật tử. Ôn mất đi như ngọn đèn hải đăng của đời học Tăng chợt tắt, tương lai mờ mịt tối tăm, lấy ai là người chăm sóc, chở che, chỉ đường dẫn lối. Ôn mất rồi, nhưng mộng tham tàn, khát máu của Cộng sản chưa nguôi, sau đó thời gian ngắn, công an thành phố đã mở một trận càn quét hộ khẩu, tất cả quí Thầy, học Tăng buộc phải về nơi thường trú.

Trong đêm, cũng như sáng ngày 3/4/94, từ chùa Già Lam đã điện báo về tất cả các tỉnh, nhất là miền Trung từ Phan Thiết, tới Nha Trang, Phú Yên, Bình Định, Quảng Ngãi, Đà Nẵng, Huế, Quảng Trị, vùng cao nguyên Đà Lạt, Pleiku, Kontum... không một Thầy nào tin là Ôn đã tịch, nhưng cuối cùng phải nát lòng chấp nhận một thực trạng chua cay, khắc nghiệt là Ôn đã ra đi.

Nhận được điện báo, như một khẩn lệnh, từ Quảng Trị, Huế: Thượng Tọa Thanh Trí, tri sự chùa Báo Quốc, người đã chết tại bệnh viện Nguyễn Trãi sau ngày tang lễ của Ôn; đến Nha Trang: Ôn Từ Đàm, Thầy Đồng Minh... Cũng như các tỉnh cao nguyên, Hòa Thượng Từ Mãn, Ôn Đức Thiệu, các tỉnh miền Tây, miền Đông và chư Tăng Ni tại thành phố qui tụ về, như đàn chim muôn phương bay về tổ ấm khi hay tổ của mình bị bọn diều hâu, chim cú xé nát. Ôn Từ Đàm và Thầy Đồng Minh đã khóc nức nở từ khi bước xuống xe, từ ngoài cổng vào cho đến hậu tổ lễ Ôn. Mọi người đứng quanh linh sàng như cơn mưa giữa mùa không cầm được nước mắt, mặc tình đổ xuống cho vơi đi sự nghẹn ngào, u uẩn, mà chẳng thể thố lộ bằng lời. Giọt lệ của nhơn thiên như quyện lại với nhau làm cho trời sầu, đất thảm. Cỏ cây hoa lá, con cá, vườn rau, vắng bóng Ôn cũng dường như chết lịm. Trời mây ảm đạm, gió chẳng buồn lay, ngôi tu viện Già Lam như đắm chìm trong nỗi u buồn, tang tóc. Chư Thiên đang cung thủ đứng hầu, các thiện thần đang dâng hương, rải hoa tiếp Ôn về cõi tịnh, để lại nỗi trống vắng cho tất cả mọi người.

TIỂU SỬ CỐ HÒA THƯỢNG THÍCH TRÍ THỦ (1909–1984)

(Theo tài liệu trong tập Kỷ yếu Hòa Thượng Thích Trí Thủ 1984 và báo Nhân Dân ngày 05/04/84)(12)

(12) Chú thích của người viết.Tiểu sử được viết theo luận điệu tuyên truyền có lợi cho chế độ CS, vì thế có một số dữ kiện không được khách quan.

Hòa Thượng họ Nguyễn, húy Văn Kính, pháp danh Tâm Như, tự Đạo Giám, hiệu Trí Thủ, sinh ngày 19/09 năm Kỷ Dậu (01/11/1909) tại làng Trung Kiên, phủ Triệu Phong, tỉnh Quảng Trị.

Thân sinh là cụ Nguyễn Hương Nghĩa và thân mẫu là cụ bà Lê Thị Chiếu. Cả hai là dòng dõi nho gia và nhiều đời tin Phật.

Năm 14 tuổi (1922), Hòa Thượng đã vào ở chùa Hải Đức, Huế, do Hòa Thượng Phổ Tế làm trụ trì. Năm lên 17 tuổi (1926), Hòa Thượng mới chính thức xuất gia, cầu sư học đạo với Hòa Thượng Viên Thành chùa Trà Am, Huế.

Năm 20 tuổi (1929), Hòa Thượng thọ cụ túc giới tại giới đàn chùa Từ Tôn ở Đà Nẵng, do Ngài Tăng Cang chùa Tam Thai (chùa Non Nước) làm đường đầu. Hòa Thượng được trúng tuyển Sa Di với hơn 300 giới tử có mặt. Trí thủ là đứng đầu. Cũng với ý trên, nên Bổn sư đặt cho Hòa Thượng pháp hiệu Trí Thủ.

Năm 23 tuổi, sau hai năm cư tang bổn sư, Hòa Thượng lên đường vào Bình Định tham học với Hòa Thượng Phước Huệ chùa Thập Tháp.

Năm 27 tuổi, Hòa Thượng trở ra Huế cùng các vị Tôn Đức ở đây sáng lập trường Phật Học Tây Thiên Huế. Cung thỉnh Hòa Thượng Giác Nhiên, Tăng Cang chùa Thuyền Tôn Huế làm Giám đốc, Ngài Phước Huệ làm Đốc giáo cùng với cố bác sĩ Lê Đình Thám, Nguyễn Khoa Toàn, Nguyễn Xuân Huy sung vào ban Giám học để giảng dạy.

Năm 29 tuổi (1939), Hòa Thượng về làm trú trì tổ đình chùa Ba La Huế và trùng tu lại chùa này.

Năm 31 tuổi (1941), cùng với chư Tôn Đức, Hòa Thượng mở trường Sơn Môn Phật Học tại chùa Linh Quang Huế.

Là nhà tu hành chân chánh và giàu lòng yêu nước, sau cách mạng tháng 8 năm 1945, Hòa Thượng tham gia Mặt trận

Việt Minh, sáng lập hội Phật Giáo cứu quốc Trung bộ và được bầu làm đại biểu Hội đồng Nhân dân tỉnh Thừa Thiên khóa I. (13)

(13) Chú thích của người viết - Sống dưới chế độ Việt Minh CS không muốn cũng phải làm như HT Đôn Hậu dù khước từ cũng vẫn bị gán vào.

Trong giai đoạn này, Hòa Thượng chủ trương tờ báo Giải Thoát, cơ quan tuyên truyền của Hội Phật Giáo cứu quốc Trung bộ. Hòa Thượng cũng được chính quyền cách mạng yêu cầu sắp xếp tổ chức lại các trường Phật Học cùng Sơn Môn Tăng già. Hòa Thượng đã cung thỉnh Hòa Thượng Đôn Hậu lên trú trì chùa Linh Mụ Huế. Bàn cùng hội Phật Học, dời trường Phật Học của hội An Nam Phật Học từ chùa Báo Quốc lên chùa Kim Sơn ở làng Lưu Bảo, ngoại ô thành phố Huế. Cung thỉnh Hòa Thượng Mật Nguyện trú trì chùa Linh Quang, dời trường Phật Học Sơn Môn ở chùa Linh Quang qua chùa Báo Quốc gọi là Phật Học Đường Báo Quốc.

Năm 30 tuổi (1948), được phép của Sơn Môn, Hòa Thượng tổ chức Đại Giới đàn tại chùa Báo Quốc. Cung thỉnh Hòa Thượng Tăng Cang Tổ đình Tường Vân Thích Tịnh Khiết làm đường đầu.

Năm 1951 – 1952, Hòa Thượng là sáng lập viên Tổng hội Phật Giáo Việt Nam do Hòa Thượng Thích Tịnh Khiết làm Hội chủ.

Năm 1956, thành lập Phật Học Trung phần Nha Trang, cung thỉnh Hòa Thượng Giác Nhiên Viện trưởng và Hòa Thượng làm Giám viện.

Năm 1957, Hòa Thượng mở đại giới đàn tại Phật Học Viện Nha Trang. Cung thỉnh Hòa Thượng Thích Tịnh Khiết chứng minh và cung thỉnh Hòa Thượng Giác Nhiên làm đường đầu.

Năm 1960, Hòa Thượng tạo dựng ngôi chùa Già Lam ở Sài Gòn để Tăng chúng có nơi tu học. Đây cũng là nơi Hòa Thượng dừng chân an nghỉ cuối cùng trên bước đường hoằng dương chánh pháp, hóa độ chúng sanh.

Năm 1962, Hòa Thượng dẫn đầu phái đoàn Phật Giáo Việt Nam tham dự đại lễ thế giới kỷ niệm năm 2500 năm Phật nhập Niết bàn tại vương quốc Lào.

Năm 1963, Hòa Thượng tham gia đấu tranh chống Mỹ ngụy và ngụy quyền Sài Gòn độc tài Ngô Đình Diệm, bị chúng bắt tù tại Huế. Sau đó, với tư cách là Giáo Phẩm cao cấp Phật Giáo, Hòa Thượng tham gia các phong trào chống chế độ Mỹ ngụy cho tới ngày miền Nam hoàn toàn giải phóng. (14)

(14) Chú thích của người viết. HT đòi quyền tự do tín ngưỡng và bình đẳng tôn giáo dưới chế độ Ngô Đình Diệm.

Trong mùa pháp nạn này, từ Nha Trang, Hòa Thượng được điện của chư Giáo Phẩm cao cấp ở Huế mời về để dự tang lễ Hòa Thượng Hải Đức vừa viên tịch, đồng thời tham gia phong trào chống chế độ độc tài và gia đình họ Ngô ra lệnh triệt hạ cờ Phật Giáo nhân ngày Phật đản.

Trong thời gian này, để điều hành guồng máy đấu tranh chống chế độ đàn áp tôn giáo của chính phủ Ngô Đình Diệm, Hòa Thượng được Giáo Hội năm Ban Trị sự bầu làm Thư ký điều hành. Năm ban trị sự gồm có: Ban Trị sự Giáo hội và Tổng Trị sự Trung phần, Hội Phật học Trung phần, Giáo hội Tăng già và Hội Phật học Thừa Thiên Huế. Ngày 20/08/63, Hòa Thượng bị chính quyền Ngô Đình Diệm bắt giam tại Huế, sau đó chuyển vào giam tại Sài Gòn, trại Lê Văn Duyệt.(15)

(15) Chú thích của người viết. HT không phải là người điều hành guồng máy đấu tranh chống chế độ Ngô Đình Diệm. Xin đọc Phật Giáo Việt Nam 1963 của Quốc Tuệ.

Năm 1963, chính quyền Ngô Đình Diệm sụp đổ, Giáo Hội Phật Giáo Việt Nam ra đời với 11 tập đoàn Phật Giáo tại miền Nam. Hòa Thượng được sung cử vào ban Dự thảo Hiến chương Giáo Hội. Sau đó Hòa Thượng được Giáo Hội đề bạt giữ chức Tổng vụ Trưởng Tổng vụ Hoằng pháp và sau đó là Tổng vụ Trưởng Tổng vụ Tài chánh.

Năm 1964, Hòa Thượng được cử giữ chức Viện trưởng Viện Cao đẳng Phật học Sài Gòn. Năm sau, khi Hòa Thượng Minh Châu đã hoàn tất văn bằng tiến sĩ Phật học từ Ấn Độ về và được mời làm Viện Trưởng viện Phật Học Vạn Hạnh, thì Ngài giữ chức Giám đốc viện này.

Năm 1968, Hòa Thượng mở đại giới đàn tại Phật Học Viện Nha Trang. Cung thỉnh Hòa Thượng Thích Tịnh Khiết làm đường đầu. Hòa Thượng Phước Huệ làm đại diện truyền giới

Năm 1969, Hòa Thượng trùng tu lại Tổ Đình Báo Quốc – Huế.

Đại hội GHPGVNTN kỳ V, kỳ VI, Hòa Thượng liên tiếp được cung thỉnh vào chức Viện Trưởng Viện Hóa Đạo GHPGVNTN.

Năm 1973, Hòa Thượng được chư Tôn Hội Đồng Viện Tăng Thống mời kiêm nhiệm thêm chức vụ phụ tá Tăng Thống cho đến ngày miền Nam hoàn toàn giải phóng.

Sau giải phóng, Hòa Thượng tiếp tục phát huy truyền thống yêu nước của Phật Giáo Việt Nam. Năm 1980, Hòa Thượng được hàng Giáo Phẩm lãnh đạo các tổ chức và hệ phái trong cả nước bầu (16) làm Trưởng ban Vận động Thống nhất Phật Giáo Việt Nam và tháng 11 năm 1981, tại đại hội đại biểu thống nhất PGVN thành lập Giáo Hội Phật Giáo Việt Nam, Hòa Thượng được đại hội cử giữ chức Chủ tịch Hội đồng Trị sự Trung Ương Giáo Hội Phật Giáo Việt Nam. Tại đại hội Mặt trận Tổ quốc Việt Nam lần thứ hai năm 1983, Hòa Thượng được cử làm Ủy viên đoàn Chủ tịch Ủy ban Trung Ương Mặt trận Tổ quốc Việt Nam. (17)

(16), (17) Chú thích của người viết. HT bị bắt ép phải làm, việc bầu bán chỉ là hình thức vì dưới chế độ CS không có tự do dân chủ.

Năm 1979 và 1982, Hòa Thượng dẫn đầu đoàn đại biểu PGVN dự đại hội V và VI của tổ chức Phật Giáo Châu Á vì Hòa Bình (ABCP) tại Mông Cổ. Năm 1980, Hòa Thượng là Trưởng đoàn đại biểu tôn giáo Việt Nam dự hội nghị các nhà hoạt động tôn giáo thế giới vì Hòa bình và giải trừ quân bị, chống chiến tranh hạt nhân tại Tokyo, Nhật Bản. Năm 1981, Hòa Thượng là Trưởng đoàn đại biểu Phật Giáo Việt Nam dự hội nghị các nhà hoạt động tôn giáo thế giới vì hòa bình và sự sống, chống chiến tranh hạt nhân tại Mátxcơva, Liên xô. Năm 1983, Hòa Thượng dự hội nghị các vị đứng đầu Phật Giáo năm nước Châu Á tại Viêng Chăn, Lào.

Hòa Thượng mất ngày 02/04/1984 tại bệnh viện Thống Nhất thành phố Hồ Chí Minh vì bịnh tim, hưởng thọ 76 tuổi. Hòa Thượng Thích Trí Thủ đã hiến trọn đời mình cho đạo pháp và dân tộc

Cuộc đời của Hòa Thượng biểu hiện cho nếp sống Thiền gia Việt Nam. Từ việc lớn cho đến việc nhỏ, Hòa Thượng đều thực hiện một cách hài hòa giữa đạo và đời, từ nếp nghĩ cho đến việc làm, luôn luôn gắn liền với Thiền môn, Tăng chúng, bổn đạo, và tín đồ.

Nhớ tưởng đến Hòa Thượng, chúng ta như nhìn thấy công việc mà Hòa Thượng đã làm ngày hôm qua như tái hiện ngày hôm nay.

"Chiếc áo the vàng, thùy kim thủ nâng niu hồn thảo mộc
Vòi nước tưới cây cọng rau con cá
Con chó lân la làm bạn. Con heo vòi vĩnh đòi ăn.
Chén trà đắc ý câu thơ. Bên võng ngồi nghe truyện kể.
Đêm tĩnh mịch bưng đèn thăm giấc ngủ chúng Tăng
Chuông sớm điểm sương tan, một trăm lẻ tám gối già chửa mệt
Chăm sóc đạo tràng Thiền tịnh, hai lớp còn mường tượng âm vang
Đốc xuất làm tự điển bách khoa, giấy mực hai lần còn ngơ ngẩn
Hạnh nguyện vô cùng nhân thân hữu hạn
Bảy mươi sáu tuổi đời, năm mươi sáu tuổi đạo
Ngày hai tháng tư người giải thoát an nhiên
Biết làm sao, biết làm sao ngăn niềm xúc động vô biên
Thế giới vô thường... Không có ngã ai mà sinh diệt?
Nhưng... Giọt lệ nhơn thiên nghẹn ngào giờ ly biệt."
Phật lịch 2528, ngày 30/05/1984

LÝ DO NÀO CỘNG SẢN GIẾT HÒA THƯỢNG TRÍ THỦ?

Điều rất dễ hiểu, sau khi Hòa Thượng chấp nhận công việc Trưởng ban Vận động Thống nhất Phật Giáo của nhà nước, không phải vì danh lợi, địa vị, hay sợ chết, mà vì hạnh nguyện tu hành hóa độ. Cũng như sau đó, Hòa Thượng tiếp tục giữ chức vị Chủ tịch Hội đồng Trị sự Giáo hội Trung Ương là muốn có một thế đứng, đối với chế độ, để từ đó Hòa Thượng có thể che chở, bảo bọc hay tiếp tục hoạt động công việc Phật sự khả thể. Là tàng cây, mái chùa để có nơi anh em học Tăng che núp qua những cơn nắng chói chang, đốt cháy da người, hay những cơn mưa giông sấm sét của chế độ, có những đêm 12 giờ, 01 giờ khuya công an bao vây chùa, soát hộ khẩu, các học Tăng tạm trú phải leo lên trần nhà để trốn, cũng vì Hòa Thượng muốn duy trì lớp học nên phải liều thân bảo vệ cho học Tăng, đứng ra bảo lãnh quí Thầy Tuệ Sỹ, Nguyên Hồng (bị nhà nước CSVN cầm tù)... để có người làm việc và dạy học. Hòa Thượng chẳng ngại gian nan, nguy hiểm đến tánh mạng, chỉ nghĩ đến việc tiếp tục thắp sáng ngọn đèn chánh pháp Tổ Tổ tương truyền, để cho đạo giáo được tồn tại lâu dài, làm lợi ích chúng sanh và báo đền công ơn hóa độ của chư Phật, chư vị Lịch Đại Tổ Sư, cũng như thực hiện hoài bão "tre già măng mọc". Cội tre già của Hòa Thượng không đáng kể nữa, có thể tàn rụi nay mai, còn bao nhiêu mụt măng kia hãy tưới nước, bón phân cho nó lớn mạnh. Nên, sau khi quí Thầy, Cô và Phật tử: Thầy Tuệ Sỹ, Thầy Trí Siêu, Thầy Nguyên Giác, Thầy Như Minh, Sư cô Trí Hải, Sư cô Huệ Khương, chị Nguyễn Thị Nghĩa... bị nhà nước CSVN bắt giam và kết án " chủ trương phản cách mạng, lật đổ nhà nước XHCNVN" – Riêng Thầy Tuệ Sỹ, nhà nước CS đã lấy được tập "Rặng Trường Sơn" và họ cho đó là cương lĩnh của "Lực Lượng Việt Nam Tự Do" – chế độ Hà Nội đã đặt vấn đề với Hòa Thượng. Họ không còn tin tưởng ngôi vị, và sự hiện diện của Hòa Thượng trong Giáo Hội nhà nước. Họ cho rằng: Hòa Thượng đã lợi dụng chức vị của mình để che chở, bảo bọc hay đồng lõa với "Lực Lượng Việt Nam Tự Do" mà nhất là Thầy Tuệ Sỹ, Trí Siêu để chống lại đảng và nhà nước. Vì vậy, họ đã cô lập Hòa Thượng bằng cách chặt tay, chặt chân của Hòa Thượng qua cuộc bố ráp và bắt giam Thầy Tuệ Sỹ, Trí Siêu... như con sư tử đã bẻ răng, chặt móng thì còn làm gì được ai. Rồi sau đó có cách giết Hòa Thượng thật êm xuôi và hợp pháp.

Chế độ Cộng sản đã nghiên cứu kỹ để biết rằng quí Thầy Tuệ Sỹ, Trí Siêu là hai thiên tài, hai ngôi sao sáng của Phật Giáo Việt Nam trong thời đương đại, mà hai Thầy hiện đang ở sát bên Hòa Thượng, nên bắt hai Thầy là coi như đã cắt trái tim của Hòa Thượng, và ngang nhiên thách thức với Hòa Thượng là bắt hết toàn thể nhân sự, cộng tác viên của Hòa Thượng, xem Hòa Thượng đối kháng, xử trí như thế nào. Đối với vị chân tu, tâm Bồ Tát hạnh chỉ nghĩ đến việc lợi ích cho người, và ban bố đại bi tâm, lấy tình thương để rũ sạch hận thù, thà hy sinh thân mạng mà chẳng oán hờn kẻ khác. Hòa Thượng đã liễu tri ba cõi không yên giống như nhà lửa thì tùy duyên hóa độ. Khi nhân viên quả mãn, thì xả bỏ báo thân, ấy là lẽ sinh diệt, diệt sinh, hay hiện thân diệt nhi phi diệt của đạo mầu hằng thường nơi nhân thế; bất tăng bất giảm, vô khứ vô lai. Sau 76 năm ở với đời, 56 năm hoằng dương Phật đạo, dép cỏ đi về còn hiển hiện.

Nói đến chế độ CS thì ai cũng biết khi cần sử dụng cho guồng máy tuyên truyền, có lợi cho chế độ thì họ tận dụng tối đa, nhưng khi xét thấy không cần thiết hay đã đủ cho chế độ thì họ không ngần ngại vứt bỏ không thương tiếc nhất là những người không đồng quan điểm, đường lối họ càng tìm cách thanh toán nhanh hơn. Triết gia Phạm Công Thiện đã viết:

"Người đã bị CS Hà Nội thủ tiêu ngay lập tức sau khi TUỆ SỸ và LÊ MẠNH THÁT bị bắt giam vào ngày 1 tháng 4 năm 1984, vì "tội tán thành, ủng hộ, che chở, đùm bọc hành động phản cách mạng, lật đổ chế độ CS." (18)

(18) Chân Nguyên số 5 & 6 tháng 11/1988. Trang14. – Đây là lý do CS Hà Nội giết HT Thích Trí Thủ, nguyên Viện Trưởng Viện Hóa Đạo GHPGVNTN

Chương Năm

SỰ LƯU ĐÀY HÒA THƯỢNG HUYỀN QUANG, QUYỀN VIỆN TRƯỞNG VIỆN HÓA ĐẠO, HÒA THƯỢNG QUẢNG ĐỘ, TỔNG THƯ KÝ VIỆN HÓA ĐẠO GHPGVNTN, VỀ NGUYÊN QUÁN. HÒA THƯỢNG HUYỀN QUANG, NGƯỜI KHỞI XƯỚNG CÔNG CUỘC TRANH ĐẤU ĐÒI TỰ DO TÔN GIÁO VÀ NHÂN QUYỀN CHO VIỆT NAM

Hòa Thượng Huyền Quang người tỉnh Bình Định, Giám Viện Phật Học Viện Nguyên Thiều vào khoảng 69–70. Phật Học Viện tọa lạc trên một ngọn đồi thoai thoải bên bờ sông Tân An, Bình Định. Từ Nha Trang ra phải đi qua cầu Bà Gi và chạy lên dốc núi, bên cạnh Tháp Chàm xưa của Chiêm Thành.

Sau khi mãn niên khóa 68–69, chúng tôi – Tăng Sinh từ Phật Học Viện Huệ Nghiêm, Phú Lâm, Sài Gòn – phải thuyên chuyển ra Phật Học Viện Nguyên Thiều. Thật sự khi nghe Ban Giám Đốc đưa anh em ra Nguyên Thiều, chúng tôi rất bâng khuâng vì được nghe về những ngày nóng cháy da, những cơn mưa tầm tã đến ủng đất, và cảnh nghèo đói của miền Trung. Nhưng, chưa tiếp xúc với thực tế chúng tôi chưa mường tượng nổi đời sống và cảnh trí như thế nào mãi đến khi trực diện với thực tại chúng tôi mới thấm thía.

Bình Định là phần đất cũ của xứ Chiêm Thành hiện vẫn còn những Tháp Chàm cổ xưa sừng sững thi gan cùng sương gió. Mặc dù là vùng đất đỏ, sỏi đá cằn cỗi, nhưng tấm lòng của người dân Bình Định thật dồi dào tình quê hương, đất nước. Họ đã sống theo đúng tinh thần truyền thống từ ngàn xưa của Tổ Phụ bên cánh đồng làng, dưới ngôi chùa cổ hay bên những cồn cát trắng của quận Phù Cát, Phù Mỹ, cặm cụi tháng ngày tưới từng giọt mồ hôi cho giải đất ngày thêm phong phú, thịnh vượng xây đắp giang sơn gấm vóc. Bình Định cũng là vùng đất địa linh nhân kiệt của bao anh hùng dân tộc như Tây Sơn Nguyễn Huệ, người làng An Khê đã thành Quang Trung Đại Đế, đánh tan quân Thanh (1788) dẹp yên bờ cõi, thống nhất đất nước. Bình Định đồng thời cũng là vùng đất an trú của các bậc Thánh Tăng hiền đức, là một trong những tỉnh miền Trung có nhiều chùa chiền và đông chư Tăng nhất. Trong số đó có ngôi Thập Tháp Di Đà Tự, do Tổ Nguyên Thiều khai sáng năm 1665 và mở trường dạy học. Sau Tổ lập chùa Hà Trung ở Thuận Hóa, lập chùa Quốc Ân – Huế. Công đức hóa độ của Tổ đã thấm nhuần vào các sơn môn và chư Tăng Bình Định. Từ vùng đất của Lịch Đại Tổ Sư đã tạo nên chư vị Tôn Đức Tăng Già, trong đó có Hòa Thượng Huyền Quang, một Cao Tăng trác việt của Phật Giáo Việt Nam hiện đại. Thập niên 63–73 Hòa Thượng đã tích cực phục vụ Giáo Hội cùng với Chư Tôn Giáo Phẩm đấu tranh giải trừ Pháp nạn dưới thời Ngô Đình Diệm và tháo gỡ những hệ lụy của nền đệ nhị Cộng Hòa, nhằm kiện toàn cơ cấu tổ chức của Giáo Hội và chấn hưng Phật Giáo ngày thêm hưng khởi. Vì thế, Hòa Thượng đã giữ chức vụ Tổng Thư ký Viện Hóa Đạo sau ngày thống nhất Phật Giáo, 1964, sau đó Phó Viện Trưởng và quyền Viện Trưởng Viện Hóa Đạo kiêm Xử Lý Hội Đồng LưỡngViện sau ngày Hòa Thượng Thích Đôn Hậu viên tịch đến nay, 1995.

Suốt một chiều dài lịch sử ấy, từ thuở còn là chú điệu – Sơ phát tâm xuất gia – cho đến khi thành bậc Long Tượng, rường cột của Phật Giáo, hầu như bất cứ lúc nào Hòa Thượng cũng không bao giờ xao lãng chí nguyện của kẻ xuất trần luôn tâm nguyện xây dựng đất nước, Đạo pháp, đem tấm thân tứ đại đóng góp cho đại cuộc, an bình quê hương, cho dân tộc và Đạo pháp có hướng đi đích thực của giống nòi Lạc Việt và Đạo pháp trường tồn theo truyền thống Khương Tăng Hội, Mâu Bác, Chi Cương Lương... mà không lạc lối theo ngoại đạo, ngụy giáo, hay thầy tà bạn ác. Chính vì duy nhất tôn thờ lý tưởng giác ngộ cho nhân sinh, giải thoát cho mọi loài mà sau 30/4/75, Hòa Thượng đã không ngần ngại đứng lên đấu tranh cho tự do tôn giáo và nhân quyền. Nhà cầm quyền CSVN đã bắt giữ Ngài từ ngày 6/11/1977 đến ngày 10/12/1978 và sau đó bắt lại lần thứ hai ngày 11/10/1981 cho đến ngày 25/2 1982 bị lưu đày về nguyên quán. Sau khi CS Hà Nội chiếm giữ miền Nam cho đến nay, 1995, Hòa Thượng chẳng có được mấy năm lưu trú tại chùa, Hòa Thượng đã bị biệt giam từ nhà tù này sang ty công an khác. Từ những đau thương của bản thân đến khổ nạn của Giáo Hội dồn dập, hết biến cố này đến biến cố khác, cuộc sống bị thường xuyên đe dọa. Tự thân chứng nghiệm đau thương, như từng giọt máu rơi vào biển đời nhân thế, Hòa Thượng hứng chịu tất cả mọi khổ lụy, để từ đó vươn lên và tiến tới.

Từ vực sâu của một chế độ tham tàn, khủng bố, bạo ngược, dùng hận thù để cai trị đã làm đất nước tan hoang đổ nát, phá hủy truyền thống dân tộc và tinh thần Đạo pháp, Hòa Thượng đã nêu cao ý chí kiên cường bất khuất, gióng lên tiếng đại hồng chung cảnh tỉnh cho chế độ, để loài người biết thương yêu nhau trong tình đồng loại, cùng xây đắp cuộc sống tâm linh cao cả, và hạnh phúc ấm no. Nhưng, tất cả đều bị dập vùi dưới chế độ CS Hà Nội và GHPGVNTN cũng không thoát khỏi. Trước tình trạng con thuyền Giáo Hội ngửa nghiêng, chao đảo, Hòa Thượng đã khẳng khái lên tiếng qua nội dung Đơn Xin Cứu Xét nhiều việc – Chương IX – gởi đến Bí Thư đảng, Chủ Tịch Quốc Hội, Chủ Tịch Hội Đồng Nhà Nước, Chủ Tịch Hội đồng Bộ Trưởng... để nói lên nỗi suy tư về những an nguy của Dân tộc và Đạo pháp dưới sự cai trị của CSVN đã làm cho đất nước ngày thêm lụn bại nghèo đói.

Sau khi "Đơn Xin Cứu Xét Nhiều Việc" được gởi đi đúng 1 tháng 22 ngày, thay vì nghiên cứu giải quyết để đáp ứng nguyện vọng quần chúng, Phan Minh Tánh với tư cách Trưởng Ban Dân Vận Trung Ương đã ra Thông Báo Mật ban xuống các Tỉnh, Thành Ủy, vạch ra sách lược đối phó với Hòa Thượng Huyền Quang và các phần tử chống đối – theo cách gọi của nhà cầm quyền CSVN – Thông Báo Mật như sau:

CỘNG HÒA XÃ HỘI CHỦ NGHĨA VIỆT NAM
Độc Lập – Tự Do – Hạnh Phúc
Đảng Cộng Sản Việt Nam

Ban Chấp Hành Trung Ương

MẬT BAN DÂN VẬN
Số 125/TUDV

Hà Nội, ngày 17 tháng 8 năm 1992

Kính gởi: Ban Dân Vận các Tỉnh Ủy và Thành Ủy
V/v Huyền Quang và số phần tử chống đối

Gần đây, ở một số địa phương, bọn tiêu cực trong Phật Giáo mà tiêu biểu là Thích Huyền Quang hiện cư ngụ tại chùa Hội Phước, Quảng Ngãi, có sự móc nối Phật Giáo trong nước và hải ngoại, ra sức quấy phá chống lại tổ chức của Giáo Hội Phật Giáo Việt Nam nhắm vào phá hoại Đại Hội III của GHPGVN, đòi khôi phục tổ chức cũ... Vì vậy, Ban Dân Vận Trung ương xin thông báo tình hình và đề nghị triển khai một số công việc gấp:

1. Sau giải phóng miền Nam, một số sư sãi trong Phật Giáo Ấn Quang theo Thích Tâm Châu, có hoạt động chống đối nhà nước, chống đối việc thống nhất Phật Giáo theo nguyện vọng của đại đa số tín đồ và chức sắc. Do hoạt động phạm pháp nên họ đã bị chính quyền cách mạng xử lý. Tuy vậy, từ đó đến nay một số vẫn ngấm ngầm chống đối. Nhân đám tang Hòa Thượng Thích Đôn Hậu, Huyền Quang và một số phần tử chống đối ra sức hoạt động để tạo thế hợp pháp, tranh thủ thu hút sự ủng hộ của một số sư sãi và chức sắc. Sau đám tang cụ Đôn Hậu, Huyền Quang công khai dùng con dấu, và coi mình như đại diện hợp pháp Viện Hóa Đạo gởi thư cho những vị đi dự tang lễ, làm đơn từ khiếu nại gởi lên Trung Ương, đồng thời tấn phát đi nhiều tỉnh trong nước và gởi ra nước ngoài. Trong lễ Vu Lan năm nay, Huyền Quang gởi Thông Bạch cho Giáo Hội theo phái Ấn Quang trong và ngoài nước đòi công nhận tổ chức Phật Giáo trước giải phóng, công khai nhận chức sắc trong trại tỵ nạn ở Thái, cổ võ các sư lưu vong ở Mỹ (thuộc Phật Giáo Ấn Quang).

Tháng 7 vừa qua, ông Huyền Quang nhóm họp tại chùa Hội Phước vạch kế hoạch đối phó và chuẩn bị để khi có thời cơ đến là công khai hóa Phật Giáo Ấn Quang toàn quốc.

Trước tình hình trên, dưới sự hướng dẫn của cấp trên, tỉnh Quảng Ngãi đã tiến hành đấu tranh trực diện với Huyền

Quang (trong dịp này một số địa phương khác cũng đã đấu tranh phê phán số ủng hộ Huyền Quang về Huế trong đám tang cụ Đôn Hậu và hoạt động quấy phá khác), vạch trần những hoạt động bất hợp pháp, những việc làm sai trái của y trong đám tang cụ Đôn Hậu, tại Quảng Ngãi v.v... Nhân dịp này chính quyền địa phương cũng đã nói rõ cho y biết khi các hệ phái Phật Giáo trong cả nước (trong đó có số đông chức sắc và Phật tử Phật Giáo Ấn Quang) đã tự nguyện hòa nhập vào một tổ chức độc lập, do đó chức vụ Viện Trưởng Viện Hóa Đạo y tự phong là sai trái và bất hợp pháp.

Trước khi kết thúc cuộc đấu tranh, các đồng chí đại diện chính quyền Quảng Ngãi đặt ra cho Huyền Quang mấy điểm:

– Không được dùng chùa làm cái gọi là trụ sở Viện Hóa Đạo.

– Không được sử dụng con dấu, giao con dấu ấy cho GHPGVN hoặc chính quyền tỉnh.

– Chức Viện Trưởng Viện Hóa Đạo không có tư cách pháp nhân.

– Huyền Quang muốn đi phải được nơi y đến đồng ý.

Qua đấu tranh đuối lý tuy vẫn còn chống chế. Nhưng mấy ngày sau, chính y đã gởi văn bản về việc làm đó với những xuyên tạc sự thật. Đây là hành động sai trái tiếp theo của Huyền Quang.

2. Do hoạt động của Huyền Quang ở diện rộng ở các tỉnh phía Nam và tính chất phức tạp, nguy hiểm, Ban Dân Vận Trung ương đề nghị:

– Giúp đỡ cho Giáo Hội Phật Giáo chuẩn bị Đại Hội III được tốt. Học tập tài liệu của Ban Trị Sự Trung Ương Giáo Hội Phật Giáo Việt Nam đã gởi, khẳng định tổ chức hợp pháp Phật Giáo Việt Nam hiện nay là GHPGVN.

– Gợi ý cho GHPG chuẩn bị nhân sự đi dự Đại Hội III gồm những đại biểu tốt, với những biện pháp khéo léo ngăn chận bọn xấu lọt vào các đoàn đại biểu đi tham dự Đại hội.

– Thông báo cho các vị trong Phật Giáo hiểu ý đồ và việc làm xấu của Huyền Quang và một số tay chân.

– Ở địa phương có những người trong Phật Giáo chống đối, địa phương cần mời họ lên để phân tách đấu tranh để họ thấy sai, hứa sửa chữa.

– Cần theo dõi chặt chẽ hoạt động của Huyền Quang và tay chân để xử lý kịp thời theo pháp luật.

– Riêng Quảng Ngãi, theo sự chỉ đạo của trên, tiếp tục đấu tranh mạnh mẽ hơn đối với Huyền Quang, thực hiện việc kiểm soát chặt y, theo dõi quan hệ trong và ngoài nước đối với Huyền Quang để xử lý kịp thời. Một số ngành hữu quan cấp trên sẽ có hướng dẫn nghiệp vụ.

Đề nghị các đồng chí phản ảnh tình hình về Ban Dân Vận Trung ương để có sự phối hợp chung.

Trưởng Ban Dân Vận Trung Ương
Đã ký: Phan Minh Tánh
(Đóng dấu ký tên)
Y sao văn bản chính
Huế, ngày 25 tháng 8/1992
Chánh văn phòng
(Ký tên và đóng dấu)
Trương Công Nhật
Nơi nhận:

– Các đồng chí thường vụ Tỉnh Ủy
– Các đồng chí phụ trách Mặt trận, đoàn thể
– Bí thư Huyện ủy, Thành ủy
– Trưởng Ban Tôn Giáo
– Các đồng chí thường trực Hội đồng Nhân dân, Ủy ban Nhân dân
– Văn phòng lưu Trung Ương.

Một thân một mình trong ngôi chùa hoang vắng, được canh gác nghiêm nhặt bởi các công an, mật vụ, một nhục thân Bồ Tát an nhiên, điềm tĩnh lần giở lại từng trang lịch sử của Phật Giáo Việt Nam, đọc lại từng pho kinh điển, gia tâm nghiên cứu để hành trì theo Phật ngôn và chấp tay nguyện cầu, dâng trọn tâm thành đến ngọn Hy Mã Lạp Sơn cao vòi vọi, nơi mà chư Phật, chư Đại Bồ Tát và hàng Thánh Chúng, Long Thiên Bát Bộ đang giảng kinh nghe pháp. Chư vị Bồ Tát đang trang trải Bồ Tát tâm cho loài người có mặt trên trái đất, cho tất cả chúng sinh ngẩng cao đầu để nghe hương thiền đang rực nở nơi tận đỉnh Đại Bi Tâm, khi Đức Thế Tôn truyền trao chánh pháp nhãn tạng cho Đại Đệ Tử Ca Diếp. Vì hạnh nguyện độ đời kham nhẫn, từ nơi ngôi chùa nhỏ bé tại một ngôi làng tỉnh Quảng Ngãi, Hòa Thượng Huyền Quang đã xây dựng lại những gì bị chế độ công sản phá hủy, lột trần những điều bị CS cố tình che giấu, thấp sáng những nơi bị tăm tối và nói lên những sự thật mà chế độ CSVN đã cố tình bưng bít, tuyên truyền và xuyên tạc. Hòa Thượng với tất cả tâm thành nói lên nguyện vọng của người dân để mong thức tỉnh lương tâm của con người cộng sản. Nhưng ngược lại họ đã dùng mọi thủ đoạn, bày mưu, toa rập ra lệnh cho các cơ quan trực thuộc theo dõi, khống chế và khủng bố Hòa Thượng, họ đã mang cả guồng máy chính trị lẫn quân sự chỉ để đối phó với một Hòa Thượng gầy ốm, ưu tư về sự an nguy của Đạo pháp, dân tộc, không một vật tùy thân, bị giam lỏng, chơ vơ nơi ngôi chùa làng hẻo lánh. Để chuẩn bị cho Đại Hội III được "tốt" theo ý họ, với những thành phần tham dự cũng "tốt" như ý họ, họ đã không ngần ngại bức tử Giáo Hội Thống Nhất cùng những Phật tử chân chính để nâng đỡ Giáo Hội "nhà nước" do họ đã khai sanh ra. Ở đây, chữ "tốt" theo ý họ phải chăng được đồng nghĩa với công cụ, tay sai, và phục vụ cho mọi âm mưu thâm độc của chế độ, sẵn sàng lấy đi mạng sống của người đồng đạo và đồng loại. Để được bảo vệ, Giáo Hội "nhà nước" đã phải tuân theo mệnh lệnh của nhà nước, trong khi đó Giáo Hội Thống Nhất dưới sự lãnh đạo của Hòa Thượng Huyền Quang được coi như phản động nên bị áp bức và cần phải tiêu diệt? Lẽ phải thường nằm trong tay kẻ thắng thế?

Sau ngày thừa ủy nhiệm Di chúc Cố Đại Lão Hòa Thượng Đôn Hậu, Chánh Thư ký kiêm Xử lý Viện Tăng Thống, Hòa Thượng Huyền Quang đã nhận lãnh trọng trách được giao phó để từ đó Hòa Thượng bị chế độ CS tấn công, vây hãm mọi mặt.

Trong "thông báo Mật Ban Dân Vận" CS Hà Nội viết: "gần đây, ở một số địa phương, bọn tiêu cực trong Phật Giáo mà tiêu biểu là Thích Huyền Quang". Nếu nói "bọn tiêu cực trong Phật Giáo" thì phải nói đến những người "xu thời, mẫn thế" ngả nghiêng trước quyền lực, không có lập trường Dân Tộc, Đạo Pháp. Họ chỉ nhìn thấy những lợi nhuận trước mắt và cho bản thân, quên đi những di hại cho mai sau, và sống trên những khổ đau của đồng loại. Họ đã nhắm mắt xoay lưng, điềm nhiên tọa thị, đặc quyền thủ lợi, đi ngược lại với nguyện vọng của toàn dân, mặc cho đất nước điêu linh, thoái hóa, mặc cho luân lý suy đồi, bán đứng quê hương, không nghĩ gì đến công lao Tiên Tổ hơn bốn ngàn năm xây dựng đất nước. Ngược lại, họ miệt thị lên án những người không màng danh lợi, hy sinh cả cuộc đời, xả thân cho đại cuộc vì dân, vì nước, tích cực đứng lên đấu tranh cho tự do, nhân quyền và tôn giáo. Nhất là đối với Hòa Thượng Huyền Quang, họ nặng nề kết án Hòa Thượng và cố tình xuyên tạc tinh thần đấu tranh của Ngài làm lạc hướng dư luận, coi Ngài như một người nguy hiểm cho chế độ cần phải gắt gao canh giữ. Nhưng Ngài vẫn không sờn chí đấu tranh, cùng chia xẻ mọi gian lao khổ cực với những người cùng tâm huyết trên hai phương diện:

1. Đối với chế độ CS Hà Nội:

Qua hai Tuyên cáo ngày 7/11/1992 và ngày 20/11/1993, Hòa Thượng đã nêu rõ về lai lịch xuất xứ của đảng CSVN và đồng thời phân tích chính sách và chủ trương của chế độ. Đảng CSVN đã học đòi theo chủ nghĩa ngoại lai, du nhập chủ thuyết Marx–Lénine từ Liên–Xô để thống trị đất nước, dùng đó làm kim chỉ nam để bảo vệ chế độ và quyền lợi cá nhân của một thiểu số lãnh đạo. Hòa Thượng Huyền Quang đã vạch rõ ý đồ thâm độc của chủ thuyết là tiêu diệt Tôn Giáo – Phật Giáo – bần cùng hóa người dân, tập trung quyền lực trong tay đảng, không tìm tòi, học hỏi để cùng xây dựng cho nước giàu dân mạnh. Tất cả những lời tâm huyết trong hai Tuyên Cáo trên Hòa Thượng đã thẳng thắn vạch ra cho các vị lãnh đạo CSVN nhìn thấy được sự sai lầm của chế độ, hầu sửa đổi, quay về với cội nguồn thuần thiện của Dân Tộc, để không phải lún sâu vào vũng bùn lầy lội của chủ nghĩa CS quốc tế. Người Việt Nam hãy trở về với cội nguồn Việt Nam, sống trong tình tự dân tộc xóa bỏ chủ nghĩa ngoại lai để thấy đâu là chân, đâu là giả, đâu là chất liệu yêu thương phát sinh từ núm ruột của mảnh đất tổ tiên. Hòa Thượng với tấm tình đầy thiện ý, đóng góp ý kiến trên tinh thần xây dựng mong cho quê hương ngày thêm cường thịnh để mở ra một kỷ nguyên mới - kỷ nguyên của những cảm thông, hiểu biết, khoan dung, thêm bạn bớt thù, thấu hiểu và thực hành những tâm tư nguyện vọng của người dân có như thế chế độ mới được bền vững lâu dài -

2. Đối với Dân Tộc và Đạo Pháp:

Trong lúc dân tộc lầm than, đói khổ, đất nước suy thoái mọi mặt từ vật chất đến tinh thần, từ đạo đức đến luân lý... Nhan nhản khắp nơi những kẻ khốn cùng, trẻ em thất học, lang thang đầu đường, góc chợ, gầm cầu, ngõ hẹp vác bát ăn xin, bới rác... và biết bao những tệ nạn khác... Cán bộ nhà nước vẫn ung dung tham ô, nhũng lạm, hối mại quyền thế, tom góp và tẩu tán tài sản quốc gia gởi vào các ngân hàng quốc tế mặc cho đường xá hư hỏng, phố chợ rác rưởi thiếu vệ sinh. Trong cảnh hỗn độn ấy, là người dân với tinh thần quốc gia dân tộc, Hòa Thượng đã không run sợ trước bạo lực, cất cao lời tranh đấu, đòi hỏi nhà cầm quyền phải tôn trọng nhân quyền, tôn trọng quyền tự do tín ngưỡng và mọi người phải được đối xử bình đẳng như nhau. Song song với những đòi hỏi trên, Hòa Thượng yêu cầu nhà cầm quyền phải trả tự do vô điều kiện cho tất cả các Tu sĩ, Phật tử, các nhà văn, nhà báo, các nhà chính trị v.v... bị giam giữ không lý do, và làm sáng tỏ những cái chết mờ ám của các Tu sĩ Phật Giáo.

Đối với Đạo Pháp? Hòa Thượng đòi hỏi nhà cầm quyền CSVN phải để cho Giáo Hội Thống Nhất tự do sinh hoạt bình thường trong công tác Phật sự như trước năm 75. Nhà nước cố tình triệt hạ Giáo Hội Thống Nhất để khai sinh ra một Giáo Hội mới dưới sự chỉ đạo và bảo hộ bởi gọng kìm của đảng. Từ Giáo Hội nhà nước này, nhà cầm quyền đã cưỡng bức nhân sự của Giáo Hội Thống Nhất phải làm việc cho Giáo Hội nhà nước, ai chống đối bị bắt giam hoặc bị giết. Họ đã tước đoạt hết mọi chùa chiền, cơ sở sinh hoạt, và tài sản của Giáo Hội. Họ đã nhân danh quyền lực, chủ nghĩa với nhà giam, trại tù, súng đạn để áp bức Giáo Hội Thống Nhất và những người con Phật. Từ thế chân tường, từ nhịp đập của con tim hòa điệu cùng nhịp tim Dân tộc, Hòa Thượng đã đứng lên xây dựng bức tường thành kiên định của niềm tin, vạch thành ánh sao chói sáng trên nền trời u tối của chế độ CSVN. Hòa Thượng yêu cầu nhà nước trả lại tự do tôn giáo cho mọi người dân, tôn trọng tâm tình thanh khiết phát xuất từ lòng nhiệt thành, chân chính của người dân chỉ biết lo âu cho đất nước và tiền đồ dân tộc, tôn trọng những hy sinh của tiền nhân đã đổ biết bao nhiêu xương máu để xây dựng nền Đạo Giáo Dân Tộc ngót hơn 2000 năm lịch sử đến nay. Hòa Thượng đồng thời đã kêu gọi nhà nước hãy tôn trọng công bằng và lẽ phải dựa trên tinh thần nhân bản, thực hiện công lý trên luật pháp. Hãy để người dân được tự do trong đời sống tâm linh, đừng bắt người dân phải chọn lựa những điều bất như ý, đừng tạo nên những cảnh huynh đệ tương tàn và nhà nước đứng ngoài thủ lợi.

Hòa Thượng Huyền Quang đã khẳng định minh bạch mục tiêu đấu tranh của Hòa Thượng vì dân vì nước, những mong nhà nước thật tâm cải tổ để đất nước Việt Nam theo kịp đà văn minh và tiến bộ của thế giới, người dân thật sự được tự do, hạnh phúc, cơm no áo ấm và quét sạch mọi tệ đoan xã hội đã làm rách nát quê hương. Sau nữa, nhà nước đừng xem Tôn giáo – nhất là Phật Giáo – như là kẻ thù cần tiêu diệt, hãy để tự do hành đạo và phụng đạo vì đây là hương thơm, là những viên ngọc quý trong trái tim dân tộc.

Qua những mục tiêu đấu tranh chính nghĩa của Hòa Thượng Huyền Quang, chúng ta minh định được tinh thần tích cực vì đại nghĩa của Ngài, để một lần nữa chứng minh được CSVN luôn luôn ngụy tạo và xuyên tạc sự thật. Hòa Thượng Huyền Quang có "tiêu cực" như "Thông Báo Mật Của Ban Dân Vận" CS Hà Nội đã thông tin? Phải chăng "tiêu cực" theo ý nhà cầm quyền CSVN là bất hợp tác và chống đối chế độ?

"...một số sư sãi trong Phật Giáo Ấn Quang... có hoạt động chống đối nhà nước, chống đối việc Thống Nhất Phật Giáo theo nguyện vọng của đại đa số tín đồ và chức sắc..."

Nhà nước đã xử dụng bạo lực bắt ép một số nhỏ chư Tăng Ni phải tham gia Giáo Hội nhà nước trong thế chẳng đặng đừng, ngoài ra lại có một số người là đảng viên CSVN được đưa vào để gây chia rẽ trong nội bộ Phật Giáo. Hơn 40 ngàn Tăng Ni của GHPGVNTN từ vĩ tuyến 17 đến mũi Cà Mau, và với con số nhỏ bị bắt ép gia nhập Giáo Hội nhà nước như thế có thể gọi là "đại đa số tín đồ và chức sắc" được chăng? Nhà nước CSVN lại lạm dụng ngôn ngữ!

"...Nhân đám tang Hòa Thượng Thích Đôn Hậu, Huyền Quang và một số phần tử chống đối ra sức hoạt động để tạo thế hợp pháp, tranh thủ thu hút sự ủng hộ của một số sư sãi và chức sắc...".

Hòa Thượng Thích Huyền Quang đã nhận Chúc thư và con dấu, trong một buổi lễ được tổ chức trang trọng trước kim quan Hòa Thượng Thích Đôn Hậu do Thượng Tọa Thích Hải Tạng trao lại. GHPGVNTN được thành lập từ năm 1951, nhưng về mặt Đạo pháp đã hơn hai nghìn năm lịch sử và phải trải qua bao nhiêu thăng trầm mới đứng vững được cho đến nay. Thế đứng của Phật Giáo tự nhiên đã hợp pháp, hợp hiến. Do đó "Hòa Thượng Huyền Quang và một số phần tử" không cần phải ra sức hoạt động để tạo thế hợp pháp như nhà nước ra "thông báo mật". Chỉ riêng Giáo Hội nhà nước được nặn lên năm 1981 mới cần ra sức hoạt động để tạo thế hợp pháp với dân tộc Việt Nam.

"... Huyền Quang công khai dùng con dấu và coi mình như đại diện hợp pháp Viện Hóa Đạo gởi thơ cho những vị sự lễ tang, làm đơn từ khiếu nại gởi lên Trung Ương..."

Hội Đồng Viện Hóa Đạo GHPGVNTN, do cố Hòa Thượng Trí Thủ là Viện Trưởng, nhưng Hòa Thượng đã viên tịch, và Hòa Thượng Huyền Quang là đệ nhất Phó Viện Trưởng (khi HT Trí Thủ mất, HT Huyền Quang vẫn còn bị nhà cầm quyền CSVN giam giữ vì thế con dấu phải nhờ HT Đôn Hậu, Chánh Thư Ký Viện Tăng Thống, giữ hộ và khi HT Đôn Hậu viên tịch, HT Đôn Hậu viết Chúc thư giao lại cho HT Huyền Quang). Theo nội quy, vị Phó đương nhiên thay thế khi vị Trưởng vì bất cứ lý do không thể tiếp tục trách vụ đảm nhận, và lẽ đương nhiên việc sử dụng con dấu là hợp lệ. Điều này cũng giống như HT Trí Thủ là Chủ Tịch Hội Đồng Trị Sự Giáo Hội Trung Ương nhà nước, khi HT viên tịch, HT Trí Tịnh là Đệ Nhất Phó Chủ Tịch lên thay thế, mà hiện nay -1995- HT Trí Tịnh là Chủ Tịch Hội Đồng Trị Sự Trung Ương. Vậy vai trò của HT Trí Tịnh đối nhà nước có bất hợp pháp không?

"... Nhân dịp này chính quyền địa phương cũng nói rõ cho y biết khi các hệ phái Phật Giáo trong cả nước (trong số đó có số đông chức sắc và Phật tử Phật Giáo Ấn Quang) đã tự nguyện hòa nhập vào một tổ chức độc lập, do đó, Chức vụ Viện Trưởng Viện Hóa Đạo y tự phong là sai trái và bất hợp pháp..."

Nếu nói bốn chữ "tự nguyện hòa nhập" thì chỉ có đảng viên đảng CSVN mới tự nguyện hòa nhập, ngoài ra không có ai không theo đảng CS mà tự nguyện hòa nhập vào một tổ chức của đảng. Riêng các vị không là đảng viên, phải theo Giáo Hội nhà nước vì thế bức ép, khủng bố, như trên đã nói.

"... Không được dùng chùa làm cái gọi là trụ sở Viện Hóa Đạo.

– Không được sử dụng con dấu, giao con dấu ấy cho GHPGVN hoặc chính quyền tỉnh.

– Huyền Quang muốn đi phải được nơi y đến đồng ý..."

Đời sống, nơi trú ngụ của chư Tăng, Ni là nhà chùa, và chính nhà chùa là cơ sở hoằng pháp, là nơi câu hội chung cho toàn thể Phật tử, để tĩnh tâm tu niệm, để hộ trì Tam Bảo, để biết các tin tức của Giáo Hội, để hoàn thành mọi công tác Phật sự xa gần. Nếu không dùng chùa làm trụ sở Viện Hóa Đạo thì lấy chi đặt Văn Phòng Viện? Như Giáo Hội nhà nước hiện nay, chiếm chùa Ấn Quang và đặt trụ sở Ban Trị Sự Thành hội Giáo Hội, chiếm chùa Xá Lợi, đặt trụ sở Hội Đồng Trị Sự Giáo Hội Trung Ương. Sao Ban Dân Vận nhà nước không đưa công an đến dẹp các Giáo Hội ấy và cấm họ không được đặt trụ sở trong chùa như đã cấm HT Huyền Quang?

HT Huyền Quang "không có tư cách pháp nhân?" GHPGVNTN hoàn toàn không lệ thuộc và không tham dự với Giáo Hội nhà nước, thế đứng độc lập truyền thống của Đạo Phật Việt, Hòa Thượng là người của Giáo Hội Thống Nhất, thuộc hàng Giáo Phẩm cao cấp, là đương kim đệ nhất Phó Viện Trưởng Viện Hóa Đạo, sau đó thừa ủy nhiệm Di chúc của Cố Đại Lão Hòa Thượng Thích Đôn Hậu – Chánh Thư ký, kiêm Xử lý Viện Tăng Thống – giữ chức quyền Viện Trưởng Viện Hóa Đạo, vì thế không thể bảo là không có tư cách pháp nhân như nhà nước CSVN đã nói.

Vị Quyền Viện Trưởng Viện Hóa Đạo, GHPGVNTN, đương nhiên là người giữ và sử dụng con dấu của Viện, hà cớ gì phải giao lại cho Giáo Hội nhà nước hoặc chính quyền cất giữ. Con dấu là biểu tượng riêng cho mỗi tổ chức, thể hiện nguyên tắc hành chánh thực dụng, chứng thực của vị đương nhiệm. Nhà nước muốn tước đoạt con dấu của Viện Hóa Đạo, có nghĩa là muốn gián tiếp phế bỏ Hội Đồng Viện – Cơ quan hành pháp – và bức tử Giáo Hội Thống Nhất. Hành động như thế nhà cầm quyền CSVN tránh được tiếng đàn áp Phật Giáo, vì họ nghĩ rằng tịch thu con dấu là tước bỏ quyền hạn của Hòa Thượng và đồng thời phế bỏ chức vụ của Hòa Thượng. "Nhứt cử lưỡng tiện"

Hòa Thượng Huyền Quang muốn đi tới đâu, thì nơi đó phải đồng ý Hòa Thượng mới tới được. Địa phương Hòa Thượng đến là nơi đâu? Nhà chùa? Vị trụ trì, người chủ hộ? Hay công an phường, chính quyền địa phương, phường khóm đồng ý thì Hòa Thượng mới được tới. Đây là điều không thể xảy ra, vì chúng ta biết chắc rằng chính quyền địa phương nhận chỉ thị từ thượng cấp: "không chấp nhận cho ông Huyền Quang mạo nhận quyền Viện Trưởng Viện Hóa Đạo đến".

Nhà nước cũng thấy được Hòa Thượng "có ảnh hưởng sâu rộng ở các tỉnh về phía Nam", nhưng điều quan trọng là "tính chất phức tạp và nguy hiểm". Vì nguy hiểm nên tốt hơn hết là bắt Hòa Thượng bỏ tù, để khỏi lo sợ, phập phồng mất ăn mất ngủ. Một vị Hòa Thượng lớn tuổi, gần 80, tứ cố vô thân, duy chỉ có một con tim cho dân tộc, Đạo pháp vậy mà cả một guồng máy tổ chức của nhà nước CSVN phải lo sợ và ra sức canh chừng Hòa Thượng.

"Giúp đỡ cho Giáo Hội Phật Giáo chuẩn bị Đại Hội III được tốt... Gợi ý cho GHPG chuẩn bị nhân sự đi dự Đại Hội III gồm những đại biểu tốt...Học tập tài liệu của Ban Trị Sự Trung Ương Giáo Hội Phật Giáo Việt Nam...". CSVN lo sợ có sự chống đối ở nhiều nơi, tạo nên sự hỗn loạn nơi quần chúng, và muốn Đại Hội chỉ toàn là những người làm công cụ cho chế độ, chỉ thuần phát biểu một chiều theo cùng một luận điệu. Vì thế, họ phải dặn dò kỹ lưỡng thuộc cấp thanh lọc thành phần tham dự Đại Hội.

"Khẳng định tổ chức hợp pháp hiện nay là GHPGVN". Nhà cầm quyền CSVN hiểu một cách rất rõ ràng họ không được sự ủng hộ của quần chúng, và nhất là quần chúng Phật tử. Bao nhiêu lần họ kêu gọi chư Tăng, Ni, Phật tử tham gia nhưng không có sự đáp ứng hợp tác. Do đó, họ nhìn thấy cái thế chông chênh của Giáo Hội nhà nước, chỉ là một tổ chức trá hình, bịp bợp, che mắt quần chúng, thánh thần và thế giới bên ngoài. Lợi dụng Đại Hội III để "khẳng định" và để "hợp thức hóa" Giáo Hội nhà nước. Từ những câu nói đầy mâu thuẫn này CSVN đã để lộ ra cho thế giới và quần chúng thấy những lời tuyên truyền của họ từ trước đến giờ chỉ là những lời nói láo khoét, lừa đảo dư luận.

"Thông báo cho các vị trong Phật Giáo hiểu ý đồ và việc làm xấu của Huyền Quang và một số tay chân". "Thông báo" ở đây là tuyên truyền cho chính sách của nhà nước và gây ấn tượng xấu về Hòa Thượng Huyền Quang cùng những vị hoạt động chung với Ngài. Chúng ta không lạ gì những điều nhà nước "thông báo".

"Có những người trong Phật Giáo chống đối, địa phương cần mời họ lên để phân tách đấu tranh để họ thấy sai, hứa sửa chữa". "Mời họ lên" ở đây là đưa trát đòi đến hầu của công an nơi cư ngụ, và khi họ "phân tách đấu tranh" chúng ta được hiểu là hãy chuẩn bị tinh thần để nghe họ hăm dọa, khủng bố và phải tuân theo một số chỉ thị nào đó. Sau đó, nếu không làm đúng theo những điều họ muốn chúng ta lại phải chuẩn bị tinh thần, lương thực và hành trang đến nhà giam.

"Cần theo dõi chặt chẽ hoạt động của Huyền Quang..." nhà nước lúc nào cũng nơm nớp lo sợ những hoạt động của Hòa Thượng cùng chư vị Tăng, Ni, và lực lượng quần chúng Phật tử của Giáo Hội Thống Nhất. Do đó "nhất cử nhất động" của Ngài đều được quan sát kỹ lưỡng.

Và cuối cùng "... Một số ngành hữu quan cấp trên sẽ có hướng dẫn nghiệp vụ". Nói một cách nôm na dễ hiểu là nhốt tù Hòa Thượng Huyền Quang cùng một số quý Thầy không cùng quan điểm với nhà nước. Họ đã ra chỉ thị cho thuộc cấp thi hành công tác, nhưng họ vẫn chưa yên tâm nên phải có thêm "những hướng dẫn nghiệp vụ" để chắc chắn rằng Hòa Thượng và các vị cùng tâm huyết vì Dân tộc và Đạo Pháp không thể nào thoát khỏi mạng lưới bủa vây của họ. Nếu cần phải thủ tiêu họ cũng không ngần ngại.

Vẫn chưa đủ, vào ngày 18/8/1992, Bộ Nội Vụ Công an tỉnh Quảng Trị lại ra thêm một thông báo Tuyệt Mật như sau:

BỘ NỘI VỤ
CA TỈNH QUẢNG TRỊ
Số 106/PA 15–16
TUYỆT MẬT
CỘNG HÒA XÃ HỘI CHỦ NGHĨA VIỆT NAM
Độc Lập – Tự Do – Hạnh Phúc
Đông Hà, ngày 18 tháng 08 năm 1992.
Kính gửi: Thường vụ Tỉnh ủy Quảng Trị

BÁO CÁO

TÌNH HÌNH VÀ KẾ HOẠCH ĐẤU TRANH VỚI SỐ ĐỐI TƯỢNG CỰC ĐOAN ÂM MƯU PHỤC HỒI PHẬT GIÁO ẤN QUANG.

Đại hội Phật Giáo Việt Nam kỳ 3 tại Hà Nội sẽ họp vào cuối năm nay nhưng đang diễn ra bối cảnh hết sức phức tạp: Bọn phản động trong Phật Giáo Ấn Quang cũ đang tích cực hoạt động nhằm vô hiệu hóa Giáo Hội Phật Giáo Việt Nam hiện nay, phục hồi Phật Giáo Ấn Quang cũ. Trước tình hình đó thực hiện ý kiến chỉ đạo của Ban Bí thư Trung Ương, Bộ Nội Vụ chủ trương đồng loạt đấu tranh vạch mặt, hạ uy thế bọn phản động trong Phật Giáo Ấn Quang cũ và tay chân của chúng. Công an tỉnh Quảng Trị tập hợp tình hình liên quan nổi lên báo cáo Thường vụ Tỉnh ủy xin ý kiến chỉ đạo.

I. Một số tình hình hoạt động nổi lên của các đối tượng cực đoan chống đối trong giáo pháp Phật Giáo Ấn Quang.

Ở Việt Nam vốn có 22 Hệ phái Phật Giáo khác nhau, trong đó có những giáo phái lớn như: Giáo Hội Phật Giáo Việt Nam Thống Nhất; Giáo Hội Thống Nhất Việt Nam; Giáo Hội Cổ Truyền; Giáo Hội Nguyên Thủy Việt Nam (Theravada); Giáo Hội Phật Giáo Việt Nam Thiên Thai Giáo Quán Tông; Giáo Phái Khất Sĩ Việt Nam; Hội Phật Học Việt Nam; Hội Sư Sãi Yêu Nước Miền Tây Nam Bộ... Song trong đó Giáo Hội Phật Giáo Việt Nam Thống Nhất (phật Giáo Ấn Quang) là Giáo Hội chủ lực trong các giáo phái.

Sau ngày miền Nam được giải phóng, đất nước được thống nhất, đáp ứng yêu cầu nguyện vọng được thống nhất Phật Giáo Việt Nam trong cả nước của đại đa số Tăng tín đồ Phật tử; do đó năm 1981 Giáo Hội Phật Giáo Việt Nam được thành lập.

Sau khi Phật Giáo Việt Nam được thống nhất, số cực đoan cầm đầu trong giáo phái Ấn Quang muốn dành địa vị lãnh đạo Giáo Hội Phật Giáo Việt Nam nên đã nuôi ý chí chờ thời cơ để chống phá Giáo Hội Phật Giáo Việt Nam. Với ý đồ đó, những năm tháng qua số cực đoan trong Phật Giáo Ấn Quang đã tìm cách quan hệ, củng cố tư tưởng và tổ chức bên trong, đồng thời liên lạc móc nối với các tổ chức Phật Giáo Việt Nam lưu vong ở nước ngoài để tạo thế và lực

... Ngày 30/4/1992, Võ Văn Ái với danh xưng Chủ Tịch Ủy Ban Bảo Vệ Quyền Làm Người Việt Nam tại Pháp đã ra bản thông cáo báo chí với tiêu đề: "Một cuộc tự thiêu phản đối chính quyền cộng sản có thể xảy ra tại Huế" kích động số cực đoan phản động, và vu khống nhà nước ta vi phạm quyền tự do tín ngưỡng, quyền tự do tổ chức tang lễ của Giáo Hội Phật Giáo, đồng thời kích động số đông bên trong tiếp tục tuyệt thực, tự thiêu, kêu gọi các tổ chức Quốc Tế làm áp lực với chính quyền nhà nước ta.

Ngày 2/5/1992, Thích Nhật Liên, Trí Tựu, Hải Tạng cùng một số cực đoan khác ký đơn tập thể gửi lên Hội Đồng Nhà Nước và Ban Tôn Giáo chính phủ đòi yêu sách nếu như nhà nước vẫn quyết định đọc điếu văn thì chúng sẽ tuyệt thực trước Kim quan của Đôn Hậu.

Để thực hiện ý đồ phục hồi Phật Giáo Ấn Quang, bọn chúng để Hải Tạng trao ấn tín cho Huyền Quang trước Kim quan của Đôn Hậu nhằm công khai hóa chức danh của Huyền Quang bất chấp dư luận quần chúng Phật tử và pháp luật.

Thực vậy, ngày 25/6/1992 Thích Huyền Quang đã gửi "Đơn Xin Cứu Xét Nhiều Việc" lên các đồng chí lãnh đạo đảng và nhà nước ta, công khai chức danh quyền Viện Trưởng Viện Hóa Đạo, đặt văn phòng lưu vong tại Quảng Ngãi với chín điểm có nội dung xấu, đòi Giáo Hội Phật Giáo Ấn Quang phải được tự do sinh hoạt và được phục hồi sinh hoạt với các chi bộ Phật Giáo Hải Ngoại như trước năm 1975; phải trả tự do cho những đối tượng phản cách mạng đang bị giam giữ trong đó có Tăng, Ni, Phật tử, nhà văn, nhà báo, nhà chính trị cũng như các tôn giáo khác. Trả lại cơ sở của Giáo Hội phái Ấn Quang từ Trung Ương đến địa phương đã bị nhà nước và Giáo Hội do nhà nước dựng lên chiếm dụng hơn 11 năm qua... và buộc nhà nước ta phải trả lời về cái chết của Thích Thiện Minh năm 1978, 11 tu sĩ Phật Giáo tự thiêu tại Hậu Giang năm 1975. Đồng thời Huyền Quang cũng gửi tài liệu trên cho nhiều đối tượng cực đoan trong nước và các cá nhân, tổ chức phản động ngoài nước để họ lợi dụng tuyên truyền chống đối nhà nước ta.

II. Nhận xét đánh giá

Từ diễn biến tình hình trên cho thấy:

– Số cầm đầu cực đoan trong giáo phái Ấn Quang cũ từ lâu đã có âm mưu ý đồ chống đối muốn tách ra khỏi sự lãnh đạo của đảng và nhà nước Xã hội chủ nghĩa và vô hiệu hóa Giáo Hội Phật Giáo Việt Nam nhằm khôi phục Phật Giáo Ấn Quang, giành quyền lãnh đạo Phật Giáo. Họ đã chuẩn bị cấu kết với nhau từ trong nước đồng thời liên lạc móc nối với số đối tượng Phật Giáo phản động VN lưu vong ở nước ngoài để tập hợp lực lượng, tạo thế và lực, chờ thời cơ thuận lợi để kích động Phật tử công khai đấu tranh với nhà nước ta; đồng thời công khai hóa về mặt tổ chức và hoạt động của họ.

Trước diễn biến xấu của tình hình cách mạng thế giới nhất là Đông Âu và Liên Xô; chủ trương đổi mới và những khó khăn, sai lầm của ta trong thời gian qua để ra mặt chống đối. Sự kiện đám tang của Hòa Thượng Thích Đôn Hậu là một nguyên cớ để họ có điều kiện tập hợp lực lượng, lợi dụng uy tín và giáo luật để công khai âm mưu ý đồ của họ.

III. Chủ trương, mục đích yêu cầu và biện pháp thực hiện.

1. Từ tình hình và hoạt động thực tiễn của một số đối tượng lợi dụng Phật Giáo Ấn Quang, thực hiện ý chỉ đạo của Ban Bí thư, chủ trương của Bộ Nội vụ là tập trung lực lượng tấn công đồng loạt từ nay cho đến hết tháng 10/1992 (trước kỳ III đại hội Phật Giáo toàn quốc) trên địa bàn thành phố Hồ Chí Minh, Đồng Nai, Huế, Quảng Nam - Đà Nẵng, Quảng Ngãi, Quảng Trị.

Chúng ta phải làm tốt công tác tranh thủ các vị cao tăng tiêu biểu, tiến bộ, vận động Tăng Ni Phật tử tẩy chay, cô lập các hoạt động của bọn xấu, ổn định nội bộ lãnh đạo Giáo Hội Phật Giáo tỉnh Quảng Trị. Trực tiếp đấu tranh phê phán răn đe các hoạt động tiêu cực của Thích Hải Tạng. Tranh thủ được sự đồng tình ủng hộ của quần chúng tín đồ Phật tử.

2. Mục đích yêu cầu phải đạt được:

– Qua đợt phát động quần chúng lần này làm cho cán bộ nhân dân nói chung, đặc biệt là Tăng tín đồ Phật tử thấy được thái độ, bản chất cực đoan chống đối của Thích Hải Tạng và số phần tử xấu khác lợi dụng qua tang lễ của cố Hòa Thượng Thích Đôn Hậu để chia rẽ Giáo Hội Phật Giáo Việt Nam, chống lại chính quyền, nhà nước, phân định được đâu là tín ngưỡng thuần túy, đâu là lợi dụng tín ngưỡng.

Mặt khác làm cho họ thấy được sự quan tâm của nhà nước ta đối với tôn giáo nói chung, Phật Giáo nói riêng, nhằm huy động sức mạnh Tổng hợp của quần chúng trong công tác đấu tranh trấn áp đối tượng. Hạ uy thế đối tượng trước quần chúng, tranh thủ được sự đồng tình của quần chúng nhất là Tăng tín đồ Phật tử trong các biện pháp xử lý của chính quyền và Giáo Hội đối với Hải Tạng.

– Phân hóa cao hàng ngũ giáo sĩ, tranh thủ số có xu hướng tiến bộ, lôi kéo số lưng chừng; răn đe những đối tượng có biểu hiện tiêu cục; đối với số cực đoan chống đối phải cắt đứt tay chân, lấy giáo luật, pháp luật đấu tranh, không cho chúng co cụm chống phá ta.

– Nâng cao giác ngộ chính trị cho quần chúng thêm một bước đặc biệt là đối với Tăng tín đồ Phật tử để họ tự giác đấu tranh, vạch trần các hoạt động lợi dụng tôn giáo chống đối chính quyền của Hải Tạng, tự họ kiến nghị lên chính quyền và giáo hội cấp trên loại Hải Tạng ra khỏi Ban Trị sự, mức thấp nhất cũng phải loại bỏ được sự phản ứng chống đối của họ khi ta thực hiện các biện pháp đấu tranh xử lý đối với Hải Tạng.

– Củng cố được nòng cốt, cốt cán của ta đặc biệt là trong Tăng tín đồ Phật Giáo, thúc đẩy phong trào cách mạng trong vùng giáo, củng cố làm thuần khiết nội bộ Giáo Hội Phật Giáo trên địa bàn tỉnh, trước mắt đối với Ban Trị sự, hướng dẫn Giáo Hội hoạt động theo đúng đường hướng Dân tộc – Đạo pháp – Chủ nghĩa xã hội.

3. Một số biện pháp và các công tác cần tập trung giải quyết:

– Trước mắt Thường vụ Tỉnh ủy ra chỉ thị về công tác tấn công chính trị vào một số đối tượng phản động âm mưu phục hồi Phật Giáo Ấn Quang để các ngành, các cấp có cơ sở tổ chức thực hiện. Thường trực UBND tỉnh ra quyết định thu hồi toàn bộ tài liệu do Phật Giáo Ấn Quang (cũ) tán phát từ trước đến nay nhất là trong thời gian gần đây. Cũng như các tài liệu từ nước ngoài gửi về có nội dung chống đảng và nhà nước xã hội chủ nghĩa

– Đề nghị Thường vụ, Thường trực UBND Tỉnh chỉ đạo các ngành chức năng (Ủy ban, Mặt trận...) đứng ra triệu tập cuộc họp ban trị sự quán triệt một số hoạt động cực đoan chống đối để từ đó có nhận thức đúng về thống nhất. Đồng thời yêu cầu Ban Trị sự ra được một văn bản trong nội bộ nêu lên những hoạt động của số phản động trong Phật Giáo Ấn Quang là bất hợp pháp đồng thời quyết định thu hồi tài liệu gửi các Ban đại diện, chùa, niệm Phật đường...

– Tổ chức vận động quần chúng tín đồ, sử dụng họ vạch mặt Hải Tạng, trước mắt tập trung ở hai trọng điểm: Xuân An, Triệu Phong; Thạch Hãn thuộc phường I, thị xã Quảng Trị.

– Trước hết tập trung tấn công vào số tay chân cốt cán của Hải Tạng, cô lập số xấu ổn định nội bộ lãnh đạo Giáo Hội Phật Giáo Tỉnh, khống chế răn đe Hải Tạng và đồng bọn, không để bọn này co cụm chống đối.

– Đề nghị Thường vụ, Thường trực chỉ đạo tăng cường công tác tiếp xúc đối thoại số chức sắc trong Phật Giáo để nắm tình hình (vừa nắm tâm tư tình cảm vừa lôi kéo tranh thủ họ).

– Kiến nghị Bộ và Ban tôn giáo Chính phủ đưa Hải Tạng ra khỏi Ban trị sự Phật Giáo Quảng Trị.

IV. Biện pháp tổ chức và thực hiện:

1. Các bước: công tác tấn công chính trị lần này được chia làm 3 bước:

– Bước 1: Thường vụ, Thường trực UBND Tỉnh chủ trì cuộc họp liên tịch bao gồm cán bộ chủ chốt các ngành liên quan ở cấp tỉnh (tôn giáo vận, Mặt trận, công an, đoàn thanh niên, phụ nữ, ban tuyên huấn), ở huyện thị mời các đồng chí là Chủ tịch hoặc phó Chủ tịch UBND, UBMT, trưởng CA và ban tuyên huấn. Để quán triệt nội dung cũng như mục đích yêu cầu của đợt phát động phong trào quần chúng lần này, qua đó chọn cử tuyên truyền viên phù hợp để góp phần vào đợt phát động có kết quả.

– Bước 2: Triển khai quán triệt cho đội ngũ cốt cán các ban ngành cấp huyện, thị và cơ sở xã, phường (do UBND huyện, thị chủ trì).

Cấp tỉnh gặp cá biệt Thích Chánh Trực và Thích Chánh Liêm tác động tranh thủ trước một bước (do Tôn giáo hoặc Mặt trận thực hiện) có thể mời đến cơ quan hoặc trực tiếp nơi ở của họ.

– Bước 3: Các ban ngành đoàn thể tiến hành gặp gỡ xây dựng, bồi dưỡng nòng cốt, cốt cán (kể cả lương và giáo, đặc biệt chú ý xây dựng cốt cán trong Phật Giáo) - địa bàn trọng điểm là Triệu Thượng (Triệu Phong) và Phường I thị xã Quảng Trị.

Tôn giáo vận, Mặt trận tỉnh tiến hành gặp Ban trị sự Giáo Hội Phật Giáo tỉnh (riêng Hải Tạng không mời) để phân tích, chỉ trích thái độ cực đoan chống đối của Hải Tạng cho họ rõ, qua đó tác động, cảm hóa tranh thủ họ, xác định trách nhiệm của Ban trị sự trong trường hợp này và hướng họ tham gia vào cuộc đấu tranh, mức thấp cũng tạo được sự đồng tình của Ban trị sự trong đợt đấu tranh với Hải Tạng lần này. (CA Tỉnh có trách nhiệm cung cấp tư liệu cho Ban Tôn giáo và Mặt trận).

CA làm tham mưu và trực tiếp đấu tranh với số đối tượng cực đoan trong đó có T. Hải Tạng (có kế hoạch riêng).

Thường vụ Tỉnh ủy, Thường trực UBND Tỉnh cử một đồng chí thay mặt Thường vụ, Thường trực UBND Tỉnh theo dõi chỉ đạo từ đầu cho đến khi kết thúc.

Thời gian thực hiện 15 ngày kể từ ngày...

Kính báo cáo Thường vụ, Thường trực UBND Tỉnh theo dõi chỉ đạo.

Giám Đốc CA Tỉnh Quảng Trị
(Ký tên và đóng dấu)

"Bản Báo Cáo Tuyệt Mật" này, nội dung cũng tương tự như "Thông Báo Mật Ban Dân Vận", cũng lời lẽ, cung cách không khác gì nhau, chúng tôi xin phép được miễn phân tích.

Thế sự nhiễu nhương, nhân tâm ly tán, trước cơn phong ba thời đại, đã làm lung lay tận gốc rễ nền văn hóa, đạo đức, lễ giáo... của dân tộc. Từ nơi quê hương xa xôi ngút ngàn, bị ngăn cách bởi bao nhiêu bức tường ngục tù CS, Hòa Thượng Huyền Quang đã gióng lên tiếng nói Đại Hùng, vượt trùng dương, núi đồi vang ra hải ngoại – khẳng định vai trò và hướng đi đích thực của Giáo Hội đã hòa mình với dân tộc suốt mấy nghìn năm lịch sử – qua "Thư Chúc Mừng Đại Hội Thống Nhất Phật Giáo Việt Nam Tại Hoa Kỳ":

"...Giáo Hội Phật Giáo Việt Nam Thống Nhất ra đời là để thừa kế sứ mệnh hoằng dương chánh pháp, phục vụ Dân tộc của Lịch Đại Tổ Sư và các Phật tử Việt Nam anh hùng tiền bối, là pháp lý duy nhất của Phật Giáo Việt Nam, là hướng đi đích thực đặt trên nền tảng của Trí Tuệ Từ Bi nhằm giải thoát mọi sự trói buộc và đem lại hòa bình cho dân tộc, góp phần tích cực vào sự an lạc cho toàn thế giới..."

Một xã hội sa đọa, đồi trụy là một xã hội thiếu đạo đức và thiếu ý thức hướng thượng. Từ trong bản chất của chế độ CS, họ đã không thấu hiểu giá trị đạo đức, tinh thần khoan dung nhân ái giữa người với người, tinh thần trách nhiệm liên đới với cộng đồng xã hội thì làm sao họ có được tư tưởng thuần thiện giải thoát, giác ngộ của Đạo Phật? Hàng ngày, đài phát thanh CSVN ra rả những lời tuyên truyền dạy dỗ đạo đức cách mạng, tư cách cán bộ. Nhưng tư cách cán bộ là gì? Phải chăng thi hành các chỉ thị, mệnh lệnh, vâng lời và phục tùng cho đảng. Còn đạo đức CS là bần cùng hóa nhân dân, tố khổ thành phần tư sản, chỉ điểm những người đã có công cứu giúp người nghèo đói trong lúc túng quẫn. Chủ trương của chế độ, dẫu là cha mẹ, anh em đều có thể bị tố khổ, bức bách đem ra trước "tòa án nhân dân" xét xử. Đạo đức của CS là quét sạch những thành phần có tư tưởng "phản động" (theo ý nhà nước), không phục tùng đảng và chế độ. Do vậy, người cán bộ CS nào làm được nhiều những việc bại hoại trên đều được tuyên dương: hiểu rõ đường lối đảng, nhà nước và có trình độ đạo đức cách mạng cao. Họ luôn luôn bị rót bên tai những lời nói như mệnh lệnh bắt buộc phải thi hành: "Trung với đảng, hiếu với dân, nhiệm vụ nào cũng hoàn thành, khó khăn nào cũng vượt qua, kẻ thù nào cũng đánh thắng". Một số người dân Việt Nam với tinh thần yêu nước thuần túy, ban đầu cũng lầm lẫn với những chiêu bài trá ngụy, với những câu nói khích động như trên của CS Hà Nội, do đó họ đã bỏ nhà bỏ cửa vào chiến khu Việt Bắc, tập kết vào bưng hoặc ra Bắc. Nhưng, hỡi ơi! Thực tế đắng cay đã làm cho người dân phải bỏ về tề, khăn gói dắt díu nhau vào miền Nam và rồi một lần nữa phải gạt nước mắt lìa xa đất Tổ, tán loạn khắp nơi trên thế giới. Người CS vì "hiếu" với dân nên dân "sạch nhà sạch cửa" trắng tay, bao nhiêu của cải vào túi tham ô, những lam của nhà cầm quyền CSVN. Đứng trước những viễn ảnh lầm than, khốn khó của quê hương, dân tộc, tự ý thức được trách nhiệm của người con dân nước Việt Hòa Thượng đã phải chua xót lên tiếng trong "Thư Chúc Mừng...":

"Sau biến cố 30/4/1975, những ngọn lửa của mười hai vị Tu sĩ Phật Giáo tại Cần Thơ lại một lần nữa bừng sáng. Rồi HT Thích Thiện Minh, Phó Viện Trưởng Viện Hóa Đạo, đã chết trong tù ngục, và rồi hàng loạt những vị lãnh đạo Giáo Hội, các vị Tu sĩ trí thức và biết bao Tăng, Ni, Phật tử khác đã và đang còn bị tiếp tục tù đày.

Điều đó đã nói lên rằng: Tăng, Ni, Phật tử Việt Nam luôn luôn và sẵn sàng sống chết cho đạo nghĩa, chân lý, công bằng và lẽ phải chứ không phải là những kẻ đầu hàng bạo lực. Tăng, Ni, Phật tử Việt Nam phải bỏ nước ra đi không phải vì sợ bạo lực mà vì muốn ly khai bạo lực, không phải vì hèn nhát, mà vì muốn phụng đạo, muốn sống một đời sống có ý nghĩa, nên coi nhẹ hiểm nguy.

Điều đó cũng chứng minh rằng: lúc nào trên đất nước công lý bị chà đạp, nhân quyền bị xâm phạm, dân tộc bị lừa phỉnh, người dân bị cơ cực lầm than thì những người con trung kiên của Dân tộc và Đạo pháp cũng cùng chung số phận!

Điều đó cũng khẳng định rằng: GHPGVNTN vẫn tiếp tục hướng đi của mình, mặc dù đã, đang và sẽ chịu đương đầu với bao nhiêu sự phá hoại, phân hóa từ nhiều phía. Đã, đang và sẽ chịu nhiều thương tổn bởi những kẻ đang cưu mang đầy thù hận, thiếu liêm sỉ, thiếu lương tri và bởi những kẻ uống nước mà làm cho cội nguồn vẩn đục, ăn trái rồi bới luôn gốc rễ, không nghĩ đến công khó của những kẻ trồng cây.

Và điều đó cũng nói lên rằng: Tăng, Ni, Phật tử Việt Nam không phải hoàn toàn đã bị ru ngủ, mê say trong giấc mộng ảo huyền, để cho Đạo pháp bị biến chất, dân tộc bị đói nghèo, đạo đức nhân dân bị băng hoại!"

Cho dù vận nước long đong với những khó khăn cùng cực, nhưng những người con Phật vẫn trung thành với lý tưởng phụng sự. Do vậy Hòa Thượng đã vạch hướng đi chung cho Giáo Hội và bản thân Ngài: Giáo Hội vẫn giữ lập trường của Chư vị Lịch Đại Tổ Sư, Chư vị Thánh Tử Đạo để bảo vệ ngôi nhà Phật Giáo. Riêng bản thân Ngài cương quyết không theo ngụy thuyết tà nhân, chịu tù tội, đọa đày lao lý, nhưng vẫn nêu cao gương sáng chính nghĩa là một sứ giả Như Lai lấy trí tuệ làm sự nghiệp, lấy Đại Bi Tâm làm phương tiện tế độ nhân sinh. Tuy tuổi cao, sức yếu, Hòa Thượng vẫn kính cẩn nghiêng mình thọ lãnh trọng trách, là người dẫn đầu Giáo Hội, hứng chịu bao lần tên, mũi đạn của chế độ bằng chiếc áo nhu hòa, nhẫn nhục, để từ đó cất lên tiếng nói trầm hùng xây dựng quê hương, tôn vinh Đạo Pháp. Ngày 20 tháng 8/92 qua thư chúc mừng Đại Hội, Hòa Thượng đã đặt nhiều hy vọng vào sự Thống Nhất Phật Giáo Hải Ngoại:

" Đại Hội này đã thể hiện được tinh thần khâm thừa nghiêm chỉnh ý chí của Chư vị lãnh đạo Giáo Hội tiền bối, mà cụ thể là Thông điệp ngày 31 tháng 10 năm 1991 của Cố Đại Lão Hòa Thượng Chánh Thư ký kiêm xử lý Viện Tăng Thống. Với ý nghĩa đó, Đại Hội này sẽ đánh dấu bước ngoặc lịch sử của Phật Giáo Việt Nam trên trường quốc tế, và nhất định sẽ góp phần mở ra một trang sử mới vinh quang cho Đạo Pháp và Dân tộc Việt Nam".

Về phương diện Đạo pháp, Hòa Thượng đã thấy rõ sự phân hóa, suy sụp trầm trọng bởi gọng kềm của chế độ. Từ lãnh vực nhân sự bị tiêu diệt, phân tán, đến phương diện tài sản, cơ sở bị tịch thu, tước đoạt. Chế độ CSVN đã thẳng tay áp dụng chính sách đàn áp Phật Giáo – Pháp nạn II – Hòa Thượng nhân danh quyền Viện Trưởng Viện Hóa Đạo GHPGVNTN, thỉnh nguyện Chư Tôn Giáo Phẩm trong nước hãy kiên định niềm tin và giữ vững vị trí của mình trong Giáo Hội cho đến ngày Đại Hội kỳ VIII của Giáo Hội Thống Nhất. Đồng thời đối với hải ngoại Hòa Thượng nhắn nhủ và đề nghị nhân kỳ Đại Hội Thống Nhất:

1. Mỗi Đại biểu phải thể hiện tinh thần hòa hợp cao độ như Đức Phật đã dạy: "Tụ hội trong hòa hợp, bàn luận trong hòa hợp và giải tán trong hòa hợp".

2. Suy cử một cơ quan lãnh đạo gồm những vị có tâm huyết trung thành với Đạo pháp và Dân tộc để lãnh đạo Tăng, Ni, Phật tử Việt Nam tại Hoa Kỳ đi đúng hướng của Giáo Hội.

3. Đại Hội phải vạch chương trình tu học và hoằng pháp thích ứng với nhu cầu của Tăng, Ni, Phật tử sở tại để đào tạo nên những nhân sự kế thừa của Giáo Hội ở ngày mai.

6. GHPGVNTN tại Hoa Kỳ nên cố gắng tìm cách thông tin mọi hoạt động Phật sự một cách sâu rộng qua báo chí, truyền thanh, truyền hình để Tăng, Ni, Phật tử Việt Nam trên toàn thế giới được tăng trưởng niềm tin.

NHỮNG BƯỚC THĂNG TRẦM, NGHIỆT NGÃ GIỮA LÒNG CHẾ ĐỘ

Mang tấm thân người như bao nhiêu tự thân của kẻ khác, nhưng ý chí và ước nguyện thì có khác, Hòa Thượng sống trong chế độ khắc nghiệt của CSVN nhưng Ngài vẫn giữ tấm tình an nhiên, với ý chí sắt đá bén như gươm và hùng dũng như cao sơn. Ngài bị vây quanh bởi lớp công an, bộ đội, bởi những trại tù, nhà giam, súng đạn, tra tấn... Tất cả mọi thứ có thể đến với Hòa Thượng bất cứ lúc nào không báo trước: trong giấc ngủ, khi ăn cơm, lúc bách bộ ngay cả trong lúc làm công việc cá nhân. Cộng sản có khi nào thông báo khi bắt cũng như giết người, mạng người đối với họ có giá trị gì đâu, cùng lắm họ bảo là giết lầm, rồi đâu cũng vào đấy, có kêu ca cũng không được giải quyết. Một chế độ coi thường nhân mạng, không tôn trọng những tự do căn bản của con người, thì thử hỏi Hòa Thượng trong tư cách một vị lãnh đạo tối cao của Giáo Hội có thể nào quay mặt làm ngơ trước những bức bách của chế độ mà người dân phải gánh chịu. Chính vì chế độ với những gian trá, lộng giả thành chân, chánh tà không minh bạch Hòa Thượng đã phải viết: "Đơn xin Bộ Tư Pháp xét lại tinh thần Công văn số 357–CD ngày 24/7/1992 Thanh Tra Bộ Tư Pháp". Qua lá đơn này chúng ta lại càng thấy rõ hơn bộ mặt thật của chế độ, với tinh thần địa phương tự trị, cục bộ, nơi này đổ lỗi cho nơi kia để trốn tránh trách nhiệm và khỏa lấp sự việc. Nhân danh Thanh Tra Bộ Tư Pháp, ông Nguyễn Thiết Quyền đã gởi đến Hòa Thượng một công văn như sau: "Đơn này không thuộc thẩm quyền giải quyết của Bộ Tư Pháp, chúng tôi xin chuyển lại để ông gởi đến Ủy Ban Mặt Trận Tổ Quốc Việt Nam giải quyết theo qui định Pháp lệnh khiếu nại, tố cáo của công dân".

Phương cách làm việc của họ nặng tính cách hành chánh, tự lừa đảo chính họ, thối thác, quy trách nhiệm về kẻ khác để dễ phủi tay, ngoảnh mặt. Qua tinh thần công văn trên chúng ta thấy rõ: "... Đọc qua công văn trên, chúng tôi vô cùng ngạc nhiên là quí Bộ không thẩm quyền cứu xét các việc như bắt người giam giữ vô thời hạn, không xét xử, thậm chí giết người vô tội trong lao ngục, áp bức Tăng, Ni chịu không nổi phải tự thiêu, xúc phạm các biểu tượng thiêng liêng của tôn giáo, tịch thu các cơ sở tín ngưỡng, giáo dục, văn hóa xã hội, giải tán giáo hội này, lập giáo hội khác, hạn chế cư trú, đi lại.... Nhưng Bộ Tư Pháp chỉ dẫn chúng tôi gởi đến Ủy Ban Mặt Trận Tổ Quốc Việt Nam là cơ quan Dân Vận, đâu có bắt ai, giết ai, lấy tài sản của ai v.v... thì làm gì có trách nhiệm giải quyết các vấn đề quan trọng đó. Do đó, sự từ chối thẩm quyền cứu xét của quí Bộ, chúng tôi coi đó là sự tắc trách của quí Bộ trước luật pháp, trước các nạn nhân, trước các tội phạm quan trọng, thì luật pháp còn bảo ai tôn trọng?..."

Từ bản chất cố hữu của người Cộng sản và cũng là chủ trương của họ, từ trước năm 1975 họ đã tung ra chiêu bài: Giải phóng miền Nam, luôn luôn tuyên truyền sai lệch về miền Nam, nào là người dân miền Nam bị sống dưới ách thống trị của chính phủ miền Nam, của các đế quốc "thực dân mới", nào là miền Nam đói khổ, kêu gọi người dân miền Bắc thắt lưng buộc bụng, chia xẻ hạt gạo làm tư làm năm cho dân miền Nam, cho những nước láng giềng, nơi họ đem quân đi xâm chiếm. Họ thổi những thanh niên miền Bắc thành những anh hùng "sinh Bắc tử Nam" để rồi phải bỏ thây dọc theo rừng núi Trường Sơn. Họ tạo dựng lên những thần tượng với viễn ảnh tươi sáng cho người dân miền Bắc phải thương xót miền Nam, hăng hái lên đường vượt Trường Sơn đi giải phóng cho người dân miền Nam. Sau khi miền Nam sụp đổ, họ đã xây dựng lên một thể chế tham tàn, cướp đoạt tài sản dân chúng, bỏ tù hàng mấy trăm ngàn người liên quan đến chính phủ của nền đệ nhị Cộng Hòa, họ đã trực tiếp và gián tiếp giết hại biết bao người vô tội một cách thâm độc, dã man.

HÒA THƯỢNG HUYỀN QUANG VÀ CÔNG VĂN SỐ 357–CD NGÀY 24/7/1992.

Để thấy rõ sự dối trá của chế độ CSVN, Hòa Thượng Huyền Quang đã vạch trần mọi sự kiện sau ngày 30 tháng 4 năm 1975 qua "đơn Xin Cứu Xét Nhiều Việc" đề ngày 25/6/92 gởi đến sáu cơ quan đầu não của nhà nước VC.

– Bắt người giam giữ vô thời hạn và không xét xử:

Sau 30/4/1975, miền Nam rơi vào tay CS Hà Nội, sẵn bạo lực và quyền hành trong tay, họ đã bắt hết các Sĩ quan, Quân, Cán, Chính của miền Nam vào tù với mỹ từ "học tập cải tạo". Họ đánh lừa bằng cách bảo mọi người chuẩn bị lương thực cho mười ngày (nhưng không biết bao nhiêu cái mười ngày vẫn không thấy ánh sáng tự do). Trại tù cải tạo mọc lên khắp ba miền Bắc, Trung, Nam, bao nhiêu người đã bỏ mình trong các trại tù CS vì đói ăn, thiếu thuốc và bị đày ải, bao nhiêu người phải chịu tật ách suốt cả đời. Đối với CSVN, họ cho rằng đây là những người thù địch do đó họ đã không ngại ngần gì đối với dư luận quốc tế, cứ nhốt tất cả lại để rảnh rang đi xâm lấn các nước láng giếng.

Trong lịch sử truyền đạo từ ngày Đức Thế Tôn còn tại thế cho đến nay, Phật Giáo đã lấy Đại Bi Tâm và Trí tuệ làm phương tiện hoằng dương Phật Pháp để chuyển mê thành ngộ, chuyển phàm thành thánh, giác ngộ và giải thoát cho chúng sinh. Trên bước đường hoằng pháp đó, trong lịch sử Phật Giáo thế giới chưa thấy một giọt máu của chúng sinh nhỏ xuống, chưa thấy một sinh vật phải hy sinh vì tinh thần hoằng truyền Phật Pháp. Riêng Phật Giáo Việt Nam bị các thế lực thế gian đã phải hơn một lần trong cơn pháp nạn, nhà cầm quyền CSVN khủng bố, đàn áp, bắn giết khiến cho những người con Phật đem thân mạng, máu xương hy sinh tất cả để bảo vệ cho dân tộc và Đạo pháp. Từ ngàn xưa đến nay, đã biết bao nhiêu chư Thánh Tử Đạo, Tăng, Ni, Phật tử đã hy hiến cuộc đời mình cho đại cuộc, mà không hề đòi hỏi hay tranh chấp với thế quyền. Phật Giáo chỉ biết nói lên tiếng nói trung thực vì hòa bình, vì lương tri chân chính, vì tự do hạnh phúc cho quê hương dân tộc. Nhưng, chế độ CSVN cho đến hôm nay vẫn tiếp tục bắt giữ chư Tôn Hòa Thượng Huyền Quang, Quảng Độ, quí Thượng Tọa Tuệ Sỹ, Trí Siêu và còn bao nhiêu chư Tôn Đức khác nữa, biết đến bao giờ các Ngài mới được tự do? Thực sự các Ngài có tội gì ngoài tấm chân tình đối với đất nước? Họ đã bắt giam những bậc tu hành chỉ một lòng nghĩ đến quê hương, Đạo pháp và chúng sanh, mưu cầu tự do, hạnh phúc cho muôn người. Biết bao nhiêu Tăng, Ni, Phật tử đã bị đày ải, cực hình trong lao tù? Thật là một điều nghịch lý, trong khi cả thế giới đang trên đà tiến bộ về mọi mặt, đang hân hoan chuẩn bị chào đón thế kỷ 21, chỉ riêng Việt Nam lại tụt hậu để trở thành một trong những quốc gia thiếu văn minh và nghèo đói nhất thế giới. Một quốc gia lạc hậu vẫn có những lối đối xử của thời tiền sử không luật lệ, mặc tình hiếp đáp người dân tàn tệ, đầy những bất công và phi lý. Một quốc gia mà chính phủ chỉ muốn sử dụng tôn giáo như một công cụ phục vụ cho chế độ, sử dụng các Tu sĩ như những tay sai tuyên truyền cho chính sách của đảng và nhà nước. Đối với CS chỉ có thi hành, họ bất kể nhân tính, đạo đức và lễ nghĩa. Do đó, họ sẵn sàng hy sinh tính mệnh người dân cho những tham vọng cùng uy quyền của họ. Biết bao nhiêu thanh niên bỏ mình trong mưu đồ thôn tính miền Nam và các nước láng giềng suốt từ năm 1954 cho đến bây giờ (1995). Hãy nhìn hình ảnh các bộ đội CS miền Bắc bị xích tay, xiềng chân với nhau vào xe tăng hồi Tết Mậu Thân, mùa hè đỏ lửa 1972, bao nhiêu người bỏ mình trên đại lộ kinh hoàng (Quốc lộ 13), bao nhiêu thanh niên bị ép buộc từ giã gia đình trong cuộc xua quân xâm chiếm Kampuchia... Tham vọng của nhà cầm quyền CS Hà Nội đã giết hại biết bao nhân mạng kể sao cho xiết. Vì thế, việc bắt giam người trái phép, không xét xử cũng chỉ là việc CS thi hành chính sách đó mà thôi, có sá kể chi đối với chế độ CS Hà Nội, người dân có bất mãn kêu ca, họ lại đem giam cả vào tù. Đối với các Tu sĩ họ lại còn kiểm soát gắt gao hơn nữa, CS Hà Nội thấu hiểu rất rõ tinh thần đấu tranh của Phật Giáo Việt Nam nhất là sau pháp nạn năm 63, cả thế giới đều phải lên tiếng cho Phật Giáo VN. Đảng và nhà nước cố tình vây hãm Phật Giáo vì sợ chư Tăng, Ni là thành phần nắm quảng đại quần chúng Phật tử có thể gây bất lợi cho chế độ. Họ đóng cửa trường viện, bắt các chư Tăng, Ni trả về nguyên quán hoặc hoàn tục đẩy ra mặt trận. Một cách giải thể gián tiếp Phật Giáo!

ĐIỂM QUA BỨC TÂM THƯ

Bằng những lời tâm huyết, chân thành như trang trải tấm lòng: đây trái tim của Dân tộc, đây trí não quê hương, và tinh thần phục vụ cho sự tồn vong của Đạo pháp. Hòa Thượng đã thẳng thắn nhân danh GHPGVNTN để cho mọi người nhìn thấy sự hiện diện Giáo Hội, mặc những hành vi đàn áp của chế độ, và dù đã nhiều lần phải vào tù ra khám CSVN. Đối với Hòa Thượng, nơi nào cũng có thể là chốn thiền thất an nhiên – tùy sở trụ xứ thường an lạc– và nơi nào Hòa Thượng trú ngụ thì nơi đó là Văn Phòng Viện Hóa Đạo của Giáo Hội. Từ chân giá trị đó đã nói lên tinh thần tự cường, bất khuất của Hòa Thượng, Ngài nguyện mang tấm thân hơn 70 tuổi phụng hiến cho Đạo pháp và Dân tộc, dù mai sau có mạng vong như Hòa Thượng Thiện Minh đi nữa Ngài cũng vẫn không màng. Do vậy, chẳng nề tuổi già sức yếu, Ngài vẫn tiếp tục đảm trách, thừa đương Di mệnh thiêng liêng của Đức Cố Đại Lão Hòa Thượng Thích Đôn Hậu, Chánh Thư ký kiêm Xử lý Viện Tăng Thống để tiếp tục lèo lái con thuyền Giáo Hội mà bao nhiêu người đã buông tay phó mặc con thuyền chòng chành vì thế quyền bạo ngược: "Lấy danh nghĩa Phật Giáo đoàn kết và thống nhất cả nước, nhà nước CSVN đã lập ra Giáo Hội mới để làm công cụ nhằm lật đổ và xóa bỏ GHPGVNTN. Họ đã mượn bàn tay hợp tác của một số Tăng Sĩ để chèn ép và tiêu diệt Tăng Sĩ, mượn bàn tay của những kẻ đồng đạo để tiêu diệt người đồng đạo. Than ôi! Đây chính là đòn "Gậy ông đập lưng ông" thâm độc và dối trá đến thế là cùng".

Hòa Thượng hiểu được thâm ý của chế độ, dùng người của Giáo Hội để loại trừ người Giáo Hội và từ đó xây dựng nền móng Phật Giáo Xã Hội Chủ Nghĩa theo chính sách của nhà nước. Hòa Thượng đặt vấn đề: Tại sao nhà nước CSVN lại chủ trương xóa bỏ GHPGVNTN? CSVN rất e ngại tinh thần độc lập, đoàn kết của Phật Giáo, lịch sử chứng minh Phật Giáo đã nhiều lần đấu tranh, sinh tử theo vận nước, đem thân bảo vệ giống nòi, gìn giữ từng thân cây, ngọn cỏ, tấc đất. Và ngay trong dòng sử cận đại, những người con Phật đã hy sinh thân mạng trong đấu tranh bảo vệ Phật Pháp. Hơn nữa, Hòa Thượng đã nêu lên những điểm ưu việt quan trọng có tính cách lịch sử, những nét đặc thù của Giáo Hội qua bao cuộc thăng trầm, nổi trôi cùng quê hương, dân tộc. Vì thế, CSVN lại càng lo sợ uy danh của Phật Giáo nên luôn luôn tìm cách khai trừ GHPGVNTN. Hòa Thượng đã nhận định: "Đây chính là chiến thuật "phù thủy" của nhà nước CSVN. Họ đã bỏ công ra làm những "hình nộm", những "ông thần giấy" với sự tỉa vẽ rất công phu cho ra vẻ linh thiêng, đường bệ, trong chiến dịch "giải hạn, trừ tà". Để rồi đến lúc hạ đàn thì tất cả cũng đều bị đưa lên giàn hỏa, chứ không phải có "con nộm, ông thần giấy" nào sẽ được tôn vinh như có một số người lầm tưởng".

Dẫu biết rằng CS chỉ dùng người trong giai đoạn, xong việc hoặc bị thủ tiêu, hoặc phải về nhà "quét sân, đuổi gà", có ai được họ trọng dụng mãi đâu. Vì thế, việc thành lập Giáo Hội nhà nước cũng không ngoài mục đích chính trị nhất thời cho chế độ, tất cả rồi cũng bị thiêu hủy như những "ông thần giấy" ấy thôi. Tuy nhiên, sự sai lầm của một vài cá nhân thiếu nhận định chính xác phải bắt buộc tham gia vào tổ chức Giáo Hội nhà nước không đáng kể bằng sự sai lầm của một tập thể – Giáo Hội nhà nước – Hòa Thượng đã nêu lên mười hai điều trong bức Tâm thư (1). Từ đó chúng ta thấy rằng từ đường hướng cá nhân đến đường hướng của Giáo Hội nhà nước hoàn toàn bị điều động bởi đảng và nhà nước, không một ai thoát khỏi mạng lưới chế độ.

(1) III. Với bản chất phi truyền thống, là công cụ chính trị của chế độ hiện thời, Giáo Hội nhà nước đã vấp phải những sai lầm gì?

Tự nơi tinh thần thừa tiếp ngọn đèn chánh pháp được trao truyền qua bao thời Lịch Đại Tổ Sư, chắc chắn rằng GHPGVNTN không phải là thành viên sáng lập Giáo Hội nhà nước, ngoại trừ trường hợp bị ép buộc của một vài cá nhân đơn lẻ. Chính vì không phải là thành viên sáng lập, cho nên tự thân Hòa Thượng cùng quí Ngài khác là nạn nhân tù tội của chế dộ, và tất cả đều bị tước đoạt mọi thứ kể cả những quyền tự do căn bản nhất của con người. Hơn thế nữa, dưới mắt người cộng sản, GHPGVNTN là một tổ chức "phản động" như lời Nguyễn Văn Hiếu, Bộ Trưởng Bộ Văn Hóa đã nói với Hòa Thượng Thích Đôn Hậu: "Thống nhất thì tốt, nhưng thống nhất với các tổ chức Phật Giáo cách mạng, chứ thống nhất làm gì với Phật Giáo phản động" (2) . Con người còn có kẻ xấu người tốt, người trung thành, kẻ phản bội, còn riêng tôn giáo (Phật Giáo) không phản bội ai cả. Đối với nhà nước CSVN tội phản động được gán ghép cho bất kỳ ai, bất kỳ tổ chức nào không cùng chung quan điểm lập trường với họ. Tự thân Phật Giáo hoàn toàn không nghiêng vào bất cứ lãnh vực nào – Biên Kiến, Tà Kiến, Kiến Thủ, Giới Cấm Thủ – Vì vậy, xin đừng hồ đồ kết án "Phật Giáo phản động". Phật Giáo đứng trên lập trường Trung đạo, với hướng đi là thượng cầu hạ hóa – Tự giác, giác tha, giác hạnh viên mãn – Cho nên khi nói đến thống nhất Phật Giáo theo chủ trương nhà nước, cực đoan, áp đặt và khống chế thì GHPGVNTN có thể làm việc chung với nhà nước được chăng?

(2) IV. GHPGVNTN có phải là thành viên sáng lập Giáo Hội nhà nước hay không?

Trong thế bị áp bức phải vùng lên để sống còn như trường hợp của GHPGVNTN và bảo vệ sự sống còn ấy là lẽ tự nhiên. Cho nên sự đấu tranh của Giáo Hội hơn thập niên qua và cho đến ngày hôm nay, trên 20 năm, vẫn còn là thế bị áp bức. Thế nên, dù chế độ CS có thừa nhận sự phục hoạt, sự hiện hữu của Giáo Hội hay không, không phải là vấn đề, mà vấn đề là Giáo Hội của một lịch sử dân tộc, có tuổi thọ trên 2000 năm, nhà nước có bức tử được hay không? Và tội tình gì mà phải bị bức tử?(3)

(3) V. Vấn đề Khôi Phục Sinh hoạt GHPGVNTN có chính nghĩa không? Và nhà nước có mặc nhiên chấp thuận không?

Từ câu hỏi đó, Giáo Hội có quyền đòi hỏi vị trí hành xử của mình bằng chiều dài lịch sử, sống còn trên quê hương. Ấy là việc làm tự nhiên không chống ai và không ai có thể đàn áp. Nếu Giáo Hội nhà nước có trước, Giáo Hội Thống Nhất có sau, thì việc đàn áp GHPGVNTN sẽ không ai lên tiếng. Đằng này ngược lại. Đối với tự thân GHPGVNTN vẫn luôn luôn tôn trọng các tôn giáo bạn. Vì thế, cho dù nhà nước có thành lập ra Giáo Hội nhà nước và không tìm cách trừ khử GHPGVNTN thì đâu có vấn đề đấu tranh đòi hỏi nhân quyền, tự do tín ngưỡng. (4)

(4) VI. Việc khôi phục lại GHPGVNTN có bị chụp mũ là chống cộng, để rồi bị đàn áp không?

Từ nỗi bi thống của quê hương, sự điêu linh của dân tộc được ấp ủ trong trái tim Hòa Thượng mà phải trải qua mấy thập niên để rồi tự thân của Hòa Thượng cũng phải gánh chịu bao thăng trầm vinh nhục theo vận nước. Đến bây giờ với tấm thân 78 tuổi, bị giam lỏng trong một ngôi chùa làng chơ vơ tại Quảng Ngãi, thiếu thốn mọi bề, ốm đau bịnh hoạn không người chăm sóc. Nhưng lúc nào, Hòa Thượng cũng không quên việc nước, tình nhà và lẽ đạo. Trong tư cách Quyền Viện Trưởng Viện Hóa Đạo, kiêm Xử lý Hội Đồng Lưỡng Viện mà bị lưu đày biệt xứ, không văn phòng, không dấu ấn, không cả Hội Đồng Giáo Phẩm, chỉ trơ trọi một thân một mình lo gánh vác Phật sự Giáo

Hội. CSVN đã cố tình phong tỏa Hòa Thượng bằng đủ mọi cách để Hòa Thượng không còn nghĩ và có phương tiện lo đến công cuộc đấu tranh, nhưng họ không thể phong tỏa được tinh thần bất khuất và nhiệt tâm của Hòa Thượng.

Nói đến Hòa Thượng Huyền Quang là nói đến tinh thần phấn đấu bền bỉ không ngừng cho cuộc đấu tranh đòi tự do nhân quyền và tôn giáo, bất chấp những khó khăn do bạo quyền Việt cộng tạo ra. Lịch sử Việt Nam đang ở vào khúc quanh gay go nhất!

HÒA THƯỢNG QUẢNG ĐỘ, NGƯỜI TÙ LƯƠNG TÂM, HAY NIỀM TIN TÔN GIÁO BỊ XIỀNG XÍCH?

Đã một lần ly hương từ Bắc vào Nam để tìm tự do, Hòa Thượng Quảng Độ đã phải từ bỏ quê cha đất tổ, gánh gồng lận đận di cư lánh nạn cộng sản. Ra đi tưởng không bao giờ có ngày quay lại, vĩnh biệt xứ xưa (5). Ra đi để lại biết bao kỷ niệm ấu thơ, từ thủa còn là chú điệu mái tóc trái vá vắt ngang tai, kỷ niệm đau thương về Thầy bạn (6) bị thảm sát dưới tay công sản vào thời đấu tố 1945. Một quê hương, đã chôn vùi bao nhiêu tủi nhục, nhọc nhằn lẫn máu và nước mắt. Bằng lòng ra đi để lại sau lưng tất cả từ lũy tre làng, bờ đê, ruộng lúa, từ mái chùa cong đến ngôi đình làng, quanh co con đường mòn bao bọc đầu làng cuối xóm quen thuộc.

(5) Miền Bắc còn chế độ CS, nên không có lý do để trở về và không muốn về.

(6) HT Thích Đức Hải, Sư Bà HT Thích Đại Hải, Sư Tổ Thích Thanh Quyết, Sư Phụ Thích Đức Hải.

Trong ý niệm cuộc di cư năm ấy, đi là để từ giã cái ác, cái bất thiện, xa lánh sự bất công, gian trá nhằm xây dựng chân thiện mỹ, hạnh phúc, ấm no. Khi nhìn thấy quê hương đổ nát, dân tộc lầm than, thì ai là con dân mà không đau xót. Một nỗi đau xót, cưu mang suốt chặng đường lịch sử từ năm 1954-1975 của đất nước. Hòa Thượng đã sống với tự tình quê hương, dân tộc và đạo pháp để đến hôm nay, 1982 bị CSVN lưu đày về lại chốn xưa. Con đường từ Nam ra Bắc gợi lại biết bao hình ảnh xa xưa trong tâm tư Hòa Thượng, cộng thêm những hình ảnh và tâm sự mới, dày vò, đay nghiến tâm hồn vì những đau thương của đất nước, dân tộc, Đạo pháp từ ngày CS Hà Nội chiếm lĩnh miền Nam. Qua "Hành Trình Lưu Đày" là cả dòng tâm sự ngổn ngang. Tâm sự của một người Việt Nam đứng trước tình cảnh nhiễu nhương, khốn khó của đất nước và dân lành. Phải làm gì cho quê hương, cho dân mình? Tâm sự của một kẻ xuất gia, hoằng pháp lợi sinh, phải làm gì trước cảnh pháp nạn đau thương? Và tâm sự của người mang trên vai trọng trách, Tổng Thư ký Viện Hóa Đạo, trước những an nguy của Giáo Hội? Làm được gì khi đôi tay của Hòa Thượng bị còng, xốc nách bỏ vào thùng xe bít bùng chở đến chốn biệt giam, trong chuyến lưu đày đêm 26/2/1982 Hòa Thượng đã viết:

"Tôi nghĩ bụng, chắc họ sẽ để Thượng Tọa lại, vì đây là tỉnh quê nhà của TT, còn tôi chắc họ sẽ đưa ra Thái Bình là tỉnh quê nhà của tôi (1). Một cảm giác cô đơn và xót xa len lén trong lòng, vì chúng tôi phải xa cách nhau, kẻ Bắc người Nam, cũng như hàng triệu gia đình Việt Nam đã phải lìa tan sau năm 1954 và 1975, không biết bao giờ mới lại được gặp nhau. Thật vậy, cho đến nay đã đúng 10 năm (1982-1992) chúng tôi vẫn chưa được gặp lại nhau. Ôi, tử biệt sinh ly!" (7)

(7) HT Huyền Quang cùng chung chuyến lưu đày với HT Quảng Độ, HT bị lưu đày tại Nghĩa Bình, quê hương HT. HT Quảng Độ bị lưu đày tại Thái Bình, quê hương HT.

Suốt mười năm ròng rã sống nơi chốn lưu đày, chùa Long Khánh, xã Vũ Đoài, Huyện Vũ Thư, Thái Bình, Bắc Việt, Hòa Thượng sớm mõ, chiều kinh. Một thân một ảnh, chăm lo săn sóc mẹ già cho đến ngày trăm tuổi. Một hình ảnh tuyệt đẹp, cao quý, siêu xuất trên mọi hình ảnh. Một vị Hòa Thượng lớn tuổi nuôi mẹ già trong cảnh bị lưu đày bơ vơ, cùng cực nhưng vẫn giữ tròn hiếu đạo, đền đáp thâm ân. CS vô lương bắt giữ mẫu thân Hòa Thượng, một cụ già gần 90 tuổi vô can, đã phải bỏ mình trong chốn lao ngục.

Tất cả tội ác của CSVN từ năm 1945 – 1975 và sau này đã in sâu vào tâm khảm của Hòa Thượng. Nhất là phải chứng kiến tận mắt những cái chết của Thầy Tổ và thân mẫu. Từ đó, kinh qua những năm tháng tù đày lao lý, nhục nhằn sau ngày 30 tháng 4, 1975 đến nay, bút mực không tả xiết những nỗi kinh hoàng người dân phải gánh chịu dưới ách thống trị của bạo quyền VC như thế nào, hầu sau này những thế hệ tiếp nối được thấu hiểu, quê hương Việt Nam đã một thời phải sống dưới chế độ cộng sản. Hòa Thượng đúc kết những suy tư, những kinh nghiệm, nói lên dòng cảm nghĩ của kẻ bị đọa đày thành tập sách "Nhận định về những sai lầm tai hại của đảng công sản Việt Nam đối với Dân tộc và Phật Giáo". Tập sách đã lột trần sự thật của chế độ, vì thế một lần nữa Hòa Thượng lại bị đày về Bắc cho đến hôm nay, 1997, chưa được trả lại tự do về Nam, Thanh Minh Thiền Viện. Và hiện nay, không ai biết rõ tình trạng sức khỏe của Hòa Thượng như thế nào, đời sống ra sao, rõ là một thảm cảnh của người tù lương tâm, hay niềm tin tôn giáo bị búa liềm đập cắt.

CỘNG SẢN KẾT ÁN VÀ BỎ TÙ HÒA THƯỢNG QUẢNG ĐỘ CÙNG CHƯ THƯỢNG TỌA, ĐẠI ĐỨC VÀ PHẬT TỬ.

Hơn mười năm bị lưu đày, vừa trở về Nam chưa được bao lâu, Hòa Thượng lại bị bắt tiếp và tuyên án cầm tù vào ngày 15/8/1995. Vụ án được mệnh danh là "Vụ án Đặng Phúc Tuệ và đồng bọn", nhà cầm quyền nêu lý do "phá hoại chính sách đoàn kết tôn giáo của chính quyền" và "lợi dụng tự do và dân chủ xâm phạm quyền lợi nhà nước" để bắt giữ Hòa Thượng cùng chư vị Tăng, Ni, Phật tử.

Trước tiên khi dùng chữ "Vụ án Đặng Phúc Tuệ và đồng bọn", nhà cầm quyền CSVN đã lừa bịp quần chúng và dư luận quốc tế, để mọi người nghĩ đây là một vụ án hình sự bình thường, không phải là vụ án Tôn giáo, vì thế họ đã gọi Hòa Thượng bằng tục danh – thế tục hóa để khỏi mang tiếng đàn áp Tôn giáo – Tuy nhiên, không thể nào che đậy được sự thật, vì tên tuổi của Hòa Thượng vang đi khắp nơi trên thế giới. Thứ nữa, họ đã kết án Hòa Thượng cùng chư vị khác là "phá hoại chính sách đoàn kết tôn giáo của chính quyền". Đây là một cách nói chống chế trong muôn ngàn cách nói của chế độ mà không ai không biết. Họ đã chủ trương vô thần, thì làm gì có tôn giáo để họ có chính sách "đoàn kết tôn giáo". Nếu thật sự có đoàn kết tôn giáo, tại sao đất nước vốn đã có Đạo Giáo từ bao ngàn năm lại không hộ trì, phụng sự, nhà nước lại còn cố tình chẻ mỏng ra, thành lập một Giáo Hội khác để tiêu diệt Giáo Hội Thống Nhất? Như thế, chính nhà nước là kẻ phá hoại sự đoàn kết Tôn giáo, đừng kết án Hòa Thượng và chư vị khác. Tự thân Hòa Thượng là thành phần Giáo Phẩm cao cấp của

Giáo Hội Thống Nhất, bị nhà nước bắt giam, đày ải, trù dập để nhà nước rảnh rang tôn xưng, bảo hộ các vị trong Giáo Hội thừa sai – Giáo Hội nhà nước – thử hỏi ai là kẻ không đoàn kết? Hơn nữa, quyền tự do tín ngưỡng là một trong năm quyền tự do căn bản của người dân, nhà nước đã không tôn trọng còn nhúng tay vào nội bộ Tôn giáo gây hoang mang, chia rẽ và lũng đoạn để dễ dàng tiêu diệt tôn giáo. Chính nhà nước đã tạo nên nội giặc, lại còn khua gióng "đoàn kết".

"Lợi dụng tự do và dân chủ xâm phạm quyền lợi nhà nước". Kể từ ngày CSVN lên nắm chính quyền, đất nước Việt Nam thật sự có tự do và dân chủ? Nếu có tự do và dân chủ thật sự, người dân có cần phải gồng gánh, tuôn tràn khắp nơi trên thế giới, phó mặc gian nan, nguy hiểm cho biển cả mênh mông? Có ai phải bỏ nước ra đi để tìm tự do, dân chủ nữa không? Có ai phải đi tìm những cái mình đang có, để phải làm mồi cho cá, làm mồ nơi biển sâu, rừng thẳm? Và nếu có tự do dân chủ thì bản thân Hòa Thượng đâu phải bị lưu đày gian khổ? Chính vì không có tự do dân chủ nên biết bao nhiêu nhà lãnh đạo tôn giáo và quần chúng phải đứng lên đòi hỏi nhà cầm quyền CS phải thực thi tự do dân chủ nên mới bị giam giữ hai mươi năm qua. Một bậc chân tu như Hòa Thượng suốt một đời tu hành, chỉ nghĩ đến việc hoằng dương đạo pháp, mong làm được những việc công ích cho đạo giáo, dân tộc và đất nước có sá gì cái bã danh lợi phù phiếm của kiếp nhân sinh để nhà nước CSVN phải khoác lên vai Hòa Thượng những lời gán ghép "lợi dụng và xâm phạm quyền lợi nhà nước".

Cả thế giới căm phẫn phiên tòa kết án Hòa Thượng cùng Quí Thượng Tọa Không Tánh, Nhật Ban, Đại Đức Trí Lực, Phật tử Nhật Thường, Đồng Ngọc của nhà cầm quyền CSVN, Phòng Thông Tin Phật Giáo Quốc Tế đã ra Thông Cáo Báo Chí ngày 15/8/1995 như sau:

PHÒNG THÔNG TIN PHẬT GIÁO QUỐC TẾ

Cơ quan Thông Tin và Phát ngôn của Văn phòng II Viện Hóa Đạo

Giáo Hội Phật Giáo Việt Nam Thống Nhất

25, rue Jaffeux-92230 Gennevillers - France. Tel: Paris (1) 47 93 10 81

Fax:

Paris (1) 47 91 41 38

THÔNG CÁO BÁO CHÍ NGÀY 15/8/1995

Nam Kỳ Khởi Nghĩa tiêu Công lý:

Trò hề xử án lại tái diễn tại TP Hồ Chí Minh khi nhà cầm quyền CS kết án HT Thích Quảng Độ 5 năm tù, TT Thích Không Tánh 5 năm tù, TT Thích Nhật Ban 4 năm tù, ĐĐ Thích Trí Lực 2 ½ năm tù, cư sĩ Nhật Thường 3 năm tù và nữ cư sĩ Đồng Ngọc 2 năm tù treo.

Từ 8 giờ sáng đến 17 giờ chiều hôm nay (15/8/1995), cái gọi là vụ án "Đặng Phúc Tuệ và đồng bọn" đã được đem ra xét xử tại phòng A ở tòa án Nhân dân TP Hồ Chí Minh nằm ở số 131 Nam Kỳ Khởi Nghĩa tức đường Công Lý cũ. Liền sau năm 1975, nhân dân miền Nam đã có câu chế diễu "Nam Kỳ khởi nghĩa tiêu Công Lý." Câu này vừa ứng dụng thêm lần nữa qua vụ án xử HT Thích Quảng Độ 5 năm tù, TT Thích Không Tánh 5 năm tù, TT Thích Nhật Ban 4 năm tù, ĐĐ Thích Trí Lực 2 ½ năm tù, cư sĩ Nhật Thường 3 năm tù và nữ cư sĩ Đồng Ngọc 2 năm tù treo.

"Quần chúng" tham dự phiên tòa gồm một số Tăng Ni thuộc Giáo Hội nhà nước và các viên chức cán bộ các cơ quan, báo chí và truyền thông đảng. Không có một thân nhân, gia đình các bị can được thông báo hay được vào tòa tham dự. Cũng không thấy bóng một nhà báo hay quan sát viên Tây Phương nào.

Tất cả chư vị Giáo Phẩm và Phật tử thuộc Giáo Hội Phật Giáo Việt Nam Thống Nhất (GHPGVNTN) này đều bị kết chung tội "phá hoại chính sách đoàn kết tôn giáo của chính quyền" và "lợi dụng tự do và dân chủ (sic) xâm phạm quyền lợi nhà nước".

Ba tội phạm mà tòa gán cho HT Quảng Độ là: 1) viết và công bố bản "Nhận định những sai lầm tai hại của đảng cộng sản Việt Nam đối với dân tộc và Phật Giáo Việt Nam"; 2) tự động treo bảng hiệu Viện Hóa Đạo GHPGVNTN tại Thanh Minh Thiền Viện ở Sài Gòn; và 3) gửi hai bản Fax ra hải ngoại tố cáo việc công an bắt bớ và tịch thu hàng hóa cứu trợ nạn nhân lũ lụt đồng bằng sông Cửu Long.

Ba tội gán cho TT Không Tánh và những người đồng sự (Nhật Ban, Trí Lực, Nhật Thường) là: 1) phổ biến những Thông bạch phê bình chính sách tôn giáo của nhà nước và tài liệu Kế hoạch 2000; 2) thành lập không giấy phép "Tăng đoàn Bảo vệ Chánh pháp"; 3) thành lập không giấy phép "Ban Văn hóa và từ thiện" để đi cứu trợ các nạn nhân xã hội.

Luật sư Nguyễn Thị Hòa biện hộ cho cư sĩ Đồng Ngọc xin tòa khoan hồng vì tình trạng sức khỏe quá yếu, gia đình neo đơn, và hoạt động trong cương vị một đệ tử của HT Huyền Quang nên phải thi hành các công tác chỉ định, nhờ vậy án giảm xuống 2 năm tù treo cộng với 3 năm quản chế. Tuy nhiên, tòa tuyên án tịch thu số tiền 5000 Mỹ kim và 800 Úc kim của cư sĩ Đồng Ngọc sung vào quỹ nhà nước. Đây là số tiền Phật tử hải ngoại quyên góp gửi về nhờ chuyển cho các nạn nhân lũ lụt ở đồng bằng sông Cửu Long cuối năm ngoái. Còn cư sĩ Nhật Thường và chư Tôn Đức Quảng Độ, Không Tánh, Nhật Ban, Trí Lực đều khước từ các luật sư của nhà nước đề cử.

Chánh án phiên tòa là ông Bùi Hoàng Dân. Tất cả sáu bị can đều không được quyền phát biểu, mà chỉ được trả lời hai chữ "có" hay "không". Phiên tòa buổi sáng dành cho các lời khai, nghe đọc bản cáo trạng, và định án từ 3 đến 5 năm. Buổi chiều dành cho việc nghị án và tuyên án. Sau khi tuyên án, tòa hỏi các bị can có xin khoan hồng không, thì chư vị Quảng Độ, Không Tánh, Nhật Ban, Trí Lực và cư sĩ Nhật Thường đều dõng dạc tuyên bố: "Chúng tôi không xin khoan hồng, vì chúng tôi không có tội gì cả! Nhà nước muốn làm gì thì cứ tha hồ làm!". Hai TT Không Tánh và Nhật Ban đã tuyệt thực nhiều ngày trước đó để phản đối sự xét xử phi pháp của phiên tòa không chấp nhận quyền biện hộ của ba luật sư Pháp thuộc Liên Đoàn Quốc Tế Nhân Quyền do GHPGVNTN đề cử, nên khi ra tòa công an phải xốc nách đỡ hai Thượng Tọa đi.

Tại tòa các Tăng sĩ không được mặc y phục Phật Giáo, bị gọi tên thế tục chứ không được xưng pháp danh nhà sư. Trước câu hỏi của Chánh án: "Phục vụ cho ai?". Sáu bị can đều nhất loạt xác nhận: "Phục vụ cho GHPGVNTN!". Tòa liền phản bác nói rằng: "Hiện chỉ có một Giáo hội là Giáo Hội Phật Giáo Việt Nam (nhà nước) thành lập từ năm 1981. Ai không ở trong Giáo Hội này đều phạm pháp". Hòa Thượng Quảng Độ liền đáp: "GHPGVNTN có truyền thống 20 thế kỷ và có pháp lý từ năm 1951. Chưa có văn bản nào của nhà nước khai tử GHPGVNTN. Chúng tôi không làm gì trái luật pháp luật!"

Trên đây là lời tường thuật của một Thượng Tọa thuộc Giáo Hội Phật Giáo nhà nước có mặt trong phiên tòa, vì bất bình với tính chất vô luật pháp và khủng bố của phiên tòa, nên đã bất chấp nguy hiểm thông báo mọi chi tiết cho Phòng Thông tin Phật Giáo Quốc tế tại Paris.

Liền sau khi phiên tòa bế mạc, trả lời phỏng vấn của các hãng thông tấn quốc tế, ông Võ Văn Ái phát ngôn nhân của GHPGVNTN và Giám đốc Phòng Thông tin Phật Giáo Quốc tế đã cho biết:

"Đây là một vụ án hề kịch của một nhà nước coi khinh pháp luật. Nhà cầm quyền Hà Nội không ngưng ve vãn các nước Tây Phương để xin viện trợ và thiết lập bang với Hoa Kỳ. Nhưng qua vụ án này, các nước Tây Phương phải hiểu rằng Hà Nội từ khước một nhà nước pháp quyền, Hà Nội không nhân nhượng một ly tấc nào cho nhân quyền và dân chủ. Họ quyết tâm đàn áp toàn dân Việt Nam, đặc biệt là các tôn giáo có lực lượng quần chúng, để bám giữ một chính quyền độc tài gác dan quyền lợi cho thiểu số các đảng viên CS. Sự cứng rắn, không nhân nhượng này, thế giới đã chứng kiến tại cuộc hòa đàm Paris những năm 70. Khi còn chiến tranh, nhà cầm quyền CS không tôn trọng công ước Genève trong việc cư xử và đối đãi với tù nhân chiến tranh, vì họ nói rằng lính Mỹ là những tên tội phạm. Thì nay cũng vậy, nhà cầm quyền Hà Nội không công nhận những người tù vì lương tâm, những người tù chính trị, vì tất cả đều là tù chính trị, kể cả các Tăng, Ni, Phật tử là những người đấu tranh bất bạo động để đòi hỏi cho tự do tôn giáo và nhân quyền.

Tôi xin kêu gọi nhân dân yêu chuộng công lý trong thế giới, các chính phủ và các tổ chức nhân quyền, tôn giáo, nhân bản, hãy lên tiếng đòi hỏi cho nhân quyền Việt Nam, và áp lực nhà cầm quyền Hà Nội phải mở phiên tòa công khai xét xử lại HT Quảng Độ, các TT Không Tánh, Nhật Ban, ĐĐ Trí Lực và cư sĩ Nhật Thường. Một phiên xử công nhận quyền biện hộ của các luật sư do các bị can chọn lựa, trước sự chứng kiến của các nhà quan sát Tây phương và báo chí truyền thông quốc tế"

Làm tại Paris, ngày 15/8/1995
Phòng Thông tin Phật Giáo Quốc tế

Trước hiện tình khẩn cấp, CSVN bức tử chư vị lãnh đạo Hội Đồng Viện, nhất là cái án của HT Quảng Độ, Tổng Thư ký Viện Hóa Đạo, sự sống của quí Ngài như chỉ mành treo chuông, GHPGVNTNNH tại Hoa Kỳ đã cấp thời ra Tuyên Cáo gồm sáu nhận định về nhà nước CSVN và sáu điểm yêu cầu. (Phần phụ lục, chương IX).

Sau khi tuyên án HT Thích Quảng Độ cùng chư TT và Phật tử, một tuần lễ sau, bộ tuyên truyền của đảng CSVN đã tung ra nguồn tin, tiếp tục kết án HT Thích Huyền Quang, TT Thích Long Trí, nhưng sau đó vẫn im lặng. Đây là một trong những hành động quỷ quyệt của chế độ CS, hầu dễ bề lừa gạt và lung lạc quần chúng. Nhưng đảng CSVN không biết rằng, từ chủ trương đường lối, chính sách, cho đến chiến lược, chiến thuật của CS quốc tế hầu như mọi người đã biết rõ. Hơn nữa, qua sự sụp đổ của CS Đông Âu, và ông tổ CS Sô Viết đã chết, tất cả những kinh nghiệm hơn 70 năm về CS, thế giới đã thấu rõ những sự thật, vì thế CSVN cũng như CS thế giới đừng mong che đậy sự hiểu biết, cùng tai mắt quốc tế.

CÁC TÁC PHẨM VÀ DỊCH PHẨM

Sau thời gian du học tại Tích Lan – Phật Giáo Nam Tông – Hòa Thượng đã bỏ thời gian nghiên cứu Kinh, Luật, Luận của Phật Giáo Nguyên Thủy, và Hòa Thượng đã dịch bộ Nguyên Thủy Phật Giáo Tư Tưởng Luận, Tiểu Thừa Phật Giáo Tư Tưởng Luận.

Tiếp tục con đường nghiên tầm học hỏi, Hòa Thượng lại du học ở Ấn Độ, ở Mỹ. Trở về nước, Hòa Thượng đảm nhận chức vụ Phó Viện Trưởng Viện Đại Học Vạn Hạnh, và là Giáo sư đương thời.

Các tác phẩm của Hòa Thượng gồm:

1. Thoát Vòng Tục Lụy – Nguyên tác Hán Văn của Tinh Vân.

2. Đại Thừa Phật Giáo Tư Tưởng Luận – Nguyên tác của Kimura Taiken.

3. Nguyên Thủy Phật Giáo Tư Tưởng Luận – Nguyên tác của Kimura Taiken

4. Tiểu Thừa Phật Giáo Tư Tưởng Luận – Nguyên tác của Kimura Taiken.

5. Nhận Định Về Những Sai Lầm Tai Hại Của Đảng CSVN Đối Với Dân Tộc và Phật Giáo.

.....

Trên đây chỉ là một số tiêu biểu trong các tác phẩm và dịch phẩm của Hòa Thượng. Ngoài ra, Hòa Thượng cũng đã đóng góp cho nền thi ca Việt Nam trong thời gian mười năm bị lưu đày qua "Tập Thơ Tù và Hành Trình Lưu Đày". Chúng tôi xin được trích lại đây một số bài trong các tập thơ trên:

QUA ĐÈO HẢI VÂN
Trơ vơ đỉnh núi hắt hiu buồn
Mây về bao phủ cảnh hoàng hôn
Gió thét hung tàn vang ác thú
Sóng gào uất hận vọng oan hồn
Đạo Pháp tiêu điều lòng thổn thức
Giang Sơn ảm đạm dạ bồn chồn
Vân Hải chiều nay sầu Tô Tử
Đường dài mang nặng nỗi hàn ôn

VỊNH CHÙA LONG KHÁNH
Long Khánh sao mà cảnh tiêu sơ
Khói hương lạnh lẽo tự bao giờ
Dưới án quyển Kinh sâu cuốn tổ
Trên tòa tượng Phật nhện giăng tơ
Câu đối mối xông mùn đắp kín
Hoành phi mọt đục bụi che mờ
Mõ vỡ chuông rè nằm lỏng chỏng
Đứng nhìn tôi những ngẩn cùng ngơ.

TU ĐẠO
Bao năm học đạo với tu trì
Tính lại ngày nay biết được gì
Được có một điều "không gì được"
Biết cùng cái lý "chẳng biết chi"
Đi đứng nằm ngồi thường không khác
Uống ăn ngủ nghỉ vẫn như ri
"Ma nghe nhếch mép cười mai mỉa:

Thế thì tu đạo để làm chi?"
Tôi cười khì:
"Để như ri!"

CHIỀU ĐÔNG
Nghe lòng xa vắng những chiều đông
Nhìn nước mênh mông khắp mặt đồng
Bát ngát núi mờ xa bóng cọp
Thăm thẳm trời cao bặt cánh hồng
Bao độ cà tàn, cà nảy nụ
Mấy mùa lúa rụng, lúa đơm bông?
Năm tháng mỏi mòn đầu đã bạc
Còn chút lòng son gởi núi sông.

HÒA THƯỢNG QUẢNG ĐỘ, NGƯỜI DẪN KHỞI CÔNG CUỘC ĐẤU TRANH CHO NHÂN QUYỀN, TỰ DO TÍN NGƯỠNG QUA TẬP NHẬN ĐỊNH.

Hòa Thượng đã dùng ngòi bút, đại diện cho tầng lớp quần chúng yêu nước thương nòi vạch trần bộ mặt thật của chế độ CS Hà Nội từ thời phôi thai ở miền Bắc, và cho đến ngày cưỡng chiếm miền Nam. CSVN đã xử dụng mọi chiêu bài, mánh lới cùng hung cực ác để mong duy trì, bảo vệ chế độ. Họ đã áp dụng những phương pháp phi nhân nhất để đàn áp dân chúng – đấu tố – chưa bao giờ lịch sử VN lại có những ngày đen tối như lúc bấy giờ. Họ đã không ngần ngại giết người bằng mọi phương cách: bắn, giết, chôn sống, chặt đầu những người dân không cùng quan điểm, kể cả cha mẹ, anh em ruột thịt họ cũng không màng. Từ những hình ảnh Thầy Tổ, anh em đồng đạo với Hòa Thượng bị CS hành quyết đã hằn sâu trong tâm khảm, trải qua bao thập niên, cùng những sự thật hiện tại, Hòa Thượng dùng ngòi bút để nói lên những nỗi u uẩn, đau thương của người dân Việt dưới chế độ CS nghiệt ngã, vô thần:

"Cộng sản chủ trương độc tài chuyên chính, do giai cấp công nhân lãnh đạo, gây căm thù đấu tranh giai cấp kẻ giầu người nghèo, hứa hẹn lấy của người giầu chia cho người nghèo, để mang lại cơm no áo ấm cho mọi người và dùng cách mạng bạo lực để thực hiện mục đích ấy – Sức mạnh phát ra từ nòng súng là châm ngôn – Cộng sản chủ trương tiêu diệt tôn giáo, vì họ là những người vô thần duy vật, và tôn giáo đối với họ, theo lời Karl Marx, như là "thuốc phiện" của loài người mà bọn tư bản đã lợi dụng để ru ngủ nhân dân lao động hòng dễ bề bóc lột" (Tr. 29)

Cộng sản cố tình phân chia giai cấp, tạo nên những mâu thuẫn giữa các tầng lớp quần chúng, khiến người dân luôn luôn nghi kỵ lẫn nhau. Tôn giáo không có chỗ đứng trong xã hội cộng sản, vì những khả tính đạo đức, hành thiện và từ bi. Vì thế họ đã bằng đủ mọi cách bức tử GHPGVNTN, bỏ tù chư vị Giáo Phẩm, và Hòa Thượng là một trong những nạn nhân của chế độ.

Trong chính sách đấu tố ngay khi CS lên nắm chính quyền, đã biết bao người dân bỏ mình oan uổng, bao nhiêu gia đình tan nát phân ly, huynh đệ tương tàn, luân thường đảo lộn vì bị CS xui dục đấu tố lẫn nhau:

"Sau khi thành phần cốt cán nghiên cứu điều tra xong, đội cải cách quyết định ngày giờ đưa các khổ chủ ra đấu tố. Các khổ chủ được đưa đến đấu trường mà đội gọi là "Tòa án nhân dân", thường là ở giữa cánh đồng, hoặc trên một bãi đất trống rộng. Ở giữa đấu trường, một cái đài cao được dựng lên (như lễ đài) dành cho đội cải cách và (bồi thẩm đoàn – dĩ nhiên là những người nghèo nhất và mù chữ trong xã) của tòa án nhân dân ngồi. Các khổ chủ cúi đầu quì ở dưới, hai tay bị trói giật về sau lưng. Khi đội cải cách đã luận tội, có điều oan ức muốn kêu, thì các khổ chủ phải nói: "con cúi đầu xin đèn trời soi xét...". Ngày ấy tất cả dân trong xã (mỗi gia đình chỉ được để một người già ở nhà giữ nhà) phải đến dự để tố khổ chủ (tất nhiên là họ đã được học tập trước). Đại khái họ kể: "Ngày trước chúng mày đã bóc lột chúng tao, cho chúng tao vay nặng lãi; ngày giỗ ngày Tết chúng tao phải đưa gà, trứng gà, thịt lợn, gạo nếp đến biếu chúng mày, tính đến nay đã có hàng ngàn, hàng vạn con gà quả trứng; làm thuê cho chúng mày thì chúng mày cho tao ăn đói; lại còn đánh đập hành hạ chúng tao v.v...." Có nhiều trường hợp con tố cha, vợ tố chồng, trò tố Thầy, anh em họ hàng tố lẫn nhau, vì những nguyên nhân bất hòa trong gia đình trước kia. Tố xong, tòa án nhân dân định tội và kết án tử hình, tất cả đám đông ở dưới phải hô to ba lần: "Tử hình! Tử hình! Tử hình!". Vừa hô vừa giơ tay đấm lên hư không ba cái! Thế là khổ chủ bị bịt mắt lại đưa đến trói vào cây cột đã được dựng sẵn và đội hành quyết gồm năm người đứng nhắm bắn, khổ chủ gục xuống và kết liễu một cuộc đời! Người ta kể có những trường hợp bắn đi bắn lại mấy lần khổ chủ mới chết. Sau một hồi vỗ tay hoan hô, đám đông lần lượt ra về, để rồi mai lại đi hoan hô nữa. Hết xã này đến xã khác! Sau đó, tài sản của các khổ chủ tử hình, gọi là "quả thực" được chia cho thành phần cốt cán, người được gian nhà, người được cái giường, cái bàn, cái ghế, cái hòm, cái cối xay, cối giã, cái cày, cái bừa, bát đĩa, nồi niêu, giàn sàng rổ rá, cho đến cái chổi cùn, rế rách... nghĩa là có cái gì chia cái ấy." (Tr. 34, 35)

Một đất nước đã thiếu văn minh, lại nghèo xơ xác, bữa cơm bữa cháo, sớm sắn chiều khoai; lam lũ đầu tắt mặt tối ngoài đồng sâu hay trong rừng rẫy mong đắp đổi qua ngày. Phải sống nơi các vùng quê Việt Nam mới thấy rõ cảnh "chân lấm, tay bùn" của người nông dân. Người dân sống yên phận dưới mái nhà tranh vách đất, làm nơi chở nắng che mưa, quây quần bên đàn con thiếu ăn, thiếu mặc. Họ đâu có phương cách nào khác để thay đổi, cải thiện đời sống dưới một chế độ mà lãnh đạo chỉ biết lo vét tiền vào túi. Nhà cầm quyền hầu như không hề có bất cứ kế hoạch nào lo cho dân, cho nước, không hề nghĩ đến việc cải tổ xã hội, tạo công ăn việc làm cho người dân, không tạo nổi một nền kinh tế căn bản, một chương trình giúp đỡ người già, đau yếu hay tàn tật như các quốc gia Tây phương. Lãnh đạo như thế làm sao "dân giàu, nước mạnh" được?

Sống trong một đất nước mà ngay những người lãnh đạo thiếu lương tri, đạo đức, chỉ mong cưỡng đoạt tài sản quần chúng, của kẻ thất thế liệu người dân có tin tưởng hợp tác với nhà cầm quyền không?

Đời sống vật chất thiếu thốn đã phát sinh ra biết bao tệ nạn, thế nên đời sống tinh thần lại càng sa sút, và nhất là lãnh đạo nhà nước chỉ chuyên tâm tiêu diệt tôn giáo như kẻ thù cần phải đốn ngã còn mong gì đạo đức và luân lý được tôn trọng. Chứng kiến những hình ảnh đau thương tủi nhục nhất của lịch sử dân tộc trong thời kỳ CS cầm quyền, Hòa Thượng đã âm thầm viết lại những dòng sử mệnh, lưu lại cho con cháu mai sau và thế giới biết – dân tộc Việt Nam đã trải qua thời kỳ vô cùng đen tối dưới chế độ CS:

"...Kể từ sau ngày cải cách, tôn ti trật tự đảo lộn, luân thường đạo lý đổ nát, vì cảnh con tố cha, vợ tố chồng, anh em họ hàng tố lẫn nhau, tất cả giá trị tinh thần truyền thống đều sụp đổ. Cuộc cải cách này và cuộc chiến tranh ý thức hệ ròng rã hai mươi chín năm khiến ba triệu người chết, bốn triệu người bị thương và nửa triệu trẻ em quái thai là một cái giá quá đắt mà dân tộc Việt Nam phải trả để đổi lấy một học thuyết phi nhân và vô luân mà nay nó bị loại bỏ ngay trên mảnh đất nó đã được thí nghiệm lần đầu tiên cách đây bảy mươi tư năm (1917–1991). Những ai phải chịu trách nhiệm cho những thảm họa ấy?" (Tr. 38)

"... Sau khi đã thanh toán những kẻ thù "có nợ máu" với nhân dân rồi, đảng CSVN hứa với nhân dân sẽ xây dựng một xã hội công bằng, ai cũng có cơm ăn áo mặc, ai cũng như ai, không có kẻ giàu người nghèo, không còn nạn người bóc lột người, không ai phải làm thuê, làm mướn cho ai, nông nghiệp sẽ được cơ giới hóa toàn quốc; các cụ già sáu mươi tuổi trở lên, không còn sức lao động sẽ có "An dưỡng đường", mỗi cụ một căn phòng khang trang đẹp đẽ, có người phục vụ chu đáo. Xã hội CS sẽ không có ăn mày, trộm cướp, đĩ điếm, nghiệp ngập, hút sách, ai cũng có công ăn việc làm, không có nạn thất nghiệp, tóm lại là một thiên đường trên mặt đất. Và sau này trên mặt đất nếu dân số tăng lên đông quá không đủ chỗ ở, thì sẽ đưa bớt lên mặt trăng." (Tr. 39)

Hòa Thượng đã trình bày phần nào những điều mắt thấy, tai nghe, hoặc bằng những kinh nghiệm bản thân sống trong chế độ CS qua cuốn "Nhận Định Về Những Sai Lầm Tai Hại Của Đảng CSVN...", phơi bày những sự độc ác và dã tâm của chế độ CS Hà Nội vì thế Hòa Thượng tiếp tục sống trong lao lý CS ngoài miền Bắc và hoàn toàn không biết tin tức.

Một bậc chân tu, giàu lòng phụng sự chúng sinh, hộ trì đạo pháp, dân tộc, đúng như pháp danh Hòa Thượng "Quảng Độ". Hòa Thượng hiến mình cho đạo pháp, dân tộc bằng tâm nguyện chúng sinh dị độ đã tạo nên một hình ảnh cao đẹp làm tăng thêm những điểm son cho lịch sử dân tộc Việt

Chương Sáu

TRUY LÙNG, TỐNG GIAM, KẾT ÁN CÁC THÀNH PHẦN TRÍ THỨC, VĂN SỸ, HỌC GIẢ PHẬT GIÁO, THƯỢNG TỌA TUỆ SỸ, TRÍ SIÊU

TUỆ SỸ, MỘT THIÊN TÀI LỖI LẠC

Thầy xuất gia từ thủa còn thơ và sống ở Lào, làm chú tiểu Sa Di sớm chiều kinh kệ, công phu bái sám, đó là bổn phận của người làm điệu, trong nếp sống nhà chùa. Dù chùa ở Lào hay Việt Nam cũng vậy, tụng kinh học luật là điều chính yếu của người xuất gia tu Phật. Bằng bản chất thông minh, thiên tư từ thủa nhỏ, cho nên sau khi xuất gia, Thầy đã miệt mài học hỏi kinh điển, siêng năng nghiên cứu nghĩa lý đạo mầu. Có lần được nghe quí Ngài kể lại, thời gian sống nơi chùa Lào, suốt ngày Thầy ở dưới bàn tượng Phật Bổn sư thờ nơi chánh điện, để học kinh luật, sưu tra luận nghĩa, mà quí sư Lào sau một thời gian dạy dỗ, đã thấy được trí tánh thông minh của Thầy, biết được đây là bậc kỳ tài, là rường cột của Phật giáo, mà chư sư Lào đã không đủ khả năng dạy nữa. Để không làm mai một thiên tư trác việt, trí tuệ tuyệt vời, các vị Bổn sư Lào đã gởi Thầy về Việt Nam, cho quí Hòa Thượng tiếp tục hướng dẫn, dạy dỗ.

Thầy được đưa về Huế, cùng tu học với quí chư Tăng và thành đạt sở học một cách nhanh chóng, như con phượng hoàng khi đã đủ lông cánh thì tung bay giữa trời cao, như rồng thiêng vẫy vùng nơi biển sâu, sóng lớn. Do đó, sau một thời gian tham học với chư Tổ Đức về phần kinh luật và chữ Nho, Thầy đã thông suốt và tự mình phát huy sở học mà không cần Thầy dạy. Từ đó, Thầy tiếp tục vân du tham học ở chư bậc kỳ túc, hữu danh đương thời, lần hồi Thầy vào Sài Gòn để tiếp tay xây dựng và giáo dục đàn em, học trò của mình. Dĩ nhiên, lúc bấy giờ Thầy đã trở thành bậc giáo sư lịch lãm, tri thức bạt chúng, là vị giáo sư gương mẫu, nồng cốt của Đại học Vạn Hạnh, nên cứ mỗi lần gặp nhau thăm hỏi, những người đồng nghiệp đều gọi Thầy là "chú Sỹ" vì Thầy còn quá trẻ.

Thầy phụ trách dạy tại đại học Vạn Hạnh chương trình triết họcTây phương, văn học Đông phương, luận đề Phật giáo: triết học tánh không, trung quán luận, A tỳ đạt ma, đại cương thiền quán... Mặc dầu ở vào lứa tuổi đôi mươi, nhưng Thầy đã đóng góp một phần không nhỏ trong nền văn hóa, giáo dục của nước nhà và Thầy đã xuất sắc hơn trong lãnh vực ngôn ngữ: sinh ngữ và cổ ngữ. Thầy tự học, rèn luyện lấy chính mình vì vậy mọi người ai cũng kính mến, thán phục và có nhiều bạn vong niên dưới mái trường đại học Vạn Hạnh.

Là một trong những vị tu sĩ trẻ dẫn đầu với kiến văn quảng bác, được sự ngưỡng mộ của nhiều thế hệ Tăng sinh, sinh viên. Thầy là vị tu sĩ trẻ nhất, tự học, tự nghiên cứu và thấu đạt, thông suốt nền Triết học Đông Tây. Một trí tuệ vô sư trí, một vị Thầy không Sư cho chính mình, Thầy đã nghiên tầm thâm sâu mọi lãnh vực kinh, luật, luận, xuyên qua những cánh đồng giáo lý mênh mông, bát ngát, khó hiểu, sâu xa, đòi hỏi một kiến văn xuất chúng, mới thể nhập được, nhưng đối với Thầy dường như không khó khăn gì.

Thầy đã đơn đao đột kích phá tung nền triết học tánh không, khai quật và trình bày giá trị sâu thẳm tận cùng tư tưởng Trung quán, phiên dịch giảng giải trí độ luận, để từ đó, hình ảnh chư Tổ Đức, luật sư nổi tiếng, vang danh oai đức như tổ Long Thọ – người thời bấy giờ tôn xưng là đệ nhị Thích Ca, Đề Bà, Vô Trước, Thế Thân, Mã Minh, Huyền Trang, La Thập, Tăng Duệ, Tăng Triệu... – dường như quá gần gũi, quen thân với Thầy. Vì tất cả các tác phẩm trước tác, dịch thuật của chư Tổ, như là sách gối đầu giường của Thầy, tam tạng kinh điển – bộ Đại Tạng Kinh – chẳng bộ nào mà Thầy không giở đọc. Người viết đã học với Thầy, sau đó cùng Thầy làm việc dịch thuật Trung A Hàm, Kinh Pháp Cú, tuyển tập Nikàya A Hàm... qua những năm 75–77 tại Viện Cao đẳng Hải Đức Nha Trang và 80–84 tại tu viện Quảng Hương Già Lam cũng như nơi thư viện Vạn Hạnh, Võ Di Nguy, Phú Nhuận, mới thấy được khả năng, trí nhớ trác tuyệt của Thầy, kinh, luật, luận, tam tạng giáo điểm, hầu như Thầy nằm lòng tự kiếp nào. Có lẽ trong vòng sinh tử vô tận, đã có bao đời Thầy đã là Thiền sư, Pháp sư, Luận sư, cho nên mỗi khi hỏi đến những pháp số, ý kinh, nghĩa luận trong đại tạng, Thầy đều giở đúng số trang, số quyển, số dòng. Phải làm việc chung với Thầy mới biết được đức tính cần mẫn, ý chí kiên quyết, tự lập để xây dựng cho chính mình của Thầy. Hầu như bất cứ thời điểm nào Thầy cũng học, cũng nghiên cứu, cũng nghiền ngẫm, cũng đọc kinh điển, thi văn, kinh thi, kinh dịch, triết lý, thi ca; cũng tự học âm nhạc: dương cầm, vĩ cầm; cũng tự tập viết chữ Nho: chữ thảo của Vương Hy Chi; đọc thơ của Lý Bạch, Đỗ Phủ, Tô Đông Pha... Thầy sống thanh bạch, đơn sơ, đêm ngày miệt mài, trầm mình trong thế giới tâm linh, tư tưởng, triết học, thi ca, ngôn ngữ, nên không còn thời giờ nghĩ đến cách ăn mặc, bề ngoài như kẻ khác. Do vậy, trên người của Thầy, luôn luôn với bộ áo nhật bình bốn vạt úa mầu với thời gian, dài quá đầu gối, khi dạy học cũng như lúc ra ngoài. Dáng người tuy nhỏ nhắn, nhưng khối óc thì vĩ đại, thông minh thiên phú. Chính vì bản chất thông minh đó mà tên Tuệ Sỹ là do Thầy tự đặt, sau khi hiểu và thông đạt được tư tưởng tu chứng của Thiền sư Tuệ Trung Thượng Sỹ, đời Trần, Thầy đã lấy tên Tuệ Sỹ, trong bốn chữ Tuệ Trung Thượng Sỹ. Khi đặt pháp danh của Thầy là Nguyên Chứng có lẽ Ôn Già Lam đã thấu hiểu được tâm tư, tài nghệ của Thầy khác thường hơn người đời, như rồng thiêng tung hoành nơi đại hải, nên lắm lúc cũng bất chừng khi tâm thức vùng dậy, như trận cuồng phong, xô dạt phá đổ mọi thành trì, chướng ngại, trở lực của thế giới tri thức, liễu tri thế gian, để lý giải, mở bày một chân trời giải thoát của tâm hồn Đại Sỹ, bao la, vô cùng tận. Đời sống của Thầy thật đơn giản nhưng sung túc, cặm cụi nhưng thư thái, nhiệt tâm nhưng buông xả, Thầy thường dạy anh em Tăng sinh như "hạt xả không trí", như hạt bỏ ao hoang, không luyến lưu, tham đắm mọi hình thái của cuộc đời.

Từ trí tuệ hơn người, Thầy đã đi bằng đôi chân dân tộc, đạo pháp, khai quát và tỏ bày con đường tự do, hạnh phúc cho quê hương Việt Nam; mang tinh thần triết lý văn học vào cuộc đời thăng hoa sự sống; phát triển và trao truyền tinh thần triết học của luận, thực nghiệm tu chứng của kinh và hành trì nghiêm mật của luật cho nếp sống Tăng sinh trẻ, Thầy đã sống bằng giá trị thực tiễn của lẽ sống phụng sự, hy sinh, gương mẫu nhằm hướng đến chân trời kiến văn cho tất cả mọi người.

Qua bao nhiêu năm giáo dục, viết sách, dịch thuật tại đại học Vạn Hạnh, Sài Gòn, kết quả công trình của Thầy được khái lược như sau:

* Đăng trong tạp chí Tư Tưởng Vạn Hạnh:

1. Trung Quán và Vấn Đề Thực Thể
Số 1. Bộ I, trang 85–95, 1967
2. Duyên Khởi Luận
Số 2, 3. Bộ I, trang 355–399, 1968
3. Luận Lý Học Trên Chiều Tuyệt Đối, Vấn Đề Giải Danh và Tuyệt Đối
Số 4, 5. Bộ I, trang 140–150, 1968
4. Cơ Cấu Ngôn Ngữ của Michael Foucault
Số 6. Bộ II, trang 93–117, 1969
5. Tư Tưởng Là Gì?
Số 5. Bộ II, trang 211–221, 1969
6. Đọc Hiện Tượng Là Gì của Trần Thái Đỉnh
Số 2. Bộ III, trang 355–399, 1970
7. Kinh Dịch và Phật Học Trung Hoa
Số 7. Bộ III, trang 83–103, 1970
8. Tánh Không Luận Là Gì?
Số 1. Bộ III, trang 113–121, 1970
9. Tư Tưởng Phật Giáo Đối Diện Với Hư Vô
Số 3. Bộ III, trang 33–43, 1970
10. Duy Tuệ Thị Nghiệp
Số 10. Bộ IV, trang 3–11, 1971
11. Hoa Nghiêm Pháp Giới Quán
Số 8. Bộ IV, trang 13–38, 1971
12. Khái Niệm Về Số Trong Kinh Dịch
Số 5. Bộ IV, trang 33–39, 1971
13. Nguồn Gốc Của Một Thế Giới Quan Vô Tận
Số 4. Bộ IV, trang 17–41, 1971
14. Sự Hủy Diệt Của Một Trào Lưu Tư Tưởng

Số 1. Bộ IV, trang 53–78, 1971

15. Tánh Khởi Luận, Lý Thuyết Phân Phối Trật Tự Trong Hoa Nghiêm Tôn

Số 3. Bộ IV, trang 107–118, 1971

16. Dẫn Vào Thế Giới Văn Học Phật giáo

Số 1. Bộ V, trang 45–67, 1972

17. Giá Trị Đối Chiếu Trong Những Tương Quan Văn Hóa

Số 5. Bộ V, trang 3–42, 1972

18. Quan Niệm Về Sự Kết Cấu Trong Một Tác Phẩm Đại Thừa

Số 2. Bộ II, trang 15–27, 1972

19. Những Cuộc Vận Động Của Phật giáo Việt Nam Cuối Thời Nhà Đường

Số 6, 7. Bộ V, trang 21–71, 1972

* Các Luận Đề Triết Học Phật giáo:

1. Ý Hướng Triết Lý Của Trung Quán
2. Trung Quán Với Luận Đề Biến Cùng Bất Biến
3. Từ Biện Chứng Hiện Sinh Đến Biện Chứng Trung Quán
4. Long Thọ Và Biện Chứng Pháp
5. Vai Trò Nhị Đế Đối Với Thực Thế Luận
6. Thế Thân Và A Tỳ Đạt Ma Câu Xá Luận
7. Văn Tịch Phật Giáo Tại Việt Nam Thời Du Nhập
8. Những Yếu Tố Cấu Thành Tư Tưởng Phật Học Việt Nam
9. Đạo Phật Việt Nam, dịch Le Bouddhisme en Annam des Originess aux 13è siède của Trần Văn Giáp

* Tác Phẩm:

1. Đại Cương Thiền quán
2. Các Tông Phái của Đạo Phật
3. Dị Bộ Tôn Luân Luận; Bộ Phái Tiểu Thừa Phật Giáo Ấn.
4. Luận Đại Trí Độ
5. Nguyễn Triều Chân Bản Tịch
6. Thiền Luận, Dịch Essays In Zen Buddhism Of Suzuki
7. Thiền Tông Bản Hạnh: Triết Học Trúc Lâm Yên Tử
8. Triết Học về Tánh Không
9. Tô Đông Pha, Những Phương Trời Viễn Mộng

Sau thời gian sống ở Sài Gòn, Thầy đã về lại miền Trung, Nha Trang là nơi Thầy dừng chân, cho đến sau ngày 30/04/1975.

Nhận lời mời của Ban Giám đốc Phật Học Viện Nha Trang, Thầy đảm trách việc giáo dục Tăng sinh trong tư cách Giám học Học vụ.

* Bóng Người Trên Đỉnh Núi

Dừng chân đứng lại trên ngọn đồi Trại Thủy, như hình con dơi đang xòe cánh, Thầy đã sống bình lặng qua bao tháng ngày êm đềm, giản dị, gần gũi, thân thương, như hòa tâm cùng cỏ cây, vách đá, gió núi, và hương vị nước mặn của sóng biển. Lần đầu tiên gặp Thầy, như đã nói trên, trong cung cách thật dung dị, chiếc quần màu café tái nhạt, chiếc áo nhật bình đã sờn vai theo năm tháng mà lại ngắn ngủn, đầu tóc hơi dài hơn bình thường, thật phù hợp, ăn tiệp với nhau từ đầu đến chân. Tuy nhiên, một điểm nổi bật trên khuôn mặt ấy là đôi mắt sâu và sáng quắc. Nhìn vào đôi mắt ấy như hai hố thẳm của tư tưởng, khó ai có thể dò tới đáy sâu của hố thẳm là bao nhiêu. Trong tận cùng của hố thẳm ấy, là một trời trăng sao văn học, triết lý, đạo lý... tiềm tàng ngút ngàn mù khơi, như sóng biếc trên dòng Chiết Giang; thâm u, cô tịch như hòn Lô Sơn mà Thầy đã dịch trong bộ Thiền Luận.

Giờ học đầu tiên Thầy giảng về nền Triết học Tây phương qua các tư tưởng: Henry Miller, Jean Paul Sartre, Engel, Platon... nghe sao mà khó hiểu vô cùng nhưng có gì là lạ, lý thú trong cách giảng dạy của Thầy, không cần sách vở, chỉ nói và nói. Nói như dòng thác đổ từ trên cao, vì đầu nguồn của dòng thác chứa đầy nước, sung mãn vô kể, nên cứ đổ hoài mà không bao giờ vơi. Thầy đem tất cả sở học, kiến thức trao truyền lại cho anh em; tuy nhiên, anh em Tăng sinh khó có thể thâu đạt được hết những gì Thầy đã truyền giảng. Từ chân trời phương Tây đến góc biển phương Đông, bao nền Triết học Khổng Tử, Lão Tử, Trang Tử, Kinh Dịch, Đạo Đức Kinh, Kinh Thi; văn học Trung Hoa, Đào Tiềm, Hàn Dũ, Tô Đông Pha... Các thi hào, thi bá như một cánh đồng văn học đầy hoa thơm cỏ lạ mà Thầy là con ong đang bay đi hút mật trên cánh đồng nhiều hoa thơm cỏ lạ đó, để rồi luyện thành mật sáp nuôi dưỡng tinh thần, đời sống tâm linh. Là một đạo sĩ được trưởng thành trên nền tảng giáo lý giác ngộ giải thoát xuất thế gian, được hấp thu và thể nhập từ tưởng giáo pháp siêu phàm của bậc Đạo sư, từ đó Thầy đã quán triệt qua các giáo nghĩa Hoa Nghiêm, một thế giới quan trùng trùng vô tận; giá trị đích thực tu chứng từ địa vị phàm phu, đắc thành Phật quả của kinh Pháp Hoa; từ yếu nghĩa vô ngã, phá trừ, đập nát cái vỏ chấp ngã, để nhơn pháp câu không của Bát Nhã; từ đỉnh núi Lăng Già của vua Dạ Xoa đến cánh đồng A Hàm nguyên thủy, từng bước chân đi của đức Phật, hầu như Thầy theo dõi trọn vẹn, trên lãnh vực trí tuệ thế gian, và chính nơi đây, chỉ đợi đến giây phút tối hậu, cánh cửa tâm linh bật mở, chân trời giải thoát bao la hiện bày, và con người của thế nhân bặt dứt.

Suốt thời gian bốn năm Trung đẳng chuyên khoa, 70-74, ngày hai buổi tận tụy dạy học, như một trách nhiệm mặc nhiên, và Thầy tự xem đó như là lẽ sống trên tinh thần phụng sự, trao truyền kinh nghiệm tu học cho tất cả. Thầy chia xẻ những hiểu biết, tâm tình với anh em học Tăng trên đồi, tháp sắt vào những buổi chiều, sau giờ cơm chung của đại chúng. Thầy kể chuyện rất thâm thúy, sống động và khôi hài, đôi mắt Thầy tròn xoe, mở to đến gấp đôi để diễn tả theo tình tiết và diễn biến của câu chuyện. Thầy làm việc hầu như không biết mệt, thức thật khuya và dậy thật sớm, bên cạnh tách café giúp Thầy thêm tỉnh táo để tuôn ra những dòng tư tưởng, triết lý, thi ca cho thời đại, đóng góp thêm tinh hoa văn học cho loài người và xã hội.

Ngoài những đóng góp về văn học, nghệ thuật, giáo dục, đạo học, Thầy còn đích thân lăn xả vào xã hội giúp đỡ, chia xẻ thức ăn, nước uống và nỗi thống khổ với mọi người qua cuộc chiến mùa hè đỏ lửa 1972. Hàng trăm ngàn người tị nạn từ Ban Mê Thuột, Pleiku đổ xuống, từ Quảng Trị, Thừa Thiên tràn vào, tạm trú tại các trường trại. Tất cả các trường học, từ tiểu học đến trung học, tư thục hay công lập đều được trưng dụng cho làn sóng người tị nạn các tỉnh địa đầu giới tuyến và vùng cao nguyên Trung phần, già trẻ, lớn bé, đàn ông, đàn bà gánh gồng chiu chít. Người mất cha, kẻ mất chồng, lầm than, cơ cực trong cảnh màn trời chiếu đất. Thầy cùng anh em học Tăng tình nguyện đi cứu trợ, từ Nha Trang ra Vạn Giả, Tu Bông xin gạo, tiền, vật thực về phân phối cho đồng bào. Thầy tự lái chiếc xe Jeep của Viện mà chẳng ai dám tin tưởng tí nào, vì từ trước tới giờ Thầy chưa bao giờ lái xe, nhưng vì tinh thần tương thân tương trợ, lá lành đùm lá rách, và chí nguyện của Bồ Tát hành Bồ Tát Đạo không cho phép Thầy không thể hiện. Thấy vậy, anh em học Tăng lại càng xả thân cho công cuộc cứu trợ, người đào giếng ngoài Đồng Đế, kẻ căng lều, mang thực phẩm, săn sóc vết thương, người chở gạo, tải thuốc men, cấp cứu. Hình ảnh Thầy như một chiến tướng giữa đám quân binh, vì đồng bào lúc bấy giờ không có hàng ngũ trật tự gì nữa, như ong vỡ tổ, tay xách nách mang, dẫm lên nhau mà chạy. Máu chảy ruột mềm, chính trong cảnh huống này mới thấy được tấm lòng cứu độ, lợi tha trước vận mạng đen tối của quốc gia dân tộc. Thầy đã phát huy con đường Bồ Tát Đạo ngày càng rộng rãi, thênh thang hơn nữa, cũng chính vì vậy mà sau này, ngày 02/04/1984, Thầy đã bị bắt và lãnh bản án tử hình ngày 30/09/1988 tại tòa án nhân dân Sài Gòn. (sẽ trình bày sau)

Thời gian như âm thầm trôi qua dưới mái Phật Học Viện thân yêu đầm ấm, tình Thầy trò như được quyện lại bên nhau, mỗi sớm trời mưa Thầy trò xuống bếp nấu nước sôi pha trà, đã thấy cô Bảy nấu xong nồi cơm sáng cho đại chúng, ông Đông ngồi trên cái đòn gần bếp để sưởi ấm, những hình ảnh thật đơn sơ, mộc mạc, và chính trong những giờ phút đó mới thấy thật là gần gũi, thấm thía tình nghĩa thầy trò. Ngồi bên bếp lửa bập bùng sáng, tiếng lửa củi reo vui tí tách, nhìn xuống chân đồi, vườn rau, luống cải của Viện, cạnh chùa Phước Điền mơ màng nghe Thầy đọc thơ:

...Vác cuốc xuống lưng đồi
Nắng mai hồng trên môi
Phương Đông mặt trời đỏ
Mùa hạ không mây bay...
...Bướm vàng trên vách đá
Tịch mịch cảnh chùa xưa
Chim chóc từ viễn phố
Tình không rặng núi mờ...

Từ âm điệu, từ khung cảnh, bên bếp lửa hồng, ấm cúng, ngồi nghe giọt mưa rơi dưới mái hiên, như hình ảnh một Thiền sư ngồi gõ nhịp thời gian, người viết làm bốn câu thơ tặng Thầy:

Bếp lửa hồng Thiền sư ngồi gõ mộng,
Bình tâm không động giọt sương trong.
Ai khơi ánh lửa chiều đông

Hơ lòng lãng tử chốc mồng phiêu du.

Đây chính là thời gian thanh thản, yên tâm lo việc học, thi cử mãn khóa, để tiếp tục lên cao đẳng, và Thầy lại càng lo lắng, chăm sóc cho anh em học Tăng nhiều hơn nữa, Thầy đã soạn thảo sẵn chương trình, bài giảng, tài liệu để mở ra chân trời cao đẳng chuyên khoa theo ước nguyện thành đạt của quí Ôn, quí Thầy mở ra kỷ nguyên mới, kỷ nguyên của dịch thuật, trước tác, mong hoàn thành Đại Tạng Việt Nam, và Thầy là người lãnh đạo trực tiếp. Tất cả mọi nỗ lực được thành như ý nguyện, bảng tên Viện Cao đẳng Phật Học Hải Đức Nha Trang được dựng lên nơi đầu đường, cạnh chùa Núi, Linh Phong cổ tự. Và cũng chính từ ngày quyết định ấy, Thầy bận rộn hơn nhiều, phần học vụ làm Thầy không có thời gian như trước. Ban ngày lo soạn chương trình, bài vở, hoặc dịch thuật, trước tác và phụ tá cho Hòa Thượng Viện trưởng, ban đêm đến giờ hô canh ngồi Thiền Thầy lại mặc áo tràng (bây giờ Thầy đã có đủ áo quần tươm tất như quí Thầy khác không như trước kia, như một nghệ nhân hay du sĩ) đi canh Tăng chúng ngồi Thiền, nhìn xuyên qua khoảng trống của mỗi phòng trên dãy nhà cư xá Tăng sinh viên, bên ven triền đồi Trại Thủy gần gác chuông. Những đêm mưa, gió từ biển khơi thổi vào đập nát cả hoa lá sườn đồi, nhưng Thầy vẫn không bỏ giờ canh Thiền đại chúng.

Thời gian của năm thứ nhất cao đẳng cũng là thời gian chiến tranh bùng nổ dữ dội, chiến trận tổng tấn công của bộ đội Bắc Việt, xâm chiếm từ các vùng cao nguyên Trung phần, từ các tỉnh Dầu Giây, Xuân Lộc, Củ Chi, miền Tây, và miền Đông Sài Gòn. Trong khi đó, từ các tỉnh địa đầu vĩ tuyến 17 cũng mất dần an ninh, và cuối cùng là bộ đội Bắc Việt tiến chiếm dần miền Nam.

Trước ngày 30/04/1975, quân đội Việt Nam Cộng Hòa đã rút lui, bỏ ngỏ các tuyến đường quốc lộ I, chẳng có ai kiểm soát, thành phố Nha Trang bỏ trống, các phi đội, khu trực Không quân ở phi trường Nha Trang được lệnh bay vào phi trường Phan Rang, mang bom ra dội Cầu Xóm Bóng, cắt đứt đường tiến quân Bắc Việt. Lại một lần nữa Thầy và anh em học Tăng làm nghề cứu thương, xuống bệnh viện toàn khoa Nha Trang, những bệnh nhân nào hơi khỏe mạnh, hay đi đứng được thì đã di tản, còn lại những bệnh nhân nặng vẫn nằm tại đó, vì lúc đó không còn Bác sĩ, Y tá trực nữa, mạnh ai nấy lo liệu. Bệnh viện, trường ốc, cư xá, chợ búa, như nhà không chủ. Trong cảnh tan hoang này, Thầy lại lăn xả vào vùng lửa đạn cứu giúp đồng bào, an ủi bệnh nhân, thương binh, trẻ mồ côi lạc mất gia đình cha mẹ, bồi đắp tình thương trong cuộc đời khổ lụy này.

Trước tình thế mới đầy rối ren, khủng hoảng, chưa biết phải xử trí như thế nào, ngay tối hôm đó, anh em học Tăng gặp Thầy tại thư viện, quây quần bên nhau, mong tìm phương pháp giải quyết, có anh em đề nghị Thầy nên di tản, khó có thể ở lại Viện được nữa. Khi ấy, anh em cứ ngỡ là Thầy sẽ chấp thuận cho anh em tự do đi, hay là cùng đi tập thể, nào ngờ Thầy nhìn tất cả anh em, rồi nói bằng giọng cương quyết: "Tôi vẫn còn đây, thì anh em cũng phải ở đây, quê hương và đất nước này còn cần đến anh em nhiều hơn nữa. Chúng ta không thể trốn chạy khi dân tộc, đạo pháp đang gặp cảnh điêu linh." Qua lời nói khẳng khái đó, ai nấy đều nhìn nhau mà bàng hoàng. Trong cái bàng hoàng thầm kính phục tấm lòng sắt son, hy sinh đời mình để chia xẻ nỗi tang thương của đất nước. Một con tim nóng hổi đang ấp ủ, che chở hàng triệu con tim đang thiếu máu.

Thầy quyết định dứt khoát ở lại với quê hương. Dân tộc, Đạo pháp còn cần sự có mặt của Thầy. Ngày nào dân tộc còn lầm than, quê hương còn khốn khổ thì ngày đó còn cần những đôi tay, khối óc như Thầy để cày xới, gieo rắc hạt mầm yêu thương, vơi đi sự thù hận, để thấy trên quê hương còn có những bông hoa tươi thắm tô điểm, thêm hương, thêm sắc trên những cánh đồng hoang sơ gầy guộc. Thầy là hiện thân của đóa hoa tình thương, nguyện ở lại để thọ nhận thương đau cùng với cái thương đau của dân tộc, nguyện dấn thân vào nơi khốn cùng của cơn phong ba bão tố để đưa con thuyền Đạo pháp đến bến bờ bình yên. Sự ở lại của Thầy mang nhiều ý nghĩa của một tâm hồn đạo sĩ, thi sĩ, văn nhân, và tự tình con dân nước Việt, là mấu chốt, là yếu điểm vàng son của chặng đường lịch sử dân tộc và đạo pháp. Thầy ở lại vì còn có hàng triệu người ở lại. Thầy không đi vì chung quanh Thầy còn nhiều đôi tay giơ lên réo gọi Thầy. Quê hương Việt Nam, dân tộc giống nòi, ngàn năm Tổ quốc, còn hiện rõ hình bóng chư vị anh hùng liệt nữ chống xâm lăng giữ yên bờ cõi, Lý Thái Tổ, Lê Đại Hành, Trần Thái Tông, Trần Thánh Tông... là những vị Phật tử mang hương vị giáo pháp giải thoát giác ngộ vào nơi trận mạc, giữa chốn ba quân, trong cơn quốc biến để tu tập và giáo hóa. Hình ảnh hào hùng của Soái tướng Trần Hưng Đạo, Lý Thường Kiệt, Nguyễn Trãi Thiền sư...với tinh thần dũng mãnh và bầu nhiệt huyết tràn đầy xả thân an bang xã tắc còn đậm nét trên những trang sử Việt, Thầy có lý do nào để ra đi? Còn đạo Phật Việt thì sao? Từ thuở đầu đời, những bước chân chập chững của chư vị Pháp sư, Tổ Đức gieo rắc ánh Đạo mầu vào lòng dân tộc, trên mảnh đất Luy Lâu thân yêu, một Ngài Khương Tăng Hội, Chi Cương Lương, Mâu Bác... hay vào thời cận đại, Tổ Phước Huệ, chùa Thập Tháp, Tổ Liễu Quán, Phú Yên, Bồ Tát Quảng Đức, ngọn lửa bình đẳng, tự do tín ngưỡng, đã thắp sáng bao thập niên qua. Những hình ảnh đó vững vàng như tường đồng, vách sắt qua mỗi nhịp thở trong con tim, khối óc của Thầy, đất nước, dân tộc và Đạo pháp còn cần sự tiếp tay của Thầy, còn cần lời nói của Thầy, còn cần ngọn bút thiên tài của Thầy để viết nên những trang sử vàng son, oai hùng của quê hương. Thầy đã thật sự viết nên những dòng sử mệnh.

Sau quyết định của Thầy, tất cả anh em học Tăng đều vui vẻ ở lại tiếp tục làm việc dưới sự hướng dẫn của Thầy. Lúc bấy giờ, Viện đã đóng cửa, một số anh em đã trở về với Thầy Tổ, số còn lại lo dịch bộ Trung A Hàm, Tăng Nhứt và Tạp. Tuy nhiên, sau khi hoàn thành bộ Trung A Hàm hoàn cảnh lại không cho phép, một số người phải đi lao động xã hội chủ nghĩa, số người khác phải đi làm thủy lợi, kinh tế mới.. sản xuất cho các hợp tác xã, nói chung là không còn có thì giờ để ngồi xem kinh, trước tác gì nữa. Và cũng chính trong thời điểm này, 1976, anh em cũng phải xa Thầy vì Thầy phải đi lao động, làm rẫy tại Vạn Ninh, Vạn Giả, vui với cỏ cây, khoai sắn, lúa mạ, vườn tược, làm tăng thêm xúc cảm hồn thơ của Thầy, và tập thơ "Soi Đê" được ra đời. Nhưng, ấn tượng sâu đậm nhất là quê hương bị tàn phá, dân tộc bị lầm than, đạo pháp bị bức bách, cả một thế hệ trẻ bị suy thoái vì thể chế độc tài, đảng trị của CSVN, nên Thầy càng buồn hơn cho tiền đồ Đạo pháp, vận mạng quốc gia. Lúc này Thầy như cánh hạc trong đêm, khi gặp khi không, vì Thầy thường ở nơi cái chòi bằng tranh, "Soi Đê" của Thầy tại Vạn Giả, để ngày thì vác cuốc làm rẫy, tỉa bắp, trồng rau, đêm thì nằm nghe núi rừng u tịch, tiếng côn trùng rỉ rả, dế mèn nỉ non dưới lòng đất mới. Tiếp xúc với mảnh đất gầy gò quê hương, qua chứng tích điêu tàn loang lổ trên đất mẹ, không cầm được lòng đau thương, tủi phận cho giống nòi Hồng Lạc, cho những hạt giống tinh anh, siêu việt của dân tộc ngày bị mai một, và cho những dấu tích của hàng ngàn năm lịch sử bị tàn phá, quê hương lùi dần vào bóng đêm, và tâm tình của Thầy như lời thơ "Mười Năm Trong Cuộc Lữ:"

Ngọn gió đưa anh đi mười năm phiêu lãng
Nhìn quê hương qua chứng tích điêu tàn
Triều Đông Hải vẫn thì thầm cát trắng
Chuyện tình người và nhịp thở của Trường Sơn

Mười năm nữa anh vẫn lầm lì phố thị
Yêu rừng sâu nên khóe mắt rưng rưng
Tay anh với trời cao chim chiều rủ rỉ
Đời lênh đênh thu cánh nhỏ bên đường

Mười năm sau anh băng rừng vượt suối
Tìm quê hương trên vết máu giữa đồng hoang
Chiều khói nhạt như hồn ai còn hận tủi
Từng con sông từng huyết lệ lan tràn

Mười năm đó anh quên mình sậy yếu
Đôi vai gầy từ thủa dựng quê hương
Anh cúi xuống nghe núi rừng hợp tấu
Bản tình ca vô tận của Đông Phương

Rồi ngày ấy anh trở về phố cũ
Giữa con đường còn rợp khói tang thương
Trong mắt biếc mang nỗi hờn thiên cổ
Vẫn chân tình như mưa lũ biên cương

Từ Nha Trang ra Vạn Giả khoảng 60 cây số, Thầy đã đi về bằng những chuyến tàu đêm, âm thầm lặng lẽ trong tâm tư lắng đọng nên Thầy ít nói hơn khi xưa. Có lúc Thầy đóng cửa phòng ở một mình cả tuần không cơm cháo. Thầy chỉ dùng nước chanh đường, hoặc nước lạnh, thỉnh thoảng mới thấy Thầy đi bách bộ bên ngoài. Trông Thầy gầy hẳn, khuôn mặt, ánh mắt như luôn

luôn phảng phất một nỗi buồn sâu kín, thiêng liêng, một nỗi niềm riêng dường như không thể tỏ cùng ai, dù thời gian ấy vẫn có Hòa Thượng Viện trưởng, Thượng Tọa Giám sự, Thượng Tọa Phó Viện Trưởng cùng anh em học Tăng. Có lẽ, tất cả không ai có thể hiểu và cảm thông được những ẩn tình chất chứa, nên Thầy đã dùng đến vần thơ để diễn đạt.

Ta làm kẻ rong chơi từ hỗn độn
Treo gót hài trên mái tóc hờn thu
Ngồi đếm mộng đi qua từng đọt lá
Rũ mi dài trên bến cỏ sương khô

Vì lêu lỏng mười năm dài gối mộng
Ôm tình già quên bẵng tuổi hoàng hôn
Một buổi sáng nghe chim rừng đổi giọng
Ta thấy ta xô dạt bóng thiên thần

Đất đỏ thấm nên lòng người hăm hở
Đá chưa mòn nên lòng dạ trơ vơ
Thành phố nọ bởi mưa phùn nắng quái
Nên mười năm quên hết mộng đợi chờ

Này đêm rộng như khe rừng cửa biển
Hai bàn tay vén lại tóc tơ xưa
Miền đất đỏ trăng đã gầy vĩnh viễn
Từ vu vơ trong giấc ngủ mơ hồ
Một lần định như sao ngàn đã định
Lại một lần nông nổi vết sa cơ
Trời vẫn vậy vẫn mây chiều gió tỉnh
Vẫn một đời nghe kể chuyện không như
Để sống chết với điêu tàn vờ vĩnh
Để mắt mù nhìn lại cuối không hư
Một lần ngại trước thông già cung kỉnh
Chẳng một lần lầm lỡ không ư?
Ngày mai nhé ta chờ mi một chuyến
Hai bàn tay vén lại tóc tơ xưa

Đôi mắt ướt tuổi vàng khung trời hội cũ

Áo màu xanh không xanh mãi trên đồi hoang
Phút vội vã bỗng thấy mình du thủ
Thấp đèn khuya ngồi kể chuyện trăng tàn
Từ núi lạnh đến biển im muôn thủa
Đỉnh đá này và hạt muối đó chưa tan
Cười với nắng một ngày sao chóng thế
Nay mùa đông mai mùa hạ buồn chăng!
Đếm tóc bạc tuổi đời chưa đủ
Bụi đường dài gót mỏi đi quanh
Giờ ngó lại bốn vách tường ủ rũ
Suối nguồn xa ngược nước xuôi ngành

Và từ đó, những bài thơ trang trải tình người, tình quê hương đồng loại như chôn chặt Thầy, mất hút như bóng mờ trong đêm "Soi Đê", không ai gặp Thầy đâu nữa, và không biết Thầy đi về đâu, cho đến năm 1980, khi người viết vào Sài Gòn ở chùa Già Lam thì được biết Ôn Già Lam bảo lãnh Thầy ra khỏi tù, chừng ấy mới vỡ lẽ rằng, qua những năm 77–78 đi làm rẫy rồi Thầy vào Sài Gòn và bị bắt ở tù, mãi đến năm 1980 mới được bảo lãnh về Già Lam.

Trên bước đường xuôi ngược, trải qua bao nhiêu thác ghềnh, biến cố của quê hương, xứ sở, mỗi người một ngả, vạn lối chông gai. Nhưng, người viết vẫn còn cái duyên tao ngộ với Thầy, cùng với Thầy làm việc, phiên dịch, đánh máy kinh điển, Trung A Hàm, sưu tra tuyển tập Nikàya-A Hàm, Kinh Pháp Cú... tại thư viện Phật Học Viện Nha Trang. Tất cả những kỷ niệm đó còn đậm nét trong tâm khảm để đến hôm nay được tiếp tục những gì còn dang dở của một thời đèn sách, miệt mài bút nghiên.

Sau khi viện cao đẳng Hải Đức Nha Trang đóng cửa như đã nói ở trên, Ôn Già Lam vẫn mang hoài bão phụng sự, giáo dục thế hệ trẻ (đã trình bày nơi chương IV). Để hoàn thành ước nguyện đó, Thầy là một trong những người nòng cốt, tiếp nối chương trình cao cấp bốn năm của lớp học Tăng sinh Già Lam. Lớp học được thành hình, trải qua bốn năm vừa làm việc vừa học hành trong lo lắng vì nhiều đêm cả chùa chẳng ai ngủ được, công an soát hộ khẩu một hai giờ khuya, anh em học Tăng phải leo lên trần nhà để trốn.

CHẾ ĐỘ CỘNG SẢN KẾT ÁN TỬ HÌNH HAI THƯỢNG TỌATHÍCH TUỆ SỸ – PHẠM VĂN THƯƠNG – VÀ THÍCH TRÍ SIÊU – LÊ MẠNH THÁT

Một buổi sáng mùa xuân, cuối tháng 3 năm 1984, khí trời êm ả, cảnh vật êm đềm, tĩnh lặng cũng như bao nhiêu thời khóa công phu và lạy Sám mỗi sáng, Ôn Già Lam và đại chúng xong thời lễ tụng 108 biến Hồng danh. Về phòng, Ôn dùng trà và điểm tâm. Sau giờ điểm tâm, là công việc thường nhật, tưới nước, quét sân, cho cá ăn... Nhưng sáng hôm nay Ôn đã không làm việc đó, vì có lệnh công an mời lên họp trên Mặt trận Tổ quốc, Ôn phải đi từ sáng sớm. Sau khi Ôn đi rồi, công an vào soát chùa Già Lam, đồng lúc bên Phật Học Viện Vạn Hạnh cũng bị soát. Họ, công an, bắt quí Thầy vào ngồi phòng khách, không được đi lại, một số công an khác lên phòng Thầy Tuệ Sỹ và Nguyên Giác kè hai Thầy lên xe và chở đi, không cho nói một lời từ biệt. Và bên Vạn Hạnh cũng không khác, cùng một thủ thuật, họ bắt Thầy Trí Siêu và Thầy Như Minh cũng kè ra xe rồi chạy mất. Có điều thật dễ thấy là mạng lưới công an đã bao vây Già Lam và Vạn Hạnh từ sáng sớm, cũng như họ đã toan tính trước, vì vậy, bên Già Lam họ mời Ôn đi họp sớm, còn bên Vạn Hạnh, Ôn Minh Châu cũng đã đi họp mấy hôm ở Hà Nội, cho nên cả hai nơi đều vắng mặt hai Ôn, mục đích để họ dễ bề hành sự.

Nói đến Thầy Thích Trí Siêu – Lê Mạnh Thát – một sử gia, một nhà văn hóa lớn, một học giả uyên bác, tinh thâm ngôn ngữ học, Phật học. Người viết cũng đã một thời làm việc với Thầy tại thư viện Vạn Hạnh, 1981-1984, trong công trình khảo cứu, sưu tra làm bộ bách khoa Phật học Đại Từ Điển cho Ôn Già Lam. Thầy cũng bình dị không kém gì Thầy Tuệ Sỹ, cuộc sống đơn sơ của một nhà đạo sĩ. Người nhỏ con, với vầng trán cao, bóng nhụi, biểu lộ một sự thông minh xuất chúng. Dáng đi của Thầy, không giống như người thường, đôi tay hơi khung lên và xăm xăm tới, chữ viết của Thầy còn khó đọc gấp mấy lần chữ viết của Thầy Tuệ Sỹ. Có lần cô Huệ Khương, thư ký đánh máy tại thư viện, người đã bị bắt cùng ngày với quí Thầy, đọc bản thảo của Thầy không hiểu, cô hỏi Thầy. Thầy trả lời: "Chữ nghĩa văn chương là của con người, sao lại không hiểu?" bằng giọng Quảng Trị khó nghe, rồi Thầy tiếp tục đọc, viết, không nói gì nữa, cô Khương cũng chẳng dám hỏi thêm. Thầy làm việc thật cặm cụi, có những đêm thức trắng bên chồng kinh, sách, sử liệu cổ. Thầy không ngừng phát kiến, lục lạo những chứng tích, di tích xa xưa bị mai một. Đích thân Thầy về các ngôi chùa cổ ở miền Tây, hay miền Trung đọc lại những bản kinh, lịch sử được viết tay bằng chữ Nho, gần như mục nát theo năm tháng, nhưng đó chính là những tài liệu vô giá trong công trình khảo đính văn học sử, lịch sử Phật giáo Việt Nam. Qua những công bố sử học mới nhất của Thầy, ngay cả bộ Văn hóa Hà Nội cũng phải tham kiến với Thầy, dù họ chẳng ưa gì những sự khám phá mới mẻ này. Vào những năm đầu sau ngày 30/04/1975, bộ Văn hóa thành phố Hồ Chí Minh mời Thầy cộng tác, giảng huấn, nhưng sau một thời gian, họ thấy trí tuệ của Thầy vượt họ quá xa, sự hiểu biết lịch lãm, kinh nghiệm chuyên môn sâu sắc, nên thôi, và cũng từ thời gian đó, công an theo dõi Thầy cho đến ngày bị bắt và kết án tử hình. Có lần Thầy ra Phật Học Viện Nha Trang, cùng Thầy Tuệ Sỹ, hai người đi bộ xuống biển rồi chiều về, đi ngang qua sở công an thành phố, được mời vào ngủ lại đêm, sáng mới về. Hỏi ra, Thầy nói: "Họ không biết mình là ai nên bắt nhốt một đêm muỗi cắn quá chừng." Nói xong Thầy cười tự nhiên.

Ngoài thiên tư, bẩm chất của một nhà sử học, đạo học, nghiên tầm Đại tạng kinh điển, Thầy còn là một Bác sĩ Y khoa tốt nghiệp đại học Hoa Kỳ, trong thời gian thân phụ thầy là Ôn Trí Lưu, Giám tự Linh Mụ, Huế, dưỡng bịnh nơi phòng Thầy, Viện Vạn Hạnh, tự tay Thầy đã chăm sóc thuốc men, cơm cháo. Thầy và thân phụ đều là đệ tử của cố Đại Lão Hòa Thượng Chánh Thư ký kiêm Xử lý Viện Tăng Thống, HT Thích Đôn Hậu.

Sự nghiệp văn học của Thầy hiện thời, sơ lược gồm có:

1. Khương Tăng Hội Toàn Tập I
2. Chân Nguyên Toàn Tập I, II
3. Sơ Khảo Lịch Sử Phật Giáo Việt Nam
4. Luận Lý Học Trung Quán
5. Lịch Sử Hình Thành Văn Hệ Bát Nhã
6. Bách Khoa Phật Học Đại Từ Điển

* Các Sử Liệu Cổ Nghiên Cứu:

- Lịch Sử Phật Giáo Việt Nam Thế Kỷ V
- Phật Giáo Trong Thời Kỳ Pháp Thuộc
- Nghiên Cứu Lịch Sử Ngài Đàm Hoằng, Pháp Sư Khuy Sung

....

Thân thế và sự nghiệp của hai Thầy khác hẳn tất cả mọi người. Thầy Tuệ Sỹ là đệ tử của Hòa Thượng Viện trưởng Viện Hóa Đạo Thích Trí Thủ, với sự nghiệp văn học lừng lẫy, giáo pháp thông suốt, liễu tri, thơ văn đầy ắp trong tư tưởng. Còn Thầy Trí Siêu như trên đã nói, cả hai là ngôi sao sáng dưới bầu trời Việt Nam, là tinh hoa nước Việt, là những cây bút trác việt, tuyệt luân của Phật giáo, chính những yếu tố đó mà hai bản án tử hình đã tròng vào cổ hai Thầy. Cộng sản không thể làm ngơ và để tự do cho những con người ưu tú như vậy. Đọc lịch sử hình thành từ những ngày đầu tiên của Cộng sản Quốc tế, đến đường lối xây dựng xã hội chủ nghĩa Việt Nam hôm nay, ai cũng thấy tầng lớp công nông đứng lên cướp chính quyền, đấu tố giai cấp thượng lưu, trí thức, địa chủ, phú thương. Vì vậy, sự hiện diện của hai Thầy trong xã hội chủ nghĩa không có lý do gì tồn tại được, mà đã không thể tồn tại được thì chế độ Cộng sản phải làm gì? Đây là lý do để có bản án tử hình. Nhà cầm quyền Cộng sản VN kết án tử hình hai Thầy là mặc nhiên công nhận với thế giới về việc đàn áp Phật Giáo.

Ngay sau ngày 30/04/1975, CSVN đã ra lệnh tịch thu tất cả sách báo miền Nam trước 75 từ mọi lãnh vực: triết học, kinh tế, chính trị, tôn giáo, xã hội, âm nhạc... họ cho rằng sách báo của miền Nam là bồi bút của "Mỹ Ngụy", chất chứa những tư tưởng phong kiến, đồi trụy, ủy mị và bắt phải hủy bỏ. Lúc bấy giờ, vì đau lòng thương tiếc bao công trình văn hóa của đất nước nên nhiều nơi sách vở được cất vào bao bố và đem ra ngoài rẫy cất dấu, thời gian sau coi lại, mối mọt đã ăn rách nát. CSVN đã hủy hoại nền văn hóa dân tộc. Đôi bút của hai Thầy đã đóng góp một phần không nhỏ cho nền văn học VN, được biểu hiện qua các công trình văn hóa đương đại, khơi dậy một chặng đường lịch sử văn học, sử học và nghệ thuật nước nhà. Hai con người, bốn hình ảnh, vừa cưu mang sứ mệnh con dân Lạc Việt, đất nước đang đứng trước bờ vực thẳm của thời đại mới, thời đại hủy diệt, tàn phá, lạc hậu, bần cùng và nghèo đói; hai Thầy phải làm gì cho sự tồn vong của đất nước? Vừa gánh nặng trên vai công cuộc khai phá và phát huy con đường giáo pháp – Duy Tuệ Thị Nghiệp – để tiếp nối ngọn đèn chánh pháp mấy ngàn năm qua, Tổ Tổ tương truyền, trong sứ mệnh của người Tu sĩ Phật Giáo. Dân tộc lầm than, dưới ách đọa đày, áp bức của chế độ, hai Thầy cũng không thể đành lòng ngó lơ. Đạo pháp trong cơn pháp nạn, hai Thầy không thể bó gối xuôi tay. Hai Thầy đã thể nhập vào đời, như hình ảnh Thiền sư chống tích trượng xuống núi, đem tấm thân giả tạm hiến dâng cho đại cuộc. Ngày hai Thầy bị bắt mang đi và kết án tử hình, là ngày chế độ Cộng sản Việt Nam tuyên bố cho thế giới biết rằng: xã hội chủ nghĩa Việt Nam không gìn giữ chứng tích sử học, không thừa truyền nền văn hóa dân tộc, tự phát bởi những tấm lòng, ước mơ xây dựng một nền văn hiến, văn phong cho đất nước. Bản án đó đã hủy diệt những danh tài trẻ tuổi với nhiều ước mơ và lý tưởng siêu xuất khỏi chốn đọa đầy, nô lệ hóa của xã hội chủ nghĩa – vì hai Thầy đại diện cho tầng lớp thế hệ trẻ, mang nhiều hoài bão, vươn đôi tay ôm choàng tổ quốc vào lòng, bằng khối óc no tròn tình tự nòi giống tổ tiên – Bản án tử hình hai Thầy đã đánh động lương tâm thế giới, khiến mọi người từ quốc nội đến hải ngoại, từ Liên Hiệp Quốc đến Hội Ân Xá Quốc Tế, tất cả đều lên tiếng yêu cầu nhà nước Cộng sản Việt Nam phải hủy bỏ bản án tử hình phi nhân, vô đạo. CS Hà Nội kết án tử hình hai nhà tu sĩ Phật giáo, những người đã nuôi dưỡng lòng từ bi, mang tình thương, ban vui cứu khổ; khơi dậy ngọn đuốc trí tuệ, thắp sáng đến tận cùng tự mỗi lương tâm của con người. Đối với hai Thầy, những người mang đạo tâm vì dân vì nước, thì bản án đó có nghĩa gì khi phải hy sinh thân mạng trên nền tảng chân lý, cứu khổ độ mê. Chết để cho bao người được sống, để làm viên sỏi lót đường cho bao người bước tới. Chết như là tiếng sóng ngầm của đại dương làm các loài thủy tộc tỉnh giấc mơ hóa rồng thiêng bay cùng mây trắng. Chết như cơn địa chấn làm sụp đổ mặt đất này. Người đã đứng trên đỉnh núi Lăng Già của vua Dạ Xoa La Bà Na, dùng mọi thứ ngôn ngữ, văn từ, thi ca, âm nhạc để tự trang bị tư lương trên bước đường tu chứng, tạo dựng nền văn hóa đặc thù cho quốc gia, cùng với sinh mệnh hơn 70 triệu dân, vì lòng Bi nguyện, hai Thầy có sức tự tại bằng giá trị thực nghiệm tánh không, thì bản án tử hình có làm run rẩy chân lông sợi tóc? Hai Thầy đã liễu giải nhơn pháp đều vô ngã, phiền não và sở tri, thường thanh tịnh không, mà sanh khởi lên tâm đại bi. Nếu không vì đại bi tâm, thì hai Thầy đâu cưu mang tù tội, nhưng tất cả chỉ là hoa đốm giữa hư không, mấy chốc có không, thiên lưu thiên biến. Chế độ Cộng sản đã không thấy rõ thực chân, thực tướng dòng máu Đại Cồ Việt. Dòng máu của chư anh linh Thánh Tử Đạo, đã tưới lên từng ngọn cỏ, đọt cây làm xanh tươi non sông gấm vóc. Lý tưởng tứ đại giai không, đem nắm xương tàn bón cho cỏ cây hoa lá cũng có ích cho đất trời mù khơi, sương tuyết. Tất cả đều cưu mang tự tính vô tình và hữu tình đồng thành Phật đạo, thì đâu sá gì một chút cỏn con sanh di tử độ. Chỉ có Cộng sản mới chấp thủ, bảo thủ, định thủ những tư kiến chủ nghĩa, của cái nhìn không qua khỏi mũi cho nên cứ mãi ghìm chặt súng đạn, gươm đao, và cho đó là sức mạnh vô cực đối kháng để bảo tồn danh vọng, địa vị. Sự sát hại xem như cứu cánh, kết án tử hình xem như giải pháp tối thượng thì đó chính là ảo tưởng của lương tri, mà trước mặt là hố sâu đưa cả chế độ xuống vực thẳm. Một thế giới mù lòa vì không có văn hóa, văn học, văn phong, văn mỹ. Xã hội chủ nghĩa Cộng sản VN chưa hề có một nền văn học thuần túy dân tộc, phụng sự cái hay, cái đẹp, cái thanh cao, tinh khiết con người. Họ giết người vì tự ái thua kém của mình đối với kẻ khác. Giết người để thấy cái khôn của người không còn phải chứng kiến, chướng tai gai mắt. Giết người là để chôn đi hết mọi chứng tích của sự hiểu biết, thông minh, tri thức con người. Và họ giết người vì không cùng đường hướng, chủ trương với chế độ. Bản án tử hình năm xưa, 1988, nơi hai Thầy là chứng nhân một thời oan nghiệt của chế độ Cộng sản Việt Nam mà mãi mãi ngàn sau, qua những dòng lịch sử dân tộc, đàn cháu con, hậu sinh sẽ biết thế nào là tội trạng của chế độ Cộng sản đối với Phật giáo. Suốt một dòng lịch sử dân tộc và đạo pháp, trải qua những chặng đường thăng trầm, vinh nhục của đất nước, mấy nghìn năm qua có thể nói thời đại Cộng sản Việt Nam là thời đại đầu tiên tuyên án tử hình đối với giới tu sĩ Phật giáo mà hai Thầy đã phải nhận lãnh. Bản án tử hình cũng nói lên sự thật cho mọi người biết rằng: có chế độ xã hội chủ nghĩa thì không có Phật giáo, hoặc nếu có chỉ để làm vì. Cộng sản đâu biết rằng từ ngụm nước đầu nguồn, cha ông, tổ tiên đã ăn trái cây giải thoát của Phật Giáo, đã uống dòng nước thanh hương từ bi của đạo Phật mấy nghìn năm qua, mà ngày nay là đàn con cháu lại nhổ gốc cây, bứng tận rễ, tát cạn suối nguồn, quấy phá tanh hôi. Người ta thường nói: “Con hơn cha là nhà có phước”, nhưng quê hương Việt Nam đã thật kém phước, vì nhà cầm quyền CSVN đã làm đảo lộn mọi trật tự gia đình, xã hội, mọi đạo đức, lễ nghĩa. Họ đã hủy hoại mọi nền tảng lễ nghi, nhân phẩm đến văn hóa, văn học, văn minh của dân tộc qua những hành động áp bức, khủng bố, vô nhân và hủy diệt tất cả sách báo miền Nam. CSVN đã làm hoen ố những trang sử Việt!

HÌNH ẢNH CỦA PHIÊN TÒA TỬ HÌNH: THƯỢNG TỌA THÍCH TUỆ SỸ, THƯỢNG TỌA THÍCH TRÍ SIÊU, 28/09/1988, TẠI TÒA ÁN NHÂN DÂN THÀNH PHỐ

CSVN đã dựng lên các phiên tòa trí trá, dối gạt đồng bào trong nước và dư luận thế giới để kết án hai Thầy. Tuy nhiên, khi đọc bản tin của tờ SGGP, mọi người càng cảm phục tinh thần đấu tranh cho Đạo pháp và quê hương của Thầy. Thế giới nhìn rõ hơn sự đàn áp các Tu sĩ và đồng bào Phật tử, và những tuyên truyền sai lạc của nhà cầm quyền CSVN. “Có áp bức mới có đấu tranh”. CSVN nói gì về những sự thật này?

(SGGP) Sáng qua, 28/9 TAND thành phố đã xét xử sơ thẩm vụ án Phạm Văn Thương (tức Thích Tuệ Sỹ), Lê Mạnh Thát (tức Thích Trí Siêu) và đồng bọn gồm Phan Văn Ty, Hồ Khắc Dũng, Tôn Thất Kỳ, Lê Đăng Pha, Nguyễn Thị Nghĩa, Trương Tâm Lạc, Hoàng Văn Cường, Ngô Văn Bạch, Thái Ngọc Lợi, Huỳnh Văn Phương, Lê Đình Nhiệm, Đỗ Đức Cần, Huỳnh Phát, Trần Quang Mỹ, Ngô Văn Bích, Huỳnh Thị Loan, Công Tằng Tôn Nữ Phùng Khánh, Phạm Thị Nở và Đồng Văn Kha, can tội “hoạt động nhằm lật đổ chính quyền”. Phiên tòa do bà Lê Thị Thu Phước, thẩm phán, Phó chánh án tòa hình sự TAND thành phố, làm chủ tọa và hai hội thẩm nhân dân, gồm ông Trần Quang Lê, chuyên viên cao cấp nhà xuất bản TP Hồ Chí Minh và bà Nguyễn Thị Thất, cán bộ sở Giáo Dục.

Từ giữa năm 1977 đến cuối năm 1982, Phạm Văn Thương, Lê Mạnh Thát là những phần tử phản động trong giới Phật Giáo đã cùng đồng bọn tổ chức nhiều hoạt động nhằm lật đổ chính quyền nhân dân. Bọn chúng thành lập tổ chức phản cách mạng với danh xưng “Lực Lượng Việt Nam Tự Do” (hợp nhất từ hai nhen nhóm phản cách mạng "Mặt Trận Dân Tộc Nhân Quyền Việt Nam" do Từ Mẫn làm chủ tịch, Phạm Văn Thương làm cố vấn và nhen nhóm phản động do Phan Văn Ty và Trần Thắng Tài cầm đầu hoạt động tại khu vực Bình Tuy). Bọn chúng đã lợi dụng nơi tôn nghiêm, thường xuyên tụ họp tại chùa Tập Thành (Bình Thạnh) và thư viện chùa Già Lam để bàn kế hoạch, phân công thực hiện và thông qua tuyên ngôn, cương lĩnh, điều lệ, mẫu cờ... do Phạm Văn Thương soạn thảo. Phạm Văn Thương còn viết nhiều tài liệu tuyên truyền với nội dung cực kỳ phản động như: "Con đường giải phóng", "Những rặng Trường Sơn" và thành lập tờ báo Dân Chủ nhằm tuyên truyền xuyên tạc tình hình trong và ngoài nước, đả kích đảng và nhà nước ta. Theo đường lối hoạt động đề ra từ đầu, bọn chúng lần lượt thành lập các "mật khu" Núi Bể (Bình Tuy), Sông Lạch (Đồng Nai), Cây Gáo (Đồng Nai) làm nơi tích trữ lương thực, vũ khí, tài liệu và huấn luyện quân sự. Bọn chúng còn móc nối với các tổ chức phản động ở nước ngoài và nhận hàng chục ngàn đô-la do các tổ chức này viện trợ thông qua các tên Trần Thắng Trí, Trần Thắng Chiến, Việt Kiều tại Pháp và Thụy Sĩ mang về nước để mua vũ khí và lương thực chuẩn bị hoạt động. Theo yêu cầu của bọn phản động lưu vong, bọn chúng đã chuẩn bị kế hoạch đốt rạp Bến Thành A để "gây tiếng vang", nhưng kế hoạch chưa thực hiện được thì từ năm 1982 đến 1984 bọn chúng đã lần lượt bị bắt.

Phiên tòa còn tiếp tục làm việc trong ngày 29 và 30/9.

V.K. Báo SGGP.

Amnesty International URGENT ACTION
INTERNATIONAL SECRETARIAT
1 Easton Street London WC 1X8DJ - United Kingdom
EXTERNAL (for general distribution)
AI Index: ASA 41/05/88
Distr: UA/SC
31 October 1988

Further information on UA 269/88 (ASA 41/04/88, 19 October)

- Death Penalty

SOCIALIST REPUBLIC OF VIET NAM: Thich Tue Sy, Buddhist monk

Thích Tri Sieu, Buddhist monk

Amnesty International has received further information concerning the trial of Thich Tue Sy and Thich Tri Sieu, two Buddhist monks reported as sentenced to death by the Supreme People's Court in Ho Chi Minh City between 28 and 30 September.

The Vietnamese Ambassador to the United Nations has informed Amnesty International that Thich Tue Sy and Thich Tri Sieu, both of whom are considered by Amnesty International to be prisoners of conscience, were sentenced to death by a court of first instance in Ho Chi Minh City and not by the Supreme People's Court as Amnesty International had understood. This mean that the two monks now have the right to appeal to the Supreme People's Court. Should their appeal be unsuccessful, they may then petition the Chairman of the Council of State to commute the death sentences.

While welcoming the fact that Thich Tue Sy and Thich Tri Sieu appear to have the right to appeal against the death sentences imposed on them, in accordane with international legal standards, Amnesty International remains opposed to the death penalty in all cases on the grounds that it is a violation of the right to life and the right not to be subjected to cruel, inhuman or degrading treatment punishment, as proclaimed in the Universal Declaration of Human Rights.

RECOMMENDED ACTION: Telegrams/telexes/express letters/airmail letters:

– seeking clarification of the nature of court by which Thich Tue Sy and Thich Tri Sieu were tried and the details of the allegations, charges and evidence against them:

– asking for clarification of the appeals process:

– stating Amnesty International's unconditional opposition to the death penalty, urging the goverment to commute these and all other death sentences and that no more be imposed

Telephone 01-833 1771 Telegrams: Amnesty London WC1 Telex: 28502

Amnesty International is an independent worldwide movement working for the international protection of human rights. It seeks the release of men and women detained anywhere because of their beliefs, color, sex, ethnic origin, language or religious creed, provided they have not used or advocated violence. These are termed prisoners of conscience. It works for fair and prompt trials for all political prisoners and works on behalf of such people detained without charge or trial. It opposed the death penalty and torture or other cruel, inhuman or degrading treatment or punishment of all advocacy.

APPEALS TO:

Vo Chi Cong

Do Muoi

Hoi Tich Hoi Dong Nha Nuoc Chu Tich Bo Truong

Hoi Dong Nha Nuoc

Hoi Dong Bo Truong

HA NOI HA NOI

Socialist Republic of Viet Nam

Socialist republic of Viet Nam

(Chairman of the Council of State) (Chairman of the Council of Misisters)

Telegrams: Vo Chi Cong, Chu tich,

Telegrams: Do Muoi, Chu tich,

Hoidongnhanuoc, Hanoi, Vietnam Hoidongbotruong, Hanoi, Vietnam.

Telexes for both officials: 4238 BNZ VT (Ministry of Foreign Affairs)

For the attention of ....

COPIES TO:

Pham Hung

Chanh an

Toa An Nhan Dan Toi Cao

HA NOI

Socialist Republic of Viet Nam

(Chief Justice of the Supreme People's Court)

and to diplomatic representatives of Viet Nam in your country.

PLEASE SEND APPEALS IMMEDIATELY. Check with the International Secretariat, or your section office, if sending appeals after November 1988.

EXTERNAL (for general distribution)

AI Index: ASA 41/04/88

Distr: UA/SC

UA 269/88 Death Penalty 19 October 1988

SOCIALIST REPUBLIC OF VIETNAM: Thich Tue Sy, Buddhist monk

Thich Tri Sieu, Buddhist monk

Amnesty International has received reports that two Buddhist monks, Thich Tue Sy and Thich Tri Sieu, were sentenced to death by Supreme People's Court between 28 and 30 September in Ho Chi Minh City. Amnesty International considers both to be prisoners of conscience.

Thich Tue Sy, whose secular name is Pham Van Thuong, and Thich Tri Sieu, whose secular name is Le Manh That, are among Vietnam's foremost Buddhist Scholars. They have been held in detention since April 1984 when they and ten other Buddhist monks and nuns were arrested at the Gia Lam and Van Hanh pagodas, and were accused of involment with the "Free Vietnam Force", although the nature of Buddhist links with this group have, to Amnesty International's knowledge, not been established. Several of those arrested have since been released. The government alleged the "Free Vietnam Force" was a counter-revolutionary organization based among Roman Catholics resettled in Dong Nai Province in 1954. During their trial, the two men were reportedly charged with creating a "counter-revolutionary organization called the Vietnam Human Rights Front and later the Free Vietnam Force". The government said the organization established secret bases in Southern Vietnam in the early 1980s where its members allegedly had stored weapons. However, to date Amnesty International has not received any information indicating that Thich Tue Sy and Thich Tri Sieu had been involved in any such activities or other acts involving the use or advocacy of violence.

During the September trial, two others, also alleged to be leaders of this group, Pham Van Ty and Ton That Ky, described as former officers of the Army of Republic of (South) Vietnam, were sentenced to life imprisonement. The other 17 people tried are said to have received prison terms of between four and fifteen years for alleged subversive activities. Following the announcement of the death sentences by Supreme People's Court, the only avenue of appeal available to Thich Tue Sy and Thich Tri Sieu appears to be to petition the Chairman of the Council of State to commute the death sentences.

Both Thich Tue Sy and Thich Tri Sieu are former members of the An Quang Buddhist sect. Before 1975, the sect attempted to mobilise the public by organizing peaceful protests against the war and against human rights violations committed by the government of the Republic of (South) Vietnam. Following the end of hostilities and the establishment of the Provisional Revolutionary Government (PRG) in 1975, the An Quang sect continued to denounce human rights violations by the PRG authorities and alleged that people were discriminated against on religious grounds. Since the formation of the Socialist Republic of Vietnam in 1976, the Vietnamese authorities have sought to bring all religious denominations under state control. The two most prominent leaders of the An Quang sect., Thich Quang Do and Thich Huyen Quang, were arrested in 1977 and upon release from detention were placed under house arrest in their native villages since 1982. In November 1981 the government forced the An Quang sect to dissolve and the government-sponsored Vietnam Buddhist Congregation (VBC) was founed as the sole Buddhist organization recornized by the government.

Amnesty International opposes the death penalty in all cases on the grounds that it is a violation of the right to life and the right not to be subjected cruel, inhuman or degrading treatment or punishment, as proclaimed in the Universal Declaration of Human Rights.

Article 6 of the International Covenant on Civil and Political Rights (ICCPR), to which Vietnam acceded in September 1982, specifies that anyone sentenced to death should have the right to seek pardon or commutation of the sentence. Resolution 35/172 of the United Nations General Assembly of 15 December 1980 also provides that no death sentence shall be carried out until the procedures of appeal and pardon have been terminated. Amnesty International is concerned that the two men be allowed full possibilities to appeal against their sentence and be permitted to seek pardon.

RECOMMENDED ACTION: Telegrams/express letters/airmail letters:

– expressing concern that Thich Tue Sy and Thich Tri Sieu have been sentences to death and urging that their sentences be commuted and that they be released immediately and unconditionally;

– urging the government to permit the accused the right to appeal and to seek pardon or commutation of sentences in accordance with Article 6 of the ICCPR and Resolution 35/172 of the United Nations;

- stating Amnesty International's unconditional opposition to the death penalty urging the government to commute all other death sentences and that no more be imposed.

APPEALS TO:

Vo Chi Cong

Do Muoi

Chu Tich Hoi Dong Nha Nuoc Chu Tich Bo Truong

Hoi Dong Nha Nuoc Hoi Dong Bo Truong

HA NOI HA NOI

Socialist Repbulic of Viet Nam

Socialist Republic of Viet Nam

(Chairman of the Council of State) (Chairman of the Council of Ministers)

Telegrams: Vo Chi Cong, Chutich Telegrams: Do Muoi, Chutich

Hoidongnhanuoc, Hanoi, Vietnam

Hoidongbotruong, Hanoi, Vietnam

COPIES TO:

- Pham Hung, Chanh An, Toa An Nhan Dan Toi Cao, HANOI Socialist Republic of Viet Nam

(Chief Justice of the Supreme People's Court)

and to diplomatic representatives of Viet Nam in your country.

PEASE SEND APPEALS IMMEDIATELY. Check with the International Secretariat, of your section office, if sending appeals after 20 November 1988.

BIOGRAPHICAL DATA

Name: Rev Thich Tri Sieu, born Le Manh That.

Date of birth: September 9, 1944

Place of birth: Quang Tri, Vietnam.

Education: BA, Ph. D., M.D.

Language ability: seven foreign languages.

Occupations: Professor, Van Hanh University, Saigon, Vietnam.

Publications:

– Chan Nguyen Toan Tap

– Vietnamese Buddhist Church during the French Occupation.

– Research article. (Printed in Hai Trieu Am, Van Hanh, Tin Tuong).

– A Fellow, Vietnamese Buddhist Encyclopedia.

Name: Rev Thich Tue Sy, born Pham Van Thuong.

Date of birth: April 8, 1943.

Place of birth: Pakse, Laos.

Education: Graduate, High Buddhist Learning Institute.

Language abilities: 6 foreign languages.

Occupations: Professor, Van Hanh University, Saigon, Vietnam.

Publications:

– Philosophy of Nagarjuna.

– Zen Buddhism.

– Schools of Buddhism.

– Research papers and articles (printed in Research Journals and magazines).

– A fellow, Vietnamese Buddhist Encyclopedia.

CIRCUMSTANCES SURROUNDING THE ARREST AND RECENT DEATH SENTENCES.

Rev. Thich Tue Sy and Thich Tri Sieu were arrested on April 2, 1984. While contingent of state police cordoning off the Go Vap, Gia Dinh area, a group of uniformed police entered the Gia Lam Pagoda at 498/11 Le Quang Dinh, Saigon, went up to Rev. Thich Tue Sy's room, arrested him and Rev. Thich Nguyen Giac and let them to a waiting police car, another police group surrounding Van Hanh Buddhist Institute at 716 Vo Di Nguy, Phu Nhuan, forced Rev. Thich Tri Sieu, Nun Thich Nu Tri Hai, Nun Thich Nu Hue Khuong and Rev. Thich Nhu Minh to a waiting van. On that day, few hours before, Ven. Thich Tri Thu, President of the Vietnamese Unified Buddhist Church, was taken away for interrogation. He was released in the evening and was taken back to Gia Lam Pagoda where he passed away few hours later. On April 13, 1988, Ven. Thich Thanh Tri, loyal disciple of Ven. Thich Tri Thu came to Saigon to attend Ven. Thich Tri Thu's funeral. He suddenly became sick, was taken to a government hospital where he died after injection.

After 1975 many Buddhist leaders had been subject to interrogation, imprisonment, internal exiles and death, typical examples are:

– On April 6, 1977, six leaders of Vietnamese Unified Buddhist Church were arrested, among them are Ven. Thich Huyen Quang, Deputy President and Ven. Thich Quang Do, Secretary General of the Buddhist Church.

– On April 13, 1978 Ven. Thich Thien Minh former President and Advisor of the Church was arrested. Six month later on October 17, 1978 he was murdered in jail and his corpse was taken to the Ham Tan forest, Binh Tuy Province

– On February 24, Ven. Thich Huyen Quang and Ven. Thich Quang Do were sent into exile at their native village at Binh Dinh and Thai Binh, "to prevent them from endangering the security and order of the city" (textual wordings of Decision 71/QD-UB of the government).

– Recently at the end of September (?) 1988, a communist court (?) at Ho Chi Minh (?) city passed death sentences against Rev. Thich Tri Sieu and Rev. Thich Tue Sy.

All that have happened to the Buddhist Church in particular to all religions, to artists, writers, intellectuals in Vietnam in general, manifest concretely the unchangeable policy of the communist government in Vietnam in their aim of destroying religions, of eradicing religious influences and in suppressing human rights in Vietnam.

Recent diplomatic, military and political tactics used abroad as well as economic measures at home are not sufficient to cover up their real intent and purpose that is to suppress any aspiration for human rights, to eradicate any consolation offered by religions which is fully illustrated by a sinister way of passing death sentences against two fragile, scholarly Monks Thich Tri Sieu and Thich Tue Sy.

BUDDHIST MONKS BROUGHT TO TRIAL: TWO SENTENCED TO DEATH

On Sept. 29, 1988 twenty one people, including a number of Buddhist monks, nuns and laypersons, were brought to trial before the Supreme Court in Ho Chi Minh City. Two of the monks, Thich Tue Sy and Thich Tri Sieu, were sentenced to death. The two monks were told they could file appeals within seven days (although this is questionable since they were apparently tried before the Supreme Court); a Buddhist nun who was sentenced, Nguyen Thi Nghia, was told she had 14 days to appeal the 14 year prison sentence given her.

Other prison sentences at the trial: Thich Nguyen Giac (A.K.A. Ho Khac Dung) and Le Dang Pha: 15 years. Chon Nguyen (A.K.A. Truong Tam Lac); Hoang Van Cuong and Ngo Van Bach: 10 years. Thai Ngoc Loi, Huynh Van Phuong and Tran Quang My: 7 years. Do Huu Cam: 6 years. Le Dinh

Nhien: 5 years. Thich Nu Tri Hai and Thich Nhu Minh: 4 ½ years, Thich Duc Nhuan 10 years.

Most of the monks and nuns listed above have been detained since April 1984, when police raided the Gia Lam and Van Hanh temples in Ho Chi Minh City. The sentences above were apparently applied retroactively, as the two sentenced to 4 ½ years, Thich Nu Tri Hai and Thich Nhu Minh, were released following the trial.

In Past "Urgent Action" notices prepared for the above monks and nuns, Amnesty International noted it received reports these peoples had been charged with involvement in the "Free Vietnam Force", described as an opposition group based among Catholics in Dong Nai Province. However, it said the nature of the Buddhist links with this group has not been established and that the monks and nuns arrested had not been involved in any used or advocacy of violence. Amnesty International has adopted all of the arrested monks and nuns as "priosners of conscience" and urged their release.

Sources: Amnesty International (London – Urgent Action notice forthcoming): Sister Cao Ngoc Phuong, Vietnamese Buddhist Peace Delegation, France.

THICH TUE SY AND THICH TRI SIEU

THICH TUE SY - Thich Tue Sy (secular name Pham Van Thuong), age 45, has been a Buddhist monk since the age of seven. He is a renowned scholar specializing in Nagarjuna, and is also knowwn as a poet and translator of Chinese Buddhist works into Vietnamese. Dozens of his works have been published as monographs. Before 1975, he was a professor of Buddhist Studies in Nha Trang (central Vietnam). He was never involved in any political activities. He is fluent in six different languages and regarded as the most brilliant of a young genaration of Buddhist monks in Vietnam.

Thich Tue Sy was first arrested on June 30, 1978 because he was not on the household list where he spent the previous night. He was detained in Phan Dang Luu jail until Feb. 12, 1980 when he was released

On April 2, 1984 he was arrested again when police raided the Van Hanh and Gia Lam temples in Ho Chi Minh City. The raids on these temples and the arrest of the 12 monks and nuns was particularly surprising because they were all close associates of the Venerable Thich Tri Thu, a leading monk who had agreed to take the position of president of a government–created organization, the Vietnam Buddhist Church. However, Thich Tri Thu was also brought in for interrogation on April 2, and died that evening after returning to his temple.

THICH TRI SIEU - Thich Tri Sieu (secular name Le Manh That), age 44, is also a highly regarded Buddhist monk and scholar. He is a former professor of history at Van Hanh University, and was a close associate of Thich Tri Thu. He is from Gia Lam temple in Ho Chi Minh City and was arrested when police raided the Gia Lam and Van Hanh temples on April 2, 1984.

Both monks have remained in jail since April 1984. Amnesty International reports the monks have been charged with involvement in the "Free Vietnam Force", described as an opposition group based among Catholics in Dong Nai Province. However, it says the nature of the Buddhist links with this group has not been established and that the monks and nuns arrested had not been involved in any use or advocacy of violence. It adopted all the arrested monks and nuns as "prisoners of conscience" (See Amnesty International "Urgent Action" notices, July 5, 1985; Sept 16, 1985; and April 30, 1986.)

There has been particular concern over the health of Thich Tue Sy, who was described by Vietnamese Buddhist sources in the spring of 1988 as being "like a skeleton, with long hair and a long beard." He was at the time detained at Phan Dang Luu jail in Ho Chi Minh City, and was allowed no visitors. Thich Tri Sieu was last known to be detained in Chi Hoa jail in Ho Chi Minh City.

ASSOCIATED PRESS REPORT ON THICH TUE SY AND THICH TRI SIEU (RETYPED FOR CLARITY) (NOV. 20, 1988)

Vietnam Commutes Death Penalty for two Buddhist Monks

CANBERRA, Australia (AP) - Vietnamese authorities have bowed to international appeals and commuted the death sentences of two Buddhist monks convicted of subversive activities and Australian government spokesman said today.

Authorities in Vietnam told Australia's ambassador in Hanoi on Friday that the sentences of philosopher and teacher Thich Tue Sy and scholar Thich Tri Sieu were commuted to 20 years in prison. The Foreign Ministry official said.

The two monks were condemned to death in October by the Ho Chi Minh City Court on charges they participated in subversive activities, the spokesman said on condition of anonymity.

The two monks were arrested in 1984 with 19 Buddhist scholars. The scholars received undisclosed terms of imprisonment. There were no details on what kind of subversive activities they were alleged to have undertaken.

The status of a third person also facing capital punishment in Vietnam, Tran Van Luong, was not known, the spokesman said.

He said Australia and other countries began making pleas to Vietnam after the death sentences were imposed. Australia opposes capital punishment.

AP-FX-11-20-88 2112PST

Thư của Thượng Tọa Thích Tuệ Sỹ viết từ trại giam Xuân Phước:

Kính gởi: Hòa Thượng Thích Huyền Quang,

Viện Trưởng Viện Hóa Đạo GHPGVNTN

Kính bạch Hòa Thượng,

Dưới sự kiểm soát và can thiệp trực tiếp vào các sinh hoạt nội bộ của Tăng già, Giáo hội Phật giáo Việt Nam (GH nhà nước) đang là công cụ đắc lực cho sách lược thống trị của những người Cộng sản Việt Nam. Sách lược đó đã từng được ông Nguyễn Văn Linh, nguyên Tổng Bí Thư Đảng Cộng sản Việt Nam vạch rõ. Phật Giáo Việt Nam là chỗ dựa cho những người Cộng sản Việt Nam làm cách mạng. Và đó cũng là sách lược mà Lénine đã chỉ thị: "Đảng phải thông qua tôn giáo để tập hợp quần chúng."

Trước tình trạng vong thân đó, chúng con vô cùng hoan hỷ được biết Hòa Thượng thay mặt Hội Đồng Lưỡng Viện quyết định triệu tập Đại Hội VIII Giáo Hội Phật Giáo Việt Nam Thống Nhất; kêu gọi toàn thể Tăng già và Phật tử hãy dâng hiến tâm tư và nguyện vọng của mình cho Đại hội VIII, bằng các tham luận, khảo cứu, hội thảo, tọa đàm... Đó là những Phật sự cần thiết; là thuận duyên để Phật tử Việt Nam bằng tiếng nói trung thực của chính mình xác định vị trí của Phật giáo Việt Nam trong lòng dân tộc và Nhân loại.

Chúng con mặc dù đang sống dưới sự giam cầm khắc nghiệt, nhưng bất chấp mọi nguy hiểm trực tiếp đe dọa tính mệnh, cố vượt mọi chướng ngại, kính trình lên Hòa Thượng và Chư tôn Trưởng Lão Hội Đồng Lưỡng Viện một số đề nghị sau đây, gọi là dâng cả tâm nguyện chí thành cho Đại Hội.

Đề nghị Đại Hội VIII sẽ tập trung thảo luận trên hai chủ đề chính:

1. Pháp lý tồn tại của Giáo Hội Phật Giáo Việt Nam Thống Nhất trong truyền thống dân tộc và trong cộng đồng thế giới.

2. Sứ mệnh hiện tại của Phật giáo Việt Nam trước sự sinh tồn và tiến bộ của dân tộc và trong nền văn minh dân chủ của nhân loại.

Để chuẩn bị đầy đủ cơ sở dữ kiện cho Đại Hội, xin đề nghị bốn điểm mà toàn thể Tăng già và Phật tử có thể tham gia thảo luận trong quá trình chuẩn bị Đại Hội:

1. Việc nhà nước chuẩn y và phong tặng các phẩm hàm Hòa Thượng và Thượng Tọa cho các Tỳ kheo và Tỳ kheo Ni là một xúc phạm đối với Giáo chế của Đức Phật được truyền thừa trong Luật tạng. Việc làm đó còn bộc lộ ý đồ rằng vị ngọt của Danh và Lợi biến một số Tỳ kheo và Tỳ kheo Ni biến chất phải trung thành với đảng Cộng sản Việt Nam hơn là lý tưởng phụng sự Chánh Pháp.

2. Luật điển Ba La Đề Mộc Xoa cấm các Tỳ kheo và Tỳ kheo Ni tham gia các cơ cấu quyền lực ; nói theo ngôn ngữ hiện đại, đó là các cơ cấu lập pháp, hành pháp và tư pháp. Một số vị đang là đại biểu Quốc hội. Các vị ấy như thế đang tự mình làm

môi giới nối dài cánh tay quyền lực lung lạc Giáo hội, khoa trương chính sách mị dân và củng cố chế độ độc tài đảng trị.

3. Nhà nước Cộng sản bằng cái gọi là Pháp chế Xã hội Chủ nghĩa đặt Giáo hội Phật giáo Việt Nam làm một thành viên của Mặt trận Tổ quốc Việt Nam. Như thế, chỉ công nhận Giáo hội tồn tại như một hội đoàn thế tục ngang hàng với các hội đoàn khác dưới quyền lãnh đạo của Mặt trận Tổ quốc Việt Nam. Về mặt pháp lý, Phật giáo Việt Nam đang bị đặt trở lại tình trạng pháp lý như Đạo dụ số 10 của chính quyền Tổng Thống Ngô Đình Diệm. Phật tử Việt Nam đã hy sinh thân mình để đốt cháy Đạo dụ ấy. Đó là nỗi đau của dân tộc và đạo pháp.

4. Bằng lý tưởng Tịnh độ dân gian, bằng giáo lý Phật tính bình đẳng, Phật tử Việt Nam bằng tinh thần hy sinh vô úy, khẳng định minh bạch sứ mệnh của mình trong thời đại văn minh dân chủ; Giáo hội phải nêu cao ngọn đuốc từ bi và trí tuệ, lãnh đạo Phật tử tiến tới và xây dựng một xã hội an lạc, bình đẳng và nhân ái.

Cầu nguyện Đại hội thành tựu viên mãn.

Kính chúc Hòa Thượng và Chư Tôn Trưởng Lão Hội Đồng Lưỡng Viện Pháp thể khinh an, chúng sanh dị độ.

Phật lịch 2537

Trại tù Xuân Phước ngày 15 tháng Giêng, 1994

Tuệ Sỹ

Kính bạch

Chương Bảy

THÀNH LẬP BAN VẬN ĐỘNG VÀ THỐNG NHẤT GHPGVNTNHN TẠI HOA KỲ, ÂU CHÂU VÀ CÁC QUỐC GIA TRÊN THẾ GIỚI

Sau biến cố 30/4/75, lưu vong ra hải ngoại, người Việt tị nạn hầu như có mặt khắp nơi trên thế giới, từ quốc gia Hoa Kỳ là nước tiếp nhận đông đảo người tị nạn, cho đến Gia Nã Đại, Úc, Pháp, Nhật Bản, Đức, Hòa Lan, Thụy Sĩ, Đan Mạch, Na Uy, Thụy Điển, Áo, Anh Quốc, Bỉ... Khi làn sóng người vượt biển càng ngày càng nhiều, đã mang theo quí Thầy đến định cư nơi đệ tam quốc gia, và cũng kể từ đó đạo Phật lần hồi lớn dần theo cuộc sống của người tị nạn, trên những phần đất tha hương này. Khi xưa, thời Phật Giáo mới du nhập vào Việt Nam, chư vị Pháp sư đã đi bằng những thương thuyền từ Ấn Độ. Các Ngài đã sống chung với những lái buôn, thương gia tơ lụa, vải bông, hòa mình trong cuộc sống, và lấy đó làm phương tiện để hoằng pháp. Trên những con tàu đánh cá của dân vùng biển, được tận dụng làm phương tiện đưa người trốn thoát chế độ Cộng sản, trong đó, quí Thầy được quí Phật tử giúp đỡ ra đi. Trong sự ra đi chẳng đặng đừng đó, có Thầy đã đến được bến bờ tự do, ngược lại, có Thầy cũng đã bỏ mình trên biển cả cùng hoàn cảnh với Phật tử. Những Thầy còn sống sót thì tiếp tục công cuộc hoằng pháp trong sứ mệnh thiêng liêng cao cả của ngày hôm nay. Còn quí Thầy đã bỏ mình nơi biển khơi, hay trong rừng sâu núi thẳm, âu cũng là hạnh nguyện độ sinh của quí Ngài, vì quí Ngài hòa mình chung nghiệp lực của chúng sinh, vì công hạnh của chư vị Bồ Tát, chỗ nào có đau thương, chỗ đó có bóng dáng từ hòa, hiền dịu, bằng đôi tay lân mẫn, bằng trái tim đầy ắp lòng từ của Bồ Tát, để đêm đêm quí Ngài vọng lên những lời kinh siêu độ nơi lòng biển sâu, hay trong núi thẳm cho các oan hồn uổng tử bỏ mình nơi đầu ghềnh, cuối bãi nghe những lời kinh siêu thoát, mà quay về nẻo thiện, tu tâm. Người chết đã có bổn phận với người chết; còn người sống thì sao? Người sống cũng đã chẳng ngừng gieo rắc hạt mầm giác ngộ, giải thoát đến muôn nơi; làm lợi nhuận tinh thần tu học cho người Phật tử tị nạn, xa quê hương, cũng như dóng lên tiếng chuông Đạo pháp ở xứ người hầu mong vọng về quê hương để xóa tan đi vết tích đau thương, nghiệt ngã do chế độ Cộng sản Việt Nam không ngừng đào sâu hầm hố chôn vùi dân tộc và Đạo pháp bao thập niên qua.

Trong những chuyến vượt thoát, quí Thầy đã cùng gặp nhau trên các quốc gia, để từ đó ra công vun bồi, trồng xới cây Phật Giáo ngày thêm lớn mạnh như hôm nay. Ra đi với hoài bão làm được điều gì cho dân tộc và Đạo pháp, trong khi quê hương vẫn ngổn ngang với những chứng tích điêu tàn, loang lổ. Dân tộc vẫn còn lầm than trong kiếp sống đọa đầy, tủi nhục, đói nghèo, thất học... Đạo pháp còn Pháp nạn, chư Tôn Giáo Phẩm, kẻ bị chết trong ngục tù, người bị lưu đày biệt xứ, thì nơi đây quí Thầy phải làm gì cho quê Mẹ, cho Giáo Hội Mẹ? Việc làm đó được chứng minh bằng hành động cụ thể, bằng tâm nguyện sắt son và tấm lòng trung trinh kiên định qua công cuộc vận động Thống Nhất Phật Giáo tại Hoa Kỳ, cũng như các quốc gia khác.

THỐNG NHẤT PHẬT GIÁO VIỆT NAM TẠI HOA KỲ

Vì nhu cầu cấp thiết, nhằm ổn định công tác Phật sự tại hải ngoại, và cũng là yểm trợ cho công cuộc tranh đấu bất bạo động của Giáo Hội Mẹ, đòi hỏi nhà cầm quyền Cộng sản Việt Nam thực thi chính sách tôn trọng tự do nhân quyền và tín ngưỡng, Tăng tín đồ hải ngoại đã thành lập Ban Vận động Thống Nhất Phật Giáo Việt Nam tại Hoa Kỳ. Từ đó làm bàn đạp đi lên, chư Tôn đức Tăng già và quí Đạo hữu Thiện tri thức đã nỗ lực ngày đêm không ngừng, bằng mọi khả năng, phương tiện, để tiến tới Đại hội Thống Nhất. Theo bản tường trình về kết quả Đại hội Thống Nhất Phật Giáo Việt Nam tại Hoa Kỳ, San Jose, California, vào các ngày 25, 26, và 27 tháng 09, 1992, Phật lịch 2536:

"Sau một thời gian dài sống lưu vong ngoài tổ quốc Việt Nam, nay tuân chỉ thông điệp ngày 31 tháng 10 năm 1991 của Hội Đồng Lưỡng Viện GHPGVNTN tại quê nhà, trong khuôn khổ Hiến chương Tu chính năm 1973 của GHPGVNTN, điều 36, qui định sự liên hệ giữa Giáo Hội tại quốc nội và hải ngoại, và cũng để đáp ứng nhu cầu hiện tại của Phật Giáo và dân tộc, Tăng, Ni và Phật Giáo đồ Việt Nam tại các quốc gia hải ngoại đã hội họp tại San Jose, California, Hoa Kỳ, vào các ngày 25, 26, 27 tháng 09, 1992, Phật lịch 2536. Thành phần tham dự gồm:

– Những Tu viện, Tự viện, Phật học viện, Niệm Phật đường, Tịnh xá, Tịnh thất, các đoàn thể tổ chức, các Hội Phật Giáo, các Ban Hướng dẫn Gia đình Phật tử, và quí Thiện Tri thức Phật tử.

– Có tất cả 86 phái đoàn, gồm 266 đại biểu chính thức, 55 đại biểu dự thính và 55 quan sát viên; tổng cộng là 376 đại biểu trong đó có 65 vị Tăng và 11 vị Ni (đặc biệt là có 4 phái đoàn từ Âu Châu, Úc Châu, Canada, và Nhật Bản).

Vì đại sự của quốc gia, Đạo pháp, vì hướng đi đích thực của các thế hệ nối tiếp, và là chứng nhân của lịch sử, Phật Giáo hải ngoại phải bước tới và thực sự đã bước tới thành quả của Đại Hội Thống Nhất. Từng đơn vị ở các tiểu bang xa xôi, từng ngôi Chùa, Tịnh thất, Tịnh xá, đã cùng nhau tề tựu về Đại Hội để thảo luận, đóng góp, và đứng trên lập trường xây dựng quốc gia dân tộc, hộ đạo giúp đời làm tiềm năng gìn giữ và yểm trợ cho Giáo Hội Mẹ, hầu mong tháo gỡ những khổ nạn đau thương mà Giáo Hội đang gặp phải. Do vậy, qua những ngày Đại Hội được thành tựu viên mãn, tất cả đại biểu đều đồng thanh quyết nghị Đại Hội Thống Nhất Phật Giáo Việt Nam tại Hoa Kỳ:

QUYẾT NGHỊ CỦA ĐẠI HỘI THỐNG NHẤT PHẬT GIÁO VIỆT NAM TẠI HOA KỲ

– Thi hành Hiến Chương Tu Chính năm 1973 của Giáo Hội Phật Giáo Việt Nam Thống Nhất, điều 36 qui định sự liên hệ giữa Giáo Hội tại quê nhà và tại hải ngoại:

– Tuân hành Thông Điệp ngày 31 tháng 10 năm 1991 của Hội Đồng Lưỡng Viện Giáo Hội Phật Giáo Việt Nam Thống Nhất;

– Để đáp ứng nhu cầu hiện tại ở hải ngoại và quê nhà trong liên hệ mật thiết giữa vận mệnh dân tộc và Phật Giáo, chúng tôi, tám mươi sáu phái đoàn đại diện các Tự viện, Tu viện, Phật học viện, Tịnh xá, Tịnh thất, Niệm Phật đường, Tổ chức, Hội đoàn Phật Giáo, các Ban Hướng Dẫn Gia Đình Phật tử gồm 376 đại biểu tham dự Đại Hội Thống Nhất Phật Giáo Việt Nam tại Hoa Kỳ vào các ngày 25, 26, 27 tháng 9 năm 1992 – Phật lịch 2536 – tại San Jose, California, Hoa Kỳ. Sau ba ngày hội họp, thảo luận trong tinh thần tích cực xây dựng với tâm thức khiêm cung lục hòa, Đại hội đồng thanh quyết nghị:

1. Thông qua và chấp thuận bản Qui Chế của Giáo Hội Phật Giáo Việt Nam Thống Nhất Hải Ngoại tại Hoa Kỳ, gồm 8 chương, 38 điều.

2. Chính thức thành lập Giáo Hội Phật Giáo Việt Nam Thống Nhất Hải Ngoại tại Hoa Kỳ theo đúng Qui Chế đã được chấp nhận: đặc biệt, để kiện toàn và phát triển Giáo Hội, bằng tất cả tâm thành trong ý hướng thống hợp, Đại Hội đã nhấn mạnh đến nguyên tắc không giới hạn số lượng Đại Biểu của Hội Đồng Đại Diện và số lượng thành viên của Giáo Hội trong tương lai.

3. Công cử thành phần nhân sự lãnh đạo các cơ cấu cho nhiệm kỳ đầu.

4. Long trọng xác nhận sự chính thống lãnh đạo của Giáo Hội Phật Giáo Việt Nam Thống Nhất tại quê nhà hiện do Hòa Thượng Thích Huyền Quang làm Quyền Viện Trưởng Viện Hóa Đạo, kiêm Xử lý Hội Đồng Lưỡng Viện là đại diện chân chính duy nhất cho toàn thể Tăng Tín đồ Phật Giáo Việt Nam, và là Giáo Hội Mẹ cho toàn thể Tăng, Ni và Phật tử Việt Nam tại hải ngoại; triệt để hậu thuẫn cho Giáo Hội Mẹ đó trong mọi công tác vừa Đạo vừa Đời; hậu thuẫn nghiêm chỉnh những đòi hỏi chính đáng của Hòa Thượng Thích Huyền Quang, Quyền Viện Trưởng Viện Hóa Đạo kiêm Xử lý Hội Đồng Lưỡng Viện đã gởi cho nhà cầm quyền Cộng sản Việt Nam đề ngày 25 tháng 6 năm 1992.

5. Kiện toàn và hệ thống hóa Tổ chức Phật Giáo Việt Nam ở hải ngoại trong tinh thần tăng trưởng huệ nghiệp cho Tăng, Ni, phát huy tín tâm, củng cố hạnh vô úy, kiên định tinh thần kỷ luật và phát triển tư tưởng bao dung, tiêu trừ thành kiến cố chấp cục bộ hẹp hòi trong hàng ngũ Phật tử.

6. Xúc tiến những đề án công tác tích cực hơn trong các lãnh vực Hoằng Pháp, xã hội, văn học, nghệ thuật, Cư sĩ, Thanh niên, Sinh viên và Gia Đình Phật tử.

7. Đại hội cũng đồng xác quyết quan niệm Phật Giáo là một thành phần của Cộng Đồng Dân Tộc, luôn luôn chủ trương Đạo và Đời đi đôi với nhau trong tinh thần hỗ tương hòa đồng với các tôn giáo bạn mà nhờ đó dân tộc Việt Nam đã trường tồn một cách oai hùng trong hàng nghìn năm lịch sử.

Làm tại San Jose, California, Hoa Kỳ ngày 27 tháng 9 năm 1992

Chủ tọa đoàn:
Hòa Thượng Thích Hộ Giác
Thượng Tọa Thích Chánh Lạc
Thượng Tọa Thích Thích Đức Niệm
Thượng Tọa Thích Thắng Hoan
Thượng Tọa Thích Thiện Trì
Thượng Tọa Thích Giác Lượng
Pháp sư Thích Giác Đức
(Đồng ký tên)

Giáo Hội Phật Giáo Việt Nam Thống Nhất Hải ngoại tại Hoa Kỳ được thành lập và thành tựu trong ý niệm đoàn kết. Đây là Đại hội Thống Nhất Phật Giáo Việt Nam đầu tiên được hình thành và thành công rực rỡ trong ý niệm hộ pháp của người con Phật, để từ đó Giáo Hội có một thế đứng quốc gia cũng như quốc tế. Qua Thông Cáo Đặc Biệt, đã minh định tầm vóc và thế đứng của Giáo Hội:

"Hội đồng Điều hành của Giáo Hội Phật Giáo Việt Nam Thống Nhất Hải ngoại tại Hoa Kỳ vừa nhận được quyết định số 27–VPLV–VHĐ đề ngày 10/12/1992 do Hòa Thượng Thích Huyền Quang, quyền Viện trưởng Viện Hóa Đạo, thay mặt Hội đồng Lưỡng viện Giáo Hội Phật Giáo Việt Nam Thống Nhất (GHPGVNTN) trong nước ký, công nhận Giáo Hội Phật Giáo

Việt Nam Thống Nhất Hải ngoại tại Hoa Kỳ (GHPGVNTNHN-HK) được thành lập qua Đại Hội Thống Nhất Phật Giáo Việt Nam tại Hoa Kỳ trong tháng 9 năm 1992 tại San Jose, California "có địa vị như một Giáo Hội cấp Quốc Gia, nhưng có tư cách Đại diện Toàn quyền Giáo Hội Phật Giáo Việt Nam Thống Nhất quốc nội trong thời gian không hạn định" (Điều 3) và,"Văn phòng Giáo Hội Phật Giáo Việt Nam Thống Nhất Hải ngoại tại Hoa Kỳ cấp Liên bang được coi như Văn phòng II Viện Hóa Đạo GHPGVNTN quốc nội" (Điều 5).

Được sự bảo trợ và Ấn chứng của Giáo Hội Mẹ, Giáo Hội Phật Giáo Việt Nam Thống Nhất tại Hoa Kỳ đã trở thành Giáo Hội hợp pháp hợp Hiến có địa vị quốc tế, từ đó trong công cuộc phục hồi Giáo Hội Thống Nhất tại quê nhà, cũng như trên tiến trình đấu tranh bất bạo động, đòi hỏi nhà cầm quyền Cộng sản Việt Nam giải quyết những vấn đề tự do nhân quyền, tín ngưỡng, những tù nhân chính trị, lương tâm, cùng Chư Tôn Đức đã bị giam giữ sau 30/04/1975 đến nay, không hề xét xử, một cách công minh, và nhất là nhị vị Hòa Thượng Huyền Quang, Quảng Độ, dường như biệt lưu vô thời hạn, cách ly với thế giới bên ngoài, cắt đứt mọi giao tiếp với cộng đồng Phật tử, không được người thăm nuôi, thuốc men khi đau ốm. Từ đó, bằng tính cách khả thi, GHPGVNTNHN-HK đã thi hành trách vụ của mình trong thời gian qua với tâm lực, vận động quốc tế, các giới chức Liên Hiệp Quốc, Hội Ân Xá Quốc Tế, Quốc Hội Hoa Kỳ, Bộ Ngoại Giao Hoa Kỳ, các cơ quan nhân quyền Asia Watch, Institute for Asian Democracy, Puebla Institute... để tiếp tay khẳng định quyền làm người, tự do trên mọi lãnh vực của dân tộc Việt Nam, và giải trừ những khổ nạn mà các tù nhân còn cưu mang không biết đến bao giờ mới chấm dứt.

Qua việc làm cụ thể, được chứng minh bằng những thông tư, thông cáo, nghị quyết, khẩn điện, tâm thư...

GIÁO HỘI PHẬT GIÁO VIỆT NAM THỐNG NHẤT HẢI NGOẠI TẠI HOA KỲ

KHẨN ĐIỆN

Kính gởi: Ông Võ Văn Kiệt, Thủ tướng Nước Cộng Hòa Xã Hội Chủ Nghĩa Việt Nam

Thưa Thủ Tướng:

Chúng tôi vừa nhận được khẩn báo từ Việt Nam cho biết: Ngày 04 tháng 01 năm 1995, công an thành phố Hồ Chí Minh đã bao vây, lục soát và bắt giam Hòa Thượng Thích Quảng Độ, Tổng Thư Ký Viện Hóa Đạo. Trước đó, ngày 29 tháng 12 năm 1994, Hòa Thượng Thích Huyền Quang, Quyền Viện Trưởng Viện Hóa Đạo kiêm xử lý Hội Đồng Lưỡng Viện Giáo Hội Phật Giáo Việt Nam Thống Nhất, đã bị công an tỉnh Quảng Ngãi áp giải ra khỏi chùa Hội Phước để mang đi giam giữ tại một nơi khác. Cùng lúc, công an tỉnh Quảng Ngãi còn lục soát, tịch thu và mang đi khuôn dấu Viện Hóa Đạo, tài liệu văn phòng và đồ đạc riêng của Hòa Thượng.

Biến cố trên đây đã xảy ra tiếp theo sau một loạt những hành động ngăn cản công cuộc cứu trợ của Giáo Hội Phật Giáo Việt Nam Thống Nhất đối với gần 500 ngàn đồng bào nạn nhân bão lụt đồng bằng sông Cửu Long bao gồm việc tịch thu phẩm vật cứu trợ và giam giữ trái phép những người hướng dẫn đoàn cứu trợ như các Thượng Tọa, Đại Đức Không Tánh, Nhật Ban, Trí Lực và hai Phật tử Nhật Thường, Đồng Ngọc tại thành phố Hồ Chí Minh dẫn đến cuộc tuyệt thực bắt đầu từ ngày 27 tháng 12 năm 1994 của Hòa Thượng Thích Huyền Quang tại chùa Hội Phước, Quảng Ngãi.

Những diễn biến trên đây đã, một lần nữa, chứng tỏ rằng nhà nước Cộng hòa Xã Hội Chủ nghĩa Việt Nam dưới quyền lãnh đạo của Thủ tướng:

1. Vẫn duy trì chính sách thù nghịch đối với Giáo Hội Phật Giáo Việt Nam Thống Nhất, một Giáo Hội vốn có truyền thống lâu dài gắn bó với sự thăng trầm, hưng thịnh của dân tộc. Chính sách thù nghịch này, đã trái nghịch với chủ trương đã được công bố của Thủ tướng là xóa bỏ hận thù, cùng hướng về tương lai để xây dựng và phát triển đất nước;

2. Vẫn tiếp tục vi phạm nghiêm trọng quyền tự do tôn giáo và quyền bất khả xâm phạm về thân thể, vốn đã được qui định trong bản Hiến Pháp của nhà nước Cộng hòa Xã hội Chủ nghĩa Việt Nam cũng như trong bản Tuyên Ngôn Quốc Tế Nhân Quyền.

Thưa Thủ tướng,

Trong niềm hy vọng đất nước và dân tộc được phát triển và hạnh phúc, chúng tôi cực lực phản đối những chủ trương và hành động đi ngược lại luật pháp nêu trên mà hậu quả chỉ tạo thêm bất ổn xã hội đồng thời yêu cầu Thủ tướng hãy ra lệnh:

1. Trả tự do tức khắc và vô điều kiện cho Hòa Thượng Thích Huyền Quang và Hòa Thượng Thích Quảng Độ cũng như các Tu sĩ và Phật tử bị giam giữ vì công cuộc cứu trợ đồng bào nạn nhân bão lụt nêu trên;

2. Chấm dứt chính sách thù nghịch đối với Giáo Hội Phật Giáo Việt Nam Thống Nhất, để Phật Giáo Việt Nam tự giải quyết những vấn đề nội bộ hầu có thể đóng góp vào công cuộc xây dựng và phát triển đất nước.

Trong khi chờ đợi sự trả lời và giải quyết của Thủ tướng, chúng tôi khẳng định rằng nhà nước Cộng hòa Xã hội Chủ nghĩa Việt Nam hoàn toàn chịu trách nhiệm về sinh mệnh của Hòa Thượng Thích Huyền Quang và Hòa Thượng Thích Quảng Độ.

Trân trọng kính chào Thủ tướng.

Ngày 10 tháng 01 năm 1995

Đồng ký tên:

– Hòa Thượng Thích Tâm Châu: Nguyên Viện Trưởng Viện Hóa Đạo GHPGVNTN

– Hòa Thượng Thích Tắc Phước: Nguyên Tổng Vụ Trưởng Tổng Vụ Tăng Sự GHPGVNTN

– Hòa Thượng Thích Huyền Vi: Nguyên Tổng Vụ Trưởng Tổng Vụ Hoằng Pháp GHPGVNTN

– Hòa Thượng Thích Thiền Định: Nguyên Tổng Vụ Trưởng Tổng Vụ Kiến Thiết và Tài Chánh GHPGVNTN

– Hòa Thượng Thích Hộ Giác: Nguyên Tổng Vụ Trưởng Tổng Vụ Xã Hội GHPGVNTN

– Hòa Thượng Thích Giác Nhiên: Pháp Chủ Tăng Già Khất Sĩ Việt Nam Trên Thế Giới

– Hòa Thượng Thích Mãn Giác: Nguyên Tổng Vụ Trưởng Tổng Vụ Văn Hóa GHPGVNTN

– Pháp Sư Niên Trưởng Thích Giác Đức: Nguyên Tổng Vụ Trưởng Tổng Vụ Thanh Niên GHPGVNTN

Chư Tăng Ni tại Hoa Kỳ: Hòa Thượng Thích Chánh Lạc, Hòa Thượng Thích Thuyền Ấn, Hòa Thượng Thích Đức Niệm, Hòa Thượng Thích Thắng Hoan, Hòa Thượng Thích Trí Chơn, Thượng Tọa Thích Chơn Thành, Thượng Tọa Thích Thiện

Trì, Thượng Tọa Thích Tịnh Từ, Thượng Tọa Thích Minh Đạt, Thượng Tọa Thích Tín Nghĩa, Thượng Tọa Thích Giác Lượng, Thượng Tọa Thích Minh Tuyên, Thượng Tọa Thích Nguyên Trí, Thượng Tọa Thích Viên Lý, Thượng Tọa Thích Phước Thuận, Thượng Tọa Thích Giác Chân, Thượng Tọa Thích Quảng Thanh, Thượng Tọa Thích Nguyên An, Thượng Tọa Thích Huyền Việt, Thượng Tọa Thích Trí Tuệ, Đại Đức Thích Chơn Trí, Đại Đức Thích Minh Dung, Đại Đức Thích Vân Đàm, Đại Đức Thích Minh Hồi, Đại Đức Thích Hạnh Tuấn, Đại Đức Thích Tâm Tưởng, Đại Đức Thích Giác Đẳng, Đại Đức Thích Từ Lực, Đại Đức Thích Minh Hạnh, Đại Đức Thích Tâm Quang, Ni Sư Thích Nữ Giác Hương, Ni Sư Thích Nữ Diệu Từ, Ni Sư Thích Nữ Như Nguyện, Ni Sư Thích Nữ Nguyên Thanh, Ni Sư Thích Nữ Liên Chi, Ni Sư Thích Nữ Hạnh Thanh, Sư Cô Thích Nữ Tịnh Thường.

Chư Tăng Ni tại Canada: Thượng Tọa Thích Thiện Nghị, Thượng Tọa Thích Thiện Tâm, Thượng Tọa Thích Thiện Quang, Thượng Tọa Thích Minh Thông, Đại Đức Thích Trí Thành, Đại Đức Thích Viên Diệu, Đại Đức Thích Trường Phước, Đại Đức Thích Bổn Đạt, Đại Đức Thích Hạnh Cần, Đại Đức Thích Tâm Hoàn, Đại Đức Thích Trí Dũng, Đại Đức Thích Tâm Hòa, Đại Đức Thích Nhật Quán, Đại Đức Thích Nguyên Lạc, Đại Đức Thích Nhật Trí, Đại Đức Thích Tâm Đăng, Đại Đức Thích Viên Giác, Đại Đức Thích Minh Hậu, Đại Đức Thích Chơn Toàn, Đại Đức Thích Quảng Duệ, Đại Đức Thích Pháp Chơn, Đại Đức Thích Kiến Hòa, Đại Đức Thích Nguyên Thảo, Đại Đức Thích Pháp Lạc, Đại Đức Thích Pháp Hòa, Đại Đức Thích Pháp An, Đại Đức Thích Minh Phước, Đại Đức Thích Huệ Thành, Đại Đức Thích Giác Mãn, Đại Đức Thích Giác Nhi, Đại Đức Thích Pháp Ấn, Đại Đức Thích Minh Đạo, Sư Cô Thích Nữ Tịnh Thủy, Sư Cô Thích Nữ Bảo Quang, Sư Cô Thích Nữ Chơn Thành, Sư Cô Thích Nữ Huệ Cảnh, Sư Cô Thích Nữ Pháp Hiển, Sư Cô Thích Nữ Giác Hoa, Sư Cô Thích Nữ Huệ Thuận, Sư Cô Thích Nữ Pháp Tịnh, Sư Cô Thích Nữ Như Ngọc, Sư Cô Thích Nữ Huệ Đài, Sư Cô Thích Nữ Chơn Từ, Sư Cô Thích Nữ Thanh Yên, Sư Cô Thích Nữ Chủng Hiền.

Chư Tăng Ni tại Âu Châu: Thượng Tọa Thích Minh Tâm, Thượng Tọa Thích Như Điển, Thượng Tọa Thích Tánh Thiệt, Thượng Tọa Thích Quảng Bình, Thượng Tọa Thích Trí

Minh, Thượng Tọa Thích Nhất Chân, Thượng Tọa Thích Thiện Huệ, Đại Đức Thích Quảng Hiền, Đại Đức Thích Minh Giác, Đại Đức Thích Thông Trí, Đại Đức Thích Giác Thanh, Đại Đức Thích An Chí, Đại Đức Thích Lệ Nguyên, Đại Đức Thích Thanh Khánh, Đại Đức Thích Chúc Thuận, Đại Đức Thích Quảng Đạo, Đại Đức Thích Minh Tánh, Sư Bà Thích Nữ Như Tuấn, Ni Sư Thích Nữ Diệu Tâm, Sư Cô Thích Nữ Như Minh, Sư Cô Thích Nữ Diệu Trạm.

Chư Tăng Ni tại Úc Châu: Thượng Tọa Thích Như Huệ, Thượng Tọa Thích Bảo Lạc, Thượng Tọa Thích Quảng Ba, Đại Đức Thích Bổn Điền, Đại Đức Thích Nhật Tân, Đại Đức Thích Tâm Phương, Đại Đức Thích Tịnh Minh, Đại Đức Thích Trường Sanh, Sư Cô Thích Nữ Minh Thành, Sư Cô Thích Nữ Quảng Như.

Chư Tăng Ni tại Nhật Bản: Thượng Tọa Thích Chơn Lễ, Đại Đức Thích Giác Minh.

Máu chảy ruột mềm, Tăng tín đồ Phật Giáo Việt Nam tại hải ngoại cùng đau chung cái đau của dân tộc, Đạo pháp. Từ hải ngoại vọng nhìn về quê hương đang bị che phủ một lớp mây mù dầy đặc, đắm chìm trong khói lửa, tang thương. Tang thương một giải đất gầy guộc, khô cằn, một dân tộc nghèo đói; giờ lại càng nghèo đói hơn. Đạo pháp bị nhiễu nhương, qua bao cơn pháp nạn giờ lại tiếp tục bi lụy, tan hoang hơn nữa. Hai hình ảnh Hòa Thượng Huyền Quang, Hòa Thượng Quảng Độ, hay toàn thể hình ảnh của GHPGVNTN như chiếc y Tăng già lê bị rách tả tơi, rơi rớt từng mảnh vụn, khắp ba miền đất nước. Một nỗi lầm than, cơ cực, đọa đày mà bao nhiêu chư vị Thiền đức, tín đồ đã phải hứng chịu. Bằng cái nhìn của người đồng đạo, bằng cái bi thiết của lương tri chủng tộc, hay sứ mệnh thiêng liêng tất yếu, Hòa Thượng Thích Hộ Giác, Chủ tịch Hội đồng Điều hành đã ra tuyên cáo như sau:

GIÁO HỘI PHẬT GIÁO VIỆT NAM THỐNG NHẤT HẢI NGOẠI – HOA KỲ

HỘI ĐỒNG ĐIỀU HÀNH

424 Ramona Avenue, Monterey Park, CA 91754, U.S.A.

TUYÊN CÁO

Vào ngày 15 tháng 8 năm 1995, nhà nước Cộng hòa xã hội chủ nghĩa Việt Nam đã mở phiên tòa xử kín tại Tòa án Nhân dân thành phố Hồ Chí Minh và đã độc quyền tuyên án như sau:

– Hòa Thượng Thích Quảng Độ: 5 năm tù,

– Thượng Tọa Thích Không Tánh: 5 năm tù,

– Thượng Tọa Thích Nhật Ban: 4 năm tù,

– Đại Đức Thích Trí Lực: 2½ năm tù,

– Nam cư sĩ Nhật Thường (Phạm Văn Xua): 3 năm tù,

và

– Nữ cư sĩ Đồng Ngọc (Nguyễn Thị Em): 2 năm tù treo.

Tất cả đều bị kết án "phá hoại chính sách đoàn kết tôn giáo của chính quyền" và "lợi dụng tự do và dân chủ xâm phạm quyền lợi nhà nước".

Qua sự kiện trên, Giáo Hội Phật Giáo Việt Nam Thống nhất Hải ngoại tại Hoa Kỳ (GHPGVNTNHN-HK) và Văn Phòng II Viện Hóa Đạo nhận định:

1. Nhà nước Cộng hòa Xã hội Chủ nghĩa Việt Nam từ trên hai mươi năm nay vẫn tiếp tục chính sách thù nghịch và tiêu diệt các tôn giáo nói chung và Phật Giáo Việt Nam nói riêng mặc dù chính quyền đã không ngừng hô hào cởi mở, đoàn kết, xóa bỏ hận thù để cùng nhau xây dựng đất nước. Suốt trên hai thập niên qua, chính quyền đã không ngừng thực thi các chính sách thâm độc đối với Phật Giáo Việt Nam như dựng lên Giáo Hội Phật Giáo Việt Nam để phân hóa nội bộ của Phật Giáo, chiếm đoạt các cơ sở văn hóa, giáo dục, tín ngưỡng, và từ thiện xã hội của GHPGVNTN; đàn áp, bắt bớ, tù tội và bức tử các Tăng, Ni và Phật tử; ngăn cấm sự truyền đạo, hành đạo và phổ biến các tài liệu kinh điển của Phật Giáo.

2. Nhà nước Cộng hòa Xã hội Chủ nghĩa Việt Nam đã kết án quý Hòa Thượng, Thượng Tọa, Đại Đức và chư Phật tử là "phá hoại chính sách đoàn kết tôn giáo của chính quyền". Nhưng trên thực tế, chư Tôn Đức Tăng Ni và Phật tử chỉ yêu cầu nhà nước trả lại quyền sinh hoạt bình thường cho GHPGVNTN để Giáo Hội có cơ duyên hoằng dương Chánh pháp và góp phần vào việc xây dựng đất nước, giải thoát khổ đau cho con người và xã hội. GHPGVNTN từ trước đến nay vẫn đi theo tôn chỉ hóa giải hận thù, triền phược và góp phần xây dựng sự thức giác toàn diện cho dân tộc. Trong suốt quá trình hành đạo, chư Tăng

Ni và Phật tử thuộc GHPGVNTN luôn luôn giữ đúng tinh thần từ, bi, hỷ, xả, trí tuệ, nhẫn nhục và bất bạo động là những phương châm nòng cốt hướng đạo cho mọi hành hoạt của người con Phật. Ngược lại, chính nhà nước Cộng hòa Xã hội Chủ nghĩa Việt Nam đã thực hiện chính sách sâu độc nhằm chia rẽ và phân hóa sức mạnh đoàn kết của các tôn giáo trong mục đích chia để trị của chính quyền.

3. Nhà nước Cộng hòa Xã hội Chủ nghĩa Việt Nam đã kết án quý Hòa Thượng, Thượng Tọa, Đại Đức và chư Phật tử là "lợi dụng tự do và dân chủ xâm phạm quyền lợi nhà nước". Nhưng, qua phiên tòa xử quý Tôn Đức và chư Phật tử vừa rồi, chính quyền đã không cho các bị cáo được quyền tự do biện hộ hay chọn luật sư biện hộ, không cho các cơ quan truyền thông, báo chí quốc tế, và quần chúng tham dự. Pháp đình là nơi đặc trưng cao nhất cho tinh thần thượng tôn pháp luật, nhưng nhà cầm quyền Việt Nam đã không giữ đúng quy tắc căn bản tự do, dân chủ và nhân quyền vốn đã được ghi trong Bản Tuyên Ngôn Quốc Tế Nhân Quyền mà chính nhà nước Cộng hòa Xã hội Chủ nghĩa Việt Nam đã cam kết tôn trọng. Đây chính là sự vi phạm trầm trọng nhất của nhà đương cục Việt Nam đối với quyền tự do, dân chủ và quyền làm người của mọi công dân. Chư Tôn Đức và quý Phật tử chỉ vì thương dân thương nước trong cảnh bần hàn điêu linh mà thực hiện công cuộc cứu trợ bão lụt ở đồng bằng sông Cửu Long, hoặc gửi văn thư và bản nhận định chân thành lên nhà nước hầu mong những vị lãnh đạo đất nước sớm tỉnh ngộ để cho dân giàu nước mạnh. Chỉ vì lòng nhân đạo và ý thức sứ mệnh đối với đồng bào và đất nước mà bị kết án tù thì bản án đó chính là bản án kết tội lương tâm của dân tộc và lương tri của loài người.

4. Nhà nước Cộng hòa Xã hội Chủ nghĩa Việt Nam đã gọi vụ xét xử quý Hòa Thượng, Thượng Tọa, Đại Đức và chư Phật tử là "Vụ án Đặng Phúc Tuệ và đồng bọn". Chính quyền còn không cho chư Tôn Đức mặc y phục Tu sĩ lúc ra tòa. Khi thực hiện các điều này, nhà cầm quyền Việt Nam nhằm che mắt và đánh lừa công luận rằng vụ án này chỉ là một vụ án hình sự thông thường dành cho những công dân phạm tội. Tuy nhiên, qua đó, nhà nước Việt Nam đã cho công luận thấy rõ được bản chất không tôn trọng tự do tôn giáo, không tôn trọng phẩm trật

đạo hạnh trong tôn giáo, không tôn trọng những bậc chân tu và mẫu mực đạo đức mà quần chúng và tín đồ quy ngưỡng. Đây chính là một bản án kết tội truyền thống đạo đức và luân lý cao đẹp của dân tộc Việt Nam.

5. Nhà nước Cộng hòa Xã hội Chủ nghĩa Việt Nam còn đe dọa sẽ đưa Hòa Thượng Thích Huyền Quang, Quyền Viện Trưởng Viện Hóa Đạo, và Thượng Tọa Thích Long Trí, Chánh Văn Phòng Viện Hóa Đạo, ra xét xử tại một tòa án ở Quảng Nam, Quảng Ngãi, nơi hai vị lãnh đạo của Giáo Hội đang bị giam giữ.

6. Qua vụ xử án quý Hòa Thượng, Thượng Tọa, Đại Đức và chư Phật tử thuộc GHPGVNTN một cách bất công và phi pháp vừa rồi, nhà nước Cộng hòa Xã hội Chủ nghĩa Việt Nam đã thật sự xúc phạm đến công lý và lương tri của nhân loại, đã tuyên chiến với khối đại đoàn kết dân tộc nói chung và tuyên chiến với toàn thể Phật tử Việt Nam nói riêng.

Trước thảm trạng đau thương này, Giáo Hội Phật Giáo Việt Nam Thống Nhất Hải ngoại tại Hoa Kỳ và Văn Phòng II Viện Hóa Đạo long trọng tuyên cáo:

1. Yêu cầu nhà nước Cộng hòa Xã hội Chủ nghĩa Việt Nam tức khắc thu hồi bản án và trả tự do cho quý Hòa Thượng, Thượng Tọa, Đại Đức và chư Phật tử vừa bị kết án.

2. Yêu cầu nhà nước Cộng hòa Xã hội Chủ nghĩa Việt Nam chấm dứt ngay âm mưu xét xử Hòa Thượng Thích Huyền Quang và Thượng Tọa Thích Long Trí và trả tự do tức khắc và vô điều kiện cho Hòa Thượng Thích Huyền Quang và Thượng Tọa Thích Long Trí.

3. Yêu cầu nhà nước Cộng hòa Xã hội Chủ nghĩa Việt Nam triệt để tôn trọng các quyền tự do căn bản trong đó có quyền tự do tôn giáo của người dân.

4. Yêu cầu nhà nước Cộng hòa Xã hội Chủ nghĩa Việt Nam chấm dứt việc can thiệp vào nội bộ các tôn giáo và chấm dứt mọi ngăn cấm, đàn áp đối với sự sinh hoạt bình thường của GHPGVNTN.

5. Yêu cầu nhà nước Cộng hòa Xã hội Chủ nghĩa Việt Nam trả tự do cho tất cả các tu sĩ và tín đồ các tôn giáo đã bị giam giữ từ bấy lâu nay, cũng như các tù nhân lương tâm trên toàn cõi Việt Nam.

6. Khẩn thiết kêu gọi Liên Hiệp Quốc, Hội Ân Xá Quốc Tế, các cơ quan Nhân Quyền Quốc Tế, các Tôn giáo, các Chính phủ, các nhà Lập pháp và các chính khách trên thế giới, các đoàn thể, các hội đoàn, các cơ quan ngôn luận, truyền thông, báo chí và toàn thể người Việt Quốc gia tại Hải ngoại hãy tích cực vận động và can thiệp với nhà nước Cộng hòa Xã hội Chủ nghĩa Việt Nam để thu hồi bản án, trả tự do tức khắc cho những vị vừa bị kết án và phục hồi nhân quyền, tự do, dân chủ cho dân tộc Việt Nam.

Làm tại Monterey Park, ngày 23 tháng 8 năm 1995
Chủ Tịch Hội Đồng Điều Hành
Hòa Thượng Thích Hộ Giác
(Ấn ký)

Vẫn chưa đủ, lương tri của người Cộng sản còn u tù, lặn hụp trong ảo tưởng "thiên đường xã hội chủ nghĩa", không thấy được một thế giới văn minh trong tinh thần tương thân, tương tồn của xã hội hôm nay qua ngưỡng cửa tự do, công lý, tôn trọng sự độc lập và chủ quyền của từng quốc gia dân tộc, để lấy đó làm chất liệu nuôi sống giữa người với người. Hòa Thượng Thích Hộ Giác đã gởi thư cho Tổng Thống Hoa Kỳ về vấn đề bang giao giữa Hoa Kỳ và xã hội Cộng sản Việt Nam, hãy xét lại tình trạng nhân quyền, và tín ngưỡng tôn giáo:

GIÁO HỘI PHẬT GIÁO VIỆT NAM THỐNG NHẤT HẢI NGOẠI - HOA KỲ
HỘI ĐỒNG ĐIỀU HÀNH
Ngày 4 tháng 8 năm 1994
Kính gởi: Tổng Thống Bill Clinton
Kính thưa Tổng Thống:

Thế giới ngày nay, các quốc gia càng ngày càng xích lại gần nhau hơn để cộng tồn và cộng phát. Chiến tranh vũ lực và thù hận không còn là điểm nóng của thời đại. Thay vào đó, đối thoại, cảm thông và nhân quyền là những ước lệ quan trọng để khởi đầu cho những quan hệ giữa các quốc gia. Chính phủ của Tổng Thống cũng đang đặt vấn đề nhân quyền đi đôi trong sự quan hệ mậu dịch với các quốc gia.

Chiều hướng bang giao và mậu dịch giữa Hoa Kỳ và Việt Nam ngày một xích gần và phát triển nhưng tình trạng nhân quyền ở Việt Nam càng ngày càng tồi tệ. Điển hình, trong năm qua nhà nước Cộng sản Việt Nam đã bắt giam và kết án nhiều năm tù cho năm Đại Đức Phật Giáo, vẫn còn giam giữ, quản thúc những nhà lãnh đạo Phật Giáo từ năm 1982 tới nay, cũng như nhốt nhiều tù nhân lương tâm;

Với tình trạng nhân quyền đang bị đàn áp hiện nay tại Việt Nam, chúng tôi tha thiết kêu gọi Tổng Thống và Chính phủ Hoa Kỳ hãy đặt nặng vấn đề nhân quyền trong quan hệ mậu dịch và bang giao với Việt Nam. Cụ thể, đòi hỏi Việt Nam phải:

1. Chấm dứt mọi đàn áp đối với Giáo Hội Phật Giáo Việt Nam Thống Nhất, một Giáo Hội Truyền Thống của Phật Giáo Việt Nam, và để Giáo Hội này được tái sinh hoạt trong thuần túy tôn giáo;

2. Trả tự do cho các nhà lãnh đạo Phật Giáo đang bị quản thúc và ngồi tù: Chư Hòa Thượng Thích Huyền Quang, Thích Quảng Độ, chư Thượng Tọa Thích Tuệ Sỹ, Thích Trí Siêu, Thích Trí Tựu, Thích Hạnh Đức, chư Đại Đức Thích Hải Tạng, Thích Hải Thịnh, Thích Hải Chánh;

3. Trả tự do cho các tù nhân lương tâm như Đoàn Viết Hoạt, Lý Tống, Nguyễn Đan Quế...

Chúng tôi hoàn toàn ủng hộ và tin tưởng vào chính sách quan hệ với Việt Nam đầy sáng suốt của Tổng Thống, trong đó nhân quyền được đặt như một điều kiện. Thành thật cảm ơn Tổng Thống và xin Tổng Thống quan tâm đến vấn đề Phật Giáo đang bị đàn áp tại Việt Nam.

Trân trọng,

Hòa Thượng Thích Hộ Giác

Chủ tịch Hội Đồng Điều Hành GHPGVNTN

Tiếp nối công cuộc đấu tranh, kết hợp với các cơ quan công quyền khắp nơi trên thế giới, Thượng Tọa Thích Viên Lý, Tổng Thư ký Hội đồng Điều hành đã ra văn thư, cùng chư Tôn Giáo Phẩm, chư tín đồ Phật tử, vận động xin chữ ký để yêu cầu nhà nước Cộng sản Việt Nam giải quyết thỏa đáng những yêu cầu của Giáo Hội Phật Giáo, chư Tôn Giáo Phẩm và đồng bào Phật tử:

GIÁO HỘI PHẬT GIÁO VIỆT NAM THỐNG NHẤT HẢI NGOẠI – HOA KỲ

HỘI ĐỒNG ĐIỀU HÀNH

Số: 097/VPTT/HĐĐH/VPII VHĐ

Kính gởi: Chư Tôn Giáo phẩm, Chư Tôn Đức Tăng Ni, các Vụ, Miền, Cơ Sở Đơn Vị và đồng bào Phật tử

Trích yếu: V/v xin chữ ký để vận động mở trói Giáo Hội, Tăng, Ni và đồng bào Phật tử tại quê nhà.

Kính thưa quý liệt vị:

Giáo Hội Phật Giáo Việt Nam Thống Nhất quê nhà đã và đang trong cơn Pháp nạn. Bằng chứng hiển nhiên là Giáo Hội chúng ta bị nhà nước Cộng sản Việt Nam tiêu diệt và bắt giam tất cả những nhà lãnh đạo của Giáo Hội. Thêm vào đó, nhà nước dựng lên một Giáo Hội chính quyền để lũng đoạn, chia rẽ và chính trị hóa Phật Giáo.

Chư Hòa Thượng Thích Huyền Quang, Thích Quảng Độ đã gần 15 năm qua trong biệt lưu và cấm chỉ mọi hành hoạt tín ngưỡng. Chư Thượng Tọa Thích Tuệ Sỹ, Thích Trí Siêu (Lê Mạnh Thát) đang bị hành hạ trong các trại cải tạo lao động tại A 20 Xuân Phước, Phú Yên và Z30A, Xuân Lộc. Chư Đại Đức Thích Trí Tựu, Thích Hải Tạng, Thích Hải Thịnh, Thích Hải Chánh đang tuyệt thực tại trại Ba Sao, Bắc Việt, Đại Đức Thích Hạnh Đức cũng đang tuyệt thực tại nhà tù Bà Rịa, Vũng Tàu. Nhiều Tăng, Ni Phật tử đã tự thiêu và sẽ tự thiêu để thắp lên ngọn đuốc thức tỉnh lương tri thời đại và cứu nguy Giáo Hội.

Trước sự quằn quại của Phật Giáo quê nhà, giải cứu Giáo Hội là sự cứu lửa đang hực cháy trên đầu mỗi chúng ta. Mùa Vu Lan giải khổ 2538, Văn Phòng Thường Trực Hội Đồng Điều Hành sẽ phối hợp với cơ quan Nhân Quyền: Asia Watch, Asian Democracy và Pueblea Institude để vận động giải cứu: Giáo Hội, chư Tôn Đức lãnh đạo và đường hướng chính trị hóa Phật Giáo của Cộng sản Việt Nam. Công cuộc vận dộng này bằng cách xin chữ ký. Mức độ thành công tới đâu là tùy thuộc vào số lượng chữ ký của chúng ta có được.

Giáo Hội gởi đến quý vị văn thư tiếng Việt-Mỹ và mẫu đơn ký tên xin quý vị hoan hỷ tích cực vận động.

Trước khi gởi về lại Văn Phòng xin quý vị giúp ghi lại tổng số chữ ký, đơn vị Giáo Hội và tiểu bang. Trẻ em dưới 18 tuổi xin miễn ký vào đơn này. Hạn chót Văn Phòng nhận chữ ký gởi về là ngày 10 tháng 9 năm 1994

Vì đại cuộc của Giáo Hội, kính mong quý liệt vị hoan hỷ quan tâm và hỗ trợ tích cực.

Trân trọng,

Monterey Park, ngày 29/8/1994

TL HT Chủ tịch HĐĐH/VPII VHĐ

Tổng Thư Ký

Tỳ Kheo Thích Viên Lý

(Ấn ký)

Để tạo một sức mạnh toàn diện, từ Giáo Hội Úc Châu, Đến Âu Châu, Gia Nã Đại, Hoa Kỳ.... đều đồng tâm hiệp lực gởi kháng thư đến nhà cầm quyền CSVN, yêu cầu chấm dứt chính sách thù nghịch, triệt tiêu Phật Giáo qua công việc lùng bắt, tống giam chư vị lãnh đạo Giáo Hội và thành lập ra một Giáo Hội nhà nước, để thừa hành, nối đôi tay dài Mặt Trận Tổ Quốc, Tôn Giáo Vận. Toàn thể chư Tôn Đức tại Hải ngoại đã đồng lòng ấn ký:

GIÁO HỘI PHẬT GIÁO VIỆT NAM THỐNG NHẤT

ỦY BAN HẢI NGOẠI BẢO VỆ PHẬT GIÁO VÀ NHÂN QUYỀN TẠI VIỆT NAM

Văn Phòng Úc Đại Lợi: 369 Victoria St., Wetherill Park, N.S.W. 2164, Australia. Tel.: (02) 725–2324.

Văn Phòng Âu Châu: 14, Av. Henri Barbusse – 92220 Bagneux, France. Tel.: (Paris) 46558444.

Văn Phòng Gia Nã Đại: 4450 Van Horne, Montreal, Quebec, H3S 1S1 , Canada. Tel.: (514) 733–3841.

Văn Phòng Hoa Kỳ: 424 S. Ramona Ave., Monterey Park, Ca 91754, USA. Tel.: (818) 288–5359.

Los Angeles, ngày 12 tháng 7 năm 1992.

KHÁNG THƯ

Kính gửi: Ông Võ Văn Kiệt

Chủ tịch Hội Đồng Bộ Trưởng nước CHXHCNVN Hà Nội – Việt Nam

Đồng kính gửi:

– Ông Tổng Bí thư đảng Cộng Sản Việt Nam.

– Ông Chủ tịch Hội Đồng nhà nước Việt Nam

– Ông Chủ tịch Quốc Hội Việt Nam.
– Ông Chủ tịch Mặt Trận Tổ Quốc Việt Nam.

Thưa ông Chủ tịch,

Chúng tôi toàn thể Tăng Ni và Phật tử Việt Nam hải ngoại, rất xúc động trước tình trạng vẫn tiếp diễn chính sách thù nghịch, đàn áp nhằm triệt hạ Phật Giáo tại Việt Nam như đã được trình bày trong văn thư gởi cho quý vị Hòa Thượng Thích Huyền Quang, Quyền Viện Trưởng Viện Hóa Đạo, Giáo Hội Phật Giáo Việt Nam Thống Nhất.

Thực tế đã cho thấy rằng, không phải chỉ sau này, mà ngay từ khi cưỡng chiếm được miền Nam Việt Nam và áp đặt chế độ XHCN tại đây năm 1975, đảng Cộng Sản và nhà nước CHXHCNVN đã tiến hành những chính sách bao vây, cô lập, đàn áp đối với các tôn giáo mà đặc biệt là Phật Giáo tại Việt Nam. Những chính sách này không chỉ biểu lộ thái độ bất thân thiện và thù nghịch mà đã thể hiện rõ là một chủ trương căn bản của đảng và nhà nước CSVN đối với tôn giáo nói chung và Phật Giáo nói riêng. Những chính sách này không chỉ là hành động nhất thời vì điều kiện và hoàn cảnh khó khăn của đất nước mà chính là một bản chất cốt lõi của Chủ nghĩa Cộng sản đối với các tôn giáo. Cho dù có sự khác biệt về mức độ và phương thức tiến hành, cho dù có khéo léo và tinh vi hơn trong việc thực hiện các chính sách và chủ trương về tôn giáo, nhưng sự quyết tâm và mục tiêu tối hậu, đảng và nhà nước CSVN vẫn không khác với đảng và nhà nước của các nước Cộng sản Á Châu khác, nghĩa là muốn triệt hạ toàn diện uy tín và đặc tính truyền thống của các tôn giáo trong một xã hội Cộng sản. Đảng và nhà nước CSVN khéo léo và tinh vi ở điểm vẫn còn cho duy trì hình bóng và sinh hoạt Giáo Hội của các tôn giáo. Nhưng chính quần chúng và Phật tử ở trong nước đã gọi đó là những "giáo hội quốc doanh", nghĩa là những công cụ của nhà nước, do nhà nước dựng lên, nhằm phục vụ cho chính sách và quyền lợi của đảng và nhà nước CSVN, trong đó có chính sách đàn áp các đồng đạo của họ và triệt hạ chính tôn giáo của họ.

Thưa ông Chủ tịch,

Toàn thể Tăng Ni và Phật tử Việt Nam, trong nước cũng như hải ngoại, đã thấy rõ những chính sách và chủ trương cũng như nhận thức rõ bản chất của đảng và nhà nước CSVN đối với các tôn giáo và đặc biệt là Phật Giáo Việt Nam như thế. Nhưng vì truyền thống ôn hòa của dân tộc, vì bản chất từ bi và bất bạo động của Phật Giáo, chúng tôi đã chỉ nhẫn nhục chịu đựng. Mặt khác, chúng tôi đã tin tưởng và vẫn còn tin tưởng rằng trước khi trở thành đảng viên CSVN, tất cả quý vị đều đã là những người Việt Nam. Đảng tịch CS có thể bị bỏ, chủ nghĩa CS có thể bị tiêu diệt như đã diễn ra tại hầu hết các quốc gia Cộng sản trên thế giới, nhưng bản chất là người Việt Nam trong quý vị không dễ gì đã mất hẳn. Do đó, sẽ có một lúc, những người CSVN sẽ trở lại là những người Việt Nam, cùng chung một quá khứ lịch sử, có chung một ước vọng tương lai, biết cảm nhận sâu sắc sự đau buồn, tủi nhục về những tang thương, rách nát của đất nước, những lầm than, cơ cực, lạc hậu của đồng bào hiện nay mà nguyên do chỉ là sự tranh chấp về quyền lợi giữa các thế lực và chủ nghĩa của ngoại bang. Giáo Hội Phật Giáo và Tăng, Ni Phật tử Việt Nam trong nước bị đàn áp, thù nghịch, triệt hạ chỉ vì không theo và phục vụ chủ nghĩa và chế độ CS tại Việt Nam. Trong khi đó, suốt chiều dài lịch sử dựng nước và cứu nước, theo những bước thăng trầm của vận mệnh dân tộc, Phật Giáo Việt Nam luôn luôn có mặt và đứng về phía dân tộc. Sẽ có một lúc, chính quý vị, những người CSVN, cũng sẽ nhận ra rằng đàn áp và triệt hạ các tôn giáo, đặc biệt là Phật Giáo, là một chính sách sai lầm và hơn nữa, trong hoàn cảnh đất nước hiện nay, đó là một trọng tội làm suy yếu, kiệt quệ tiềm lực của dân tộc.

Thưa ông Chủ tịch,

Điều chúng tôi tin tưởng chắc chắn sẽ xảy ra trong tương lai. Tuy nhiên, đáp lại sự nhẫn nhục, chịu đựng và tin tưởng của chúng tôi suốt 17 năm qua, chính sách của đảng và nhà nước CSVN đối với Phật Giáo Việt Nam vẫn không thay đổi, cụ thể là:

1. Về mặt pháp lý và tổ chức, chủ trương vô hiệu hóa nhằm triệt hạ GHPGVNTN bằng cách dựng lên một Giáo Hội trực thuộc Ban Tôn Giáo và Mặt Trận Tổ Quốc của nhà nước. Chủ trương và hành động này cũng giống chế độ thuộc địa của Pháp lập ra Giáo Hội Phật Giáo Thiền Lữ, chế độ Ngô Đình Diệm lập ra Giáo Hội Phật Giáo Cổ Sơn Môn và Ủy Ban Bảo Vệ Phật Giáo Thuần Túy.

2. Về mặt cơ sở vật chất, chủ trương chiếm dụng tài sản, tự viện, và các cơ sở văn hóa, giáo dục và từ thiện xã hội của GHPGVNTN để chuyển qua cho các cơ quan nhà nước sử dụng, trong đó có Giáo Hội do nhà nước dựng lên.

3. Về mặt nhân sự, chủ trương thủ tiêu, giam cầm, đàn áp và cô lập các vị lãnh đạo GHPGVNTN song song với chính sách đe dọa, mua chuộc, áp lực những Tăng, Ni và Phật tử khác gia nhập vào Giáo Hội Phật Giáo của nhà nước.

4. Về mặt sinh hoạt, chủ trương kiểm soát và hạn chế chương trình đào tạo Tăng, Ni sinh, kiểm soát và hạn chế sinh hoạt của các tổ chức và đoàn thể Phật Giáo, điển hình là Gia Đình Phật Tử, giải tán và ngăn cấm những sinh hoạt văn hóa, giáo dục, từ thiện xã hội Phật Giáo cũng như đặt mọi sinh hoạt khác của Phật Giáo trong mục tiêu phục vụ chế độ.

Thưa ông Chủ tịch,

Lịch sử Việt Nam đã chứng minh các tôn giáo tại Việt Nam nói chung và Phật Giáo Việt Nam nói riêng đã là những sức mạnh tinh thần giúp dân tộc chịu đựng được những bất hạnh tưởng như không thể chịu đựng nổi, để rồi vượt qua được những khó khăn tưởng như không thể vượt qua nổi trong suốt quá trình mấy ngàn năm dựng nước, cứu nước và giữ nước. Đàn áp tôn giáo hay biến tôn giáo thành những công cụ nhất thời để phục vụ và bảo vệ chế độ là tiêu hủy sức mạnh và tiềm năng của dân tộc. Các triều đại và những thể chế chính trị thay nhau lên xuống nhưng các tôn giáo vẫn tồn tại, dù mạnh hay yếu, như những nhịp thở bất tận của dân tộc.

Riêng đối với Phật Giáo Việt Nam, dù đã có lúc trong lịch sử, vua là Thiền sư, Thiền sư là Quốc sư, nhưng không bao giờ vì thế mà Phật Giáo khuynh loát quốc sự, khuynh đảo các tôn giáo khác, mưu cầu những ưu thế chính trị và xã hội, Phật Giáo vẫn là Phật Giáo: hòa mình với dân tộc. Cũng có lúc trong lịch sử, Phật Giáo bị ngược đãi, đàn áp, triệt hạ tưởng có thể tiêu vong, nhưng cũng không bao giờ vì thế mà Phật Giáo chịu khuất phục, chịu hợp tác với chế độ để tìm kiếm sự an thân và tồn tại riêng, Phật Giáo vẫn là Phật Giáo: chia xẻ nỗi thống khổ của đồng bào và luôn giữ chỗ đứng ở phía dân tộc.

Mặt khác, những chuyển biến hiện nay trên thế giới đã chứng tỏ rằng nhân loại đang bước vào một kỷ nguyên mới trong đó chắc chắn những hình thức độc tài, áp chế, hận thù, chà đạp tín ngưỡng sẽ nhường chỗ cho tinh thần dân chủ, đối thoại, khoan dung, hợp tác và tự do tín ngưỡng để mưu cầu phúc lợi tối đa. Đó là hướng tiến tất yếu phù hợp những ước nguyện đích thực của nhân loại, trong đó có dân tộc Việt Nam, một dân tộc đã gánh chịu quá nhiều bất hạnh.

Bởi những lẽ trên và vì quyền lợi của đất nước, vì phúc lợi của dân tộc, toàn thể Tăng, Ni và Phật giáo đồ Việt Nam hải ngoại chúng tôi khẩn thiết yêu cầu nhà nước CHXHCNVN:

1. Chấm dứt tức khắc những chủ trương và chính sách chà đạp nhân quyền được quy định trong Hiến chương Liên Hiệp Quốc mà nhà nước CHXHCNVN đã cam kết tôn trọng mà cụ thể là trả tự do cho tất cả tu sĩ, các tín đồ tôn giáo, các nhà trí thức và văn nghệ sĩ, các nhân sĩ bất đồng chính kiến... đã bị giam giữ lâu ngày không xét xử hoặc xét xử bất công.

2. Thiết lập một nền tảng pháp lý công minh để bảo đảm sự tôn trọng các quyền tự do căn bản của con người.

3. Giải quyết nhanh chóng và hoàn toàn những nguyện vọng chính đáng được nêu trong văn thư gửi nhà nước CHXHCNVN của Hòa Thượng Thích Huyền Quang, Quyền Viện Trưởng Viện Hóa Đạo, GHPGVNTN mà cụ thể và ưu tiên là:

a) Trả tự do tức khắc tất cả Tăng, Ni và Phật tử đang bị quản thúc, giam cầm, đặc biệt là các Hòa Thượng Thích Huyền Quang, Thích Quảng Độ, Thích Đức Nhuận, các Đại Đức Thích Tuệ Sỹ, Thích Trí Siêu (Lê Mạnh Thát).

b) Chính thức công nhận quyền đương nhiên hiện hữu và sinh hoạt hợp pháp của GHPGVNTN mà Hòa Thượng Thích Huyền Quang là Quyền Viện Trưởng và Hòa Thượng Thích Quảng Độ là Tổng Thư Ký.

c) Hoàn trả tất cả tài sản và cơ sở vật chất bao gồm càc tự viện, cơ quan, trụ sở, các cơ sở văn hóa, giáo dục, từ thiện xã hội từ trung ương đến địa phương mà nhà nước và Giáo Hội của nhà nước đã chiếm dụng phi pháp từ hơn 11 năm qua.

4. Kể từ nay, chịu trách nhiệm về an ninh và sinh mạng của các Hòa Thượng Thích Huyền Quang, Thích Quảng Độ, Thích Đức Nhuận và các Đại Đức Tuệ Sỹ, Lê Mạnh Thát (hiện đang bị quản thúc và giam giữ).

5. Trả lời và làm sáng tỏ về cái chết của Hòa Thượng Thích Thiện Minh, Phó Viện Trưởng Viện Hóa Đạo GHPGVNTN tại Nha Công an thành phố Hồ Chí Minh năm 1978 cũng như vụ 11 tu sĩ Phật Giáo tự thiêu tại Cần Thơ năm 1976.

Chúng tôi khẳng định rằng Giáo Hội Phật Giáo Việt Nam Thống Nhất là Giáo Hội chính thống và duy nhất của Phật Giáo Việt Nam, thực sự đại diện cho và được sự hậu thuẫn triệt để của Tăng, Ni và Phật tử trong nước cũng như hải ngoại.

Trân trọng cám ơn sự quan tâm giải quyết và kính chào ông Chủ tịch.

Ủy Ban Hải Ngoại Bảo Vệ Phật Giáo Và Nhân Quyền Tại Việt Nam

(đồng ký tên)

GHPGVNTN Úc Châu: HT Thích Phước Huệ
GHPGVNTN Âu Châu: TT Thích Minh Tâm
TT Thích Tánh Thiệt
TT Thích Như Điển
GHPGVNTH Canada : TT Thích Thiện Nghị
GHPGVNTN Hoa Kỳ : HT Thích Hộ Giác
TT Thích Đức Niệm
TT Thích Chánh Lạc
TT Thích Thắng Hoan
TT Thích Thiện Trì

Tất cả những việc làm trong công cuộc đấu tranh giải trừ Pháp nạn tại quê nhà do GHPGVNTN tại Hoa Kỳ xúc tiến đã thực sự đánh động được lương tâm của thế giới. Đích thân các chư Tôn Đức yết kiến và trao tận tay các tài liệu đàn áp Phật Giáo Việt Nam của chế độ CSVN đến các giới chức có thẩm quyền tại Washington DC, Quốc Hội Hoa Kỳ, Bộ Ngoại Giao Hoa Kỳ, các vị cố vấn, phụ tá của Tổng Thống, và tham dự các buổi hội thảo Nhân Quyền ... từ Quốc Hội Úc đến các phái bộ Thủ Tướng Nhật Bản, từ Áo Quốc đến Đức Quốc ... nói chung từ Âu sang Á nơi nào cũng có hình ảnh chư Tôn Đức đến tham kiến và đạo đạt các nguyện vọng về Nhân Quyền, tôn trọng tự do tín ngưỡng và chấm dứt những hành động đàn áp tôn giáo của CSVN. Các Ngài đã đi khắp nơi để thỉnh cầu bày tỏ những niềm đau, nỗi khổ của hàng bao nhiêu ngàn sinh linh đang bị đày ải, biệt giam nơi nhà tù CSVN, những nỗi thống khổ, bàng hoàng của 70 triệu con dân Việt Nam đang gánh chịu trong cảnh nước mất nhà tan, trong cơn giông của chế độ CS làm tan nát quê hương nước Việt. Bằng cái nhìn của người phụng sự, GHPGVNTN tại Hải ngoại nguyện sát cánh và hy sinh để bảo tồn và gây dựng lại Đạo pháp tại quê nhà mà chư vị tiền nhân đã dày công xây dựng. GHPGVNTN nguyện noi theo con đường Đức Phật đã đi tự ngàn xưa. Giáo Hội tiếp nối công việc của chư vị Lịch Đại Tổ Sư truyền lại, qua những phiên họp khoáng đại hay Đại hội Thường niên, tất cả các Đại biểu đều hướng tâm thành về Đạo Pháp Việt Nam, về chư Tôn Giáo Phẩm còn đang bị giam mình trong ngục tù CS, nhưng vẫn an nhiên, thường lạc như những đóa sen hồng nung trong lò lửa đỏ:

- "Đảnh lễ Nhị vị Hòa Thượng và quý vị là đảnh lễ Công Đức cao dày hoành trì Chánh pháp, đảnh lễ sự khổ đau tù tội vì Pháp nạn và Quốc nạn mà Nhị vị cưu mang thay cho toàn thể chư Tăng Ni và quần chúng Phật tử trong cũng như ngoài nước.

Đảnh lễ trong từ bi quán bằng chí nguyện "Ngũ trược ác thế thệ tiên nhập". Xin Nhị vị và chư Tôn Đức chứng giám cho lòng thành của của người Phật tử Việt Nam trên khắp năm châu bốn bể, ngày đêm hướng về nơi quê cha đất tổ, nơi máu xương Phật pháp đã thấm nhuần hai mươi thế kỷ làm nên Quốc thổ thái hòa và nhân dân từ ái. Thế nhưng cơn bão loạn tưởng đã thổi qua quê hương ta. Tranh chấp và thù hận dập vùi quần chúng ngót nửa thế kỷ. Có gió to mới biết cây là vững. Bằng chính pháp thân trong cơn lâm lụy, Nhị vị Hòa Thượng tự tại mà hiên ngang tiếp nối với bài thuyết pháp uy hùng mà Lịch Đại Sư Tổ từ thời Luy Lâu, từ thời đại Lý Trần đến những ngày đương đại, sáng ngời Lửa Từ Bi Quảng Đức không ngừng dóng dả. Không có bài thuyết pháp siêu âm nào hùng hồn hơn, mà những bức tường dày tù ngục, những ngăn cấm dữ dằn và độc ác của thế nhân có thể bịt tiếng đàn đặc." (2)

(2) Thư gửi Nhị vị HT Huyền Quang, HT Quảng Độ. ĐHTN Kỳ III tại San Jose ngày 23-26/11/1995.

Đồng thời Giáo Hội cũng gửi thư cho chư Tăng, Ni lãnh đạo Giáo Hội Phật Giáo Việt Nam, cùng chia xẻ nỗi niềm thương tâm khi nhìn thấy cảnh huynh đệ tương tàn, cùng một Thầy một Tổ mà sao quá ư ngang trái, trong cảnh "củi đậu nấu đậu".

Từ nơi hải ngoại xa xăm, chư Tôn Đức đã nhìn thấy hai hình ảnh:

1. Chư Tôn Hòa Thượng Huyền Quang, Quảng Độ, chư Thượng Tọa Tuệ Sỹ, Trí Siêu, Không Tánh, Trí Tựu... đang bị giam mình đói khát, rách rưới trong ngục tù CS và bị đối xử tàn tệ hơn những thường dân phạm pháp, hứng chịu mọi cực hình, khổ ải và tra tấn cho đến chết như HT Thích Thiện Minh. Còn nỗi đau thương nào hơn khi nhìn thấy cảnh người đồng đạo, kẻ đồng sư chết rục trong tù mà không được lời kinh tiếng kệ giải thoát.

2. Chư Tôn Hòa Thượng, chư Thượng Tọa đang hòa mình cùng làm việc chung cho Giáo Hội Phật Giáo Việt Nam (Giáo Hội nhà nước). Quý Ngài có một số, được sự che chở bằng đôi tay của chế độ, để tạo dựng cho chính bản thân một địa vị và lãng quên tất cả tình nghĩa sư đệ, môn phái, Tổ tông chỉ biết phục tùng, làm công cụ cho chế độ, để được bình yên, bất cần sự an nguy của tiền đồ dân tộc, Đạo pháp. Số còn lại, vì hạnh nguyện của Bồ Tát đạo mà chư Tôn Đức đã nhận chịu tất cả mọi tị hiềm, khen chê, tốt xấu. Do vậy, bằng tấm lòng thành khẩn, cứu kẻ ngục tù như cứu lửa cháy châu thân qua tự tình:

- "Bạch chư vị Tôn Đức, làm sao chúng ta có thể đang tâm không ngó ngàng tới thảm cảnh mà các Sư huynh, người đồng đạo đang bị đay nghiến trong tù? "Nhất nhật tại tù, thiên thu tại ngoại" Lòng từ bi không phân biệt thiện ác. Trí Bát Nhã không chọn lựa bạn thù. Nơi đâu có khốn ách thì Trưởng tử của Như Lai hiện tới như hóa thân mầu nhiệm của Đức Quán Thế Âm. Vào ngày giờ chúng tôi ngồi viết thư này nơi hải ngoại xa xôi, thì Hòa Thượng Huyền Quang đang bị giam giữ tại quận Nghĩa Hành tỉnh Quảng Ngãi trong căn nhà bé nhỏ sơn vàng dựng lên vội vã giữa đồng không mông quạnh trá hình cho nhà tù thu bé. Hiện trạng câu lưu không lý do, không xét xử này kéo dài từ năm 1982 đến nay."

Điều cần thiết là vẫn phải nói đến chế độ, hay người cầm đầu chế độ, hé mở cánh cửa lương tâm, khơi dậy tình nghĩa đồng bào, giòng giống ruột thịt để thấy công lý và tự do còn rất cần trên quê hương, cho dân tộc; để thấy xót xa, tủi nhục qua những hình ảnh:

Thư gửi cho Đỗ Mười, Tổng Bí Thư đảng CS Việt Nam.
Lê Đức Anh, Chủ tịch nhà nước CHXHCNVN.
Võ Văn Kiệt, Thủ tướng nhà nước CHXHCNVN.

"... Hai học giả ưu tú của Phật Giáo cũng như của dân tộc là Thượng Tọa Thích Tuệ Sỹ và Thượng Tọa Thích Trí Siêu bị kết án tử hình. May nhờ sự lên tiếng phản đối của quần chúng Phật tử trong nước và nhân dân trên thế giới, án lệnh hạ xuống 20 năm tù giam. Bỏ tù người hiền lương đã là chuyện quá đáng không thể nào chấp nhận. Nay bỏ tù trí tuệ và học thức, hỏi có quốc gia cổ kim nào làm chuyện ấy không? Nước nghèo vì đói cơm rách áo còn chạy chữa được. Nhưng đói nghèo tinh não, chất xám, thì không mong gì đua tranh với các nước láng giềng trong vùng Đông Nam Á. Nhà vua Phật tử Lý Công Uẩn đã gọi Rồng về đất Thăng Long từ mười thế kỷ trước. Sao quý vị lại đuổi Rồng đi, rồi ngồi than khóc muốn được làm con Rồng nhỏ châu Á? Chúng tôi có cần thiết kéo dài bản danh sách đau thương vô tận là xuất huyết quốc gia dân tộc? Quý vị không có thì giờ đọc, mà chúng tôi cần có thời giờ để lo toan cho viễn đồ quê hương. Thư này chỉ muốn thưa với quý vị cái điều giản dị đang làm xã hội ta kẹt lối: xin quý vị hãy bế mạc thời đại chiến tranh lạnh mà thế giới đã ruồng rẫy từ lâu. Tranh chấp ắt một mất một còn. Mà việc kiến thiết quốc gia thì lại cần đến hai. Không những hai mà phải đến toàn dân bảy mươi ba triệu. Nghĩa là mọi thành phần dân tộc không phân biệt chính kiến, đảng phái, tôn giáo.

Trung ngôn nghịch nhĩ. Dù thế xin quý vị hãy lắng nghe tiếng nói của chúng tôi phát xuất từ con tim cũng như lý trí. Nghe thôi chưa đủ vì còn phải thực hiện. Chúng tôi không đòi hỏi những chi quá đáng ngoài những lời quý vị kêu gào "xóa bỏ hận thù", ngoài những điều quý vị viết chưa khô mực trên Hiến Pháp và trong các Bộ Luật ban hành. Công lý và công lý thôi. Quang minh chính đại và quang minh chính đại mà thôi. Không gì khác. Những hành động đàn áp GHPGVNTN và những người đấu tranh ôn hòa cho nhân quyền, dân chủ thuộc các khuynh hướng khác nhau, chỉ làm cho dư luận thế giới và chính giới quốc tế ngày càng ác cảm với nhà nước CHXHCNVN. Điều này chẳng lợi chi cho chính sách gọi là Đổi Mới của đảng và nhà nước, lại càng nguy hại cho dân đang đòi hỏi cơm áo, tự do. Xin quý vị hãy làm mau kẻo trễ. Lịch sử không thiên vị khi ghi chép. Lòng dân khi nổi sóng gió ắt lật thuyền. Các điều chúng tôi trông đợi và đòi hỏi là:

1. Trả tự do tức khắc và vô điều kiện cho Hòa Thượng Thích Huyền Quang, vị lãnh đạo tối cao của GHPGVNTN bị câu lưu không lý do tại Quảng Ngãi từ năm 1982;

2. Xóa bản án bất công ngày 15/8/1995 cũng như phiên xử phúc thẩm ngày 28/10/1995 bằng cách trả tự do tức khắc và vô điều kiện cho Hòa Thượng Thích Quảng Độ, Thượng Tọa Thích Không Tánh, Thượng Tọa Thích Nhật Ban, Đại Đức Thích Trí Lực, Cư sĩ Nhật Thường và nữ Cư sĩ Đồng Ngọc;

3. Trả tự do cho tất cả các nhà lãnh đạo tôn giáo, các tù nhân chính trị, các tù nhân lương tâm và chư Tăng, Ni, Phật tử bị bắt giam, bị kết án vì lý do hoạt động tôn giáo, tín ngưỡng hay nhân quyền từ năm 1955 tại miền Bắc hay 1975 tại miền Nam, điển hình là trường hợp của các Thượng Tọa, Đại Đức: Tuệ Sỹ, Trí Siêu, Hải Tạng, Trí Tựu, Hải Thịnh, Hạnh Đức, Giác Nguyên, Phước Viên, Tâm Căn, Huệ Đăng Nguyễn Ngọc Đạt, v.v..., và

4. Trả lại quyền tự do sinh hoạt tôn giáo của GHPGVNTN.

Trân trọng,
T/M Đại Hội Thường Niên Lần Thứ III
Chủ tịch Hội Đồng Điều Hành
Hòa Thượng Thích Hộ Giác
(Ấn ký)

TẠI GIA BỒ TÁT VIÊN LẠC PHẠM GIA BÌNH – NGỌN ĐUỐC THIÊNG THẮP SÁNG TỪ HẢI NGOẠI SOI VỀ QUÊ HƯƠNG VIỆT NAM – NƠI ĐẠO PHÁP, DÂN TỘC ĐANG CHÌM TRONG BÓNG ĐÊM DÀY DẶC CỦA NGỤC TÙ CỘNG SẢN

Một ý niệm của thương đau, từng ý niệm của thương đau đang hiện diện trong lòng của mỗi người dân Việt ly hương nơi hải ngoại. Từ những giọt thương đau đó góp lại thành dòng suối thương đau của nòi giống Việt suốt hai thập niên qua không ngừng nghỉ. Người còn ở lại hay kẻ đã xa quê đều mang cái đau riêng. Nhưng tất cả những niềm đau đó đều xuất phát từ giòng máu nóng, trái tim son, bàng hoàng về lẽ Đạo vận Nước. Cho nên, suốt hai thập niên qua, không biết bao lời kêu gọi, thỉnh nguyện chân tình, những mong nhà cầm quyền CSVN thấu rõ nguyện vọng của người dân lầm than, đói khổ để thực hiện công bằng, bình an, tự do và no ấm cho dân chúng. Bao nhiêu mạng người được đánh đổi cho lý tưởng tự do, cho sự tiến bộ phồn vinh của đất nước, nhưng rồi tất cả đều luống qua trong thầm lặng, và thầm lặng trong cái chết mới nói nên lời.

Nhìn thấy quê hương điêu tàn, dân chúng đói khổ điêu linh bị đè bẹp dưới chế độ hà khắc của CS. Lòng đau thương uất nghẹn, Phật tử Viên Lạc Phạm Gia Bình đã phát nguyện thiêu thân ngõ hầu cảnh tỉnh lương tâm người CS.

THƯ CỦA BỒ TÁT TẠI GIA PHẠM GIA BÌNH

KÍNH GỞI HÒA THƯỢNG THÍCH HUYỀN QUANG,

QUYỀN VIỆN TRƯỞNG VIỆN HÓA ĐẠO KIÊM XỬ LÝ HỘI ĐỒNG LƯỠNG VIỆN GIÁO HỘI PHẬT GIÁO VIỆT NAM THỐNG NHẤT

Phật Lịch 2536

Boston, Massachusetts, Hoa Kỳ ngày 20/10/1992

Nam Mô Bổn Sư Thích Ca Mâu Ni Phật

Kính bạch Hòa Thượng,

Con là Phạm Gia Bình, pháp danh Viên Lạc, đã từ lâu con thao thức với các diễn biến tình hình Phật Giáo tại quê nhà cũng như những việc bắt bớ, giam cầm, tù đày trái phép. Kể từ khi cố Đại lão Hòa Thượng Thích Đôn Hậu, Chánh Thư Ký, Xử lý Viện Tăng Thống viên tịch, thì cũng từ đó Phật Giáo tại quê nhà cũng như tại Hải ngoại đã cùng nhau sát cánh hơn trước trong những Phật sự lớn lao mà đã có những thành quả cụ thể như Hòa Thượng được biết.

Kính bạch Hòa Thượng,

Con đã theo dõi thật sát các tin tức có liên quan đến cuộc đấu tranh của Phật Giáo tại quê nhà cũng như những hoạt động của Phật Giáo và các cơ quan, đoàn thể tại Hải ngoại đã hỗ trợ cho Phật Giáo tại quốc nội.

Con xúc động biết bao khi được đọc lời phát biểu của Ngài nhân dịp lễ nhập Kim quan cố Đại lão Hòa Thượng Thích Đôn Hậu vào bảo tháp chùa Linh Mụ sáng ngày 3/5/1992 trước sự trông chờ và chứng kiến của hàng chục ngàn Phật tử. Thực là tiếng nói dũng cảm, biểu hiện tinh thần vô úy của Ngài được cất lên từ quê mẹ. Trong lời phát biểu này, Ngài đã khẳng định:

"Tăng Ni, Phật tử đã dựng xây Giáo Hội, sống với Giáo Hội, vẫn bất khuất tiến lên dưới sự lãnh đạo của Giáo Hội".

Và Ngài cũng đã thốt lên:

"Tôi chịu trách nhiệm lời tôi nói, dù việc gì có xẩy đến chăng nữa. Tôi thề trước linh đài giác linh Hòa Thượng, sẽ chấp nhận hết, kể cả mạng sống của tôi ngày vào giờ này."

Trong phần cuối của lời phát biểu, một lần nữa Ngài lại nói lên sự quyết tâm:

"Tôi đem đầu tôi ra mà cam đoan cho sự thực là tôi và Giáo Hội chúng tôi bị áp bức quá lâu. Tôi đem đầu tôi ra mà chấp nhận mọi khó khăn, áp bức vì lời nói của mình."

Kính bạch Hòa Thượng,

Quả thực là một tiếng nói bất khuất quyết không sợ bạo lực và cường quyền, con xúc động biết bao khi thấy Ngài đã đem tấm thân để nói lên những lời tâm huyết như thế cho Đạo Pháp và Dân Tộc được trường tồn, an lạc. Ngài đã chính thức phát động cuộc đấu tranh bất bạo động để thực hiện cho kỳ được mục tiêu cao cả trên.

Nay, con là Viên Lạc, đứng trước tình hình quê mẹ mà Phật giáo đang bị đại nạn, dân tộc đang bị lầm than khổ nhục, con xin được thiêu thân để bảo vệ Đạo Pháp và Dân Tộc, sau nữa để cúng dường chư Phật mười phương. Ngài đã đem thân mạng của Ngài sẵn sàng để hy sinh thì con không nỡ lại ngồi yên. Việc thiêu thân của con cũng chỉ là một viên gạch vô cùng nhỏ bé để xây dựng cho tòa nhà Đạo Pháp mà trước đó đã có bao nhiêu sự hy sinh đóng góp rồi.

Kính bạch Hòa Thượng,

Con muốn nói thật nhiều để nói lên tâm sự của con về quê Mẹ mà nơi đó Đạo Pháp và nhân quyền đang bị chà đạp, dầy xéo, nhưng trang giấy có hạn làm sao con viết hết được

Cuối thư, con chỉ biết chân thành nguyện cầu Hồng Ân Tam Bảo từ bi gia hộ cho Hòa Thượng được thành công viên mãn trong đại nạn mà Phật Giáo tại quê nhà đang phải gánh chịu.

Nam Mô Thường Tinh Tấn Bồ Tát Ma Ha Tát tác đại chứng minh.

Nay kính thư,

Con,

Viên Lạc

(ký tên)

Bằng tâm huyết của người dân xa xứ, Phật tử Viên Lạc đã đề đạt tâm thư lên Thủ tướng nước CHXHCNVN, lên Tổng Thống Hoa Kỳ, Ủy Ban Bảo Vệ Quyền Làm Người Việt Nam (Pháp quốc), cũng như chư Tôn Hòa Thượng, Thượng Tọa, Đại Đức Tăng Ni, Phật tử ở trong nước và Hải ngoại, để nói lên tâm nguyện vì Đạo Pháp, vì Dân Tộc hy sinh thân mạng, để thắp lên ngọn đuốc soi sáng quê hương, góp phần chung cho công cuộc đấu tranh cho đất nước. (3)

(3) Phật Giáo Việt Nam - Biến cố và tư liệu 1975-1995. Trang 504.

THƯ CỦA VIÊN LẠC (PHẠM GIA BÌNH)
KÍNH GỞI ÔNG VÕ VĂN KIỆT,
THỦ TƯỚNG CHÍNH PHỦ CHXHCNVN

Đồng kính gởi:

– Ông Tổng Bí Thư đảng CSVN
– Ông Chủ tịch Hội Đồng nhà nước Việt Nam
– Ông Chủ tịch Quốc Hội Việt Nam
– Ông Chủ tịch Mặt Trận Tổ Quốc Việt Nam

Boston, Massachusetts, Hoa Kỳ ngày 23/10/1992

Kính thưa Thủ tướng và quý vị,

Những gì tôi viết ra đây là cảm nghĩ chân thành của một người dân, một Phật tử đối với những người đang có trọng trách lèo lái vận mệnh đất nước. Khi quý vị đọc những dòng chữ này thì tôi đã không còn nữa, tôi xin tình nguyện thiêu thân vì Đạo Pháp và Dân Tộc tôi đang nghiêng ngửa tại quê nhà. Hòa Thượng Thích Huyền Quang, Quyền Viện Trưởng Viện Hóa Đạo kiêm Xử lý Hội Đồng Lưỡng Viện, cũng như chư Tôn Đức hàng Giáo Phẩm Giáo Hội Phật Giáo Việt Nam Thống Nhất tại hải ngoại đã trình bày rõ ràng về cuộc đấu tranh của Phật Giáo Việt Nam hiện nay.

Phải có một nguyên nhân nào đã khiến cho gần toàn bộ khối Cộng sản trên thế giới sụp đổ, phải có một nguyên nhân nào đã khiến cho mọi người sợ hãi xa lánh chế độ CS như sợ hãi một bệnh cùi ghê gớm. Hỏi tức trả lời, quý vị tìm ra nguyên nhân, chỉ có cái khó khăn nhất là làm sao biết thay đổi chính sách để phù hợp với lòng dân, bởi vì nếu cứ tiếp tục chính sách cai trị như ngày nay, quý vị sẽ đưa toàn dân Việt Nam đến cửa tử mà vô phương cứu gỡ.

Chính sách nào đều cũng có thể có những khuyết điểm, nhưng đau đớn thay, một trong những khuyết điểm của quý vị, của thể chế CS lại quá nặng, mà ở đây điển hình là tôn giáo và nhân quyền bị chà đạp một cách trắng trợn.

Quý vị không muốn tôn giáo bành trướng và muốn cố tình triệt hạ tôn giáo thì chính quý vị đưa quý vị vào con đường khó khăn để rồi không lối thoát. Đây là một hình thức "gậy ông đập lưng ông": quý vị muốn triệt tiêu tôn giáo, tức là quý vị tự tiêu diệt lấy mình, tự khai tử cho mình; quý vị dùng bạo lực và uy quyền sẽ có ngày bạo lực và uy quyền phản lại để triệt hạ quý vị, quả thực là đau đớn. Điều này chẳng có gì khó hiểu cả vì nhân nào thì quả nấy, đã gieo gió thì phải có ngày gặt bão. Khi quý vị đã dồn Phật Giáo vào nước đường cùng, thì Phật Giáo bắt buộc phải tranh đấu và sự tranh đấu ở bước đường cùng này thì thực là vô cùng mãnh liệt.

Kính thưa Thủ tướng và quý vị,

Sự chà đạp tôn giáo và nhân quyền như là một truyền thống lâu đời mà ở bất cứ quốc gia Cộng sản nào cũng đều có.

Quý vị thử bình tâm hồi tưởng lại quá khứ trước kia quý vị đã từng hô hào chửi Mỹ và đánh cho Mỹ cút, thì bây giờ khi nhân duyên đầy đủ, quả báo trổ ra, chính quý vị lại van xin với Mỹ biết bao năm để muốn tái lập bang giao nhưng Mỹ vẫn quay đầu làm ngơ; xót xa và tủi nhục thay cho quý vị.

Kính thưa Thủ tướng và quý vị,

Tôi viết đã khá dài và không muốn viết nhiều hơn nữa vì nếu có viết tưởng đến cả trăm pho sách cũng không diễn tả hết được. Trước khúc quanh của lịch sử thế giới ngày nay, khi mà toàn khối Cộng sản Đông Âu đã sụp đổ tan tành, đánh tan huyền thoại kiêu hùng của chủ nghĩa Cộng sản.

Giờ đây trong quãng đời còn lại của quý vị, quý vị có thể cản được bước tiến của toàn dân chăng? hỏi tức trả lời!

Trân trọng kính chào Thủ Tướng và quý vị,

Nay kính thư,

Viên Lạc Phạm Gia Bình

(ký tên)

THƯ CỦA VIÊN LẠC PHẠM GIA BÌNH
KÍNH GỞI TỔNG THỐNG HOA KỲ

Boston, ngày 09/3/1993

Kính gởi: Tổng Thống Hoa Kỳ

Trích yếu: V/v Cộng sản Việt Nam Triệt Tiêu Tôn Giáo và Chà đạp Nhân quyền tại Việt Nam.

Kính thưa Tổng Thống,

Tôi là công dân Việt Nam, đã từ lâu thao thức tới vận mệnh đất nước và những điêu linh tang tóc mà Dân tộc tôi đã và đang phải gánh chịu. Như Tổng Thống đã biết, chính sách của Cộng sản nói chung và CSVN nói riêng, không bao giờ thay đổi, tức là: ở đâu có Cộng sản thì ở đó không có Tôn giáo và Nhân quyền hoặc ở đâu có Tôn giáo và Nhân quyền thì ở đó không có bóng dáng của Cộng sản. Đây là một sự thực mà lịch sử đã từng chứng minh trải qua các nước đã từng nếm mùi Cộng sản. Điều này tôi muốn nói là hiện nay CSVN đang ra sức triệt tiêu Tôn giáo mà hiện tại là Phật giáo Việt Nam đang phải gánh chịu nhiều nhất, cũng như họ đang chà đạp Nhân quyền một cách trắng trợn. Điều này Tổng Thống cũng đã biết từ lâu.

Kính thưa Tổng Thống,

Chính vì sự thực như thế, chính vì thủ đoạn của CSVN chỉ là lùi một bước để rồi sau đó tiến trăm bước, ngàn bước; tôi quyết định hy sinh thân mạng tôi bằng cách tự thiêu để phản đối chế độ CSVN, để gọi là tiếng chuông được đánh lên để Tổng Thống và các nhà lãnh đạo tự do trên thế giới đừng mắc mưu Cộng sản một lần nữa, vì họ đã lường gạt chúng ta quá nhiều. Tôi tin rằng Tổng Thống sẽ không bao giờ mắc mưu họ nữa

Cuối thư, tôi xin cầu chúc Tổng Thống được dồi dào sức khỏe cũng như mọi việc Tổng Thống làm để phù hợp với nguyện vọng của toàn dân.

Trân trọng kính chào Tổng Thống,

Nay kính thư,

Phạm Gia Bình

(ký tên)

Người đã nằm xuống và trở thành thiên thu, với dòng sử mệnh Dân Tộc Việt Nam. Rằng, một thời gian quê hương Việt Nam đã mất quyền làm người, mất quyền tự do tín ngưỡng dưới chế độ Cộng sản và Người đã đem thân làm đuốc đốt cháy thịt da để góp sức đấu tranh cho quê hương đất nước đang bị đọa đầy, gian khổ dưới ách thống trị của bạo quyền CS.

Một người Phật tử khi nhìn thấy Đạo pháp bị lâm lụy, đã có thể hy sinh cả thân mạng để bảo vệ chánh pháp. Trong thời cách Phật lâu xa, giai đoạn pháp nhược ma cường, sự hộ trì Đạo Pháp càng cần thiết hơn nữa. Do vậy, sống trong thời buổi nhiễu nhương, chánh tà lẫn lộn, từ hàng đệ tử xuất gia, như chư Tôn Đức bị tù đày, tự thiêu, hy hiến đời mình cho đại cuộc, để giữ vững tiền đồ Đạo giáo, các cư sĩ Phật tử cũng lâm vào cảnh tù tội, nhà tan cửa nát, chia lìa, ly hương. Sự hy sinh cao cả của các đệ tử Phật từ ngàn xưa cho đến nay là tinh thần vô úy, bất khuất trước mọi chướng ngại, là tùy thuận theo tinh thần Từ Bi, lợi tha, để ban vui cứu khổ. Chính vì cho sự ban vui cứu khổ ấy, mà xem nhẹ sự sống của mình cầu mong cho thế giới hòa bình, chúng sinh an lạc. Đó là hạnh nguyện Bồ Tát dấn thân vào thương đau, thành thánh tử đạo.

GIÁO HỘI PHẬT GIÁO VIỆT NAM THỐNG NHẤT HẢI NGOẠI TẠI HOA KỲ

VIETNAMESE AMERICAN UNIFIED BUDDHIST CONGRESS IN THE UNITED STATES OF AMERICA

HỘI ĐỒNG ĐẠI DIỆN

9250 Columbus Ave., Sepulveda, CA 91343 – USA

Tel: (818) 893–5317. Fax: (818) 893–5317

Số: 004/HĐĐD/VPTT/QĐ

CHÁNH VĂN PHÒNG THƯỜNG TRỰC HỘI ĐỒNG ĐẠI DIỆN

GIÁO HỘI PHẬT GIÁO VIỆT NAM THỐNG NHẤT HẢI NGOẠI HOA KỲ

– Chiếu Quy–Chế GHPGVNTNHN–HK được Đại Hội Thống Nhất Phật Giáo Việt Nam tại Hoa Kỳ thông qua ngày 26 tháng 9 năm 1992 tại San Jose, California;

– Chiếu Quyết–Định số: 27/VPLV/VHĐ, ngày 10 tháng 12 năm 1992 của Hội Đồng Lưỡng Viện GHPGVNTN điều I, II và V chính thức công nhận GHPGVNTNHN–HK có tư cách đại diện toàn quyền GHPGVNTN và văn phòng GHPGVNTNHN-HK cấp Liên-Bang được coi như Văn–Phòng II Viện Hóa Đạo GHPGVNTN Quốc–nội;

– Chiếu sắc lệnh số 1718945 ban hành ngày 26 tháng 1 năm 1993 của tiểu bang California và Liên–Bang Hoa–Kỳ chính thức công nhận GHPGVNTNHN–HK;

– Chiếu Nội–Quy Hội–Đồng Đại–Diện ban hành ngày 05 tháng 12 năm 1992;

– Chiếu Biên–Bản phiên họp ngày 29 tháng 6 năm 1993 của Văn-Phòng Thường- Trực Hội-Đồng Đại-Diện GHPGVNTNHN–HK;

– Chiếu tinh thần vị Quốc, vị Pháp thiêu thân của tại gia Bồ–Tát Viên–Lạc Phạm Gia–Bình vào ngày 06 tháng 4 năm 1993 tại Connecticut;

QUYẾT ĐỊNH

Điều I: Nay tấn phong tại gia Bồ–Tát Viên Lạc Phạm Gia–Bình sinh ngày 12 tháng 01 năm 1950 lên ngôi vị Thánh–Tử–Đạo Phật–Giáo.

Điều II: Chư Tôn Giáo Phẩm, Hòa Thượng, Thượng Tọa, Đại Đức, Tăng Ni và toàn thể Phật tử các giới tại Hải–Ngoại tường tri kể từ ngày ký Quyết-Định này.

Nay Quyết Định

Phật Lịch 2537, Ngày 04 tháng 7 năm 1993

TM Hội–Đồng Đại–Diện GHPGVNTNHN-HK

Chánh–Văn–Phòng Thường–Trực

Hòa Thượng Thích Đức Niệm

(Ấn ký)

Nơi nhận:

– Các Thành–Viên Hội–Đồng Đại-Diện "để thẩm tường"

– Hội–Đồng Giám–Luật
– Hội–Đồng Giám–Sát
– Hội–Đồng Điều–Hành
– Ban–Nghiên–Cứu Kế–Hoạch và Phát–Triển
– Ban–Điều–Hành Miền
– Các Ban–Điều–Hành cơ sở đơn vị "để tri hành"
* Bản sao kính gởi:
– Hội-Đồng Lưỡng–Viện GHPGVNTN "để thẩm trình"
– Các GHPGVNTN các châu "để thẩm tường"
– Hồ sơ lưu.

THỐNG NHẤT PHẬT GIÁO CANADA

Sau những ngày tưng bừng Đại Hội Thống Nhất Phật Giáo tại Hoa Kỳ thành công viên mãn. Trong tâm tư của mọi Phật tử, ai ai cũng vui mừng, thỏa lòng qua sự thành tựu của Đại Hội và trong cảm nghĩ của mỗi người, từ đây GHPGVNTNHN tại Hoa Kỳ sẽ là Giáo Hội hướng dẫn đấu tranh giải trừ Pháp nạn tại quê nhà, cũng như trên bước đường hoằng pháp nơi bản xứ. Một không khí mới được khơi dậy làm tươi mát, thấm đượm khắp đó đây. Từ quốc gia Hoa Kỳ đã hoàn thành sứ mệnh thống nhất Phật Giáo làm bước tiên phong, để từ đó các quốc gia khác tiếp tục con đường đã định. Ban Vận Động Thống Nhất đã được thành lập trước đó, và hơn 10 ngày sau khi Đại Hội tại Hoa Kỳ, chư Tăng Ni và Phật tử tại Canada cũng hân hoan khai mạc Đại Hội vào ngày 10, 11 tháng 10 năm 1992, trong tinh thần đoàn kết và hòa hợp, Đại Hội tại Canada đã đi đến Tuyên Ngôn:

GIÁO HỘI PHẬT GIÁO VIỆT NAM THỐNG NHẤT HẢI NGOẠI TẠI CANADA

TUYÊN NGÔN

của ĐẠI HỘI THỐNG NHẤT PHẬT GIÁO VIỆT NAM TẠI CANADA VÀO HAI NGÀY 10, 11 THÁNG 10 NĂM 1992 TẠI MONTRÉAL CANADA

Chúng tôi gồm 21 phái đoàn và 78 Đại biểu đại diện các Tu viện, Tự viện, Niệm Phật đường, Hội Phật Giáo, các tổ chức đoàn thể và Gia Đình Phật Tử tham dự Đại Hội Thống Nhất Phật Giáo Việt Nam tại Canada nhận định rằng:

- Nhân loại sắp bước vào một kỷ nguyên mới, kỷ nguyên của cảm thông, đối thoại và hòa hợp.

- Suốt 17 năm qua tại miền Nam và 47 năm tại miền Bắc, chính quyền Cộng Sản Việt Nam đã và đang sử dụng mọi thủ đoạn nhằm tiêu diệt Phật Giáo nói riêng và các tôn giáo khác nói chung.

- Chính sách của Cộng sản Việt Nam là một chính sách phi nhân bản đã thiêu hủy tiềm năng phát triển của đất nước, đưa dân tộc đi vào tuyệt lộ.

- Yêu sách chín điểm của Hòa Thượng Thích Huyền Quang, Quyền Viện Trưởng Viện Hóa Đạo, Xử lý Hội Đồng Lưỡng Viện GHPGVNTN gởi cho chính quyền Cộng sản ngày 25 tháng 6 năm 1992 là nhân danh quyền lợi tối thượng của dân tộc đã khai mở một sinh lộ cho quyền tự do và nhân bản hiện nay của 70 triệu đồng bào Việt Nam.

Từ những nhận định trên, chúng tôi đồng thanh tuyên bố:

1. Trung thành với lập trường, tôn chỉ và mục đích của GHPGVNTN tại quốc nội do Hòa Thượng Thích Huyền Quang lãnh đạo.

2. Giáo Hội Phật Giáo Việt Nam Thống Nhất Hải Ngoại tại Canada nguyện tích cực nỗ lực góp phần quang huy dân tộc, tái thiết tổ quốc và phục hưng Đạo pháp khi thời điểm tới.

3. Phát huy tinh thần hòa hợp của Tăng Già, nỗ lực chuyển hóa cơ sở sinh hoạt Phật Giáo thành những trung tâm nuôi dưỡng tình thương, cảm thông và đoàn kết trong cộng đồng người Việt.

4. Triệt để ủng hộ chín điểm của Hòa Thượng Thích Huyền Quang, Quyền Viện Trưởng Viện Hóa Đạo GHPGVNTN.

Làm tại Montréal ngày 11 tháng 10 năm 1992
Toàn thể Đại biểu và Tăng Ni Phật tử tham dự Đại Hội đồng ký tên

THỐNG NHẤT GIÁO HỘI PHẬT GIÁO ÂU CHÂU

Phấn khởi trước thành quả Đại Hội Thống Nhất Phật Giáo tại Hoa Kỳ, Canada, chư Tôn Đức, Tăng Già cùng chư Phật tử tại Âu Châu cũng tiến tới sự Thống Nhất Giáo Hội PHật Giáo Âu Châu vào cuối tháng 12 năm 1993. Để cùng nhau góp phần kiện toàn và phát triển các Giáo Hội ở hải ngoại, Phật Giáo Âu Châu đã bước đi một bước khá dài, từ lãnh vực xây dựng cơ sở Tự viện, đến công trình Hoằng Pháp và những nỗ lực yểm trợ cho công cuộc đòi tự do nhân quyền và tín ngưỡng tại Việt Nam. Qua nội dung Tuyên Cáo của Giáo Hội Âu Châu chúng ta thấy được tinh thần Hộ pháp, cũng như nêu lên lập trường trước sau như một đối với Giáo Hội Mẹ, và khẳng định GHPGVNTN có sự thừa truyền Lịch Sử Dân tộc. Nêu lên những điều sai trái của chế độ CSVN đối với Dân tộc, Quốc gia và Đạo pháp.

TUYÊN CÁO

CỦA ĐẠI HỘI GHPGVNTN ÂU CHÂU LẦN THỨ NHỨT

Xét rằng: Phật Giáo là một tôn giáo đã có mặt suốt 20 thế kỷ qua trong lịch sử dựng nước và giữ nước của dân tộc Việt Nam. Ngày nay 80% dân chúng vẫn còn chịu ảnh hưởng sâu đậm với tín ngưỡng Phật Giáo. Trên pháp lý cũng như trên thực tế hiện nay, GHPGVNTN là một Giáo Hội kế thừa chánh thống của nền Phật Giáo dân tộc mặc dầu đã phải gánh chịu những tai ương chướng ngại như Đạo Dụ số 10 từ thời Pháp thuộc, chánh sách kỳ thị tôn giáo thời Ngô Đình Diệm cũng như chánh sách chia rẽ để đàn áp và tiêu diệt của chế độ CS ngày nay.

Xét rằng: Các chánh thể phi dân tộc luôn luôn rất e ngại những tôn giáo có tánh cách dân tộc. Bởi vậy trong quá khứ cũng như hiện tại lúc nào các chánh thể phi dân tộc cũng theo đuổi mục đích phân hóa, chia để trị, bằng cách tạo dựng ra một tổ chức tôn giáo thứ hai với bề ngoài gần giống tổ chức thứ nhứt để làm công cụ tuyên truyền cho chế độ đang cầm quyền.Việc làm này rõ ràng là một việc can thiệp thô bạo vào nội bộ tôn giáo với dụng ý mượn tôn giáo tay sai để tiêu diệt tôn giáo dân tộc. Hành động này dẫu có được ngụy biện hay tuyên truyền thế nào đi chăng nữa, dưới con mắt luật pháp quốc tế, thực chất, vẫn là một hành động vi phạm nặng nề những nguyên tắc căn bản của quyền làm người đã được công bố trong bản Tuyên Ngôn Quốc Tế Nhân Quyền ngày 10/12/1948 và các công ước quốc tế liên hệ.

Xét rằng: Chánh sách "Xóa bỏ hận thù, nhìn về tương lai" của đảng và nhà nước CSVN kêu gọi từ Tết Nguyên Đán năm nay (1993) thực chất chỉ nhằm "xóa bỏ hận thù" với các nước Tư Bản Âu Mỹ để mời gọi họ đem vốn vào VN làm ăn chứ không phải để "xóa bỏ hận thù" với cộng đồng và dân tộc trong nước. Cụ thể đối với các tôn giáo trong nước mà CSVN xưa này vẫn xem là kẻ thù số 1 thì chẳng những không được trực tiếp đối thoại để giải tỏa những khó khăn mà ngược lại còn bị đánh phá, đàn áp mãnh liệt như trường hợp GHPGVNTN hiện nay.

Xét rằng: Kết quả sự cai trị độc quyền độc đảng của CSVN sau 18 năm (kể từ sau biến cố 1975) chỉ đem lại sự nghèo đói cùng cực, sự bặng hoại xã hội, khủng hoảng văn hóa, suy thoái đạo lý, đưa đất nước VN đi vào một giai đoạn đen tối chưa từng thấy trong lịch sử. Nạn tham nhũng, nạn quan liêu đặc quyền, đặc lợi nhằm dung túng, cung phụng cho một giai cấp mới bất khả xâm phạm mà người ta quen gọi là "tư bản đỏ". Tất cả những tiếng nói chỉ trích sai trái đều bị bóp ngẹt. Tất cả những ai dám lên tiếng phản đối, đòi hỏi công bằng, dân chủ tự do đều bị bắt bớ và tù đày...

Xét rằng: Cuộc đấu tranh của GHPGVNTN phát động từ ngày 25/6/92 qua bức thơ 9 điểm của Hòa Thượng Huyền Quang, Quyền Viện Trưởng Viện Hóa Đạo GHPGVNTN gởi cho đảng và nhà nước CSVN là thể hiện nguyện vọng chân chính và thiết thực nhứt nhằm phục hồi sự sinh hoạt bình thường của một tôn giáo có đa số dân chúng đã bị đảng và nhà nước CSVN đàn áp, bách hại hơn 10 năm qua kể từ năm 1981.

Cuộc tranh đấu của GHPGVNTN vẫn luôn luôn áp dụng phương thức bất bạo động, đòi hỏi những cuộc đối thoại nghiêm chỉnh, thẳng thắn với nhà nước CSVN để tìm ra và giải quyết những bế tắc ngõ hầu tiến tới việc xây dựng lại một xã hội VN tự do, dân chủ với sự đóng góp của mọi khuynh hướng dân tộc. Cuộc tranh đấu của GHPGVNTN hơn một năm qua đã được một hậu thuẫn to lớn từ các nước tự do dân chủ Âu Mỹ, một đồng thuận và hỗ trợ tích cực của cộng đồng người Việt ở hải ngoại bất luận tôn giáo, chánh kiến. Quan trọng hơn hết là sự hưởng ứng tin tưởng trong thầm lặng của đại đa số đồng bào trong nước mặc dầu phải ở vào hoàn cảnh bị kềm kẹp khó khăn. Nhưng rất tiếc, cho đến giờ này, đảng và nhà nước CSVN vẫn nhắm mắt làm ngơ, vẫn luôn luôn tránh né những cuộc đối thoại nghiêm chỉnh, thẳng thắn với GHPGVNTN. Ngược lại đảng và nhà nước CSVN chỉ biết dùng đến bạo lực để bắt bớ, tù đày. Họ nghĩ rằng chỉ có bạo lực gieo sợ hãi, tang tóc là đủ. Chỉ có công an, nhà tù và nói dối là có thể giải quyết được hết mọi mâu thuẫn bất công trong xã hội. Thật là một bất hạnh to lớn cho đất nước Việt Nam trước một trào lưu mới của nhân loại đang mở ra là giã từ bạo lực, cảm thông và hợp tác.

Xét rằng: Bản án xử các vị Đại Đức và Phật tử tại Huế ngày 15/11/1993 là một bản án quái dị kiểu phát xít, vừa độc đoán phi lý vừa bệnh hoạn sợ hãi. Nó phản ảnh một tình trạng không bình thường của một xã hội không có luật pháp hay không cần biết gì về luật pháp. Những người tranh đấu cho nhân quyền và tự do tôn giáo với những phương pháp bất bạo động lại bị đem ra xét xử kiểu tòa án quân sự trong một thời chiến tranh. Phiên tòa không được công bố trước, không có báo chí tham dự, không có luật sư biện hộ. Nhân chứng chỉ định phải đọc những lời do nhà nước soạn sẵn. Bản án của tòa có tánh cách chung thẩm không được kháng án... Đây là một hành động sai trái dẫm đạp lên những nguyên tắc sơ đẳng của luật pháp ở xã hội văn minh. Thật là chua xót cho dân tộc Việt Nam khi phải nhắc lại câu nhận xét của ông Boutros Galli, Tổng Thư Ký Liên Hiệp Quốc sau khi đi thăm Việt Nam trở về. Ông nói: Việt Nam không biết gì là lẽ phải!

Từ những nhận định trên đây, Đại Hội GHPGVNTN Âu Châu lần thứ nhứt nhóm họp trong ba ngày 10, 11 và 12/12/93 tại chùa Viên Giác, Hannover, Đức Quốc, xin long trọng

TUYÊN CÁO:

1/ Dầu dưới mọi áp lực hay bạo lực nào, GHPGVNTN mà Hòa Thượng Thích Huyền Quang hiện nay là Quyền Viện Trưởng Viện Hóa Đạo vẫn là một Giáo Hội truyền thừa chánh thống của nền Phật Giáo dân tộc đã có 2000 năm lịch sử trên đất nước Việt Nam. Phật Giáo dân tộc đã có những đóng góp to lớn vào việc dựng nước, giữ nước, khơi dòng văn hóa Việt Nam, kế thừa từ trước đến sau, từ thời những Quốc Sư, Tổ Sư Đinh Lê Lý Trần cho đến chư Bồ Tát tử đạo hiện nay.

Đó là một sự thực lịch sử, một thực thể dân tộc. Không một chánh thể nào, không một tổ chức, đảng phái nào, kể cả đảng CSVN, có thể trong một sớm một chiều, xóa bỏ, phủ nhận hay xuyên tạc sự thật lịch sử to lớn này của dân tộc Việt Nam.

2/ Nếu đảng và nhà nước CSVN thực tâm kêu gọi "xóa bỏ hận thù, nhìn về tương lai" để xây dựng lại một nước Việt Nam sau bao nhiêu năm đổ vỡ tang tóc, trước hết đảng và nhà nước CSVN hãy nghiêm chỉnh thẳng thắn đối thoại với tất cả những tiếng nói đối lập trong đảng cũng như ngoài đảng, trong cộng đồng dân chúng cũng như ngoài cộng đồng tôn giáo tại Việt Nam để tìm ra và cùng chung giải quyết những vấn đề khó khăn to lớn của đất nước. Nhất là đối với GHPGVNTN chánh quyền Hà Nội hãy chấm dứt thái độ thù nghịch. Nhà nước CSVN hãy trả tự do cho các vị lãnh đạo tôn giáo, các tu sĩ, văn nghệ sĩ, trí thức, chỉ vì bộc lộ khác biệt chánh kiến, chỉ trích những sai lầm của đảng CSVN mà bị bắt bớ giam cầm hay quản thúc. Nhà nước CSVN hãy trả lại tài sản của các Giáo Hội đã bị nhà nước tịch thu hay quản lý. Đây là những điều kiện tối thiểu để mọi người thấy quyết tâm của đảng và nhà nước CSVN muốn "xóa bỏ hận thù, nhìn về tương lai".

3/ Là thành viên của Liên Hiệp Quốc, nhà nước CSVN đã hạ bút ký vào các công ước Quốc tế về quyền công dân và quyền con người. Nhưng thực tế, những quyền trên đây chưa được tôn trọng tại Việt Nam. Để thể hiện cụ thể một vài việc, nhất là đối với tôn giáo, nhà nước CSVN hãy chấm dứt những can thiệp vào nội bộ các tôn giáo với ý đồ gây chia rẽ, mượn tay tôn giáo diệt tôn giáo, mượn tay Phật Giáo diệt Phật Giáo. Chính đảng và nhà nước CSVN tạo ra sự chia rẽ trong các cộng đồng tôn giáo rồi lúc nào cũng lớn tiếng kêu gọi đoàn kết quả là một điều hết sức mâu thuẫn. "Giáo Hội Phật Giáo Việt Nam" do nhà nước tạo dựng ra từ năm 1981 và luôn luôn được nhà nước chăm sóc kỹ lưỡng về mọi mặt. Nếu nhà nước chấm dứt sự lo lắng và chăm sóc giáo hội này thì tức khắc bao nhiêu vị tu sĩ trong Giáo Hội nhà nước sẽ trở về với cộng đồng Phật Giáo Dân tộc như trăm con sông đổ về biển cả, không còn vấn đề vướng mắc hay phiền muộn gì đến chánh phủ mà cũng không có vấn đề nào trở ngại đối với Giáo Hội Phật Giáo Dân Tộc.

4/ Kết quả bi thương cho đất nước Việt Nam hiện nay là do sự cai trị độc quyền, độc đảng dựa trên một chủ nghĩa cộng sản lỗi thời mà thế giới đã phế thải. Bởi vậy, nếu đảng và nhà nước CSVN thực sự muốn chủ trương "đổi mới" thì điều quan trọng là phải tuyên bố chấm dứt chủ nghĩa cộng sản. Liên Sô và Đông Âu là những nước CS lâu đời trước Việt Nam. Thế mà ngày nay, sau bảy tám mươi năm, họ đã mạnh dạn tuyên bố đoạn tuyệt với chủ nghĩa CS. Đâu có gì là mất mặt hay mất cơ hội. Bởi lẽ sử sách cổ kim đã từng cho thấy những người cai trị chơn chánh là biết đem chủ nghĩa để mưu cầu hạnh phúc cho dân chớ không có ai điên rồ lại đem tánh mạng của dân hy sinh để mưu cầu sự sống còn cho chủ nghĩa!

Tiếp theo, đảng và nhà nước CSVN phải hủy bỏ điều 4 trong Hiến Pháp hiện nay. Có như thế mới thực sự chấm dứt việc cai trị độc quyền, độc đảng và mở rộng cửa đón nhận mọi sáng kiến đóng góp của người dân trong hay ngoài nước, bất luận khác biệt đảng phái tôn giáo hay địa phương. Được như thế mọi người Việt Nam dầu ở đâu cũng đều vui mừng phấn khởi tiếp tay, tiếp sức vào việc xây dựng lại đất nước.

Ngược lại nếu không thay đổi được những điều căn bản nêu trên thì chủ trương "đổi mới" mà đảng và nhà nước CSVN đưa ra chỉ là một danh từ để ru ngủ và lừa phỉnh dư luận quốc tế.

5/ Đảng và nhà nước CSVN phải thẳng thắn tuyên bố thừa nhận những sai lầm đã gây ra trong quá khứ cũng như gần đây. Đó là điều kiện đóng góp hữu hiệu nhất để mở đầu cho việc "xóa bỏ hận thù, nhìn về tương lai" mà đảng và nhà CSVN đang chủ trương kêu gọi toàn dân.

Chính phủ Nga đã lên tiếng thừa nhận trách nhiệm trong việc tàn sát 40 ngàn sĩ quan Ba Lan trong thời đệ nhị thế chiến mà từ trước đến nay được che dấu và đổ tội cho Đức Quốc Xã. Chánh phủ Nhật cũng đã chánh thức lên tiếng xin lỗi trong việc tàn sát và đối xử tàn bạo hàng chục vạn nạn nhân ở các nước Đông Nam Á nhất là ở Cao Ly và Trung Quốc. Đảng CSVN cũng đã sửa sai nhận lỗi vì giết chết bao nhiêu vạn người trong cuộc cải cách ruộng đất ở miền Bắc năm 1945. Nhưng còn vụ tàn sát tập thể thường dân Huế năm Mậu Thân 1968 và nhiều vụ sát hại khác nữa được che dấu ngụy trang trong suốt hai cuộc chiến vừa qua ở miền Nam cũng như ở miền Bắc. Nhân dân hận thù đảng và nhà nước CSVN là do những hành động đau thương tang tóc, đổ vỡ ly tán mà đảng CSVN đã gây ra suốt 50 năm qua cho đến nay vẫn còn. Vậy "xóa bỏ hận thù, nhìn về tương lai" chứng tỏ trước tiên là ở phía gây ra và hành động trước tiên là chấp nhận sai lầm để tạ lỗi rồi sửa đổi. Đó là truyền thống luân lý ngàn đời của người Việt Nam.

Với phiên tòa xử các vị Đại Đức và Phật tử Việt Nam tại Huế ngày 15/11/1993 cũng vậy. Nếu đảng và nhà nước CSVN thực tâm nhìn thấy được những tính toán sai lầm của mình thì nên tuyên bố hủy bỏ bản án để xử lại một cách công minh, đứng đắn hơn.

Ngược lại kêu gọi nhân dân "xóa bỏ hận thù" trong khi đảng và nhà nước CSVN cứ giữ nguyên "hận thù" và tiếp tục "trả thù" hoặc công khai hoặc ngấm ngầm thì lời kêu gọi trên đây của đảng và nhà nước CSVN trở thành giả dối vô nghĩa.

6/ Pháp nạn là quốc nạn. Không thể có tự do tôn giáo trong một nước không có tự do dân chủ. Pháp nạn không riêng gì cho Phật Giáo mà tất cả tôn giáo đều là nạn nhân. Quốc nạn là nạn chung của toàn dân chứ không riêng cho một giới nào.

Chính vì nhận định xác quyết như trên nên khi cuộc đấu tranh của GHPGVNTN khởi lên từ Quảng Ngãi qua bức thơ 9 điểm của Hòa Thượng Huyền Quang đề ngày 25/6/92 gởi cho đảng và nhà nước CSVN đã được sự hưởng ứng nhanh chóng và ủng hộ nồng nhiệt của tất cả tổ chức, đoàn thể và đồng bào các giới trong cũng như ngoài nước. Điều này nói lên sự khao khát tự do dân chủ trên một đất nước bị tàn phá hủy hoại bao nhiêu năm trong chiến tranh và còn kéo dài đến ngày nay, mặc dầu chiến tranh đã chấm dứt. Đây là những khát vọng tự nhiên và tất yếu của tất cả mọi người, mọi giới bị dồn nén, bị bóp ngẹt từ lâu chỉ chờ cơ hội để bộc phát. Cơ hội đó hiện nay là cuộc tranh đấu của Phật Giáo. Cho nên không thể chấp nhận lối lý luận sơ đẳng của đảng và nhà nước CSVN đưa ra nhằm dọa nạt và ly gián phong trào đấu tranh rằng "không được lợi dụng tôn giáo vào việc chính trị" hoặc là "không đem chính trị vào tôn giáo".

Tôn giáo là tôn giáo. Chánh trị là chánh trị. Nhưng nếu cả hai đều là nạn nhân trực tiếp của chế độ Cộng sản độc tài ức chế thì câu trả lời sẽ ra sao? Đó là chưa nói đến Phật Giáo Việt Nam vốn dĩ là tôn giáo dân tộc.

Đã là tôn giáo dân tộc thì không thể có cảnh dân tộc bị áp bức, lầm than cơ cực mà tôn giáo lại an nhiên hưởng nhàn hay bi đát hơn nữa, lại đi theo tiếp tay ủng hộ những kẻ hà hiếp dân chúng!

Cho nên cuộc đấu tranh cho tự do tôn giáo và nhân quyền do GHPGVNTN phát khởi không xa rời chia cách với cuộc đấu tranh cho tự do dân chủ của tất cả mọi người mọi giới, mọi đoàn thể, mọi tôn giáo trong cũng như ngoài nước hiện nay.

7/ Trăm sông đổ về biển cả. Cái gì có tánh cách dân tộc sẽ trở về với dân tộc. Cái gì bắt ép, vay mượn dựa thời, ỷ thế bên ngoài, dẫu có mạnh đến đâu đi nữa rồi cũng sẽ bị hủy diệt theo thời gian. Đó là định luật vô thường biến đổi trong đạo Phật.

"Giáo Hội Phật Giáo Việt Nam" hay còn gọi là "Giáo Hội Nhà Nước" hay "Giáo Hội Quốc Doanh" cũng không đi ra ngoài định luật ấy. Trừ một thiểu số là người của đảng và nhà nước gài vào để chi phối, còn lại đa số tu sĩ trong Giáo Hội nhà nước này đều bị ép uổng, bắt buộc theo phải nương theo nhà nước để được tạm thời yên thân. Cho nên họ luôn luôn mong đợi cơ hội để trở về với Giáo Hội truyền thống dân tộc. Vì chính những vị này trước đây dưới thời Ngô Đình Diệm đã phải khốn đốn khổ cực đấu tranh cho lá cờ Phật Giáo 5 màu tượng trưng cho hào quang Đức Phật được bay phất phới trong những ngày đại lễ. Giờ đây là cờ lịch sử đó đã bị đảng và nhà nước CSVN cấm chỉ tuyệt đối không được treo. Thế thì làm sao một sớm một chiều họ có thể dễ dàng trở thành "sư Quốc Doanh" cho được.

Nhưng âm mưu thâm hiểm của đảng và nhà nước CSVN muốn tạo ra cái thế mâu thuẫn cho Phật Giáo chống Phật Giáo và Phật Giáo diệt Phật Giáo!

Bởi vậy trong cuộc đấu tranh đòi tự do tôn giáo và nhân quyền hiện nay, GHPGVNTN trong cũng như ngoài nước luôn luôn được cảnh giác: Không xem Giáo Hội Phật Giáo nhà nước đứng về phía thù nghịch, mà ngược lại, xem Giáo Hội nhà nước cũng là một nạn nhân của chế độ CS Hà Nội. Vì họ cũng là nạn nhân bị bắt buộc phải nghe, bắt buộc phải nói, bắt buộc phải làm theo một thiểu số cán bộ của nhà nước đặt "nằm vùng" trong Giáo Hội này.

Mặc dầu vậy, họ không phải hoàn toàn thụ động. Những bức thơ phản đối từ Huế về việc tấn phong không theo đúng giới luật tại Đại Hội Phật Giáo (nhà nước) kỳ 3 tại Hà Nội vào tháng 11/92 hay lá thơ đính chính những lời mạo danh kết án cuộc biểu tình tại Huế đăng ở báo Công An Quảng Nam Đà Nẵng ngày 12/6/93 đã đủ chứng tỏ được thái độ "uy vũ bất năng khuất" của những vị trong Giáo Hội nhà nước này.

Cho nên công tác giải trừ pháp nạn 2 khó khăn nguy hiểm gấp ba bốn lần kỳ trước, những vị tu sĩ trong Giáo Hội nhà nước cũng sẽ góp phần không nhỏ và như vậy chính họ sẽ tự khai mương, mở đường cho những vũng nước ao tù ứ đọng bấy lâu nay sẽ được dịp chảy xuôi về lòng biển cả.

Sau cùng, nhân bản Tuyên Cáo kết thúc Đại Hội Lần Thứ Nhất, GHPGVNTN Âu Châu xin kính lời tri ân Đức Đạt Lai Lạt Ma, vị lãnh đạo tinh thần nhân dân Tây Tạng, các chánh phủ, Quốc Hội, Quốc Hội Âu Châu, cơ quan nhân quyền Liên Hiệp Quốc, Liên Đoàn Quốc Tế Nhân Quyền, Tổ Chức Ân Xá Quốc Tế, cơ quan truyền thông, thông tấn xã, báo chí đã phản ảnh trung thực đã hậu thuẫn và bênh vực cho tự do tôn giáo và nhân quyền mà GHPGVNTN đã phát động hơn một năm qua tại Việt Nam. GHPGVNTN Âu Châu cũng không quên cám ơn sự đóng góp quý báu của cộng đồng người Việt hải ngoại, nhất là vùng Âu Châu, các tổ chức tôn giáo, đảng phái, báo chí Việt ngữ khắp nơi đã tích cực hỗ trợ cho công cuộc giải trừ pháp nạn và quốc nạn tại quê nhà hiện nay.

Với thành tâm thiện ý của tất cả mọi người đã hy sinh đóng góp, chúng ta nguyện cầu cho đất nước Việt Nam sớm được hồi sinh và dân tộc Việt Nam mau đạt được ý nguyện là tự do tôn giáo, nhân quyền và dân chủ đích thực.

Nay tuyên cáo
Làm tại Hannover (Đức)
Ngày 12/12/1993
Toàn thể Đại biểu Tăng Ni và Phật tử tham dự Đại Hội đồng ký tên

Sau những năm hành đạo một cách tích cực, kể từ ngày Thống Nhất Giáo Hội, Tăng Tín đồ Âu Châu đã nỗ lực hoạt động không ngừng, gởi chư Tăng đi thuyết pháp, hoằng truyền giáo lý Phật Đà khắp nơi trên thế giới kể cả Liên Sô, nơi người dân Việt Nam bị nhà nước Cộng Sản đày đi làm nghĩa vụ lao động XHCN. Sau khi Cộng Sản Liên Sô sụp đổ, những người dân lao động thuê này đã ở lại và thành lập Hội Thảo Đường để cùng nhau tu học, làm lụng sinh sống, tuy khổ cực nhưng họ vẫn giữ được tinh thần dân tộc, tình tự quê hương và trung kiên với Đạo Pháp. Nơi đây họ đã tiếp nhận sự giúp đỡ tận tình của các đoàn Phật Giáo Âu Châu.

Từ ý thức khả thể trong sứ mệnh Phụng Sự Đạo Pháp, Giáo Hội Âu Châu đã triệu tập Đại Hội Tăng Ni trên khắp thế giới về họp tại chùa Viên Giác, Đức Quốc vào các ngày 22, 23 và 24 tháng 9, năm 1995. Đại Hội đúc kết bằng Tuyên Cáo như sau:

TUYÊN CÁO

Chúng tôi, hàng giáo phẩm cao cấp và Tăng Ni đang hành đạo tại Á, Úc, Mỹ và Âu Châu tham dự Đại Hội Tăng Ni Phật Giáo Việt Nam Hải Ngoại được tổ chức lần đầu tiên tại chùa Viên Giác Đức Quốc vào các ngày 22, 23 và 24 tháng 9 năm 1995, trong tinh thần lục hòa tương thuận tương kính, đã cùng nhau chia xẻ những kinh nghiệm tu học, xiển dương Phật Pháp, bảo vệ đạo lý dân tộc trong môi trường hải ngoại. Ngoài ra Đại Hội đã đúc kết thành quả Phật Giáo Việt Nam hải ngoại qua 20 năm xây dựng cơ sở, tổ chức Giáo Hội và hướng dẫn tâm linh đạo đức cho toàn thể đồng bào Phật tử đang lưu ngụ tại các quốc gia trên thế giới. Đồng thời Đại Hội kiểm điểm lại các nỗ lực cần thiết trong việc phục hưng Phật Pháp ở quê nhà sau nhiều thập niên bị chiến tranh và chủ nghĩa cộng sản tàn phá. Hướng về một tương lai hưng thịnh của Đạo Phật Việt Nam trong một đất nước tự do phú cường. Đại Hội đồng thanh tuyên bố:

1. Sau hơn 20 năm xây dựng và phát triển tại hải ngoại, Phật Giáo Việt Nam đã đạt được nhiều thành quả lớn lao qua các lãnh vực xây dựng cơ sở, đào tạo nhân sự, thích nghi với văn hóa địa phương và tổ chức các công tác ích dụng cho quảng đại quần chúng. Tiềm lực lớn lao này phải được phát huy để PGVN hải ngoại mở rộng việc hướng dẫn tu học cho các sắc dân bản xứ, và đóng vai trò quan yếu trong việc giúp cho Giáo Hội quê nhà khôi phục nền tảng tâm linh, đạo đức cho dân tộc Việt Nam

2. Sự triệt để áp dụng giáo pháp lục hòa, nghiêm túc phụng trì giới luật, nỗ lực hoằng dương chánh pháp, quan tâm đặc biệt về việc đào tạo Tăng tài, giáo dưỡng tầng lớp tuổi trẻ trong cả hai giới xuất gia và tại gia là những nhân tố thiết thực trong công cuộc xây dựng đạo Phật Việt Nam ở xứ người.

3. Sự thống hợp mọi tổ chức, mọi tầng lớp Phật Giáo đồ không chỉ mang lại lợi lạc cho lý tưởng giải thoát của Phật tử Việt Nam ở hải ngoại mà còn góp phần hữu hiệu trong việc giải trừ pháp nạn tại quê nhà.

4. Sự phát triển của đất nước Việt Nam ngày mai sẽ chỉ nên là tổng hợp nỗ lực của mọi thành phần dân tộc, trong đó quần chúng Phật tử là một đại bộ phận quan trọng. Do vậy, Đại Hội yêu cầu nhà nước Việt Nam chấm dứt mọi chính sách thù nghịch, tục hóa, và khống chế Phật Giáo, một đường lối di hại lâu dài cho cả dân tộc.

5. Sự phục hoạt giáo hội truyền thống không bị thế quyền lợi dụng mà do chính hàng giáo phẩm tài đức hòa hợp lãnh đạo sẽ là một thành tố quan yếu giúp khai thông các bế tắc trong tiến trình hàn gắn vết thương chiến tranh, tái thiết xứ sở. Do đó, Đại Hội kêu gọi nhà nước Việt Nam tôn trọng tư cách pháp lý của Giáo Hội Phật Giáo Việt Nam Thống Nhất, trả tự do cho chư Tôn Giáo Phẩm đang bị giam giữ và giao trả toàn bộ giáo sản của Giáo Hội đã bị nhà cầm quyền cưỡng đoạt.

6. Trước hiện tình phức tạp của đất nước và hoàn cảnh khó khăn của Giáo Hội, người Phật tử cần có thái độ bình tĩnh, thức giác và hành động hiểu biết trước mọi ý đồ xuyên tạc, lũng đoạn nội bộ Giáo Hội.

Làm tại Hannover, Đức Quốc ngày 24 tháng 9 năm 1995

Ký tên:

Chư Hòa Thượng, Thượng Tọa, Đại Đức Tăng Ni tham dự Đại Hội.

Đồng thời, Đại Hội Tăng Ni Hải Ngoại cũng nêu lên lời kêu gọi nhà cầm quyền Cộng sản Việt Nam hãy hủy bỏ bản án phi pháp kết án HT Thích Quảng Độ, cùng các Thượng Tọa, Đại Đức và cư sĩ Phật tử.

LỜI KÊU GỌI

Hủy bỏ bản án phi pháp mà tòa án thành phố Sài Gòn đã xử Hòa Thượng Thích Quảng Độ ngày 15/8/1995

Đại Hội Tăng Ni PGVN Hải Ngoại gồm chư Hòa Thượng, Thượng Tọa, Đại Đức Tăng Ni từ Úc Châu, Á Châu, Hoa Kỳ, Gia Nã Đại và các nước Âu Châu họp tại chùa Viên Giác – Hannover – Đức Quốc ngày 22, 23 và 24/9/95 đồng thanh lên tiếng:

1/ Kêu gọi chính phủ Hà Nội hãy xóa bỏ bản án bất công ngày 15/8/95 tại Sài Gòn mà tòa án nhà nước CSVN đã xử Hòa Thượng Thích Quảng Độ (68 tuổi, Tổng Thư Ký Viện Hóa Đạo) 5 năm tù, Thượng Tọa Thích Không Tánh 5 năm, Thượng Tọa Thích Nhật Ban 4 năm tù, Đại Đức Thích Trí Lực 2 năm rưỡi, cư sĩ Nhật Thường 3 năm tù, cư sĩ Nguyễn Thị Em (Đồng Ngọc) 2 năm tù treo. Năm Tu sĩ và Phật tử kể trên bị bắt giam từ ngày 6/11/94 tại Sài Gòn vì đã đứng ra tổ chức một phái đoàn GHPGVNTN đi cứu trợ lũ lụt vùng đồng bằng sông Cửu Long tháng 11/1994. Hòa Thượng Thích Quảng Độ lên tiếng phản đối việc bắt giam trái phép phái đoàn cứu trợ của Giáo Hội nên Ngài cũng bị bắt giam từ ngày 4/1/95 tại Phú Nhuận, Sài Gòn. Với những hành động cứu trợ nhân đạo trong khuôn khổ hoạt động tôn giáo của một Giáo Hội mà bị đưa ra xét xử ở một tòa án không có luật sư biện hộ, không có báo chí quốc tế tham dự, không có thân nhân của bị can chứng kiến... Với một bản án đã được chỉ định trước thì rõ ràng là một hình thức đàn áp nặng nề nhằm tiêu diệt GHPGVNTN, một Giáo Hội truyền thống lâu đời ở Việt Nam và có tư cách pháp nhân từ năm 1951. Cho đến nay nhà cầm quyền CSVN vẫn chưa có một văn kiện nào chánh thức chấm dứt tư cách pháp nhân của GHPGVNTN.

2/ Tố cáo trước dư luận quốc tế hình thức tòa án ngày 15/8/95 để xử Hòa Thượng Thích Quảng Độ và nhiều tu sĩ, Phật tử khác đã vi phạm nặng nề điều 132 về quyền biện hộ, trong hiến pháp 1992 do Chánh phủ Hà Nội đang áp dụng và những điều 69, 70 của Hiến Pháp kể trên về quyền tự do ngôn luận và tự do tư tưởng.

3/ Tố cáo trước dư luận quốc tế, các cơ quan nhân quyền, các cơ quan lập pháp, các chánh phủ các nước yêu chuộng tự do và công lý, các nhân sĩ trí thức... hãy dùng ảnh hưởng của mình để lên tiếng can thiệp với chánh phủ Hà Nội hủy bỏ những bản án bất công đối với những người chỉ vì đòi hỏi nhân quyền và tự do tôn giáo, mà cụ thể là bản án 5 năm tù của Hòa Thượng Thích Quảng Độ, đồng thời ngăn chặn những việc làm trái nguyên tắc dân chủ mà chánh phủ Hà Nội đã long trọng ký kết vào Công Ước Quốc Tế về quyền dân sự và chính trị ngày 24/9/82, và mới đây ký Hiệp Ước Kinh Tế với Liên Hiệp Âu Châu ngày 17/7/1995 tại Bruxelles.

Làm tại Hannover, Đức Quốc 24/9/95

Ký tên:

Chư Hòa Thượng, Thượng Tọa, Đại Đức Tăng Ni tham dự Đại Hội.

Trên tinh thần đấu tranh cho tự do tín ngưỡng và nhân quyền tại Việt Nam, Quốc Hội Âu Châu đã ra Nghị Quyết như sau:

QUỐC HỘI ÂU CHÂU

18, Janvier 1995

NGHỊ QUYẾT CHUNG (ĐIỀU 47)

Về Sự Kiện Bắt Giam Tăng Ni Phật Tử thuộc Giáo Hội Phật Giáo Việt Nam Thống Nhất.

Theo đề nghị của những Đại biểu sau:

– Sakellariou: Đảng Xã Hội Dân Chủ Âu Châu.

– Gol Bertens và André–Léonard: Đảng Tự Do Dân Chủ Âu Châu.

– Libague và Caccaval: Đảng Forza Âu Châu.

– Pasty: Tổng Phong Trào Những Người Dân Chủ Âu Châu.

– Telkamper: Đảng Xanh Âu Châu.

– Pradier, Fouque và Vandemeulebrouke: Liên Minh Âu Châu.

Quốc Hội Âu Châu:

A. Nhận định rằng, mặc dầu Hiến Pháp năm 1992 có ghi mọi người dân đều được quyền tự do tư tưởng nhưng chính phủ Việt Nam từ năm 1982 đã theo đuổi chính sách công nhận và giúp đỡ Giáo Hội Phật Giáo Việt Nam thành lập vào năm 1981 và cô lập hoàn toàn những Giáo Hội Phật Giáo khác

B. Nhắc nhở rằng Giáo Hội Phật Giáo Việt Nam Thống Nhất (thành lập năm 1951 và những năm thập niên 60 đã tham gia phản đối chế độ miền Nam VN) công khai phản đối chính sách của chế độ này.

C. Lo lắng vì hàng loạt những vị tu sĩ của GHPGVNTN (Thích Trí Tựu, T. Hải Tạng, T. Hải Chánh, T. Hải Thịnh, T. Hạnh Đức, T. Thiên Thọ) đã bị trừng phạt vào năm 1993 vì vi phạm trật tự công cộng dựa trên những thủ tục tư pháp mà theo sự trình bày của Tổ Chức Ân Xá Quốc Tế đáng đặt nghi vấn trong vài trường hợp.

D. Lo lắng hơn nữa vì số phận của những vị tu sĩ và hàng Giáo Phẩm của GHPGVNTN (T. Long Trí, Phạm Văn Xua (Nhật Thường), T. Trí Lực và Nguyễn Thị Em (Đồng Ngọc) đã bị bắt vào tháng 11/94 khi họ tổ chức cứu trợ những nạn nhân do trận bão lụt tàn khốc trong tháng 10/94 gây ra tại vùng sông Cửu Long mà không có giấy phép của chính quyền địa phương (vụ cứu trợ này được một tu viện thuộc GHPGVNTN tại Houston, Texas tài trợ), mặc dù trước đó các tu sĩ này đã tổ chức cứu trợ bằng những phương tiện tài chính địa phương không bị các cơ quan chính quyền nhúng tay can thiệp.

E. Lo lắng vì vị lãnh đạo tinh thần GHPGVNTN, Hòa Thượng Thích Huyền Quang (bị giam lỏng tại chùa Hội Phước, Quảng Ngãi từ năm 1992) cũng như Hòa Thượng Thích Quảng Độ đã bị bắt giam vào những ngày 29/12/94 và 4/1/95, sau khi hai vị phản đối việc bắt bớ vào tháng 11 kể trên.

G. Lo lắng vì Tổ Chức Ân Xá Quốc Tế cho hay rằng tại Việt Nam vẫn còn hơn 60 người bị giam cầm vì lý do chính trị, trong đó 38 người vì lòng tin.

H. Nhận định rằng tôn trọng nhân quyền là một phần quan trọng trong chính sách phát triển và cộng tác kinh tế của khối Liên Minh Âu Châu.

Do đó, Quốc Hội Âu Châu bày tỏ thái độ như sau:

1. Quan niệm rằng chính sách của chính phủ VN đối với GHPGVNTN đi ngược đường hướng chung của chính sách thay đổi về kinh tế và chính trị tại VN.

2. Nhắc nhở rằng khi nhà cầm quyền VN đã ra tay nặng nề đối với một số những đại diện các tôn giáo khác cũng như những nhà văn nghệ sĩ và những nhà trí thức, khi những vị này

được coi là mối nguy hại cho an ninh quốc gia và trật tự công cộng...

3. Hy vọng rằng nhà cầm quyền Việt Nam sẽ có thái độ cởi mở và nhân bản hơn.

4. Hoan nghênh sự quyết định của chính phủ Việt Nam chấp nhận mang vào Hiệp Ước Hợp Tác, hiện nay đang thương lượng với Cộng Đồng Âu Châu, một điều khoản nhân quyền căn bản.

5. Yêu cầu Hội Đồng và Ủy Bộ, cân nhắc đặt vấn đề nhân quyền trong mối quan hệ với nhà cầm quyền VN.

6. Đòi hỏi trước hết việc ngưng đàn áp và truy nã những Tăng Ni Phật tử thuộc GHPGVNTN.

7. Ủy nhiệm cho Chủ tịch Quốc Hội trình bày Nghị Quyết này đến Hội Đồng và Ủy Bộ cũng như chính phủ VN.

(Theo bản dịch của chùa Khánh Anh - Paris)

Kể từ ngày thành lập Ban Vận Động để thống nhất Phật Giáo các quốc gia trên thế giới, cũng như qua công cuộc đấu tranh giải trừ pháp nạn hiện nay tại quê nhà đã có rất nhiều văn kiện, nhận định, quan điểm, tuyên cáo, tuyên ngôn, thông cáo, kháng thư... của Giáo Hội trong và ngoài nước, cũng như của các đoàn thể, báo chí, hệ thống truyền thanh truyền hình v.v... Và cũng trong niềm cảm thông sâu xa của một dân tộc từng bị áp bức, Đức Đạt Lai Lạt Ma đã có lời nhắn nhủ qua Thông Điệp gởi cho buổi Hội Thảo Quốc Tế về Thuyền Nhân Việt Nam:

THÔNG ĐIỆP

Của Đức Đạt Lai Lạt Ma.

(Gởi cho buổi Hội Thảo Quốc Tế về Thuyền Nhân VN)

Tôi rất sung sướng khi được biết Ủy Ban Hành Động Bảo Vệ Thuyền Nhân sẽ tổ chức buổi Hội Thảo Quốc tế tại Paris ngày 21/5/94 để động viên toàn diện cho mọi sự quan tâm ngõ hầu hỗ trợ cho hoàn cảnh bi đát của dân tộc Việt Nam. Tôi cũng rất vui mừng được biết Đức Giáo Hoàng đã chúc lành cho Hội Nghị này.

Từ lâu, dân tộc VN đã phải gánh chịu nhiều đau khổ. Thật là không may mắn cho dân tộc này đã phải chịu trải qua nhiều cuộc đàn áp, ngược đãi đau thương và lưu đày ngay trên quê hương của họ và (giờ đây) phải chịu những cuộc (cưỡng bách) hồi hương từ các trại tạm cư của các nước láng giềng. Tôi rất đau buồn khi thấy dân tộc này đã bị tước đi mất cái quyền thiêng liêng bất khả chuyển nhượng, đó là quyền sống bình yên, tự do và có phẩm cách ngay trên đất nước của họ.

Tôi cầu mong cuộc Hội Thảo được kết quả và tôi hy vọng rằng cuộc Hội Thảo này sẽ phối hợp được những hành động của nhiều tổ chức phi chánh phủ, tôn giáo, cộng đồng, truyền thông... Để sớm chấm dứt những đau khổ của dân tộc Việt Nam.

Ngày 16/5/94
Đức Đạt Lai Lạt Ma.
(Ký tên)

MESSAGE

I am happy to learn that the Action Committee for the Defense of Boat People are organizing an international conference in Paris on May 21, 1994, to mobilize global concern and support to and the plight of the Vietnamese people. I am glad that His Holiness the Pope has also lend his blessing to this conference.

For too long the Vietnamese people have had to suffer immensely. It is most unfortunate that they have to go through these traumatic experiences of persecution, exile from their homeland and repatriation from transit camps in neighboring countries. I am deeply saddened that they have been deprived for so long of their inalienable right to live peacefully with freedom and dignity in their own country.

I wish the conference every success and hope that it will help to coordinate actions of various organizations, aid agencies. NGOs, media, religiuos committies, etc... In bringing an early end to suffering of the Vietnamese people.

Date: May 16, 1994
Đức Đạt Lai Lạt Ma
(Ký tên)

Chương Tám

XẢ BÁO THÂN ĐỂ CHỨNG PHÁP THÂN, HỒI NHẬP TA BÀ HÓA ĐỘ CHÚNG SANH, ĐẠI LÃO HÒA THƯỢNG THÍCH ĐÔN HẬU, CHÁNH THƯ KÝ KIÊM XỬ LÝ VIỆN TĂNG THỐNG GHPGVNTN, VIÊN TỊCH

Gió đưa cành trúc la đà,
Tiếng chuông Thiên Mụ canh gà Thọ Xương.

Thiên Mụ, ngôi chùa nổi danh ở Huế, do Chúa Nguyễn Hoàng thành lập năm 1601 (Tân Sửu) ở đồi Hà Khê. Chùa Thiên Mụ là một trong những danh tích lịch sử của chốn cố đô, đất thần kinh văn vật với cảnh trí thanh tú, thiền vị và nên thơ. Các tao nhân mặc khách thường vãng lai để tìm ý thơ, điệu nhạc, biết bao nhiêu áng văn thơ đã ca tụng vẻ đẹp cổ kính của ngôi chùa. Chùa Thiên Mụ đã có một lịch sử thật gần gũi với dân tộc từ thuở sáng lập cho đến nay. Thiên Mụ đã trở thành một trong những di tích lịch sử tại Cố đô Huế, do đó, gần đây, 1977, nhà nước CSVN đã quyết định chọn chùa Thiên Mụ làm nơi danh lam thắng cảnh của nhà nước để thu tiền khách hành hương, làm nguồn lợi kinh tế cho XHCN.

Chùa Thiên Mụ không những đã đóng một vai trò quan trọng trong công cuộc hoằng dương Phật Pháp, mà còn quan trọng hơn nữa là vị lãnh đạo ngôi chùa, Cố Đại Lão Hòa Thượng Thích Đôn Hậu, một bậc chân tu khả kính, đức độ. Uy danh của Ngài vượt lên trên hàng chư Tăng, tín đồ đương thời, Hòa Thượng là cội tùng ngàn năm che mưa chở nắng cho đàn hậu học. Chính vì oai đức nhiếp hóa Tăng Chúng, uy tín của Ngài ảnh hưởng lớn với quần chúng Phật tử, cho nên Tết Mậu Thân, 1968, Cộng sản Hà Nội đã bắt Hòa Thượng bỏ vào võng khiêng ra Bắc trong khi Ngài đang bịnh nặng. Suốt thời gian sống với Cộng sản, Hòa Thượng đã tùy duyên để qua cơn hoạn nạn, mặc dù họ đã bắt ép Hòa Thượng phải làm việc, nhận chức tước, phẩm hàm của họ nhưng Hòa Thượng một mực từ chối. Là một bậc Kỳ túc, Cao Tăng, HT có cần gì cái bả vinh hoa, phù phiếm của chế độ Cộng sản gán cho. Chế độ CS miền Bắc đã lợi dụng uy đức của Ngài, nhằm thao túng diễn đàn chính trị. CS Hà Nội nghĩ rằng, bắt được Hòa Thượng Đôn Hậu là khuynh đảo được Phật Giáo Huế, làm lợi cho đường lối chủ trương của chế độ. Nhưng không, dù bị dọa nạt, bắt ép, Ngài cũng không tuân theo. Đối với bản thân Hòa Thượng, Ngài hiểu rất rõ chế độ CS nham hiểm, xảo quyệt như thế nào. Cho dù được o bế, quyền tước cao sang đến mấy đi nữa, thì cũng vẫn chỉ là công cụ cho chế độ mà thôi, khi vai trò tay sai hoàn tất, họ có ngần ngại gì mà không vứt bỏ.

Ngay sau ngày 30/4/1975, Cộng sản Hà Nội đã mang Hòa Thượng trở vào miền Nam, an trí tại chùa Linh Mụ, và tiếp tục xử dụng uy tín Ngài trong mục đích Tôn Giáo vận, mà qua bức thư từ nhiệm của Ngài, chúng ta thấy:

THƯ TỪ NHIỆM CỦA HÒA THƯỢNG THÍCH ĐÔN HẬU

Phật Lịch 2525

Bệnh viện Thống Nhất, ngày 08/02/1982

Kính gởi: Hòa Thượng Thích Đức Nhuận
Pháp Chủ Giáo Hội Phật Giáo Việt Nam

Nam Mô Bổn Sư Thích Ca Mâu Ni Phật

Kính bạch Hòa Thượng,

Vào những ngày cuối cùng của năm Tân Dậu, vì bệnh tình bức bách, nên ngày 21/01/82, tôi đành phải rời Huế, vào Thành phố Hồ Chí Minh để chữa bệnh giữa lúc mọi người đang hoan lạc đón xuân sang, và cho đến hiện nay tôi vẫn đang còn được điều trị tại bệnh viện Thống Nhất TP Hồ Chí Minh. Trong thời gian ấy, ngày

07/02/82, tôi lại nhận được lá thư của Hòa Thượng gởi cho tôi với danh nghĩa Phó Pháp Chủ kiêm Giám Luật Giáo Hội Phật Giáo Việt Nam. Nội dung bức thư ấy, Hòa Thượng báo tin cho là Hội Nghị Đại Biểu Thống Nhất Phật Giáo Việt Nam đã thành tựu viên mãn, cũng như Hội Đồng Bộ Trưởng đã quyết định công nhận bản Hiến Chương, danh sách Ban Lãnh Đạo và cho phép Giáo Hội Phật Giáo Việt Nam hoạt động; đồng thời, Hòa Thượng đã có lời khuyên tôi cố gắng cộng tác với Giáo Hội trong chức vụ nói trên.

Trước hết, tôi xin chân thành cảm ơn lòng thạnh tình của Hòa Thượng đối với tôi, đồng thời, tôi cũng rất lấy làm vinh dự và tri ân quý Hòa Thượng đã dành cho tôi một chức vụ quan trọng như thế! Nhưng, thưa Hòa Thượng, như Hòa Thượng đã biết, vào đầu xuân năm 1980, cũng chính là lúc tôi đang nằm điều trị tại bệnh viện Thống Nhất này thì hay tin Ban Vận Động Thống Nhất Phật Giáo Việt Nam được thành lập, trong đó tôi được có tên tôi với danh nghĩa Cố Vấn! Thế nhưng vì bệnh duyên chướng ngại tôi đã không tham gia được một Phật sự nào đáng kể, ngay cả cuộc Hội Nghị Đại Biểu vừa qua tôi cũng phải vắng mặt. Cho nên, tôi xét thấy mình nay tuổi đã già sức đã yếu, lại thêm bệnh hoạn liên miên và mỗi ngày càng thêm trầm trọng. Do đó tôi viết thư này để kính báo với Hòa Thượng rõ là tôi không thể đảm nhận được chức vụ quan trọng "Phó Pháp Chủ kiêm Giám Luật" Giáo Hội Phật Giáo Việt Nam mà Hội Nghị đã đề cử. Tuy vậy, riêng cá nhân, tôi vẫn luôn tâm nguyện sẽ tiếp tục đem tất cả sức tàn ra phụng sự chánh pháp trong khả năng còn lại của mình và trong điều kiện sức khỏe cho phép.

Rất mong được Hòa Thượng thông cảm và nhận nơi đây lòng chân thành của tôi. Kính chúc Hòa Thượng phước trí nhị nghiêm, chúng sanh dị độ.

Kính thư,
Tỳ Kheo Thích Đôn Hậu
(ký tên)

■

Mặc dù tuổi già sức yếu lại thêm bịnh hoạn, nhưng Hòa Thượng lúc nào cũng tâm niệm đến Giáo Hội, đến chư Tăng Ni, Tín đồ, lo lắng cho sự tồn vong của Đạo pháp. Bằng sức sống gần tròn một thế kỷ, Hòa Thượng đã xả thân cho lý tưởng Giác ngộ, giải thoát.

Ngài đã tận tụy giáo dục Tăng Ni, xây dựng bao lớp người hữu dụng cho Dân tộc và Đạo pháp. Qua bao cuộc thăng trầm, vinh nhục của quê hương, qua bao lần vật đổi sao dời của thế nhân bạo lực, Hòa Thượng vẫn không sờn chí nguyện Thượng cầu hạ hóa, cho đến hôm nay, dẫu tuổi già, sức yếu Ngài vẫn không từ nan trọng trách Giáo Hội giao phó, đảm nhận chức vụ Chánh Thư ký kiêm Xử lý Viện Tăng Thống, tiếp tục lèo lái con thuyền Giáo Hội vượt qua cơn phong ba bão tố của thời đại. Qua bức Tâm thư của HT chúng ta thấy rõ niềm hoài vọng của Ngài nơi chư Tăng Ni, trên bước đường phụng sự, hoằng dương Phật Pháp:

GIÁO HỘI PHẬT GIÁO VIỆT NAM THỐNG NHẤT
VIỆN TĂNG THỐNG

TÂM THƯ

Kính gửi Chư Tôn Hòa Thượng, Thượng Tọa, Đại Đức, Tăng Ni Việt Nam đang hành đạo tại hải ngoại.

Phật lịch 2535 – Huế, ngày 10 tháng 9 năm 1991

Nam Mô Bổn Sư Thích Ca Mâu Ni Phật

Thưa quý vị,

Đức Thế Tôn ra đời, chuyển vận bánh xe Chánh Pháp, đem lại trí tuệ và tình thương, hạnh phúc và an lạc cho chư thiên và loài người. Hàng chúng tăng đệ tử thế hệ này qua thế hệ khác tâm trong tâm, nguyện cùng nguyện, đã từng hòa hợp với nhau để kế tục sự nghiệp cao cả ấy. Tuy nhiên việc kế tục ấy không đơn giản, vì có khi hàng đệ tử Phật đã phải hy sinh tính mạng để cho Chánh Pháp được hoằng dương.

Trong lịch sử truyền bá Phật Giáo Việt Nam cũng như thế giới, có lúc rất bi thảm đầy tủi nhục, nhưng có lúc vẻ vang đáng tự hào. Lúc bi thảm là lúc bản thể của Tăng Ni bị lu mờ, nội bộ Tăng Ni bị phân hóa, thành phần của Tăng Ni có nhiều điểm dị biệt, giới hạnh suy kém và hiểu biết đạo lý một cách cục bộ phiến diện. Trái lại lúc vẻ vang là lúc nội bộ Tăng chúng hòa hiệp, biết gạt bỏ những quyền lợi riêng tư, những ngã chấp tầm thường để tiến xa trên con đường tịnh hạnh, lấy giác ngộ giải thoát làm cứu cánh, lấy bản nguyện độ sanh làm sự nghiệp.

Bài học lịch sử này, Tăng Ni Việt Nam đã và đang rút ra từ kinh nghiệm đầy quý báu trong cuộc sống thực tại.

Bởi vậy, từ quê hương và cũng chính từ kinh nghiệm bản thân, tôi hằng nghĩ đến, nếu không muốn nói là luôn luôn lo âu và theo dõi những sinh hoạt của Tăng Ni Việt Nam đang tu học và hành đạo ở Hải Ngoại, những người con của Giáo Hội "đem chuông đi đánh ở xứ người", một việc làm cao quý nhưng cũng đầy phức tạp. Với niềm thao thức đó, nay tôi có mấy lời tâm huyết gửi đến quý vị: Vì rằng năm nay tôi đã xấp xỉ cửu tuần, sự sống có thể ngừng lại bất cứ lúc nào và sự từ giã anh em trong trọng trách của mình cũng chưa kỳ hẹn được nên tôi thiết tha kêu gọi quý vị hãy phát huy hơn nữa bản thể của Tăng Già mà đoàn kết hòa hiệp, hãy cùng nhau thể hiện tinh thần tương kính, tương thuận, tương giáo, tương sám, như luật dạy. Hãy vì sự tồn tại của Giáo Hội, vì sự quang vinh của Đạo pháp và gạt bỏ những quan niệm dị biệt để cùng nhau hoằng dương Chánh Pháp, làm được nhiều Phật sự cụ thể, hữu ích và lớn lao hơn nữa như có nhiều vị đã thực hiện.

Tăng Ni Phật tử tại quê nhà đang gởi gắm rất nhiều niềm tin tưởng và đạo tình cao quý ở quý vị.

Tôi tâm thành cầu nguyện Tam Bảo gia hộ cho tất cả anh em thân tâm an lạc, phước trí trang nghiêm để hoàn thành sứ mạng của bậc Chúng Trung Tôn mà Phật Pháp và Lịch Sử Phật Giáo Việt Nam giao phó.

Nay kính,
Tỳ Kheo Thích Đôn Hậu
(Ấn ký)

■

Tiên đoán được sự ra đi của mình không còn bao lâu nữa, Hòa Thượng đã để lại Chúc thư nhắn nhủ, sách tấn cũng như giao phó những vấn đề quan trọng của Giáo Hội, hầu mong những người còn lại tiếp tục sứ mạng. Hòa Thượng đã gửi gấm tâm tư qua Chúc thư để lại cho Tăng chúng:

GIÁO HỘI PHẬT GIÁO VIỆT NAM THỐNG NHẤT
VIỆN TĂNG THỐNG

CHÚC THƯ

của **Chánh Thư Ký Xử Lý Viện Tăng Thống gởi chư Tôn Hòa Thượng, chư Thượng Tọa Trong Hội Đồng Lưỡng Viện GHPGVNTN**

Phật lịch 2535 – Huế, ngày 15 tháng 11 năm 1991.

Nam Mô Bổn Sư Thích Ca Mâu Ni Phật

Kính thưa chư Tôn Hòa Thượng, chư Thượng Tọa, Đại Đức Tăng Ni,

Như quý vị đã biết, tôi mang trọng bệnh từ nhiều năm nay, sức khỏe càng ngày càng yếu dần. Tuy nhiên, tôi vẫn thường giác tỉnh, sáng suốt và hằng quan tâm đến các Phật sự của Giáo Hội. Nay nhân danh Chánh Thư Ký Xử Lý Viện Tăng Thống, tôi trân trọng gởi đến chư Tôn Hòa Thượng, chư Thượng Tọa lời vấn an chân thành và mong quý vị đặc biệt lưu tâm đến những vấn đề quan trọng dưới đây, sau khi tôi xả báo thân này:

1. Hội Đồng Lưỡng Viện vẫn tiếp tục sứ mạng của mình: Lãnh đạo, chỉ đạo và điều hành các Phật sự của Giáo Hội trong mọi hoàn cảnh.

2. Tiếp tục thực thi đúng Hiến Chương Giáo Hội Phật Giáo Việt Nam Thống Nhất (Bản tu chính ngày 12 tháng 2 năm 1973 bởi Đại Hội Giáo Hội Phật Giáo Việt Nam Thống Nhất kỳ V).

3. Hòa Thượng Thích Huyền Quang, Quyền Viện Trưởng Viện Hóa Đạo; Hòa Thượng Thích Pháp Tri, Phó Viện Trưởng; Hòa Thượng Thích Quảng Độ, Tổng Thư Ký Viện Hóa Đạo; theo quyết nghị của Đại Hội Giáo Hội Phật Giáo Việt Nam Thống Nhất kỳ VII, có trách nhiệm cùng quý vị còn lại trong Hội Đồng Lưỡng Viện, tiếp tục điều hành các Phật sự của Giáo Hội cho đến khi tổ chức được Đại Hội kỳ VIII.

4. Khi hoàn cảnh thuận tiện, Hòa Thượng Quyền Viện Trưởng Viện Hóa Đạo sẽ triệu tập Đại Hội Giáo Hội Phật Giáo Việt Nam Thống nhất kỳ VIII.

5. Xin hãy đặc biệt lưu tâm một Phật sự mới nữa, là việc Giáo Hội Hải Ngoại đang tiến hành tổ chức thống nhất các Giáo Hội đơn phương và đang đặt dưới sự lãnh đạo của Giáo Hội nhà.

Nguyện cầu Tam Bảo gia hộ cho toàn thể chư Tôn Hòa Thượng, chư Thượng Tọa trong Hội Đồng Lưỡng Viện thanh tịnh, hòa hiệp, hoàn thành mọi Phật sự. Và qua quý vị, xin gởi lời nhắn nhủ, cầu chúc đến toàn thể chư Tăng Ni, Phật tử trong và ngoài nước Bồ Đề Tâm bất thối, đạo quả viên thành.

Tôi tuy xa cách quý vị, và sẽ còn xa vô hạn định, nhưng chí nguyện của tôi vẫn luôn luôn gắn bó cùng quý vị trên bước đường phục vụ Đạo Pháp – Dân Tộc – Nhân loại và Chúng sinh.

Nam Mô Thường Tịnh Lạc Bồ Tát Ma Ha Tát.
Trân trọng kính chào quý liệt vị,
Tỳ Kheo Thích Đôn Hậu
(Ấn ký)

■

Suốt một đời tu hành thân cận với đồ chúng, trong chốn thiền môn, nâu sòng áo vải, tình Thầy Tổ, huynh đệ như quấn quít bên nhau. Khi tách trà sen dâng Ôn buổi sáng, lúc đĩa rau luộc cho buổi cơm chiều, tình tự của kẻ tu hành đơn sơ đạm bạc như thế ấy, nhưng thật thấm đượm hương giải thoát. Những ngày còn sinh tiền, Hòa Thượng đã giảng dạy cho chúng Tăng một bài pháp thân giáo thâm trầm, linh hoạt, qua oai nghi cốt cách phi phàm. Từ thâm tâm của Ôn đã toát ra bài học vô ngôn khả kính, và đồ chúng lấy đó làm bài học tu hành cho chính bản thân mình, để rồi hôm nay, trước giờ phút thâu thần tịch diệt, Ôn ghi lại vài dòng nhắn nhủ với Tông môn qua lời Di huấn của bậc thầy kính yêu muôn thủa:

DI HUẤN

của Hòa Thượng Thích Đôn Hậu, Chánh Thư Ký Xử Lý Viện Tăng Thống Giáo Hội Phật Giáo Việt Nam Thống Nhất.

Cùng tất cả thất chúng đệ tử,

Lời Kinh dạy: *"Mạng người vô thường, ngắn ngủi trong hơi*

thở". Thầy nay tuổi ngoài bát tuần, lại thêm trọng bệnh, sức khỏe yếu dần; giờ phút giã biệt các con chắc không còn bao lâu nữa. Vậy Thầy có vài lời tâm huyết căn dặn lại, một khi Thầy trút hơi thở cuối cùng.

1. Khi Thầy không còn nữa, anh em các con hãy biết thương quý nhau trong tinh thần hòa hợp. Người đi trước phải có trách nhiệm giúp đỡ, dìu dắt kẻ đi sau; nhất là đối với việc nghiêm trì tịnh giới, tinh tấn tu hành để khỏi luống công chí nguyện của kẻ xuất gia.

2. Tang lễ của Thầy nên tổ chức một cách đơn giản, trang nghiêm và không kém phần đạo vị. Nên tiết giảm các nghi thức rườm rà ảnh hưởng những đạo giáo của thế gian mà không thể hiện được tinh thần thuần túy của Phật giáo.

3. Chư Tôn Hòa Thượng, Thượng Tọa, Đại Đức Tăng Ni có lòng đến dự tang lễ, phải thân xử cúng dường chu đáo, xếp đặt chỗ ngồi tôn nghiêm, thỉnh mời các Ngài đứng ngồi theo ngôi thứ; bao quanh linh cữu và tụng kinh niệm Phật theo Chánh Pháp.

4. Các cơ quan, đoàn thể công– tư, có lòng đến thăm viếng, phúng điếu, xin mời giữ im lặng tưởng niệm là đủ. Miễn tất cả các sớ ai, điệp ai, tiểu sử, hoặc tuyên dương công đức... trái với tinh thần Vô Ngã, Vô Tướng của Phật Pháp. Hãy nhường việc làm ấy cho lịch sử mai hậu.

5. Ngoài sự tụng kinh niệm Phật, xin giữ thanh tịnh. Không nên để có tiếng kêu khóc, nhất là về phía các Phật tử thiện tín.

6. Ban Tang Lễ nên cử bộ phận phát ngôn thay đổi làm việc. Ngoài bộ phận này, không ai được tự tiện phát biểu hay tuyên bố lời gì, nếu không có sự chấp thuận của Ban Tang Lễ.

Suốt cuộc đời Thầy hơn tám mươi năm, sống tận tụy bên đồ chúng, không phải giờ ra đi chỉ để lại có bấy nhiêu lời. Nhưng vì đó là những điều cần yếu khi tâm sự, cần phải dặn dò; còn những ưu tư trong bản nguyện của Thầy đối với Đạo Pháp, Dân Tộc và Đồ chúng thì không sao nói được, nhất là những người thường sống bên Thầy; các con phải tế nhị mà tự cảm nhận lấy. Còn như chỗ thâm yếu của giáo lý Phật Đà thì các con cần phải dụng công tu tập mới có thể giác ngộ, chứ không thể dùng lời dẫn dụ mà được.

Các con hãy luôn luôn thức tỉnh, nhớ nghĩ đến cuộc đời vô thường mà tinh tấn nhiều hơn.

Hãy ghi nhớ lấy. Mong lắm thay!

Linh Mụ, ngày 15 tháng 4 năm 1992.
Lão bệnh Tỳ Kheo Thích Đôn Hậu
(Ấn ký)

■

Hơn tám mươi năm ở với đời cho đến ngày công viên quả mãn, xả báo thân về nơi cõi tịnh, suốt một đời Ngài tu hành là những hạt kim cương kết thành vòng chuỗi hạt, tròn đầy, lóng lánh, hương thơm giới hạnh nơi chốn thiền môn Kính thành qui ngưỡng. Nhưng thân người có hạn, tứ đại giả hợp rồi tan, Hòa Thượng đã an nhiên thị tịch ngày 23/4/1992 tại chùa Linh Mụ. Sự ra đi của Ngài là một mất mát lớn lao cho Giáo Hội. Mất đi một bậc Thiền Đức Long Tượng, Chúng Trung Tôn. Trong khi Giáo Hội còn cần đến Hòa Thượng nhiều hơn nữa, hàng môn đồ Tứ chúng còn cần sự chỉ dạy, hành trì của Hòa Thượng rất nhiều. Nhưng tất cả các pháp hữu vi đều nằm trên tiến trình sinh diệt, lẽ diệt sinh là chuyện thế gian, nên Hòa Thượng với niềm hỷ lạc mà trở gót phiêu bồng nơi liên đài thượng phẩm, phủi sạch những bụi trần, thị phi nhân ngã, thế nhân.

*

Đọc bài "Vài mảnh Kim Cương" của tác giả Mai Tường, trong Chương Trình Tang Lễ của Hòa Thượng, người viết xin thưa cùng tác giả, hoan hỷ cho được trích toàn bộ làm tài liệu trong chương này, và cũng để cho tất cả thấy được hình ảnh trong cuộc lễ tang của Hòa Thượng. Bao nhiêu hình ảnh đó đã ăn sâu vào lòng người và mãi mãi tồn tại đến ngàn sau lời di huấn của bậc Tôn Sư cao cả.

TANG LỄ HÒA THƯỢNG THÍCH ĐÔN HẬU

(Vài mảnh kim cương)

DI HUẤN

Trước lúc nhập Niết bàn, đức Thế Tôn nói kinh Di giáo, tiên liệu cả hằng nghìn năm sau nên lời dạy của Ngài vô cùng thậm thâm vi diệu. Mỗi lời mỗi ý chứa đựng biết bao tình lý, mỗi lần đọc chúng ta nhận cảm trọn vẹn lời di giáo tha thiết của Ngài.

Lời Di Huấn của Hòa Thượng Đôn Hậu để lại cho Tất chúng

đệ tử mà có lẽ cũng cho tất cả chúng ta. Đến Linh Mụ không ai là không đọc lời Di Huấn này, kể cả những người không biết chữ cũng lắng tai nghe nhờ người khác đọc giúp. Điều đáng quan tâm là lời Di Huấn này Hòa Thượng viết từ năm 1988, bốn năm trước khi viên tịch, Ngài đã nhìn thấy rất rõ ràng những gì có thể xảy ra trong Tang lễ của Ngài và cần huấn thị lại cho minh bạch, và cũng chính vì "Lời Di Huấn" này mà:

VIỆC CỦA AI?

Về lý thì việc của ai nấy lo, về tình thì chung vai gánh vác là điều đáng quí, nhưng cũng nên tùy việc, lời Di Huấn của Hòa Thượng thật rõ ràng. Tại sao lại có một ban tang lễ được công bố trên báo, trên đài để tạo nên một hiểu lầm chua chát cho người mới viên tịch! Trách gì môn đồ pháp quyến có thái độ cứng rắn với nhà nước, với Giáo Hội này. Cũng phải thôi, đèn nhà ai nấy sáng, nhảy vào làm trái ý Hòa Thượng lúc sinh tiền. Và cũng vì vậy nên:

SẴN SÀNG TỰ THIÊU

"Đa tạ nhà nước đã thương tưởng Ôn tui, cảm ơn Giáo Hội đã niệm tình lo giúp. Nhưng xin các ngài đừng làm gì trái với "LỜI DI HUẤN" của Ôn tui". Đó là lời phát biểu của Thầy Trí Tựu. Hòa Thượng Nhật Liên tuyệt thực, Thầy Trí Tựu mua sẵn 20 lít xăng. Không khí căng thẳng suốt mấy ngày đầu của tang lễ cho đến ngày 26 tháng 3 âm lịch khi một ban tổ chức Tang Lễ do Hòa Thượng Mật Hiển làm trưởng ban thành hình không khí mới trở lại bình thường.

HẠT CHÂU NHỎ XUỐNG, NIỀM TIN KHƠI NGUỒN

Tự nhiên, trang trọng, xúc động tự tâm cang khi Hòa Thượng Huyền Quang xuất hiện trước linh đài, trong thế quỳ thành kính, Hòa Thượng nói qua nước mắt: *"Hòa Thượng viên tịch GHPGVNTN đã mất đi một vị lãnh đạo tối thượng, một mất mát lớn lao của Phật GiáoVN. Chúng con, người đã âm thầm lặng lẽ ra đi, người sống thì vào tù ra khám, có người phải bôn tẩu xa quê hương tìm đất dung thân, nhưng ai cũng nương vào Hòa Thượng để khôi phục lại Giáo Hội... Giáo Hội ta còn đó, tiềm lực ta còn đó, tinh thần yêu nước thương dân của Giáo Hội vẫn nguyên vẹn, nhưng hoàn cảnh nghiệt ngã chúng ta đã im lặng mười mấy năm qua. Nay Hòa Thượng đã mất, khó khăn ai chung lo, gánh nặng ai khuân vác? Ngay cả việc con ra đây để viếng tang Hòa Thượng cũng muôn ngàn trở ngại, nhưng dù gian lao thử thách, chúng con vẫn quyết tâm bền chí nối gót Hòa Thượng, làm theo nguyện ước của Hòa Thượng".*

Lời tâm sự của Hòa Thượng Huyền Quang với Giác linh Hòa Thượng Đôn Hậu với những giọt nước mắt của cả con tim, của những con người thương dân tha thiết, mến đạo vô vàn. Các Ngài đang nói với nhau, đang truyền cho nhau hơi thở... Mấy trăm người chứng kiến, mấy trăm cõi lòng thổn thức, mấy trăm mạch sống được khơi nguồn.

Một vòng quanh Kim quan, từng bước, Hòa Thượng Huyền Quang đến sát và gập mình cúi xuống hôn lên Kim quan, tình thương tha thiết đạo tình bao la, buổi chiều đầu hạ oi bức, im lặng trang nghiêm, chỉ *nghe tiếng nức nở ấm ức xúc động phát nhẹ chung quanh linh đài, cảm xúc đến lạnh người – cấp lãnh đạo, các Ngài đã khơi nguồn cho chúng con lẽ sống!*

Lẽ sống của:

TRIỆU TRIỆU TẤM LÒNG

Từ các công nhân Phật tử nhà máy Uông Bí, mỏ than Nông Sơn, các Phật tử Hải Phòng, Hà Nội, Hà Nam Ninh vào đến Minh Hải, Kiên Giang, Sóc Trăng, Thốt Nốt, xe lớn xe nhỏ, lặn lội trong nắng gió, vượt núi băng đèo hàng ngàn cây số tìm về Linh Mụ viếng tang Ôn. Cảm động làm sao, khi xuống xe, mồ hôi nhễ nhại, từ Đà Lạt về với mấy tạ lê–ghim, từ Sài Gòn ra với mấy thùng mì gói, từ Quảng Trị vào với mấy chục quả mít non, tất cả là tấm lòng, lòng thương kính đối với Ôn. Tăng Ni ở Huế, Phật tử ở Đà Nẵng, Thừa Thiên... Từng đoàn, từng làn sóng người đổ về Linh Mụ, từng khuôn hội, từng huyện hội, các Tổ Đình, y hậu vàng tươi dưới nắng, áo lam hiền diệu trang nghiêm, từng ánh mắt trao nhau, những búp sen tay chấp trước ngực, câu A Di Đà Phật râm ran, tiếng máy phóng thanh nhẹ nhàng thanh thoát, các cơ quan đoàn thể tuần tự vào viếng tang. Không kèn trống, không điếu văn, không chia buồn, không ca tụng, trướng liễn treo la liệt, vòng hoa thiết trí khắp nơi, khói trầm lan tỏa, ngạt ngào hương hoa, khung cảnh oai nghi đượm nhuần văn hóa. Một tang lễ thấm tình đạo vị, chan chứa tình người.

GIA ĐÌNH PHẬT TỬ, THÂN THƯƠNG

Ngay từ đầu, Gia đình Phật tử đã đảm nhận tiểu ban An ninh trật tự, một công việc đòi hỏi sự hy sinh chịu đựng, một kỹ thuật tổ chức điều hành khó nhọc mới hoàn thành được trách nhiệm. Tổ chức GĐPT quả không hổ danh là "Hậu duệ của Giáo Hội".

Khuôn viên chùa Linh Mụ khá rộng, các em phải thay phiên nhau canh gác, tuần tra suốt ngày, suốt đêm, và đã phát hiện kịp thời vài tên đạo chích đột nhập lúc 2 giờ sáng, sau vài lời khuyến thiện rồi thả đi. Đặc biệt, lễ phúng điếu của GĐPT Việt Nam đã quy tụ non ngàn Huynh trưởng và đoàn sinh ngành Thiếu, hàng ngũ chỉnh tề, xuất phát ở chùa Thiên Ân, cách Linh Mụ hơn 1km, vòng hoa khá độc đáo, kỹ thuật cũng như mỹ thuật rất công phu có thể để được hằng năm mang dòng chữ PHÁP ÂM THẦY CÒN MÃI ở dưới ghi rõ dòng chữ GIA ĐÌNH PHẬT TỬ VIỆT NAM.

Nghe đâu, chỉ với danh hiệu này, ban tổ chức đã rất e ngại, vì tổ chức GĐPT không có trong Hiến Chương mới. Nhưng, một thực thể một thành phần nòng cốt trong mọi sinh hoạt của Phật Giáo Việt Nam suốt nửa thế kỷ qua, GĐPT không kể công thì thôi chứ nào đã có tội gì với Tổ quốc, với Giáo Hội? Có lẽ thấy rõ được điều này nên chư Tôn Đức và chính quyền tỉnh Thừa Thiên đã nhất trí xướng danh chính thức để GĐPT đi viếng tang Ôn.

XIN ĐỪNG VÌ SỰ TƯỚNG

Mỗi ngày, có hàng chục trướng liễn của các đơn vị Giáo Hội, các chùa, các cơ quan, các Tổ đình phúng điếu, ban trần thiết khá mệt nhọc công sức để treo lên vừa có tính mỹ quan vừa đúng tôn ty trật tự.

Trên cao, chính giữa Long vị trước Kim quan có bức nghi của Hội Đồng Lưỡng Viện Tăng Thống và Hóa Đạo với bốn chữ ĐẠO THỌ TÂY THÙY rất xứng hợp với ban linh đài uy nghi trang trọng, phía sau Kim quan là di ảnh cố đại lão Hòa Thượng và trên tường là bức nghi bốn chữ PHẬT TIỀN HIỆN THÂN của hội đồng trung ương GHPGVN mới, ban trần thiết cũng đắn đo suy tính kỹ lưỡng khi treo lên. Thế mà các ông cư sĩ có chức trong Giáo Hội trung ương mới lăng xăng khiếu nại, suy diễn, chỉ trỏ tứ tung làm nhiều người tác ý không tốt. Cũng may, Đại Đức Trưởng ban trần thiết và

Đại Đức Trí Tựu giữ vững lập trường mới không xảy ra những điều đáng tiếc. Cái bệnh danh tướng của chúng sanh sao mà nặng nề quá vậy! Cũng cần thành thật thêm đây một lời khuyên: "Xin quý vị cư sĩ có chức ấy hãy nhớ câu ông bà ta dạy con cháu lúc mới lên ba là ***"ăn xem nồi, ngồi xem hướng"*** *ai lại chen vào giành đi trước trong hàng ngũ chư Tôn Hòa Thượng, Thượng Tọa, Đại Đức Tăng trong lễ di quan, dù có chức vị gì chăng nữa cũng là cư sĩ Phật tử tại gia thôi, thưa quí vị*". Hãy nhìn kỹ trong ảnh, trong phim để thấy hai bộ âu phục đen thui chen giữa hai hàng y hậu vàng rực mới thấy cái lố bịch của bệnh danh tướng này. Sở dĩ, kẻ hèn này ghi vào đây một chấm đen để tự răn đe mình và những người thân thích.

BIẾT LÀM GÌ HƠN

7 giờ sáng ngày 30 tháng 3 Nhâm Thân. Ba câu biểu ngữ viết trên ván ép với nội dung **"Chúng tôi tuyệt thực để thỉnh cầu nhà nước CHXHCNVN nên tôn trọng lời DI HUẤN của THẦY chúng tôi"**, biểu ngữ không treo mà được dựng đứng trước linh đài và hai bên Kim quan, gần 30 Tăng Ni đã im lặng ngồi tuyệt thực tại chỗ.

Thì ra, buổi họp ngày 29 tháng 3 không giải quyết được gì, vì ý kiến hai bên mâu thuẫn: Phía môn đồ thì tuân hành tuyệt đối DI HUẤN của Hòa Thượng Bổn sư. Phía nhà nước thì muốn đọc điếu văn tán dương người quá cố. Riêng Giáo Hội Thừa Thiên thì đã đồng ý là không đọc tiểu sử của Hòa Thượng nữa, nên môn đồ đã đảnh lễ ghi ơn. Và đến 5 giờ chiều thì chư Tăng Ni đã dẹp biểu ngữ chấm dứt tuyệt thực vì nhà nước hứa không đọc diễn văn mà chỉ xin hai phút để cụ Nguyễn Hữu Thọ nói một vài câu cho trọn tình với Hòa Thượng. Sự hiểu biết và tôn trọng lẫn nhau, có lẽ, một nhịp cầu cảm thông đã mở.

KHÔNG CHO CŨNG VẪN...

14 giờ ngày 30 tháng 3 âm lịch. Trời vẫn còn nắng gay gắt, máy phóng thanh ai đã cất dấu tự bao giờ, ban tổ chức vắng bóng, nhưng môn đồ pháp quyến y hậu chỉnh tề và mấy trăm Phật tử đã tựu trước linh đài. Hai hàng rào danh dự mỗi bên sáu hàng người đã tự động xếp hàng khi nghe tin Viện Hóa Đạo viếng tang dù ban tổ

chức đã có văn thư chính thức không đồng ý. Tiểu ban tiếp tân đã hướng dẫn phái đoàn của sáu chùa ở Sài Gòn đứng sẵn ở sân nhà hậu tổ cùng với Đại diện chư Tăng Ni các tỉnh sung vào với phái đoàn Viện Hóa Đạo. Hai chiếc lọng vàng do hai vị Tăng y hậu chỉnh tề đứng chực sẵn ở cửa. Đúng 2 giờ 5 phút Hòa Thượng Huyền Quang xuất hiện, không ai bảo ai, không một hiệu lệnh hay khẩu hiệu, mọi người quỳ rạp xuống đất, chứng tỏ một niềm chí thành tôn kính tuyệt đối vào cấp lãnh đạo.

Trước linh đài và hai bên Kim quan trên 30 Tăng Ni trong môn đồ quỳ xuống đảnh lễ nghinh đón.

Hòa Thượng Huyền Quang, nhân danh VIỆN HÓA ĐẠO đảnh lễ trước Kim quan và tâm sự, đại ý: Đáng lẽ tang lễ này Viện Hóa Đạo phải đứng ra đảm trách, lo liệu chu đáo hơn, nhưng hoàn cảnh trớ trêu, chúng con không lo được, xin Hòa Thượng tha thứ – Đã lo tang lễ không được mà muốn điếu tang người ta vẫn tìm cách cản trở, Viện Hóa Đạo xem sự cản trở này là phi pháp, nên Viện Hóa Đạo vẫn cứ điếu tang – Về phía chính quyền tại sao lại vẫn cứ muốn xen vào sinh hoạt nội bộ Phật giáo? Xen vào tang lễ làm trái Di Huấn của Hòa Thượng. Năm 1981 đã nấn lên một Giáo Hội mới để làm phân hóa và chia rẽ Phật Giáo, làm cho Tăng Tín đồ điêu đứng không ít, đã công khai tiếm đoạt cơ sở của GHPGVNTN, làm cho Giác linh Hòa Thượng không được yên lòng khi viên tịch. Vì vậy, trước Giác linh Hòa Thượng chúng con nguyện tiếp tục sự nghiệp của Ngài, tiếp tục lãnh đạo GHP GVNTN sinh hoạt như hoàn cảnh cũ. Hoàn cảnh có khó khăn, phương tiện có thiếu hụt, nhưng chúng con và Phật tử còn có niềm tin, còn có khối óc, Viện Hóa Đạo sẽ làm tròn sứ mệnh. Xin Giác linh Hòa Thượng gia hộ và chứng minh.

Sau cùng, nhân danh VIỆN HÓA ĐẠO trao đến môn đồ pháp quyến số tiền mười triệu (10.000.000đ) để lo tang lễ thật chu đáo, sau đó thiếu bao nhiêu, Viện Hóa Đạo sẽ cung ứng đầy đủ.

MỘT TRANG SỬ MỚI, CHƯA BIẾT VIẾT GÌ

Đại Đức Thích Hải Tạng, từ sau Kim quan đi tới trang trọng với chiếc khay nhỏ phủ lụa vàng, quỳ xuống trình thưa: "*Khi bổn sư chúng con ngã bệnh, đã lo cho tiền đồ của Giáo Hội, dặn chúng con trao tận tay Hòa Thượng chúc thư gởi Hội Đồng Lưỡng Viện và ấn tín của VIỆN TĂNG THỐNG. Tuân lệnh Tôn Sư, cơ duyên đã đến, chúng con kính mời Hòa Thượng Nhật Liên đại diện môn đồ pháp quyến dâng lên Hòa Thượng Phó Viện Trưởng VIỆN HÓA ĐẠO Chúc thư và Ấn tín này, để quý Ngài trong Hội Đồng Lưỡng Viện tùy nghi xử liệu, chúng con chỉ biết làm theo DI HUẤN của Tôn Sư".*

Hòa Thượng Huyền Quang quỳ xuống đảnh lễ, mắt rươm rướm lệ, đưa tay nhận Chúc thư và ấn tín đội lên đầu tỏ lòng tuân chỉ, nghẹn ngào chẳng nói được lời nào, với trọng trách thiêng liêng... Im lặng và im lặng – Đạo bổn vô ngôn – Phật Giáo Việt Nam lật qua một trang sử mới, Tăng Tín đồ hãy viết vào đó những câu, những chữ bằng khối óc và con tim chân chính của mình.

ĐIỂM HỘI TỤ

Tối ngày 30 tháng 3, lượng người về chùa Linh Mụ càng lúc càng đông, người ta nối tiếp nhau vào lễ Ôn (sở dĩ chúng tôi nói người ta vì số người đến lễ Ôn không chỉ thuần túy là Phật tử mà gồm có nhiều thành phần kể cả những người khác tín ngưỡng mà kính mến Ôn hay những người đến thi hành bổn phận cũng bị cuốn hút vào khung cảnh trang nghiêm thành kính chung mà phát tâm lễ bái). Tối 30 tháng 3 quá đông vì hai lý do rõ rệt: Một là chỉ còn đêm cuối. Hai là sự xôn xao trong dư luận quần chúng chư Tăng Ni tuyệt thực suốt ngày và thái độ có thể tiến xa hơn. Có điều đặc biệt là đông đảo mà không ồn ào, không ai điều khiển mà vẫn trật tự.

Tình cờ, cái duyên đưa đẩy, có hai thanh niên đến bên thùng nước uống, gặp tôi, sáu mắt nhìn nhau ánh đèn nê–ông bắc dưới tàng cây đủ để chúng tôi nhìn nhau, một thanh niên vừa múc nước uống, vừa triết lý: "*Ba chúng ta đều cùng là người yêu nước*". Tự nhiên tôi cũng đồng tình: "*Yêu nước nên đem nước vào lòng, nhưng coi chừng, nếu nước có vi trùng thì phải lọc đã*". Thế là chúng tôi cùng cười và quen nhau, biết ra, hai chàng này là cán bộ của tỉnh lên làm nhiệm vụ, một anh nhận xét: "*Tôi mới ở Bắc vào, được cử lên đây làm công tác, chưa thấy đám tang nào lớn như vậy, đồng bào đi lễ rất đông mà trật tự, tốt quá, thấy mấy sư im lặng tuyệt thực, tôi kính mến. Tôi chỉ thắc mắc là nhà nước đọc diễn văn, tiểu sử, ca ngợi công lao của Hòa Thượng sao các sư lại từ chối cái vinh dự ấy nhỉ?*

– Phật Giáo vậy đó, tôi giải thích, vô tánh, vô tướng, không cầu danh, không tranh lợi, không lợi dụng ai, mà cũng không muốn ai lợi dụng mình. Đọc kỹ lời Di Huấn của Hòa Thượng sẽ thấy rõ, hơn thế, có lẽ bạn phải tìm đọc cái thư từ chức của Hòa Thượng trước đây mấy năm mới nhận rõ thêm vài sự kiện.

Một ông bạn khác lên tiếng: "*Chiều nay các sư đã ngưng tuyệt thực rồi, chỉ còn đêm nay và sáng mai, tôi ước mong đừng có gì đáng tiếc nữa cả*". Tôi tiếp: "*Tôi cũng hy vọng như thế, miễn là cây muốn lặng thì gió nên ngừng. Còn việc ngưng tuyệt thực chính đó là cái triết lý Phật Giáo, cái này sanh, cái kia sanh, cái này diệt, cái kia diệt. Hòa Thượng không muốn ai điếu, ai văn mà nhà nước cứ muốn có nên sinh chuyện. Nay nhà nước hứa không đọc điếu văn nữa thì các Thầy dẹp biểu ngữ và ngưng tuyệt thực ngay, chỉ có thế, đơn giản như thế, sao chẳng chịu hiểu nhau!*"

ĐÃ HIỂU NHAU ÍT NHIỀU RỒI ĐÓ

Mới 3 giờ sáng mà người tới dự lễ NHẬP THÁP đã chật sân chùa. Đúng 6 giờ lễ được cử hành theo nghi thức Phật Giáo thuần túy. Phái đoàn chính quyền đến dự lễ cũng khá đông, ban tổ chức đã khéo léo sắp xếp cho phái đoàn này ngồi hậu điện Quan Âm, khi nghinh Kim quan Hòa Thượng ngang qua thì phái đoàn đã đứng sẵn một hàng dài trên đường Kim quan vào tháp. Do đó, ban tang lễ nhà nước áp đặt đã im lặng và vắng bóng từ trước đến sau. Chỉ có khi nhập tháp cụ Nguyễn Hữu Thọ đã nói vài lời cho trọn chút tình thâm, lời của cụ Nguyễn Hữu Thọ chỉ gói trọn trong ý thương tiếc Hòa Thượng trọn đời đã hy sinh cho Đạo pháp và Dân tộc. Ai nghe cũng nhận rõ sự tương kính và thủ tín với nhau nên lễ nhập tháp đã diễn ra trong không khí trang nghiêm, thấm thiết đạo vị. Điều đặc biệt mà tôi cảm nhận sâu lắng trong tâm hồn, đó là sự hiện diện của Hòa Thượng Huyền Quang đi với Hòa Thượng Nhật Liên dẫn đầu trong hàng ngũ Môn đồ Pháp phái. Hình ảnh này, rõ ràng, một nét đẹp, cái đẹp thanh cao, cái đẹp giải thoát, cái đẹp của vô ngã vị thanh, cái đẹp của Từ Bi Trí Tuệ, cái đẹp của tùy duyên bất biến. Trên thượng phẩm sen vàng, xin Giác linh Hòa Thượng cười nhìn chúng con và truyền thêm cho chúng con sức sống.

Mai Tường

Chân Nguyên – Xuân Quý Dậu

Trắng đen, chính tà thường hay lẫn lộn, nên các bậc chân tu ở trong đời ác năm trược cũng vẫn bị những thế lực ma ngoại quấy phá, tung hoành, lộng giả thành chơn, để bôi nhọ, bóp méo sự thật theo ý mình. Sự viên tịch của Hòa Thượng như nhạn qua mặt hồ, không lưu lại vết tích, như gió thoảng khóm tre, đâu còn hình bóng. Khi thân tứ đại giả thành rồi thì cũng giả diệt. Sự đến đi đâu hề hay biết. Giả danh với đời hơn 80 năm làm phương tiện tu hành, chẳng chấp nê nhân ngã, thì xá gì danh phận khen chê, như phù hư vân ảnh. Người đem tâm tu chứng, lý giải liễu tri, nhơn pháp câu không, bất sanh bất diệt, thì chuyện khứ lai, mất còn chỉ là huyễn tướng. Bằng tâm nguyện tiếp dẫn hậu lai; huấn từ đồ chúng, qua lời giã từ trước khi xả báo thân ấy là chuyện thường tình của bậc thầy có bổn phận, chứ đâu phải chuyện mưu bá đồ vương, tranh hùng cái thế gì mà thật với giả. Nhất là Hòa Thượng đạo cao, đức trọng và hàng đồ chúng nhất mực khâm cung, nhưng con người Cộng sản, nhất là chế độ chẳng cần suy tư, hiểu biết, miễn sao có lợi cho đảng nhà nước thì làm, bất cứ giá nào, dù cho tổn thương đến quốc gia dân tộc hay đi ngược lại nguyện vọng hạnh phúc, lợi ích toàn dân, chế độ vẫn thi hành. Do vậy, sau khi Hòa Thượng viên tịch, trong thời gian tang lễ của Ngài, có lắm điều bất như ý. Chế độ đã dùng guồng máy tuyên truyền, bôi nhọ HT để đánh lừa quần chúng, làm sai lệch sự thật về Di huấn và Chúc thư của Hòa Thượng. Mục đích của nhà nước CSVN chỉ muốn lợi dụng tang lễ của Ngài đọc điếu văn, tán dương công đức và đứng ra tổ chức tang lễ cho Hòa Thượng để quần chúng và thế giới nghĩ là CSVN cũng lưu tâm đến Phật Giáo và trọng dụng nhân tài không có đàn áp, khủng bố như mọi người thường nói. Trên diễn đàn chính trị, đây là thời điểm tốt nhất cho chế độ. Nhưng người CSVN đã quên rằng bạo lực không phải là giải pháp tốt nhất để giải quyết vấn đề. Để chứng minh sự kiện bằng những hình ảnh cụ thể, người viết xin đem vào những văn bản của các chứng nhân hiện hữu qua các: Lời xác tín, bản tự thuật, đơn trình, kiến nghị... của chư Thượng Tọa, Đại Đức chùa Linh Mụ.

LỜI XÁC TÍN

Trong thời gian qua, các cơ quan có chức năng của nhà nước Việt Nam đã bắt giữ, và mời một số vị đến thẩm cung, điều tra, nghi ngờ, bôi nhọ bản Chúc Thư của Hòa Thượng Thích Đôn Hậu – Chánh Thư Ký Xử Lý Viện Tăng Thống, Bổn Sư của chúng tôi, là không đúng sự thật. Nên tôi, Tỳ kheo Thích Trí Tựu, giám tự chùa Linh Mụ – Huế, là người đệ tử tin cẩn và sống bên Ngài suốt 17 năm qua, xin khẳng định rằng: **CHÚC THƯ đó được ghi theo lời dạy của Hòa Thượng chúng tôi với tất cả tâm nguyện, trăn trở của Ngài là hoàn toàn đúng sự thật.** Nếu chính quyền không tin, tôi nguyện xin đem thân mạng này để làm đuốc soi sáng cho sự thật ấy, trước sự chứng kiến của chính quyền và toàn thể đồng bào Phật tử. Đồng thời cũng để cầu nguyện cho GHPGVNTN được trường tồn, dân tộc được vinh quang, nhân quyền được tôn trọng, như tâm nguyện của THẦY tôi đã từng thao thức.

Huế ngày 10/12/1992

Tỳ kheo Thích Trí Tựu

(Ấn ký)

Nơi nhận:

– Ông Tổng Bí thư đảng CSVN.
– Ông Chủ tịch nhà nước CHXHCNVN.
– Ông Chủ tịch Quốc Hội.
– Ông Thủ tướng chính phủ.
– Các tổ chức nhân quyền Quốc tế.
– Hòa Thượng Quyền Viện trưởng Viện Hóa Đạo GHPGVNTN
– Chư Tăng, Phật tử trong và ngoài nước

"Để thẩm tường"

■

BẢN TỰ THUẬT

v/v Cuộc gặp mặt do ông Lê Tư Sơn, Chủ tịch UBMTTQ tỉnh Thừa Thiên – Huế mời với nội dung để đả thông một số quan điểm trong đám tang của cố Hòa Thượng Thích Đôn Hậu, và dư luận về bản Di Huấn và Chúc Thư của Hòa Thượng.

Địa điểm số 2 Phan Bội Châu – Huế, lúc 14 giờ, ngày 4/12/1992, thời gian làm việc 2 tiếng đồng hồ.

Ông Chủ tịch đã tiếp tôi ngay trước cơ quan và đưa tôi lên ngay phòng làm việc của ông, sau khi thăm hỏi xã giao xong ông đi vào vấn đề.

Ông nói: "Để tạo sự hòa hợp và đoàn kết và cảm thông giữa môn đồ đối với Mặt Trận, kể từ ngày đám tang của Ôn như Thầy đã biết, mặc dù có vài trở ngại giữa môn đồ và nhà nước nhưng cuối cùng cũng vượt qua và tốt đẹp. Do sự hiểu lầm nhau như vấn đề trao tặng huân chương, và vấn đề nhà nước muốn tổ chức lễ tang của Ôn theo cấp nhà nước, vì nhà nước nhận thức đánh giá Hòa Thượng là bậc tu hành cao quí, có đóng góp cho Đạo cũng như Đời, và nhất là Hòa Thượng được Bác Hồ quí mến". Rồi ông giở sổ tay riêng của ông đọc lại lời đối thoại giữa Bác Hồ và Hòa Thượng, đại khái có lần Hòa Thượng hỏi Bác Hồ rằng: "Sau này Bác mất ai là người thay Bác lãnh đạo đất nước?". Bác cười nói: "Trước khi Đức Phật nhập diệt, các Thầy hãy lấy giới luật là Thầy, ai thay tôi lãnh đạo không quan trọng, quan trọng là làm sao cho dân được độc lập, tự do, ấm no, hạnh phúc như ý nguyện của tôi."

Ông nói tiếp, Hòa Thượng đã gặp Bác Hồ vài ba lần như thế đã nói lên sự thân mật của Bác và quí trọng Đạo phong của Hòa Thượng. Cho nên việc tặng Huân Chương để nói lên nhà nước quí trọng, đánh giá công đức cao cả của Hòa Thượng đối với Đạo pháp và Dân tộc. Nên việc tổ chức lễ tang theo cấp nhà nước cũng vì ý nghĩa ấy, chứ không có ý gì khác, vẫn biết rằng Hòa Thượng cũng như các vị tu hành chơn thật khác, không muốn nêu cao sự danh tiếng của mình trong lễ tang (tôi biết rằng, có nhóm người cố gây rối lợi dụng danh nghĩa Thầy để làm mất sự đoàn kết giữa Giáo Hội và nhà nước.)

Tôi nói: "Cũng có sự hiểu lầm giữa môn đồ và nhà nước, bởi lẽ trước khi Ôn chúng tôi mất, chúng tôi đã có cuộc gặp mặt tại cơ quan này, nhà nước đưa ra hai vấn đề là: Tặng Huân chương và tổ chức lễ tang theo cấp nhà nước. Bấy giờ có sự hiện diện của ông Nguyễn Đình Ngộ, ông Nguyễn Kim Đính và ông Lê Tư Sơn, lúc đó chúng tôi có trình bày Hòa Thượng chúng tôi được mời tham dự trong khối Đại Đoàn Kết Dân Tộc và được đặt để vào hai chức vụ Ủy Viên MTT/Ư và Đại biểu Quốc hội nhưng sau đó Hòa Thượng chúng tôi đã từ nhiệm với lý do vì Ngài đau xót trước cảnh Tăng Ni Phật tử đang bị tù đày và nhất là Hòa Thượng Thích Thiện Minh đã bị giam mà không xét xử cuối cùng chết trong nhà giam, như thế Ngài cảm thấy không làm tròn bổn phận đối với Đạo pháp và Dân tộc.

Kể từ ngày Hòa Thượng chúng tôi từ nhiệm, Ngài đã không nhận tiền lương của hai cấp trên cho đến khi từ giã cuộc đời, việc này chắc quí vị cũng đã rõ, nên chúng tôi có thỉnh cầu nếu nhà nước quí trọng Hòa Thượng chúng tôi thì xin đáp ứng nguyện vọng của Hòa Thượng là:

– Tạo sự dễ dàng cho việc tu học Tăng Ni, bằng cách không gây trở ngại về vấn đề hộ khẩu cư trú cho tất cả các chùa trong nước. Tôi kể thêm với ông, khi Hòa Thượng chúng tôi từ miền Bắc trở về, chúng tôi có hỏi tình trạng Phật Giáo miền Bắc như thế nào? Hòa Thượng cho biết chùa chiền thì nhiều lắm, mỗi chùa chỉ có một Thầy mà ngoài 40 tuổi, không đủ điều kiện tu học, cho nên Hòa Thượng chúng tôi lo lắng cho tiền đồ Phật Giáo lắm.

– Và mong nhà nước thả tự do cho các Tăng Ni đang bị giam và quản thúc, tôi có nói thêm các tù nhân chính trị, những người trước đây nhà nước cho rằng họ có nợ máu với nhân dân, nay đã được nhà nước thả tự do và được đoàn tụ với gia đình, được xuất cảnh, còn đối với các vị tu sĩ chỉ có khác quan điểm chính kiến với nhà nước chứ chưa có hành vi bạo động gì cả."

Sau tang lễ của cố Hòa Thượng chúng tôi xong, chúng tôi được ông Phan Minh Tánh, Trưởng Ban Dân vận Trung ương và ông Nguyễn Chính phó Trưởng ban Tôn giáo chính phủ cho biết ngày 2 tháng 9 tới đây quí vị ấy sẽ được tự do, còn vấn đề làm Hộ khẩu cho các chùa sẽ được tiến hành, thế nhưng cho đến nay chưa thấy có kết quả gì. Ông Lê Tư Sơn đã ghi vào sổ hai nguyện vọng ấy.

Ông nói tiếp: "Tôi được nghe nguồn tin đáng tin cậy từ T/P Hồ Chí Minh người ta cho rằng bức Di Huấn và Chúc Thư của Hòa Thượng là không thật – do một số quí Thầy làm ra – hôm nay Thầy là người gần gũi Ôn nhất, xin Thầy cho biết vấn đề đó là như thế nào?".

Tôi nói: "Tôi đoan quyết rằng Chúc Thư, Di Huấn đúng là trăn trở nguyện vọng của Hòa Thượng chúng tôi, tôi xin đem tánh mạng này để minh chứng cho việc ấy. Bởi vì, như ông đã biết Hòa Thượng chúng tôi là Chánh Thư Ký Xử Lý Viện Tăng Thống GHPVNTN, nên Hòa Thượng chúng tôi vẫn tiếp tục duy trì GHPGVNTN trong thầm lặng, cô đơn và tủi nhục từ năm 1979 cho đến ngày cuối cùng, vì hàng cộng sự thân tín của Hòa Thượng trong Hội Đồng Lưỡng

Viện đã bị nhà nước bắt giam và quản chế, để chứng minh việc này tôi xin đơn cử hai việc là:

1. Cứ mỗi lần họp Quốc hội Hòa Thượng chúng tôi cho mời bà Nguyễn Đình Chi Đại biểu Quốc hội lên chùa và nhờ bà chuyển lời của Hòa Thượng đến các vị lãnh đạo cao cấp nhà nước yêu cầu trả tự do cho các vị lãnh đạo Phật Giáo như Hòa Thượng Huyền Quang, Hòa Thượng Quảng Độ v.v... để giúp Ngài tiếp tục điều hành Phật sự, nhưng lời yêu cầu ấy vẫn chưa được đáp ứng.

2. Hòa Thượng chúng tôi đã mời TT Thích Thiện Hạnh làm phụ tá Ngài trong Viện Tăng Thống suốt thời gian khó khăn ấy, thư mời này hiện còn lưu giữ, và sẽ có nhiều tư liệu về Hòa Thượng và GHPGVNTN, trước khi mất Hòa Thượng chúng tôi đã giao phó cho Hòa Thượng Huyền Quang và một số tư liệu khác đã được Thầy Trí Thành đem ra nước ngoài.

Tư liệu đó ít hay nhiều tôi không nắm rõ, nhưng gần đây trong tâm thư của Hòa Thượng Huyền Quang gởi đến chính phủ và Tăng Ni Phật tử đã có đề cập một số tư liệu về Hòa Thượng chúng tôi.

Thưa ông, Hòa Thượng chúng tôi sau khi đã qua đời đã phó chúc cho các vị còn lại trong Hội Đồng Lưỡng Viện, tiếp tục điều hành Phật Sự của Giáo Hội Ấn Quang trong mọi hoàn cảnh để kế thừa di–ý của Thầy tổ, chúng tôi luôn luôn đặt mình dưới sự chỉ đạo của Hòa Thượng Huyền Quang, trong khi nhà nước chưa có một bản án hay quyết định nào giải tán GHPGVNTN, đồng thời cũng chưa có tòa án nào xét xử các vị ấy là phản bội dân tộc, phản bội truyền thống tổ tiên cả, và chúng tôi thấy rằng đạo lý Phật Giáo và Giáo Hội chúng tôi tuyệt đối không có lập trường chống ai cả. Hòa Thượng Huyền Quang đã gởi **"Đơn Xin Cứu Xét Nhiều Việc"** lên các nhà lãnh đạo cao cấp nhà nước, thế mà năm tháng qua, tôi thấy các vị lãnh đạo GHPGVN như quí Hòa Thượng Thiện Siêu, Hòa Thượng Trí Tịnh, Hòa Thượng Minh Châu... cũng chưa có ý kiến phản bác nào cả. Vậy kính mong ông đệ đạt lên quí vị lãnh đạo cao cấp cho chúng tôi được tiếp tục kế thừa di–ý thiêng liêng của Thầy Tổ chúng tôi. Chúng tôi nghĩ rằng: đó cũng là một việc làm thích hợp với tiến trình đổi mới của đất nước, chống chủ nghĩa giáo điều, bao cấp, duy ý chí và đồng thời mở rộng sự đối thoại, cảm thông và hợp tác, để cùng nhau đưa đất nước đi đến phồn vinh và hạnh phúc."

Ông Lê Tư Sơn nói đại khái với chức năng của Mặt Trận là lắng nghe, ghi nhận và phản ảnh những ý kiến của tôi lên các vị lãnh đạo. Ông nói tiếp vừa qua Đại Hội Phật Giáo Kỳ III, đã thành công tốt đẹp và được phát thanh truyền hình, báo chí. Đại Hội ấy được Tăng Ni Phật tử cả nước hưởng ứng và mọi công việc đều do nội bộ Phật Giáo lo liệu, Thầy có cảm nghĩ gì về sự thành công vừa qua.

Tôi nói: "Tôi lâu nay không đi đâu cả, nay nghe ông hỏi, thì tôi được nghe dư luận gì xin phản ảnh lại với ông. Có số Đại biểu miền đi dự Đại Hội về ghé thăm chùa và thắp hương đảnh lễ Hòa Thượng chúng tôi, tôi có hỏi một số vị có gì mới trong Đại Hội này, có vị nói: chúng tôi được ăn, được nằm được nghe chứ không được nói. Có vị nói: Đại Hội Phật Giáo làm cho có hình thức thôi, gần 40 bài tham luận mà chỉ có 4/8 bài được đọc mà còn xét duyệt, không đề cập đến thả tự do cho các Tăng sĩ Phật Giáo, Đại Hội Phật Giáo chỉ chấp nhận có hai cấp Trung ương và Tỉnh thôi, còn hạ tầng cơ sở thì không có."

Ông Lê Tư Sơn nói: "Thầy nghe đó là những ý kiến cá nhân thôi không chính xác lắm, Thầy nên hỏi Thượng Tọa Đức Phương thì chính xác hơn."

Tôi xin phản ảnh cho ông trong một buổi sáng Bồ Tát vào ngày 23/11/1992 của chư Tăng toàn tỉnh, chư Tăng đã thỉnh ý kiến Thượng Tọa Đức Phương về sự tấn phong Hòa Thượng, Thượng Tọa ở trong tỉnh nhà, mà sao chư Tăng không hề hay biết và sự tấn phong đó không đúng giới luật tạo nên sự đảo lộn kỷ cương, không hòa hợp trong Tăng đoàn. Thượng Tọa trả lời: Việc ấy là do Ban Tôn giáo sắp xếp, chứ Thượng Tọa không muốn dìm một ai cả. Do đó, chúng Tăng không đồng tình và có sự bất hòa trầm trọng.

Vào ngày 1/12/1992 Giáo Hội có mời toàn thể Tăng Ni trong tỉnh đến hội trường chùa Linh Quang để nghe báo cáo thành quả về Đại Hội kỳ III vừa qua.. Tăng Ni đến tham dự khoảng 30 Tăng và hơn 50 Ni (trong gần 20 Tăng là thành viên BTS) trong khi số lượng Tăng Ni tỉnh Thừa Thiên–Huế là bao nhiêu chắc ông thừa biết. Điều này nói lên sự mất tin tưởng của Tăng Ni đối với Đại Hội ấy như thế nào.

Sau cùng ông có đôi lời từ biệt ra về.

Về đến chùa tôi mới hay rằng, lúc tôi vừa ra thì có hai vị đại diện xã Hưng Long đưa thư lên nói Thầy Hải Bình về gấp xã Hương Long với nội dung bàn một số việc có liên hệ đến Hòa Thượng chúng tôi.

Cuộc gặp mặt này do ông Nguyễn Hữu Vấn Chủ tịch MTTQVN T/P Huế làm chủ trì, ông có nêu vấn đề rằng:

– Những Di Huấn và Chúc Thư của Hòa Thượng chúng tôi là không thật... và ông nói Thầy Hải Tạng đã thú thật việc này.

Thầy Hải Bình đã trả lời: "Ông nói như vậy thì tùy ông, còn đối với tôi các văn bản đó là thiêng liêng cao cả, chúng tôi có bổn phận phải khâm thừa."

Và ông hỏi đi hỏi lại vấn đề này, như cách làm việc của công an điều tra.

Trong thời điểm này, tại chùa chúng tôi có một số nhân viên an ninh hiện diện, gây hoang mang cho đồ chúng trong chùa.

Qua những điều tôi tự thuật trên đây tôi có nhận xét rằng:

– Buổi gặp mặt giữa ông Lê Tư Sơn và tôi rất thân thiện, thẳng thắn và có ý thức xây dựng. Tuy nhiên, điều làm tôi rất ngạc nhiên là những Di Huấn – Chúc Thư của Hòa Thượng chúng tôi để lại đã thể hiện rất rõ về những ý nguyện và trách nhiệm của Ngài và hoàn toàn có tính cách thuần túy về nội bộ Giáo Hội thì tại sao ông Lê Tư Sơn lại đem ra bàn bạc, nghi ngờ, xuyên tạc: điều đó có phải chăng là một hành động can thiệp vào nội bộ chúng tôi.

– Cách gởi giấy mời của UBND xã Hưng Long mời chúng tôi về làm việc theo lệnh ông Nguyễn Hữu Vấn còn hơn là cơ quan an ninh gởi lệnh triệu tập khẩn cấp đối với một người có hành động phạm pháp, nghĩa là đưa giấy và mời đi ngay.

– Việc ông Nguyễn Hữu Vấn nói rằng: "Thầy Hải Tạng đã thú nhận tất cả rằng những văn kiện của Hòa Thượng chúng tôi để lại là không đúng sự thật, mà không đưa ra một bằng chứng cụ thể nào, nên lời nói đó hoàn toàn không có giá trị."

Huế ngày 5/12/1992

Người tự thuật,

Tỳ Kheo Thích Trí Tựu

(Ký tên)

Nơi nhận:

– Hòa Thượng Quyền Viện Trưởng VHĐ.

– Ủy ban MTTQVN tỉnh Thừa Thiên–Huế.
– Ủy ban MTTQVN T/P Huế.
– Ban Tôn giáo chính quyền tỉnh Thừa Thiên–Huế.
– Chư huynh đệ thuộc môn đồ đệ tử Hòa Thượng Linh Mụ.

"Để kính tường"

■

Quảng Trị, ngày 05 tháng 12 1992

Kính gửi: Ông Nguyễn Hữu Vấn

Chủ tịch Ủy Ban MTTQVN thành phố Huế.

Thưa Ông Chủ tịch,

Tôi vô cùng ngạc nhiên khi được thầy Hải Bình, pháp đệ của tôi, cho biết trong buổi gặp mặt với ông tại trụ sở UBND xã Hương Long vào ngày 04/12/1992, ông đã nói rằng các bản Di Huấn và Chúc Thư của Hòa Thượng chúng tôi để lại là không đúng sự thật. Và, "Thầy Hải Tạng đã thú nhận tất cả việc đó". Điều nầy đã làm cho tôi bâng khuâng, không hiểu căn cứ vào đâu và với ý đồ gì, ông đã có những lời tuyên bố tùy tiện và lừa láo một cách đầy trơ trẽn như thế.

Như chính các ông đã từng thừa nhận, Hòa Thượng Bổn Sư của chúng tôi là một bậc chân tu, suốt đời tận tụy với Đạo pháp và gắn bó với đồ chúng. Do đó, khi biết mình sắp xả báo thân, Ngài đã để lại các bản Di Huấn và Chúc Thư căn dặn Giáo Hội và đồ chúng những vấn đề quan trọng trong nội bộ Giáo Hội, cũng như thể hiện tình cảm và trách nhiệm của một bậc Thầy đối với hàng môn đồ đệ tử, là việc đương nhiên và hoàn toàn không có liên hệ gì đến các vấn đề chính trị, nhà nước hay Mặt Trận của ông, thì mắc mớ gì, các ông lại đem ra xuyên tạc và bôi nhọ các văn bản có tính cách thiêng liêng đó của chúng tôi? Xin ông vui lòng cho chúng tôi biết điều đó là do bản chất thiếu lịch sự, thiếu ý thức tự trọng của riêng ông, hay đó là chủ trương can thiệp vào nội bộ Tôn giáo, trên tất cả mọi lĩnh vực, của nhà nước Việt Nam hiện tại, mà ông chỉ là một kẻ thừa hành?

Thưa ông Chủ tịch,

Theo nhận định của riêng tôi, với việc làm sai trái đó của ông, chẳng những là một sự xúc phạm lớn đối với cá nhân tôi, đối với hàng môn đồ đệ tử của Hòa Thượng chúng tôi nói riêng và đối

GHPGVNTN nói chung, mà còn là một sự xúc phạm đối với Hòa Thượng Bổn Sư của chúng tôi khi mà Ngài đã không còn nữa...! Một việc làm như vậy, liệu có xứng đáng chăng đối với một người đang làm công tác kêu gọi đoàn kết (MTTQVN), như ông, trên một thành phố từng được gọi là Trung tâm Phật Giáo nổi tiếng nầy?

Trân trọng kính chào và mong ông hãy bình tâm thẩm xét.

Nay kính thư,

Thích Hải Tạng

(Ký tên)

Bản sao kính gửi:

– Hòa Thượng Quyền Viện Trưởng Viện Hóa Đạo.

– Chư Hòa Thượng, Thượng Tọa và quý huynh đệ khả kính trong hàng Môn đồ đệ tử của Hòa Thượng Linh Mụ.

"Để kính tường thay vì báo cáo".

■

Chùa Long An, ngày 18/1/1993

ĐƠN TRÌNH

Kính gởi: ông Giám Đốc sở Công an tỉnh Quảng Trị.

Thưa ông Giám đốc,

Chúng tôi ký tên dưới đây: Thích Hải Tạng (tục danh Nguyễn Đình Hoa), sinh năm 1958, CMND số 190445955, hiện trú tại chùa Long An, xã Triệu Thương, huyện Triệu Phong, tỉnh Quảng Trị; nay viết đơn này kính trình ông Giám đốc và xin ý kiến ông một số việc sau:

I– Trong thời gian mấy tháng qua, nhất là sau những ngày Quý sở mời làm việc, tôi đã sống trong tình trạng bất an liên tục vì:

1. Bản thân tôi bị Sở Công an triệu tập làm việc chưa kết thúc, vì còn hẹn sẽ làm việc tiếp.

2. Việc minh xác những hoạt động Phật sự của chúng tôi có hợp pháp hay không hợp pháp, trong việc phục vụ cho GHPGVNTN cũng chưa có kết luận rõ.

3. Việc làm sáng tỏ một vài sự thật về cuộc đời của Cố Đại Lão Hòa Thượng Thích Đôn Hậu, Bổn Sư của chúng tôi, nhằm bảo vệ uy tín cho Ngài, như lời của cán bộ Quý sở yêu cầu trong khi làm việc với chúng tôi cũng chưa có kết luận. Vì, bằng những tư liệu xác thực mà tôi đã công bố phần nào với Quý sở và Ủy ban MTTQVN

tỉnh Quảng Trị để yêu cầu thẩm định lại cho rõ:

– Hòa Thượng chúng tôi có tự nguyện bỏ chùa lên Trường Sơn tham gia kháng chiến hồi Tết Mậu Thân (1968) hay không?

– Những chức vụ của Ngài do nhà nước Việt Nam giao phó, từ năm 1968 về sau có phải là do sự ép buộc không?

– Hòa Thượng chúng tôi đã từng tuyên bố với chính phủ rằng sau khi giải phóng miền Nam (1975), Phật Giáo đã bị nhà nước đàn áp, khổ đau, tang tóc hơn 30 lần so với các chế độ trước, và Phật Giáo bị lâm vào một pháp nạn mới.

– Nhà nước có thật sự tôn trọng và giải quyết thỏa đáng những nguyện vọng của Hòa Thượng chúng tôi về tình trạng tang thương của Phật Giáo – nhất là Giáo Hội do Ngài trực tiếp lãnh đạo – sau nhiều lần đệ đạt không?

– Hòa Thượng chúng tôi có thật sự nhận những Huân Chương của nhà nước trao tặng như các đài phát thanh và báo chí nhà nước đã tuyên truyền không?

– Và, v.v...

4. Bằng tất cả sự chân thành và thiện chí, chúng tôi đang trông mong có dịp được trao đổi, đối thoại rõ ràng nhằm tạo nên không khí tốt đẹp trong tinh thần cảm thông và biết tôn trọng lẫn nhau trên nguyên tắc con người và sự quy định của pháp luật. Ngõ hầu đánh tan mọi sự hiểu lầm đáng tiếc vốn có. Nhưng phiền thay! Tất cả những nguyện vọng trên đây của chúng tôi chưa được đáp ứng, thì cũng trong thời gian qua, tại chùa chúng tôi, công an thường xuyên theo dõi kể cả ngày đêm. Kiểm tra hộ khẩu nhiều lần, nghiêm ngặt, thậm chí có lần dư chỉ một người là cha của tôi đã gần 80 tuổi đến thăm, không đăng ký, tôi cũng bị mời lên công an huyện giải quyết.

5. Tất cả những tín đồ thường đến chùa và có liên hệ tu học với tôi đều bị công an mời đến thẩm tra, theo dõi. Cho nên tôi vào quán sửa xe, thì anh chủ quán cũng bị công an mời gọi xét hỏi.

Thưa ông Giám đốc,

Từ các sự việc kể trên, đã tạo cho chúng tôi nhiều nỗi bức xúc, và không khí bất an ngày một lan rộng trong giới Phật tử của chúng tôi. Do đó, xin ông Giám đốc vui lòng cho chúng tôi biết rõ rằng: Từ nay, tôi có được sinh hoạt Phật sự một cách bình thường không? Có được tự do đi lại không?[1] Và tín đồ Phật tử có được tự do đến chùa, liên lạc bình thường với chúng tôi mà không sợ bị mời thẩm tra theo dõi, khủng bố tinh thần không?

II– Hiện nay, tôi đang nhận được một số tài liệu của Văn phòng Viện Hóa Đạo GHPGVNTN chuyển đến, gồm có Bản Tuyên Cáo ngày 07/11/1992 – Đơn Bổ Túc đơn đề ngày 25/6/92 – Thông bạch chúc mừng Xuân Quý Dậu – và bản sao Kiến Nghị thư số I của chư Tăng ở Huế, với nội dung: phủ quyết toàn bộ danh sách tấn phong Giáo Phẩm Hòa Thượng, Thượng Tọa ... của Đại Hội Phật Giáo kỳ III tại Hà Nội đối với đơn vị Thừa Thiên – Huế. (Vì không căn cứ theo giới luật mà do sự lựa chọn của Ban Tôn giáo và hai vị thư ký trong BTS).

– Bất tín nhiệm khả năng điều hành của hai vị Chánh Phó Thư ký Thích Giác Quang và Thích Chơn Hương.

– Yêu cầu ban Tôn giáo chính phủ đừng can thiệp vào nội bộ Phật Giáo nhất là đừng cử cán bộ vào làm việc trong guồng máy lãnh đạo Giáo Hội...

Với các văn kiện trên, tôi có được phép phổ biến cho các tín đồ trong tỉnh như yêu cầu của các văn bản ấy không? Nếu không thì xin ông Giám Đốc gửi giấy thu hồi ngay ở nơi tôi. Đừng để khi tôi đã phân phát, công an lại mời Phật tử đến làm việc, thẩm vấn... gây phiền hà cho cả đôi bên như giai đoạn vừa qua. Đồng thời, để tôi có hồ sơ báo cáo với Hòa Thượng Quyền Viện Trưởng Viện Hóa Đạo GHPGVNTN, để Ngài biết rằng: Hiện nay, các tài liệu của GHPGVNTN không thể lưu hành được vì gặp phải trở ngại của chính quyền. Chứ không phải như người phát ngôn Bộ Ngoại Giao nước CHXHCNCN đã đưa tin cho đài RFI ngày 28/12/1992 rằng:

"... Không có sự đàn áp của nhà nước đối với GHPGVNTN. Đó là lời buộc tội có tính chất vu khống, khiêu khích và chia rẽ tôn giáo"...

Ngược lại, nếu xét thấy không có gì trở ngại, thì xin ông Giám đốc mặc nhiên để tôi được công khai phân phát các văn bản nói trên một cách hợp pháp, và cho tôi xin bày tỏ lòng chân thành cảm tạ thiện chí ấy của ông.

---

1 Vì lâu nay tôi đi đến nơi đâu thì ở đó Phật tử liền bị công an mời đến để thẩm tra, xét hỏi.

Nhân đây, trước thềm năm mới – Xuân Quý Dậu – chúng tôi kính lời cầu chúc ông Giám đốc, cùng Quý sở và toàn thể thân quyến một năm mới nhiều an khương, tinh lạc.

Kính đơn,

Thích Hải Tạng

(Ấn ký)

Bản sao kính gởi:

– Hòa Thượng Quyền Viện Trưởng Viện Hóa Đạo GHPGVNTN.

– Ủy ban MTTQVN tỉnh Quảng Trị.

– Ban Trị Sự Tỉnh Hội Phật Giáo Quảng Trị.

"Để kính tường"

■

Chùa Liên Trì 153 Lương Định Của, Thủ Đức, TP. HCM

KIẾN NGHỊ

Kính gởi: Ông Võ Văn Kiệt
Chủ tịch Hội Đồng Bộ Trưởng CHXHCN–VN
Hà Nội – Việt Nam

Đồng kính gởi:

– Ông Tổng Bí Thư Đảng Cộng Sản Việt Nam.

– Ông Chủ tịch nước Việt Nam.

– Ông Chủ tịch Quốc Hội Việt Nam.

Phật Lịch 2536 – Chùa Liên Trì ngày 20/08/1992

Thưa ông Chủ tịch,

Với tất cả lòng tin tưởng thâm sâu vào chính sách tự do tín ngưỡng cùng tinh thần đổi mới, đối thoại, hợp tác chúng tôi kính trình lên quý cấp lãnh đạo Việt Nam quan tâm giải quyết:

– Kể từ lễ tang Cố Hòa Thượng THÍCH ĐÔN HẬU, Chánh Thư Ký, Xử lý Viện Tăng Thống GHPGCNTN, viên tịch. Hòa Thượng Huyền Quang cùng một số Tăng Ni, Phật tử tham dự lễ phúng điếu khi về lại địa phương đều bị Mặt Trận, Công An, Giáo Hội nhà nước răn đe, hăm dọa, phạt tiền gây khó dễ đủ điều...

Thưa ông Chủ tịch,

Các văn bản, Di Chúc của Hòa Thượng xử lý Viện Tăng Thống đã nói lên tình cảnh bi thảm của nền Phật Giáo Dân tộc trong suốt 17 năm qua: hàng Giáo Phẩm cao cấp của Giáo Hội đã bị giam cầm, tù tội phải chết trong ngục tối, và một số khác bị áp đặt, ép buộc và vì quá sợ hãi đành phải tham gia vào cái gọi là "Giáo Hội" do chính nhà nước dàn dựng, đạo diễn, một số đông khác phải đành bỏ nước lưu vong nơi xứ lạ, quê người!...

Thưa ông Chủ tịch,

Giáo Hội Phật Giáo Việt Nam Thống Nhất là một Giáo Hội có quá trình giữ nước dựng Đạo, với tư cách kế thừa đạo nghiệp của Lịch Đại Tổ Sư, của Bồ Tát Quảng Đức cùng chư Thánh Tử Đạo – một Giáo Hội có địa vị quốc gia và quốc tế – thế mà ngay sau khi nắm quyền cai trị Việt Nam, quý vị đã dàn dựng lên một tổ chức ngoại vi, tuy được mệnh danh là "Giáo Hội" nhưng thực sự chỉ là để sai khiến lặt vặt dưới sự phát lạc của Ban Tôn Giáo và Mặt Trận Tổ Quốc, thậm chí tư cách không bằng một hội Đàn Bà, Thanh Niên, Nhi Đồng... thật là một điều sỉ nhục cho Tăng Ni và Phật tử Việt Nam. Trước tình cảnh đó, vượt lên trên mọi nỗi sợ hãi chúng tôi đã âm thầm tự nguyện y theo Di Chúc của Đại Lão Hòa Thượng Đôn Hậu và dưới sự chỉ đạo của Hòa Thượng Huyền Quang tiếp nhiệm và thừa hành sinh hoạt của Giáo Hội, thế mà gần đây chính quyền đã mở một chiến dịch áp đảo, khủng bố tinh thần, ép buộc chúng tôi thẩm cung suốt trong nhiều ngày làm cho mọi người phải dao động, sợ hãi, chùn bước không dám tham gia Phật sự. Số cán bộ Phật Giáo bị thẩm cung gồm có: Tôi, Thượng Tọa Long Trí, Trí Giác, Minh Tâm, Quảng Huệ, Đức Thắng, Giác Nguyên... Quý Đại Đức: Trí Tựu, Hải Tạng, Toàn Châu, Trí Lực, Đạo hữu: Nhật Thường, Đồng Ngọc v.v...

Điều đó đã cho thấy: chế độ chính trị cũng như chủ nghĩa, ý thức hệ luôn đổi thay và chỉ ngự trị, tồn tại có giai đoạn nhưng chân lý, Đạo pháp và Dân Tộc thì Vạn đại Vĩnh cửu – thế mà quý vị đã từ chối cái vĩnh cửu của Chân lý Dân tộc để chọn lấy cái quyền lợi phe phái nhất thời! Nếu không sớm nhận thức được điều đó mà vẫn cứ tiếp tục chính sách thù nghịch – chuyên chính – đấu tranh giai cấp – tiếp tục đàn áp, giam giữ người Việt yêu nước chân chính, vẫn áp dụng chủ nghĩa Giáo điều, bảo thủ, cố chấp và tự ái, chỉ mưu cầu quyền lợi riêng tư nhằm nô lệ hóa con người thì thật là nguy hại cho tương lai dân tộc – Chúng tôi thật đau lòng, tủi nhục khi phải mang thân phận người dân nước Việt hôm nay.

Trước thực trạng đó, vì tiền đồ của Đất nước vì nền Đạo lý Dân tộc chúng tôi khẩn thiết yêu cầu nhà nước Việt Nam:

1. Chấm dứt ngay mọi hành động khủng bố, áp bức những Tu sĩ, Cán bộ GHPGVNTN đang thừa nhiệm các Phật Sự Giáo Hội.

2. Trả tự do cho Hòa Thượng Huyền Quang, Hòa Thượng Quảng Độ... trả quyền sinh hoạt của GHPGVNTN cùng toàn bộ tài sản, cơ sở văn hóa, từ thiện Giáo Hội như: Việt Nam Quốc Tự, Viện Đại Học Vạn Hạnh, Tổng Vụ Thanh Niên v.v...

3. Điều quyết định và căn bản làm nền tảng cho mọi công cuộc xây dựng đất nước là phải tuyệt đối tôn trọng Nhân Quyền và cấp thời thiết lập một nền Luật Pháp công minh mang tính Nhân Bản và Tự do, Dân chủ đích thực.

Kính thưa ông Chủ tịch,

Bằng cả lương tri và tình tự Dân Tộc chúng tôi cẩn thiết kiến nghị lên quý cấp chính quyền cách mạng nếu quý cấp chính quyền không nghiêm túc chấp thuận, giải quyết thì chúng tôi cam chịu đi tù để khỏi thấy cảnh đất nước, Đạo pháp suy tàn, đổ nát... Dù sao đi nữa chúng tôi cũng tin tưởng nơi tấm lương tâm, lòng dũng khí cùng những khả tính Đạo lý đặc thù của người dân Việt Nam nơi quý liệt vị.

Dầu có bị đối xử như thế nào đi nữa chúng tôi cũng xin phép được cám ơn ông Chủ tịch và trân trọng kính chào ông Chủ tịch.

Nay kính,
Đại Diện chư Tăng và Phật tử bị thẩm cung,
Tỳ Kheo Thích Không Tánh
(Ấn Ký)

Bản Sao Kính gởi:

– VP Viện Hóa Đạo Lưu Vong ở Quảng Ngãi để "kính Tường Trình".

– Hội Phật Giáo Thế Giới.

– Ủy Ban Nhân Quyền Liên Hiệp Quốc để "Kính Tường".

■

ĐƠN TRÌNH

Kính gởi:
- UBND Tỉnh Thừa Thiên – Huế.
- UBMTTQ Tỉnh Thừa Thiên – Huế.
- Quý vị Đại biểu Quốc hội Tỉnh Thừa Thiên – Huế.
- Ban Trị Sự Tỉnh Giáo Hội Thừa Thiên – Huế.

Kính thưa quý vị,

Vừa qua vào các ngày 29–30/7 và 03–04/8/92, một số Phật tử và chư Tăng chùa Thiên Mụ đã bị cơ quan an ninh Tỉnh Thừa Thiên – Huế mời làm việc. Lý do liên hệ đến bức thư 9 điều của Hòa Thượng Huyền Quang, quyền Viện Trưởng Viện Hóa Đạo và tang lễ của Cố Hòa Thượng Bổn Sư chúng tôi.

Trong khi làm việc với quý vị trên, những người đại diện cơ quan an ninh đã dùng những lời lẽ thô bạo bôi nhọ đến truyền thống tâm linh thiêng của nền tín ngưỡng mà chúng tôi đang hết mình tôn kính, cũng như xúc phạm bôi nhọ những nhà lãnh đạo tối cao Phật Giáo và cả bản thân tôi. Đồng thời, cưỡng bức trong vấn đề hỏi cung một cách thiếu nhân quyền và dân chủ.

Nếu cơ quan an ninh tiếp tục làm việc như vậy, sẽ tạo cho môn đồ chúng tôi nhiều nỗi bức xúc, tủi nhục, buộc lòng chúng tôi phải có hành động của những kẻ bị áp bức mà hậu quả rất nghiêm trọng mà trách nhiệm thuộc về quý vị.

Vậy chúng tôi kính trình quý Cơ quan hữu trách được rõ và rất mong quý vị sẽ kịp thời can thiệp.

Trân trọng,
Huế, ngày 04 tháng 8 năm 1992
Ký tên,
Tỳ Kheo Thích Trí Tựu
Giám Tự chùa Linh Mụ – Huế

■

BỘ NỘI VỤ
CỘNG HÒA XÃ HỘI CHỦ NGHĨA VIỆT NAM
CÔNG AN TỈNH TT – HUẾ
Độc Lập – Tự Do – Hạnh Phúc
Công An Thành phố Huế
Huế, ngày 20 tháng 8 năm 1992
Số 13/TT

GIẤY TRIỆU TẬP

(Lần thứ 1)

Yêu cầu: Lê Quang Vinh (Thích Trí Tựu)

Hiện ở tại (hoặc nơi làm việc): Chùa Linh Mụ, xã Hương Long, thành phố Huế

Có mặt tại: Công An thành phố Huế (A 2 Hùng Vương)

Để: Làm việc

Khi đến mang theo giấy tập và gặp: Ông Ngọc ở đội an ninh.

Phó Công an thành phố Huế.

Đại Úy Lương Công Ngọc (?)

■

Cho đến hôm nay, hay mãi ngàn sau, lời Di Huấn, bản Chúc Thư của Hòa Thượng được khắc sâu vào tâm khảm của hàng môn đồ đệ tử, luôn tưởng nhớ lại hình ảnh, như ngày nào còn vang vọng, tồn tục nơi mỗi thâm tâm của kẻ hậu lai.

Chương Chín – Trích Dẫn Báo Chí

CỘNG SẢN QUYẾT KHAI TỬ GHPGVNTN. HÒA THƯỢNG HUYỀN QUANG QUYẾT BẢO VỆ GIÁO HỘI.

Hoa Đàm, Số 5, Thứ Bảy 25 tháng 9 năm 1993

Bị thua đau trong chuyến công du Âu và Úc Châu, bị lương tâm của loài người phỉ nhổ trên diễn đàn LHQ vì vấn đề nhân quyền mới đây, bị hai triệu người Việt trên thế giới như muốn lăng trì chúng, khi chúng xuất hiện đó đây để cố van xin lòng nhân đạo của thế giới, thế nên giờ đây chúng phẫn uất đang chơi một đòn thù trực diện với nhân dân: thu hồi con dấu của GHPGVNTN qua hai bản văn đã trao cho Hòa Thượng Huyền Quang vào ngày 4/8/93. Hai ngày sau, 6/8/93 chúng đến lấy. Dĩ nhiên Ngài chưa trao đồng thời trong dịp này Ngài gửi Thông Bạch đến chư Tôn Giáo Phẩm lãnh đạo Giáo Hội Phật Giáo trong và ngoài nước, nói rõ sự việc này sẽ liên quan đến vấn đề sanh tử trước cơn Quốc nạn và Pháp nạn hiện nay. Ngài đã đánh giá hai văn bản của bọn chúng là "Một bản cáo trạng của Công Tố Viện" và đó là "Một bản khai tử Giáo Hội Phật Giáo Việt Nam Thống Nhất". Rồi Ngài tiếp, hỏi ý kiến đồng bào trong và ngoài nước mà với chức vụ của Ngài, Ngài có quyền trao khuôn dấu không khi cộng sản muốn tước đoạt khuôn dấu là bức tử Giáo Hội vậy. Luận cứ của ngài là chân lý, rằng Giáo Hội được sinh ra bằng Đại Hội thì chỉ có Đại Hội mới khai tử Giáo Hội được.

Đứng trước một chính quyền từ nửa thế kỷ nay luôn luôn ở thế đối lập, đi ngược lại lòng dân, nên Ngài tiên liệu "KHÓ KHĂN SẼ ĐẾN TRONG NGÀY GẦN ĐÂY". Cũng trong đó, Ngài đã hạ quyết tâm

"TÔI SẼ CÙNG GIÁO HỘI KHẮP THẾ GIỚI NHẬN HẾT MỌI HẬU QUẢ ĐỂ BẢO VỆ GIÁO HỘI."

Hòa Thượng Huyền Quang tố cáo công an Quảng Ngãi tra vấn khủng bố trẻ em.

Nhà nước tự do lấy chùa làm kho phân, nuôi gia súc, tự do bắt Tăng Ni, Phật tử và giam giữ các vị Giáo Phẩm cao cấp, thậm chí cũng được tự do giết luôn mà không cần tòa án xét xử.

Trước các biện pháp độc ác như trên đã trình bày, vốn do từ các chỉ thị Mật/Tuyệt/Mật của đảng và nhà nước cộng sản, được đảng ủy và chính quyền cơ sở thực hiện ngày một nặng nề gay gắt, Giáo Hội chúng tôi có nước nằm yên chờ chết. Nhưng Giáo Hội chúng tôi ở hải ngoại, cũng như các Quốc Hội, các chính phủ, các tôn giáo, các hội nhân quyền, các cơ quan báo chí truyền thông, các hội đoàn nghề nghiệp lớn nhỏ...nhất là cơ quan nhân quyền Liên Hiệp Quốc có thể để cho nhà nước CSVN giết chết Giáo Hội chúng tôi một cách dễ dàng như đảng và nhà nước đã nghĩ? Đảng và nhà nước chắc đã thấy sự bất an chính trị và ảnh hưởng đến kinh tế ngoại giao như thế nào trên trường quốc tế vì vấn đề Phật Giáo Ấn Quang? Đảng và nhà nước không thể không khó chịu, và hết đường biện bạch là ***"Chính phủ Việt Nam KHÔNG đàn áp Giáo Hội Ấn Quang"***, khi các chỉ thị Mật đã lọt ra ngoài, bị dư luận quốc tế thấy rõ việc làm khó thiện cảm của đảng và nhà nước CSVN đối với Phật Giáo Ấn Quang.

Thưa ông Chủ tịch,

Vụ tự thiêu ở Linh Mụ Huế: vụ này chính quyền Thừa Thiên/Huế, nhà nước Hà Nội và ban Tôn giáo đã khôn khéo không cột vụ đó vào phong trào đấu tranh của Giáo Hội chúng tôi. Tuy nhiên nhà nước Hà Nội đã thúc ép, bắt buộc các vị Giáo Phẩm, các Tăng Ni Phật tử lên đài truyền hình, truyền thanh chửi bới cá nhân và Giáo Hội chúng tôi đủ thứ bất hảo cả mấy tuần rồi. Dầu là thủ đoạn "lấy gậy ông đập lưng ông" quá quen thuộc đối với tất cả mọi thế lực cường quyền xưa nay. Nhà nước nói hay bắt Tăng Ni Phật tử phải nói là tất cả khán thính giả đều tin, đều nghe cả. Và dù nhà nước dùng hết phương tiện sẵn có để đàn áp Giáo Hội chúng tôi, cũng không giải quyết được vụ lật đổ Ấn Quang và tịch thu tất cả tài sản, trưng tập nhân lực của Giáo Hội Ấn Quang làm tài sản, nhân lực cho Giáo Hội nhà nước sử dụng.

(Liên quan tới các phương pháp mà) nhà nước (áp dụng để) đàn áp Giáo Hội Ấn Quang, Tăng Ni Phật tử cũng không thể quên các vụ: bắt bớ các vị Giáo Phẩm cao cấp, trung cấp vào tù và giết luôn họ mà không có bản án khai tử hợp pháp, và lưu đày một số chư vị Giáo Phẩm cao cấp, trung cấp không thời hạn, không xét xử. Và (nhà nước) lại càng không thể bịt miệng các Giáo Hội hải ngoại luôn luôn phản đối nhà nước Việt Nam qua vụ lật đổ Giáo Hội Ấn Quang. Nhất là (đối với) các tổ chức quốc tế đã ủng hộ việc làm đầy chính nghĩa của chúng tôi, trong một năm qua, nhà nước không cách nào cấm họ (chỉ trích nhà nước) được. Do đó, dù phải chết, chúng tôi vẫn xem việc nhà nước CSVN xóa bỏ Giáo Hội Ấn Quang là phi pháp mà còn phi nghĩa nữa.

Thưa Chủ tịch,

Để kết thúc đơn tố cáo này, chúng tôi yêu cầu ông Chủ tịch minh xác công khai rằng: vụ bé Phước bị cán bộ Công an cưỡng ép lấy thư xem nội dung, lập biên bản kiểm soát và các việc tương tự khác, từ tháng 3/93 (đến nay) là bất hợp pháp hay hợp pháp, để chúng tôi biết pháp luật ở đây nghiêm minh hay bất nghiêm minh là đủ rồi, sau đó chúng tôi sẽ tự làm việc ở cơ quan pháp luật khác, nếu chúng tôi thấy không thích đáng hay vô lý.

Phái đoàn Quốc Hội Úc hội kiến với HÒA THƯỢNG THÍCH QUẢNG ĐỘ NGÀY 23/10/1993

Hoa Đàm. Số 12. Ngày 12/11/93

Theo tin nhận được từ Văn Phòng các Thượng Nghị Sĩ Jim McKiernan và Thượng Nghị Sĩ Jim Short cho biết, phái đoàn Quốc Hội Úc đã chính thức thăm viếng Việt Nam trong một tuần lễ từ ngày 16 đến 23/10/1993 vừa qua.

Mặc dù mục đích của cuộc viếng thăm xã giao này không phải chỉ đặc biệt chú ý đến vấn đề Nhân Quyền (một phái đoàn điều tra Nhân Quyền chính thức của Úc sẽ đi Việt Nam một ngày gần đây), nhưng thể theo lời yêu cầu của Tu Viện Vạn Hạnh tại Úc Châu, ngay khi đến Hà Nội, Phái đoàn Quốc Hội Úc đã chính thức yêu cầu được thăm viếng quý Hòa Thượng Thích Huyền Quang, Thích Quảng Độ và Thượng Tọa Thích Không Tánh. Yêu cầu này đã bị ông Vũ Quang, Trưởng Ban Tôn Giáo chối quanh

Tuy nhiên, Phái đoàn Quốc Hội Úc đã không đồng ý với ông Vũ Quang và bằng thái độ cương quyết nói rằng: Nếu không được Việt Nam chính thức tổ chức, thì với tư cách cá nhân, chúng tôi sẽ vẫn cứ tìm đến thăm "công dân tự do" Quảng Độ tại Thanh Minh Thiền Viện.

Tòa Án CS xử các tu sĩ bị cáo buộc liên hệ đến cuộc biểu tình ngày 24/5/93 ở Huế

Florida Việt Báo. Tháng 12/1993. Năm thứ 5, số 38

Tin Tu Viện Vạn Hạnh (15/11/1993) thủ đô Canberra, Úc Châu. Chỉ sau một ngày ngắn ngủi, phiên tòa xử vụ án 24/5/1993 đã kết thúc vội vã với các bản án đưa ra như sau: 4 năm tù cho quý Đại Đức Thích Hải Tạng và Thích Trí Tựu, 3 năm tù cho quý Đại Đức Thích Hải Chánh và Thích Hải Thịnh. Ngoài ra có sáu Phật tử tại gia khác cũng nhận lãnh các bản án từ 6 tháng đến 4 năm tù.

Trưởng phòng thông tin của Pháp Tấn Xã là ông Argret Phillip cho chúng tôi biết là nhà cầm quyền Hà Nội đã bác bỏ lời yêu cầu của ông được đi Huế để quan sát phiên tòa. Nơi mở phiên tòa là một địa điểm hẻo lánh trong thành Huế: một phóng viên báo Tuổi Trẻ Saigon phone đến cơ quan Tòa án Huế (+84-54-22520) vào giờ trưa hôm nay, 15/11, để hỏi tin tức về thành phần xét xử và truy tố, tên tuổi các bị can và địa điểm phiên tòa v.v... đã không được cung cấp bất cứ chi tiết gì. Dưới chế độ bạo trị, vì tự biết mình làm gì cũng thất nhân tâm và sai với quy ước quốc tế, nên chế độ Hà Nội luôn luôn dấu kỹ mọi hành động, và rất thường là lừa dối mọi người về những gì đã và sẽ làm.

Trước mắt thế giới, có vẻ như các bản án vừa kể không mấy gì trầm trọng vì so với các bản án tử hình không xét xử của cố Hòa Thượng Thích Thiện Minh hồi tháng 10/1978, các bản án tử hình có xét xử (và sau đó chịu áp lực quá nặng của quốc tế nên giảm xuống còn 20 năm khổ sai của quý Thượng Tọa Thích Tuệ Sỹ và Thích Trí Siêu hồi tháng 10/1988, thì 3 hay 4 năm tù ở được xử lần này có vẻ như chỉ tạm giữ chân các Tăng Sĩ trẻ này một thời gian, không cho họ ở ngoài để lại tiếp tục ủng hộ mạnh mẽ cuộc vận động đòi tự do cho Giáo Hội

Phật Giáo Việt Nam Thống Nhất – GHPGVNTN – khởi xướng.

Bản án "có vẻ nhẹ" và phiên tòa xử quá nhanh, chiếu lệ, sau gần 2 tuần cấp đảng, chính quyền và Ban Tôn Giáo Chính phủ đã họp mặt bàn cãi liên tục để tìm bản án: sao cho vừa khỏi mất mặt đảng nếu bị buộc phải tha bổng, vừa không nên xử nặng để tránh né búa rìu dư luận quốc tế đặc biệt trong giai đoạn rất cần cảm tình để vay mượn, xin xỏ, rủ rê đầu tư này. Chính quyền Hà Nội có vẻ đã biết khá rõ sức mạnh quốc tế mà khối Phật Giáo Việt Nam hải ngoại có thể vận dụng được để lên án, và do đó gây khó dễ nghiêm trọng trong các tiến trình bang giao và thương mãi, đầu tư... giữa Việt Nam và các nước phương Tây vốn yêu chuộng công bằng, nhân quyền và dân chủ vốn hầu hết đã tỏ bày sự ủng hộ không phải đối với chính quyền Việt Nam mà là GHPGVNTN.

Tuy nhiên, đứng về khía cạnh luật pháp, quý vị Tăng sĩ kể trên đã chịu những bản án quá vô lý, vì chúng ta biết rõ là quý vị này KHÔNG hề tổ chức hay kêu gọi biểu tình, KHÔNG hề lật xe và đốt xe, KHÔNG hề có ý ngăn cản giao thông, KHÔNG hề có hành vi bạo động nào với bất cứ ai, đừng nói tới việc họ có va chạm hay làm tổn hại hay không đến lực lượng công an vũ trang hùng hậu được gửi đến để đàn áp cuộc tập họp đông đảo bất thình lình trước tòa tỉnh của 40,000 đồng bào Huế để bảo vệ sinh mạng cho quý Thầy.

Chúng tôi do đó cực lực phản đối Hà Nội về tính cách dã man, vô nhân và mưu đồ chính trị đi kèm theo các bản án quá nặng với những người vô can như các tu sĩ kể trên. Trong hay ngoài tù, một tháng hay nhiều năm, đối với các tu sĩ chân chính và có chí khí bất khuất như Trí Tựu, Hải Tạng... không là điều quan trọng. Tuy nhiên, cấp lãnh đạo ở Hà Nội, những người thực sự tuyên bố các bản án này, phải chịu trách nhiệm hoàn toàn về tính mạng và sự tự do của quý vị chư Tăng này và các nhà lãnh đạo khác của GHPGVNTN đã và đang bị ám hại, cầm tù đày ải. Họ cũng phải nhận lãnh tất cả các hậu quả của chính sách đàn áp Phật Giáo từ 48 năm qua, lý do chính yếu làm suy thái nền tảng đạo đức, phong hóa, hòa hợp, nhân ái bao dung... của xã hội Việt Nam vốn đượm nhuần Phật pháp xưa nay. Hà Nội phải thừa nhận tư thế độc lập hành đạo, phải trả tự do cá nhân cho tất cả chư vị Giáo Phẩm và Chức

Sắc, và phải hoàn trả mọi tài sản bị tước đoạt lâu nay của GHPGVNTN, chính là những mục tiêu đòi hỏi tuy ôn hòa nhưng cương quyết của các Tăng sĩ chùa Thiên Mụ, của Hòa Thượng Huyền Quang đang bị lưu đày vô hạn định chỉ vì không chịu hợp tác chính quyền biến Phật Giáo thành công cụ chính trị, cũng như của tất cả 56 triệu Tăng Ni tín đồ Phật Giáo trên toàn cõi Việt Nam đã mất hết sự tự do và độc lập hành đạo.

Một chế độ tàn ác với những tu sĩ hiền lương, bất chấp mọi yêu sách và bất kể mọi thống khổ của người dân, sẽ không thể tồn tại và suy vong bình an theo luật tắc thành trụ hoại không, mà chắc chắn sẽ sớm nhận lãnh những quả báo xấu xa nặng nề hơn gấp bội.

Các tổ chức nhân quyền quốc tế tố cáo:

Trên 130 tu sĩ và tín đồ các tôn giáo đang bị tù đầy tại VN

Florida Việt Báo. Tháng 12/1993, năm thứ 5, số 38)

...Khởi đi từ nhận định rằng cũng giống như tại Trung Quốc, những kẻ lãnh đạo chế độ cộng sản ở Việt Nam *"không hề thấy có sự mâu thuẫn khi vừa cởi mở về kinh tế vừa sử dụng mọi biện pháp cần thiết để bịt miệng những người lên tiếng chống đối chế độ"* bản tường trình Puebla Institute công bố cho thấy tính cho tới tháng Tám năm nay, bạo quyền Việt Cộng còn đang giam giữ hoặc quản thúc 72 tu sĩ và tín đồ Phật Giáo, 37 Mục sư và tín hữu Tin Lành, 24 tu sĩ và giáo dân Công Giáo. Không phải chỉ bắt bớ và giam giữ mà thôi, bọn công an Việt Cộng còn thẳng tay hành hạ, tra tấn những nạn nhân, đến độ có những người đã chết trong tù (như Đại Đức Thích Thiện Ân) hoặc bị mang thương tật suốt đời (như trường hợp Linh mục Nguyễn Hữu, hoặc một nhà sư Nhật Bản tên Yoshida Ganshin).

Ngoài The Puebla Institute, một tổ chức khác là Asia Watch cũng vừa lên tiếng tố cáo những hành động vi phạm nhân quyền thô bạo của nhà cầm quyền cộng sản Hà Nội. Trong cuộc điều trần mới đây trước Thượng Viện Hoa Kỳ, nhân khi đề cập đến việc Linh mục Trần Đình Thủ và hai Mục sư Ha Wan, Ha Wak thuộc dân tộc Koho được trả tự do, tổ chức Asia Watch đã không quên nhấn mạnh: *"Nhà cầm quyền Việt Nam vẫn tiếp tục thẳng tay trừng phạt những thành phần đối kháng chính trị. Nhà thờ và chùa chiền vẫn tiếp tục bị đặt dưới guồng máy kiểm soát nghiêm trọng nếu không muốn nói là hàng ngàn tù nhân tôn giáo và chính trị vẫn đang chết dần mòn trong các nhà tù và trại lao động cải tạo."*

Quốc Hội Âu Châu ra Quyết Nghị tố cáo nhà cầm quyền Việt Nam đàn áp Giáo Hội Phật Giáo Việt Nam Thống Nhất.

***Yêu cầu trả tự do cho các Hòa Thượng Huyền Quang, Quảng Độ, hàng Giáo Phẩm và Phật tử.**
***Đại sứ Hà Nội thất bại thảm não tại Âu Châu**
(Florida Việt Báo / Năm thứ 6, số 52)

Vào lúc 16 giờ chiều thứ năm ngày 19/1/1995 vừa qua, Quốc hội Âu Châu đã thông qua một bản Quyết Nghị mang số PE 186.411/39/40 tố cáo nhà cầm quyền Việt Nam vi phạm nhân quyền, đàn áp Giáo Hội Phật Giáo Việt Nam Thống Nhất (GHPGVNTN) và yêu cầu trả tự do cho tất cả hàng Giáo Phẩm và Phật tử thuộc GHPGVNTN.

Bảy Đảng lớn và có ảnh hưởng tại Quốc hội Âu Châu đã đệ trình 7 đề án Quyết Nghị, tuy khác nhau ở một số chi tiết nhưng trọng tâm hỗ trợ toàn triệt cho GHPGVNTN. Đó là các đảng Xã Hội Âu Châu (Parti des Socialistes Européens); đảng Bình dân Âu Châu (Parti Populaire Européens); đảng Tự Do Dân Chủ và Cải cách Âu Châu (Parti Européen des Libéraux Démocrates Européens); đảng Lực Lượng Âu Châu (Forza Europa); đảng Tập họp Dân chủ (Rassemblement des Démocrate Européens); đảng Xanh (Vert) và đảng Liên Minh Cấp Tiến Âu Châu (Alliance Radicale Européenne).

Bản quyết nghị mà chúng tôi vừa nhận được hôm nay viết như sau:

"QUYẾT NGHỊ VỀ TÌNH HÌNH NHÂN QUYỀN TẠI VIỆT NAM" / QUỐC HỘI ÂU CHÂU

"A. ghi nhận rằng, nếu, điều đã ghi trong Hiến pháp năm 1992, mọi công dân VN đều được hưởng quyền tự do tín ngưỡng, chính sách của chính quyền VN từ năm 1982, là hậu thuẫn và công nhận Giáo Hội Phật Giáo VN (thiết lập năm 1981), chủ yếu nhằm loại trừ các Giáo phái Phật Giáo khác,

B. xét rằng Giáo Hội Phật Giáo Việt Nam Thống Nhất (thiết lập năm 1951, và trong những năm 60 đã tham gia phong trào phản đối chế độ Nam VN) công khai mở chiến dịch chống lại chính sách công nhận một Giáo Hội Phật Giáo mà thôi,

C. ghi nhận với mối ưu tư từ sự kiện này, nhiều Tăng sĩ Phật Giáo thuộc GHPGVNTN (Thích Trí Tựu, Thích Hải Tạng, Thích Hải Chánh, Thích Hải Thịnh, Thích Hạnh Đức, Thích Thiện Thọ) đã bị kết án vi phạm trật tự công cộng năm 1993 qua những phiên tòa mà theo Ân xá Quốc tế cho là còn đáng hồ nghi,

D. lưu tâm thêm về sự bắt bớ, hồi tháng 11/1994, một số hàng Giáo Phẩm thuộc GHPGVNTN (Thích Long Trí, Thích Không Tánh, Thích Nhật Ban, Thích Trí Lực, Phạm Văn Xua (Nhật Thường), Nguyễn Thị Em (Đồng Ngọc) trong khi họ đang tổ chức cứu trợ mà không được phép của nhà cầm quyền (với sự tài trợ của GHPGVNTN tại Houston, tiểu bang Texas) cho nạn lũ lụt trầm trọng hồi tháng mười năm 1994 ở vùng đồng bằng sông Cửu Long, mặc dù trước đó Giáo Hội đã đi cứu trợ nhưng không bị nhà cầm quyền can thiệp (cản trở),

E. kinh ngạc trước tin vị lãnh đạo GHPGVNTN Hòa Thượng Thích Huyền Quang (bị giam tại chùa Hội Phước tỉnh Quảng Ngãi từ năm 1982) và vị Phụ tá của Ngài, HT Thích Quảng Độ, cũng bị bắt liên tiếp qua các ngày 29/12/1994 và 4/1/1995, vì hai vị này đã lên tiếng phản đối hồi tháng 11/1994 chống lại các cuộc bắt bớ nói trên,

F. bận tâm với các báo cáo của hội Ân xá Quốc Tế, theo đó ở VN hiện nay có hơn 60 tù nhân chính trị mà trong số này 38 tù nhân vì chính kiến bị giam giữ duy nhất chỉ vì lý do tín ngưỡng

G. xét rằng sự tôn trọng nhân quyền là bộ phận trong toàn bộ của chính sách hợp tác kinh tế và phát triển của Liên Hiệp Âu Châu:

1. xét rằng chính sách của chính quyền VN đối với GHPGVNTN phản lại với chính sách tổng quát về những cải cách chính trị của chính quyền VN,

2. nhận thấy rằng nhà cầm quyền VN đối đãi tàn khốc với một số đại diện các cộng đồng tôn giáo khác, cũng như đối với nhiều nhà văn, nghệ sĩ và trí thức, khi mà những người này bị coi như nguy hiểm cho sự toàn vẹn quốc gia hay trật tự công cộng ở VN;

3. hy vọng rằng nhà cầm quyền VN nhanh chóng thừa nhận một thái độ tự do và khoan hồng đối với những vấn đề an ninh quốc nội;

4. thỏa mãn với quyết định của chính phủ VN chịu chấp nhận thêm vào điều khoản tiêu chuẩn liên quan đến nhân quyền trong Hiệp ước hợp tác đang thương thuyết với cộng đồng Âu Châu;

5. nhờ Hội đồng (Âu Châu) và Ủy ban (Âu Châu) đề cập đến vấn đề nhân quyền với nhà cầm quyền VN;

6. yêu cầu chính phủ VN trả tự do cho tất cả hàng Giáo Phẩm và Phật tử thuộc GHPGVNTN đã bị bắt bỏ tù không xét xử, chỉ vì họ biểu tỏ và thi hành một cách bất bạo động tín ngưỡng tôn giáo của họ;

7. ủy thác cho Ngài Chủ tịch (Quốc hội Âu Châu) truyền đạt bản Quyết nghị này đến Hội đồng (Âu Châu), đến Ủy ban (Âu Châu) và đến chính phủ VN."

TỪ TRONG NHÀ TÙ CS, ĐẠI ĐỨC THÍCH HẢI TẠNG GỬI GIÁC THƯ CHO SỞ CÔNG AN

Hoa Đàm. Số 16. Ngày 10/12/93

Từ nhà tù, Đại Đức T. Hải Tạng đã gửi một Giác Thư đến Ban Giám Đốc sở Công an Quảng Trị nhờ Ban Giám thị Trại giam chuyển đạt. Một bản sao cũng được gởi tới Paris cho "Ủy ban Bảo vệ Quyền làm Người VN" để nhờ can thiệp

ĐĐ Hải Tạng cho biết chùa Long An ở Quảng Trị, nơi ĐĐ trụ trì tọa chủ, là di tích kỷ niệm nơi sinh của cố Đại Lão HT Thích Đôn Hậu đã được cố HT biến thành một ngôi chùa lớn hàng đầu tỉnh Quảng Trị. Trước năm 1972, chùa Long An là tu viện có tu sĩ đông nhất tỉnh. Thế mà do áp lực của công an tỉnh, từ ngày ĐĐ bị bắt, Phật tử không còn dám đến chùa, Tăng sĩ bị bắt ép phải hoàn tục, ai ở lại bị sống trong tình trạng bất an, bị gây khó khăn đủ điều qua việc kiểm tra hộ khẩu. Đại Đức viết: "Tôi đã nhận tin này trong bàng hoàng xúc động. Trong buồng giam tôi đã nhịn ăn liên tục hai ngày vì quá đau xót! Ngày 5/6/93, tôi bị phòng Cảnh sát điều tra Công an tỉnh Quảng Trị đọc lệnh bắt khẩn cấp. Trước khi đi, tôi có nguyện vọng xin gặp mặt các tu sĩ trong chùa và một đại diện gần nhất để tôi dặn dò, ủy thác việc chùa, cũng như nói lời từ giã, nhưng không được cơ quan giải quyết"...

...Kết thúc bức Giác Thư ĐĐ yêu cầu nhà nước làm 4 điều:

1) Bảo đảm việc thờ tự, giỗ lạc tại chùa Long An.

2) Bảo đảm sự sinh hoạt của Tăng chúng trong chùa, kể cả việc tu học và sinh hoạt tín ngưỡng của họ.

3) Bảo đảm việc Phật tử địa phương được tự do đến chùa hành lễ, mà không bị gây khó khăn, hăm dọa như trong thời gian qua.

4) Bảo đảm mọi tài sản hiện có ở chùa.

Giáo chủ Tây Tạng–Giải Nobel Hòa bình

Đức Dalai Lama gửi Thông điệp hỗ trợ UBBVQLNVN đòi trả tự do cho năm vị Lãnh Đạo Phật Giáo Việt Nam

Quê Mẹ. Số 121. Tháng 5 & 6/1992

Kinh nghiệm khổ đau và bị áp bức của Phật Giáo Tây Tạng làm cho tôi cảm thông mật thiết với nỗi khổ đau của Phật Giáo đồ Việt Nam nói chung và với Giáo Hội Phật Giáo Việt Nam Thống Nhất nói riêng.

Thế giới ngày nay đang bước vào giai kỳ mới của sự đối thoại, thông cảm và cộng tác, thể hiện thông điệp Từ Bi và Khoan Dung mà Đức Phật đã dạy 2536 năm trước. Tôi mong cầu nước Cộng hòa Xã hội Chủ nghĩa Việt Nam hãy bước theo trào lưu tiến bộ của thế giới bằng sự chấm dứt mọi vi phạm nhân quyền, và phục hồi quyền tự do tín ngưỡng cho Phật Giáo đồ tại Việt Nam.

Như con thuyền phải có người lái, Cộng Đồng Phật Giáo cũng phải có người chỉ đạo. Tôi rất phiền lòng thấy năm vị Lãnh đạo cao cấp của GHPGVNTN bị cầm tù hoặc bị quản thúc tại gia. Điều này chứng tỏ là họ không có quyền tự do trong việc hướng dẫn tâm linh và đức tin cho tín đồ đang trông đợi.

Tôi ủng hộ toàn tâm cho nỗ lực của Ủy ban Bảo vệ Quyền làm Người Việt Nam trong cuộc vận động trả tự do cho năm vị Tăng sĩ cao cấp có tên là THÍCH HUYỀN QUANG, THÍCH QUẢNG ĐỘ, THÍCH ĐỨC NHUẬN, THÍCH TUỆ SỸ và THÍCH TRÍ SIÊU (Lê Mạnh Thát).

Tôi kêu gọi Chính phủ nước Cộng hòa Xã hội Chủ nghĩa Việt Nam hãy trả tự do tức khắc cho năm vị Tăng sĩ nói trên. Bằng hành động ấy, Chính phủ sẽ đặt nền móng cho cuộc chung sống trong hòa hiệp và hòa điệu.

Dharamsala, 25/5/1992

(Ký tên)

(Ủy ban Bảo vệ Quyền làm Người Việt Nam dịch từ bản tiếng Anh.)

THE DALAI LAMA
MESSAGE

My experience of the oppression suffered by Buddhists in Tibet brings me in close communion with the sufferings of Buddhists in Vietnam, an in particular with the Unified Buddhist Church of Vietnam.

The world today is on the brink of a new era of dialogue, understanding and cooperation, heralding the message of compassion and tolerance preached by the Buddha over 2536 years ago. I pray that the Government of the Socialist Republic of Vietnam will follow the world's evolution by ending all violations of human rights, and restoring the religious freedom to Buddhists in Vietnam.

Just as the boat must have a helmsman, so Buddhist community must have its leaders. I am saddened to see that five important leaders of the Unified Buddhist Church in Vietnam are in prison or under house arrest. This mean they are not free to bring their followers the spiritual and moral guidance they so badly need.

I wholly support the efforts of the Vietnam Committee on Human Rights on behalf of these eminent monks, namely THICH HUYEN QUANG, THICH QUANG DO, THICH DUC NHUAN, THICH TUE SY and THICH TRI SIEU (Le Manh That).

I appeal to the Government of the Socialist Republic of Vietnam to release these five monks without delay. Through this gesture, the Government will lay the foundations for coexistence in harmony and concord.

(Ký tên)
May 25, 1992

Đức Đạt Lai Lạt Ma: Sẵn sàng hỗ trợ các tôn giáo bị ức chế

Florida Việt Báo. Tháng 12/1993. Năm thứ 5. Số 38.

PARIS: Tiếp kiến một phái đoàn Tôn Giáo Việt Nam ngày 4/11 tại Paris, Đức Đạt Lai Lạt Ma của Tây Tạng tuyên bố: *"Tôi sẵn sàng yểm trợ quí Tôn Giáo trong mọi hoàn cảnh bị ức chế, khó khăn. Xin đừng ngại. Hãy liên hệ với tôi khi cần."*

Tâm Thư Từ Paris Của Chủ Tịch UBBVQLNVN

Hoa Đàm. Thứ Sáu. Số 18. 24/12/1993

P.L 2537 / Paris ngày 18/12/1993
Bạch chư Tôn Đức Lãnh Đạo GHPGVNTN,
Kính Thưa Quý Đạo hữu Hộ Pháp trên khắp năm Châu,
Kính Thưa Quý cơ quan truyền thông, Báo chí Việt ngữ,

Cuộc xử bốn Đại Đức chùa Linh Mụ và năm Phật tử tại Huế ngày 15/11/1993 đã cho thấy một sự thực nguy hiểm: nhà cầm quyền Hà Nội bất chấp mọi luật lệ và coi thường dư luận quốc tế. Trước hết không cho quan sát viên thuộc sứ quán Anh Quốc về Huế theo dõi vụ xử, không cấp chiếu khán cho ba luật sư Pháp thuộc Liên Đoàn Quốc Tế Nhân Quyền về Huế biện hộ cho các Đại Đức. Sau nữa quần chúng Huế không được chứng kiến vụ xử, vì phiên tòa diễn ra trong một doanh trại Quân Đội, ai đến phải có giấy mời. Cha mẹ anh em các Đại Đức không được thông báo. Nói là xét xử nhưng thực tế chỉ có buộc và kết án. Các bị can cũng như bảy Đại Đức được triệu tới làm nhân chứng nhưng không được phát biểu dù có yêu cầu. Người tham dự phiên Tòa là các cán bộ Công an mặc thường phục, cán bộ các cấp và đảng viên hưu trí, hiện diện để la ó mỗi khi các bị can phát biểu, nhấm khủng bố tinh thần.

Tình hình trên cho thấy, nhà cầm quyền Hà Nội cần tiền viện trợ các nước Âu Mỹ nhưng không nhân nhượng trên vấn đề nhân quyền và tự do tôn giáo nói chung, và quyết triệt hạ GHPGVNTN nói riêng. Họ đã chuyển từ thế không công nhận phục hồi quyền sinh hoạt của GHPGVNTN sang giai đoạn hai nhằm *"chặt tay chặt chân"* những cán sự của Giáo Hội phụ tá HT Huyền Quang. Hiện nay dù áp lực chính giới Âu Mỹ và các tổ chức quốc tế đồng loạt hỗ trợ GHPGVNTN, nhưng vẫn có nguy cơ dần dà rơi vào lãng quên, nếu chúng ta lơi nghỉ việc vận động không trúng chỗ.

Cho nên cần phải gia tăng cuộc vận động quốc tế ở các cơ quan quyền lực cao nhất trên thế giới để vừa giữ vững, vừa biến áp lực quốc tế thành gọng kìm như vòng kim cô siết chặt lên đầu chế độ bất nhân, may ra mới giải trừ được Quốc nạn và Pháp nạn. Do đó, từ hai năm qua, ngoài việc vận động các chính phủ và Quốc Hội ở các quốc gia Âu, Mỹ, Úc, Á, Ủy Ban Bảo Vệ Quyền Làm Người Việt Nam đã không ngớt nêu vấn đề vi phạm nhân quyền và đàn áp Phật Giáo tại các diễn đàn Liên Hiệp Quốc (tháng 8/92, tháng 2/93, và tháng 8/93 tại LHQ Genève, tháng 3/93 tại LHQ Bangkok và tháng 6/93 tại LHQ Vienne). Hồ sơ Phật Giáo đã được LHQ thụ lý, và có nhiều may mắn sẽ đưa thảo luận tại Đại Hội Đồng LHQ tháng 2/1994 sắp tới. Ủy Ban Bảo Vệ Quyền Làm Người Việt Nam phối hợp với phòng thông tin Phật Giáo Quốc Tế nhận thấy cần tung gấp Chiến Dịch Tâm Công LHQ, bằng cách lấy LHQ Điều Tra Nhân Quyền Về Việt Nam và làm áp lực cho nhà cầm quyền Hà Nội trả tự do cho các nhà lãnh đạo GHPGVNTN như HT Huyền Quang, các TT và ĐĐ: Trí Tựu , Hải Tạng, Hải Thịnh, Hải Chánh, Tuệ Sỹ, Trí Siêu, Hạnh Đức, Trí Lực, Phước Viên, Nguyên Giác, Thiện Tấn, Tâm Căn...

Võ Văn Ái
GĐ Điều hành PTTPGQT, Chủ tịch
UBBVQLNVN

52 HÒA THƯỢNG, THƯỢNG TỌA, ĐẠI ĐỨC BIỂU TÌNH 3 NGÀY TRƯỚC CHÙA TỪ ĐÀM HUẾ

Hoa Đàm. Số 16. Ngày 10/12/93

Tháng 10 vừa qua, 52 Hòa Thượng, Thượng Tọa, Đại Đức, thuộc 28 ngôi chùa ở Huế đã gửi Kiến nghị Thư số 2 lên Hòa Thượng Thích Trí Tịnh, Chủ tịch Hội Đồng Trị Sự Trung ương Giáo Hội Phật Giáo nhà nước, yêu cầu gửi phái đoàn điều tra tình hình Phật Giáo Thừa Thiên - Huế để giải quyết. Vì đầu năm tới nay, tình hình rất căng thẳng trong giới Tăng già khiến cho Phật sự ở Huế bị ngưng trệ. Đặc biệt Giáo Hội Phật Giáo nhà nước hoàn toàn im lặng không lên tiếng trước các biến động Phật Giáo cũng như các yêu sách của Tăng Ni và Phật tử tại Huế suốt 11 tháng qua. Chẳng những thế còn thái độ kỳ thị và thiên chấp đối với hàng Giáo phẩm thuộc Tăng đoàn Thừa Thiên - Huế.

Chùa Từ Đàm là biểu tượng đấu tranh của Phật Giáo Huế hồi tháng 5/1963, ba mươi năm trước đây. Nhưng, nay là trụ sở chính của Giáo Hội Phật Giáo nhà nước tỉnh Thừa Thiên. Xuất phát từ chùa Linh Quang, trụ sở của Tăng già Thừa Thiên - Huế trực thuộc Giáo Hội nhà nước, đoàn biểu tình đắp y vàng rực, yên lặng và trang nghiêm tiến về chùa Từ Đàm. Đoàn xin gặp HT Thích Thiện Siêu, Ủy viên Quốc hội nhà nước CHXHCNVN, Ủy viên Thường trực Trung ương GHPG nhà nước và Trưởng ban Giáo dục Tăng Ni toàn quốc để yêu cầu giải quyết những nguyện vọng của Tăng Ni và Phật tử Huế trước hiện tình tang thương và bị đàn áp Phật Giáo. Nhưng HT Thiện Siêu lánh mặt không tiếp. Do đó, đoàn biểu tình giăng biểu ngữ trước chùa Từ Đàm Huế suốt 3 ngày liên tiếp: *"Yêu cầu giải quyết vấn đề Tăng sự Thừa Thiên - Huế", "Máu chảy ruột mềm, xin hãy bảo vệ Chánh Pháp!"*.

Theo lời của "Tăng Đoàn Bảo Vệ Chánh Pháp Thừa Thiên - Huế", thì "Đây là một sự kiện lịch sử của Phật Giáo Huế. Thật hào hùng giữa trời tối tăm đầy hăm dọa này, quần chúng Huế nhìn 52 vị Tăng trong y phục vàng rực rỡ đi hai hàng dọc trong im lặng và trang nghiêm kéo về chùa Từ Đàm nói lên những điều quần chúng Huế bị bịt miệng!"

Sự Thật Về Vụ Tự Thiêu Tại Chùa Linh Mụ

Hoa Đàm. Số 16. Ngày 10/12/93

Cũng theo tin của "Tăng Đoàn Bảo Vệ Chánh Pháp Thừa Thiên - Huế" cho biết thì nhà cầm quyền CS đã hoàn toàn ngụy tạo vụ ông Đào Quang Hộ là người tự thiêu tại chùa Linh Mụ ngày 21/5/93, và đưa nội vụ xử 4 năm tù cho hai ĐĐ Trí Tựu và Hải Tạng, 3 năm tù cho hai ĐĐ Hải Thịnh và Hải Chánh, và 6 tháng cho đến 2 năm tù các Phật tử Nguyễn Văn Minh, Nguyễn Hoàng, Trần Xuân Quyền, Nguyễn Khương Hải Trí, Nguyễn Xuân Vinh hôm 15 tháng 11 vừa qua.

"Tăng Đoàn Bảo Vệ Chánh Pháp Thừa Thiên - Huế" cho biết sự kiện lạ lùng ít thấy trong cảm tình người Việt Nam. Đó là vợ con và người anh ruột ông Đào Quang Hộ đến Huế chỉ để gặp công an và báo chí tuyên bố điều nhà nước muốn họ tuyên bố. Tuyệt đối không thấy họ đến chùa Linh Mụ thăm viếng nơi chồng, cha, em mình đã bỏ mình sau cuộc tự thiêu.

Sự thật ở đâu? Sự thật người tự thiêu sáng ngày 21/5/93 trước Bảo tháp Cố Đại Lão Hòa Thượng Thích Đôn Hậu trong khuôn viên chùa Linh Mụ không phải ông Đào Quang Hộ như nhà cầm quyền CS loan báo mà là Phật tử NGUYỄN VĂN DŨNG, người làng Quảng Ngạn, huyện Quảng Điền, tỉnh Thừa Thiên - Huế. Anh Dũng sinh năm 1964, quy y theo đạo Phật năm 1967. Cha của anh là Nguyễn Văn Xứng đã mất...

Vận Động Chính Giới Nhật Bản Tại Tokyo Của G.H Phật Giáo VNTNHN Hoa Kỳ

Hoa Đàm. Số 17. Ngày 17/12/93.

Trong nỗ lực vận động giải trừ Pháp nạn trên bình diện quốc tế, vào ngày 4/12/1993, một phái đoàn cao cấp của Giáo Hội gồm có TT Thích Thiện Trì, Phó Chủ tịch Hội Đồng Điều Hành kiêm Vụ Trưởng Vụ Tăng Sự, TT Thích Viên Lý, Tổng Thư ký Hội Đồng Điều Hành, TT Thích Trí Tuệ, Chánh Đại diện miền Thiện luật vùng thủ đô Hoa Thịnh Đốn và ĐĐ Thích Giác Đẳng Vụ Phó Vụ Cư Sĩ Phật tử đã lên đường đi Tokyo để tiếp xúc, thảo luận với chính giới Nhật Bản và một số các tổ chức đã và đang hoạt động đấu tranh cho Nhân Quyền và Tự Do Tín Ngưỡng tại Việt Nam. Trong dịp này, phái đoàn GHPGVNTNHN tại Hoa Kỳ, Văn phòng II Viện Hóa Đạo đã đến Bộ Ngoại Giao gặp ông Yukio Takeuchi Tổng Giám Đốc Á Châu Sự Vụ của Bộ Ngoại Giao Nhật để trình bày, trao đổi, thảo luận và yêu cầu chính phủ Nhật quan tâm hơn về vấn đề Nhân quyền và Tự Do Tôn Giáo tại Việt Nam. Phái đoàn đã trao Thỉnh Nguyện Thư của Giáo Hội, nhờ chuyển đạt đến Thủ Tướng Nhật hiện đang gặp những khó khăn trong vấn đề nhập cảng gạo, nên không thể tiếp phái đoàn được. Ông Yukio hứa là Bộ Ngoại Giao sẽ đặc biệt quan tâm đến tình trạng Nhân Quyền tại Việt Nam và ông sẽ đề nghị với chính phủ sử dụng uy tín và ảnh hưởng để yêu cầu nhà cầm quyền CSVN trả tự do cho các vị lãnh đạo Tôn Giáo, tôn trọng quyền Tự Do Tín Ngưỡng, nhất là trả lại quyền sinh hoạt của GHPGVNTN.

Cùng ngày, Phái đoàn cũng đã tiếp xúc, thảo luận với Dân biểu Canada, bà Makoto Teranaka, Chủ Tịch Chi Hội Ân Xá Quốc Tế tại Nhật cùng ông Hiroko Iwakura, Giáo sư Muto Chủ Tịch Hội Tự Do Nhân Quyền Nhật, Giáo sư Kumnju Thứ Trưởng Kozima v.v... tất cả đều được thảo luận tại trụ sở Quốc Hội Nhật...

...Sau khi Ban Tổ Chức chào mừng và giới thiệu thành phần Phái Đoàn GHPGVNTN Tại Hoa Kỳ, kế đến TT Thích Giác Lượng thuyết trình qua vấn đề Pháp nạn và công cuộc vận động đấu tranh từ Quốc nội đến Hải ngoại, từ các nhà lãnh đạo các quốc gia tự do đến Liên Hiệp Quốc, Hội Ân Xá Quốc Tế và các Tổ chức Nhân Quyền khắp thế giới. Đây là lần đầu tiên GHPGVNTN Hải Ngoại tại Hoa Kỳ vận động chính giới

Nhật Bản; nhằm yêu cầu chính phủ Nhật đưa vấn đề Nhân Quyền và Tự Do Tôn Giáo là điều kiện tiên quyết trong việc viện trợ nhân đạo và giao thương kinh tế với Việt Nam khiến công tác này nhằm mục đích cũng để nói lên sự quan tâm của GHPGVNTN. Các Tôn Giáo và nhân dân Việt Nam đang dồn nỗ lực cho công cuộc đoàn GHPGVNTNHN tại Hoa Kỳ làm việc ráo riết và đạt thành quả tương đối khả quan trong bước đầu vận động với chính giới Nhật.

TÂM THƯ VÀ BẢN NHẬN ĐỊNH CỦA LỰC LƯỢNG TĂNG SĨ VIỆT NAM BẢO VỆ CHÁNH PHÁP

Hoa Đàm. Số 13. Ngày 19/11/93.

*** Cho dù HT Huyền Quang có bị nhốt xà lim thì vẫn có hàng triệu Huyền Quang khác kế thừa.**

*** Nếu GHPGVNTN ở trong nước có bị đàn áp, bức tử thì chúng ta còn GHPGVNTN ở ngoài nước vẫn đủ tư cách kế thừa sự nghiệp của Giáo Hội.**

Lực Lượng "Tăng Sĩ Việt Nam Bảo Vệ Chánh Pháp" từ Quê nhà vừa gửi đến chư Tôn Đức Giáo Phẩm, Tăng Ni và đồng bào Phật tử trong và ngoài nước một bức "Tâm Thư " khẳng định: Việc làm của HT Thích Huyền Quang, Quyền Viện Trưởng Viện Hóa Đạo GHPGVNTN là hợp lý, đúng đắn và có chính nghĩa; đồng thời cực lực lên án việc làm sai trái đi ngược lại với lương tâm, đạo lý và tình người, trái với xu thế tiến bộ của loài người hiện nay của nhà cầm quyền CSVN trong mưu đồ tiêu diệt GHPGVNTN.

Bức "Tâm Thư" cũng đã xác định: *"Cho dù HT Huyền Quang có bị còng nhốt vào xà lim, thì vẫn có hàng triệu Huyền Quang khác thừa kế sự nghiệp Hoằng Dương Chánh Pháp của tiền nhân để phụng sự Đạo pháp và Dân tộc, cho dù Văn phòng Viện Hóa Đạo Lưu vong có bị phong tỏa, có bị giải tán thì vẫn có rất nhiều Văn Phòng Lưu vong khác được dựng lên, để hoàn thành sứ mệnh xây đời dựng đạo, để giữ nước và cứu nước, để bảo vệ Chánh Pháp và Quyền sống của con người...*

...Nay, để đối phó với phong trào phục hồi GHPGVNTN và để bôi nhọ uy tín của HT Huyền Quang, đảng và chính phủ đã suy bụng ta ra bụng người "Lông giả thành chân" để xuyên

tạc rằng Chúc Thư của Cố Đại Lão Hòa Thượng Thích Đôn Hậu, Chánh Thư ký Xử lý Viện Tăng Thống là giả, với mưu đồ xóa tên GHPGVNTN.

Năm 1968, khi Hồ Chí Minh qua đời, có để lại một bản Chúc Thư, cấp lãnh đạo Hà Nội long trọng tuyên bố với Quốc dân Đồng bào và kêu gọi hãy "Học tập và làm việc theo di chúc của bác Hồ vĩ đại". Nhưng bản di chúc này đã do đảng và chính phủ đứng đầu là Tổng Bí Thư Lê Duẩn đã thay đổi cả ý và lời thành một Chúc Thư có nội dung khác / Chúc Thư giả. Việc này đã do hai ông Vũ Kỳ và Bùi Tín phát giác, tố cáo đảng và nhà nước làm chính trị, lộng chân thành giả là việc thường. Còn chúng tôi, trong nhà Chùa, làm việc Đạo, không quen thói ấy!

Trước giờ phút vĩnh biệt Giáo Hội, Ngài Đôn Hậu đã phó chúc, truyền trao ấn tín cho HT Huyền Quang cầm giữ Pháp Khí của Giáo Hội, tiếp tục điều hành Phật sự của Giáo Hội trong và ngoài nước, đó là việc thường tình và đương nhiên. Nay đảng và nhà nước đòi tịch thu con dấu của Giáo Hội, đánh đòn ác liệt nhằm khai tử GHPGVNTN. Chúng tôi nghĩ rằng (sắp tới đây): Nhà nước sẽ dùng mọi biện pháp thô bạo nhất để chiếm đoạt khuôn dấu, nhưng chắc chắn nhà nước không thể chiếm đoạt được nhân tâm và lòng người Phật tử có truyền thống yêu nước, có chiều sâu, có chiều rộng và chiều dài lịch sử hàng ngàn năm...

Cho dù HT Thích Huyền Quang có bị bức tử, thì vẫn sẽ có Huyền Quang khác kế thừa, điều hành Giáo Hội. Nếu Giáo Hội trong nước có bị đàn áp, bức tử thì chúng ta còn GHPGVNTN ở ngoài nước, vẫn đủ tư cách kế thừa sự nghiệp của Giáo Hội. Sự việc này không đơn giản như nhà nước nghĩ, tịch thu con dấu là Giáo Hội lăn đùng ra chết ngay!"

SÁCH LƯỢC PHI NHÂN, PHI PHÁP CỦA CSVN TRONG VỤ ÁN PHẬT GIÁO HUẾ

Hoa Đàm. Số 12. Ngày 12/11/93.

Một Thông cáo của Báo chí đề ngày 09/11/93 của Tu Viện Vạn Hạnh tại Úc Châu do TT Thích Quảng Ba làm Viện Trưởng, vừa nhận được từ Văn Phòng Lưu vong Viện Hóa Đạo GHPGVNTN từ quê nhà chuyển sang, cho biết thêm những tin tức về phiên tòa xử TT Thích Trí Tựu, quý Đại Đức Thích Hải Tạng, Hải Thịnh và Hải Chánh như sau:

Tuần trước, nhà đương cuộc Huế tung tin sẽ sớm đem ra xử tại Tòa án tỉnh Thừa Thiên các Thượng Tọa, Đại Đức kể trên, nhưng đồng bào đã bị đánh lừa, vì thật ra các cơ quan đầu não của họ còn đang bàn thảo mưu lược về "phương án" mở phiên Tòa.

Trước những đòi hỏi chính đáng của đồng bào Phật tử Huế, ngày 01/11/1993, lần đầu tiên sau gần 5 tháng bị bắt và nhiều tuần lễ tuyệt thực trong nhà tù, Thân mẫu của Thượng Tọa Thích Trí Tựu đã được CS cho phép đến đề lao Huế thăm Thượng Tọa, sau khi bắt buộc bà phải ký giấy chấp nhận ba mệnh lệnh rất phi nhân, phi pháp và vi hiến là:

1. Không được khóc trong suốt thời gian thăm.
2. Không được hỏi bất cứ điều gì liên quan đến vụ án.
3. Không được nói điều gì với bất cứ ai sau khi đến thăm.

Cảnh "diễn tuồng" thăm viếng này được công an quay Video, chắc chắn sẽ được cắt xén, ráp nối để chiếu trên đài truyền hình của nhà nước hầu "tô hồng" chính sách "nhân đạo" của chế độ.

Thầy Trí Tựu đã an ủi và khuyên nhủ Mẹ già nên an tâm, và xác định một khi tấm thân hành đạo làm việc cho Giáo Hội, thì việc sống chết, mạnh khỏe hay ốm đau không còn là điều hệ trọng, nếu phải được hy sinh cho truyền thống Nhân Ái của Dân Tộc và vì sự sinh tồn của Đạo Pháp thì cũng là nghĩa vụ cao thượng.

Thượng Tọa Trí Tựu đã bị nhà nước CS chính thức bắt giam kể từ đầu tháng 6/1993 cho đến nay, chỉ vì:

1. Bất tuân lệnh phải "nói láo" theo nhà nước, khi bị bắt buộc phải xác nhận rằng: người tự thiêu hôm 21/5/1993 tại chùa Linh Mụ không phải là Phật tử; và cuộc tự thiêu đó không liên hệ gì đến Phong trào Giải Trừ Pháp Nạn và đòi khôi phục sự **độc lập, tự do hành đạo** của GHPGVNTN.

2. Đã đòi hỏi nhà cầm quyền Thừa Thiên, Huế, phải trao trả thi hài của người tự thiêu để được mai táng theo nghi thức Phật Giáo.

...Không kể hàng ngàn, hàng vạn án tử, lưu đày và tập trung cải tạo, cưỡng bức lao động vô hạn định... đối với Tăng Ni Phật Tử từ năm 1945 đến nay vẫn không mấy ai biết đến mọi người còn nhớ lại những phiên tòa công khai xử các vụ án Phật Giáo trước đây, nhà nước đều lãnh chịu những lời tố đanh thép của "Can Nhân" mà họ tưởng có thể dùng chiêu thức "phủ đầu", "dọa nạt", "tra tấn" hay "dụ dỗ" để có thể mua chuộc sự nhận tội hay van xin trước tòa, nhưng đã hoàn toàn ngược lại. Điển hình là tại các phiên tòa xử 7 vị lãnh đạo cao cấp của GHPGVNTN hồi tháng 12/1978, CSVN đã không buộc được tội Chư Hòa Thượng Thích Huyền Quang, Quảng Độ, Thuyền Ấn và Quý Thượng Tọa Thông Bửu, Nhật Thiện, Thanh Thế và Thông Huệ; cũng như phiên tòa xử các nhà lãnh đạo và trí thức Phật Giáo Thích Đức Nhuận, Tuệ Sỹ, Trí Siêu, Trí Hải, Nguyên Giác... hồi tháng 10/1988 v.v... đã không khuất phục được một ai, mà còn bị quý vị này dùng diễn đàn của tòa án để kết tội ngược lại nhà nước là phản dân, hại nước.

Giáo Hội PGVNTN Trên Toàn Thế Giới Tuyên Bố Ủng Hộ Tuyệt Đối Cuộc Đấu Tranh Hiện Nay Của Hòa Thượng Huyền Quang

Hoa Đàm. Số 6. Thứ bảy, 2/10/1993

Kính gửi: HT Huyền Quang,

Quyền Viện Trưởng Viện Hóa Đạo kiêm Xử Lý Hội Đồng Lưỡng Viện GHPGVNTN.

Kính Bạch Hòa Thượng,

Văn Phòng II Viện Hóa Đạo đặt tại Hoa Kỳ đã nhận được Thông Bạch đặc biệt số 50 VPLV/VHĐ 07/81993 do Hòa Thượng ấn ký.

Xuyên qua sự liên lạc, thảo luận, đặc biệt là những phiên họp, các GHPGVNTN các Châu đã ý thức minh mẫn, có cùng một nhận định và thành tâm đệ đạt lên Hòa Thượng một số điểm sau:

1. GHPGVNTN đã được khai sinh sau pháp nạn 1963 là kết quả truyền thừa sau hai mươi thế kỷ với những đóng góp khi huy hoàng, văn hiến, khi máu xương và tù tội của bao nhiêu thế hệ Phật tử. Do thế, quyết định tối hậu về sự tồn vong của GHPGVNTN không thể do bất cứ thế lực ngoại tại nào dù thế lực đó là nhà cầm quyền CSVN hiện nay. Mà phải

do chính chư Tôn Đức Giáo Phẩm lãnh đạo Giáo Hội và toàn thể Tăng Tín Đồ Phật Giáo trong và ngoài nước quyết định.

2. GHPGVNTN là một nền tín ngưỡng dân tộc, làm cơ sở tâm linh cho quần chúng, được truyền thừa từ 20 thế kỷ qua. Chính phủ CHXHCNVN là cơ quan hành pháp, không có khả năng khai tử một Giáo Hội dân tộc, khi **chưa** thông qua một cuộc trưng cầu dân ý tuyệt đối tự do với sự giám sát quốc tế.

GHPGVNTN không thể bị cưỡng buộc cấm hoạt động bằng một Văn thư giản đơn, bóp méo sự thật, xuyên tạc lịch sử của ban Tôn Giáo Chính Phủ hay quyết định thuộc cấp địa phương như UBND tỉnh Quảng Ngãi. Sự việc vừa qua vi phạm trắng trợn luật pháp cũng như Công Ước Quốc tế mà nhà nước CHXHCNVN đã long trọng ký kết với LHQ.

3. Chức vụ Quyền Viện Trưởng và Khuôn dấu của Viện Hóa Đạo là quyền sở hữu của GHPGVNTN được quy định trong Hiến Chương của Giáo Hội thông qua Đại Hội vào tháng 1 năm 1964. Danh xưng và khuôn dấu này biểu trưng cho tôn giáo thuần túy, không liên hệ gì đến lãnh vực chính trị của nhà nước CSVN. Giáo Hội PGVNTN dứt khoát không giao nạp cho bất cứ ai. Nhà nước dùng bạo lực cưỡng đoạt thì đó là quyền của kẻ có vũ lực trong tay. Mọi quyết định cất chức Quyền Viện Trưởng Viện Hóa Đạo hay giao nạp cho ai khác con dấu, văn phòng phẩm phải do Đại Hội toàn quốc quyết định. Đại Hội này do Hội Đồng Lưỡng Viện GHPGVNTN triệu tập và tổ chức.

4. Dù nhà nước CHXHCNVN bất hợp pháp dùng bạo lực tước đoạt con dấu, tước bãi quyền chức của hàng Giáo Phẩm Giáo Hội, hay cấm chỉ GHPGVNTN sinh hoạt tôn giáo, thì không vì thế mà GHPGVNTN bị khai tử. Lý do đơn giản và thực tế là GHPGVNTN đang sống dậy mãnh liệt hơn bao giờ trong tâm hồn Tăng Tín Đồ Phật Giáo VN trong cũng như ngoài nước, quyết tâm hậu thuẫn vô điều kiện cho Hòa Thượng đang cáng đáng trọng trách cao cả mà Hòa Thượng đã thiêng liêng nhận lãnh theo Di Huấn ngày 15/11/1993 của cố Đại Lão Hòa Thượng Thích Đôn Hậu.

5. Tình trạng bị khủng bố, đàn áp càng ngày càng gia tăng trong nước, khiến GHPGVNTN không thể sinh hoạt tôn giáo bình thường. Nhưng GHPGVNTN vẫn hiện diện và thể hiện mạch sống Đạo Pháp trong lòng tuyệt đại đa số Phật tử ở

trong nước. Còn ở hải ngoại, Văn Phòng II Viện Hoá Đạo đặt tại Hoa Kỳ và GHPGVNTN tại các Châu đang là phóng âm của mạch sống Đạo Pháp này cũng như tiếp tục sứ mệnh thiêng liêng đã được Hội Đồng Lưỡng Viện GHPGVNTN quốc nội giao phó, theo đúng tôn chỉ, mục đích và đường hướng quy định trong Hiến Chương của Giáo Hội.

Kính Bạch Hòa Thượng,

Trong suốt mấy thập niên qua, với tràn ngập khó khăn và gian khổ, bức bách thường trực, sự cống hiến cao cả và vô bờ của Hòa Thượng đối với Đạo Pháp và Dân Tộc thiết tưởng không thể dùng bất cứ ngôn ngữ nào diễn tả được. Tất cả những gì cần lên tiếng, Hòa Thượng đã lên tiếng. Tất cả những gì cần thực hiện, Hòa Thượng đã thực hiện, do vậy trong hoàn cảnh khó khăn, cấm đoán hiện thời, kính xin Hòa Thượng cứ an nhiên, tự tại, tuyệt đối bảo trọng sức khỏe để tiếp tục là một tòng lâm thạch trụ, hầu hoàn tất sứ mệnh lãnh đạo tinh thần nhằm làm nơi y cứ cho tất cả các cấp Giáo Hội trong và ngoài nước.

Theo lời chỉ dạy của Hòa Thượng, các GHPGVNTN các Châu sẽ một lòng phối hợp với Văn Phòng II Viện Hóa Đạo để làm việc nhịp nhàng trong tinh thần bất bạo động nhưng vô úy trong công cuộc đấu tranh bảo vệ Chánh Pháp đặc biệt là trong công tác vận động quốc tế chống các cuộc khủng bố và bắt bớ tại Việt Nam vừa qua.

Cầu nguyện Tam Bảo chứng minh gia bị Hòa Thượng Pháp thể khinh an, chúng sanh dị độ.

Phật Lịch 2537, Hoa Kỳ ngày 18/9/1993.

Các Giáo Hội đồng ký tên:

1. GHPGVNTN tại Nhật Bản – ĐĐ Thích Chơn Lễ.
2. GHPGVNTN tại Canada – TT Thích Thiện Tâm.
3. GHPGVNTN tại Âu Châu – TT Thích Minh Tâm.
4. GHPGVNTN tại Hoa Kỳ – HT Hộ Giác.
5. GHPGVNTN tại Úc và Tân Tây Lan – HT Thích Phước Huệ.

HÒA THƯỢNG THÍCH ĐỨC NHUẬN ĐƯỢC TRẢ TỰ DO

Trước áp lực mạnh mẽ của thế giới và sự tranh đấu bền bỉ của người Việt hải ngoại, cũng như để xoa dịu những phẫn uất của đồng bào Phật Tử, chính quyền Hà Nội vừa phóng thích Hòa Thượng Thích Đức Nhuận, nguyên Chánh Thư ký Viện Tăng Thống GHPGVNTN sau khi giam cầm Ngài suốt gần mười năm trời trong trại lao động khổ sai Hàm Tân vì tội danh gán cho Ngài là cố vấn cho nhóm Trí Siêu, Tuệ Sỹ "âm mưu lật đổ chính quyền cách mạng". Hòa Thượng Đức Nhuận, một vị danh Tăng và một học giả Phật Giáo, đã bị bắt từ năm 1985 và bị tuyên án 10 năm tù vào năm 1988, cùng với bản án tử hình của hai ĐĐ Trí Siêu, Tuệ Sỹ và án tù 18 tu sĩ Phật Giáo khác. Cùng với Ngài, Luật sư Nguyễn Khắc Chính, một giáo dân chiến hữu của Linh Mục Hoàng Quỳnh, cũng được trả tự do.

CÔNG AN CHỦ MƯU ĐỐT XE CÔNG AN & CHÍNH QUYỀN TIẾP TỤC ĐÀN ÁP, BÔI NHỌ PHẬT GIÁO

Bông Sen. Số 17. Tháng 9, 10/1993

Tin tức mới nhất từ Việt Nam gởi thư sang cho biết là trong vụ biểu tình tại Huế ngày 24/5, với gần 40 ngàn đồng bào tham dự, chính hai công an và một thanh niên Thiên Chúa giáo đã trực tiếp đốt xe công an chở Thầy Trí Tựu tại Huế. Liên tục trong 4 tháng qua, chính quyền tiếp tục bôi nhọ, xuyên tạc Phật Giáo trên các đài truyền hình, truyền thanh và báo chí bằng xảo thuật bất chính: Thầy Hải Thịnh đứng trên xe kêu gọi đồng bào giải tán vì được tin Thầy Trí Tựu đã trở về chùa Linh Mụ, thì công an bằng kỹ thuật ghép phim, chỉ chiếu hình Thầy đang hô hào nhưng không có tiếng nói, để làm mọi người tưởng Thầy đang xách động và ngay sau đó là cảnh một chiếc xe công an bị bốc cháy, rồi quy chụp cho Tăng Ni, Phật tử bạo động đốt xe. Chính quyền đã có quay toàn bộ diễn tiến của cuộc biểu tình này, chúng tôi đòi hỏi chính quyền phải công bố tên tuổi, lý lịch của hai công an và thanh niên Thiên Chúa giáo đã đốt xe và chấm dứt ngay những trò bôi nhọ bẩn thỉu này. Chúng tôi cũng đòi hỏi chính quyền phải cho công bố chúc thư của người tự thiêu trước Bảo tháp của HT Đôn Hậu, chùa Linh Mụ ngày 21/5. Ngoài ra, tại chùa Linh Sơn, Bà Rịa, theo tin từ một Phật tử vừa đến Bà Rịa cho biết thì trong số gần

100 thường dân bị bắt, sau khi điều tra, chính quyền còn giữ khoảng 40 người và trong đó hơn 1/3 là những thanh niên Thiên Chúa giáo. Chúng tôi đòi hỏi chính quyền công bố những cuộc điều tra về sự có mặt của các thanh niên Thiên Chúa giáo trong vụ xung đột với công an, quân đội tại Bà Rịa, Vũng Tàu, cũng như vụ công an đốt xe ở Huế. Họ tham gia vì tình cảm cá nhân hay họ bị xúi dục tham gia với chủ đích gây bạo động để tạo những sự xung đột đổ máu giữa Phật Giáo và chính quyền? để cả hai bên cùng bị thiệt hại nặng nề và họ sẽ đóng vai trò ngư ông đắc lợi? Mặt khác, chính quyền, qua Văn thư số 248/CV/TGCP ngày 25/7 của Trưởng ban Tôn giáo chính phủ Vũ Quang, chính thức bác bỏ đơn xin giải quyết nhiều việc của HT Huyền Quang và kêu gọi đối thoại để chấm dứt mọi sự đối đầu giữa Phật Giáo và chính quyền (công bố trong Thông Bạch Phật Đản vừa qua), đồng thời gia tăng việc khủng bố, kềm kẹp Tăng Ni, Phật tử và bao vây HT Huyền Quang...

...Cuộc vận động bảo vệ Chánh Pháp của HT Huyền Quang đã thắng vì chỉ nhằm gây một ý thức, một sự cảnh tỉnh cho quốc dân và thế giới biết và nhất là nhằm thức tỉnh chính quyền, chớ không nhằm lật đổ chính quyền nào. Không cần ai cho phép, Phật Giáo VN vẫn sinh hoạt bình thường từ suốt hai ngàn năm qua và sẽ tiếp tục sinh hoạt mạnh mẽ hơn trong suốt hai ngàn năm sắp đến.

TRONG NHÀ TÙ, CÁC THẦY TRÍ TỰU, HẠNH ĐỨC TỐ CÁO CHÍNH QUYỀN

Thầy Trí Tựu bị giam ở lao Thừa Phủ Huế đã nhiều lần tuyệt thực để phản đối chính quyền và từ chối viết bài kiểm điểm nhận tội, Thầy đã khẳng khái tuyên bố: *"Các ông kết tội "phá rối trật tự công cộng" để bắt bớ. Nhưng trong cuộc biểu tình tại Huế ngày 24/5/1993, tôi đang bị Ủy Ban Nhân Dân tỉnh triệu tập làm việc rồi bị quản chế trong tay công an thì làm sao tôi có thể "gây rối trật tự công cộng" được? Các ông hãy trả lời cho tôi được biết điều này. Tôi không thể viết bản kiểm điểm nhận tội, khi chưa hề biết mình mắc tội gì. Tuy tôi biết rất rõ các ông vi phạm hiến pháp và luật pháp nhà nước CHXHCNVN trong việc bắt bớ tôi và các ĐĐ thuộc GHPGVNTN".*

Tại nhà tù Bà Rịa, Thầy Hạnh Đức cũng đã dũng mãnh trả lời công an khi bị cáo buộc là đã bị trục xuất khỏi Giáo Hội (nhà nước): *"Các ông hoặc không biết việc hoặc dối trá, hoặc muốn khủng bố tinh thần tôi mà nói như vậy. Từ 10 năm hơn tại tỉnh Bà Rịa này, ai cũng biết rõ việc hành đạo và chăm lo mọi công tác từ thiện của tôi nghiêm chỉnh theo luật pháp. HT Đồng Huy, chánh đại diện GH huyện Châu Thành đã xác nhận tôi là "tu sĩ" có quá trình tu học vững vàng và chưa từng vi phạm giới điều trong đạo..."*

Không những bị đàn áp, bắt giam, khủng bố, các ĐĐ còn bị chính quyền đả kích, xuyên tạc, bôi nhọ liên tục trên báo chí và các cơ quan truyền thông. Tổng cộng có đến 69 bài báo mạ ly, phỉ báng Phật Giáo trong thời gian ba tháng qua.

CHÍNH QUYỀN BỨC TỬ GIÁO HỘI, HT HUYỀN QUANG KÊU GỌI TĂNG NI PHẬT TỬ HÃY TỈNH TÁO LÀM VIỆC TRONG KHUÔN KHỔ TÔN GIÁO, ĐỪNG VƯỢT LỀ RA KHỎI TÔN GIÁO.

Dù bị chính quyền liên tục bao vây, khủng bố và hăm dọa, nhất là sau ngày 5/8 bị chính quyền ra lịnh cấm Hòa Thượng nhân danh Viện Hóa Đạo và sau ngày 6/8, bị chính quyền đến đòi tịch thu khuôn dấu Viện Hóa Đạo, coi như chính quyền chính thức bức tử GHPGVNTN, HT Huyền Quang vẫn ôn hòa, nhẫn nhục nhưng hết sức dũng mãnh khước từ, trả lời không với bạo lực, vì *"GHPGVNTN khai sinh bằng một Đại hội thì khai tử cũng bằng một Đại hội. Việc bức tử của chính quyền không thể chấp nhận được vì vi phạm nhân quyền và tự do tôn giáo".* Ngài kêu gọi: *" Tăng Ni, Phật tử hãy tỉnh táo, đừng để ai lợi dụng hay lôi kéo Giáo Hội vào sự tranh chấp chính trị hiện tại... hãy làm việc trong khuôn khổ tôn giáo, đừng vượt lề ra khỏi tôn giáo... hãy tùy nghi làm việc trong tinh thần và hành động vô úy bất bạo động".* Văn phòng Viện Hóa Đạo không chỉ nằm ở chùa Hội Phước mà còn nằm trong trái tim của mỗi Phật tử tại VN và trên khắp thế giới và khuôn dấu Viện Hóa Đạo là 2000 năm lịch sử Phật Giáo VN. Không một bạo lực nào có thể tiêu hủy ý lực phụng sự và hy sinh cho Dân Tộc và Đạo Pháp của người Phật tử VN. Trong lò lửa những cánh hoa sen vẫn tiếp tục bừng nở và sẽ nở rạng rỡ cả núi sông.

300 PHẬT TỬ BIỂU TÌNH TẠI HUẾ

Ngày 27/8 vừa qua, trên 300 Phật tử tại Huế đã xuống đường biểu tình trước trụ sở Ủy Ban Nhân Dân Thừa Thiên/Huế nằm trên đường Lê Lợi, vì nghe tin ĐĐ Trí Tựu vừa qua đời trong lao Thừa Phủ, Huế, sau những lần tuyệt thực để phản đối các cuộc áp bức khủng bố của công an trong nhà tù để bắt ĐĐ Trí Tựu nhận những tội không hề phạm. Cuộc biểu tình đã diễn ra ôn hòa nhưng vô cùng quyết liệt để phản đối chính quyền đã bắt giam phi pháp rồi thảm sát ĐĐ Trí Tựu. Những tiếng hô lớn yêu cầu trả tự do cho Thầy Trí Tựu vang động trên giòng sông Hương. Đoàn biểu tình dự định thắp đuốc đứng suốt đêm để phản kháng nhưng sau đó, vào lúc 11 giờ đêm đã tự động giải tán trong vòng trật tự sau khi được chính quyền minh xác là ĐĐ Trí Tựu vẫn còn sống.

NĂM GIÁO HỘI PHẬT GIÁO TRÊN TOÀN THẾ GIỚI ĐỒNG LOẠT TUYÊN BỐ ỦNG HỘ TUYỆT ĐỐI CUỘC VẬN ĐỘNG BẢO VỆ PHẬT GIÁO CỦA HÒA THƯỢNG HUYỀN QUANG

Năm GHPGVNTN tại Hoa Kỳ, Canada, Âu Châu, Úc và Tân Tây Lan, và Nhật Bản ngày 29/9 vừa qua đã gửi văn Thư cho HT Huyền Quang xác quyết sự ủng hộ tuyệt đối của toàn thể Tăng, Ni, Phật tử VN trên toàn thế giới và đồng thời tố cáo, phản kháng âm mưu bức tử GHPGVNTN của chính quyền Hà Nội. Cả năm Giáo Hội cùng khẳng định:

"Chính phủ CHXHCNVN là một cơ quan hành pháp (nhất thời của một chế độ nhất thời) không có khả năng khai tử GHPGVNTN... GHPGVNTN đã được khai sinh sau Pháp Nạn 1963 là kết quả truyền thừa sau 20 thế kỷ, với những đóng góp... của bao nhiêu thế hệ Phật tử VN... GHPGVNTN là một nền tín ngưỡng dân tộc, làm cơ sở tâm linh cho quần chúng

Do đó, quyết định tối hậu về sự tồn vong của GHPGVNTN không thể do bất cứ một thế lực ngoại tại, dù thế lực đó là nhà cầm quyền CSVN hiện nay. Mà phải do chư Tôn Đức Giáo Phẩm lãnh đạo Giáo Hội và toàn thể Tăng, Tín đồ Phật Giáo trong và ngoài nước quyết định... GHPGVNTN không thể bị cấm hoạt động bằng một Văn thư giản đơn, bóp méo sự thật, xuyên tạc lịch sử của ban Tôn giáo chính phủ... Sự việc này vi phạm trắng trợn luật pháp cũng như Tuyên Ngôn Quốc Tế Nhân Quyền mà nhà nước CHXHCNVN đã ký kết với LHQ... Chức vụ Quyền Viện Trưởng và khuôn dấu của Viện Hóa Đạo là thuộc quyền sở hữu của GHPGVNTN... Danh xưng và khuôn dấu này biểu trưng cho tôn giáo thuần túy, không liên hệ gì đến lãnh vực chính trị của nhà nước CSVN. GHPGVNTN dứt khoát không giao nạp cho bất cứ ai... Mọi quyết định cất chức Quyền Viện Trưởng hay giao nạp cho ai khác con dấu của Viện Hóa Đạo phải do Đại Hội toàn quốc quyết định. Đại Hội này do Hội Đồng Lưỡng Viện GHPGVNTN triệu tập và tổ chức...

... Quý vị lãnh đạo GHPGVNTN Chưa bao giờ tuyên bố giải thể Giáo Hội và cũng Chưa bao giờ quyết định đem GHPGVNTN gia nhập vào Giáo Hội VN (Giáo Hội nhà nước được thành lập năm 1981 tại Hà Nội) nên GHPGVNTN vẫn tồn tại. Việc chính quyền đòi giải tán GHPGVNTN là một sự đàn áp trắng trợn nhất và một sự sỉ nhục nặng nề nhất đối với PGVN... một tôn giáo có hơn 70% dân chúng là tín đồ và có một lịch sử giữ nước và dựng nước vô cùng vinh quang trong suốt hơn 2000 năm".

TIẾP NỐI TRUYỀN THỐNG VÔ ÚY ĐẠI HÙNG CỦA T.T THÍCH KHÔNG TÁNH, TĂNG NI TRONG NƯỚC LÊN TIẾNG BẢO VỆ CHÁNH PHÁP. ÂM MƯU DÙNG PHẬT GIÁO ĐÁNH PHẬT GIÁO CỦA CHÍNH QUYỀN ĐÃ HOÀN TOÀN THẤT BẠI

Từ Long Thành, ngày 12/7, TT Thích Nhật Ban, người đã liên tục đi ở tù 5 lần, tổng cộng 12 năm trong thời gian 17 năm qua, đã gửi Tâm thư tố cáo: *"chính quyền tịch thu chùa Pháp Hoa (Biên Hòa) làm kho lương thực, chùa Ba La Mật*

(Vũng Tàu) cũng bị chính quyền xua đuổi, hình nhục thân thể tôi và dỡ chùa đập tượng, tịch thu pháp khí, vật dụng của Tam bảo". TT cũng dũng mãnh lên tiếng ủng hộ PG của Thầy Huyền Quang: *"HT Huyền Quang, người lãnh đạo kiên cường thà chết chớ không đầu hàng trước bạo lực, dám bênh vực lẽ phải và sự sống còn của đạo pháp, người đã dám nói thẳng, nói thật nói tất cả sự đau khổ của chính mình, của Giáo Hội và Tăng, Ni, Phật tử phải chịu đựng suốt 18 năm dài."*

CHÍNH QUYỀN HÀ NỘI ĐÀN ÁP KHỐC LIỆT GHPGVNTN

Hoàng Trí Sơn. Bông Sen. Số 20.

Ngày 24/11/1994, Thủ tướng CSVN Võ Văn Kiệt đã gặp tân Hồng Y Phạm Đình Tụng, Tổng Giám Mục Hà Nội vừa trở về từ Vatican sau khi được tấn phong Hồng Y và chuyển lời chúc tụng của Ban Chấp Hành Trung ương đảng CSVN và của chính phủ đến các tín đồ Thiên Chúa giáo trên toàn nước VN. Võ Văn Kiệt ca ngợi những đóng góp của các tín đồ Thiên Chúa giáo, bao gồm cả hàng Giáo Phẩm và các tu sĩ, vào mục tiêu chung của toàn dân. Ông, theo tin Reuter, cũng tỏ bày sự hy vọng là các tín đồ Thiên Chúa giáo VN sẽ "Hội nhập một cách mạnh mẽ hơn nữa vào cộng đồng dân tộc, đóng góp thêm nữa để giúp đất nước thoát khỏi cảnh lạc hậu và thâu hẹp bớt khoảng cách giữaVN và các nước trong vùng".

Chỉ năm ngày sau đó, chính quyền Hà Nội cho công an tràn vào chùa Hội Phước, Quảng Ngãi, nơi HT Huyền Quang, Quyền Viện Trưởng Viện Hóa Đạo GHPGVNTN, bị lưu đày và quản thúc hơn 12 năm qua, bắt HT Huyền Quang đưa về giam ở xã Nghĩa Hành, cách chùa Hội Phước 15 cây số. Đồng thời công an tịch thu khuôn dấu Viện Hóa Đạo, giấy tín chỉ, tài liệu văn phòng thuộc Viện Hóa Đạo và mang đi toàn bộ đồ đạc của HT. Trước đó hai ngày, HT Huyền Quang, 77 tuổi, đã bắt đầu tuyệt thực tại chùa Hội Phước để phản đối ba hành vi đàn áp, khủng bố sau của chính quyền:

1. Bắt TT Long Trí ngày 29/10/94 và đưa về quản thúc ở Hội An. Bắt trái phép các TT. ĐĐ Không Tánh, Nhật Ban, Trí

Lực và các Phật tử Nhật Thường, Đồng Ngọc tại Sài Gòn ngày 5 và 6 tháng 11/1994 khi các vị này đang đi cứu trợ nạn nhân lũ lụt miền Tây.

2. Ngăn cản không cho GHPGVNTN đi cứu trợ đồng bào bị lũ lụt tại đồng bằng sông Cửu Long nơi nửa triệu người đang lâm vào cảnh màn trời chiếu đất, không những thế còn tịch thu các phẩm vật cứu trợ của Giáo Hội.

3. Phong tỏa chặt chẽ Văn phòng lưu vong của Viện Hóa Đạo đặt tại chùa Hội Phước từ đầu tháng 11/94.

Ngoài ra công an tràn vào Thanh Minh Thiền viện tại Sài Gòn khám xét, đây là nơi HT Quảng Độ, Tổng Thư ký Viện Hóa Đạo cư ngụ từ trước 75 cũng như từ năm 92, sau hơn 10 năm bị lưu đày, quản thúc ở Thái Bình, miền Bắc. Rồi mới đây ngày 4/1/95, công an đến bắt HT Quảng Độ đem đi mất tích và tịch thu tất cả giấy tờ, tài liệu thuộc Văn phòng Tổng Thư Ký của Giáo Hội...

...Mặt khác, công an cũng đã khủng bố nhiều Tăng sinh đã ký tên phản đối việc chính trị hóa Trường Cơ Bản Phật Học, mới khai giảng ngày 27/11/94 tại chùa Bảo Quốc, Huế và đã tràn vào hai chùa Phước Duyên và Linh Quang bắt hai Tăng sĩ Thích Thái Hưng và Thích Hạnh Đức, cũng như khám xét, khủng bố nhiều chùa tại Huế. Không những thế công an còn đột nhập nhiều chùa chiền, tư gia trên toàn quốc để khám xét, khủng bố nhiều Tăng, Ni, Phật tử...

... Phật Giáo không mong muốn gì hơn là được tự do hành đạo và đóng góp vào công cuộc xây dựng, phát triển đất nước trong tinh thần khoan dung truyền thống của dân tộc và đạo Phật, đúng như bản Tuyên Ngôn Nhân Quyền mà GHPGVNTN đã công bố tại Sài Gòn 18 năm trước đây, vào năm 1977, khi đất nước ở trong một giai đoạn đen tối nhất: *"Chúng tôi chỉ muốn sống với tất cả giá trị con người, để có thể tham gia các công tác xây dựng xứ sở. Trong lịch sử Việt Nam đã có những giai đoạn dân chúng sống ôn hòa trong những tư tưởng, chính kiến sai biệt. Chúng tôi chỉ đòi hỏi sự ôn hòa. Chúng tôi chỉ đòi hỏi quyền tham gia trong công tác xây dựng quốc gia, xây dựng đời sống con người, không phải là những bộ máy, mà là những khối óc, những con tim. Chúng tôi kêu gọi toàn thể Phật Giáo đồ, toàn thể đồng bào ruột thịt các thành phần tôn giáo khác – Thiên Chúa, Tin Lành, Cao Đài, Hòa Hảo – và Mác Xít hãy thông cảm nhau, đoàn kết nhất trí để xây dựng quốc gia, để tạo niềm tin, để biến ước vọng hòa giải, hòa hợp thành sự thật trong một chế độ Cộng Hòa xã hội, hòa bình và thống nhất. Chúng tôi kêu gọi chính phủ Việt Nam:*

/ Thả những tù nhân chính trị, tôn giáo và hàng trăm ngàn người khác đang ở trong các trại cải tạo.

/ Thi hành nghiêm chỉnh chính sách tự do tín ngưỡng...

/ Chấm dứt tình trạng tham nhũng của nhân viên chính quyền các cấp.

/ Cho phép những người có khả năng, những người không phải là đảng viên đảng CS được tham gia vào công cuộc xây dựng xứ sở theo khả năng chuyên môn của mình.

/ Phá bỏ mọi bất công kỳ thị giữa đảng viên đảng CS và nhân dân. Mọi người đều có quyền công dân, Mọi người đều có quyền đi học, đi chữa bệnh, mua thuốc men, thực phẩm vv... chứ không phải chỉ nhân viên chính phủ, đảng viên mới được hưởng những quyền lợi đó mà thôi".

Tác giả bản Tuyên Ngôn này, Cố HT Thiện Minh, Cố Vấn Viện Hóa Đạo GHPGVNTN.

Bỏ tù, lưu đày các Thiền sư Huyền Quang, Quảng Độ chính là sự thất bại chính trị lớn nhất của chính quyền Việt Nam hiện nay. Những lời kêu gọi xóa bỏ hận thù, đoàn kết và tôn trọng sự khác biệt chính kiến của các nhà lãnh đạo Việt Nam đã trở nên lố bịch, trơ trẽn và dối trá đến thảm hại. Sự đàn áp thô bạo Phật Giáo chỉ làm cho Phật Giáo VN thêm rực rỡ trong lòng lịch sử và quần chúng và chỉ làm chính nghĩa Phật Giáo thêm sáng tỏ và thêm sức mạnh. Một lần nữa, xử dụng bạo lực và đàn áp, chính quyền đã chứng tỏ là chưa trưởng thành và thay vì quay đầu qui hướng về dân tộc, bay thênh thang trong lòng nhân dân và thời đại, nó đang sa lầy, vùng vẫy, chết cứng trong cạm bẫy của giáo điều, cuồng tín và bạo lực. Cuộc tổng càn quét Phật Giáo trong đêm 20/8/1963 của chính quyền Ngô Đình Diệm là một trong những chiếc đinh cuối cùng đóng trên quan tài của chế độ này. Cuộc đại khủng bố Phật Giáo vừa qua của chính quyền Lê Đức Anh/Đỗ Mười/Võ Văn Kiệt đã phá hủy tất cả thành quả và uy tín mà chính quyền này đã tạo dựng được trong bốn năm đổi mới vừa qua, 1990/1994...

Đạo Phật, Con Đường Đấu Tranh Dân Chủ

Bùi Chánh Thời, Phật Giáo Hải Ngoại, Số 3, 1994

Pháp Nạn và Quốc Nạn

Một trong những vùng xám trong lịch sử Việt Nam hiện đại cần được những nhà viết sử chân chính soi sáng, trước khi những nhân chứng cuối cùng khuất bóng, đó là sự phản bội của CS đối với lý tưởng dân tộc. Chủ nghĩa CS đã biến cuộc đấu tranh cho tự do dân tộc thành đấu tranh giai cấp; đưa cuộc chiến tranh giành độc lập cho tổ quốc đến chỗ chiến tranh huynh đệ tương tàn, kéo dài ngót ba mươi năm, hy sinh hàng triệu người. Cũng như, tiếp theo đó, đã tước đoạt tự do và cơm áo của nhân dân hai miền, đẩy hàng triệu người khác vào các trại tù, hoặc phải ra đi, thà tìm cái chết trên biển cả; trong khi đất nước mất đi gần 20 năm để xây dựng và phát triển. Sự mù quáng chủ nghĩa đã là nguyên nhân của những vụ đấu tố đẫm máu ở miền Bắc, được gọi là cải cách ruộng đất, được thi hành theo chỉ đạo của "đoàn phái viên quý báu của Mao Chủ tịch... những Triết cố vấn, Triệu cố vấn, Vương cố vấn chuyên ngồi ghế bành lớn, ưỡn bụng ra phía trước, có lúc gác đại cả hai chân lên bàn..."(1). Vì mù quáng chủ nghĩa, những người cầm quyền CS đã trở thành tù nhân của CS quốc tế, đi theo "tấm biển chỉ đường" (2) của chủ nghĩa Mao, chủ nghĩa Stalin, bất chấp thực tế Việt Nam, phát động đấu tranh giai cấp, chia rẽ dân tộc...

... Sau năm 1975, người ta càng thấy rõ điều đó hơn nữa, sự đàn áp thô bạo và quyết liệt của chính quyền CS đối với tôn giáo, đặc biệt là Phật Giáo, đã từng được GHPGVNTN đúc kết thành tài liệu cụ thể, phổ biến rộng rãi đến các tổ chức nhân quyền trên thế giới, đặc biệt là tổ chức Ân Xá Quốc Tế tại Luân Đôn (3).

Vụ tự thiêu tập thể của 12 Tăng Ni chùa Dược Sư Cần Thơ, ngày 2/11/1975 trước sự hiện diện của tín đồ Phật tử tại chùa, đòi "tôn trọng tự do tín ngưỡng của tất cả các tôn giáo" là tiếng đại hồng chung được gióng lên để cảnh tỉnh những kẻ theo "tà thuyết hại nhân" (4). Nhưng sau sự hy sinh vì Đạo Pháp lớn lao đó của các vị Tăng Ni chùa Dược Sư chính quyền CS lại càng gia tăng đàn áp và khủng bố đối với Phật Giáo. Nghiêm trọng nhất là vụ bắt giam các vị lãnh đạo Trung Ương GHPGVNTN (6/4/1977), vụ bắt giam và sát hại TT Thích Thiện Minh trong tù (17/10/1978), vụ công an võ trang đột nhập chùa Già Lam, lục soát chùa, bắt giam Tăng, Ni trong chùa và bức tử HT Trí Thủ, tháng 4/1984; tiếp theo đó vu cáo và kết án tử hình hai ĐĐ Thích Trí Siêu và Thích Tuệ Sỹ và 157 năm tù cho các vị khác trong đó có HT Thích Đức Nhuận, là một bậc chân tu khả kính, uyên thâm Phật Pháp, một nhà sư được mến mộ, trong một vụ án mà người dân Sài Gòn thường gọi là "Vụ án Thập nhị Tăng Ni Già Lam tự" (28/9/1988). Cuộc đàn áp Phật Giáo được đẩy đến cao điểm vào dịp tang lễ cố Đại Lão Hòa Thượng Thích Đôn Hậu, khi chính quyền CS cố tình can thiệp vào tang lễ của Ngài (3/5/1992). tiếp theo đó, nhân cuộc tự thiêu của Phật tử Nguyễn Văn Dũng, cạnh Bảo tháp của HT Thích Đôn Hậu, công an đã tràn vào cướp nhục thể của vị Phật tử, bắt ĐĐ Thích Trí Tựu, Viện chủ chùa Linh Mụ, gây nên cuộc biểu tình phản đối của hơn bốn chục ngàn người tại thành phố Huế (24/5/1993). Mặc dù chỉ là một cuộc biểu tình bất bạo động, nhà cầm quyền đã ra lệnh đàn áp không nương tay, bắt giam thêm ba vị ĐĐ khác và một số Phật tử, đưa ra một "phiên tòa" để kết án ĐĐ Thích Trí Tựu và Thích Hải Tạng mỗi vị 4 năm tù, Thích Hải Chánh, Thích Hải Thịnh mỗi vị 3 năm tù, và một số án tù cho 5 Phật tử bị bắt cùng với bốn vị đó. Trong lịch sử Phật Giáo Việt Nam chưa có Pháp nạn nào có mức độ khốc liệt đến như thế.

Diễn tiến đàn áp của nhà cầm quyền CS đối với Phật Giáo trên đây chỉ là những nét phác họa lớn, chưa nói lên vô số những vụ bắt bớ, giam cầm, khủng bố Tăng Ni Phật tử trên khắp nước một cách liên tục. Chẳng hạn, như vụ công an đột nhập chùa Liên Trì Thủ Đức lục soát và bắt giữ TT Thích Không Tánh và ĐĐ Thích Trí Lực, ngày 2/10/1992 (TT Không Tánh trước đó đã từng bị giam giữ không xét xử hơn 10 năm); bắt giam và tra tấn đến chết ĐĐ Thích Thiện Ân vào hạ tuần tháng 9/1992 tại khám Chí Hòa Sài Gòn...

... Chính sách tiêu diệt tôn giáo phát xuất từ bản chất của chủ nghĩa CS. Nếu trong một xã hội CS, thỉnh thoảng còn có một vài nhà thờ hay ngôi chùa còn sót lại thì chỉ là để trang trí cho chế độ, khi chưa thể, tiêu diệt trong một lúc, tiêu diệt hết được. Trong một bài nói chuyện trong "Hội nghị Khoa học bàn về Dân tộc và Quốc tế trong nền Văn hóa của các nước XHCN ở giai đoạn hiện nay" tổ chức tại Mạc Tư Khoa từ 20 đến 22/11/1984, Hà Xuân Trường, Trưởng Ban Văn Hóa Văn Nghệ

Trung ương đảng CSVN nói rằng: "...*Chúng tôi tiến hành có sách lược cuộc đấu tranh giành giật lại những tâm hồn trước hết của thanh niên và trẻ con khỏi sức quyến rũ của các thứ thuốc phiện tôn giáo, bảo đảm đoàn kết dân tộc, đồng thời tiến hành truyền bá chủ nghĩa vô thần...*". Sách lược đó nhằm vào gốc rễ của tôn giáo là chủ yếu, chứ không phải chỉ chùa chiền hay nhà thờ có thể để trang trí chế độ như trên đây. Thật vậy, ngoài việc tịch thu toàn bộ các cơ sở văn hóa giáo dục và xã hội của các tôn giáo, chính quyền CS trung ương đã ra Nghị quyết ngày 11/11/1977, có hiệu lực pháp luật, nhằm hợp pháp hóa những hành động đàn áp và tiêu diệt tôn giáo của cơ quan chính quyền CS các cấp đã thi hành trước đó...

(1) Bùi Tín, Mặt Thật. NXB Sài Gòn Press (Hoa Kỳ) 1993.

(2) Chữ dùng trong bài viết của Hà Sĩ Phu, "Dắt Tay Nhau Đi Dưới Những Tấm Biển Chỉ Đường của Trí Tuệ" phê phán chủ nghĩa Marx, chống chủ nghĩa giáo điều.

(3), (4) Thích Mãn Giác, Bão Qua Cổng Chùa. TTVNPGVN tại Hoa Kỳ, 1992.

(5) Báo Nhân Dân, 3/12/1994, trích dẫn trong bài "cộng sản đã triệt hạ GHPGVNTN như thế nào" của Nguyễn Minh Đức. Tạp Chí Nhân Quyền (Đức). Số đặc biệt về Mười năm chà đạp Nhân Quyền tại Đông Dương của chế độ CSVN (1975–1985).

Bộ Ngoại Giao và Thượng Viện Úc tiếp tục đòi CSVN trả tự do cho HT Thích Huyền Quang

Florida Việt Báo. Năm thứ 6. Số 50. Tháng 12/1994

Tin ngày 14/11/94 của Tu Viện Vạn Hạnh, Úc Châu. Sau đợt vận động tháng 8 và tháng 9 năm 1994 của Tu viện Vạn Hạnh vào hai cơ quan hành pháp và lập pháp Liên Bang Úc, một số kết quả đến nay đã có được như sau:

1. Ngoài việc một số cá nhân Dân Biểu và Thượng Nghị Sĩ viết thư ủng hộ các đòi hỏi của Phật Giáo tại VN gởi đến Ngoại Trưởng Úc, có người viết thẳng thư đến các lãnh đạo VN, kết quả quan trọng nhất là việc ngày 19/10/94, Thượng Viện Úc đã bỏ phiếu thông qua một kiến nghị do TNS Margaret Reid (Lib. ACT) đệ trình, nguyên văn như sau

Thượng Nghị Viện Úc:

a. Sự kiện chính phủ VN tiếp tục quản thúc vị Tăng Thống Phật Giáo Huyền Quang sau 13 năm là một sự xâm phạm vô nhân đạo vào nhân quyền và phẩm cách của Ngài.

b. Lên án việc vị tu sĩ già yếu 76 tuổi này bị canh phòng liên tục tại chùa ông ta (đang bị chỉ định cơ trú).

c. Hối thúc chính quyền VN khẩn cấp trả HT Huyền Quang ra khỏi nơi quản thúc.

2. Ngoại Trưởng TNS Gareth Evans, trong thư trả lời cho Dân Biểu Peter Reith MP, Ngoại Trưởng đối lập (sau khi vị tiền nhiệm của ông này là Andrew Peacock gần đây thể theo lời yêu cầu của Tu Viện Vạn Hạnh đã viết thư chất vấn Ngoại Trưởng về thái độ của chính phủ Úc đối với việc CSVN tiếp tục đàn áp GHPGVNTN) đã viết như sau:

"Trong quan hệ song phương với VN, Úc đã kèm theo việc quảng bá nhân quyền bằng một ưu tiên cao. Theo đó chính phủ Úc thường xuyên nêu vấn đề nhân quyền / bao gồm quyền của tất cả hệ phái của các tôn giáo tại VN phải được tự do sinh hoạt / đến chính quyền VN, và rất thường xuyên hối thúc VN tuân thủ các tiêu chuẩn nhân quyền đã được toàn cầu chấp thuận. Chúng tôi cũng nêu những trường hợp cá thể đến cấp cao nhất của chính quyền Hà Nội. Chính phủ Úc trong năm vừa qua đã nhiều lần gởi đi các lời phản đối đến giới chức VN về trường hợp của HT Thích Huyền Quang. Trong các cuộc hội kiến riêng với Ngoại Trưởng Cầm và các viên chức cấp tỉnh của VN, tôi cũng đã nêu lên sự quan tâm của chính phủ Úc qua việc GHPGVNTN phải chịu đựng những khó khăn, cũng như đặc biệt quan tâm đến tình trạng các tu sĩ Phật Giáo bị giam giữ chỉ vì các thái độ hòa hoãn đối với tín ngưỡng của họ."

3. Theo lời mời của Chủ tịch Ủy Ban Nhân Quyền của Lưỡng Viện Quốc Hội Úc, sau hai lần điều chỉnh ngày gặp gỡ, ngày 5/11/94 phái đoàn Phật Giáo được mời đến hội riêng với Ủy Ban để trình bày các tin tức cập nhật và nêu các đề nghị giải quyết về tình trạng CSVN liên tục chà đạp và coi thường các nhân quyền, dân quyền và các tự do căn bản đối với 73 triệu dân, đặc biệt đối với tôn giáo và các nhóm hoạt động bất bạo động cho dân chủ ở VN. Chúng tôi dĩ nhiên sẽ dành nhiều thời giờ trong buổi điều trần này để trình bày về những bất bớ

giam cầm, ngăn chận hoạt động... mà chính quyền VN vừa tiến hành đối với GHPGVNTN trong mấy tuần vừa qua. Các tin tức này cũng đã phổ biến cho tất cả các cơ quan thông tấn và truyền thông quốc nội và quốc tế tại Úc.

Phật Giáo Tiếp Tục Đòi Hỏi Tự Do Tôn Giáo

Liên Minh, Tháng 9/1994

Theo tin AP, ngày 4/8 vừa qua, trên 100 người đã bị nhà cầm quyền Hà Nội bắt giữ vì họ đã biểu tình tuyệt thực trước trụ sở Ủy Ban Nhân Dân thành phố Sài Gòn (Tòa Đô Chánh cũ) để đòi hỏi quyền tự do tôn giáo, quyền được giảng đạo và hành đạo mà không bị nhà nước xen vào, quyền tu bổ chùa chiền và tu viện Phật Giáo. Đoàn biểu tình cũng đã yêu sách đòi nhà nước CSVN phải công nhận tư cách pháp lý của GHPGVNTN.

Được biết cuộc biểu tình đã kéo dài sang ngày thứ tư, ngay trung tâm Sài Gòn trước khi bị giải tán. Lần đầu tiên tại Sài Gòn, trên 100 người đã dự cuộc tọa kháng suốt 3 ngày liền. Đoàn biểu tình đến từ Trà Vinh, do ĐĐ Thích Giác Nguyên cầm đầu. Cùng đi theo có 9 Tăng sĩ và 15 Phật tử đại diện GHPG tỉnh Trà Vinh. Sau đó Phật tử cùng Sài Gòn đã tháp tùng tham dự cuộc tọa kháng...

...Nhà cầm quyền Hà Nội đã đưa ba vị chức sắc của GHPG quốc doanh là các sư Hiển Pháp, Giác Toàn và Nhật Huệ đến thuyết phục cuộc biểu tình chấm dứt tọa kháng và trở về Trà Vinh tức khắc. Công an đã đến đàn áp và cô lập, không cho dân chúng Sài Gòn tham gia thêm vào đoàn biểu tình. Vì không đáp ứng các yêu cầu và bị đàn áp, cuộc tọa kháng đã biến thành cuộc biểu tình vô hạn định, và sau 3 ngày công an đã ra lệnh đưa xe đến hốt những người biểu tình.

Theo phòng Thông Tin Phật Giáo Thế Giới tại Paris, nhân dịp lễ Phật Đản vào ngày 25/5/94, 49 thành viên của GHPGVNTN đã đe dọa tự thiêu nếu nhà nước không để cho Giáo Hội phục hồi sinh hoạt bình thường. Vào ngày 28/5, ĐĐ Thích Huệ Thâu 43 tuổi đã thực hiện lời đe dọa trên, đã tẩm xăng tự thiêu chết tại Vĩnh Long. Công an nhà nước đã ra lệnh chôn ngay vị sư và ngăn cấm dân chúng không được phổ biến tin tức này. Nhà cầm quyền Hà Nội đã chối là không có ai tự thiêu. Tưởng cũng nên nhắc lại, từ năm 1981, CSVN đã thành lập GHPGVN tức là Giáo Hội quốc doanh như là một cây dù lớn, nhằm kiểm soát và úp chụp xuống toàn thể quần chúng Phật tử gồm 3/4 dân số. Từ đó GHPGVNTN bị đặt ngoài vòng pháp luật và bị kiểm soát gắt gao, không được tự do hành đạo.

Đại Đức Thích Hạnh Đức Bị Hà Nội Tuyên Án Ba Năm Tù

Liên Minh, tháng 2/1994

Dư luận trong và ngoài nước lại một lần nữa xôn xao khi hay tin ĐĐ Thích Hạnh Đức, nguyên trụ trì chùa Sơn Linh tại huyện Bà Rịa, Vũng Tàu, bị chính quyền Hà Nội bắt giam vào tháng 7/93, vừa mới bị tuyên án 3 năm tù, trong một phiên tòa nhóm họp tại Bà Rịa vào trung tuần tháng giêng vừa qua.

Trong phiên tòa này, ngoài ĐĐ Hạnh Đức, còn có Thầy Thiện Thọ cũng bị tuyên án 18 tháng, cùng với 18 người khác. Theo tin từ Văn phòng GHPGVNTN tại Úc thì tình trạng sức khỏe của ĐĐ Hạnh Đức rất là sa sút, vì Thầy đã quyết định tuyệt thực từ nhiều tuần lễ để phản đối hành động đàn áp tôn giáo một cách dã man của nhà cầm quyền CSVN.

Tưởng cũng nên nhắc lại biến cố chùa Sơn Linh tại Bà Rịa đã gây phẫn nộ trong dư luận. Vào ngày 9/7/93, chùa Sơn Linh bị chính quyền CS tấn công bằng xe tăng, bộ đội. Sự việc đã diễn ra khi chính quyền địa phương ra lệnh trục xuất Thầy trụ trì ĐĐ Thích Hạnh Đức vì đã cho phổ biến bản Thông Điệp Phật Đản của HT Huyền Quang. Được tin này hàng ngàn Phật tử đã kéo tới chùa để bảo vệ và ngăn cản không cho công an bắt Thầy Hạnh Đức. Trước sự phản đối của đồng bào Phật tử, Hà Nội đã dùng biện pháp mạnh. Họ xử dụng xe tăng tấn công chùa, khiến hàng trăm người bị thương. Trong vụ tấn công thô bạo này, khoảng 18 Tăng Ni cùng 100 Phật tử bị bắt, riêng Thầy Hạnh Đức bị đánh đập tàn nhẫn trước khi công an dẫn đi.

Trước sự leo thang đàn áp Phật Giáo, theo tin tức của GHPGVNTN tại Âu Châu, một số Dân Biểu trong Quốc Hội Âu Châu tỏ ra quan tâm đến sự kiện này, nhất là vụ xử các vị

Tăng sĩ Phật Giáo ngày 15/11/93 tại Huế, nên đang có những nỗ lực vận động các chính phủ trong Cộng Đồng Âu Châu nghiên cứu một số biện pháp thích nghi nhằm làm sáng tỏ tình trạng đàn áp tôn giáo tại Việt Nam.

Ông Võ Văn Ái viết thư cho Thủ tướng Võ Văn Kiệt yêu cầu hành động khẩn để chấm dứt thảm cảnh ở trại Ba Sao đối với bốn Đại Đức Trí Tựu, Hải Tạng, Hải Thịnh, Hải Chánh tuyệt thực tới tuần lễ thứ ba

Paris, ngày 15/5/94

Thưa Thủ tướng,

Nhân danh Ủy Ban Bảo Vệ Quyền làm Người Việt Nam và Liên Đoàn Quốc Tế Nhân Quyền, tôi viết thư này xin Thủ tướng lưu tâm tới thảm cảnh có thể xảy ra tại trại Ba Sao ở Phủ Lý, mà hậu quả thật khó lường cho hiện tình nhân tâm và đất nước không mấy sáng sủa.

Đấy là trường hợp của bốn ĐĐ Phật Giáo có tên Thích Trí Tựu, Thích Hải Tạng, Thích Hải Thịnh, Thích Hải Chánh thuộc GHPGVNTN tuyệt thực từ ba tuần lễ qua. Theo tin đến từ trại giam, họ đang được chích nước biển (sérum) để cầm hơi. Sinh mệnh treo trên sợi tóc.

Ba yêu sách của bốn ĐĐ nói trên xem ra không có gì quá đáng so với lập trường của chính phủ và Thủ tướng đang hô hào thực hiện pháp quyền:

1. Yêu cầu nhà nước nhận quyền kháng án chiếu theo điều 207 trong bộ luật hình sự của nước CHXHCNVN. (Quyền mà bốn vị đã bị phủ nhận sau phiên xử tại Huế ngày 15/11/93. Phiên xử đã diễn ra trong một doanh trại quân đội ở 88 đường Bùi Thị Xuân, thay vì trong một tòa án như thường lệ);

2. Vì khí hậu khắc nghiệt, yêu cầu được trở về Huế trong khi chờ đợi xét xử lại trong tinh thần thượng tôn pháp luật với quyền được luật sư biện hộ;

3. Yêu cầu cải thiện tức khắc chế độ lao động ở trại, và mọi tù nhân phải được chữa trị tương xứng theo bệnh tình của họ.

Ngày 25/4/94, bốn ĐĐ nói trên đã bị chuyển trại từ lao Thừa Phủ, Huế, ra trại Ba Sao, cũng gọi là trại Nam Hà ở Phủ Lý. Liền một tháng sau, ĐĐ Thích Hải Tạng lâm bệnh nặng bị nhức đầu dữ dội suốt đỉnh đầu. Thế mà thay vì được chữa trị, cơ quan y tế trại nói: *"Do khí hậu mà đau, cố gắng một thời gian vài tháng sẽ hết"* (!). Thật không có chế độ nhà tù nào trong thế giới lại hững hờ và tàn nhẫn với bệnh tù như thế. Chúng tôi cực kỳ lo âu cho tính mệnh của ĐĐ Thích Hải Tạng nói riêng và các ĐĐ Trí Tựu, Hải Thịnh, Hải Chánh nói chung. Sự lo âu có căn cứ, do đọc tài liệu "Tuyệt Mật" của Bộ Nội Vụ / công an tỉnh Quảng Trị mang số 106/PA, 15/18. Tài liệu này chỉ thị rõ ràng việc "tổ chức vận động quần chúng tín đồ, sử dụng họ vạch mặt Hải Tạng"; sắt máu hơn khi chỉ thị: "công an làm tham mưu và trực tiếp đấu tranh (có kế hoạch riêng) với đối tượng Thích Hải Tạng". Là nhà lãnh đạo thâm niên, Thủ tướng thừa biết loại ngôn ngữ trên đưa tới hậu quả gì cho đương sự ngoài hành động ám hại và thủ tiêu?

Do đó, trách nhiệm tới mệnh hệ của bốn ĐĐ ở trại giam Ba Sao không riêng Ban Quản giáo chịu mà là của chính phủ CHXHCNVN trước công luận quốc nội và dư luận quốc tế. Suốt 19 năm qua, đã có nhiều nhà lãnh đạo tôn giáo, trí thức, văn nghệ sĩ bị giết hại trong các trại cải tạo theo lối : "chết bệnh tự nhiên"! Là người xuất thân làm cách mạng chống các chế độ thực dân bạo ngược, Thủ tướng không thể làm ngơ cho bộ máy công an tác oai tác quái nghiến đè lương dân.

Năm ngoái, đã có lúc tôi mừng nghe Thủ tướng gọi kêu xóa bỏ hận thù để xây dựng khối đại đoàn kết dân tộc. Tiếc rằng giây phút vui mừng quá phù vân. Những án lệnh xử liên tiếp 15, 20 năm cho những người đấu tranh đòi hỏi nhân quyền và dân chủ, cùng với chủ trương đàn áp quy mô Tăng tín đồ Phật Giáo thuộc GHPGVNTN do HT Huyền Quang lãnh đạo làm mất hiệu năng và rỗng hết nghĩa lời kêu gọi cao đẹp của Thủ tướng.

Ý lực của toàn dân đang chống đối hiện tình mất tự do, phi dân chủ, và phản nhân quyền. Không riêng gì những người không CS như chúng tôi. Nhiều nhân sĩ, trí thức, văn nghệ sĩ trong đảng cũng đã lên tiếng. Đến như ông Nguyễn Hộ, người đồng chí của Thủ tướng, với 56 tuổi đảng và từng giữ nhiều chức vị cao cấp trong đảng và nhà nước, ông Hộ cũng phải xác định qua bản văn "Quan điểm và Cuộc Sống" rằng: *"Suốt hơn 60 năm trên con đường cách mạng CS ấy, nhân dân đã chịu sự hy sinh quá lớn lao, nhưng cuối cùng chẳng được gì, đất nước vẫn nghèo nàn, lạc hậu, nhân dân không có ấm no hạnh phúc, không có dân chủ tự do. Đó là điều sỉ nhục"*

Hẳn Thủ tướng cũng đồng ý rằng, không thể vừa kêu gọi xóa bỏ hận thù, vừa thẳng tay bắt giam người vô tội, xử oan người vô tội rồi hành hạ người vô tội trong tù? Tôi xin Thủ tướng hãy xét lại và xuống lệnh chấm dứt ngay chính sách đàn áp tôn giáo, chà đạp nhân quyền và phản dân chủ, để mở ra vận hội mới cho dân tộc. Vận hội này sẽ cứu Dân cho Nước, đồng lúc cứu đảng của Thủ tướng. Dân giàu nước mạnh nhờ cuộc tham gia cộng tác của mọi gia đình, tôn giáo và chính trị trong tinh thần tự do và bình đẳng. Đảng tránh khỏi mối hờn căm chất ngất đang dâng trào trong tâm tư quần chúng ngày nay.

Nói rộng là thế. Trong khuôn khổ bức thư này, tôi mong Thủ tướng cụ thể có biện pháp thích ứng theo quan điểm pháp quyền đối với bốn ĐĐ đang lâm nguy tại trại cải tạo Ba Sao. Xin hãy trả tự do cho họ, vì họ không có tội gì cả. Tội của họ nếu có là tội của công an làm tội họ. Nếu Thủ tướng còn nghi nan, thì hãy để cho họ được quyền chống án theo luật định. Rồi mở phiên tòa công khai xử lại trước mặt báo chí quốc tế và các nhà quan sát ngoại giao Tây phương. Đồng lúc xin Thủ tướng ra lệnh thả tự do cho các HT Huyền Quang, cùng các ĐĐ Thích Tuệ Sỹ, Thích Trí Siêu, Thích Hạnh Đức...

Sắp tới lễ Phật Đản rồi, lòng Từ Bi và Trí Tuệ mà đạo Phật đem tới cho dân tộc ta từ hai mươi thế kỷ qua đang chan hòa trong lễ hội truyền thống của đa số quần chúng nhân dân. Tôi thật lòng mong Thủ tướng và Chính phủ không khước từ ánh sáng Từ Bi và Trí Tuệ ấy trong việc xử lý với toàn dân khao khát nhân quyền, tự do, dân chủ. Bốn Đại Đức bị giam ở trại Ba Sao cùng chư Hòa Thượng, Đại Đức kể tên trên đây thuộc khối toàn dân này.

Xin Thủ tướng chớ phiền lòng vì những lời nói thẳng và nói thật của tôi, Trân trọng kính chào Thủ tướng.

Võ Văn Ái

Chủ tịch Ủy ban Bảo vệ Quyền làm Người Việt Nam

Phó Chủ tịch Liên Đoàn Quốc tế Nhân Quyền

HÒA THƯỢNG HUYỀN QUANG PHẢN ĐỐI NHÀ CẦM QUYỀN HÀ NỘI KHI LOAN TIN H.T ĐÃ ĐƯỢC TRẢ TỰ DO

*** Tăng Đoàn Bảo Vệ Chánh Pháp Thừa Thiên - Huế Tố Cáo HT Thích Thiện Hào Làm Chỉ Điểm Sát Hại Người Đồng Đạo.**

*** HT Thích Giải An, Đại Diện Giáo Hội Nhà Nước, Tố Cáo Mặt Trận Tổ Quốc Tỉnh Quảng Ngãi Chuyên Quyền Xen Lấn Vào Nội Bộ Phật Giáo**

– Trong bản Thông cáo Báo chí viết từ Quảng Ngãi ngày 5/5/1994, số tham chiếu 63/VPLV/VHĐ nhờ gởi đến phòng Thông Tin Phật Giáo Quốc Tế ở Paris nhờ phổ biến, HT Huyền Quang nhân danh Quyền Viện Trưởng Viện Hóa Đạo GHPGVNTN tuyên bố:

"Văn phòng Lưu VongViện Hóa Đạo tại Quảng Ngãi xin thông báo với quý cơ quan truyền thông, báo chí trong và ngoài nước được rõ là: Tôi, Huyền Quang, vẫn bị quản chế tại thị xã Quảng Ngãi và sự kiểm soát vẫn được duy trì cẩn mật suốt 13 năm qua, chẳng có gì dễ dàng cả.

Gần đây, từ Hà Nội có loan tin là tôi được trả tự do, đi lại bình thường... là những tin hoàn toàn thất thiệt. Vậy xin thông báo đến các cơ quan truyền thông, báo chí trong và ngoài nước được rõ, và từ nay đừng tin những gì xuất phát tại Hà Nội hay qua đại diện chính quyền Hà Nội tại hải ngoại."

– Tăng Đoàn Bảo Vệ Chánh Pháp Thừa Thiên – Huế vừa gửi đến Phòng Thông Tin Phật Giáo Quốc Tế lời tố cáo HT Thích Thiện Hào chỉ điểm với chính quyền sát hại người đồng đạo:

"Nhân danh Phó Chủ tịch Ủy Ban Thường Trực Trung Ương Hội Đồng Trị Sự GHPGVN (nhà nước), HT Thích Thiện Hào đã gởi văn thư số 283/CV/HĐTS đến ông Bí Thư Tỉnh Ủy và ông Chủ Tịch Ủy Ban Nhân Dân tỉnh Thừa Thiên-Huế yêu cầu "thực hiện pháp luật" với "hai vấn đề tồn đọng có liên quan đến Phật Giáo tại Thừa Thiên- Huế"

Sau khi nhân danh Ban Thường Trực Trung ương GHPGVN (nhà nước) ca tụng nhà cầm quyền CS đã xử các ĐĐ Hải Tạng, Trí Tựu, Hải Thịnh, Hải Chánh qua một phiên tòa công minh, HT Thiện Hào nêu thêm hai vấn đề cụ thể nhờ chính quyền xuống tay xử lý đối với Phật Giáo Thừa Thiên - Huế. Đó là hai vấn đề:

a. *Sự việc HT Thích Thiện Siêu, Phó Chủ tịch Ban Thường Trực Trung ương GHPGVN (nhà nước), để theo nguyện vọng của đồng bào*

Phật tử Thừa Thiên – Huế (sic) để ứng cử Quốc Hội, đã bị hăm dọa bằng thư gởi kèm theo ba viên đạn.

b. Sự việc một vài tu sĩ Phật Giáo vi phạm luật hiệp hội, tự động đứng ra lập những tổ chức "Tăng Đoàn", "Tăng Già", "Chư Tăng"... Thừa Thiên - Huế nhằm gây chia rẽ nội bộ Giáo Hội. Họ đã ngang nhiên hoạt động, thậm chí còn tổ chức biểu tình chống đối Giáo Hội. Sự việc này khá ồn ào nên gây xôn xao tại nhiều địa phương trong nước, nhưng chưa thấy chính quyền Thừa Thiên - Huế xử lý. Do đó, để pháp luật thực thi một cách nghiêm minh, chúng tôi đề nghị Quý Ông quan tâm giải quyết sự việc nêu trên".

CS bố ráp chùa, tịch thu tặng phẩm cứu trợ đồng bào bị lụt

Florida Việt Báo. Năm thứ 6. Số 50. Tháng 12/1994

* Một số Tăng bị bắt, Phật tử bị điều tra

Tin FVB từ Úc Châu (TVVH), Thứ năm ngày 10/11/94, vào khoảng 200 cảnh sát đã bố ráp chùa Từ Hiếu, số 59 đường Âu Dương Lân, Quận 8, Sài Gòn, tịch thu số tặng phẩm cứu trợ đồng bào bị lụt vùng Đồng Tháp trị giá 55 triệu đồng tiền VN, tương đương 5000 Mỹ kim. Ngoài ra còn đánh đập Đại Đức Thích Nguyên Lý là Thủ quỹ Ủy ban Cứu trợ lũ lụt thuộc GHPGVNTN.

Một ngày trước ngày bố ráp trên, Ủy ban Tôn Giáo nhà nước và 7 vị Tăng thuộc GHPG nhà nước đã ra lệnh cho ĐĐ Thích Nguyên Lý tự đem tặng phẩm cứu trợ đó đến quận Thanh Bình tỉnh Đồng Tháp, dưới danh nghĩa là của chùa Từ Hiếu chứ không phải là của GHPGVNTN hoặc giao lại cho Ủy ban Tôn Giáo và Giáo Hội nhà nước mang phân phối cho 900 gia đình bị lụt.

ĐĐ Thích Nguyên Lý từ chối lệnh trên lấy lý do là vì không có thẩm quyền và đề nghị những giới chức đó nói chuyện trực tiếp với HT Thích Quảng Độ, Tổng Thư ký của GHPGVNTN vì tặng phẩm đó thuộc Giáo Hội. Nhưng họ đã không nói chuyện với HT Thích Quảng Độ và cuộc bố ráp, tịch thu tặng phẩm đã xảy ra.

Được biết những tặng phẩm đó đã được giới chức CSVN mang phân phối cho nạn nhân thuộc quận Thanh Bình. Nhưng, một nửa số tặng phẩm bị đánh cắp trên đường di chuyển đến Đồng Tháp.

Những vị Tăng và Cư sĩ hoạt động cho Ủy ban cứu trợ thuộc GHPGVNTN bị bắt giữ gồm có ba ĐĐ là Nhật Ban, Không Tánh , Trí Lực và hai cư sĩ là Nhật Thường, Đồng Ngọc.

Những Phật tử bị điều tra gồm có bà Hoàng thị Chót, pháp danh Diệu Thọ, cô Diệp, Hoa, Hạnh và Phương.

Chùa Liên Trì ở Thủ Đức của ĐĐ Không Tánh bị đóng cửa và sẽ giao lại cho Giáo Hội nhà nước quản lý.

Theo sự khuyến cáo của HT Huyền Quang, HT Quảng Độ xử dụng Thiền Viện Thanh Minh của Ngài, số 90 đường Trần Huy Liệu, Phú Nhuận, Sài Gòn, làm Văn phòng tạm thời của Tổng Thư ký Tổng Hội Phật Giáo. Bảng hiệu của Thiền Viện được dựng lên ngày 3/11 thì ngày hôm sau CS đến bắt hạ xuống.

Cuộc đấu tranh giữa tôn giáo và CSVN bước qua giai đoạn quyết liệt:

Phật Giáo Công Khai Đòi Xóa Bỏ Chế Độ CS Việt Nam

Thời Báo. Số 3. Tháng 1/1994.

Ngày 20/11/1993 từ Quảng Ngãi, nơi bị quản thúc từ năm 1982, HT Thích Huyền Quang đã phổ biến "Tuyên Cáo Giải Trừ Quốc Nạn và Pháp Nạn".

Bản Tuyên Cáo này không còn giới hạn trong phạm vi tôn giáo mà bao trùm mọi lãnh vực, kể cả chính trị để tìm một lối thoát cho đất nước và dân tộc Việt Nam.

Bản Tuyên Cáo Giải Trừ Quốc Nạn và Pháp Nạn của HT Huyền Quang đưa ra 12 điểm nhận thức tình hình chính trị trong nước và đưa ra 9 biện pháp trị liệu dành cho CSVN. Hành động căn bản cho 9 biện pháp này là CSVN phải "sám hối với người chết trong tinh thần nguyện hứa lo cho người sống được sống người." Người chết gồm hàng triệu binh sĩ hai miền Nam Bắc, những người bị chôn tập thể ở Huế trong Tết Mậu Thân, những nông dân bị bức tử trong thời kỳ cải cách ruộng đất.

Đối với 70 triệu dân còn sống, HT Huyền Quang đòi hỏi "Bỏ điều 4 trên Hiến Pháp hiện hành" "bầu lại Quốc Hội với sự tự do tham gia của toàn dân" không phân biệt chính kiến, đảng phái.

HT Huyền Quang kêu gọi đảng và nhà nước CSVN không nên sợ hãi "diễn tiến hòa bình thái quá", vì "dù kinh hãi và tìm cách ngăn chặn đến đâu, thì Hòa Bình, tức an lạc tinh thần và ấm no thể xác cho quần chúng cũng từ từ diễn biến tới mảnh đất quê hương này".

Tòa Kangooroo

Với tội danh gây rối trật tự công cộng, ĐĐ Trí Tựu và ĐĐ Hải Tạng đã bị tòa án nhân dân thành phố Huế tuyên án 4 năm tù trong phiên xử lén lút vào ngày 15/11/93. Cũng trong phiên xử này, tòa án nhân dân cũng đã tuyên án 3 năm tù cho hai ĐĐ Hải Thịnh và Hải Chánh, 6 tháng cho đến 2 năm tù cho các Phật tử Nguyễn Văn Minh, Nguyễn Hoàng, Nguyễn Khương Hải Trí, Trần Xuân Quyền và Nguyễn Văn Vinh vì đã tham gia cuộc biểu tình bất bạo động tại Huế ngày 24/5/93 đòi trả tự do cho ĐĐ Trí Tựu và chấm dứt chính sách đàn áp Phật Giáo.

Phiên xử ngày 15/11/93 và các bản án nói trên đang bị nhiều tổ chức quốc tế lên án vì tính chất mờ ám và bất chấp thủ tục xử án thông thường:

1. Ngày 22/7/93, Liên đoàn Quốc tế Nhân quyền nạp đơn xin chiếu khán tại Sứ quán CHXHCNVN ở Paris cho ba luật sư về biện hộ cho các ĐĐ chùa Linh Mụ theo lời yêu cầu của GHPGVNTN, nhưng không được trả lời.

2. Bốn ngày trước phiên xử, ngày 11/11/93, Đại Sứ một nước Tây phương ở Hà Nội yêu cầu cho một quan sát viên tới Huế theo dõi phiên xử thì Bộ Ngoại giao Việt cộng trả lời "phiên xử đã được hoãn lại chưa biết đến ngày nào?"

3. Một hãng thông tin Tây phương ở Hà Nội được "Tăng Đoàn Bảo Vệ Chánh Pháp Thừa Thiên/Huế" báo tin ngày 15/11 sẽ có phiên xử trá hình, hãng tin này xin phép nhà cầm quyền Hà Nội về Huế theo dõi phiên xử, nhưng bị cấm đi.

Từ 7 giờ sáng ngày 15/11/93 hàng ngàn người dân Huế đã tập họp phản đối phiên tòa, và bị công an giải tán. Nhưng ngày hôm sau các báo Nhân Dân, Quân Đội Nhân Dân, Sài Gòn Giải Phóng lại loan tin là: "hàng nghìn đồng bào thành phố Huế đã chăm chú theo dõi và tỏ sự đồng tình với công việc xét xử của tòa án"!

Trong một phiên tòa xử kín và vội vã CSVN kêu án Hòa Thượng Thích Quảng Độ 5 năm tù

Florida Việt Báo. Năm thứ 6. Số 59. Tháng 9/1995

Từ 8 giờ sáng đến 17 giờ chiều hôm nay, 15/8/1995, cái gọi là *"Vụ án Đặng Phúc Tuệ và đồng bọn"* đã được đem ra xử tại phòng A ở tòa án Nhân Dân TP Hồ Chí Minh nằm ở số 131 Nam Kỳ Khởi Nghĩa tức đường Công Lý cũ. Liền sau năm 1975, nhân dân miền Nam đã có câu chế diễu "Nam Kỳ Khởi Nghĩa tiêu Công Lý". Câu này vừa ứng dụng thêm lần nữa qua vụ xử án HT Thích Quảng Độ 5 năm tù, TT Thích Không Tánh 5 năm tù, TT Thích Nhật Ban 4 năm tù, ĐĐ Thích Trí Lực 2 năm rưỡi tù, cư sĩ Nhật Thường 3 năm tù và nữ cư sĩ Đồng Ngọc 2 năm tù treo.

"Quần chúng đến tham dự phiên tòa gồm một số Tăng Ni thuộc Giáo Hội nhà nước, các viên chức cán bộ các cơ quan, báo chí và truyền thông đảng. Không một thân nhân, gia đình các bị can được thông báo hay được vào tòa tham dự. Cũng không thấy bóng một nhà báo hay quan sát viên Tây phương nào.

Tất cả chư vị Giáo Phẩm và Phật tử thuộc GHPGVNTN này đều bị kết chung tội "phá hoại chính sách đoàn kết tôn giáo của chính quyền" và "lợi dụng tự do dân chủ (sic) xâm phạm quyền lợi nhà nước".

Ba tội phạm mà tòa gán cho HT Thích Quảng Độ là:

1. Viết và công bố bản "Nhận định những sai lầm tai hại của đảng CSVN đối với dân tộc và Phật Giáo Việt Nam";

2. Tự động treo bảng hiệu Viện Hóa Đạo GHPGVNTN tại Thanh Minh Thiền Viện ở Sài Gòn; và

3. Gửi hai bản Fax ra hải ngoại tố cáo việc công an bắt bớ và tịch thu hàng hóa cứu trợ nạn nhân lũ lụt đồng bằng sông Cửu Long.

Ba tội gán cho TT Không Tánh và những người đồng sự (Nhật Ban, Trí Lực, Nhật Thường) là:

1. Phổ biến những thông bạch phê bình chính sách tôn giáo của nhà nước và tài liệu kế hoạch 2000;

2. Thành lập không giấy phép "Tăng Đoàn Bảo Vệ Chánh Pháp" và

3. Thành lập không giấy phép "Ban Văn hóa và Từ thiện" để đi cứu trợ các nạn nhân xã hội.

Tăng Sĩ thuộc Giáo Hội nhà nước tố cáo vụ án phi pháp, đòi trả tự do cho HT Thích Quảng Độ, Tăng sĩ, Phật tử.

Florida Việt Báo. Năm thứ 6. Số 60. Tháng 10/1995

Đây là lần thứ hai trong năm nay, các Tăng sĩ thuộc Giáo Hội Phật Giáo VN tức Giáo Hội nhà nước (GHPGVN) công khai lên tiếng đòi trả tự do cho hàng Giáo Phẩm thuộc Giáo Hội Phật Giáo VN Thống Nhất (GHPGVNTN) đang bị đàn áp, triệt tiêu. Mới đây, 49 vị Hòa Thượng, Thượng Tọa cao cấp thuộc Giáo Hội nhà nước tỉnh Bình Định viết Kiến nghị gửi tới các nhà lãnh đạo CS ở Hà Nội tố cáo hiện trạng "Chùa là nhà tù giam Tăng Sĩ Phật Giáo" và yêu cầu trả tự do cho HT Thích Huyền Quang, vị lãnh đạo GHPGVNTN.

Vụ án ngày 5/8/1995 xử HT Thích Quảng Độ cùng năm vị Giáo Phẩm và Phật tử thuộc GHPGVNTN đã cho thấy sự rạn nứt và bất đồng ngay chính trong nội bộ của Giáo Hội nhà nước. Trong khi báo Giác Ngộ, cơ quan ngôn luận của GHPGVN, số 113 (1/9/95) "kỷ niệm 50 năm quốc khánh 2/9" đăng tin vụ xử đối với người đồng đạo dưới hàng tít "Vụ án" phá hoại chính sách đoàn kết "của nhóm Đặng Phúc Tuệ" (tục danh của HT Thích Quảng Độ) và nêu rõ ba tội "tham gia tuyên truyền chống chế độ", "thành lập tổ chức bất hợp pháp" và "tán phát các tài liệu phản động", thì 39 Thượng Tọa, Đại Đức, Ni sư, trụ trì 39 ngôi chùa ở 13 quận đô thành Sài Gòn cùng với 241 Phật tử đã ký tên dưới "Đơn Kêu Cứu Khẩn Thiết" kêu gọi trả tự do cho 6 vị Giáo Phẩm và cư sĩ, đồng lúc tố cáo phiên tòa xử hôm 15/8/95 là "bất công và phi pháp luật"

"Đơn Kêu Cứu Khẩn Thiết" viết tại TP Hồ Chí Minh ngày 10/9/1995, gửi các ông:

– Lê Đức Anh, Chủ tịch nhà nước CHXHCNVN,

– Võ Văn Kiệt, Thủ tướng chính phủ CHXHCNVN,

– Đỗ Mười, Tổng Bí thư đảng cộng sản.

đồng kính gửi "Ủy ban Nhân Quyền Liên Hiệp Quốc" và "Quí Chính phủ các Quốc gia Dân chủ trên thế giới". Đơn đã gửi tới Paris nhờ Ủy ban Bảo vệ Quyền làm Người Việt Nam đệ chuyển giúp.

280 người có tên kêu gọi "có biện pháp thức thời" và khẩn thiết cho HT Thích Quảng Độ, TT Thích Không Tánh, TT Thích Nhật Ban, ĐĐ Thích Trí Lực, Cư sĩ Nhật Thường và nữ Cư sĩ Đồng Ngọc, mà họ gọi là "Quí Thầy và đồng đạo của chúng tôi". Sáu vị này đã bị bắt vì đi cứu trợ đồng bào lũ lụt ở đồng bằng sông Cửu Long hồi đầu tháng 11/1994, và nay bị gán tội "phá hoại đoàn kết tôn giáo và lợi dụng các quyền tự do dân chủ xâm phạm ích lợi nhà nước, tổ chức xã hội hoặc công dân". Đơn Kêu Cứu than phiền rằng "với tội danh không hề phạm mà phải chịu một bản án như thế, thực chúng tôi chưa hề chứng kiến hay nghe nói tại các nước tự do, dân chủ và tôn trọng pháp lý trên thế giới"

"Sự việc không chỉ xảy ra trong phiên xử kín mà nhân dân, Phật tử tại TP Hồ Chí Minh không ai biết trước, không ai được tham dự, kể cả thân nhân của quí Thầy. Trầm trọng hơn nữa, tất cả quí Thầy và Phật tử có liên quan đến vụ đi cứu trợ, cư ngụ trong 18 Quận, Huyện, TP Hồ Chí Minh, tất cả 50 người, bị công an bắt nhốt tại quận suốt hai ngày 14 và 15/8/1995, đến 17 giờ chiều ngày 15 mới thả về, mà không cho biết lý do vì sao bị bắt nhốt"

CSVN sẽ đưa Hòa Thượng Thích Quảng Độ ra tòa như một thường dân

Florida Việt Báo. Năm thứ 6. Số 52. Tháng 2/1995

Bộ Ngoại giao VN công bố hôm thứ tư ngày 27/1/1995 là sẽ đưa HT Thích Quảng Độ ra tòa như một người thường dân, không phải là một tu sĩ, vì đã vi phạm luật lệ Việt Nam. Ngay sau đó những tổ chức về nhân quyền quốc tế đều phản đối công bố trên. Họ đòi gửi luật sư biện hộ cho HT Thích Quảng Độ.

Danah Pokempner, thuộc tổ chức nhân quyền Human Rights Watch – Asia ở Hoa Thịnh Đốn cho biết: Chính phủ VN đã thất bại khi không giải thích được những hành động hình sự nào mà HT Thích Quảng Độ đã làm hoặc những điều luật nào về hình sự đã vi phạm. Chúng tôi đòi chính phủ phải trả tự do cho tất cả những vị Tăng sĩ Phật Giáo bị giam giữ vì đã bày tỏ quan điểm của họ một cách bất bạo động.

Cũng trong ngày trên, Bộ Ngoại giao VN công nhận có bắt giữ HT Thích Quảng Độ và ngày 14/1/1995 tại Sài Gòn. Nhưng chối là không có bắt HT Huyền Quang mà chỉ có "di chuyển" HT Huyền Quang sang một chùa khác ở tỉnh Quảng Ngãi. HT vẫn sinh hoạt Phật sự như thường lệ. Lý do "di chuyển" là vì một số tu sĩ và dân chúng trong vùng than phiền là HT đã gây trở ngại cho họ. Bộ Ngoại giao còn tuyên bố: "Chúng tôi hoàn toàn phủ nhận những lời cáo buộc là VN đàn áp Phật Giáo." Phóng viên báo Mercury News yêu cầu được đến tỉnh Quảng Ngãi, nhưng chính phủ đã không trả lời yêu cầu trên.

Thích Quảng Độ, Bậc Chân Tu trước Cường Quyền

Lê An Bình / Liên Minh, tháng 9/1995

Hòa Thượng Quảng Độ, Cuộc đời, Tranh Đấu và Tù Đày.

...Vào Nam năm 1954 sau hiệp định Genève và trở thành một trong những vị lãnh đạo GHPGVNTN được kính trọng vì học vấn uyên thâm cũng như đạo hạnh tu hành. Ngoài ra tính tình cương trực của Ngài lúc làm việc tại Viện Hóa Đạo, Thanh Minh Thiền Viện cũng như giảng sư ở Viện đại học Vạn Hạnh, đã khiến cho các hàng đệ tử cũng như quần chúng bên ngoài càng thêm kính trọng bậc chân tu này. Sau năm 1975, ngài đã nhân danh GHPGVNTN công kích nhà nước Hà Nội về những vi phạm tự do tôn giáo, cũng như hành động cưỡng đoạt tài sản của Giáo Hội (như chiếm đoạt cô nhi viện Quách thị Trang tháng 3/77). Ngày 6/4/77, ngài cùng năm vị lãnh đạo khác của Giáo Hội đã bị bắt giam và ngày 8/12/78 Ngài bị đưa ra xét xử nhưng không có tội danh gì thích hợp nên nhà cầm quyền Hà Nội đã phải trả tự do cho Ngài.

Tháng 9/81, nhà cầm quyền Hà Nội cô lập Hòa Thượng Quảng Độ cùng 5 vị tăng sĩ Phật Giáo khác trong 24 giờ để thực hiện việc sát nhập GHPGVNTN vào Giáo Hội nhà nước vì Ngài là một trong những người chống đối dữ dội việc sát nhập này. Ngày 25/2/82, Hà Nội bắt giữ và lưu đày nhị vị Hòa Thượng Huyền Quang và Quảng Độ về nơi sinh trưởng. Riêng Hòa Thượng Quảng Độ bị đưa về Vũ Đoài, tỉnh Thái Bình, kể cả thân mẫu Ngài cũng bị quản thúc và mất tại đây năm 1985.

Sau hơn 10 năm bị quản thúc, Ngài tự ý trở về Sài Gòn và tiếp tục tranh đấu cho tự do tín ngưỡng. Tháng 8/94, Ngài viết tập tài liệu dài 44 trang gửi cho Đỗ Mười, Tổng bí thư đảng CSVN, ghi lại những sự trù dập, ngược đãi GHPGVNTN của đảng CSVN từ ngày đảng này lên nắm chính quyền tại Việt Nam. Ngài cũng đã kêu gọi các chùa, tự viện trên toàn miền Nam dựng lại bảng hiệu "Giáo Hội Phật Giáo Việt Nam Thống Nhất" thay vì là "Giáo Hội Phật Giáo Việt Nam" (Giáo Hội nhà nước). Việc làm này đã khiến nhà cầm quyền khó chịu không ít. Tháng 10/94, miền Nam bị lụt, lớn nhất là các tỉnh Long An, An Giang, Đồng Tháp đã phải gánh chịu những hậu quả nặng nề, GHPGVNTN đã lần lượt cử các vị TT Long Trí, Nhật Ban, Không Tánh cầm đầu phái đoàn đi cứu trợ đồng bào miền bị nạn lụt, các vị này đã lần lượt bị nhà cầm quyền Hà Nội bắt giữ trong đó có một số vị cư sĩ như Nhật Thường, Đồng Ngọc và bị đưa đi mất tích. Nhà cầm quyền Hà Nội quy cho HT Quảng Độ là chủ xướng các việc trên, nên ngày 4/1/95 họ đã bắt giữ Ngài thêm một lần nữa. Và ngày 15/8/95, Hà Nội đã đưa HT Quảng Độ cùng các TT Thích Không Tánh, Thích Nhật Ban, ĐĐ Trí Lực và hai cư sĩ Nhật Thường, Đồng Ngọc ra tòa kết án từ 2 năm tù treo đến 5 năm tù ở....

Hòa Thượng Quảng Độ – Đạo Pháp và Dân Tộc

Phiên tòa xử HT Quảng Độ được nhà cầm quyền Hà Nội mệnh danh là "Vụ án Đặng Phúc Tuệ và đồng bọn" và xử ở phòng A, tòa án nhân dân Sài Gòn số 131 Nam Kỳ Khởi Nghĩa tức đường Công Lý cũ. Sau khi tuyên án, tòa hỏi các bị can có xin ân giảm gì không, thì các vị Quảng Độ, Không Tánh, Nhật Ban, Trí Lực và cư sĩ Nhật Thường đều dõng dạc tuyên bố: *"Chúng tôi không xin khoan hồng, vì chúng tôi không có tội gì cả! Nhà nước muốn làm gì thì cứ tha hồ mà làm!"...*

...Tại phiên tòa, các vị Tăng sĩ không được mặc y phục thiền môn, bị gọi tên thế gian chứ không xưng pháp danh. Chánh án Hà Nội hỏi rằng: "Phục vụ cho ai?". Sáu vị đều xác nhận: *"Phục vụ cho Giáo Hội Phật Giáo Việt Nam Thống Nhất!".* Tòa liền chống chế, nói rằng: *"Hiện chỉ có một Giáo Hội là Giáo Hội Phật Giáo Việt Nam (nhà nước) thành lập từ năm 1981. Ai không ở trong Giáo Hội này đều phạm pháp".* Hòa Thượng Quảng Độ liền đáp: *"GHPGVNTN có truyền thống 20 thế kỷ và có pháp lý từ năm 1951. Chưa có văn bản nào của nhà nước khai tử GHPGVNTN. Chúng tôi không làm gì trái pháp luật!"...*

Hòa Thượng Quảng Độ – Gương Sáng Đạo và Đời.

...Khi nhà cầm quyền Hà Nội mới vào Sài Gòn sau 30/4/75, chính quyền quân quản có đến Viện Đại Học Vạn Hạnh để "tiếp thu" cơ sở giáo dục này, thì gặp ngay sự cương quyết chống đối của HT Quảng Độ. Ngài nhất định không cho bộ đội "tiếp thu" với lý do đây là cơ sở giáo dục của Phật Giáo thì nhà nước không có quyền đụng tới. Sau đó, nói riêng với một vị đệ tử thân tín rằng: "Hiến thì không, nhất định không hiến, họ lấy thì cứ lấy". Song cuối cùng Ngài cũng không giữ được Viện Đại Học này vì HT Thích Minh Châu lại tình nguyện dâng hiến cho "chính quyền cách mạng"...

...Là một giảng sư thuộc Phật khoa Viện Đại Học Vạn Hạnh, Ngài rất chú trọng đến sự học, đặc biệt là nội điển của Tăng Ni sinh cũng như các cư sĩ theo học. Ngài giúp đỡ, cung cấp học bổng rất rộng rãi cho những người theo học, nhưng với điều kiện các vị đó phải cố gắng học hành xuất sắc, nếu không sẽ bị cúp học bổng và không có chuyện năn nỉ. Trên phương diện phẩm hạnh Ngài biểu hiện được luân lý tự thân của Đức Phật nghĩa là tự mình điều chỉnh cũng như tu sửa phẩm hạnh của mình mà không phải nhờ đến bất cứ ai.

Ngài có khuyên các vị đệ tử thân tín nên tìm đường ra ngoại quốc sống thì mới có thể không bị mai một kiến thức của mình, có vị đệ tử bảo rằng ra ngoại quốc không bà con thân thuộc rủi bị đói thì làm sao, Ngài bảo: *"Miễn là đừng bẻ cong ngòi bút, thầy chưa thấy ai sống trong sạch mà bị chết đói cả"*.....

Hòa Thượng Quảng Độ – Bản Án Năm Năm Tù

...Ngày 11/7/95, Hoa Kỳ thiết lập bang giao với nhà cầm quyền Hà Nội. Cuối tháng 7/95, khối ASEAN cho phép họ được làm hội viên chính thức. Đáp lễ cho cộng đồng quốc tế, nhà cầm quyền Hà Nội làm gì?

Họ đưa chư vị Hòa Thượng, Thượng Tọa, Đại Đức, và cư sĩ Phật Giáo như Thích Quảng Độ, Thích Không Tánh, Thích Nhật Ban, Thích Trí Lực, Nhật Thường và Đồng Ngọc ra kết án từ 2 năm tù treo đến 5 năm tù ở và còn de dọa sẽ đem HT Huyền Quang ra xét xử. Trước đó bốn ngày, họ đem các vị trong Phong Trào Thống Nhất Dân Tộc và Xây Dựng Dân Chủ của Giáo sư Nguyễn Đình Huy ra kết án từ 4 đến 15 năm tù.

....Sự kiện nhà cầm quyền Hà Nội đưa các vị lãnh đạo của GHPGVNTN ra xét xử và kết án tù đã tạo ra nhiều đau thương và uất hận cho dân tộc. Trong những ngày gần đây, nhiều Tăng sĩ trong Giáo Hội nhà nước đã lên tiếng phản đối nhà cầm quyền Hà Nội về bản án nghiệt ngã dành cho các vị lãnh đạo GHPGVNTN.

Bản án mà nhà nước cộng sản dành cho HT Quảng Độ cũng gây xúc động mãnh liệt cộng đồng nhân loại. Từ Úc sang Á, từ Mỹ sang

Âu, ở đâu cũng có những tiếng nói của lương tâm cất lên yêu cầu chính quyền Hà Nội phải hủy bỏ bản án phi lý này...

Hòa Thượng Quảng Độ: Lao Tù, Quản Thúc, Trở Lại Lao Tù

Gia Đình. Năm thứ 7. Bộ Mới. Số 28, Tháng 9/95

Hòa Thượng Thích Quảng Độ đã phải chịu đựng 2 ấn tượng bi thảm, đó là:

– Cuộc hành quyết Hòa Thượng Thích Đức Hải, Thầy của Hòa Thượng, ngày 19 tháng 8 năm 1945, một trong những ngày đầu tiên người cộng sản nắm quyền lực tại Việt Nam;

– Một Tăng sĩ kết nghĩa anh em là HT Thích Đại Hải, bị bắt giữ năm 1946 và bị hành quyết sau đó, chỉ vì vị Tăng thuộc Việt Nam Quốc Dân Đảng, một tổ chức không phải là đảng cộng sản, (chi tiết về những vụ hành quyết được HT nêu lên trong thư gửi cho Đỗ Mười, Tổng Bí thư đảng cộng sản Việt Nam, ngày 19 tháng 8 năm 1994).

Vì những lý do trên mà vị lãnh đạo tôn giáo, tục danh Đặng Phúc Tuệ, sanh ngày 27 tháng 11 năm 1928 tại Thái Bình, không bao giờ còn tin vào người cộng sản nữa. Sau khi ký kết Hiệp Định Genève, cộng sản Việt Nam nắm quyền hành tại Hà Nội, HT Thích Quảng Độ đã di cư vào miền Nam Việt Nam, và trở thành một trong những vị lãnh đạo Phật Giáo được kính trọng vì sự uyên bác cũng như tầm nhìn sâu rộng của HT. Mười một năm sau, HT được đề cử giữ trách vụ Tổng Thư Ký Viện Hóa Đạo/Giáo Hội Phật Giáo Việt Nam Thống Nhất (GHPGVNTN). Sau khi cộng sản chiếm giữ miền Nam, nhân danh Tổng Thư Ký Viện Hóa Đạo, HT đã công kích chế độ Hà Nội về những vi phạm tự do tôn giáo, cũng như hành động cưỡng đoạt tài sản của Giáo Hội (chiếm đoạt cô nhi viện Quách thị Trang, tháng 3/1977).

Chế độ Việt cộng cho rằng những phê phán của HT gây trở ngại cho nhà nước về vấn đề tôn giáo, nên ngày 6/4/1977, HT cùng 5 vị lãnh đạo Phật Giáo khác thuộc GHPGVNTN đã bị bắt giam. Tất cả bị tra tấn và buộc phải tự nhận là làm việc cho cơ quan Trung ương Tình Báo Hoa Kỳ (CIA). Ngày 11 tháng 11, Thủ Tướng CSVN Phạm Văn Đồng ban hành Nghị Quyết số 297, nội dung xiết chặt quyền tự do tín ngưỡng và hành đạo tại Việt Nam, Nghị Quyết cho phép nhà nước quyền tịch thu tài sản chùa chiền và cấm mọi sinh hoạt truyền đạo. Ngày 8/12/1978, HT Thích Quảng Độ cùng 5 vị Tăng sĩ bị chế độ đưa ra xét xử, nhưng vì không biết kết tội các Tăng sĩ về những sai phạm gì, nên tòa án đành cáo buộc các đối tượng là gây rối loạn trật tự, loạn truyền tin thất thiệt. Sau đó, nhà nước Việt cộng đã phải tha bổng HT Thích Quảng Độ và TT Thích Thanh Thế.

Để làm giảm ảnh hưởng của GHPGVNTN, trong các năm 1980, 1981, chính quyền Hà Nội lập ra một tổ chức tôn giáo ngoại vi, đặt tên là Giáo Hội Phật Giáo Việt Nam. Tháng 9 năm 1981, chế độ tìm cách sát nhập GHPGVNTN vào Giáo Hội nhà nước. Tuy nhiên, mưu toan này đã gặp sự chống đối mãnh liệt của HT Thích Quảng Độ, với sự hậu thuẫn của toàn thể các nhân vật lãnh đạo khác. Một tháng sau, HT Thích Quảng Độ cùng 5 vị lãnh tụ Phật Giáo khác bị bắt và bị giam giữ 24 giờ. Nhà nước CS phải cô lập HT, để thực hiện việc sát nhập GHPGVNTN vào Giáo Hội nhà nước.

Chính quyền Hà Nội đương nhiên coi việc hợp nhất Phật Giáo đã hoàn tất, và quy kết việc chống đối là bất hợp pháp. Đó là điều mà chế độ biện giải về việc bắt giữ HT Thích Huyền Quang và HT Thích Quảng Độ, ngày 25 tháng 2 năm 1982, hai nhân vật nổi bật cho sự đối kháng của GHPGVNTN. Hai vị đều bị quản thúc tại sinh quán. HT Quảng Độ bị đưa về Vũ Đoài, tỉnh Thái Bình. Thân mẫu của HT cùng bị quản thúc, năm cụ đã 90, và cụ đã mất vào năm 1985, khi vẫn còn bị quản thúc. Tháng 3 năm 1992, sau hơn 10 năm bị quản thúc, HT Quảng Độ tự rời bỏ nơi quản thúc trở lại Sài Gòn. HT tiếp tục đấu tranh cho tự do tín ngưỡng. Tháng 8 năm 1994, HT viết một tài liệu dài 44 trang gửi cho Đỗ Mười (như đã đề cập nơi đoạn đầu) trần thuật mọi sự trù dập ngược đãi mà GHPGVNTN phải gánh chịu, từ ngày đảng CS cầm quyền tại Việt Nam. Vì vậy HT Thích Quảng Độ đã bị bắt giữ lại ngày 4 tháng 1 năm 1995.

The Most Venerable Thich Quang Do: Jail, Internal Exile, and Jail Again

Two tragic images stand out in the Most Venerable Thich Quang Do's Memory: The cold/blooded murder of his religious master, TMV Thich Duc Hai, on the very day the communists came to power in Vietnam (August 19, 1945), and the arrest and subsequent execution of his brother/in/religion, TMV Thich Dai Hai, in 1946 for belonging to a non/communist party, the Vietnam Nationalist Party. (Details given in a letter he addressed on August 19, 1994, to Do Muoi, Secretary General of the Communist Party of Vietnam).

For that reason, this religious leader, born Dang Phuc Tue on November 27, 1928, in Thai Binh Province, never trusted the communists. When following the Geneva Agreements they came to power in Hanoi in 1954, he fled south and became a very respected Buddhist leader known for his scholarship and large vision. Thich Quang Do was some 11 years later elevated to the position of Secretary General of the Institute for the Propagation of the Dharma (i.e. the executive office), Unified Buddhist Church of Vietnam (UBC). In this capacity, he protested against the revolutionary government's infringements on religious freedoms and confiscation of UBC property (such as the takeover of the Quach Thi Trang Orphanage in March 1977) after the communist take over of the South. For what was considered "obstructions" to the work of the government religious matters, on April 6, 1977, he and five other prominent leaders of the UBC were arrested. In October of the same year, they were tortured and forced to admit that they worked for the CIA. On November 11, Prime Minister Pham Van Dong issued Resolution 297, which severely restricted religious freedoms and practices in Vietnam, allowing government confiscation of church property and forbidding the "spread of superstitions". Even then, when they were brought to trial on December 8, 1978, the government could not find them guilty of anything except disturbing peace and spreading misinformation. Thich Quang Do and Thich Thanh The were acquitted.

To reduce UBC influence, in 1980/81 the government created a puppet organization called the Buddhist Church of Vietnam (BCV). When in September 1981 this church, BCV, tried to incorporate the UBC into its structure, it ran into the strong opposition of Thich Quang Do, who was overwhelmingly supported by all the leader present. One month later, Thich Quang Do, and five other Buddhist leaders were arrested and detained for 24 hours so that the incorporation could proceed smoothly.

The unification of the Buddhist Church being "completed", opposition leaders were then declared illigal. That was how the government justified its arreste on February 25, 1982, of Thich Quang Do and Thich Huyen Quang, the two most prominent figures of the recalcitrant "opposition" UBC. They were subsequently exiled to their places of birth, Quang Do back to Vu Doai in Thai Binh province. His mother, then in her 90's, was also exiled with him and froze to death three years later in 1985.

In March 1992, after more than 10 years of exile, Thich Quang Do took it upon himself to return to Saigon. He continued to struggle for religious freedom. In August 1994 he wrote a 44/page document addressed to Mr Do Muoi (as related above) detailing all the persecution undergone by the UBC since the communists came to power in Vietnam. For this, he was arrested on January 4, 1995.

Thế Giới lên án Hà Nội về các cuộc xử án rừng rú ngày 11/15/8/95 tại VN

Khai Thác Thị Trường. Số 20. Tháng 10/12/1995

Do sự vận động mạnh mẽ của các lực lượng tôn giáo và dân tộc cũng như tiếng kêu cứu từ VN, Cộng đồng Quốc Tế đã phản đối và lên án quyết liệt bọn cầm quyền man rợ Hà Nội qua các nghị quyết cũng như các văn thư can thiệp của chính giới QuốcTế trực tiếp chuyển cho chính phủViệt Nam. Sau đây là phần trích dịch một số văn thư và nghị quyết đã thu thập được.

I/ NGHỊ QUYẾT CỦA THƯỢNG VIỆN ÚC LIÊN HỆ ĐẾN CÁC TÙ NHÂN CHÍNH TRỊ VÀ TÔN GIÁO VN

Kiến nghị (bởi Thượng Nghị Sĩ JIM SHORT):

THƯỢNG VIỆN

(a) ghi nhận rằng:

(i) chính phủ Việt Nam gần đây đã bỏ tù nhiều nhà lãnh đạo phong trào dân chủ và các nhà lãnh đạo cao cấp Phật Giáo.

(ii) các bản án tù được giáng xuống đầu họ là các mức thời gian lên đến 15 năm.

(iii) những người bị cầm tù gồm có Chủ Tịch Phong Trào Thống Nhất Dân Tộc và Xây Dựng Dân Chủ (GS Nguyễn Đình Huy) và tám thành viên và Phó Chủ Tịch Phong Trào, và vị lãnh đạo Phó của GHPGVNTN (Thích Quảng Độ) và

(iv) những án tù này xảy ra sau khi Thượng Viện, vào tháng 5 và tháng 6, 1995, kêu gọi chính phủ VN thả tất cả các tù nhân lương tâm về chính trị và tôn giáo;

(b) kêu gọi chính phủ VN đáp ứng các mối quan tâm thực sự của Thượng Viện và cộng đồng quốc tế, liên hệ đến việc thả tất cả các tù nhân chính trị và tôn giáo, gồm cả những người bị bỏ tù gần đây nhất; và

(c) hối thúc Chính phủ Liên bang tìm mọi lối để làm sáng tỏ Úc mạnh mẽ chống lại việc từ khước quyền căn bản của người dân VN được bày tỏ quan điểm tôn giáo hoặc chính trị của họ.

Ngày 24 tháng 8 năm 1995 (9:50AM)

II/ NGHỊ QUYẾT SỐ 73 CỦA LƯỠNG VIỆN QUỐC HỘI CALIFORNIA VỀ VẤN ĐỀ VI PHẠM NHÂN QUYỀN TẠI VN

(Đệ trình bởi Mickey Conroy và bốn dân biểu, với sự đồng tác giả của các TNS Cathie Wright và Ray Haynes. Trích phần bộ)

XÉT RẰNG, chính phủ VN đã phản ứng đối với sự quyết định của Hoa Kỳ bình thường hóa các quan hệ ngoại giao bằng sự từ chối tiến hành các cải tổ dân chủ và bác bỏ các sự kêu gọi chấm dứt các vi phạm nhân quyền, và

XÉT RẰNG, ngày 30/4/95 đánh dấu kỷ niệm 20 năm ngày Sài Gòn rơi vào tay chính phủ CS Miền Bắc VN; vì vậy:

NGHỊ QUYẾT CỦA HỘI ĐỒNG LƯỠNG VIỆN LẬP PHÁP VÀ THƯỢNG VIỆN TIỂU BANG CALIFORNIA

"Rằng Quốc Hội nơi đây tuyên bố ủng hộ cuộc tranh đấu của nhân dân VN tự do và dân chủ, kêu gọi chấm dứt đàn áp chính trị và tôn trọng nhân quyền tại VN, và hối thúc chính phủ Hoa Kỳ dùng các mối quan hệ ngoại giao mới với VN để nhấn mạnh đến các cải tổ chính trị dân chủ, chấm dứt các vi phạm nhân quyền, và kết toán đầy đủ các quân nhân Mỹ bị chết hoặc mất tích, và đặt điều kiện ban cho quy chế tối hậu quốc khi nào (1) có sự trả tự do vô điều kiện cho các người tù chính trị và tôn giáo tại VN, (2) ngừng lại tức khắc sự hành phạt các người chỉ trích bằng sự giam cầm không xét sử, (3) hủy bỏ các nhà tù chính trị và các trại cải tạo khắp nước, (4) bãi bỏ tất cả các quy định, luật lệ, và các điều khoản hiến pháp cấm đoán các hoạt động đối lập có tổ chức, mà đã thường được dùng để đàn áp các sự bày tỏ ý kiến hòa bình của người đối kháng, (5) một sự cam kết chính thức bởi các nhà lãnh đạo CSVN tạo ra một bối cảnh đa nguyên và dân chủ, với các cuộc bầu cử tự do và mở rộng ở tầm mức quốc gia dưới sự kiểm soát của quốc tế, để cho người công dân VN có thể xác định sự lãnh đạo và hướng tương lai của chính phủ họ, (6) sự trả lại các thi thể của lính Mỹ lập tức và vô điều kiện mà chính phủ CSVN vẫn còn nắm trong tay, và (7) cộng tác đầy đủ và nghiêm chỉnh trong việc giải quyết số phận các trường hợp POWs và MIAs tại Đông Nam Á."

III/ THƯ NGỎ CỦA CHỦ TỊCH QUỐC HỘI CANADA–DÂN BIỂU DAVID KILGOUR, GỬI ÔNG BỘ TRƯỞNG NGOẠI GIAO CANADA SAU CUỘC HỌP GIỮA PHÁI ĐOÀN HỖN HỢP MẶT TRẬN QUỐC DÂN ĐỐI KHÁNG CỘNG SẢN VÀ GIÁO HỘI

PGVNTN HẢI NGOẠI TẠI CANADA VỚI PHÓ CHỦ TỊCH QUỐC HỘI HÔM 14/9/95

"Là một người cổ võ mạnh mẽ cho nhân quyền, tôi quan tâm sâu xa về các thành viên của GHPGVNTN, gần đây đã bị kết án từ 2 đến 5 năm tù. Những cảm nghĩ này được bộc lộ hơn nữa bởi một nhóm các vị tăng Phật Giáo đã họp với các viên chức của Ngài và với chính tôi (cuộc họp riêng) vào ngày 14/9/95, chi tiết như sau:

– HT Thích Quảng Độ và những vị sư khác bị kết án đến 5 năm tù, không qua thủ tục xử công khai chính thức và không thiên kiến;

– Trong số các vụ xử, không có đại diện pháp lý, và;

– Các quy án đối với các vị này dựa vào sự thành lập của họ một ủy ban nhầm cứu trợ nạn nhân bão lụt tại Đồng Bằng sông Cửu Long, và thông báo cho cộng đồng thế giới về những bắt bớ các thành viên ủy ban cứu trợ của Giáo Hội.

Như đã được xác định trong thư của tôi gửi đến văn phòng của Ngài vào ngày 29/8, những hành động này rõ ràng vi phạm Tuyên Ngôn Quốc Tế Nhân Quyền mà cả Canada và Việt Nam đều ký. Xin Ngài và các viên chức của Ngài cứu xét:

– Phản đối công khai hoặc bằng đường lối ngoại giao các vi phạm nhân quyền và dân quyền tệ hại nhất tại Hà Nội;

– Phát biểu đa phương cùng với các nước khác, như là Úc và Hoa Kỳ, để áp lực Hà Nội thả các nạn nhân;

– Ngừng viện trợ kinh tế cho VN đến tận khi các điều kiện được cải thiện.

Trong các trường hợp được chỉ xác, tôi rất cám ơn sự bình phẩm/tiếp sức của Ngài trong một cách mà có thể cùng nhau chia xẻ được.

Xin cám ơn,

Trân trọng

Bản sao Kính gửi: Thủ Tướng Jean Chrétien, Bộ Trưởng Đa Văn Hóa, Sheila Finestone, Dân Biểu Ted Mc Whinney (Chủ Tịch Ủy Ban Quốc Tế Phân Bộ Canada), TS Nguyễn Bá Long, LS Lâm Chấn Thọ, ĐĐ Thính Viên Diệu, ĐĐ Thích Tâm Hòa, ĐĐ Thích Nhật Trí, ĐĐ Thích Tâm Đăng, Cụ Huỳnh Hữu Hiệu, TS Trần Hoàn Trương, ông Nguyễn Hữu Hùng, ông Đỗ Thành Tiến, ông Nguyễn Văn Tấn (những người Việt trên đây là những thành viên Phái đoàn họp với Phó Chủ Tịch Quốc Hội ngày 14/9/95)

IV. THƯ CỦA BỘ TRƯỞNG NGOẠI GIAO CANADA GỬI TS NGUYỄN BÁ LONG NGÀY 20/9/95

"Xin cám ơn ông về điện thư của ông ngày 17/8/95 liên hệ đến tình trạng nhân quyền tại VN.

"Chính phủ Canada cảnh giác về các vi phạm nhân quyền tiếp diễn tại VN và đặt vấn đề này ra trên căn bản thường trực với các viên chức VN. Chúng tôi đặc biệt quan tâm đến các cá nhân bị bỏ tù vì chính kiến hoặc niềm tin tôn giáo của họ.

"Canada đã làm cho quan điểm của mình được biết rõ tại các diễn đàn đa phương như là LHQ, nơi mà các áp lực Quốc Tế củ hợp có thể được vận dụng để cải thiện tình trạng nhân quyền tổng quát tại VN. Chúng tôi cũng sẽ bàn vấn đề này với các viên chức VN đúng lúc. Trong tuyên bố đối với Ủy Hội Kỳ Ba Đại Hội Đồng LHQ vào tháng 11, 1994, Đại sứ Canada tại LHQ, ông David Karsgaard. đã bày tỏ quan điểm của Canada về hành động liên tục cưỡng bách bắt bớ, cầm giữ và bỏ tù các nhà lãnh đạo tôn giáo và các người bất đồng chính kiến, và kêu gọi chính phủ VN thả những người này.

Xin được đoan chắc rằng chúng tôi sẽ tiếp tục theo dõi tình trạng nhân quyền tại VN và sẽ ứng giải vấn đề này tại các diễn đàn song phương và đa phương vào đúng lúc"

Thành thật,

André Ouellet

Bộ Trưởng Ngoại Giao

(Ghi Chú: TS Nguyễn Bá Long đã chuyển điện thư xin can thiệp ngay tức khắc đến Văn phòng Thủ Tướng và Bộ Trưởng Ngoại Giao Canada vào ngày 17/8/95 sau khi Văn Phòng II Viện Hóa Đạo và Tổ Đình Từ Quang chuyển điện thư đến ông về việc HT Thích Quảng Độ bị xử tù 5 năm ngày 15/8/95).

V. THƯ CỦA TNS MỸ J. ROBERT KERREY GỬI HT THÍCH HỘ GIÁC NGÀY 7/9/95

"Xin cám ơn Ngài đã viết liên hệ đến mối quan ngại của Ngài về nhân quyền tại VN. Tôi xin chia xẻ mối quan tâm của Ngài về vấn đề này.

"Trong khi tại Thượng Viện, một trong những ưu tiên cao nhất của tôi là hoạt động để thăng tiến nhân quyền khắp thế giới; tôi tin tưởng rằng Hoa Kỳ không chỉ có khả năng mà còn có trách nhiệm khuyến khích chính phủ VN cải thiện thành tích nhân quyền.

"Đính kèm theo đây là một bản sao của lá thư mà gần đây tôi đã gửi cho Thủ Tướng Võ Văn Kiệt liên hệ đến sự đối xử với các nhà lãnh đạo tôn giáo và các nhà cải cách chính trị. Tôi hy vọng rằng quyết định gần đây của Hành Pháp Clinton thiết lập các quan hệ ngoại giao với

VN sẽ cung cấp cho Hoa Kỳ cơ hội thúc đẩy các tự do chính trị và tôn giáo rộng rãi hơn cho người dân VN.

"Tôi xin được đoan chắc rằng tôi sẽ tiếp tục theo dõi rất sát các điều kiện nhân quyền tại VN. Nếu bất kỳ hành động quốc hội nào cần thiết trong tương lai, tôi sẽ nghĩ đến ý kiến của Ngài.

Một lần nữa, xin cám ơn Ngài đã bỏ thời giờ viết thư cho tôi. Các ý kiến và mối quan ngại của Ngài rất là quan trọng đối với tôi."

Thành kính,

J. Robert Kerrey

CSVN bị tố cáo vi phạm nhân quyền, đàn áp Phật Giáo, bắt bớ trái phép tại khóa họp của Ủy Ban Nhân Quyền Liên Hiệp Quốc ở Genève

Florida Việt Báo. Năm thứ 6, số 53 / Tháng 3/1995.

Khóa họp lần thứ 51 của Ủy Ban Nhân Quyền Liên Hiệp Quốc (LHQ) đã khai mạc tại Genève từ ngày 1 tháng 2 vừa qua. Hiện diện có 130 phái đoàn quốc gia cấp Ngoại Trưởng tham dự, 14 tổ chức thuộc cơ quan LHQ, 10 tổ chức Liên chính phủ, và 135 tổ chức Phi chính phủ. Tổng cộng thành viên của các phái đoàn ước tính trên 1500 người.

***Ủy ban Bảo Vệ Quyền làm Người Việt Nam lên tiếng tố cáo**

Vào lúc 20 giờ ngày 16/2/1995, nhân danh Liên Đoàn Quốc Tế Nhân Quyền và Ủy Ban Bảo Vệ Quyền làm Người VN, ông Võ Văn Ái đã lên tiếng tố cáo những vi phạm nhân quyền tại Đông Timor (Nam Dương), Việt Nam, Syrie, Egypte và Kosovo.

Riêng trường hợp Việt Nam, ông Ái đặc biệt kêu gọi các phái đoàn Chính phủ và Phi chính phủ về phó hội lưu tâm tới hiện trạng đàn áp Phật Giáo và bắt bớ trái phép hai Hòa Thượng lãnh đạo Giáo Hội Phật Giáo Việt Nam Thống Nhất (GHPGVNTN), HT Huyền Quang (ngày 29/12/94) và HT Quảng Độ (ngày 4/1/95), cũng như các TT và Phật tử cầm đầu đoàn Cứu trợ Lũ lụt Đồng bằng sông Cửu Long hồi đầu tháng 11/94. Ông Ái cho rằng: *" đây là những hành động liên tục chứng tỏ một chính sách đàn áp tôn giáo quy mô của nhà nước CHXHCNVN "*. Ông cũng lên tiếng tố cáo quy chế bất nhân đối với các tù nhân chính trị trong các trại cải tạo, đặc biệt tại trại A.20 mang biệt danh "Thung Lũng Tử Thần" ở Phú Yên. Tại đây vì bị từ chối không cho gặp Phái đoàn điều tra LHQ ghé thăm hôm 28/10/94, các tù nhân đã biểu dương tinh thần đấu tranh bất bạo động bằng cách hô to khẩu hiệu "**Nhân quyền cho Việt Nam!**" trong vòng 4 tiếng đồng hồ, nên 10 tù nhân chính trị, trong số đó có Phạm Văn Thành, Phạm Anh Dũng, và Lê Hoàn Sơn (từ Pháp về), đã bị đày ra trại B5 ở vùng Thanh Hóa gần biên giới Lào, và 90 người khác bị đày ra trại Ba Sao ở Nam Hà miền Bắc.

***Báo cáo viên LHQ, ông Abdelfattah Amor phúc trình về đàn áp Phật Giáo tại Việt Nam.**

Khóa họp của Ủy ban nhân quyền LHQ còn kéo dài tới đầu tháng 3 tới, nhưng vấn đề Việt Nam coi như khá sôi nổi. Sau hai tuần lễ thảo luận, đã có ba bản phúc trình về vấn đề VN: bản phúc trình về đàn áp tôn giáo trong thế do Abdelfattah Amor, Báo cáo viên đặc biệt của LHQ đệ trình, bản phúc trình của ông Louis Joinet, chủ tịch Tổ Công tác chống Bắt bớ Trái phép, báo cáo chuyến đi thăm VN của phái đoàn LHQ từ ngày 24/10 đến ngày 31/10/94; và bản phúc trình về "Sự tiếp diễn những vi phạm tự do, tôn giáo và tín ngưỡng: Kỳ thị đối với GHPGVNTN" do Liên Đoàn Quốc Tế Nhân Quyền và Ủy Ban Bảo vệ Quyền làm Người Việt Nam đệ nạp. Cả ba bản phúc trình đều được LHQ in phát cho các phái đoàn về phó hội và lưu trữ tại Trung tâm Nhân Quyền LHQ....

....Còn việc trả lời về các trường hợp chính xác do Ủy ban cung cấp và do Báo cáo viên đặc biệt thuộc cơ quan LHQ chất vấn thì nhà cầm quyền Hà Nội viết: " *(Đối với chính phủ (Việt Nam), trả lời các thông báo thực sự là một gánh nặng hành chánh và nặng nhọc (Répondre à ces communications est réellement pour le gouvernement un fardeau administratif inutile et lourde).* Đối với GHPGVNTN thì Hà Nội khẳng định: *"GHPGVNTN không còn hiện hữu nữa"*. Đây là một thông báo phi pháp, vì cho đến nay chưa có một bản văn nào của nhà cầm quyền CSVN chính thức khai tử GHPGVNTN.

Ở phần kết luận của bản phúc trình 160 trang, CSVN đã bị nêu đích danh là nước đàn áp Phật Giáo và các dân tộc thiểu số, bên cạnh các quốc gia vi phạm nhân quyền khác như Iraq, Arabie Saoudite, Soudan, Egypte và Tây Tạng.

Thượng Nghị Sĩ Hoa Kỳ đòi chặn đứng bình thường hóa ngoại giao với VN cho đến khi trả tự do cho hai Hòa Thượng và Phật Giáo được tự do sinh hoạt

Florida Việt Báo. Năm thứ 6, số 53 / Tháng 3/1995

***6000 bức thư của các tín hữu Giáo Hội Cải Cách Hòa Lan yêu cầu Thủ Tướng Võ Văn Kiệt trả tự do cho HT Huyền Quang.**

*Dư luận thế giới ngày càng xúc động và phẫn nộ trước tin nhà cầm quyền cộng sản Hà Nội bắt hai vị lãnh đạo cao cấp của GHPGVNTN. Sau Quyết nghị của Quốc hội Âu Châu tố cáo nhà cầm quyền Hà Nội đàn áp GHPGVNTN và yêu cầu trả tự do cho tất cả hàng giáo phẩm lãnh đạo Phật Giáo, mới đây, một số vị TNS nổi danh Hoa Kỳ lại lên tiếng. Ngày 23/1/95, TNS đảng Cộng Hòa Orrin G. Hatch viết thư gửi Thủ tướng Võ Văn Kiệt:

"Tôi viết thư này phản đối việc bắt giữ hai vị Giáo Phẩm cao cấp thuộc GHPGVNTN, HT Thích Huyền Quang và HT Thích Quảng Độ. Theo những báo cáo của Bộ Ngoại Giao Hoa Kỳ và các Tổ chức Nhân quyền quốc tế, chính phủ ông vẫn chối bỏ nguồn tin HT Thích Huyền Quang bị bắt và chỉ tuần lễ trước đây thôi mới công nhận việc bắt giữ HT Thích Quảng Độ.

Vì thiếu thông tin đến từ phía chính phủ ông, tôi lấy làm tiếc để kết luận rằng chư vị HT bị bắt lại chỉ vì họ yêu sách những nhân quyền căn bản, kể cả quyền tự do tôn giáo và quyền lập hội. Đây là những quyền mà chính phủ ông tuyên bố tôn trọng khi ký kết vào Công Ước Quốc tế và Quyền Dân sự và Quyền Chính trị.

Tôi quan tâm trước sự kiện chính phủ VN tiếp tục đàn áp GHPGVNTN. Tôi trông mong chính phủ ông cho biết một cách trung thực tin tức về hai HT nói trên, kể cả vấn đề sức khỏe của họ; cung cấp thông tin về các lý do kết tội những nhà lãnh đạo GHPGVNTN này nếu họ còn bị bắt giữ trái với sở nguyện của họ. Quan trọng hơn, tôi xin chính phủ ông tái nỗ lực cho những nguyên tắc cơ bản về nhân quyền đã được quốc tế công nhận và trả tự do tức khắc cho hai Hòa Thượng."

...Thượng Nghị sĩ Orrin G. Hatch cũng viết một bức thư với lời lẽ cứng rắn, mạnh mẽ gửi Ngoại Trưởng Hoa Kỳ Warren Christopher:

"Tôi viết thư cho Ngoại Trưởng để nói lên sự quan tâm khẩn thiết của tôi trước sự sa sút trong lãnh vực nhân quyền tại VN mà tôi tin rằng sẽ có tác dụng dập tắt tiến trình bình thường hóa quan hệ giữa Hà Nội

và Hoa Thịnh Đốn. Đặc biệt, tôi quy chiếu tới các quyền trọng đại về tự do tôn giáo và tự do ngôn luận.

Tôi đã theo dõi diễn tiến trong các trường hợp của HT Thích Huyền Quang, 77 tuổi, vị lãnh đạo GHPGVNTN và vị phụ tá của Ngài, HT Thích Quảng Độ. Tôi mong Ngoại Trưởng biết rằng cả hai vị đều bị bắt trong tháng vừa qua. Nhà cầm quyền Việt Nam không chịu xác nhận việc bắt giam HT Thích Huyền Quang, và chỉ tuần trước đây mới xác nhận việc bắt giam HT Thích Quảng Độ, mà họ nói rằng tạm thời giam giữ ở TP Hồ chí Minh vì tội phá rối trật tự.

Ngoại Trưởng thừa biết là chính quyền Hà Nội đã giải thể GHPGVNTN năm 1981, và một mặt quản thúc HT Thích Huyền Quang từ hơn mười năm nay, mặt khác lại giả dối nói rằng tự do tôn giáo được tôn trọng tại VN.

Tôi hy vọng là Ngoại Trưởng chia sẻ mối quan tâm với tôi về cảnh ngộ nghiêm trọng và khó khăn của hai vị Tăng sĩ này. Cho tới gần đây, Hoa Kỳ không có quan hệ với chính quyền Hà Nội, chúng ta đã không đặt nặng vấn đề nhân quyền chung với các vấn đề khác trong những quan hệ song phương; chúng ta cũng không có quyền lực ảnh hưởng. Nay Hà Nội chứng tỏ mong muốn thiết lập quan hệ, chúng ta đang đứng trong thế có ảnh hưởng áp lực cho điều quan tâm của chúng ta là đòi hỏi nhân quyền căn bản phải được tôn trọng, dù là dưới một nhà nước độc đảng.

Tôi khẩn thiết xin Ngoại Trưởng chận đứng tiến trình bình thường hóa cho tới ngày nào Ngoại Trưởng biết chắc nhà cầm quyền Hà Nội trả tự do cho HT Thích Huyền Quang và HT Thích Quảng Độ và cho phép GHPGVNTN được tự do sinh hoạt mà không bị đe dọa."

...Tại Hòa Lan, 14 hệ phái thuộc Giáo Hội Cải cách Hòa Lan đã phát động một chiến dịch kêu gọi các tín hữu viết thư cho Thủ tướng Võ văn Kiệt yêu sách trả tự do cho HT Huyền Quang và tất cả các Tăng, Ni, Phật tử thuộc GHPGVNTN bị bắt tù đày hay bị quản thúc vì lý do tín ngưỡng. 6000 bức thư đã được trực tiếp gửi về Hà Nội cho Thủ tướng Võ văn Kiệt, và đồng lúc 6000 bức thư vấn an HT Thích Huyền Quang cũng được gửi về Quảng Ngãi.

(Tin Phòng Thông Tin Phật Giáo Quốc Tế Paris)

CUỘC ĐẤU TRANH NGÀY 02/09/1995 Ở KHẮP NƠI CHO NHÂN QUYỀN TẠI VIỆT NAM

Liên Minh, Tháng 9/1995 / Thanh Vân

Hưởng ứng lời kêu gọi của Ủy Ban Liên Lạc các Tổ Chức Người Việt Tự Do phát động cuộc đấu tranh cho Nhân Quyền tại Việt Nam mà đợt đầu tiên là tranh đấu đòi Hà Nội phải trả tự do hay chấm dứt quản thúc tại gia cho một số người tiêu biểu, nhiều tôn giáo, tổ chức, đoàn thể và cộng đồng trên thế giới đã tổ chức một số hình thức vận động vào ngày 02/09/1995 vừa qua.

Paris, Pháp Quốc:

Xuống Đường Đòi Hỏi Hà Nội Trả Tự Do Và Chấm Dứt Quản Thúc Tại Gia

Cho Hòa Thượng Thích Huyền Quang, Hòa Thượng Thích Quảng Độ, Linh mục Trần Đình Thủ, Giáo sư Đoàn Viết Hoạt, Bác sĩ Nguyễn Đan Quế, Giáo sư Nguyễn Đình Huy và Ông Nguyễn Hộ.

...Vào lúc 15 giờ, trước tòa nhà Truyền Thanh Pháp Quốc (Maison Radio de France), giáo sư Nguyễn Vô Kỷ, đại diện cho đoàn biểu tình, đã đọc Lời Kêu Gọi gởi giới truyền thông Pháp, nội dung tố cáo chính sách đàn áp tôn giáp và chà đạp nhân quyền của nhà cầm quyền cộng sản Việt Nam, kêu gọi giới truyền thông hỗ trợ cho công cuộc đấu tranh cho Tự Do và Dân Chủ của người Việt Nam bằng cách vạch trần những hành động vi phạm nhân quyền trước dư luận quốc tế...

Từ tòa nhà Truyền Thanh Pháp Quốc, đoàn biểu tình di chuyển qua các đường phố của Paris, đi về hướng tòa đại sứ Hà Nội. Dẫn đầu cuộc biểu tình là các vị lãnh đạo tôn giáo và đại diện các đoàn thể, cùng tấm biểu ngữ lớn với hàng chữ Pháp *"Droits de l'Homme au Vietnam"* (Nhân quyền cho Việt Nam). Người Pháp ở hai bên đường đã đổ xô ra xem một số biểu tượng, hình ảnh được gắn trên các xe di chuyển theo đoàn biểu tình. Các biểu tượng và hình ảnh này tượng trưng cho một số hành động đàn áp tôn giáo và chà đạp Nhân Quyền tại Việt Nam, như vị sư bị bịt miệng, trói tay ngồi trong song cũi, chiếc thánh giá bị xiềng xích, ngòi bút bị búa liềm chặt gẫy,... đã gây xúc động mãnh liệt với dân chúng địa phương. Ngoài ra, còn phải kể đến bảy tấm hình của bảy nhân vật tiêu biểu cho những người bị đàn áp tại Việt Nam là HT Thích Huyền Quang, HT Thích Quảng Độ, LM Trần Đình Thủ, GS Đoàn Viết Hoạt, BS Nguyễn Đan Quế, GS Trần Đình Huy và Ông Nguyễn Hộ...

...Lúc 16 giờ, đoàn biểu tình đến trước tòa đại sứ Hà Nội. Hàng trăm lá cờ, được dương lên dọc theo đại lộ Exelmans, đối diện với tòa nhà đại diện cho chế độ độc tài cộng sản tại Việt Nam. Sau nghi thức chào cờ và mặc niệm, TT Thích Minh Tâm đã cùng với nhiều Tăng Ni, Phật Tử làm lễ trước bàn thờ để cầu nguyện cho những người bị đàn áp và giam cầm tại Việt Nam. Trong tiếng chuông mõ, hòa với lời kinh cầu nguyện, không khí cuộc biểu tình như lắng đọng lại. Mọi người đều hướng lòng mình về quê hương, về những đồng bào ruột thịt đang bị áp bức và cầu nguyện cho đất nước Việt Nam sớm thoát khỏi cảnh khổ đau hiện tại...

Bonn, Đức Quốc:

Hội Thảo Và Biểu Tình Cho Dân Chủ Việt Nam

Liên Minh, Tháng 09/1995 / Nguyễn Thị Thanh

...Ngày 01/09/95, từ 16 giờ đến 19 giờ 30, ban tổ chức đã thành lập một bàn thông tin tại công trường Munster tại thủ đô Bonn để phát truyền đơn tố cáo nhà cầm quyền CSVN vẫn tiếp tục đàn áp tôn giáo, giam giữ tù nhân chính trị và thu thập chữ ký của người Đức để hỗ trợ cho việc đòi hỏi nhà cầm quyền CSVN phải trả tự do cho bảy vị là HT Thích Huyền Quang, HT Thích Quảng Độ, LM Trần Đình Thủ, BS Nguyễn Đan Quế, GS Đoàn Viết Hoạt, GS Nguyễn Đình Huy, Ông Nguyễn Hộ...

Tin Đàn Áp Tôn Giáo Khắp Nơi Trong Nước

Liên Minh, Tháng 01/95

*Các Vị Hòa Thượng Thích Huyền Quang, Thích Quảng Độ Bị Bắt Giam.
*Đàn Áp Trường Cơ Bản Phật Học Thừa Thiên, Huế.

Cuối tháng 12/94, HT Thích Huyền Quang Bị Bắt.

Theo tin tức từ Phòng Thông Tin Phật Giáo Quốc Tế và các hãng thông tấn xã Reuter, AP thì HT Thích Huyền Quang Quyền Viện Trưởng GHPGVNTN đã bị nhà nước CSVN bắt giam vào ngày 29/12/94. Công an đã tràn vào chùa Hội Phước ở Quảng Ngãi, bắt HT

Huyền Quang đưa về giam ở xã Nghĩa Hành cách đó 10 cây số. Công an ngang nhiên tịch thu khuôn dấu Viện Hóa Đạo, giấy tín chỉ và các tài liệu văn phòng thuộc Hội Đồng Lưỡng Viện của Giáo Hội. Hành động này của nhà nước CS đang gây chấn động giới Tăng Ni Phật Tử Việt Nam trong, ngoài nước và dư luận thế giới.

Được biết trước đó, ngày 25/11/94, khi bị công an siết chặt vòng kiểm soát chùa Hội Phước, HT Huyền Quang đã gửi một Ủy Nhiệm Thư cho HT Thích Quảng Độ báo động về tình trạng sức khỏe của Ngài càng ngày càng nặng, lại thêm công an ngăn cản không cho Y sĩ và Phật tử vào chăm sóc. Ngoài ra ông cũng đã trao trách nhiệm và tư cách lãnh đạo Phật sự cho HT Thích Quảng Độ và kêu gọi ông hãy gắng sức đưa Pháp Nạn II đến thành tựu viên mãn. HT Thích Huyền Quang đã bắt đầu tuyệt thực tại chùa Hội Phước kể từ ngày 27/12/94 để tố cáo nhà cầm quyền CSVN đàn áp tôn giáo, để kêu cứu cho tự do tôn giáo nói chung và Phật Giáo nói riêng.......

Đàn Áp Trường Cơ Bản Phật Học Thừa Thiên - Huế

Tại Huế, Hòa Thượng Thích Như Đạt và 105 Tăng Sinh đã ký tên vào một Thỉnh Nguyện Thư gửi cho Hòa Thượng Thiện Siêu thuộc Giáo Hội nhà nước phản đối việc chính trị hóa trường Cơ Bản Phật học khai giảng ngày 27/11 tại chùa Báo Quốc. Sau đó, Thầy Như Đạt và 12 Tăng sinh bị bắt lên sở công an tra vấn. Vào ngày Noel 25/12/94, lúc 6 giờ sáng, công an Huế đã ập vào hai chùa Phước Duyên và Linh Quang khám xét, bắt hai Tăng sĩ Thích Thái Hưng và Thích Hạnh Đức. Nhiều biến động tại Huế hồi cuối tháng 11 khiến Trường Cơ Bản Phật Học Thừa Thiên Huế phải đóng cửa. Công an mở cuộc truy lùng các Tăng sinh ký tên vào bản Thỉnh Nguyện Thư, khám xét và điều tra hộ khẩu những chùa không thuộc Giáo Hội nhà nước, gây tình trạng bất an, căng thẳng ở Huế.

Phản ứng của cộng đồng về vụ VC xử án Phật Giáo

Làng Văn. Số 133 / Tháng 9/95.

Tin tức về vụ xử án ám muội HT Thích Quảng Độ đã được nhanh chóng loan truyền ra hải ngoại. Tại Cali, cộng đồng VN nhận định đây là thái độ tất nhiên của CSVN sau khi Hoa Kỳ thiết lập bang giao và gửi Ngoại trưởng Christopher Warren đi VN; bạo quyền sẽ tiến tục những hành động đàn áp đối lập và phong trào đòi dân chủ trong nước.

TT Viên Lý, Tổng Thư ký GHPGVNTN tại Hoa Kỳ nói với báo San Jose Mercury News rằng: *"bây giờ Tây Phương đã cho Hà Nội những gì chế độ muốn, không có nhu cầu cho VN ngần ngừ về việc đàn áp các nhà đối kháng. Việc kết án HT Thích Quảng Độ có thể dẫn đến việc bất ổn bởi các Phật tử, có thể kết quả là các nhà sư sẽ tự thiêu khắp VN."*

Tuyên bố này phù hợp với nguồn tin từ trong nước cho biết hồi cuối tháng 7, 30 vị lãnh đạo Phật Giáo đã công bố một kháng thư gửi cho các lãnh tụ Hà Nội mạnh mẽ đòi giải quyết dứt khoát các yêu sách của GHPGVNTN nêu ra.

Hồi đầu tháng 8, văn phòng dân biểu liên bang Zoe Lofgren (Cali) đã gửi cho báo chí Việt ngữ tại địa phương lá thư của các dân biểu liên bang Hoa Kỳ vùng Nam và Bắc Cali gửi cho Tổng thống Clinton yêu cầu can thiệp cho tự do tôn giáo tại VN qua trường hợp các HT Huyền Quang, Quảng Độ. Lá thư còn nêu trường hợp Thích Tuệ Sỹ, Trí Siêu, Trí Tựu, Hạnh Đức, Hải Tạng, Hải Chánh và yêu cầu can thiệp phóng thích tất cả các tù nhân lương tâm.

Cuộc Đấu Tranh của Phật/Giáo Việt/Nam Trong Giai/Đoạn Mới

Nguyễn Hữu Nghĩa – Làng Văn, số 133. Tháng 9/95

Giữa tháng 8/1995, để chuẩn bị chào mừng "quốc khánh 2 tháng 9, Hà Nội một mặt công bố dự định thả bớt tù nhân chính trị, một mặt đưa bốn Tăng sĩ và hai cư sĩ Phật Giáo ra "Tòa án Nhân dân" với tội danh mơ hồ và bịa đặt.

"Tòa" nhóm tại thành Hồ, theo bản án được soạn sẵn từ Hà Nội điện vào, HT Thích Quảng Độ và TT Thích Không Tánh mỗi người bị kêu án 5 năm tù ở. TT Thích Nhật Ban 4 năm, ĐĐ Thích Trí Lực 2 năm 6 tháng, cư sĩ Nhật Thường 3 năm tù ở và một người bị án treo.

Tội danh chung của những người chịu án là *"phá hoại chính sách đoàn kết tôn giáo của chính quyền"* và *"xâm phạm quyền lợi nhà nước"*.

"Tội" đích thực của các Tăng sĩ và cư sĩ này đối với CS, là không chấp nhận giải tán GHPGVNTN theo lệnh của nhà nước.

Bản án vô lý trên đây được tung ra, đã châm ngòi phát động giai đoạn mới của phong trào đấu tranh trong và ngoài nước.

...Tại quốc nội, từ ngày 16 đến cuối tháng 8 đã xảy ra hàng trăm vụ cầu an, thuyết pháp, gửi thỉnh nguyện thư và biểu tình đòi Hà Nội thu hồi bản án, tôn trọng quyền tự do tín ngưỡng.

Tại Châu Đốc, Long Xuyên, Cần Thơ, Sài Gòn, Gia Định, Bình Định và Thừa Thiên, CSVN huy động bộ đội, công an bao vây rình rập, chế ngự và giải tán các đám đông tập trung gần chùa.

Không khí đấu tranh hết sức ngột ngạt. Tình hình trong nước rất khẩn trương. CSVN hết sức đề phòng Phật Giáo đồ vùng lên cứu thầy....

Đảng Cướp Tài Sản Nhân Dân Hay Phật Giáo Vi Phạm Quyền Lợi Đảng

Gia Đình. Năm thứ 7. Bộ mới. Số 28. Tháng 9/95

Ngày 15 tháng 8 năm 1995, một Thượng Tọa thuộc Giáo Hội quốc doanh đã bất mãn vì sự bất công của tòa án đảng, đã gởi bản tường trình ra hải ngoại, về phiên tòa không công khai mà đảng cộng sản VN dựng ra tại Sài Gòn, kết án HT Thích Quảng Độ và các Thượng Tọa, Đại Đức, Phật tử khác về các tội *"phá hoại chính sách đoàn kết tôn giáo của chính quyền"* và *"lợi dụng tự do và dân chủ để xâm phạm quyền lợi của nhà nước"*. Nói một cách nôm na là đảng cộng sản VN đã kết tội các vị tu sĩ Phật Giáo với hai tội danh *"gây chia rẽ"* và *"làm mất lợi nhuận nhà nước"*...

...Và rồi, HT Thích Quảng Độ và các vị tu sĩ thuộc GHPGVNTN bị xem là *"phá hoại chính sách đoàn kết tôn giáo của chính quyền "*.

Thế nhưng, *"lợi dụng tự do và dân chủ để xâm phạm quyền lợi nhà nước"* là nghĩa làm sao? Theo thông tấn xã của CSVN thì tội trạng viết là: *"lợi dụng quyền tự do dân chủ xâm phạm lợi ích nhà nước và các tổ chức xã hội"*.

Tuyên bố của CSVN qua thông tấn của đảng đã nói lên phần chính yếu của tội trạng, là các vị tu sĩ Phật Giáo đã đụng đến quyền lợi đảng.

Thật vậy, vào lúc đồng bào đồng bằng sông Cửu Long bị nạn lũ lụt, đảng và nhà nước lợi dụng từ tâm của các nước để kêu gọi viện trợ nhân đạo. Số tiền viện trợ được tập trung vào các tổ chức của đảng, sau đó mới đem đi phân phối cho đồng bào gặp nạn. Công việc cứu trợ không biết đi đến đâu, đảng và nhà nước thu được bao nhiêu tiền không ai biết.

Cùng lúc đó, GHPGVNTN, do HT Huyền Quang và Quảng Độ lãnh đạo cũng thực hiện chương trình cứu trợ trong tình nghĩa đồng bào, lá lành đùm lá rách. Đồng bào hải ngoại đã hưởng ứng lời kêu gọi của Giáo Hội đã gởi tiền và quà về để cứu trợ nạn nhân lũ lụt. Đột nhiên, đoàn cứu trợ bị chặn lại, hàng hóa và tiền cứu trợ bị chúng tịch thu, các vị tu sĩ và Phật tử làm công việc cứu trợ thì bị bắt.

Trong buổi phát thanh đêm 01 tháng 6, 1995, đài BBC trích dẫn tạp chí Kinh Tế Viễn Đông, nói rằng: *"Không phải chỉ có Giáo Hội Công giáo mới gặp khó khăn ở Việt Nam. GHPGVNTN cũng bị nhà nước CSVN gây khó khăn, vì muốn độc lập trong việc điều hành sinh hoạt của Giáo Hội. Cũng giống như GHCG, nhà nước CSVN yêu cầu GHPGVNTN phải tôn trọng chủ quyền nhà nước, một cách kỳ quặc. Một công cuộc cứu trợ do GHPGVNTN chủ trương để giúp đỡ những người bị lụt ở đồng bằng sông Cửu Long, vào tháng 11 năm ngoái, đã bị nhà nước tố cáo là hành động phản động. Hầu hết những chức sắc hướng dẫn công cuộc cứu trợ này đều phải vào tù, hoặc bị quản thúc tại gia".*

Do đó, các tội trạng của các vị tu sĩ Phật Giáo đã được đảng định trước và được nêu rõ, là GHPGVNTN không chịu sự thống trị của đảng nên bị xem là phản động, và công cuộc cứu trợ của GHPGVNTN đã làm hỏng chương trình xin các nước viện trợ, là làm đảng mất ăn, tức là xâm phạm quyền lợi của đảng.

Bây giờ, số tiền 5000 đô/la Mỹ và 800 đô/la Úc, đảng CSVN tính sao? Tại tòa thì đảng công bố sẽ xung vào quỹ nhà nước, nhưng không biết nó sẽ vào tay ai, và số phận hàng hóa cứu trợ thì không bao giờ nghe nói tới. Rồi đây không bao lâu, số tiền mấy ngàn ngoại tệ đó và hàng hóa cứu trợ do đồng bào đóng góp, cũng như số phận trên 30 tấn vàng mà các đảng viên cao cấp đã cướp được của ngân hàng miền Nam vào ngày 30/4/75, không biết đã vào tay ai. Số vàng cướp được của thương gia trong những đợt *"đánh tư sản mại bản"* đã đi về đâu? Điều này đã được ông Nguyễn Hộ yêu cầu công khai, nhưng đảng đã trả lời bằng cách bắt nhốt ông!

Đảng và nhà nước ăn cướp tài sản của nhân dân, hay GHPGVNTN "xâm phạm quyền lợi đảng và nhà nước"?

Phật Giáo Đang Thách Thức Chế Độ

Cách đây 3 năm, trong một bản kiến nghị gởi đảng hồi tháng 8/92. TT Thích Không Tánh đã thẳng thắn chỉ trích chế độ như sau:

"Lịch sử đã cho thấy: chế độ chính trị, chủ nghĩa, ý thức hệ luôn thay đổi. Nhưng chân lý, đạo pháp, và dân tộc thì vạn đại, vĩnh cửu. Thế mà quý vị đã từ chối cái vĩnh cửu của chân lý dân tộc, để chọn lấy cái quyền lợi phe phái nhất thời, vẫn cứ tiếp tục chính sách thù nghịch, chuyên chính, đấu tranh giai cấp, tiếp tục đàn áp, giam giữ những người Việt yêu nước chân chính. Vẫn áp dụng chủ nghĩa giáo điều bảo thủ và tự ái, chỉ mưu cầu quyền lợi riêng tư, nhằm nô lệ hóa con người. Thật là nguy hại cho tương lai dân tộc Việt Nam."

Đây là lập trường tiêu biểu của các nhà tu chống cộng sản. Là thuốc đắng, là sự thật mất lòng, càng làm cái *"chủ nghĩa thù nghịch chuyên chính, đấu tranh giai cấp"* đó xấu hổ, nổi giận, càng hung hăng điên cuồng. Nhưng các Thầy chẳng hề sợ hãi bạo quyền, đã từng tuyên bố rằng nhà nước *"muốn hành xử, mổ xẻ"* sao cũng được, sẵn sàng chết vì Đạo pháp, *"đem thân mạng làm đuốc soi sáng cho sự thực"*. Rõ ràng là khối 80% dân số Phật tử mấy chục triệu người đang thách thức chế độ. Sức mạnh của nhân dân chẳng nằm ở vài cá nhân bị đưa ra tòa.

HT Thích Huyền Quang, quyền Viện Trưởng Viện Hóa Đạo của GHPGVNTN cũng đã dõng dạc tuyên bố trong một Tâm Thư ngày 24/9/1992 với lời lẽ bất khuất như sau: *"Tôi sẵn sàng hy sinh thân mạng cho Phật Pháp trường tồn, cho sự thật lịch sử sáng tỏ, cho bao nhiêu nạn nhân đã chết, và đang chết lần mòn trong lao tù và bóng tối, cho sự hưng vượng ngày mai của dân tộc và đạo pháp. Bức Tâm Thư này sẽ còn được viết ra bằng máu, và sẽ gửi đi khắp bốn bể 5 năm châu. Phật Giáo chưa bao giờ chịu khuất phục bởi bất cứ thế lực phi nghĩa nào trên thế gian, vì nó được trang bị bằng tinh thần Đại Hùng, Đại Lực, Đại Từ Bi của chư Phật và Bồ Tát"....*

Cô Ỷ Lan: Phật Giáo Là Phong Trào Nhân Quyền, Một Thách Thức Đến Quyền Hạn Của CSVN

Ý Dân. Năm thứ 5. Số 81. Ngày 1/8/95.

San Jose (Nguyễn Anh Tùng): Nhật báo Los Angeles Times, số ra ngày thứ bảy 22/7/95 trang A 16 với tít bài: *"Tôn giáo tại VN được tự do hơn, nhưng chưa hoàn toàn tự do"* và với hàng chữ tít nhỏ hơn: *"Nhân Quyền, chế độ CS lỏng lẻo hơn trong việc kiểm soát người cầu nguyện. Nhưng sinh hoạt của các tôn giáo vẫn tiếp tục bị giới hạn"* của ký giả Charles P. Walace viết từ Hà Nội như sau:

"Việt Nam đang được hồi sinh về tôn giáo theo truyền thống cũ. Tương phản với sự bi quan ngày càng gia tăng của nhiều quốc gia Tây Phương, các nhà thờ và chùa Phật Giáo của VN chứa đầy tín đồ, đa số là giới trẻ"....

... Cô Ỷ Lan đã nói: *"Giáo Hội Phật Giáo luôn luôn đã là một phong trào độc lập. Đảng CSVN bây giờ nhận thức Giáo Hội Phật Giáo như là một phong trào Nhân Quyền, và là thách thức đến quyền hạn của họ"*

Vào cuối năm 1994, năm nhà sư thuộc GHPGVNTN đã bị bắt và đang chuẩn bị phân phát phẩm vật cứu trợ đến các nạn nhân bão lụt tại miền Nam VN. Bạo quyền CSVN đã cho rằng họ phải làm việc này qua tổ chức của nhà nước.

Vào đầu năm 1995, công an đã bắt bớ hai nhà lãnh đạo nổi tiếng của GHPGVNTN đó là HT Thích Huyền Quang và Thích Quảng Độ, và vẫn chưa mang họ ra tòa hoặc buộc tội họ.

Nhóm Quan Sát Nhân Quyền từ Mỹ, tổ chức Human Rights Watch/Asia đã nói rằng có ít nhất là hai tá các nhà lãnh đạo Phật Giáo đã bị bắt từ năm 1992, và có ít nhất là 13 người vẫn còn đang bị giam giữ.

Nhóm Nhân Quyền đã nói trong một bản báo cáo vào tháng ba: *"Điều đã tạo nên hành động của bạo quyền chống lại GHPGVNTN là các lời kêu gọi của các nhà lãnh đạo cao cấp của Giáo Hội đòi hỏi nhà CSVN phải công nhận Giáo Hội, để Giáo Hội quyền tự trị trong việc quản trị các vấn đề tôn giáo của Giáo Hội, trả lại các tài sản bị cưỡng đoạt sau năm 1975 và phóng thích các tù nhân tôn giáo và chính trị. Các đòi hỏi này vừa được đóng khung trong ngôn ngữ thẳng thừng và chỉ trích mạnh mẽ đảng CSVN. Nhưng các đòi hỏi này thật sự tiêu biểu các lời than phiền cũng được chia sẻ bởi các tôn giáo tại VN."...*

BỨC THƯ NGỎ

Nguyễn Hộ Thế Kỷ 21. Tháng 8/1995

Lời Tòa Soạn: Đây là một tài liệu mà độc giả Thế Kỷ 21 cần đọc. Trong thư này một đảng viên cộng sản hơn 50 năm, nay đã từ bỏ đảng và nói thẳng đảng CSVN phải sám hối, và hòa giải với "những người anh em từng là đối tượng đàn áp, là nạn nhân của đảng CSVN." Việc sám hối đó, ông hy vọng "sẽ làm tan biến bao nỗi u buồn, đau khổ uất hận... trong những người từng là nạn nhân của đảng CSVN." Ông còn nói hành động đó sẽ tiết kiệm xương máu, phải chăng ông lo sợ những uất hận trên có ngày gây ra đổ máu?

Kính gửi những người cộng sản Việt Nam chân chính, đồng kính gửi đồng bào cả nước và đồng bào Việt Nam ở nước ngoài.

Tuyên Bố về một giải pháp hòa giải hòa hợp

Phần I

Trong mấy ngàn năm lịch sử tồn tại của mình, dân tộc Việt Nam đã từng chiến đấu hàng ngàn năm chống quân xâm lược và sự đô hộ của phong kiến phương Bắc và từng chiến đấu hàng thế kỷ sau cùng chống quân xâm lược và sự đô hộ của đế quốc thực dân... ...

Tất nhiên dân tộc Việt Nam chúng ta phải gánh chịu những hy sinh lớn lao trong quá trình chiến đấu lâu dài nói trên vì độc lập tự do của tổ quốc...

... Nếu tính tất cả các cuộc chiến tranh và các cuộc khởi nghĩa như đã nêu trên thì tổng số thương vong của nước ta lên đến 11/12 triệu người. Đó là cái giá quá đắt và quá nặng nề đối với dân tộc Việt Nam... tính chất đấu tranh giai cấp (giữa Cộng sản và Quốc gia, giữa vô sản và tư bản, giữa Chủ nghĩa Xã hội và Chủ nghĩa Tư bản) và đấu tranh ý thức hệ (giữa duy vật và duy tâm, giữa vô thần và hữu thần, giữa cộng sản và các Tôn giáo: Cao Đài, Hòa Hảo, Thiên chúa giáo, Tin Lành, Phật Giáo...)

Với tính chất đấu tranh giai cấp, cuộc chiến tranh giải phóng dân tộc đã biến thành cuộc chiến tranh huynh đệ tương tàn, nội chiến chém giết lẫn nhau giữa những người anh em ruột thịt có chung dòng máu Lạc Hồng... Tính chất đấu tranh giai cấp ác liệt của cuộc chiến tranh cứu nước của dân tộc ta được thể hiện ở tổng số thương vong vừa kể trên; đồng thời được thể hiện ở các sự kiện chấn động chưa từng có trong lịch sử dân tộc ta: 2 triệu người miền Bắc ồ ạt di cư vào Nam từ năm 1954, 1955 và 2 triệu người trong cả nước ồ ạt di tản đi khắp cả thế giới từ năm 1975 trở đi.

Do đó, tuy chiến tranh đã chấm dứt từ lâu, nhưng hận thù trong các từng lớp nhân dân đối với chế độ hiện nay ở Việt Nam vẫn còn sâu sắc, đậm nét và chưa hề được giải quyết để xóa sạch nó đi, thậm chí các cuộc đàn áp, bắt bớ, giam cầm, tù đày đối với những người theo đạo (Phật Giáo, Công giáo...) trí thức, nhà văn, nhà báo, nhà thơ, luật sư, bác sĩ... cán bộ đảng viên trung thực, những người kháng chiến cũ, ...vẫn tiếp diễn không ngừng, chỉ vì những người kể trên dám có ý kiến khác với đảng cộng sản Việt Nam. ...

Theo xu thế chung của thế giới, đảng CSVN đã thực hiện một cách nhanh chóng sự hòa giải và hợp tác chặt chẽ chưa từng có trong lịch sử với những "kẻ thù không đội trời chung" của dân tộc như đế quốc Mỹ, Pháp, Nhựt, Nam Triều Tiên, Asean, Trung Quốc, lẽ nào lại không thể hòa giải hòa hợp với những người anh em Việt Nam từng là đối tượng đàn áp... nạn nhân của đảng CSVN sao? Phải chăng đồng đô/la là điều kiện để hòa giải có nghĩa là nơi nào có đồng đô/la thì có hòa giải với nơi đó; ngược lại, nơi nào không có đô/la thì không có hòa giải sao? Nếu đó quả là sự thật thì đáng buồn và tủi nhục cho dân tộc Việt Nam bất hạnh! Nhưng tôi mong điều đó không hề là sự thật bao giờ.

Vậy, câu hỏi đặt ra: nếu có hòa giải thì đảng CSVN hòa giải với ai và trên cơ sở gì?

– Hòa giải với những ai từng là đối tượng vu khống, chụp mũ, đàn áp, khủng bố, giam cầm, tù đày, tước đoạt, giết hại của đảng CSVN; và hòa giải trên cơ sở dân chủ, bình đẳng có nghĩa là đảng CSVN phải tự bắt buộc mình thực hiện nền chính trị đa nguyên / dân chủ đa đảng, từ bỏ chuyên chế độc tài, độc đảng, tức đảng CSVN, và những người cần phải hòa giải cùng đứng chung, vai ngang vai với nhau, chớ không thể như lâu nay, đảng CSVN luôn luôn đứng trên họ, đè đầu cưỡi cổ họ.

...Dân chủ, bình đẳng, đối thoại là những yếu tố quyết định đối với hòa giải, hòa hợp dân tộc. Tuy nhiên một yếu tố khác cũng không kém phần quyết định: đó là sự sám hối của đảng CSVN.

Sám hối nghiêm túc, chân thành súc tích có sức thuyết phục sẽ làm tan biến nhanh chóng bao nỗi u buồn, đau khổ, uất hận, tiềm tàng từ lâu trong các từng lớp nhân dân từng là nạn nhân của đảng CSVN. Chính bản thân sám hối nghiêm túc đó mới dẫn đến kết quả tiết kiệm thật sự xương máu của nhân dân ta và thúc đẩy công cuộc hòa giải, hòa hợp dân tộc đến thắng lợi huy hoàng. ...

Tôi vẫn lạc quan và tin tưởng đồng bào các từng lớp ở trong và ở ngoài nước sẽ có thái độ bình tĩnh, vì lợi ích tối cao của Tổ Quốc Việt Nam thân yêu, sẽ góp phần tích cực thực hiện hòa giải, hòa hợp và đại đoàn kết dân tộc trên cơ sở dân chủ, bình đẳng, bao dung, nhân ái, sẵn sàng khép lại quá khứ đau buồn và tội lỗi, nhìn thẳng về tương lai mà dốc toàn lực cho công cuộc phát triển và đất nước, biến VN thành một nước giàu mạnh, dân chủ, tự do, ấm no hạnh phúc, văn minh hiện đại.

Phần II

Để thực hiện hòa giải, hòa hợp dân tộc cần tiến hành những công tác lớn trước mắt:

1. Thành lập Ban vận động hòa giải hòa hợp dân tộc:

   a) Tiếp xúc giữa các đối tượng có liên quan.

b) Mở hội thảo, hội nghị hòa giải, hòa hợp dân tộc.

2. Thực hiện các quyền tự do dân chủ của công dân:
   a) Tự do ngôn luận.
   b) Tự do báo chí.
   c) Tự do hội họp, hội thảo, mít tinh.
   d) Tự do tổ chức, tự do lập hội...
3. Thành lập Ủy ban Hòa giải Hòa hợp dân tộc có nhiệm vụ lãnh đạo quốc gia thông qua nhà nước hiện hành (bước quá độ).
4. Xây dựng dự thảo Cương lĩnh hòa giải, hòa hợp dân tộc.
5. Tổ chức bầu cử tự do trong cả nước (bầu Quốc hội mới) có sự giám sát của Liên Hiệp Quốc.
6. Xây dựng dự thảo hiến pháp mới hòa giải, hòa hợp dân tộc.

Tóm lại, giờ phút hòa giải hòa hợp dân tộc Việt Nam đã điểm. Dân chủ, bình đẳng, sám hối, bao dung, nhân ái là những yếu tố quyết định hòa giải hòa hợp dân tộc. Thành công trong hòa bình, ổn định và danh dự tràn đầy phấn khởi...

Nguyễn Hộ

TP Hồ Chí Minh, ngày 11/6/1995

DÂN VIỆT CHƯA TỰ DO, DÂN TỘC CHƯA THOÁT NẠN PHẬT GIÁO CÒN ĐẤU TRANH

Lý Đại Nguyên– Phật Giáo Hải Ngoại. Số 8.

...Thật ra chính nghĩa dân tộc bao giờ cũng đứng về phía Tự Do. Vì chỉ có tự do con người mới trưởng thành mọi mặt, dân tộc mới phát triển rực rỡ. Chính vì CS đội lốt dân tộc để tiến đánh miền Nam đến khi thành công rồi, lộ nguyên hình là Bầy Độc Tài Chuyên Chính hoàn toàn làm nô lệ cho chủ nghĩa Mác Lê và quan thầy Sô Viết nên toàn dân Việt lại phải đối kháng, thậm chí những người cùng hội cùng thuyền trong thời chiến cũng lại biến thành những nhân tố đối đầu.

Đại đa số người dân Việt kịp khi thức tỉnh thì chế độ bạo tàn độc ác thừa điều kiện để củng cố và mỗi ngày khóa chặt thêm. Phật Giáo cũng chung số phận. Cộng sản đã tước đoạt đi tính cách pháp nhân của GHPGVNTN, bắt cầm tù và cô lập các vị lãnh đạo Giáo Hội, họ lập ra một Giáo Hội đặt dưới sự quản trị của Mặt Trận Tổ Quốc, công cụ chính trị của Cộng đảng, có tên là Giáo Hội Phật Giáo VN. Rồi Giáo Hội này cũng bị đặt dưới ba tầng áp bức: một là của Mặt Trận, hai là của Chính phủ, và chót hết là đảng. Còn GHPGVNTN thì bị coi như là kẻ thù...

...Nội bộ càng lủng củng, Cộng đảng càng tăng cường đàn áp dân chúng mà Phật Giáo đang bị đặt là mối đe dọa mũi nhọn. Vì Phật Giáo luôn trung thành với đường lối bất bạo động, mà đường lối này được cả loài người văn minh ủng hộ, điển hình là giải thưởng Nobel Hòa Bình đã trao cho Đức Đạt Lai Lạt Ma, người kiên trì theo đuổi cuộc giải phóng dân tộc Tây Tạng bằng phương pháp đấu tranh bất bạo động.

Hơn thế nữa, quyền lãnh đạo Phật Giáo lại trực tiếp bị đàn áp vì đã đứng lên đấu tranh đòi tự do tôn giáo. Một lần nữa Phật Giáo lại bị đẩy lên hàng đầu trong cuộc đấu tranh của toàn dân đòi tự do dân chủ. Giữa vô sản chuyên chính và tư hữu tự do, người Việt cả trong lẫn ngoài nước đều lựa tư hữu tự do. Để thực hiện được sự lựa chọn đó thì trước tiên là phải có tự do báo chí và truyền thông, kế đó là tự do tôn giáo tức là hoàn thành hai bước của tiến trình Dân Chủ là xây dựng xã hội công dân. Có các đoàn thể xã hội là có nền tảng của chế độ dân chủ vững bền. Nếu chưa có tự do báo chí, tự do tôn giáo thì tất cả các nước mệnh danh dân chủ đều là thứ giả hiệu...

Nhận Định: Về Giải Pháp Hòa Giải và Hòa Hợp Dân Tộc của Ông Nguyễn Hộ

Gia Đình, Năm thứ 7. Bộ Mới. Số 28. Tháng 9/95

1. Ông Nguyễn Hộ, một nhân vật đối lập công khai tại VN:

... Nhất là đụng chạm với thực tế cuộc sống, chứng kiến sự nghèo đói của đồng bào, sự đau khổ của quần chúng trước guồng máy hủ hóa, tham ô, cửa quyền của chế độ, sự băng hoại và xuống cấp về mọi mặt của xã hội Việt Nam, ông mới nhận thức rằng ông đã chọn sai lý tưởng. Ông thú nhận điều này trong tập tài liệu "Quan Điểm và Cuộc Sống". Cuối phần tự thuật ông viết:

"Tôi làm cách mạng trên 56 năm, gia đình tôi có hai liệt sĩ: Nguyễn văn Bảo (anh ruột) / đại tá Quân Đội Nhân Dân Việt Nam / hy sinh ngày 09/01/1966 trong trận ném bom tấn công đầu tiên của quân xâm lược Mỹ vào Việt Nam (Củ Chi); Trần thị Thiệt (vợ tôi) / cán bộ phụ nữ Sài Gòn / bị bắt và bị đánh chết tại Tổng Nha Cảnh Sát hồi Tết Mậu Thân, 1968, nhưng phải thú nhận chúng tôi đã chọn sai lý tưởng: cộng sản chủ nghĩa. Bởi vì hơn 60 năm trên con đường cách mạng cộng sản ấy, nhân dân VN đã chịu sự hy sinh quá lớn lao, nhưng cuối cùng chẳng được gì, đất nước vẫn nghèo nàn, lạc hậu, nhân dân không có ấm no hạnh phúc, không có dân chủ, tự do. Đó là điều sỉ nhục."

..."đảng mà sau 54 năm theo đuổi làm cách mạng (với tư cách đảng viên) của tôi, nay đã trở thành vô nghĩa".

Tuyên Bố Của Tổng Hội Phật Giáo Việt Nam tại Hoa Kỳ Về Cuộc Vận Động hiện nay của Phật Giáo tại Việt Nam.

Phật Giáo Việt Nam. Số 81. Tháng 7/92.

Thừa Di thư của Đức Cố Đại Lão Hòa Thượng Xử Lý Viện Tăng Thống Giáo Hội Phật Giáo Việt Nam Thống Nhất, HT Thích Huyền Quang, Viện Trưởng Viện Hóa Đạo, ngày 25/6/1992 đã gởi một văn thư tới đảng và nhà nước CSVN, chính thức đặt vấn đề về sự hiện hữu đương nhiên của GHPGVNTN, về vị trí lãnh đạo tinh thần không thể chối bỏ của Giáo Hội đối với đại đa số Tăng Ni, Phật tử; và về sự đối xử đầy bất công có tính cách thù nghịch của nhà nước CSVN đối với Giáo Hội. Đồng thời, HT Viện Trưởng cũng đã chính thức đưa ra những yêu cầu sau đây để nhà nước giải quyết:

1. *Pháp luật nhà nước như trước năm 75.*
2. *Nhà nước phải chịu trách nhiệm và trả lời:*
    - *Về cái chết của HT THÍCH THIỆN MINH, Phó Viện Trưởng Viện Hóa Đạo, tại Nha Công an TP Hồ chí Minh năm 1978.*
    - *Làm sáng tỏ việc 11 tu sĩ Phật Giáo tự thiêu tại Hậu Giang cuối năm 1975.*
    - *Nhiều chùa chiền và tượng Phật bị dẹp bỏ, và xây cơ sở khác lên đó, phải được trả lại.*
3. *Trả tự do cho tất cả Tăng Ni, Phật tử, các nhà văn, nhà báo, các nhà chính trị v.v...đã bị giam giữ lâu ngày không xét xử, và xét xử bất công. Tôn trọng tự do tôn giáo và quyền làm người của những ai đã mất trong đó có tôi, Quảng Độ, Đức Nhuận, Tuệ Sĩ, Mạnh Thát v.v... và các tu sĩ các tôn giáo khác.*
4. *Trả lại tất cả Tự viện, các cơ quan, văn phòng trụ sở, các cơ sở văn hóa, xã hội từ thiện v.v... của Giáo Hội chúng tôi từ Trung Ương đến địa phương đã bị nhà nước và Giáo Hội do nhà nước dựng lên chiếm dụng phi pháp hơn 11 năm qua kể cả các Tự viện miền Bắc sau 1945 bị nhà nước chiếm dụng.*
5. *Cho Giáo Hội chúng tôi được phục hồi sinh hoạt với các chi bộ Phật Giáo Hải ngoại như trước năm 1975, và sau này, như nhà nước đã cho Giáo Hội Thiên Chúa giáo Việt Nam làm việc với Giáo Hội Vatican.*

6. *Yêu cầu nhà nước đưa nội vụ tôi từ năm 1945/1992 ra trước pháp luật xét xử, còn bao nhiêu tội để phải ở bao nhiêu năm tù nữa. Không thể nhốt tôi mãi mà không xét xử! Tôi đã khổ tâm tủi nhục nhiều:*

   – Vì Giáo Hội của chúng tôi bị lật đổ vô lý.

   – Vì đất nước chưa đủ văn minh, giàu mạnh, tự do và dân chủ.

   – Từ ngày có chế độ cộng sản trên đất nước Việt Nam, cũng từ ngày đó, tôi mất hết tự do và tù đày cho đến ngày hôm nay...

7. *Nếu các việc trên không được nhà nước cứu xét hợp tình, hợp lý, chúng tôi xin được quyền nhờ các cơ quan nhân quyền, dân chủ quốc tế và thân hữu xa gần giúp đỡ. Như nhà nước đã biết trong hai năm qua tôi đã được các tổ chức nhân quyền, dân chủ v.v... ở các thành phố lớn Âu, Mỹ, Úc, đã gởi trên 20000 lá thư đến nhà nước yêu cầu xét vụ các tu sĩ Phật Giáo Việt Nam trong đó có tôi mà chưa được nhà nước lưu ý, chẳng kể dư luận thế giới là gì cả.*
8. *Giáo Hội chúng tôi muốn làm việc với nhà nước và nhân dân, để xây dựng đất nước theo truyền thống Phật Giáo, dân tộc. Nhưng không thể làm việc được, hoặc làm trong sự điều khiển của một chế độ, còn xem tôn giáo như là kẻ thù và nhúng tay kiểm soát can thiệp nội bộ tôn giáo chưa từng có trong lịch sử tôn giáo tại Việt Nam!*
9. *Tôi sẽ nguyện hiến thân này cho Đạo pháp và Dân tộc, khi thấy rằng sự khổ nhục đã đến lúc không thể cho phép tôi chịu đựng hơn nữa. Và còn nhiều việc khác tôi sẽ đệ trình sau.*

Không ai là không biết Giáo Hội Phật Giáo Việt Nam Thống Nhất là Giáo Hội của một tôn giáo đã có mặt trên hai nghìn năm nay trên đất nước Việt Nam, và là một Giáo Hội của đại đa số quần chúng Việt Nam. Cũng không ai là không biết, Giáo Hội, từ sau tháng tư năm 1975, đã liên tục bị chính quyền khủng bố, áp bức, cố tình tiêu hủy mọi khả năng và phương tiện hoạt động. Toàn bộ cơ sở của Giáo Hội bị chiếm dụng phi pháp, các hoạt động tín ngưỡng, văn hóa, giáo dục, từ thiện, xã hội của Giáo Hội bị ngăn cấm. Ngay đến quí vị lãnh đạo cao cấp nhất của Giáo Hội cũng bị giam, bị giết, bị bức tử, bị cô lập, thì nói gì đến Tăng Ni và Phật tử của Giáo Hội đã phải chịu đau thương đến chừng nào! Một Giáo Hội như thế mà bị đối xử như thế thì thực là điều không thể tưởng tượng, không thể chấp nhận, không thể biện minh với bất cứ lý do gì. Càng không ai không biết một thực tế là cho đến nay dù cố tình triệt hủy như thế nào, dù bị khủng bố, đe dọa, và giết chóc đến thế nào, Giáo Hội vẫn liên tục tồn tại, vẫn liên tục nói lên tiếng nói cho quần chúng bị áp bức, vẫn kiên trì với truyền thống của mình, để là **một Giáo Hội của và cho tất cả những Tăng Ni, Phật tử đau khổ trên đất nước Việt Nam ngày nay**.

HT Viện Trưởng Viện Hóa Đạo, dù đang bị giam lỏng, đã công khai khẳng định một lần nữa, sự hiện hữu và vị thế lãnh đạo tinh thần không thể chối bỏ của Giáo Hội; và đã thẳng thắn đưa ra những đòi hỏi hợp tình, hợp lý, hợp với thực tại cũng như với nhu cầu sống còn phát triển của dân tộc trên đất nước Việt Nam ngày nay. Đó cũng là những khẳng định và đòi hỏi của tất cả Tăng Ni, Phật tử Việt Nam trong và ngoài nước.

Tổng hội Phật Giáo Việt Nam tại Hoa Kỳ đặt mình trong nỗi đau và ước nguyện chung của Tăng, Tín đồ Phật Giáo Việt Nam bị áp bức từ bao lâu nay và trong lòng Giáo Hội Mẹ đang bị bóp nghẹt tại quê nhà, xem đây là **Tiếng nói của Cuộc Vận Động cho Tự Do Tín Ngưỡng và Nhân Quyền tại Việt Nam của Giáo Hội Phật Giáo Việt Nam Thống Nhất.**

Đã đến lúc tiếng nói này cần được nói lên và HT Viện Trưởng Viện Hóa Đạo trong hoàn cảnh bị giam lỏng và cô lập hiện nay, đã đem chính thân mạng của mình để nói lên Tiếng Nói đó.

Đã đến lúc Tăng, Tín đồ Phật Giáo Việt Nam tại hải ngoại chung sức, chung lòng cất cao Tiếng Nói này để cùng làm cho Cuộc Vận Động hiện nay của Giáo Hội Mẹ tại quê nhà được thành tựu; mà cụ thể là các đòi hỏi chính đáng trong bức thư của HT Viện Trưởng Viện Hóa Đạo trên đây được thực hiện đúng mức và để bảo vệ sinh mạng của HT Viện Trưởng.

Chúng tôi khẩn thiết yêu cầu các Tổ chức Phật Giáo Việt Nam trên thế giới; các Tổ chức Phật Giáo Thế giới, cơ quan Nhân Quyền Liên Hiệp Quốc, Cơ quan Ân Xá Quốc Tế, các tổ chức và nhân vật hoạt động cho Tự Do và Nhân Quyền; chính phủ Hoa Kỳ và chính phủ của các quốc gia trên thế giới cùng quí vị Nghị Sĩ, Dân biểu hỗ trợ bằng mọi cách cho Cuộc Vận Động này và những đòi hỏi trên đây cũng như để bảo vệ sinh mạng cho HT Viện Trưởng Viện Hóa Đạo Giáo Hội Phật Giáo Việt Nam Thống Nhất.

Tổng Hội Phật Giáo Việt Nam tại Hoa Kỳ nguyện đem hết sức mình để đóng góp vào nỗ lực chung của toàn thể Tăng, Tín Đồ Phật Giáo Việt Nam trong và ngoài nước.

Los Angeles ngày 19 tháng 7 năm 1992

Tổng Hội Phật Giáo Việt Nam tại Hoa Kỳ
HT Thích Mãn Giác
Hội Chủ

Chánh Sách Chà Đạp Nhân Quyền Và Đàn Áp Tôn Giáo Của CS Việt Nam

HT Thích Thắng Hoan
Hồn Việt. Số 141. Tháng 6/95

LTS: Nhân dịp Lễ Phật Đản 2539 tổ chức tại Mile Square Park, thành phố Fountain Valley, Cali vừa qua, HT Thích Thắng Hoan, Phó Chủ Tịch Hội Đồng Điều Hành GHPGVNTNHN tại Hoa Kỳ đã thuyết trình về "Chánh Sách Chà Đạp Nhân Quyền và Đàn Áp Tôn Giáo của CS VN"... Hồn Việt xin được trích đăng một số điểm trong bài thuyết trình của HT Thắng Hoan:

I/ CHÍNH SÁCH ĐỐI VỚI DÂN TỘC VIỆT NAM:

1. Ai cũng đều biết, Chủ nghĩa CSVN chính là con đẻ của Chủ nghĩa CS Liên Xô do Hồ chí Minh mang về đặt ách thống trị dân tộc Việt Nam. Sau khi tiến chiếm miền Nam Việt Nam năm 1975, chế độ CSVN chủ trương tiêu diệt các tôn giáo và các thành phần trí thức hữu khuynh, đồng thời phổ biến 80% dân tộc VN trở thành nô lệ cho Chủ Thuyết Công Nông, nhằm mục đích phục vụ cho đảng và nhà nước.
2. Suốt 20 năm qua, dân tộc VN bị sống dưới ách thống trị tàn bạo của chủ nghĩa CS vô thần, chế độ CSVN dùng mọi thủ đoạn kềm kẹp và bóc lột dân tộc VN đến tận xương tủy với chính sách Kinh Tế Quốc Doanh, với thuế má khắc nghiệt, với sự tham nhũng của Tư Bản Đỏ v.v... Hiện nay, đất nước Việt Nam ngày một băng hoại, tài nguyên Quốc Gia bị tẩu tán, xã hội thối nát, nền luân lý và đạo đức của dân tộc Việt Nam bị suy đồi khủng khiếp. Trình độ dân trí quá thấp kém. Phần lớn con em Việt Nam nghèo đói, dốt nát và thất học. Đất nước Việt Nam xưa kia được thế giới công nhận là hòn ngọc Viễn Đông. Nhưng ngày nay, dưới chế độ cộng sản thống trị, Quốc Gia Việt Nam là một nước nghèo nhất, không thua gì Phi Châu và dân tộc Việt Nam phần đông trở thành kẻ ăn mày tồi tệ. Trái lại các thành phố thì có tính cách phồn vinh giả tạo.

II/ CHÁNH SÁCH ĐỐI VỚI CÁC TÔN GIÁO:

1. Sau khi chiếm trọn miền Nam Việt Nam năm 1975, chế độ CSVN thẳng tay đàn áp các tôn giáo với nghị quyết 297. Các tôn giáo như: Cao Đài, Hòa Hảo, Thiên Chúa, Tin Lành, Phật Giáo v.v... đều bị khống chế toàn bộ. Nhất là GHPGVNTN bị chế độ CSVN tận dụng mọi thủ đoạn triệt hạ, tước đoạt tất cả cơ sở Giáo Hội và cấm chỉ không cho ai sinh hoạt.

2. GHPGVNTN chính là Giáo Hội của dân cử, có truyền thống lâu đời của dân tộc Việt Nam, đủ tư cách đại diện cho tiếng nói của dân tộc Việt Nam trên Công Pháp Quốc Tế. Thế mà, chế độ CSVN rất thâm độc, đàn áp GHPGVNTN bằng cách sử dụng chính sách "DÙNG PHẬT GIÁO TIÊU DIỆT PHẬT GIÁO". Chính sách này gồm có:

   a. Đầu tiên chánh quyền CSVN cho ra một tổ chức gọi là "Phật Giáo Yêu Nước để triệt hạ GHPGVNTN. Chánh sách này bị đồng bào tẩy chay và bị GHPGVNTN phản đối mãnh liệt. Trong lúc đó, bọn chúng thủ tiêu HT Thích Thiện Minh để diệt phong trào đối kháng của Giáo Hội chủ trương.

   Kế tiếp, bọn chúng áp đặt, bức tử, quản thúc, tống giam các nhà lãnh đạo Phật Giáo v.v... nhất là HT Thích Huyền Quang, Quyền Viện Trưởng Viện Hóa Đạo, bị quản thúc tại Quảng Ngãi và HT Thích Quảng Độ, Tổng Thư ký Viện Hóa Đạo bị quản thúc tại Thái Bình và hai vị nói trên cho đến ngày nay không được xét xử.

   b. Năm 1981, sau khi tập đoàn Phật Giáo Yêu Nước bất lực trong công tác tiêu diệt GHPGVNTN, đảng và nhà nước liền thay đổi chiến lược, lại cho ra thêm một Giáo Hội khác mang tên là "Giáo Hội Phật Giáo Việt Nam" để tiếp tục đánh phá Phật Giáo, nhằm tiêu diệt cho bằng được GHPGVNTN có pháp lý của dân tộc, để khép miệng tiếng nói trung thực của dân tộc.

Còn cái gọi là GHPGVN của đảng và nhà nước đẻ ra chỉ có giá trị như một Hiệp Hội, một Hiệp Hội còn tệ hơn Đạo Dụ số 10 trước kia của thực dân Pháp đặt ra. GHPGVN của đảng và nhà nước đẻ ra luôn luôn chịu dưới sự chỉ đạo của Mặt Trận Tổ Quốc là một tổ chức ngoại vi của đảng và nhà nước. GHPGVN nói trên hoàn toàn không được Hiến pháp của CSVN nhìn nhận một cách chính thức như một Tôn Giáo Chánh Thống.

3. Trước sự đau khổ cùng cực của Dân Tộc và Đạo Pháp dưới chế độ độc tài đảng trị vô nhân đạo của chủ nghĩa CSVN, ngày 31/10/1991, Đại Lão Hòa Thượng Thích Đôn Hậu, Chánh Thư ký kiêm Xử lý Viện Tăng Thống GHPGVNTN liền ra Thông điệp kêu gọi chư Tôn Giáo Phẩm trong và ngoài nước cùng nhau thống nhất ý chí để bảo vệ Đạo Pháp và Dân Tộc. Kế tiếp, ngày 15/11/1991, Đại Lão Hòa Thượng Thích Đôn Hậu ra Chúc thư ủy quyền cho HT Thích Huyền Quang, Quyền Viện Trưởng Viện Hóa Đạo đứng ra lãnh đạo Giáo Hội để bảo vệ Đạo Pháp và Dân Tộc.
4. Đã vậy, đảng và nhà nước CSVN không chịu thay đổi chánh sách, vẫn tiếp tục đàn áp và khống chế GHPGVNTN. Đồng bào Phật tử không thể chịu nổi sự hà khắc tàn nhẫn của chánh quyền CSVN, cho nên ngày 24/12/1993, quần chúng đã đồng loạt đứng lên biểu tình, tuyệt thực trên 40 ngàn người tại Cố Đô Huế vào ngày 5/6/1993, đảng và nhà nước lo sợ phong trào đấu tranh của Giáo Hội Phật Giáo chủ trương, liền ban hành Mật lệnh số 106, chỉ thị chánh quyền Thừa Thiên bắt quí thầy Thích Trí Tựu, Thích Hải Tạng, Thích Hải Tịnh và hơn 300 Phật tử Huế. Tiếp theo, ngày 24/7/93, hằng trăm đồng bào Phật tử biểu tình và tuyệt thực nơi tỉnh Bà Rịa. Tại đây chánh quyền CS địa phương sử dụng công an, bộ đội và xe tăng tấn công chùa Linh Sơn, bắt TT Thích Hạnh Đức, câu lưu 17 Tăng Sĩ và giam cầm hơn 100 Phật tử. Hơn nữa phong trào đấu tranh của Giáo Hội và đồng bào Phật tử khởi điểm từ Huế dưới nhiều hình thức và lan tràn đến miền Tây Việt Nam để phản đối chánh sách chà đạp nhân quyền và đàn áp Tôn giáo, bắt bớ Tăng Ni và đồng bào Phật tử một cách trái phép của chế độ CSVN.

Tàn nhẫn nhất, ngày 5/11/1994, chánh quyền CSVN lại đàn áp và bắt bớ đoàn cứu trợ đồng bào nạn lụt tại miền Tây của GHPGVNTN tổ chức. Cũng như thô bạo nhất, ngày 29/12/94, chánh quyền CSVN, một lần nữa bắt giam HT Thích Huyền Quang, Quyền Viện Trưởng Viện Hóa Đạo, trong lúc HT đang bị bệnh nặng. Thế mà công an không cho Phật tử mang thức ăn và không cho các vị y tá chăm sóc sức khỏe HT. Tiếp theo, ngày 4/1/95, chánh quyền CSVN lại bắt HT Thích Quảng Độ, Tổng Thư ký Viện Hóa Đạo đem đi biệt tích. Có thể nói, chánh quyền CSVN thẳng tay bắt bớ giam cầm trái phép HT Thích Huyền Quang và HT Thích Quảng Độ, hai vị lãnh đạo tối cao của

GHPGVNTN chứng tỏ đảng và nhà nước CSVN quyết tâm triệt hạ GHPGVNTN để tiêu diệt cuộc vận động tự do Tôn giáo và Nhân quyền tại VN.

5. Để khẳng định một lần nữa, chủ nghĩa CSVN là chủ nghĩa ngoại lai. Chế độ CSVN là chế độ phi nhân bản và Hiến pháp hiện nay của CSVN là Hiến pháp phi dân tộc. Chế độ CS chính là CHẾ ĐỘ ĐẢNG TRỊ mà chế độ này thật sự không phải là CHẾ ĐỘ PHÁP TRỊ. Hiến pháp của CSVN chỉ phục vụ cho đảng và nó không phục vụ cho dân, nhất là điều 4 của Hiến pháp CHXHCN Việt Nam mà HT Thích Huyền Quang đã công khai chỉ trích trong bản Tuyên Cáo ngày 20/11/93. Hiến pháp của CSVN cho phép chánh quyền tổ chức bầu cử ba ngành với chánh sách "Hai lên ba xuống và cán bộ đảng viên được quyền phân phối đồng đều để tranh cử với nhân dân". Chánh sách HAI LÊN BA XUỐNG nhằm mục đích loại trừ toàn bộ những thành phần đối lập, không phải đảng viên ra khỏi cơ chế chánh quyền. Chánh sách bầu cử vừa kể trên của chế độ chỉ là hình thức giả tạo Bầu Cử Tự Do để che mắt thế giới. Chúng tôi cả quyết rằng, Hiến pháp của chế độ CSVN hiện đang ban hành chính là Hiến Pháp Phi Dân Tộc.

6. Ngày nay, một số người lầm tưởng cho rằng, chế độ CSVN đã thay đổi chánh sách. Nguyên do họ thấy chánh quyền CSVN hiện đang thay đổi từ Kinh Tế Quốc Doanh chuyển sang Kinh Tế Thị Trường. Đó là một sự lầm lẫn to lớn. Chế độ CSVN hiện nay chuyển sang Kinh Tế Thị Trường chỉ là nới rộng chánh sách nhằm giải quyết cấp thời tình trạng kinh tế trong nước đang bị kiệt quệ. Thực sự họ chưa phải thay đổi chánh sách như chúng ta tưởng. Bởi vì họ vẫn chưa thay đổi Hiến pháp, nhất là họ chưa xóa bỏ điều 4 của Hiến pháp. Hơn nữa, họ khống chế GHPG của dân tộc, vẫn đàn áp các tôn giáo và vẫn chà đạp nhân quyền, nhất là họ vẫn tiếp tục áp đảo GHPGVNTN và vẫn tiếp tục bắt bớ giam cầm các Tăng Ni cũng như đồng bào Phật tử can đảm đứng ra bảo vệ Tín Ngưỡng và đòi hỏi Nhân Quyền cho Việt Nam.

BÁO WASHINGTON POST LÊN TIẾNG CHÍNH QUYỀN CSVN ĐÀN ÁP TÔN GIÁO

NEW YORK (Tổng Hợp) / Nhật báo Washington Post, số ra ngày 19/10/93, đã chạy một cái tít lớn "Hà Nội bị chỉ trích là chà đạp tôn giáo", ký giả William Branigin đã mở đầu bài nhận định như sau: *"Các tổ chức nhân quyền đã nặng nề chỉ trích nhà cầm quyền Hà Nội là đàn áp tôn giáo. Đã xảy ra nhiều cuộc biểu tình gần đây, phản đối CSVN có chính sách gò bó tôn giáo. Tình hình bất ổn khiến nhà cầm quyền độc đảng lo sợ về số phận VN, tương tự như các chư hầu Liên Xô cũ. Lãnh đạo CSVN đang bị phía Thiên Chúa giáo chống đối kịch liệt. Lãnh đạo VN nhìn thấy rõ sự sụp đổ của khối CS từ bên trong và hết sức lo lắng, vì các tôn giáo chống đối chính quyền rất mạnh, nhất là ở miền Nam VN."*

Ký giả viết: *"Nhà cầm quyền càng bực tức thêm, khi lực lượng đấu tranh Phật Giáo đang được lãnh đạo bởi các vị Tăng sĩ, từng tham gia lật đổ chính quyền Ngô Đình Diệm vào năm 1963. Sự xung đột gay gắt của nhà nước đối với các tôn giáo, là ở vấn đề đòi kiểm soát các tổ chức Phật Giáo, và không đồng ý cho tòa thánh Vatican sắp xếp nhân sự công giáo tại Việt Nam. Các tổ chức nhân quyền cho biết, sự xung đột quyền lực đó khiến cho nhiều người bị cầm tù".* Cũng theo tờ báo Washington Post, sự đàn áp tôn giáo hoàn toàn trái nghịch với chiều hướng cải cách kinh tế theo khuynh hướng thị trường tự do, để hấp dẫn đầu tư ngoại quốc. Nhà nước cũng tuyên bố đã nới lỏng việc kiểm soát quần chúng...

...Báo Washington Post viết như sau: *"Sự hằn học giữa CSVN và GHPGVNTN đã bùng nổ thành một cuộc xung đột lớn, hồi năm ngoái trong tang lễ của nhà lãnh đạo cao cấp Thích Đôn Hậu. Ông Đôn Hậu qua đời ở chùa Linh Mụ Huế, để lại Chúc thư dặn dò Tăng Ni Phật tử phải chống đối việc nhà nước xen vào nội bộ Phật Giáo. Ông Thích Huyền Quang, nhà lãnh đạo kế thừa, hiện đang bị quản thúc ở tỉnh Quảng Ngãi, và đang chống đối mạnh mẽ việc nhà nước đòi sát nhập Phật Giáo truyền thống vào một tổ chức Phật Giáo của chính phủ. Ông Huyền Quang kêu gọi lãnh đạo Hà Nội phải thừa nhận sự hiện hữu hợp pháp của GHPGVNTN, hoàn trả chùa chiền và cơ sở Phật Giáo, phóng thích các tù nhân chính trị."*

Trước khi kết luận, ký giả William Branigin tuần tự nhắc đến nhiều biến cố: cuộc tự thiêu của Phật tử Đào Quang Hộ trước mộ HT Thích Đôn Hậu tại chùa Linh Mụ, biến cố công an bao vây chùa Linh Mụ bắt giam ĐĐ Thích Trí Tựu, cuộc biểu tình 40 ngàn người ở Huế và hai ngàn Phật Tử Vũng Tàu liệng đá vào công an cảnh sát, trước khi ĐĐ Thích Hạnh Đức bị bắt giam. *"Nhà cầm quyền Hà Nội đã gọi các tu sĩ Phật Giáo và Thiên Chúa Giáo là các chính trị gia, phá rối trị an xã hội, bị ảnh hưởng của các thế lực phản động lưu vong ở hải ngoại muốn lật đổ chính quyền."*

NGOẠI TRƯỞNG ÚC: VN PHẢI THẢ NGUYỄN ĐÌNH HUY, HT QUẢNG ĐỘ

Nhật Báo Việt Báo Kinh Tế – thứ tư 23/8/1995.

CANBERRA– Ngoại Trưởng Úc Gareth Evans hôm qua thứ ba đã đưa ra một bản tuyên bố chính thức kêu gọi chế độ CSVN nên phóng thích các tù nhân chính trị.

Evans đã từng nêu vấn đề nhân quyền với Tổng Bí Thư đảng CSVN khi ông này qua thăm Úc gần đây:

Tiếp theo lời kêu gọi cá nhân, ông Evans đã đưa ra một bản tuyên bố, trong đó nói:

"Chính phủ Úc kêu gọi Việt Nam ân xá cho tù nhân chính trị nhân dịp kỷ niệm 50 năm ngày tuyên ngôn độc lập của VN vào tháng 9 năm nay".

Chính quyền CSVN mới đây nói họ sẽ ân xá cho 4000 tù nhân, nhân dịp kỷ niệm Độc Lập 2 tháng 9 khi VN còn là thuộc địa của Pháp năm 1945

Ông Evans đã đặc biệt nhắc đến hai người bị tuyên án tù là GS Nguyễn Đình Huy và HT Thích Quảng Độ trong GHPGVNTN. Ông nói "rất phàn nàn" về việc xử tù hai nhân vật này.

Ông Nguyễn Đình Huy đã bị kêu án 15 tù và HT Thích Quảng Độ 5 năm, trong hai phiên tòa ở Sài Gòn.

Bản tuyên bố của ông Evans còn nói:

"Chính phủ Úc rất quan tâm về những người đó. Họ đã bị bỏ tù vì phát biểu bất bạo động những niềm tin chính trị hay niềm tin khác của họ, như vậy là trái với các tiêu chuẩn được quốc tế công nhận, như đã ghi trong Quy Ước Quốc Tế về quyền dân sự và chính trị, mà Việt Nam là một thành phần".

Ông Evans nói các vụ xử án tử chính trị mới đây ở VN làm dư luận người dân và chính quyền Úc rất thắc mắc...

49 TĂNG NI GIÁO HỘI NHÀ NƯỚC ĐÒI CSVN THẢ HT HUYỀN QUANG

"Thật là tủi nhục cho Phật Giáo Việt Nam: Chùa là nhà tù giam Tăng Sĩ!"

Nhật báo Việt Báo Kinh Tế. Thứ Sáu 18/8/1995.

PHÒNG THÔNG TIN PHẬT GIÁO – HT Thích Huyền Quang, vị lãnh đạo tối cao của GHPGVNTN, TT Thích Long Trí, Chánh Thư ký Văn phòng Viện Hóa Đạo, Trưởng đoàn Cứu trợ nạn nhân lũ lụt đồng bằng sông Cửu Long, sẽ bị đưa ra xét xử ở tòa án Quảng Ngãi một ngày gần đây. Tin này vừa được Việt tấn xã công bố tại Hà Nội hôm qua.

Từ trước tới nay, nhà cầm quyền Hà Nội không ngớt phủ nhận việc bắt bớ HT Thích Huyền Quang. Phái đoàn Hà Nội tại LHQ cũng như phát ngôn nhân Bộ Ngoại giao Hà Nội đã nhiều lần tố cáo Ủy ban Bảo Vệ Quyền làm Người VN "tung tin thất thiệt" việc HT Huyền Quang bị bắt hôm 29/12/1994, rồi giải thích rằng HT chỉ "di chuyển sang ở chùa khác theo lời yêu cầu của một số Tăng Sĩ"...

... Ủy ban bảo vệ Quyền làm Người vừa nhận được sáng thứ năm bản Kiến nghị của 49 vị đại diện GHPGVN (nhà nước) đòi trả tự do cho HT Thích Huyền Quang. Bản Kiến nghị mang số tham chiếu 09/PGBĐ/VT, viết tại Tổ đình Long Khánh (trụ sở của Tỉnh hội Phật Giáo Bình Định) và nhân danh "toàn thể Ban Trị Sự, Ban Đại Diện Giáo Hội Phật Giáo các Huyện và Thành phố và đại diện Tăng Ni, tín đồ Phật Giáo tỉnh Bình Định gửi cho Tổng Bí Thư Đỗ Mười, Chủ tịch

Lê Đức Anh, Thủ tướng Võ Văn Kiệt và ông Vũ Quang, Trưởng ban Tôn giáo chính phủ, minh định ý kiến và lập trường sau đây:

"...Gần đây, trong xu thế đổi mới nhiều mặt, nhà nước đã mở rộng vòng tay để đón nhận mọi nguồn nhân lực, dù thù hay bạn, hay là kẻ địch trước đây mà ưu tư, hoài bão xây dựng xứ sở đều được chính sách khoan hồng đãi ngộ. Điều chúng tôi rất hoan nghênh, cũng đã tạo tin tưởng tốt đối với mọi người.

Tuy nhiên, trên thực tế chúng tôi thấy có những vấn đề chưa hoàn toàn thực hiện đúng chính sách khoan hồng ấy:

HT Thích Huyền Quang, là vị cao Tăng của Phật Giáo hiện đại, là người quê hương Bình Định, trưởng thành tại Bình Định, đã cùng dân tộc và Giáo Hội chịu nhiều đắng cay, khổ nhục, tù đày, hăm dọa vì chống lại những bất công xã hội, kỳ thị Tôn giáo của nhiều chế độ trước đây. HT Huyền Quang đã làm gì nên tội với quê hương xứ sở, với dân tộc mà quí Ngài đã biệt giam, cô lập không xét xử công khai trước quần chúng? Hơn 13 năm, quí Ngài đã đưa HT về quê hương (Nghĩa Bình cũ) nhưng không một lần được tự do về thăm lại làng xưa, thăm lại mồ mả Ông Bà Tổ tiên, Thầy Tổ của HT, mà bị phong tỏa, cô lập, hạn chế thăm viếng dù là thân nhân đệ tử.

Thật là tủi nhục cho Phật Giáo VN: Chùa là nhà tù giam Tăng sĩ Phật Giáo!

Từ chùa Hội Phước thị xã Quảng Ngãi, nay quí Ngài lại đưa HT Huyền Quang đến chùa Quang Phước huyện Nghĩa Hành nơi xa xôi hẻo lánh, lại càng phong tỏa, cô lập, gắt gao hơn trước, không một ai được viếng thăm, thậm chí những thân nhân, đệ tử cũng không được thăm nuôi, chăm sóc, trong khi Ngài đã gần 80 tuổi; mặc dù đã hai lần TT Thích Đồng Thiện trụ trì và chư Tăng Tu viện Nguyên Thiều gởi đến các cơ quan thẩm quyền tỉnh Bình Định xin can thiệp để được thăm nuôi như những tù nhân khác, nhưng vẫn không được giải quyết. Thật đau xót, phũ phàng, đạo nghĩa thầy trò không được sống trọn vẹn!!!".

Bản Kiến nghị yêu sách ba điểm:

1. Xét xử phân minh, công khai xét sự tham dự của Tăng Ni, Phật tử trong và ngoài tỉnh;
2. Khi chưa xét xử, xin Ngài tạo thuận lợi để thân nhân, đệ tử và những người đồng đạo được thăm viếng HT dễ dàng tự do;
3. Xin trả tự do cho HT Huyền Quang và các Phật tử còn đang bị giam cầm. Đó là thực hiện chính sách khoan hồng của nhà nước.

Đại diện Ban Trị sự Giáo Hội Phật Giáo Việt Nam (nhà nước), GHPGVNTN và Tăng Ni Phật tử tỉnh Bình Định đồng ký tên: HT

Thích Kế Châu, Trưởng ban Trị sự GHPGVN tỉnh Bình Định, cùng các Hòa Thượng, Thượng Tọa, Đại Đức: Thích Nguyên Phước, Thích Giác Phất, Thích Nguyên Chơn, Thích Như Quang, Thích Đồng Hạnh, Thích Tịnh Nhân, Thích Viên Đạt, Thích Nữ Như Liên, Thích Nữ Tâm Hòa, Thích Thiện Nhơn, Đoàn Ngọc Long, Thích Bảo An, Thích Minh Hạnh, Thích Nguyên Khiết, Thích Đồng Thiện, Thích Đồng Hạnh, Thích Nguyên Huệ, Thích Giác Hoa, Thích Quảng Bửu, Thích Đồng Hưng, Thích Nhật Quang, Thích Nữ Hạnh Nghiêm, Thích Quảng Bá, Thích Quảng Long, Thích Nhuận Toàn, Thích Quảng Cảnh, Thích Đồng Chơn, Thích Minh Tuấn, Nguyễn Gia Phước, Phan Minh Ba, Nguyên Thông, Chiếu Liễu, Thích Đồng Quý, Thích Viên Tâm, Đồng Thinh, Nhuận Thông, Thích Nữ Hạnh Nhuận, Thích Nữ Hạnh Giải, Thích Nữ Hạnh Quang; và Thích Đồng Trụ. Ban Đại Diện GHPGVN: Thích Liễu Giải, Ban Đại Diện Giáo Hội thành phố Qui Nhơn; Thích Giải Tôn, Ban Đại Diện Giáo Hội Huyện Tuy Phước; Thích Giác Thuyên và Thích Viên Hoa, Ban Đại Diện Giáo Hội Huyện An Nhơn; Thích Trí Thắng, Ban Đại Diện Giáo Hội Phật Giáo Huyện Tây Sơn; Thích Chúc Thọ, Ban Đại Diện Giáo Hội Huyện Phù Cát; Thích Hạnh Bảo, Ban Đại Diện Giáo Hội Huyện Phù Mỹ, Ban Đại Diện Giáo Hội Huyện Hoài Nhơn (tên đọc không rõ)...

Thân nhân và Tăng Sĩ chùa Linh Mụ đã gửi đơn kháng án đến chính quyền Hà Nội

... Đơn Kháng Án kết luận: "Vậy Phiên tòa xử ngày 15/11/93 của Tòa Án Nhân Dân Thừa Thiên – Huế, chiếu theo điều 198 Phần 2, điều B của bộ luật Hình Sự, để kết án các bị cáo là áp đặt không khách quan, không công bằng, không đúng tinh thần luật pháp nhà nước. Nếu cách xét xử và bản nghị án này thi hành đối với các bị cáo thì quần chúng và nhân dân chúng tôi vô cùng bất bình đối với phiên Tòa xét xử ngày 15/11/93 không đúng luật pháp (của) nền dân chủ. Nếu như vụ án gây rối trật tự giao thông công cộng thì phải được xét xử và làm sáng tỏ nơi công cộng chứ không phải nơi Doanh Trại Quân Đội. Nếu là Tòa án Nhân Dân thì tại sao Nhân Dân đến dự lại không được vào, ngoại trừ những người có giấy phép, phiên xử lại không truyền thanh trực tiếp cho nhân dân theo dõi? Trước khi xử vụ án, chúng tôi có yêu cầu Tòa phải thông báo cho tất cả đồng bào và Tăng Ni Phật tử xa gần được biết để đến tham dự, ít nhất trước hai ngày. Tòa có hứa với chúng tôi, nhưng lời hứa đó Tòa không thực hiện"

Công An Tiếp Tục Đánh Phá Cửa Chùa: Một Đại Đức Đã Bị Bức Hại Thê Thảm

Theo tin riêng của Chánh Đạo, ĐĐ Thích Thiện Ân, tục danh Vũ Văn Mẫn 28 tuổi, tu tại chùa Huệ Nghiêm, Thủ Đức (gần chùa Một Cột) đã bị công an thành phố đến chùa lột áo, còng tay dắt đi lúc 8 giờ sáng ngày 5/9 thì đến 3 giờ chiều thầy chết tại sở Công an. Sau đó chúng đem xác thầy đến Bệnh Viện Chợ Rẫy mãi đến ngày 9/9 mới thông báo cho chùa và thân nhân.

Theo tin riêng từ trong nước đưa ra, xác Đại Đức bị nhiều vết bầm, bể đầu, gãy tay. Công an đổ tội cho thầy vì "có nhiều tội" nên nhảy từ lầu 3 xuống mà chết.

Đám tang thầy đã xảy ra một cách âm thầm lặng lẽ. Ngoài thân nhân, một hai đạo hữu tiễn đưa, đặc biệt còn có khoảng 50 công an nổi và chìm bám sát để canh chừng. Họ còn để lại một hai "chiến sĩ công an" canh ngôi mộ của thầy suốt 48 giờ sau khi chôn cất.

Thư từ trong nước còn nói rõ huyệt mộ vừa lấp xong, công an đã tốn đến 10 bao xi măng để xây một nền bê tông cứng chắc lên trên. Phải chăng bọn cầm quyền muốn che lấp tội sát nhân trắng trợn này.

200 Dân biểu trong Ban Đặc Lãnh Nhân Quyền Quốc Hội Hoa Kỳ viết thư yêu cầu Ngoại Trưởng Hoa Kỳ và Ngân Hàng Thế Giới Hãy Công Khai Tố Cáo Cuộc Đàn Áp Phật Giáo Việt Nam

Ngày 22/11, Ban Đặc Lãnh Nhân Quyền Quốc Hội Hoa Kỳ (Congrestional Human Rights Caucus) bao gồm 200 Dân biểu thuộc đảng Dân Chủ và Cộng Hòa đã viết một bức thư cho Ngoại Trưởng Warren Christopher yêu cầu Hoa Kỳ phải tỏ thái độ ngay trong chính sách Hoa Kỳ đối với VN trước những vi phạm nhân quyền và đàn áp Phật Giáo tại VN. Trước đó, ngày 10/11/93, Ban Đặc Lãnh Nhân Quyền cũng đã có thư cho ông Lê Văn Bằng, quyền Đại Sứ Phái Bộ VN tại LHQ yêu cầu vụ xử dành cho các Đại Đức Huế phải công minh theo các tiêu chuẩn luật pháp và nhân quyền quốc tế.

Bức thư ngày 22/11/93 viết: *"Là những Dân Biểu Quốc Hội quan tâm tới nhân quyền, chúng tôi viết thư này nói lên sự không có tự do tôn giáo và tự do chính trị tại CHXHCNVN (...). Chúng tôi nhận được những thông báo cho biết rằng Việt Nam tiếp tục nhắm (đàn áp) giới ly khai chính trị và nhiều cơ sở tôn giáo bị nhà nước kiểm soát. Hàng trăm người bị tù chỉ vì những hành động tôn giáo hay chính trị bất bạo động của họ. Chúng tôi biết rõ rằng những thành viên này thuộc GHPGVNTN tiếp tục bị đàn áp. Nhiều vị lãnh đạo thuộc Giáo Hội này bị hăm dọa, quấy nhiễu, bị bắt bớ quy mô và trong nhiều trường hợp bị tra tấn. Hàng trăm Tăng sĩ, Phật tử, cũng như các vị lãnh đạo tôn giáo các tôn giáo khác đã bị bắt giam nhiều năm mà không được xét xử hay xét xử bất công.*

Chúng tôi vô cùng quan ngại trước một số trường hợp đặc thù của các Tăng sĩ Phật Giáo vừa bị tù vì lý tưởng tôn giáo của họ hay vì phản đối những hành động đàn áp của chính quyền. Đây là trường hợp xảy ra cho HT Thích Huyền Quang, Thích Trí Tựu, Thích Hải Tạng, Thích Hải Thịnh, Thích Tuệ Sỹ, Thích Trí Siêu, Thích Nguyên Giác, Thích Thiện Tấn, Thích Không Tánh và Thích Hạnh Đức. Chúng tôi kiến nghị với chính quyền hãy chiếu cố những trường hợp nhân quyền này trong việc thiết kế chính sách Hoa Kỳ đối với VN và tiếp tục nêu chuyện này trong các cuộc thảo luận với chính quyền VN.

Chúng tôi cũng gửi bản sao thư này đến ông Mark M. Collins Jr. Giám Đốc Điều hành Hoa Kỳ của Ngân Hàng Thế Giới. Ngân Hàng Thế Giới và những tổ chức Ngân Hàng Quốc Tế khác phải biết rõ sự quan tâm của Hoa Kỳ đối với các vi phạm nhân quyền, đặc biệt khi họ bắt đầu tài trợ cho những dự án hạ tầng cơ sở ở VN. Chúng tôi xin Ngoại Trưởng và các vị Đại diện chính quyền hãy công khai tố cáo những vi phạm nhân quyền tại VN và vạch ra những đường hướng đặc thù nhằm cải thiện nhân quyền mà chính quyền VN phải thực hiện vào lúc những sự thay đổi của chính sách Hoa Kỳ đang khởi sự đối với quốc gia này."

Cộng sản Hà Nội tấn công cao điểm Giáo Hội Phật Giáo Việt Nam Thống Nhất: BẮT H.T. HUYỀN QUANG NẠP ẤN TÍN, CHẤM DỨT ĐẶT VĂN PHÒNG VIỆN HÓA ĐẠO LƯU VONG TẠI CHÙA HỘI PHƯỚC

HT Huyền Quang phản ứng quyết liệt kêu gọi Phật tử chuẩn bị đương đầu với những đàn áp mới.

Theo tin từ Ủy Ban BVQLN tại Paris cho biết "Sáng ngày 4/8/93 tại văn phòng Ủy Ban Nhân Dân tỉnh Quảng Ngãi, được sự ủy quyền của Ban Tôn Giáo chính phủ, ông Hoàng Ngọc Trân, Phó Chủ Tịch Ủy Ban Nhân Dân tỉnh Quảng Ngãi đã trao thư cho ông Lê Đình Nhàn, tức tu sĩ Huyền Quang, chùa Hội Phước, Quảng Ngãi và ông Hoàng Ngọc Trân tuyên bố quyết định số 110/QD/UB ngày 3/8/93 của Ủy Ban Nhân Dân tỉnh Quảng Ngãi về việc ông Lê Đình Nhàn, tức tu sĩ Huyền Quang có những hành động trái pháp luật. Quyết định của Ủy Ban

Nhân Dân tỉnh Quảng Ngãi buộc ông Lê Đình Nhàn, tức tu sĩ Huyền Quang phải nghiêm chỉnh chấp hành các điểm sau đây:

– *Chấm dứt việc mạo danh nghĩa quyền Viện Trưởng Viện Hóa Đạo Phật Giáo Việt Nam Thống Nhất.*
– *Chấm dứt việc sử dụng con dấu Viện Hóa Đạo trái phép và phải giao nộp con dấu cho cơ quan chức năng của nhà nước.*
– *Chấm dứt việc xử dụng chùa Hội Phước hoặc bất cứ cơ sở nào trong tỉnh Quảng Ngãi làm Văn Phòng Lưu Vong Viện Hóa Đạo để hoạt động trái pháp luật.*
– *Chấm dứt các hoạt động chống lại nhà nước, chống lại GHPGVN, phá hoại sự đoàn kết thống nhất tôn giáo.*

Sau khi trao thư và công bố quyết định, ông Hoàng Ngọc Trân yêu cầu ông Huyền Quang thực hiện đầy đủ nghiêm túc và mong ông nhận rõ lẽ phải và đạo lý, chấm dứt ngay những việc làm sai trái pháp luật. Thành tâm sửa chữa những việc đã qua và nhà nước sẽ tạo mọi điều kiện cho ông yên tâm tu hành vì sự nghiệp cao cả phụng sự dân tộc và Đạo pháp.

Đây là hành động thách thức nghiêm trọng của chính quyền Hà Nội đối với GHPGVNTN vì bọn chúng đã bức bách vị lãnh đạo tối cao của Phật Giáo, HT Huyền Quang, chúng đã đẩy HT đến đường cùng. Được biết trước đó HT đã lên tiếng kêu gọi các Phật tử chuẩn bị đương đầu với những đàn áp mới, qua Thông Tư gửi Giáo Hội các cấp và Phật tử trong và ngoài nước về việc tổ chức kỷ niệm 30 năm Pháp nạn (1963/1993)...

GH TĂNG GIÀ KHẤT SĨ THẾ GIỚI RA THÔNG BẠCH VU LAN ỦNG HỘ MẠNH MẼ CUỘC TRANH ĐẤU VÌ TỰ DO TÍN NGƯỠNG CỦA HOÀ THƯỢNG HUYỀN QUANG

- Ngưỡng Bạch HT Huyền Quang, Quyền Viện Trưởng Viện Hóa Đạo, xử lý hội đồng Lưỡng Viện GHPGVNTN.
- Kính Bạch chư Tôn Hòa Thượng, Thượng Tọa, Đại Đức, Tăng Ni cùng toàn thể chư Phật tử Việt Nam và kiều bào Việt Nam tại hải ngoại.

Trước nỗi khổ đau không bút nào tả xiết của toàn thể chư Tôn Đức Giáo Phẩm cùng toàn thể các tín đồ của mọi tôn giáo cùng nhân dân VN vì bị não hại, bức bách, ngăn cấm và tiêu diệt quyền làm người, chà đạp quyền tự do theo đạo và hành đạo tại VN trong gần 50 năm qua nửa phần phía Bắc và gần hai thập niên nửa phần phía Nam

Trước cơn pháp nạn chưa từng có trong lịch sử truyền thừa Phật Giáo, một đạo giáo đã từng là nền tảng đạo đức, mang an lạc đến cho muôn dân VN, thăng trầm theo vận nước hơn 2000 năm nay, từng là kim chỉ nam cho các triều Lý, Trần huy hoàng, độc lập, tự chủ và thịnh vượng.

Trước những giết chóc, tù đày, vu oan giá họa, xuyên tạc, vu khống răn đe, khủng bố của những thế lực vô minh đối với GHPGVNTN mà trường hợp các vị chân Tăng như HT Huyền Quang, Thiện Minh, Quảng Độ, Trí Siêu, Tuệ Sỹ, Hải Tạng v.v... Các Phật tử như Nguyễn Chí Thiện, Lý Tống v.v... đã chịu là những thí dụ điển hình.

Nhân mùa Vu Lan Báo Hiếu Phật Lịch năm 2537 năm nay, toàn thể Tăng Tín Đồ Giáo Hội Phật Giáo Tăng Già Khất Sĩ thế giới đồng nguyện xin:

1. Đê đầu đảnh lễ HT Viện Trưởng Viện Hóa Đạo, xử lý Hội Đồng Lưỡng Viện GHPGVNTN, và nguyện đem hết thân tâm khâm thừa các Giáo chỉ Phật sự của Hòa Thượng.
2. Thành kính chia xẻ những đau thương oan trái của toàn thể dân Việt trước cơn quốc nạn, nhất là cùng toàn thể Tăng Tín Đồ Phật Giáo VN trong cơn pháp nạn. Nguyện làm hết sức mình trong tinh thần vô úy để giải trừ trói buộc chung của dân tộc.
3. Nguyện cầu hồng ân Tam Bảo thùy từ khai thị cho các thế lực vô minh sớm quay đầu về bến giác, từ bỏ tham quyền cố vị, sân hận, si mê, mạn nghi, vô thần tà kiến để cùng xây dựng một nước VN thực sự có tự do tín ngưỡng và nhân quyền trong tinh thần từ bi hỉ xả, thương yêu bao bọc lẫn nhau.
4. Chí tâm kêu gọi toàn thể đồng bào trong nước, các tổ chức cơ quan chính quyền và nhân dân toàn thế giới, hưởng ứng mạnh mẽ, đẩy mạnh công cuộc vận động giải trừ Pháp nạn và Quốc nạn do HT Huyền Quang khởi xướng, sớm giải thoát khỏi oan khiên đau khổ, với phương châm từ bi bất bạo động nhưng sáng suốt, vô úy và kiên dũng theo tinh thần Phật đạo.

Kính bái Bạch Hòa Thượng, chư Tôn Đức Giáo Phẩm cùng toàn thể chư liệt quí vị.

Nam Mô A Di Đà Phật. Nam Mô Đại Hiếu Mục Kiền Liên Bồ Tát.

TẠI HỘI THẢO UC DAVID TRƯỞNG PHÁI ĐOÀN CS THÁO CHẠY CỬA SAU KHI BỊ ĐĐ ÂN HUẾ CHẤT VẤN

T.T Viên Lý Đã Tố Cáo Mạnh Mẽ Sự Vi Phạm Nghiêm Trọng Tự Do Tôn Giáo Và Nhân Quyền Tại Việt Nam

Sau 20 năm cưỡng chiếm miền Nam nhà cầm quyền CSVN đã liên tục thất bại trong vai trò xây dựng và phát triển đất nước nhất là trong lãnh vực kinh tế và giáo dục.

Nhằm đánh lừa công luận trong và ngoài nước, vào ngày 30/4/1995 vừa qua, một số cán bộ CS và những nhân vật thân Cộng nằm vùng đã lên tiếng tuyên truyền một chiều cho cái gọi là *"20 năm sau ngày chiến thắng, đất nước đang đổi mới và phát triển!"* hầu kêu gọi sự viện trợ và giao thương của các nước Tây Phương.

Để phản bác luận điệu tuyên truyền thâm hiểm đầy trí trá của họ, GHPGVNTN hải ngoại tại Hoa Kỳ/Văn Phòng II Viện Hóa Đạo chủ trương đã chẳng những tham gia, hỗ trợ mọi cuộc biểu tình, tẩy chay do đồng bào tỵ nạn tổ chức mà còn tìm đủ mọi cách để lên tiếng trước các diễn đàn được tổ chức tại hải ngoại.

Trong tinh thần trên, đáp lời mời của Tiến Sĩ Eric Schoeder, Giáo sư tại Đại Học Đường University of California – Davis, vào ngày 30/4 vừa qua, TT Thích Viên Lý, Tổng Thư ký GHPGVNTN/HK Văn Phòng II Viện Hóa Đạo đã đến tại Đại Học UC Davis để thuyết trình đề tài: "Di sản Việt Nam 20 năm sau" với nội dung tố cáo và lên án mạnh mẽ sự vi phạm nghiêm trọng sự tự do tôn giáo và nhân quyền tại VN; cũng trong buổi hội thảo này TT đã tha thiết kêu gọi mọi giới hãy tích cực hỗ trợ để công cuộc vận động giải trừ Pháp nạn của Giáo Hội được thành tựu nhanh chóng hầu mang lại cho đất nước và dân tộc VN một nền tự do, dân chủ và phồn vinh thật sự. Bài thuyết trình của Thượng Tọa đã được cử tọa mà hầu hết là các nhà nghiên cứu, nhà văn, nhà báo và Giáo sư Đại học đặc biệt lưu ý và hết lòng ủng hộ. Được biết trước khi đến Đại học UC Davis để thuyết trình, TT Thích Viên Lý đã cùng với đại diện các tổ chức, Cộng đồng tại miền Đông Hoa Kỳ vào Bộ Ngoại Giao Mỹ ở Washington DC để trình bày về hiện tình bi đát của đất nước và yêu cầu chính phủ Hoa Kỳ áp lực CS Hà Nội trả tự do tức khắc cho các nhà lãnh đạo tôn giáo và các tù nhân lương tâm...

... Cuộc hội thảo càng thất bại nặng nề hơn khi các anh chị em sinh viên trẻ đang học tại UC Davis kịch liệt lên tiếng phản bác và mạnh mẽ tố cáo những tuyên truyền láo khoét của cán bộ CS và những người thân cộng. Một số đồng bào tị nạn đang sống tại vùng Sacramento cũng lên tiếng chất vấn khiến các cán bộ CS không thể trả lời các câu hỏi của cử tọa. Những hình ảnh tháo chạy vội vã ra cửa sau của Trưởng phái đoàn CS, một cán bộ Phó Trưởng Phòng Liên Lạc của

Hà Nội tại WA DC và toàn phái đoàn CS đã làm trò cười cho mọi người khi ĐĐ Ân Huệ (một tu sĩ người Mỹ) nêu lên câu hỏi là tại sao những tu sĩ Phật Giáo không hề vi phạm bất cứ một hình luật nào mà vẫn bị giam cầm từ tháng này qua năm khác, rằng tại sao ông bảo là Việt Nam có dân chủ tự do, nhưng quyền sống căn bản nhất của con người đã và đang bị chà đạp một cách thô bạo?...

Phỏng Vấn TT Viên Lý TTK/GHPGVNTN Hải Ngoại Hoa Kỳ

Ngàn Xưa Mỗi Khi Tổ Quốc Bị Lâm Nguy Sư Sãi Đã Rời Chùa Chiến Đấu

Hỏi: Thưa Thượng Tọa, cuộc biểu tình ở Huế đông đảo nhất kể từ năm 1975 tới nay đã mang lại những điều gì, lợi hay bất lợi?

Đáp: Cuộc xuống đường vĩ đại đó đã gây chấn động cả nước. Nhất là khi hình ảnh cuộc xuống đường này được chiếu trên Tivi. Cộng sản đã cắt xén để có lợi cho họ nhưng dân chúng đã hiểu đâu là sự thật.

Hỏi: Dư luận thắc mắc là theo tin tức thì HT Huyền Quang bị quản thúc ở Quảng Ngãi, bị công an canh gác chặt chẽ. Thế thì bằng cách nào mà những văn thư do HT Huyền Quang ký lại có thể lọt ra ngoài mà lại rất nhanh chóng ra hải ngoại?

Đáp: Để trả lời câu hỏi này, tôi xin kể một kinh nghiệm. Sau ngày CS cưỡng chiếm miền Nam, tôi đã 3 lần vào tù, trong đó có những tháng ngày bị nhốt biệt giam, một mình trong bốn bức tường kiên cố. Ấy thế mà mọi ý định của tôi đã vượt qua bao nhiêu vòng kềm tỏa của trại tù để đến với anh em tù nhân, đến với xã hội bên ngoài. Và ngược lại, tất cả những diễn biến của tình hình bên ngoài cũng đều đến tai tôi. Tại sao chúng tôi có thể thực hiện được những điều đó và thực hiện bằng cung cách nào, những ai chưa ở tù dưới chế độ Cộng sản khó có thể cảm nhận được.

Trở lại thực tại, những thông điệp, tin tức từ các vị lãnh đạo Phật Giáo trong nước đã chuyển ra nước ngoài một cách nhanh chóng quả thật cũng khó giải thích. Hiện nay cuộc đấu tranh đang tiếp diễn, thì xin hiểu cho rằng thành phần cán bộ CS, cho dù là công an, thường rơi vào hai trường hợp: Một là họ quay về con đường dân tộc. Chính họ và gia đình họ ngày nay là những Phật tử thuần thành, hoặc những tín đồ ngoan đạo của các tôn giáo khác. Thứ hai là họ cần tiền. Khai thác hai yếu tố trên nên mọi liên lạc giữa quốc nội và hải ngoại không còn là một nan giải như nhiều người tưởng.

Hỏi: TT vừa nói Hội nghị Nhân quyền Quốc tế có hai hội nghị, một cái là các phái đoàn ngoài chính phủ, một cái là các phái đoàn chính phủ. Vậy cái nào có ảnh hưởng hơn?

Đáp: Trên thực tế, Hội nghị của các phái đoàn ngoài chính phủ mới thật sự quan trọng, mới thật sự được thế giới lắng nghe. Bởi lẽ tiếng nói họ là biểu tượng, là đại diện đích thật cho các thành phần bị áp bức, bị đàn áp, bị tước đoạt nhân quyền. Trái lại, tại hội nghị thứ hai bao gồm các quốc gia thành viên Liên Hiệp Quốc, họ chỉ đọc diễn văn, mà diễn văn nào cũng hoa mỹ cả. Chẳng lẽ họ đọc diễn văn để tố chính họ vi phạm nhân quyền trắng trợn như thế, cả thế giới đều biết, thế mà diễn văn của họ vẫn tự nhận tự khoe khoang là họ tôn trọng nhân quyền nhất thế giới. Liên Hiệp Quốc đã có chủ ý khi tổ chức hai hội nghị song song chính là để các tổ chức ngoài chính phủ nói lên tiếng nói của thành phần bị đàn áp, để cung cấp chứng liệu cho hội nghị các quốc gia bàn thảo và đề ra biện pháp cải thiện.

Hỏi: Thưa TT, chủ nghĩa CS đã bị loài người loại bỏ, chỉ còn ở lại vài ba nước trong đó có Việt Nam. Dân VN cũng chán CS quá rồi. Nhưng làm sao để loại trừ chế độ này khỏi Việt Nam?

Đáp: Rút kinh nghiệm từ các vụ sụp đổ của chế độ CS tại các nước Đông Âu, ta thấy rằng sự sụp đổ này không dựa trên bạo động. Theo tôi nghĩ, đó cũng là xu hướng của nhân loại ngày nay. Lẽ dĩ nhiên trường hợp VN sẽ không bắt buộc phải rập khuôn các trường hợp đã xảy ra. Vì thế cũng không thể mang những phương thức từ các nước áp dụng cho VN. Việt Nam có những nét đặc thù riêng của nó. Nét đặc thù này như thế nào, đó là công việc của các nhà tranh đấu chính trị chứ kẻ tu hành này không dám lạm bàn.

Hỏi: Nhưng theo lời TT vừa nói thì TT chủ trương bất bạo động?

Đáp: Vâng.

Hỏi: TT có đồng ý rằng một người đã tu hành thì không nên tham gia hoạt động đấu tranh chính trị dù là để cứu nước khỏi nạn CS?

Đáp: Thưa với anh là trước tiên chúng ta phải xác định nội dung từ "chính trị". Theo tôi, mà tôi nghĩ rằng nhiều người đồng ý với tôi, là từ "chính trị" không nên hiểu mặt trái của nó, là chỉ tranh giành quyền lực, là thủ đoạn lừa đảo. Thái độ chọn lựa cách thế sống và thái độ chọn lựa con đường sống của mình sao ra cho con người, tôi nghĩ đó cũng là thái độ chọn lựa mang ý nghĩa chính trị. Các tu sĩ nói chung và Phật Giáo nói riêng, mục tiêu của cuộc đời ở một người là cứu nhân độ thế. Trở lại lịch sử Việt Nam thời Đinh, Lê, Lý, Trần mỗi khi có giặc ngoại xâm, nhiều bậc Cao tăng đã bỏ chùa để cùng chung lo việc nước

Khi đất nước trở lại thanh bình, các nhà sư lại trở về tụng kinh gõ mõ. Đó chẳng phải là thái độ chọn lựa chính trị sao?

Hoàn cảnh nước ta hiện nay, cả dân tộc đang rơi vào cảnh khốn cùng. Tất cả mọi tôn giáo đều tập trung vào nỗ lực giải cứu dân tộc, thoát khỏi cảnh cùng cực. Chẳng lẽ chúng tôi – những tu sĩ – lại đứng bên lề cuộc lịch sử đó? Chúng tôi phải dấn thân, phải hành động vì đó là tiếng gọi của tổ quốc và của đạo pháp.

Nguyễn Vạn Hùng: Xin cảm tạ Thượng Tọa.

Thượng Tọa Viên Lý: Xin cám ơn báo Thời Luận.

THÊM MỘT BẢN CÁO TRẠNG CHẾ ĐỘ CS: ĐÃ 20 NĂM HAY LỜI MỜI GỌI THA THIẾT

Nối Tiếp Tiếng Kêu Trầm Thống Của Ngài Quảng Độ...

...Hai mươi năm nắm quyền thống trị đất nước bằng chính sách Công an, hộ khẩu, khủng bố gông cùm, họng súng lưỡi lê, mã tấu, trại giam, nhà tù v.v... Cộng sản Hà Nội đã và đang biến Việt Nam thành một địa ngục khổng lồ trần gian, một nước đói nghèo và lạc hậu nhất thế giới. Ngoài ra, như chúng ta đã biết, CSVN đang tiếp tục ra tay quyết liệt đàn áp Giáo Hội Phật Giáo Việt Nam Thống Nhất, rõ nét nhất là từ năm 1981 đến nay: nào tịch thu cơ sở, chiếm đoạt chùa chiền, tù đày và sát hại Phật Giáo đồ các cấp... Mới đây CS lại bắt giam HT Huyền Quang, quyền Viện Trưởng Viện Hóa Đạo, HT Quảng Độ, Tổng Thư ký Viện Hóa Đạo, GHPGVNTN và nhiều vị Thượng Tọa, Đại Đức, Phật tử vì tội không chịu đồng lõa với chúng (CSVN).

Rõ ràng CS Hà Nội đã vi phạm quyền Tự Do Tín Ngưỡng, Tự Do Tôn Giáo, một quyền căn bản và tối thượng của con người mà Hiến Chương Liên Hiệp Quốc đã ghi và chính họ (CSVN) đã ký kết thừa nhận.

Vì lẽ đó, chúng ta nỡ nào tọa thị bàng quan, giả vờ không nghe không thấy để âm thầm an hưởng sự ổn định tạm bợ cá nhân mà thờ ơ trước sự khổ đau cùng cực của hơn 70 triệu đồng bào ruột thịt trong nước? Vì sự mất còn của đất nước, vì tương lai của dân tộc, tất cả chúng ta, tôi nghĩ rằng, đều có bổn phận và trách nhiệm trong công cuộc trừ bạo an dân, diệt Cộng cứu quốc: "Quốc Gia hưng vong, thất phu hữu trách".

Bức tường ô nhục Bá Linh sụp đổ, Liên Xô và các nước CS Đông Âu nối tiếp tan tành, điều đó cho thấy rằng ngụy thuyết Mác Lê đã hoàn toàn lỗi thời, lạc hậu

...Hướng về Tổ Quốc Quê Hương, chúng ta sẵn có tinh thần Vô Úy Bất Bạo Động và nhân cách Đại Hùng, Đại Lực, Đại Từ Bi, nhiệm vụ của chúng ta hiện nay là kiện toàn hàng ngũ đấu tranh cho Đạo Pháp, cho Chính Nghĩa Dân Tộc, cho Quyền Sống Tự Do. Chúng ta nên tìm cách kết hợp với mọi giới đồng bào trong, ngoài nước, kiên quyết đấu tranh giải thể ngụy quyền CS để thiết lập một chế độ thật sự Dân Chủ Tự Do, vì dân vì nước.

Nương vào sức mạnh vô địch của Đạo Pháp, của Chính Nghĩa Quốc Gia và nhiệt tình chiến đấu của toàn dân, lập trường và hướng tiến duy nhất của chúng ta hiện nay là đấu tranh toàn diện cho đến ngày toàn thắng...

...Để kết thúc, tôi xin đề nghị các điểm mà chúng ta cần và nên triệt để áp dụng ngay trong cuộc sống hàng ngày:

- Ủng hộ nhiệt tình các cơ quan, đoàn thể, các vị tu sĩ, Lãnh tụ, Trí thức có lập trường quốc gia chân chính và chống CS thực sự.
- Không mua, không đọc, không đăng quảng cáo trên những tờ báo có lập trường mập mờ, ỡm ờ, lửng lơ, phản động thiên Cộng,
- Can đảm vạch mặt chỉ tên những kẻ nằm vùng, những tay sai vô liêm sỉ của CSVN.
- Giảng dạy cho con cháu biết rõ những tội ác thao thiên của CSVN: thảm sát đồng bào, cướp đoạt tài sản, giam cầm, tra tấn giết chết tu sĩ các Tôn giáo, phá hoại Đền Chùa, Nhà thờ, Tu Viện, đập nát tôn tượng Phật, Bồ Tát, san bằng đào bới hàng vạn mồ mả để xây nhà buôn bán, bắt bớ, sát hại hàng chục triệu Quân/Cán/Chính, Trí thức, Văn Nghệ sĩ, Ký giả và dân lành vô tội kể từ ngày có mặt đảng CS trên đất nước Việt Nam.
- Động viên bè bạn, lối xóm nhiệt tình tham gia vào các cuộc biểu tình phản đối những tên CS Hà Nội đến đây để tuyên truyền bịp bợm với chiêu bài giả hiệu giao lưu văn hóa, hòa hợp hòa giải, xóa bỏ hận thù.
- Ủng hộ nhiệt liệt các tờ báo, các cơ quan truyền thông có lập trường bảo vệ Chính Nghĩa Quốc Gia rõ rệt, cùng nhau chung sức chung lòng xóa sạch chủ thuyết sắt máu CS để kiến tạo một chế độ Dân Chủ, Tự Do, Ấm No Hạnh Phúc cho muôn dân

– Chúng ta không chấp nhận là không chấp nhận cái tà thuyết hiểm ác gian manh, tham tàn, dối trá... của bản chất CS chứ không thù ghét kẻ thừa sai, lầm đường nếu họ thật tâm trở về với Đại Gia Đình Dân Tộc

Chương Mười

PHỤ LỤC CÁC VĂN KIỆN CỦA:
* HT HUYỀN QUANG
* HT QUẢNG ĐỘ
* CÁO TRẠNG CỦA VIỆN KIỂM SÁT NHÂN DÂN TP HCM

Các văn kiện tài liệu ở quốc nội nói chung và của Hòa thượng Huyền Quang— quyền Viện trưởng Viện Hóa Đạo—nói riêng, thực sự có khá nhiều, nhưng nơi đây chỉ phụ lục một số tiêu biểu của Hòa thượng Quyền Viện Trưởng Viện Hóa Đạo mà thôi. Ngoài ra, gồm các văn thư, thông tư... của cố Hòa thượng Viện Trưởng Viện Hóa Đạo Thích Trí Thủ; Giáo chỉ của Viện Tăng Thống, Đức cố Đại lão Hòa thượng Thích Giác Nhiên; Thông báo, Khẩn điện... của Hòa thượng Tổng Thư Ký Viện Hóa Đạo Thích Quảng Độ; Chúc thư, Di huấn... của Đức cố Đại lão Hòa thượng Chánh Thư Ký xử lý Viện Tăng Thống Thích Đôn Hậu; cũng như các chứng từ, tâm thư, giác thư... của Chư Tôn đức khác đã được đúc kết và lưu giữ trong tập: "*Phật Giáo Việt Nam, Biến Cố và Tư Liệu, Hai Mươi Năm Trong Chế Độ Cộng Sản (1975-1995)*" của Giáo Hội Phật Giáo Việt Nam Thống Nhất Hải Ngoại Hoa Kỳ Văn Phòng II Viện Hóa Đạo, Văn phòng Thường Trực, Hội Đồng Điều Hành, Phật lịch 2540-1996.

Những văn kiện này được xem như tập hồ sơ cụ thể, chứng minh cho quốc nội cũng như thế giới biết rằng Dân tộc và Phật giáo Việt Nam đang lâm vào khổ nạn: Quốc nạn và Pháp nạn do nhà cầm quyền cộng sản Việt Nam gây nên.

Song hành và hưởng ứng qua công cuộc giải trừ quốc nạn và pháp nạn nói trên, các lời kêu gọi; sự quan tâm đồng tình trên tinh thần tôn trọng nhân quyền, tự do tín ngưỡng cho Việt Nam của Tổng thống Hoa Kỳ; nhà lãnh đạo tinh thần đấu tranh bất bạo động của dân tộc Tây Tạng đức Đạt Lai Lạt Ma; các quốc hội Âu Châu; các phái bộ ngoại giao của các quốc gia trên thế giới; Liên hiệp quốc; Hội Ân Xá quốc tế; các hệ thống truyền thông báo chí Pháp-Mỹ; Các hội đoàn, đoàn thể... và Phật Giáo Hải Ngoại cũng đã được lưu trữ trong tập "*Phật Giáo Việt Nam, Biến Cố và Tư Liệu, Hai Mươi Năm Trong Chế Độ Cộng Sản (1975-1995)*" — Một tập tài liệu có giá trị lịch sử của dòng lịch sử dân tộc và Phật giáo Việt Nam của thời cộng sản trong những năm tháng áp chót của thế kỷ 20.

GIÁO HỘI PHẬT GIÁO VIỆT NAM THỐNG NHẤT
Văn phòng tạm tại Ấn Quang
243 Sư Vạn Hạnh, Quận 10, TP Hồ Chí Minh

ĐƠN XIN CỨU XÉT NHIỀU VIỆC

Kính gởi:
— Ông Tổng Bí Thư Đảng Cộng Sản Việt Nam
— Ông Chủ Tịch Quốc Hội Việt Nam
— Ông Chủ Tịch Hội Đồng Nhà nước Việt Nam
— Ông Chủ Tịch Hội Đồng Bộ Trưởng
— Ông Chủ Tịch Tối Cao Pháp Viện
— Ông Chủ Tịch Mặt Trận Tổ Quốc Việt Nam

Kính thưa quý liệt vị lãnh đạo tối cao Nhà nước Việt Nam tại Hà Nội,

Tôi ký tên dưới đây là Thích Huyền Quang tức Lê Huyền Quang, 75 tuổi đã bị quản chế tại gia 11 năm tại chùa Hội Phước, xã Nghĩa Chánh, thị xã Quảng Ngãi, Tỉnh Quảng Ngãi.

Nay kính đệ đơn này lên quý liệt vị lãnh đạo tối cao Nhà nước Việt Nam, xin cứu xét một số việc mà nhiều năm qua chưa được chính thức trình bày cụ thể. Sau đây là nội dung các việc:

A/ Việc giải tán Giáo Hội Phật giáo cứu quốc liên khu 5 và bắt giam tôi tại Quảng Ngãi năm 1952-1954, chưa được cứu xét.

B/ Việc Nhà nước dựng thêm một Giáo hội thứ hai, đồng danh hiệu với Giáo Hội Phật Giáo Việt Nam Thống Nhất và trưng tập nhân lực, chiếm dụng tài sản của Giáo Hội Phật Giáo Việt Nam Thống Nhất của chúng tôi hơn 11 năm qua.

C/ Các vấn đề phải được cứu xét, phải trái thỏa đáng, không nên để Giáo hội chúng tôi sống bất an và tủi nhục hơn nữa.

Sau đây xin thứ tự trình bày:

A/ Giáo Hội Phật Giáo cứu quốc Liên khu 5 cũ, được thành lập đồng lúc với các đoàn thể cứu quốc khác, sau ngày khởi nghĩa mùa Thu năm 1945, tại các tỉnh: Nam, Ngãi, Bình, Phú. Sau sáu năm làm việc cứu quốc, như các tổ chức nhân dân khác, đến năm 1951, Mặt Trận Liên Việt Liên khu 5, buộc chúng tôi mở Đại hội tại Bồng Sơn, Bình Định, để lấy quyết định "chuyển hướng công tác" bằng cách: cắt bỏ 2 chữ Cứu Quốc và giao hết quần chúng Phật tử qua các tổ chức nhân dân khác. Phật giáo chúng tôi bấy giờ, sau Đại hội trên chỉ còn cái tên là: Hội Phật giáo Liên khu 5 không có quần chúng. Mặt trận Liên Việt cắt đứt hết mọi liên hệ với Phật giáo chúng tôi. Tôi chống việc làm đó nên bị bắt giam tại Quảng Ngãi từ 1952-1954. Sau Hiệp định Genève mới được phóng thích, giấy phóng thích không nêu tôi đã phạm tội gì. Và Giáo Hội Phật Giáo Liên khu 5, cũng bị giải tán, sau khi tôi bị bắt, và cũng không lên án Giáo Hội chúng tôi đã làm gì nên tội!

Vụ này tôi yêu cầu Nhà nước Việt Nam ngày nay, đưa nội vụ ra Tòa xét xử minh bạch. Nếu không, Nhà nước muốn bắt tôi lúc nào cũng được, muốn giải tán Giáo hội chúng tôi lúc nào cũng được, và việc đó đã xảy ra sau này. Nội vụ đã kéo dài gần 50 năm, chưa xét xử kết thúc.

B/ Việc Nhà nước dựng lên một Giáo Hội thứ 2:

Sau 1975, nước nhà được thống nhất, Nhà nước đã đưa ra một chương trình, một quốc sách, để cải tạo xã hội và kiến thiết đất nước, theo chủ nghĩa Cộng sản. Giáo hội Phật giáo Việt Nam Thống Nhất (văn phòng đặt tại chùa Ấn Quang) chúng tôi, trong thời gian đó cũng sẵn sàng chờ đợi sự cải tạo như các tổ chức khác! Thế nhưng, sau 5, 6 năm chờ đợi, thì cuối năm 1981 một tổ chức mang tên: Giáo hội Phật giáo Việt Nam được Nhà nước dựng lên tại Hà Nội. Trước khi chính quyền thành lập Giáo Hội Nhà nước, từ năm 1976 về sau, chính quyền thành phố và các tỉnh khác, đã bắt một số Giáo phẩm cao cấp, trung cấp v.v... của Giáo Hội Thống Nhất như tôi, Thiện Minh, Quảng Độ, Thuyền Ấn, Thông Bửu, Trí Giác v.v... giam tại thành phố và các nơi khác. Với mục đích áp đảo tinh thần chư vị lãnh đạo còn lại của Giáo hội chúng tôi. Chính quyền đã dùng Giáo hội Nhà nước, chụp lên đầu Giáo hội chúng tôi, và các Giáo hội tập đoàn Phật giáo khác. Chúng tôi không biết các tập đoàn, giáo hội.

khác nghĩ sao? Riêng Giáo hội Phật giáo Việt Nam Thống nhất chúng tôi, coi đó là một biến cố quan trọng, một Pháp nạn thứ hai, sau Pháp nạn thứ nhất năm 1963. Chúng tôi nhận thấy thành phần lãnh đạo Giáo hội Nhà nước, hầu hết là các vị Giáo phẩm cao cấp của Giáo hội Thống Nhất. Vì nhiều lý do: đa phần là nhu nhược, bị ép buộc phải tham gia. Đã từ bỏ Giáo hội chúng tôi ra đi với tư cách cá nhân, không có một lời từ nhiệm. Tuy Giáo hội Nhà nước được thông qua một Đại hội, nhưng Đại hội đó đã do Nhà nước chỉ đạo, sắp đặt tất cả, chứ không phải một Đại hội do chư vị Cao tăng đã dày công xây dựng đạo pháp và chư Tăng Ni, Phật tử bầu lên theo truyền thống Phật giáo Việt Nam. Cho nên, chúng tôi khẳng định Giáo hội Nhà nước là một Giáo hội chính trị, thời đại, công cụ của chế độ hiện tại đã bỏ rơi quần chúng Phật tử. Một Giáo hội như vậy không đủ tư cách để hưởng sự truyền thừa chánh thống của Phật giáo Việt Nam.

Kính thưa quý liệt vị lãnh đạo cao cấp Việt Nam!

Chúng tôi nghĩ: Đây không phải là việc cải tạo mà là một chiến lược, lật đổ Giáo hội Phật giáo Việt Nam Thống Nhất, một tổ chức có tầm vóc quốc gia và quốc tế, không như các Giáo phái tập đoàn Phật giáo khác ở Việt Nam hiện nay. Vì nếu muốn cải tạo, thì Nhà nước cứ để cho Giáo hội chúng tôi hiện diện, muốn thay đổi nhân sự, muốn sửa lại đạo lý và nếp sống đạo mấy nghìn năm cho thích hợp với chủ nghĩa Cộng sản, Nhà nước cứ tự do làm việc đó, cần gì phải lật đổ, giải tán, gây đau khổ, xáo trộn cho Tăng Ni, phật tử chúng tôi. Nhà nước đã dựng lên một Giáo hội thứ 2, đồng danh tánh với Giáo hội thứ 1 thì tại sao Nhà nước không ban hành cho Giáo hội Phật giáo thứ 1 chúng tôi một sắc luật, một Quyết định hợp hiến để dẹp bỏ Giáo hội chúng tôi, Nhà nước đã để Giáo hội chúng tôi sống dở chết dở trong 11 năm qua! Hay Nhà nước nghĩ: con rắn mất đầu nó sẽ tự chết, cần gì phải xuống bản án khai tử. Chúng tôi nghĩ rằng: Nhà nước Cộng sản ngày nay đã làm theo các hành động đối với Phật giáo như các chế độ cũ:

— Thời Pháp đến Việt Nam lần thứ 2 đã lập ra Giáo hội Thiền Lữ.

— Ngô Đình Diêm đã lập ra Giáo hội Cổ Sơn Môn.

— Thời Cách mạng Cộng Sản, lập ra Giáo hội Phật giáo Việt

Nam ngày nay, là hậu thân của Ủy Ban Liên Lạc Phật Giáo Yêu Nước. Nhưng Giáo hội này đã và sẽ tồn tại với chế độ có uy quyền, có thế lực, hơn các Giáo hội bù nhìn trước đó.

Kính thưa quý liệt vị lãnh đạo cao cấp Việt Nam!

Trong thời gian gần 50 năm, Phật giáo chúng tôi được Nhà nước đối xử như thế nào?

— Giải tán Hội Phật giáo cứu quốc liên khu 5, và bắt giam tôi (các khu khác không rõ).

— Sau ngày thống nhất đất nước, giáo hội chúng tôi gởi thơ ra Hội Phật giáo Thống nhất Việt Nam tại Hà Nội, kêu gọi thống nhất Phật giáo Nam Bắc, nhưng Hội Phật giáo Hà Nội không đáp ứng. Sau đó, Giáo hội chúng tôi, cử Hòa thượng Thích Đôn Hậu từ miền Bắc về, đại diện cho Giáo hội chúng tôi, đến xin gặp ông Nguyễn Văn Hiếu. Lúc bấy giờ ông Hiếu đang giữ chức Bộ trưởng Bộ Văn Hóa. Hòa thượng chúng tôi xin phép cho Giáo hội chúng tôi vận động thống nhất Phật giáo miền Nam, sau đó tiến đến thống nhất Phật giáo hai miền. Nhưng bị ông Bộ trưởng Văn hóa từ chối với lý do: Thống nhất Phật giáo thì tốt, nhưng thống nhất với Phật giáo cách mạng, chứ thống nhất làm gì với Phật giáo phản động! Hòa thượng chúng tôi hỏi: Phật giáo phản động là ai? Ông Bộ trưởng Hiếu không trả lời (Ông Hiếu ám chỉ Giáo hội chúng tôi là phản động). Sau 1981, chúng tôi mới biết chánh sách của Nhà nước, đối với Phật giáo lúc nào cũng bất thân, và không để cho chúng tôi tự lo lấy việc nội bộ—Nhà nước giành lo việc đó bằng cách lập ra Giáo hội thứ 2 lật đổ Giáo hội thứ 1.

Kính thưa quý liệt vị lãnh đạo cao cấp Việt Nam!

Quý liệt vị nghĩ sao, khi Đảng Cộng Sản của quý vị bị một người bên ngoài có thế lực, thòng tay vào lập một Đảng Cộng sản thứ 2 và trưng dụng hết nhân lực, cơ sở của Đảng Cộng sản thứ 1? Sau khi nước nhà thống nhất, các cấp chính quyền đã đối xử với Phật giáo chúng tôi như thế nào? Lấy chùa lớn, chùa nhỏ, lấy ruộng dù có một sào, không cho chùa nuôi Tăng chúng kế thừa, không Trường giới, trường giảng, trường học v.v... Hay Nhà nước đã xem Phật giáo chúng tôi là kẻ thù? Nên đã đối xử với chúng tôi lắm tệ bạc như vậy! Dù Nhà nước xem Phật giáo là kẻ thù, nhưng ngày nay, Nhà nước đã nói chuyện ngoại giao với kẻ thù bên ngoài, thì tại sao không nói chuyện với kẻ thù bên trong? Dù kẻ thù này không có gì nguy hiểm. Từ lúc ông Nguyễn Văn Linh lên làm Tổng Bí Thư, đã có một số chánh sách cởi mở, trong các sinh hoạt cho các tầng lớp nhân dân, dù là những cởi mở nửa chừng, trong đó có Phật giáo chúng tôi. Chúng tôi nghĩ rằng, đó không phải là việc ban ơn, mà Nhà nước phải trả lại những gì Nhà nước đã tước đoạt của chúng tôi. Nhưng chủ nghĩa Mác-Lênin chống tôn giáo còn đó, chưa có một sắc luật nào, quy định sinh hoạt của tôn giáo như ở Liên Xô cũ, do ông Gooc-bachốp ký ban hành. Sắc luật ấy câu chót có ghi: Tôn giáo được tự do truyền đạo, nhưng phải tôn trọng luật pháp của Nhà nước, và Nhà nước đừng can thiệp đưa chính trị vào tôn giáo. Nhưng từ ngày Đảng Cộng sản cầm quyền tại Việt Nam, đã có chánh sách loại tôn giáo ra khỏi chính trị và học đường, nhưng ngược lại Nhà nước đã đưa chính trị vào học đường và tôn giáo.

Kính thưa quý liệt vị lãnh đạo cao cấp Việt Nam!

Vấn đề pháp lý tôn giáo cũng phải được ý thức rõ ràng. Pháp lý của Giáo hội Phật giáo Việt Nam Thống nhất đến giờ này, chúng tôi chưa nhận được một sắc luật, một quyết định nào của chính quyền, xóa bỏ pháp lý và đặt Giáo hội chúng tôi ngoài vòng pháp luật. Như vậy, Giáo hội chúng tôi có được phép sinh hoạt bình thường hay không? Hơn 11 năm qua, sở dĩ Giáo hội chúng tôi không hoạt động được:

* Vì một số các vị lớn lãnh đạo Giáo hội đã ra đi vĩnh viễn.

* Một số khác bị tù đày biệt xứ không thời hạn, không xét xử.

* Số lưu vong ra hải ngoại sống tha phương vất vả.

* Số còn lại gần như bị bắt buộc phải ra làm việc với Giáo hội Nhà nước. Toàn bộ cơ sở, cơ quan, văn phòng Giáo hội chúng tôi tại các cấp bị Giáo hội Nhà nước do Nhà nước dựng lên chiếm dụng phi pháp, kể cả những cán bộ, Tăng Ni, Phật tử, không chịu ra tham gia Giáo hội Nhà nước, đã bị làm khó dễ đủ thứ v.v...

Tuy nhiên, Pháp lý Giáo hội chúng tôi là lịch sử 2000 năm truyền giáo theo bước tiến, mở nước, dựng nước, của dân tộc Việt Nam. Trên 80% dân số là Phật tử. Do đó, không có vấn đề Pháp lý, hoặc không Pháp lý, đối với Giáo hội Phật giáo truyền thống. Và đừng ai hỏi giấy khai sanh với một người đã sống với xứ sở này trên 2000 tuổi.

Nếu hỏi Pháp lý Giáo hội Phật giáo Việt Nam Thống nhất thì cũng nhớ hỏi Pháp lý của Giáo hội Thiên Chúa giáo và Đảng Cộng Sản Việt Nam. Cái pháp lý của Hiến chương Giáo hội Phật giáo Việt Nam Thống nhất do Đại hội Kỳ I của Giáo hội Phật giáo Việt Nam Thống nhất soạn thảo năm 1964 đã được chính quyền cũ duyệt y. Không phải là cho phép Phật giáo bắt đầu hoạt động, mà được hoạt động, những gì đã ghi trong Hiến chương một cách hợp pháp. Ngày nay Nhà nước Cộng sản lật đổ tổ chức Phật giáo to lớn của chúng tôi, chứ không phải xé bỏ Hiến chương Phật giáo. Vì Phật giáo là một tôn giáo lớn và lâu đời của Việt Nam, còn Hiến chương là một văn bản ghi các tổ chức sinh hoạt của Phật giáo theo từng thời đại. Xin quý liệt vị nhớ cho: Phật giáo sinh ra Hiến chương, chứ không phải Hiến chương sinh ra Phật giáo. Cũng như Đảng Cộng sản sinh ra chính cương, chứ không phải chính cương sinh ra Đảng Cộng sản. Giáo hội Phật giáo Việt Nam Thống nhất không vì những khó khăn nhất thời phải hủy bỏ lịch sử lâu đời của Phật giáo Việt Nam, để viết lại lịch sử Phật giáo theo như ý muốn của thời đại. Giáo hội chúng tôi, đã sinh ra trong đất nước này, chỉ biết theo dân tộc này, giữ nước, dựng đạo mà thôi. Tại sao Giáo hội do Nhà nước dựng lên, có nhiều uy quyền thế lực lại có Nhà nước và luật pháp bảo vệ? Còn Giáo hội chúng tôi do lịch đại Tổ sư, các Thánh tử đạo, bao nhiêu xương máu, tù tội của Tăng Ni và các giới Phật tử nhiều đời dựng lên, đã bị ngoại bang đàn áp, bị nhiều thế lực chính trị, tôn giáo kỳ thị, chia rẽ, tủi nhục lại không có luật pháp bảo vệ? Như vậy có bất công không? Pháp luật đâu có cho phép Đảng Cộng sản Việt Nam hoạt động, nhưng Đảng Cộng sản Việt Nam đâu vì thế mà không hoạt động. Chúng tôi không nghĩ là gặp hoàn cảnh khó khăn, mà đưa sinh hoạt Giáo hội vào sinh hoạt thầm lặng. Vì các tôn giáo đồng cảnh ngộ, có tôn giáo nào rút vào bóng tối đâu.

C/ Để đúc kết đơn xin cứu xét trên, chúng tôi xin đệ trình Nhà nước những việc cụ thể như sau:

1) Trước hết, xin Nhà nước mặc nhiên để Giáo hội chúng tôi sinh hoạt bình thường trong pháp luật Nhà nước như trước năm 1975.

2) Nhà nước phải chịu trách nhiệm và trả lời:

— Về cái chết của Hòa Thượng Thích Thiện Minh Phó Viện trưởng Viện Hóa Đạo tại Nha công an thành phố Hồ Chí Minh năm

1978.

— Làm sáng tỏ 11 tu sĩ Phật giáo tự thiêu tại Hậu Giang năm 1976.

— Nhiều chùa chiền và Phật tượng bị dẹp bỏ, và xây cơ sở khác lên đó, phải được trả lại.

3) Trả tự do cho tất cả Tăng Ni, Phật tử, các nhà văn, nhà báo, các nhà chính trị v.v... đã bị giam giữ lâu ngày không xét xử, và xét xử bất công. Tôn trọng tự do tôn giáo và quyền làm người của những ai đã mất trong đó có Tôi, Quảng Độ, Đức Nhuận, Tuệ Sỹ, Mạnh Thát v.v... và các tu sĩ các tôn giáo khác.

4) Trả lại tất cả tự viện, các cơ quan, văn phòng, trụ sở, các cơ sở văn hóa, xã hội, từ thiện v.v... của Giáo hôi chúng tôi từ Trung ương đến địa phương đã bị Nhà nước và Giáo hội do Nhà nước dựng lên chiếm dụng phi pháp hơn 11 năm qua kể các Tự viện miền Bắc sau 1945 bị Nhà nước chiếm dụng.

5) Cho Giáo hội chúng tôi được phục hồi sinh hoạt với các chi bộ Phật giáo Hải ngoại như trước 1975.

6) Yêu cầu Nhà nước đưa nội vụ tôi từ năm 1945-1992 ra trước Pháp luật xét xử, còn bao nhiêu tội để phải ở bao nhiêu năm tù nữa. Không thể nhốt tôi mãi mà không xét xử! Tôi đã khổ tâm, tủi nhục nhiều:

— Vì Giáo hội của chúng tôi bị lật đổ vô lý.

— Vì đất nước chưa đủ văn minh, giàu mạnh, tự do và dân chủ.

— Từ ngày có chế độ Cộng sản trên đất nước Việt Nam, cũng từ ngày đó, tôi mất hết tự do và tù đày cho đến ngày hôm nay...

7) Nếu các việc trên không được Nhà nước cứu xét hợp tình hợp lý, chúng tôi được quyền nhờ các cơ quan nhân quyền, dân chủ quốc tế và thân hữu xa gần giúp đỡ. Vì ngày nay cỏ cây, cầm thú v.v... còn được luật pháp quốc tế bảo vệ. Như Nhà nước đã biết trong hai năm qua tôi đã được các Tổ chức nhân quyền, dân chủ v.v... ở các thành phố lớn Âu, Mỹ, Úc, đã gởi trên 20.000 lá thư đến Nhà nước yêu cầu cứu xét vụ các Tu sĩ Phật giáo Việt Nam trong đó có tôi mà chưa được Nhà nước lưu ý, chẳng kể dư luận thế giới là gì cả.

8) Giáo hội chúng tôi muốn làm việc với Nhà nước và nhân dân, để xây dựng đất nước theo truyền thống Phật giáo, dân tộc. Nhưng không thể làm việc được, hoặc làm việc trong sự điều khiển

của một chế độ, còn xem tôn giáo là kẻ thù và nhúng nhiều tay kiểm soát can thiệp nội bộ tôn giáo chưa từng có trong lịch sử tôn giáo tại Việt Nam!

9) Tôi sẽ nguyện hiến thân này cho Đạo pháp và dân tộc, khi thấy rằng sự khổ nhục đã đến lúc không thể cho phép tôi chịu đựng hơn nữa. Và còn nhiều việc khác tôi sẽ đệ trình sau.

Trân trọng cảm ơn và kính chào quý liệt vị lãnh đạo cao cấp Nhà nước Việt Nam.

Nay kính,
Quảng Ngãi, ngày 25 tháng 6 năm 1992.
Quyền Viện trưởng Viện Hóa Đạo
Can cứu Thích Huyền Quang
(Ấn ký)

Bản sao kính gởi:

— Văn phòng Viện Tăng Thống "để trình việc"

— GHPGVNTN các cấp trong và ngoài nước "để học tập và làm việc"

— Lưu chiếu văn phòng VHĐ lưu vong tại Quảng Ngãi.

CỘNG HÒA XÃ HỘI CHỦ NGHĨA VIỆT NAM
ĐỘC LẬP — TỰ DO — HẠNH PHÚC

ĐƠN XIN BỘ TƯ PHÁP XÉT LẠI TINH THẦN CÔNG VĂN SỐ 357-CD NGÀY 24-7-1992 THANH TRA BỘ TƯ PHÁP

Kính gởi: Ông bộ Trưởng Bộ Tư Pháp—Hà Nội.

Thưa Ông Bộ Trưởng:

Trước hết chúng tôi kính tin ông Bộ Trưởng biết là chúng tôi đã nhận được Công Văn dẫn thượng do ông Nguyễn Thiết Quyền Thanh Tra Bộ Tư Pháp ký chuyển lại chúng tôi "Đơn xin cứu xét nhiều việc" (8 trang) đề ngày 26/6/1992, do tôi nhân danh quyền Viện Trưởng Viện Hóa Đạo GHPGVNTN ký gởi đến 6 cơ quan lãnh đạo cấp cao Nhà nước Việt Nam tại Hà Nội. Công văn trên có nội dung "Đơn này không thuộc thẩm quyền giải quyết của Bộ Tư Pháp. Chúng tôi xin chuyển lại để ông gởi đến Ủy Ban Mặt Trận Tổ Quốc Việt Nam giải quyết theo qui định Pháp lệnh khiếu nại, tố cáo của công dân" (nguyên văn).

Thưa Ông Bộ Trưởng:

Đọc qua công văn trên, chúng tôi vô cùng ngạc nhiên là Quý Bộ không thẩm quyền cứu xét việc như: bắt giam người vô thời hạn, không xé xử, thậm chí bắt tu sĩ giam cầm và giết chết trong lao ngục, áp bức tăng ni chịu không nổi phải tự thiêu để phản đối, xúc phạm các biểu tượng tôn giáo, tịch thu các cơ sở tín ngưỡng, giải tán giáo hội này, lập giáo hội nọ, hạn chế cư trú kế thừa, chiếm dụng các cơ sở truyền giáo phi pháp vô lý v.v... mà chúng tôi đã đệ trình xin cứu xét tại Đơn 8 trang đã dẫn, mà Bộ Tư Pháp bảo chúng tôi gởi đến Ủy Ban Mặt Trận Tổ Quốc Việt Nam giải quyết... Chúng tôi nghĩ rằng: Ủy Ban Mặt Trận Tổ Quốc Việt Nam là cơ quan Dân Vận, đâu có bắt ai giết ai, lấy tài sản của ai v.v... thì làm gì có trách nhiệm giải quyết các vấn đề quan trọng đó.

Sự từ chối thẩm quyền cứu xét của Quý Bộ, chúng tôi coi đó là sự tắc trách của Bộ Tư Pháp trước Luật Pháp, trước các nạn nhân, trước các tội phạm quan trọng, thì còn bảo ai tôn trọng? và Pháp Luật đã suy đồi, bất lực tức tạo sự bất an rối loạn trong xã hội rất nguy hiểm. Tuy nhiên, chúng tôi được biết từ tháng 7 đến nay tại một số địa phương ở Miền Nam, nhất là tại Sài Gòn và Huế, các cơ quan An Ninh đã ra giấy mời một số tăng ni và Phật tử, tình nghi có liên hệ việc làm qua Đơn 8 trang của Giáo hội chúng tôi gởi đến các cơ quan cao cấp lãnh đạo Nhà nước Việt Nam, đến để thẩm vấn, bức cung, nhục mạ số các vị giáo phẩm cao cấp, hăm dọa, theo dõi, hạn chế đi lại, kiểm soát cư trú, tịch thu thơ từ qua Bưu điện, nhất là tại nơi tôi cư trú, nhân viên công lực thường trực kiểm soát tôi gần 100% hằng ngày v.v... Một việc làm như đọc Đơn 8 trang, Tản phát tin tức nghe Đài phát thanh mà cơ quan an ninh đã có phản ứng quá mức như vậy, thậm chí ra lệnh tăng ni Phật tử hay nhân dân nào có được Đơn đó phải đem giao nộp các cơ quan An ninh, nếu ai tàng trữ lưu hành sẽ bị luật pháp xử lý v.v... là Đơn 8 trang của Viện Hóa Đạo như một tài liệu chống đối Nhà nước cộng sản của một tổ chức chính trị bất hợp pháp. Trong khi đó Đơn 8 trang của Viện Hóa Đạo, Bộ Tư Pháp chỉ trả lại vì vô thẩm quyền cứu xét và hướng dẫn chúng tôi gởi đến cơ quan khác giải quyết, không phán định Đơn đó là văn kiện bất hợp pháp gì cả — hay tôi với tư cách quyền Viện Trưởng Viện Hóa Đạo ký Đơn là vô tư cách v.v... Thế nhưng ở cấp dưới đã có hành động tự tiện và lạm dụng quyền hành một cách nặng nề gây sự bất an trong dân chúng, chẳng ích gì cho tình hình đất nước hiện tại!

Thưa Ông Bộ Trưởng:

Giáo hội chúng tôi mong rằng, Quý Bộ đừng phủi tay và vô thẩm quyền trước các vấn đề quan trọng mà chúng tôi đã đề đạt và xin cứu xét mà Bộ Tư Pháp có trách nhiệm trước các cơ quan cao cấp khác, cũng như đừng rửa tay cho những tội phạm đã nhúng tay vào máu, nước mắt của các nạn nhân vô tội để luật pháp được áp dụng công bằng với tất cả mà người cần luật pháp bảo vệ che chở.

Chúng tôi sẽ tiếp tục gởi đến Quý Bộ nhiều vụ khác chưa được cứu xét tại các cơ sở của Giáo hội chúng tôi, từ 17-18 năm qua, còn xếp để đó, cũng quan trọng không kém các việc đã trình bày và nếu việc này không được Bộ Tư Pháp ra tay cứu xét sồng phẳng minh bạch, thì chúng tôi có quyền nghĩ là: tánh mạng các giáo phẩm, tăng ni và Phật tử, cũng như tài sản, cơ sở tín ngưỡng truyền bá đạo giáo của giới tôn giáo nói chung, không được luật pháp của Nhà nước cộng sản tôn trọng và bảo vệ. Do đó giới tôn giáo luôn luôn sống bất an và chờ đợi mọi sự khó khăn xảy đến bất cứ lúc nào. Vì chủ nghĩa cộng sản có chánh sách chống tôn giáo vẫn còn ngự trị mạnh mẽ trên đất nước đau khổ lạc hậu này.

Trân trọng cảm ơn và kính chào Ông Bộ Trưởng,

Nay kính,

Số 15-VPLV-VHĐ tại Quảng Ngãi, Ngày 15/9/1992

Quyền Viện Trưởng Viện Hóa Đạo

Can cứu: **Thích Huyền Quang**

* ***Bản sao kính gởi:***

— Văn Phòng Viện Tăng Thống "đệ kính trình việc."

— Ban Đại diện Giáo Hội Phật Giáo Việt Nam Thống Nhất các cấp, để lưu ý lập Hồ sơ các việc đã xảy ra tại cơ sở trong phạm vi giáo hội, từ 1975-1992-(1993) chưa được cứu xét tại cấp giáo hội hay cấp chính quyền sở tại "để tiếp tục gởi Nhà nước giải quyết."

— Lưu chiếu VPLV-VHĐ tại Quảng Ngãi— Giáo Hội Phật Giáo Việt Nam Thống Nhất tại Hải Ngoại "để xin vận động giúp đỡ."

Cơ sở tạm chùa Ấn Quang
243 Sư Vạn Hạnh, Chợ Lớn
Số: 18/VPLVNHĐ
GIÁO HỘI PHẬT GIÁO VIỆT NAM THỐNG NHẤT
VIỆN HÓA ĐẠO

TÂM THƯ

của Hòa thượng Quyền Viện Trưởng Viện Hóa Đạo Giáo Hội Phật Giáo Việt Nam Thống Nhất

Kính gởi: Chư Tôn Hòa thượng, Chư Thượng tọa, Đại đức Tăng, Ni, cùng Đồng bào Phật tử các giới trong và ngoài nước.

NAM MÔ BỔN SƯ THÍCH CA MÂU NI PHẬT

Kính bạch chư Tôn đức,

Kính bạch Quý Liệt vị,

Trước hết, nhân danh Giáo Hội Phật Giáo Việt Nam Thống Nhất, tôi kính lời vấn an sức khỏe và cầu nguyện hồng ân chư Phật thùy từ gia hộ chư Tôn đức cùng Quý liệt vị được mọi sự an lành, phước huệ tăng long Bồ đề tâm kiên cố để phụng trì chánh Pháp.

Riêng tôi, suốt 17 năm qua, ngục tù đã thay cho thiền thất, chốn lưu đày đã trở thành trụ sở lưu vong. Tuổi ngoài 70 vẫn chưa thể từ nan những trọng trách đối với đạo pháp, quê hương; nhất là từ khi tôi được đến trước kim quan của Đức cố Đại lão Hòa thượng Thích Đôn Hậu, Chánh Thư Ký kiêm Xử Lý Viện Tăng Thống, trong tang lễ vừa qua, để bái lãnh Di mệnh thiêng liêng của Ngài để lại.

Trước hoàn cảnh Đạo pháp nhiễu nhương, tăng ni điêu đứng, chánh tà lẫn lộn, quần chúng Phật tử chưa biết phải nương tựa vào đâu; vì trách nhiệm đối với lịch sử, tôi không ngại tuổi già sức yếu, quyết chí làm tròn mọi sứ mạng mà Giáo hội và chư vị Tôn đức hiến bối giao phó, để đứng lên đòi hỏi công bằng, lẽ phải cho Dân Tộc, cho Đạo Pháp trước sự soi sáng của lương tâm loài người thời đại. Tôi có niềm tin tưởng quang minh và ý chí không lay động rằng: Con đường mà Giáo hội chúng ta đã lựa chọn luôn luôn có ánh sáng Đại Trí của chư Phật chiếu soi, có tâm Đại Từ của Bồ Tát nâng đỡ, và gần gũi nhất là có hình bóng che chở của Lịch đại Tổ sư, của chư vị Thánh Tăng và các bậc Thánh Tử Đạo đã nguyện xả thân vì đại nghĩa, dõng mãnh, vô úy trước bạo lực cường quyền. Vì lý do đó, nay tôi xét thấy có nhiều vấn đề, nhiều tâm sự, nhiều sự thật cần phải được nêu lên, để chư Tôn đức và đồng bào Phật tử các giới trong và ngoài nước cùng thấy, cùng bàn và cùng thẩm nghị, để cho sự thật khỏi bị che mờ bởi những bóng đen thời đại.

I. NHÀ NƯỚC CỘNG SẢN VIỆT NAM LẬP RA GIÁO HỘI PHẬT GIÁO NHÀ NƯỚC TẠI HÀ NỘI VÀO NĂM 1981 VỚI MỤC ĐÍCH GÌ?

Như tất cả Quý liệt vị đều biết, Nhà nước cộng sản từ kinh điển Mao Lê, đã từng xem Tôn giáo là Thuốc phiện, là kẻ thù của nhân dân, là thành phần xấu của xã hội, cần phải đấu tranh dẹp bỏ (1). Vậy thì có lý do nào mà Nhà nước cộng sản lại dốc hết tâm lực, tài sản để lập ra Giáo hội nầy, Giáo hội nọ cho tôn giáo?

Câu hỏi ấy có lẽ không cần phải trả lời. Vì ai cũng hiểu, dù kẻ đui mù trí óc cũng hiểu. Ở đây tôi chỉ thưa thêm: Đấy, là thủ đoạn chính trị, là chiến thuật trong chiến lược trường kỳ nhằm đánh lừa những người có tôn giáo cho dễ bề thôn tính. Do kinh nghiệm lịch sử, Nhà nước cộng sản Việt Nam đã đàn áp tôn giáo một cách khéo léo tinh vi hơn. Họ không tiêu diệt thẳng tôn giáo như ở Liên Xô cũ, như ở Trung Quốc dưới thời Cách Mạng Văn Hóa, như ở Mông Cổ với những mồ chôn tập thể, như ở Campuchia dưới thời Pôn Pốt... Mà họ còn lập ra Giáo hội cho tôn giáo như Hội Phật Giáo Thống Nhất Việt Nam ở miền Bắc năm 1960, Ban Liên lạc Phật giáo yêu nước ở miền Nam năm 1975. Và các Hội, Ban này đã có các hàng Giáo Phẩm là cộng sản như các Hòa thượng Minh Nguyệt, Thiện Hào, Thế Long, Thanh Tứ... Lãnh đạo chưa đủ đắc lực tin tưởng hay sao, mà phải lập ra Giáo hội mới cho thêm phiền phức? Vậy Giáo hội Nhà nước ra đời tại Hà Nội năm 1981 với mục đích gì?

Xin thưa: Mục đích ấy là lấy danh nghĩa Phật giáo đoàn kết và thống nhất cả nước, Nhà nước cộng sản Việt Nam đã lập ra Giáo hội mới để làm công cụ nhằm lật đổ, xóa bỏ Giáo hội Phật Giáo Việt Nam Thống Nhất. Họ đã mượn những bàn tay hợp tác của một số tăng sĩ để chèn ép và tiêu diệt tăng sĩ, mượn bàn tay của những kẻ đồng đạo để tiêu diệt người đồng đạo. Than ôi! Đây chính là đòn "Gậy ông đập lưng ông." Thâm độc và dối trá đến thế là cùng.

II. TẠI SAO NHÀ NƯỚC CỘNG SẢN VIỆT NAM CÓ CHỦ TRƯƠNG XÓA BỎ GIÁO HỘI PHẬT GIÁO VIỆT NAM THỐNG NHẤT?

Vì chủ trương của cộng sản là độc quyền Đảng trị, là chuyên chính vô sản. Đường lối của cộng sản là lèo lái bằng mọi cách các tổ chức quần chúng trong xã hội quy về một mối dưới sự lãnh đạo của Đảng và nhằm phục vụ cho quyền lợi của Đảng. Nhưng họ đã không thực hiện được những điều đó một cách dễ dàng đối với Giáo Hội Phật Giáo Việt Nam Thống Nhất. Vì Giáo Hội Phật Giáo Việt Nam Thống Nhất có những tính chất quan trọng như sau:

1. Giáo Hội Phật Giáo Việt Nam Thống Nhất là một tổ chức to lớn, có cơ sở qui mô cùng khắp từ thành thị đến thôn quê, từ cao nguyên đến hải đảo, từ trong nước đến ngoài nước với các Chi bộ tại Hải ngoại ngày càng phát triển trên khắp thế giới.

2. Giáo Hội Phật Giáo Việt Nam Thống Nhất có tư cách kế thừa chính thống Lịch Đại Tổ Sư truyền giáo quá khứ và cận đại, nhất là sự hy sinh cao cả của Bồ Tát Quảng Đức, của chư Thánh Tử Đạo và của các vị cư sĩ hữu công từng vào tù ra khám.

3. Giáo Hội Phật Giáo Việt Nam Thống Nhất có một hệ thống giáo dục Phật học từ sơ, trung đến cao đẳng; thế học từ tiểu học, trung học Bồ đề đến Đại học Vạn Hạnh. Có cơ sở xuất bản báo chí, từ thiện xã hội ngày một nhiều.

4. Giáo Hội Phật Giáo Việt Nam Thống Nhất là hậu thân của Tổng Hội Phật Giáo Việt Nam (được thành lập từ 6 Tập đoàn Phật Giáo Trung Nam Bắc, vào năm 1951.) Là một tổ chức được thống hợp bởi các hệ phái, tập đoàn Phật giáo Nam Bắc tông, Việt Miên Hoa tông... trên cơ sở tự nguyện, phát xuất từ ý chí tự tín sau một cuộc đấu tranh đầy gian khổ, lắm hy sinh trong Pháp nạn 1963. Vì

thế, sự ra đời của Giáo Hội Phật Giáo Việt Nam Thống Nhất, năm 1964, là sự qui tụ của những người con Phật cùng chung một hoàn cảnh, biết tìm về đoàn kết để bảo vệ lẫn nhau sau bao nhiêu kinh nghiệm xương máu, trước những âm mưu chia rẽ, áp bức bởi các thế lực chính trị phi dân tộc, chứ không phải do một chế độ cầm quyền nào dùng áp lực dựng lên. Do đó, Giáo Hội Phật Giáo Việt Nam Thống Nhất có tính chất mang đầy bản sắc Dân tộc, không những có tầm vóc Quốc gia mà còn có địa vị Quốc tế (2), không những có vai trò lịch sử trong hiện tại mà còn có sức mạnh hướng cho dân tộc ở tương lai.

5. Một tổ chức như thế mà hàng lãnh đạo từ cao cấp đến cơ sở không có một người nào do cộng sản cài vào (3), nên Nhà nước khó kiểm soát, khó lãnh đạo, khó tuyên truyền, khó lợi dụng. Vì vậy, họ cần phải tạo ra một Giáo hội mới có thể làm công cụ, làm lợi khí tuyên truyền cho chủ nghĩa cộng sản. Rồi đến một lúc nào đó, khi các thành phần tôn giáo đối lập không còn nữa, thì Giáo hội mới cũng sẽ bị tiêu diệt.

Đây chính là chiến thuật "phù thủy" của Nhà nước cộng sản Việt Nam. Họ đã bỏ công làm ra những "hình Nộm," những "ông Thần Giấy" với sự tỉa vẽ rất công phu cho ra vẻ linh thiêng, đường bệ, trong chiến dịch "Giải hạn, Trừ tà." Để rồi, đến lúc hạ đèn thì tất cả cũng đều bị đưa lên giàn hỏa, chứ không phải có "con Nộm; ông Thần Giấy" nào sẽ được đưa lên tượng đài để tôn vinh như có một số người lầm tưởng!

Kính thưa Quý liệt vị,

Ở mục nầy, tôi xin mạn phép được luận bàn thêm một vài vấn đề liên hệ:

— Nếu Giáo Hội Phật Giáo Việt Nam Thống Nhất không có những tính chất quan trọng như đã nêu trên, thì Nhà nước cộng sản Việt Nam đâu có đặc biệt "Chiếu cố" đến như vậy. Và nếu một số vị trong hàng Giáo phẩm Phật giáo có bản lãnh, có lập trường, không dễ bị mua chuộc thì Nhà nước dẫu có kiểm soát, hạn chế sinh hoạt v.v... cũng chỉ lập ra những quyết định, nghị quyết khắt khe như 297, 69 là cùng. Chứ không thể nào họ có thể dàn dựng một Giáo hội trùm lên một Giáo hội đồng hình thức, đồng danh hiệu nhưng khác hẳn về bản chất. Để rồi đưa vào cơ cấu đó những người cơ hội, háo danh và xúi dục chia rẽ, bức hại lẫn nhau. Thật là xấu hổ với các tôn giáo bạn, vì họ cũng cùng cảnh ngộ như chúng ta, nhưng đâu có cảnh đổ vỡ xáo trộn, đau thương như Giáo hội chúng ta. Đây chính là bài học ngàn đời! "Vi trùng trong sư tử ăn thịt sư tử" mà đức Phật đã dạy cách đây gần 30 thế kỷ.

— Nếu Giáo hội Nhà nước dựng lên có một Hiến chương với nội dung tương đối, thật sự có tự do, có chủ quyền, thì có gì đáng nói. Ngược lại, chúng ta còn vui mừng là khác. Nhưng làm gì có được bản Hiến chương như thế. Vì nó đâu có phải được soạn ra từ những bậc chân tu, vốn thao thức cho sự trường tồn của đạo pháp. Mà chính là sản phẩm của những người có chủ trương ngược lại. Họ còn cố tình xé bỏ Hiến chương Giáo Hội Phật Giáo Việt Nam Thống Nhất và dùng áp lực cưỡng bách tăng ni Phật tử, phải chấp nhận, phải tuân thủ bản Hiến chương của một Giáo hội giả danh, do Nhà nước cộng sản lãnh đạo qua hai cánh tay đắc lực của Đảng là Ban Tôn Giáo và Mặt Trận Tổ Quốc Việt Nam.

Kính thưa Quý liệt vị,

Trước và sau khi lập ra Giáo hội thứ hai, Nhà nước cộng sản Việt Nam đã vạch định một kế hoạch lâu dài với đủ mọi biện pháp: Bắt giam một số vị lãnh đạo Giáo Hội Phật Giáo Việt Nam Thống Nhất, hăm dọa, chụp mũ và vu khống những vị có uy tín, không cho các Tự Viện tiếp nhận tăng, ni thừa kế, kiểm tra hộ tịch hộ khẩu khắc khe, tạo khó khăn cho các chùa khắp toàn Quốc, tìm mọi cách trở ngại tín đồ lui tới, hạn chế việc giảng đạo, truyền đạo, đi lại của tăng ni, không cho mở trường học, trường giới, tịch thu hết ruộng đất của chùa chiền v.v... và nếu cái đà kiểm soát, hạn chế nầy kéo dài, thì giới tôn giáo nói chung, Phật giáo nói riêng, đến cuối thế kỷ 20 nầy sẽ hoàn toàn "tuyệt tự." Và Đảng cộng sản sẽ xây dựng cho nhân loại một cảnh thiên đường trên sự đổ nát của tôn giáo (4). Nhưng than ôi! Tham vọng ấy bây giờ còn đâu nữa. Và tôn giáo bao giờ mới bị tận diệt dưới chế độ vô thần!

Từ năm 1991 trở lại đây, tôn giáo được Nhà nước cởi mở đôi phần qua chính sách đổi mới. Nhưng chúng ta đừng thiển cận, nhẹ dạ cho đó là chính sách "sửa sai" hay "ân huệ" của Nhà nước đối với tôn giáo. Thật ra, đấy là do vòng quay tất định của lịch sử, là do xu hướng tiến hóa của nhân loại ngày nay. Và đồng thời cũng do sự tự phát, tự tồn của tôn giáo. "Đổi mới hay là chết" đó là chân ngôn thời đại, là bài học máu xương khắp bốn bể, năm châu. Nhà nước Việt Nam hiểu rõ như vậy, nên không thể ngăn chận được một sức mạnh hữu hình và vô hình từ bên ngoài và ngay trong lòng dân tộc. Cho nên sự "nới tay" chẳng phải là sự ban ơn, mà chính là sự trả lại, nhả lại nhưng vẫn còn chưa đủ, những gì tôn giáo đã có và bất khả nhượng từ trước mà đã bị Nhà nước ngang nhiên tước đoạt.

III. VỚI BẢN CHẤT PHI TRUYỀN THỐNG, LÀ CÔNG CỤ CHÍNH TRỊ CỦA CHẾ ĐỘ HIỆN THỜI, GIÁO HỘI NHÀ NƯỚC ĐÃ VẤP PHẢI NHỮNG SAI LẦM GÌ?

Để minh chứng rằng, Giáo hội Nhà nước là một Giáo hội công cụ, đi ngược lại truyền thống Phật giáo Dân tộc, tôi xin đơn cử một vài sự sai lầm mà chính Giáo hội ấy phải chịu trách nhiệm với lịch sử:

— Là một tôn giáo có mấy ngàn năm lịch sử trên Tổ Quốc Việt Nam, Giáo hội Nhà nước đã chấp nhận sự thanh trừng, tổ chức, chỉ đạo trực tiếp của các thế lực chính trị nhất thời là Ban Tôn Giáo Chính phủ và Mặt Trận Tổ Quốc Việt Nam.

— Ký văn bản đề nghị Nhà nước xử lý Hòa thượng Thích Quảng Độ và Tôi vào năm 1982, vì không đồng tình để Nhà nước chỉ đạo việc thống nhất Phật giáo.

— Tự nhận mình là thành viên của một tổ chức chính trị cộng sản là Mặt Trận Tổ Quốc Việt Nam.

— Đại hội lần thứ nhất, năm 1981, Giáo hội Nhà nước đã hủy bỏ Giáo kỳ Phật giáo một biểu tượng thiêng liêng đã được bảo vệ bằng biết bao xương máu, tù tội của tăng ni Phật tử. Đồng thời đã loại bỏ tổ chức Gia đình Phật tử ra khỏi Giáo hội, một tổ chức nòng cốt có nhiều thành tích đối với lịch sử Phật giáo cận đại bị áp lực phải xóa tên.

— Tại Đại hội nầy, đã thiết trí hình ảnh Chủ tịch Hồ Chí Minh lớn hơn tôn tượng đức Phật là một điều sai lầm không thể chấp nhận được.

— Đại hội lần thứ nhất, Giáo hội Nhà nước đã ra tuyên bố chống Trung Quốc theo luận điệu chính trị của Nhà nước cộng sản hồi đó. Và đã phạm thượng với đức Phật. Vì chỉ có đức Phật mới xứng đáng gọi là pháp vương hay pháp chủ. Do đó giáo hội Nhà nước đã đi ngược lại truyền thống của chư Tổ khi dùng từ ngữ nầy để tôn vinh cho một vị tỳ kheo, và vị tỳ kheo ấy cũng mặc nhiên tự nhận mình là Pháp chủ.

— Năm 1981 những vị trong ban trị sự Thành hội Phật giáo thành phố Hồ Chí Minh, và Ban Tôn giáo vận đã ngang nhiên chiếm cứ và hạ bảng Văn Phòng Viện Hóa Đạo Giáo Hội Phật Giáo Việt Nam Thống Nhất để làm trụ sở thành hội.

— Đại hội lần thứ hai, năm 1986, Giáo hội Nhà nước đã tổ chức ngay tại cung Văn hóa Hữu Nghị Việt Xô của Nhà nước, nơi thường diễn ra các sinh hoạt chính trị tại Thủ đô Hà Nội. Cũng tại Đại hội lần nầy, Giáo hội Nhà nước đã tuyên bố chống "đế quốc Mỹ" với danh nghĩa chống chiến tranh hạt nhân do Liên Xô đề xướng.

— Nội qui Tăng Sự của Giáo hội Nhà nước qui định việc tấn phong Giáo phẩm Hòa thượng, Thượng tọa phải được chính quyền các cấp xét duyệt, chấp thuận là hoàn toàn sai trái với tinh thần giới luật, ngược lại truyền thống của Phật giáo Việt Nam và biến những hàng Giáo phẩm của Phật giáo thành sản phẩm của một chế độ có chủ trương chống tôn giáo.

— Cả hai lần Đại hội nói trên, đều được Nhà nước cộng sản Việt Nam đài thọ mọi phí tổn, đưa đón các đại biểu về ăn ở tại nhà khách Chính phủ rất sang trọng tại Hà Nội.

— Trong khi cả một Dân tộc đang đấu tranh bằng nhiều hình thức để đòi quyền dân chủ thực sự và công bằng xã hội, trong khi các nhà lãnh đạo tôn giáo, các vị tu sĩ trí thức, các nhân sĩ đất nước... bị bắt bớ giam cầm đến chết rục trong lao tù, trong khi biết bao nhiêu chùa chiền, cơ sở Phật giáo trong cả nước bị chiếm dụng làm nhà kho chứa thóc, chứa phân, nhà hội họp, câu lạc bộ v.v... thì các vị lãnh đạo Giáo hội Nhà nước, trừ những vị bị áp lực phải tham gia, còn số ít vẫn ung dung tự tại, thụ hưởng mọi đặc quyền, đặc lợi của Nhà nước một cách không hổ thẹn. Lại còn lớn tiếng hoan hô, ca ngợi một thể chế tự do giả danh, dân chủ hình thức, cản trợ sự đấu tranh của dân tộc, nhất là giới Phật giáo của chúng ta.

— Hầu hết các vị lãnh đạo Giáo hội Nhà nước từ Trung ương đến địa phương đều bị ép buộc tham chính bởi Nhà nước theo từng cấp, do sự bố trí của Mặt trận Tổ quốc và Ban tôn giáo. Diễn tả sai lầm của Giáo hội Nhà nước đối với giới luật, với tăng ni Phật tử, với lịch sử Phật giáo Việt Nam thì vô cùng vô tận... Nên phải hiểu rằng, lịch sử tự nó không có tội, nhưng nếu chúng ta sai lầm thì liệu lịch sử có dung tha những tội lỗi đó cho chúng ta không?

IV. GIÁO HỘI PHẬT GIÁO VIỆT NAM THỐNG NHẤT CÓ PHẢI LÀ THÀNH VIÊN SÁNG LẬP NÊN GIÁO HỘI NHÀ NƯỚC HAY KHÔNG?

Đây là một vấn đề quan trọng, một sự thật lịch sử cần phải được phát giác để dư luận trong và ngoài nước tỏ tường.

Nguyên vào đầu xuân Canh Thân (1980) Nhà nước đã triệu tập một cuộc gặp mặt đầu năm gồm nhiều vị lãnh đạo được chọn lựa trong cả nước từ các Giáo hội, các tổ chức Phật giáo về tại Trụ sở Ủy Ban Trung ương Mặt Trận Tổ Quốc Việt Nam tại thành phố Hồ Chí Minh số 176 đường Võ Thị Sáu. Đến dự cuộc gặp mặt nầy có cả cố Đại lão Hòa thượng Thích Đôn Hậu, cố Hòa thượng Thích Trí Thủ và Hòa thượng Thích Minh Châu. Tất cả ba vị đều được mời với tư cách cá nhân chứ không phải là đại diện cho Giáo hội. Chủ trì cuộc gặp mặt nầy là quý ông Nguyễn Văn Linh, bấy giờ là Ủy viên Trung Ương Đảng. Bí thư thành ủy, ông Trần Bạch Đằng, Đại diện Ban Tôn giáo chính phủ và quý vị đại diện Trung ương Mặt Trận Tổ Quốc Việt Nam tại Trụ sở. Mục đích cuộc gặp mặt nầy là để bàn luận việc thống nhất Phật Giáo Việt Nam mà Nhà nước đã có kế hoạch, có chương trình định sẵn sau các lời mở đầu đẩy bài bản của ông Nguyễn Văn Linh với nội dung ca ngợi Phật Giáo Việt Nam có truyền thống yêu nước, có công lao với lịch sử dân tộc trong các cuộc kháng chiến chống ngoại xâm, sức mạnh của Phật giáo chính là sức mạnh của quần chúng... Do đó, "muốn tạo nên một thành trì kiên cố làm chỗ dựa vững chắc cho Đảng, cho cách mạng Việt Nam, không có cách nào tốt hơn là phải củng cố và thống nhất Phật giáo..." "Xin Quý Hòa thượng cho phép chúng tôi được gọi là Phật giáo của chúng ta, và đề nghị quý Ngài cũng nên gọi là Đảng của chúng ta..."

Bất bình trước chủ tâm khuynh loát của Nhà nước, cũng như với ý đồ muốn đồng nhất Phật giáo Việt Nam và Đảng cộng sản Việt Nam, cố Đại lão Hòa thượng Thích Đôn Hậu liền đứng dậy phát biểu: "Hôm nay chúng tôi đến đây là với tư cách cá nhân, vì quí vị mời chúng tôi không phải với chức năng Giáo hội. Nên chúng tôi đến dự không phải là đại diện Giáo hội và Giáo hội cũng không có ủy cử chúng tôi." Cố Hòa thượng Thích Trí Thủ lúc bấy giờ cũng đứng dậy tán đồng ý kiến ấy. Rồi cố Đại lão Hòa thượng Thích Đôn Hậu nói tiếp: "Thống nhất Phật giáo cả nước là việc làm rất quan trọng, có ý nghĩa lịch sử của Phật giáo Việt Nam. Nên sự thống nhất phải từ trên cơ sở được sự tham gia bàn bạc, quyết định của từng mỗi Giáo hội, mỗi hệ phái thì mới có được sự thống nhất trọn vẹn. Việc nầy không thể quyết định một cách vội vàng và do Nhà nước chủ động. Hơn nữa, trước đây Giáo hội chúng tôi đã từng đề bạt việc nầy với Nhà nước và cũng đã có văn thư gửi Hội Phật Giáo Thống Nhất Việt Nam tại miền Bắc. Nhưng tất cả đều từ chối! Tại sao việc lịch sử Phật giáo mà quí vị không để chúng tôi làm, quý vị lại đứng ra nhận lãnh? Tại sao quý vị lại có chủ trương loại bỏ Giáo Hội Phật Giáo Việt Nam Thống Nhất chúng tôi? Bằng cớ là đã không mời Giáo hội chúng tôi đến dự cuộc họp hôm nay. Do đó, với tư cách cá nhân, chúng tôi không thể dự bàn cuộc họp nầy được. Và, vì trách nhiệm đối với Giáo Hội Phật Giáo Việt Nam Thống Nhất, chúng tôi không thể làm một việc mà đã sai nguyên tắc ngay từ cơ bản, để rồi tự giết lấy Giáo hội chúng tôi." Sau đó, cố Đại lão Hòa thượng đã rời phòng họp ra về ngay sáng hôm ấy, mặc dù cuộc họp còn kéo dài suốt ngày, và Ngài đã vào nằm bệnh viện khá lâu để có thể từ chối mọi áp lực.

Đến giữa năm 1980, cố Hòa thượng Thích Trí Thủ lúc bấy giờ với tư cách Trưởng ban vận động thống nhất Phật giáo, dẫn đầu một phái đoàn đến thăm Hội Đồng Viện Hóa Đạo tại Ấn Quang. Sau khi được giới thiệu xong, Hòa thượng Phạm Thế Long phát biểu: "Đảng chủ trương đất nước đã thống nhất thì Phật giáo cũng phải thống nhất? Hôm nay chúng tôi đến xin Quý Hòa thượng, Thượng tọa góp ý kiến và việc kiến trúc một ngôi chùa thống nhất cho Phật giáo cả nước."

Lúc bấy giờ tôi liền nói: Quý Ngài là sáng lập viên, là kiến trúc sư của ngôi chùa đó, vậy quý Ngài đã phát họa một kiểu mẫu đại khái nào chưa? Chẳng hay ngôi chùa ấy có giống như Quán Sứ, chùa Kèo, Từ Đàm, Linh Mụ... Hoặc là giống như Ấn Quang, Xá Lợi v.v...

Để chúng tôi có thể dựa vào đó mà góp ý? Tuy nhiên chúng tôi biết rõ là Nhà nước chủ trương lập một ngôi chùa thống nhất cho các giáo phái, Tập đoàn Phật giáo cách mạng, chứ Giáo hội chúng tôi đâu có được đặc ân vào đó. Vì chính ông Nguyễn Văn Hiếu, Bộ Trưởng Bộ Văn Hóa thời chính phủ cách mạng lâm thời CHMNVN đã nói với Hòa thượng Thích Đôn Hậu, khi Ngài bàn với ông Bộ Trưởng xin thống nhất Phật giáo cả nước, rằng: "Thống nhất thì tốt, nhưng thống nhất các tổ chức Phật giáo cách mạng, chứ thống nhất làm gì với Phật giáo phản động." Hòa thượng chúng tôi hỏi: "Phật giáo phản động là ai?" Ông Bộ Trưởng không trả lời. Như vậy Nhà nước muốn chỉ trích Giáo hội chúng tôi là phản động. Thưa Quý Ngài, vậy thì ngôi chùa thống nhất Phật giáo, Giáo hội chúng tôi đâu được có mặt trong đó, nên cũng không dám đóng góp ý kiến gì cả.

Tiếp đó, Hòa thượng Quảng Độ phát biểu: "Phật giáo miền Bắc sống trong phần đất tự do, hòa bình, độc lập. Nhưng quý Ngài đã làm được gì cho Phật giáo ngoài đó? Còn Phật giáo trong Nam sống trong phần đất chiến tranh, bị kềm kẹp, đàn áp, bất công... Nhưng chúng tôi đã làm được những gì cho Phật giáo chắc quý vị đã thấy, đã biết. Vậy, bây giờ ai cần thống nhất với ai đây?" Thế là tan rã, cuộc trưng cầu ý kiến không đem lại một kết quả nào.

Thưa Quý liệt vị,

Tôi chỉ kể lại một vài việc cụ thể như trên để cho tất cả chúng ta đều rõ. Và, như vậy không có nghĩa là Giáo Hội Phật Giáo Việt Nam Thống Nhất chúng ta không có thiện chí đối với sự nghiệp thống nhất Phật giáo cả nước. Mà chính vì Nhà nước đã có chủ trương loại bỏ Giáo hội chúng ta ngay từ đầu, đã lên án Giáo hội chúng ta là phản động. Còn có một số vị Giáo phẩm của chúng ta tham gia vào Giáo hội Nhà nước là do được mời với tư cách cá nhân mà thôi. Và một số vị tự ý nhân danh trưởng Đoàn Đại biểu Giáo Hội Phật Giáo Việt Nam Thống Nhất, đọc tham luận trong Đại hội kỳ I chỉ là sự lạm xưng. Vì Giáo Hội Phật Giáo Việt Nam Thống Nhất không có một cuộc họp nào, một văn bản nào để cử Đại diện tham gia vào Giáo hội Nhà nước cả.

Tiện đây, tôi cũng xin đưa ra một vài luận điệu của những kẻ thờ ơ, bàng quan, thiển cận hoặc vì mua chuộc ru ngủ trước hiện tình Phật giáo, để chúng ta cùng nhau thẩm định cho sâu sắc, phân biệt cho rõ ràng, để khỏi đắc tội với lịch sử.

· — Có người nói: Giáo hội nào cũng được!

— Xin thưa, Giáo Hội Phật Giáo Việt Nam Thống Nhất là Giáo hội kế thừa truyền thống rạng rỡ của Phật Giáo Việt Nam, là Giáo hội do Lịch Đại Tổ sư quá khứ và cận đại sáng lập để truyền bá Phật pháp. Còn Giáo hội Nhà nước là một Giáo hội chính trị thời đại, do Nhà nước cộng sản lập nên để làm công cụ cho việc truyền bá chính trị và tư tưởng của Mao-Lê. Mục đích của nó là làm lũng đoạn nội bộ, hạn chế phát triển, kiểm soát sinh hoạt của tôn giáo, lần hồi sẽ đẩy tôn giáo đến chỗ diệt vong. Tại sao chúng ta không thấy được hiểm họa ấy, mà còn bảo là Giáo hội nào cũng được!

— Có người nói: Mỗi Giáo hội ra đời phải tùy thuộc vào bối cảnh lịch xử xã hội, bánh xe lịch sử đã qua rồi thì chọn lựa Giáo hội cũng y như vậy.

— Xin thưa: Như trên đã trình bày, Giáo Hội Phật Giáo Việt Nam Thống Nhất ra đời trong một hoàn cảnh bị chia rẽ và áp bức, và do ý chí tự nguyện tự tồn, do nhu cầu hoằng pháp và do sự thành công của cuộc đấu tranh đòi tự do tín ngưỡng và công bằng xã hội. Còn các Hội, Ban và Giáo hội Nhà nước ra đời trong bối cảnh những năm 1960, 1975, 1981, là do nhu cầu chính trị thời đại ưu tiên thành lập một bối cảnh do bị sức ép nên tự phát, tự nguyện vùng lên một bối cảnh do nhu cầu chính trị với chiến lược, "gậy ông đập lưng ông" và được chính quyền sắp đặt, tổ chức. Hai bối cảnh hoàn toàn trái ngược nhau từ hiện tượng cũng như về bản chất, từ nguyên nhân cũng như về kết quả. Vậy thì chúng ta nên lựa chọn một Giáo hội để tự phát, tự tồn hay chấp nhận một Giáo hội để tự tiêu, tự diệt. Hơn nữa, kinh nghiệm lịch sử cho thấy rằng, tất cả mọi thứ Giáo hội giả danh do các thế lực chính trị thời đại lập nên, đều lần lượt tan hàng nhục nhã theo các thể chế chính trị kinh nghiệm nầy trong quá khứ không phải là hiếm vậy.

— Lại có người nói: Việc Giáo hội Nhà nước ra đời dù sao cũng là việc đã rồi!

— Đây là thái độ thờ ơ thiếu trách nhiệm, thái độ ấy chỉ để dành cho những ai chưa từng sống chết cho Phật giáo, chưa từng bị đàn áp tù tội, đổ máu và chết chóc trong Pháp nạn 1963 và chưa từng là cán bộ của Giáo Hội Phật Giáo Việt Nam Thống Nhất. Thật ra đó cũng chỉ dành cho những ai không phải trưởng thành từ các Phật Học Viện hay các trường trung, tiểu học Bồ Đề ngày trước.

Nói chung, xin thưa rằng: Nơi nào có chủ nghĩa cộng sản, thì nơi đó trước sau gì rồi tôn giáo cũng bị tiêu diệt! Nơi nào có chủ nghĩa cộng sản thì nơi đó có những Giáo hội giả danh, những con bài tôn giáo được dựng lên để làm công cụ tay sai cho chế độ. Hỡi những ai đang còn mê ngủ và mù quáng hãy thức tỉnh?

V. VẤN ĐỀ KHÔI PHỤC SINH HOẠT GIÁO HỘI PHẬT GIÁO VIỆT NAM THỐNG NHẤT CÓ CHÍNH NGHĨA KHÔNG? VÀ NHÀ NƯỚC CÓ MẶC NHIÊN CHẤP THUẬN KHÔNG?

1. Tôi và quý vị Giáo phẩm trong Hội đồng Lưỡng Viện Giáo Hội Phật Giáo Việt Nam Thống Nhất có mặt trong và ngoài nước, thừa Di Chúc thiêng liêng của cố Đại lão Hòa thượng Thích Đôn Hậu Chánh thư ký kiêm Xử lý Viện Tăng Thống, để lãnh đạo Giáo hội, dẫn dắt Phật tử các giới trong bất kỳ mọi hoàn cảnh, thì sao gọi là không chánh nghĩa?

Tôi, nhân danh Quyền Viện Trưởng Viện Hóa Đạo, đã đệ đơn lên các vị lãnh đạo cao cấp Nhà nước Việt Nam, với nguyện vọng 9 điểm, để đòi hỏi lẽ phải, công lý và lương tâm của những người Việt Nam đang lãnh đạo đất nước. Lời kêu cứu của tôi đã vang vọng và được hưởng ứng, ủng hộ khắp bốn bể năm châu, thì có gì chánh nghĩa hơn thế nữa. Vả lại, từ trước đến nay, Nhà nước Việt Nam cũng chưa hề có một văn bản pháp lý nào qui định tội trạng, và cũng chưa có văn kiện chính thức nào "khai tử" Giáo hội Phật Giáo Việt Nam Thống Nhất. Vậy thì, việc khôi phục sinh hoạt của Giáo hội chúng ta hẳn nhiên là hợp pháp, hợp lý và có chánh nghĩa.

2. Muốn biết Nhà nước cộng sản Việt Nam có chấp thuận cho chúng ta sinh hoạt bình thường không, thì cần phải phân tích cho minh bạch cùng nhau thông hiểu. Từ căn bản của tư tưởng vô thần, cộng sản không bao giờ đội trời chung với tôn giáo. Chúng ta đừng có ngây thơ tin tưởng rằng Nhà nước cộng sản thật sự cho phép tự do tín ngưỡng. Đấy chỉ là cụm từ rỗng, chỉ là chiến thuật trong chiến lược để lừa dối quần chúng nhẹ dạ, để làm mờ mắt những tăng ni Phật tử cạn cợt. Sau khi chiếm trọn miền Nam, Nhà nước cộng sản biết rằng họ còn phải đương đầu với rất nhiều kẻ thù từ bên trong

cũng như từ bên ngoài đất nước. Nên họ không dại gì công khai tuyên bố tôn giáo là kẻ thù. Mà đấy là đối tượng, cần phải dùng những cán bộ trung cấp hoặc hạ tầng cơ sở thiếu học để sai khiến họ. Tìm cách hạn chế phát triển và triệt tiêu dần dần tôn giáo. Những hành động đập phá tượng Phật lộ thiên ở nhiều nơi, chiếm dụng chùa chiền; mạ lỵ, phỉ báng, gây sức ép để tăng ni hoàn tục... Thì cứ đổ lỗi cho cán bộ cấp dưới là xong. Còn Đảng và hàng cán bộ cao cấp thì bao giờ cũng sáng suốt và biết tôn trọng tự do tín ngưỡng. Nhưng, thực tế họ có phải thực sự sáng suốt không? Và những vấp váp, sai lầm nghiêm trọng, đối với đất nước, đối với dân tộc trong 17 năm qua phát xuất từ đâu. Nếu không phải từ những bộ óc tự nhận mình là "đỉnh cao trí tuệ của loài người."

Việc ấy bây giờ không còn che mắt ai được nữa. Bức màn huyền bí của chủ nghĩa cộng sản trên khắp thế giới đã được vén lên để phơi bày sự thật. Tiêu diệt tôn giáo không được, dùng mọi chiến thuật, chiến lược đều bất thành, Nhà nước Việt Nam đành phải "Nới tay" dưới chủ trương "Đổi mới." Nên các Gia đình Phật tử từ Quảng Trị đến Cà Mâu nhất loạt vùng lên sinh hoạt trong những năm gần đây mà Nhà nước đành "thỏng tay bất lực." Chúng ta cứ sinh hoạt bình thường vì đây là sức mạnh của chúng ta. Cái sức mạnh có từ nơi giáo lý Phật đà đã trao cho dân tộc qua 2,000 năm lịch sử. Cái sức mạnh có từ những bậc Bồ Tát, những vị Thánh Tử Đạo. Cái sức mạnh ấy tiềm tàng nơi tự tâm của những con người tin Phật.

— Quy y Phật: Không qui y thiên thần quỉ vật.

— Quy y Pháp: Không qui y ngoại đạo, tà giáo.

— Quy y Tăng: Không qui y tổn hữu, ác đảng.

Những huynh trưởng 60-70 tuổi, trải mười mấy năm qua, đã từng bị công an gọi lên, gọi xuống, hăm dọa hàng chục lần. Các Gia đình Phật tử từng bị giải tán 15-20 lần, nhưng đức nhẫn nại, lòng vô úy của người con Phật không vì vậy mà chùn bước, cứ vẫn lặng lẽ, âm thầm chịu đựng mà tiến lên. Bây giờ thì cờ xanh, sen trắng tung bay khắp bốn phương trời... Những đời sống đạo đức, lành mạnh, hồn nhiên và tươi trẻ ấy đã đi vào lòng dân tộc, đi vào lòng mọi người... lôi cuốn cả đến con em của những cán bộ cộng sản, lôi cuốn luôn cả những đoàn thể thanh thiếu niên, nhi đồng của nhà nước. Và điều đáng mừng thay, đã có hằng trăm, hàng ngàn cán bộ cộng sản cùng con em của họ đã qui thuận vào đại Gia đình Phật giáo. Sự thật ấy tất cả chúng ta đều thấy rõ. Quí vị Giáo phẩm lãnh đạo Giáo Hội Phật Giáo Việt Nam Thống Nhất tại các tỉnh, các địa phương nên nghĩ gì, làm gì để lãnh đạo Gia đình Phật tử một cách xứng đáng hơn. Câu hỏi chúng ta có được phép sinh hoạt bình thường dưới chế độ cộng sản không? Thiết nghĩ, câu hỏi ấy là của những người chưa hiểu gì về chủ nghĩa cộng sản cả.

VI. VIỆC KHÔI PHỤC LẠI GIÁO HỘI PHẬT GIÁO VIỆT NAM THỐNG NHẤT CÓ BỊ CHỤP MŨ LÀ CHỐNG CỘNG, ĐỂ RỒI BỊ ĐÀN ÁP KHÔNG?

Thưa rằng, cách đây hàng trăm năm, kinh sách các tôn giáo không có câu nào dạy tín đồ chống cộng cả. Riêng Phật giáo lại còn tuyệt đối không. Từ ngày có chủ nghĩa Mác Lê Nin ra đời, chủ nghĩa ấy đã dạy con người sự đấu tranh, căm thù và giết chóc nhất là chống đối tôn giáo. Sự thoái trào, sụp đổ của chủ nghĩa cộng sản trên khắp thế giới trong vài ba năm trở lại đây cũng không phải là do tôn giáo chống đối. Mà vì bản chất của chủ nghĩa ấy đã lỗi thời và bị đào thải bởi con người ngày nay đã đủ văn minh và tiến bộ.

Phật giáo Việt Nam suốt mấy ngàn năm lịch sử luôn luôn đứng về phía quần chúng bị áp bức, khổ đau để chống đối với cái láo, cái mê lầm, tham lam và tàn bạo cộng sản Việt Nam chỉ trong vòng 20 năm lãnh đạo miền Bắc, 17 năm lãnh đạo miền Nam mà đã đưa đất nước nầy nghèo nàn, lạc hậu, lùi xa đến 50-100 năm so với các Quốc gia trong vùng Đông Nam Châu Á. Cộng sản đã biến Việt Nam thành một xã hội vô linh hồn và xem thường cái giá trị thiêng liêng của dân tộc. Chính quyền cộng sản Việt Nam đã lấy danh nghĩa là vì những người dân đau khổ, hô hào là "lấy dân làm gốc..." Nhưng thật ra những người dân đang cùng khổ trong xã hội, đã hưởng được những đặc ân gì dưới một đất nước để những người "vô sản" cầm quyền? Hay thực tế nghèo đói, khổ đau vẫn còn ngày càng thêm khổ đau, nghèo đói?

Qua các kỳ Đại hội Đảng lần thứ 6, thứ 7, họ kêu gọi sửa sai, lần nầy qua lần khác, nhưng càng sửa lại càng sai. Nhiều cán bộ từ hạ tầng đến cao cấp tham nhũng hối lộ lan tràn, tiếp tục nạn ô dù để an thân thụ hưởng, mặc nhiên trước cảnh đau khổ, nghèo nàn, lạc hậu của nhân dân. Tất cả mọi sự thật ấy ngày nay đã bị báo chí dư luận phanh phui, bóc trần trước mắt mọi người trong nước và Quốc tế.

Trước tình cảnh đó, kế thừa và phát huy truyền thống của Phật giáo Việt Nam đối với Dân tộc và Đạo pháp, việc đòi lại chủ quyền của Giáo Hội Phật Giáo Việt Nam Thống Nhất là việc làm kiên quyết vậy.

Kính thưa Quý liệt vị,

Quý vị nghĩ sao? Đơn xin cứu xét nhiều việc của tôi có 9 điểm quan trọng tôi đã gửi đến các cấp lãnh đạo Nhà nước Việt Nam để đòi hỏi công lý, lương tâm và sự thật; để xin được xét xử tôi một cách công khai trước lịch sử, trước dư luận Quốc nội và Quốc ngoại. Nhưng đã nhiều tháng rồi, Nhà nước vẫn làm ngơ, không cứu xét. Như vậy, ai là người có thiện chí? Ai là người sợ sự thật bị phơi bày?

Nhân danh Quyền Viện Trưởng Viện Hóa Đạo, tôi cũng như quí vị, với lập trường trước sau như một, yêu cầu Nhà nước cộng sản Việt Nam thực thi các nguyện vọng sau đây:

1. Cứu xét đúng đắn, giải quyết thỏa đáng 9 điểm yêu cầu đã được ghi rõ trong Đơn Xin Cứu Xét Nhiều Việc đề ngày 25/06/1992 và Đơn Khiếu Nại đề ngày 24/08/1992 của Viện Hóa Đạo gửi quí cấp lãnh đạo nhà nước Việt Nam. Đồng thời, đưa Bức Tâm Thư nầy ra mổ xẻ phải trái rõ ràng. Để một là Nhà nước dứt khoát "Khai Tử" Giáo Hội Phật Giáo Việt Nam Thống Nhất có trụ sở tạm tại chùa Ấn Quang để tôn vinh Giáo hội mà Nhà nước đã dựng lên vào năm 1981 tại Hà Nội. Hai là mặc nhiên để Giáo hội chúng tôi sinh hoạt bình thường.

2. Hủy bỏ khẩu hiệu "Đạo pháp — Dân tộc — Chủ nghĩa xã hội." Vì Phật giáo Việt Nam đã chưa bao giờ và sẽ tiếp tục không bao giờ tôn thờ hoặc làm công cụ tuyên truyền cho bất cứ một chủ nghĩa chính trị nào.

3. Tôn trọng các ngày lễ Phật Đản và Chúa Giáng sinh, bằng cách cho cán bộ, công nhân viên và học sinh được nghỉ trong 2 ngày lễ trọng đại ấy. Đồng thời, nghỉ ngày Pháp nạn 20 tháng 08 dương lịch và ngày kỷ niệm Bồ Tát Quảng Đức tự thiêu và các Thánh tử Đạo vị pháp vong thân, vào các ngày Khánh tiết hằng năm của dân tộc.

4. Chấm dứt mọi hình thức dùng áp lực khủng bố hoặc dụ dỗ mua chuộc tăng ni, Phật tử phải tham gia vào Giáo hội Nhà nước, nhất là trong đợt vận động cho Đại hội kỳ III sắp tới. Và cho dù, Nhà nước có khéo léo tinh vi đến bao nhiêu như sửa lại Hiến chương, thay người, đổi ngựa v.v... cũng không dễ gì xóa bỏ được Giáo Hội Phật Giáo Việt Nam Thống Nhất, trong khi hai cánh tay đắc lực của Đảng là Ban Tôn Giáo và Mặt Trận Tổ Quốc vẫn còn nhúng sâu vào nội bộ Giáo hội, thì bản chất công cụ của Giáo hội nầy vẫn còn nguyên. Và cứ thế thì sẽ tiếp tục đi theo những dấu vết sai lầm cũ, đồng thời sẽ xảy ra những sai lầm mới đối với Đạo pháp và Dân tộc.

Để kết thúc bức Tâm Thư nầy, tôi xin có mấy lời tâm huyết:

Kính bạch Chư Tôn Đức,

Kính thưa Quí Liệt Vị,

Tất cả chúng ta đều là nạn nhân, Giáo Hội Phật Giáo Việt Nam Thống Nhất hay là Giáo hội gì đi nữa, nói chung các tổ chức tôn giáo đều là nạn nhân của chế độ cộng sản. Nói thế không có nghĩa là chúng ta phải an thân, thủ phận, cam chịu bó tay, cúi đầu chịu nhục mãi để các thế lực chính trị muốn khai sinh, khai tử gì cũng được. Các tổ chức Gia đình Phật tử tại nửa phần đất nước đã không biết khiếp sợ uy quyền và bạo lực, trở lại sinh hoạt trong 5, 6 năm qua. Và, trên khắp thế giới, cách xa chúng ta hàng vạn dặm, các vị Giáo phẩm chư Thượng tọa, Đại đức tăng, ni đang vượt qua mọi trở ngại xây dựng Giáo Hội Phật Giáo Việt Nam Thống Nhất, để dìu tăng, ni Phật tử tu học, đồng thời đoàn kết một lòng hậu thuẩn rộng rải, ủng hộ vững chắc cho Giáo hội chính thống tại quê nhà đang gặp nhiều khó khăn, trở lực trong việc khôi phục sinh hoạt sau 17 năm bị tê liệt vì áp lực của chính quyền.

Lịch sử Phật giáo Việt Nam sẽ ghi những ai chống lại Giáo hội truyền thống, những ai thờ ơ vô trách nhiệm với sự nghiệp cứu nguy Phật giáo đang thống khổ trên quê hương xứ sở này.

Tôi nguyện sẵn sàng hy sinh thân mạng cho Phật Pháp trường tồn, cho sự thật lịch sử sáng tỏ, cho bao nạn nhân đã chết và đang chết dần mòn trong lao tù và bóng tối, cho sự hưng vượng ở ngày mai của Dân tộc và Đạo pháp.

Bức Tâm Thư nầy được viết bằng máu và sẽ gửi đi khắp bốn bể năm Châu. Phật giáo chưa bao giờ chịu khuất phục bởi bất cứ một thế lực phi nghĩa nào trên thế gian, vì nó được trang bị bằng tinh thần Đại Hùng — Đại Lực — Đại Từ Bi của chư Phật và Bồ Tát.

Trân trọng kính chào chư Tôn Đức và Quý Liệt Vị.

Nay Tâm Thư,

Viết tại Quảng Ngãi, ngày 24 tháng 09 năm 1992

Phật lịch 2536

Quyền Viện Trưởng Viện Hóa Đạo Giáo Hội Phật Giáo Việt Nam Thống Nhất

Hòa thượng Thích Huyền Quang

Bản sao Kính gửi:

— Ông Thủ Tướng Chính phủ nước Cộng Hòa Xã Hội Chủ Nghĩa Việt Nam.

— Ông Chủ Tịch Ủy Ban Liên Hữu Bảo Vệ Nhân quyền Quốc Tế.

— Ông Chủ Tịch Ủy Ban Bảo vệ Quyền làm Người Việt Nam tại Paris "Để kính tường."

Phần Chú thích:

(1) Trong tài liệu "phát động quần chúng đấu tranh cải cách ruộng đất vào năm 1950-1951, Nhà nước cộng sản có nêu lên các thành phần trong xã hội được gọi là đối tượng phải đấu tranh loại bỏ: Trí (trí thức), Phú (giàu có), Địa (địa chủ), Hào (hào lý). Tôn giáo, lưu manh."

(2) Giáo Hội Phật Giáo Việt Nam Thống Nhất là thành viên Hội Phật Tử Liên Hữu thế giới, Hội viên Giáo Hội Tăng Già Thế Giới, và thành viên của tổ chức Văn hóa Giáo Dục Liên Hiệp Quốc.

(3) Trong thư của cố Đại lão Hòa thượng Thích Đôn Hậu từ chiến khu gửi về Viện Hóa Đạo năm 1968 có đoạn nói: Sau ngày đưa tôi lên Chiến khu, có một vị cán bộ cao cấp (không nói tên) đến thăm tôi và nói rằng: "Chúng tôi mời Bác lên đây để làm cách mạng với chúng tôi, sau khi cách mạng thành công Bác sẽ về cứu Giáo hội của Bác. Vì Giáo hội Bác không có ai là cách mạng để làm cách mạng cả... "

(4) Việc xây thiên đường tại trần gian nầy thay cho tôn giáo... là do ông Minh, Trưởng Ban chấp pháp sở công an thành phố Hồ Chí Minh nói với tôi bị ở tù tại đó hồi tháng 10 năm 1978.

GIÁO HỘI PHẬT GIÁO VIỆT NAM THỐNG NHẤT
VIỆN HÓA ĐẠO
Văn phòng tạm chùa Ấn Quang
243 Sư Vạn Hạnh - Chợ Lớn
Văn phòng Lưu vong Viện Hóa Đạo
Số 24/VPLV/VHĐ
Phật lịch 2536 - Quảng Ngãi ngày 07-11-1992

TUYÊN CÁO

của Quyền Viện Trưởng Viện Hóa Đạo Giáo Hội Phật Giáo Việt Nam Thống Nhất (GHPGVNTN)

Xét rằng:

Từ học thuyết Mác-Lê, Đảng Cộng Sản Liên Xô đã triệt tiêu tôn giáo hơn 70 năm, và tôn giáo tại Liên Xô đã được tái sanh sau khi Đảng Cộng Sản Liên Xô tan rã hồi năm 1991.

Tại Việt Nam, sau ngày thành lập năm 1930, nhất là từ năm 1945 về sau, Đảng Cộng Sản Việt Nam đã rập khuôn Đảng Cộng Sản Liên Xô, bắt đầu đàn áp tôn giáo bằng nhiều biện pháp vừa thô bạo vừa tinh vi, để tôn giáo tự tiêu, tự diệt, hoặc bị cải tạo thành công cụ để Đảng Cộng Sản lợi dụng;

Xét rằng:

Chính phủ Cách Mạng Lâm Thời Cộng Hòa Miền Nam Việt Nam ngay từ trưa 30 tháng Tư năm 1975 đã tỏ ra thái độ không muốn biết sự có mặt của Giáo Hội Phật Giáo Việt Nam Thống Nhất tại Miền Nam Việt Nam bằng cách đã không cho phát thanh bản sao văn thư của Viện Hóa Đạo gửi chính phủ với nội dung chào mừng chính phủ và hoan nghênh cuộc chiến giữa hai thế lực tư bản và cộng sản quốc tế đã được chấm dứt trên mảnh đất nghèo nàn và đau khổ này;

Xét rằng:

Tại một cuộc họp được tổ chức như một phiên tòa mà phái đoàn Viện Hóa Đạo GHPGVNTN được mời tham dự như các bị can tại

Tòa Đô Chính cũ Sài Gòn sau ngày 30-4-1975, do ông Mai Chí Thọ, Giám đốc Sở Công An Thành phố làm chủ tọa, cùng các cán bộ cao cấp trong thành phố. Tại phiên tòa này, ông Mai Chí Thọ đưa ra bốn vấn đề có liên quan với Giáo Hội PGVNTN đại khái ý chính như sau:

1) Đế quốc biết lợi dụng tôn giáo, thì cộng sản cũng biết lợi dụng tôn giáo;

2) Thông Điệp Hòa Bình của Viện Tăng Thống là thông điệp chống cộng, nhưng người ký đã qua đời nay không nói nữa;

3) Việc Mặt Trận Giải Phóng Miền Nam khi cần chúng tôi lập ra, khi xong việc chúng tôi xếp lại;

4) Điều quan trọng nhất là ông Mai Chí Thọ đã nghiêm khắc tuyên bố rằng: Dù muốn dù không, các ông là Phật giáo, cũng phải thừa nhận chúng tôi, cộng sản là kẻ chiến thắng;

Xét rằng:

Ông Mai Chí Thọ, đại diện chính quyền Cộng sản Việt Nam đã công khai đe dọa tôn giáo nói chung, Giáo Hội PGVNTN nói riêng, rằng tôn giáo phải để cho Đảng Cộng sản lợi dụng, bằng không sẽ bị đàn áp và dẹp bỏ như thân phận Mặt Trận Giải Phóng Miền Nam Việt Nam;

Xét rằng:

Kẻ bại trận là Phật giáo đương nhiên sẽ bị đàn áp, trừng phạt bằng nhiều biện pháp tiếp theo:

1) Từ đầu 1976 đến năm 1977, chính quyền Cộng Sản Việt Nam đã bắt giam một số giáo phẩm cao cấp, trung cấp của GHPGVNTN, trong đó có Hòa Thượng Thích Thiện Minh, cố vấn tối cao của Giáo Hội, bị bắt giam và bị giết vô cớ trong lao ngục, cùng với những tăng ni ở Cần Thơ, Quảng Ngãi, Khánh Hòa, tất cả 14 vị tự thiêu đều là nạn nhân bị chết rất thê thảm cho sự đàn áp ấy. Giáo Hội PGVNTN đã cung cấp đầy đủ hồ sơ cho Nhà nước nhưng không được cứu xét;

2) Nhà nước đã sung công tất cả những cơ sở văn hóa, giáo dục, từ thiện, xã hội và một số tự viện mà không cần cho giáo hội biết lý do gì cả;

3) Một số giáo phẩm cao cấp, trung cấp và tăng ni, Phật tử không chịu nổi sự đe dọa áp bức phải bỏ nước ra đi tỵ nạn ở hải ngoại, bất chấp mọi nguy hiểm trên đường lưu vong khổ sở;

Xét rằng:

Vào cuối năm 1981, Nhà nước Việt Nam đã dựng lên một giáo hội mới, đồng danh với Giáo hội PGVNTN, nhưng được sự lãnh đạo trực tiếp của Nhà nước và ép buộc một số giáo phẩm GHPGVNTN phải tham gia vào giáo hội đó, dù với tư cách cá nhân, cũng như trưng dụng tất cả các trụ sở, văn phòng của Giáo hội từ Trung Ương đến cơ sở một cách ngang nhiên phi pháp, để Giáo Hội PGVNTN hết người, hết chỗ, không thể sinh hoạt được. Đến tháng 2-1982 chính quyền đã trục xuất Thích Quảng Độ, Thích Huyền Quang ra khỏi thành phố, đưa về quê quán và bị quản chế vô thời hạn, vô tội vạ, để không còn có thể điều hành sinh hoạt của Giáo hội. Trong khi đó, Cố Đại Lão Hòa Thượng Thích Đôn Hậu, đã từ khước tham gia với Giáo hội Nhà nước bằng cách không đến dự Đại hội kỳ I của giáo hội này, nhưng cũng bị Giáo hội Nhà nước lợi dụng danh nghĩa Ngài bằng cách tự đặt để Ngài trong những chức vụ Cố vấn Ban vận động, Phó Pháp chủ kiêm Giám luật, Chứng Minh Hội Đồng Phiên dịch v.v... mặc dù Cố Đại lão Hòa Thượng đã nhiều lần gửi thư từ chối mọi sự cộng tác nói trên. Cũng như trước đó, 1978, Ngài đã từng gửi đơn lên xin chính phủ từ chối các chức vụ Đại biểu Quốc hội và Ủy viên Đoàn Chủ tịch Ủy Ban Trung Ương Mặt Trận Tổ Quốc Việt Nam. Vì xét thấy không thể làm được lợi ích gì cho dân tộc và đạo pháp với những chức vụ đó;

Xét rằng:

Giáo hội Nhà nước dựng lên không dựa trên nền tảng siêu việt của giới luật Phật chế, làm mất tư cách kế thừa sự nghiệp truyền giáo của Lịch đại Tổ sư, chư Thánh tử đạo, nên đã bị Tăng Ni Phật tử trong và ngoài nước không chấp nhận. Giáo hội Nhà nước chỉ có tư cách kế thừa Đảng Cộng sản Việt Nam và tôn thờ các vị lãnh tụ vĩ đại của Đảng ấy mà thôi.

Xét rằng:

Khâm thừa Di Chúc của Cố Đại lão Hòa Thượng Thích Đôn Hậu, Chánh Thư Ký Xử lý Viện Tăng Thống GHPGVNTN, chư vị giáo phẩm trong Hội Đồng Lưỡng Viện Giáo hội hiện đang có mặt trong và ngoài nước nhất tề hòa hợp, quyết tâm khôi phục sinh hoạt bình thường của Giáo hội sau 17 năm bị đình trệ tan nát. Viện Hóa Đạo GHPGVNTN đã gửi lên sáu cơ quan quyền lực cao nhất của

Nhà nước Việt Nam tại Hà Nội một Đơn Xin Cứu Xét Nhiều Việc đề ngày 25 tháng 6 năm 1992. Đến đây đã sáu tháng nhưng mà chưa được các cơ quan có thẩm quyền cứu xét. Mặc dù có sự làm việc trực tiếp của cán bộ Bộ Nội vụ và qua giấy tờ của Bộ Tư pháp, nhưng không hề đá động hay giải quyết một điều gì trước yêu cầu chính đáng của Giáo hội. Trong khi đó, Nhà nước lại mở chiến dịch đàn áp khủng bố, bằng cách đòi Tăng Ni và Phật tử đến các cơ quan để điều tra, thẩm vấn, bức cung, hăm dọa, nhục mạ một số giáo phẩm cao cấp, xét chùa, nhà của Tăng Ni Phật tử, gây bất an trầm trọng trong giới Phật giáo tại các nơi như Sài Gòn, Đồng Nai, Quảng Nam, Đà Nẵng, Huế, Quảng Trị, vân vân... Nhất là tiếp tục bắt giam một số Tăng Ni đã mấy tháng chưa được trả tự do;

Xét rằng:

Để góp sức vào việc giải quyết vấn đề quan trọng của Nhà nước và GHPGVNTN hiện nay, Viện Hóa Đạo đã tỏ thiện chí bằng cách gửi đơn và điện tín đến Bộ Nội vụ xin cho đại diện Giáo hội được đến Hà Nội trực tiếp diện kiến với các vị lãnh đạo cao cấp để trình bày một số việc mới, và nghe nhà cầm quyền phán quyết phải trái các việc cũ, đồng thời để xin tham dự Đại hội kỳ III của Giáo hội Nhà nước, nhằm đóng góp ý kiến xây dựng một Giáo hội duy nhất, có chủ quyền, có thực lực, có tính chất truyền thống dân tộc, đạo pháp và thực sự đoàn kết, không nên để như tình trạng hiện nay, mà ngay cả ông Lam, cán bộ Bộ Nội vụ cũng đã xác nhận rằng: "Giáo hội hiện nay được xây dựng thiếu chín chắn, thiếu kỷ thuật". Nhưng thiện chí này của Viện Hóa Đạo đã bị Bộ Nội vụ từ chối. Một cơ hội rất tốt cho Nhà nước để giải quyết vấn đề quan trọng của Phật giáo đã bị bỏ qua. Thật rất tiếc vậy;

Xét rằng:

Trong công tác phục hồi sinh hoạt của Giáo Hội PGVNTN đã được chính phủ, các Quốc hội, các tôn giáo lớn quốc gia, quốc tế, Đức Giáo chủ Phật giáo Tây Tạng, các Tổ chức Nhân quyền dân chủ phi chính phủ trên thế giới và nhất là trong Liên Hiệp Quốc, các đoàn thể giáo sư, sinh viên, học sinh các trường đại học ở hải ngoại, các cơ quan truyền thông báo chí nhiệt liệt ủng hộ những lời kêu cứu thống thiết đầy chính nghĩa của GHPGVNTN trong tình trạng nguy vong của đạo pháp, nhất là sự nỗ lực hết mình bằng tất cả ý thức trách nhiệm của chư vị giáo phẩm đang lãnh đạo các tổ chức Phật giáo Việt Nam tại hải ngoại, đối với tiền đồ của đạo pháp dân tộc tại nước nhà. Cùng với sự hưởng ứng rộng lớn đồng bào Việt Nam và Tăng Ni Phật tử khắp thế giới một cách đầy cảm thông và thiện chí;

Xét rằng:

Trước công cuộc vận động đòi hỏi càng ngày càng lớn mạnh và cùng khắp như thế, nhưng Nhà nước Việt Nam chẳng quan tâm gì cả, vẫn tiếp tục gia tăng khủng bố, đàn áp nhiều hơn nữa để chống tự do tôn giáo, nhân quyền, dân chủ. Đó là thái độ thiếu thức thời, khinh thường dư luận, chủ quan duy ý chí, là những tư tưởng cố hữu của những người cộng sản đang cầm quyền tại Việt Nam.

Trước tình thế ngày càng bế tắc và đang đưa Giáo Hội PGVNTN lâm vào cảnh nguy vong vô cùng đau đớn trong pháp nạn thứ hai này, chúng tôi xét thấy không còn biết làm gì hơn là long trọng và khẩn thiết tuyên cáo:

1) Nhà nước Việt Nam vẫn còn kiên trì chính sách chống tôn giáo, không tôn trọng nhân quyền và xem khối quần chúng đông đảo Tăng Ni, Phật tử thuộc Giáo Hội PGVNTN không được quyền hiện hữu và sinh hoạt bình thường theo Hiến chương và luật pháp hiện hành;

2) Sau hơn 17 năm nay, Giáo hội PGVNTN không đủ sức kiên trì, chờ đợi, hy vọng một sự cứu xét hợp tình hợp lý nào nữa của Nhà nước Việt Nam, mà đang ở trong tình trạng chờ đợi một chiến dịch nước lũ được tái diễn như trong đêm 20 tháng 8 năm 1963 đã quét sạch phong trào đòi nhân quyền dân chủ tự do tôn giáo, nhất là đối với GHPGVNTN, để tất cả kẻ chiến bại phải quy hàng vô điều kiện và tôn vinh Đảng Cộng sản Việt Nam vô địch chiến thắng như lời ông Mai Chí Thọ đã từng tuyên bố;

3) Đại hội kỳ III Giáo hội Nhà nước vừa qua vẫn còn được tổ chức theo cơ chế bao cấp nặng nề và do Nhà nước quyết định tất cả. Điều đó đã tạo thêm nhiều mâu thuẫn trầm trọng làm tiếp tục kéo dài sự phân hóa nội bộ Phật giáo. Đại hội đó được Nhà nước trao tặng huân chương Hồ Chí Minh là để gắn chặt sự tồn vong của Giáo hội đó với sự mất còn của Đảng CSVN. Một chính đảng xem tôn giáo là kẻ thù, nay lại đem huân chương trao tặng là một việc làm

chính trị có vẻ mỉa mai và thiếu giá trị chân thật;

4) Đại hội kỳ III nói trên, ngoài số đại biểu do Bộ Nội vụ, Ban Tôn giáo, Mặt Trận Tổ Quốc chọn lựa, còn có thêm nhân viên công lực của Tỉnh tháp tùng phái đoàn và cũng có mặt tại Đại hội. Điều này chứng tỏ rằng Nhà nước cũng chẳng tin tưởng gì vào một Giáo hội do Nhà nước dựng lên, thai dưỡng cưu mang và lúc nào cũng phải chăn dắt nuôi dưỡng;

5) Ông Nguyễn Văn Linh nguyên Tổng Bí Thư Đảng Cộng Sản Việt Nam, lúc còn đương nhiệm Bí thư Thành ủy đã tuyên bố với các cấp lãnh đạo trong Phật giáo Việt Nam vào đầu năm 1980 rằng, phải thống nhất Phật giáo cả nước để làm chỗ dựa vững chắc cho Đảng. Như vậy thật quá rõ ràng. Từ ông Mai Chí Thọ đến ông Nguyễn Văn Linh đều đã công nhiên buộc Phật giáo phải để cho Đảng Cộng Sản Việt Nam lợi dụng trong việc thực hiện chủ nghĩa Cộng sản trên xứ sở này. Giờ đây, chủ nghĩa Cộng sản được loài người văn minh, khoa học tiến bộ trên thế giới xóa bỏ; tuy nhiên tại Việt Nam, chủ nghĩa Cộng sản vẫn còn tồn tại, do đó, giới tôn giáo vẫn còn là nạn nhân thê thảm của Đảng Cộng sản Việt Nam;

6) Đảng Cộng Sản Việt Nam không có quyền phủ nhận sự hiện diện của Giáo Hội PGVNTN, nhưng có quyền đàn áp bắt bớ giam giữ như đã làm trong 17 năm qua. Trước bạo lực đó, GHPGVNTN chỉ biết lấy sức mạnh vô úy, tinh thần ôn hòa và chủ trương bất bạo động để đương đầu chịu đựng, như đã từng chịu đựng trong Pháp nạn 1963, dù rằng Pháp nạn lần thứ hai này lâu dài hơn, nguy hiểm hơn và khổ đau tang tóc cũng nhiều hơn;

7) Trong cuộc vận động khôi phục lại sự sinh hoạt bình thường của GHPGVNTN là một việc làm có đầy đủ chính nghĩa, khế hợp với nhân tâm và xu thế đi lên của thời đại, nên đã được dư luận trên khắp thế giới nhiệt tình ủng hộ. Đây là một việc làm thể hiện tinh thần truyền thống của Phật giáo và dân tộc Việt Nam. Việc làm ấy đã đưa lịch sử Phật giáo vào một trang sử vẻ vang nhất của thời đại. Dù rằng trang sử ấy được viết bằng máu xương và nước mắt bởi sự chết chóc, tù đày, tủi nhục của Tăng Ni Phật tử;

8) Nếu trong những ngày sắp tới, trong cuộc vận động phục hồi sinh hoạt GHPGVNTN bị Nhà nước Việt Nam dẹp tan bằng bạo lực, thì coi như GHPGVNTN đã chết và đương nhiên tất cả mọi thứ nhân

quyền, dân chủ, tự do trên đất nước này cũng sẽ không còn. Vì GHPGVNTN là một Giáo hội có truyền thống, có chính nghĩa, có thành tích nhất định với lịch sử dân tộc mà không còn tồn tại được, thì thử hỏi các quyền tự do ngôn luận, tự do tín ngưỡng và tự do tư tưởng làm sao có thể có được dưới một chế độ độc đảng cầm quyền như Nhà nước Cộng Sản Việt Nam;

9) Nhân danh GHPGVNTN, tôi thành kính tri ân và chân tình cảm tạ tất cả quý Chính phủ, Quốc hội, các nhà chính trị có lương tâm và chư vị lãnh đạo các Tôn giáo, Tổ chức Nhân quyền và các cơ quan truyền thông báo chí, các Giáo hội Phật giáo Việt Nam ở trong và ngoài nước. Đồng thời xin khẩn thiết thỉnh cầu kêu gọi tất cả quý cơ quan, tổ chức nói trên cùng toàn thể lương tâm loài người thời đại, xin hãy cảm thông soi thấu nỗi khổ đau tang tóc đầy tủi nhục của Giáo hội chúng tôi trong hoàn cảnh hiện tại, mà tiếp tục quan tâm ủng hộ can thiệp hữu hiệu đòi nhà cầm quyền Việt Nam tại Hà Nội phải giải quyết thỏa đáng cho GHPGVNTN chúng tôi được quyền đương nhiên hiện hữu. Bằng không, thì Nhà nước hãy ra lệnh khai tử để khỏi phiền thế giới phải tận tâm can thiệp.

Nay tuyên cáo,
Thay mặt Hội Đồng Lưỡng Viện GHPGVNTN
Quyền Viện Trưởng Viện Hóa Đạo
Tỳ Kheo Thích Huyền Quang
(Ấn ký)

Bản chính kính gửi:

Ông Thủ Tướng Chính phủ nước CHXHCNVN, có văn thơ đính kèm để kính trình.

Bản sao kính gởi:

- Văn Phòng GHPGVNTN Hải ngoại tại Hoa Kỳ để nhờ sao lại và có văn thư đính kèm gởi đến các cơ quan, các tổ chức và tôn giáo, hội đoàn v.v... đã tận tình giúp đỡ ủng hộ GHPGVNTN tại quê nhà trong cuộc vận động đòi hỏi tự do tôn giáo và nhân quyền tại Việt Nam, để xin kính cảm ơn và thỉnh cầu tiếp tục gia hộ có hiệu lực hơn nữa.

- Giáo Hội Phật Giáo Việt Nam Thống Nhất tại các cấp trong và ngoài nước để chiếu thi hành.

- Lưu chiếu tại Văn Phòng Lưu Vong Viện Hóa Đạo.

CỘNG HÒA XÃ HỘI CHỦ NGHĨA VIỆT NAM
Độc lập - Tự do - Hạnh phúc

Thư
BIỆN MINH VÀ CHẤT CHÍNH

CÁC ĐIỂM SAI TRÁI Ở CÔNG VĂN SỐ: 248-CV-TGCP ĐỀ NGÀY 27-7-1993 CỦA BAN TÔN GIÁO CHÍNH PHỦ

Kính gởi: Ông Trưởng Ban Tôn Giáo của Chính Phủ tại Hà Nội

Thưa ông Trưởng Ban,

Chúng tôi rất hân hạnh được Ban Tôn Giáo của Chánh Phủ gửi qua ông Lê Đình Nhàn tức tu sĩ Huyền Quang, ở chùa Hội Phước, Quảng Ngãi công văn số 248-CV-TGCP đề ngày 27-7-1993 do UBND tỉnh Quảng Ngãi trực tiếp trao lại, tại cuộc họp ngày 04-8-1993 tại trụ sở UBND tỉnh Quảng Ngãi, đồng thời tại cuộc họp ấy, chúng tôi cũng nhận được quyết định số 1110-UB-QĐ ngày 04-8-1993 của UBND tỉnh Quảng Ngãi.

Thưa ông Trưởng Ban,

Sau khi chúng tôi nghe ông Phó Chủ Tịch UBND tỉnh tuyên đọc 2 văn kiện trên, chúng tôi rất bình tĩnh và có phản ứng tối thiểu qua mấy lời phát biểu như sau: Chúng tôi sẽ viết thư gởi Ban Tôn Giáo Chính Phủ để biện minh rất nhiều điểm không đúng sự thật tại công văn của Ban Tôn Giáo.

Hôm nay qua văn thư nầy, chúng tôi xin nêu ra những điểm mà công văn trên nói không đúng sự thật, để ông Trưởng Ban xét lại có gì vô lý không. Sau đây xin trình bày các việc lớn nhỏ tại công văn thượng dẫn:

* Điều I: VIỆC HÌNH THÀNH BAN VẬN ĐỘNG THỐNG NHẤT PHẬT GIÁO CẢ NƯỚC

— Công văn trên nói: *Cuộc họp ngày 12, 13-2-1980 thành lập*

Ban Vận Động Thống Nhất Phật giáo cả nước, Hòa Thượng Đôn Hậu được Mặt Trận Tổ Quốc Thành phố Hồ Chí Minh mời tham dự với tư cách cá nhân.

Thực ra, cả các Hòa Thượng Trí Thủ và HT Minh Châu cũng được mời như thế, và sau khi buổi họp khai mạc, HT Đôn Hậu đã ra về, khi người xác minh rằng: "Cuộc họp nầy tại sao không mời chúng tôi với tư cách đại diện cho GHPGVNTN tham dự, lại mời chúng tôi với tư cách cá nhân? Chúng tôi không đại diện cho ai, nên không tham dự." HT Trí Thủ cũng phát biểu là "Chúng tôi đồng ý với HT Đôn Hậu." Nhưng sau khi HT Đôn Hậu ra về, HT Trí Thủ và HT Minh Châu ở lại đến mãn cuộc họp (tham chiếu Tâm Thư của chúng tôi trang 6, 7 đề ngày 24-9-1992). Do đó tôi cho rằng GHPGVNTN không có tham dự việc thành lập Ban Vận Động Thống Nhất Phật Giáo cả nước. Với lý do như thế có gì không chính đáng không, thưa ông Trưởng Ban?

— Việc xây dựng ngôi chùa chung cho Phật giáo cả nước:

Sau khi Ban Vận Động thành lập, Ban ấy có đến thăm GH chúng tôi tại Ấn Quang và mời GH chúng tôi tham gia ý kiến việc xây dựng một ngôi chùa chung cho Phật giáo cả nước. Tại cuộc gặp gỡ này, chúng tôi có phát biểu rằng: Ngôi chùa chung đó, sẽ được thiết lập tốt đẹp, nhưng GH chúng tôi rất tiếc là không được vào ngôi chùa chung đó. Vì khi Hòa Thượng Đôn Hậu đến trình bày việc thống nhất Phật giáo, đã được ông Nguyễn Văn Hiếu, Bộ Trưởng Bộ Văn Hóa của Chính Phủ Cách Mạng Lâm Thời Cộng Hòa Miền Nam Việt Nam lúc bấy giờ đã tuyên bố với Hòa Thượng Đôn Hậu như sau: "Thống nhất Phật giáo thì tốt, nhưng thống nhất với Phật giáo cách mạng, chứ thống nhất làm gì với Phật giáo phản động!" Hòa Thượng Đôn Hậu hỏi lại ông Hiếu: "Phật giáo phản động là ai?" Ông Hiếu không trả lời (tham chiếu Bản Tự Thuật của chúng tôi trang 2, 3 về cuộc họp ngày 01-8-1992 tại trụ sở UBND tỉnh Quảng Ngãi, do ông Lam đại diện Bộ Nội Vụ chủ tọa). Trong Bản Tự Thuật ấy chúng tôi có nêu 3 lý do mà GHPGVNTN không cử ai tham gia GHPGVN hiện nay cả. Các lý do đó như sau:

1. Hòa Thượng Trí Thủ, Hòa Thượng Minh Châu của GHPGVNTN có mặt trong GHPGVN là với tư cách cá nhân, không đại diện cho GHPGVNTN. Vì GHPGVN của Nhà nước ra đời tức

GHPG Ấn Quang phải xóa bỏ;

2. Hơn nữa, GHPG Ấn Quang bị ông Nguyễn Văn Hiếu lên án là Phật giáo phản động thì làm sao vào GHPGVN cách mạng được!

3. Cuộc hội thảo hiến chương sơ thảo để thành lập GHPGVN tại Ấn Quang bất thành, vì lý do sai nguyên tắc. Hơn nữa chấp nhận Hiến chương này tức hủy bỏ Hiến chương khác. Giáo hội Ấn Quang không có quyền làm như vậy. Vì việc đó là do đại hội Giáo hội quyết định sự tồn vong của GHPGVNTN.

Với các lý do nêu trên có chính đáng không, thưa ông Trưởng Ban? hay ông Trưởng Ban có thể nói là lý do của những người cố chấp bảo thủ?

— ***Về việc HT Đôn Hậu được mời làm Phó Pháp chủ kiêm Giám Luật do Đại hội Kỳ I suy cử:***

Chúng tôi xin thưa: Hòa Thượng Đôn Hậu không tham dự Đại hội Kỳ I, vì người đang chữa bệnh tại bệnh viện Thống Nhất. Sau Đại hội, Hòa Thượng có gởi thư đến Hòa Thượng Đức Nhuận, Pháp Chủ GHPGVN xin cám ơn sự suy cử và cũng xin từ chức Phó Pháp chủ (tham chiếu thư của Hòa Thượng Đôn Hậu đề ngày 08-02-1982, viết tại bệnh viện Thống Nhất).

— Ông Trưởng Ban nói: *"Ông đi ngược lại sự nghiệp đoàn kết, hòa hợp, thống nhất Phật giáo và gọi Đại hội Kỳ I là Pháp nạn II..."*

Chúng tôi xin thưa: Tôi đâu có nói có viết ở đâu câu: "Thắng lợi của sự nghiệp hòa hợp, đoàn kết thống nhất Phật giáo năm 1981 là Pháp nạn thứ II". Chúng tôi có viết: "Trưa 30-4-1975 là bắt đầu Pháp nạn thứ II." Vì từ ngày chiến tranh chấm dứt, một số giáo phẩm cao cấp, trung cấp của GH Ấn Quang bị bắt, bị giết, số đào vong ra hải ngoại, các cơ sở tự viện, văn phòng của GH Ấn Quang từ Trung ương đến hạ tầng đều bị chiếm dụng v.v... như thế có phải Pháp nạn không, thưa ông Trưởng Ban? hay ông có thể nói phải giết sạch, đốt sạch, phá sạch như 3 đời vua Võ ở Trung Quốc đối với Phật giáo Trung Quốc lúc bấy giờ mới gọi là Pháp nạn?

— Với tình tạng gặp nhiều khó khăn sau năm 1975 của Tôn giáo nói chung, với Phật giáo Ấn Quang nói riêng, với trách nhiệm Ban Tôn Giáo, ông Trưởng Ban đã làm gì cho Tôn giáo đỡ khổ? hay Nhà nước lập Ban Tôn Giáo ra để thi hành việc lợi dụng tôn giáo hoặc tiêu diệt Tôn giáo? Chúng tôi thấy Ban Tôn Giáo đã làm cả hai chính sách, qua việc lập Giáo hội nầy cho Nhà nước, dẹp Giáo hội kia của nước nhà, mà dư luận ai cũng thấy rõ. Chúng tôi có xuyên tạc không, thưa ông Trưởng Ban?

— ***Việc Bồ Đề giả,*** công văn Ban Tôn Giáo viết: "*Các vị cao tăng tán thành việc hòa hợp, đoàn kết thống nhất Phật giáo và cả Giáo hội Phật Giáo Ấn Quang ở cấp Trung ương và các tỉnh thành miền Nam, tất cả là Bồ đề giả, toàn những người phản bội Ấn Quang.*"

Chúng tôi xin thưa: Ông Trưởng Ban trích dẫn ở đâu mấy câu nêu trên? Chúng tôi có viết ở Bản Tự Thuật cuộc họp ngày 04-8-1992 ở trang 2, 3 rằng: "Trong rừng Bồ Đề cây lớn, cây nhỏ đều là Bồ Đề, chứ các thứ cây tương tợ Bồ Đề cần phải phân biệt rõ ràng." Thế mà ông Trưởng Ban vu cáo cho chúng tôi các tội vô căn cứ, có ác ý là nghĩa làm sao, thưa ông Trưởng Ban?

* Điều 2: VIỆC CHÚC THƯ GIẢ

— Ông Trưởng Ban Tôn Giáo viết: "*Ông đã biết việc làm chúc thư giả, do Hải Tạng, Trí Tựu lợi dụng lòng tin của Hòa Thượng Đôn Hậu, lợi dụng chúc thư giả, ông đã mạo danh Quyền Viện Trưởng Viện Hóa Đạo một cách phi pháp.*"

Chúng tôi xin thưa: Tôi bị quản chế ở Quảng Ngãi, không ra Huế thăm Hòa Thượng Đôn Hậu được, làm gì biết có chúc thư, đừng nói chúc thư giả như ông Trưởng Ban nói. Nếu chúc thư đã được ban bố tại chùa Linh Mụ là chúc thư giả, chắc ông Trưởng Ban đã biết có chúc thư thật. Vậy xin ông Trưởng Ban vui lòng đưa chúc thư thật ra để xác minh chúc thư đã ban bố là chúc thư giả. Ai nói chúc thư giả mà không đưa ra chúc thư thật, người đó muốn chen vào nội bộ Linh Mụ và Giáo hội chúng tôi, gây hoang mang trong giới Phật giáo. Việc môn đồ kế thừa thầy tổ, việc cấp dưới nối nghiệp cấp trên có gì phi pháp, thưa ông Trưởng Ban? Trong luật pháp có chỗ nào buộc các chúc thư phải đăng ký mới có giá trị không? hay Nhà nước ra lệnh hủy bỏ chúc thư ấy?

— ***Việc công văn dẫn luật 102-SL ngày 20-5-1957 quy định việc lập Hội:***

Chúng tôi xin thưa: GHPGVNTN chưa bị khai tử, giải tán thì chúng tôi lập GH mới làm gì mà phải xin phép. Còn việc chúng tôi tự xưng Quyền Viện Trưởng Viện Hóa Đạo mà công văn nói là trái pháp luật, do đó ông Trưởng Ban đã ra lệnh: *"Từ nay ông phải chấm dứt việc mạo danh Quyền Viện Trưởng Viện Hóa Đạo, chấm dứt việc sử dụng trái phép con dấu, chấm dứt mọi hoạt động phá hoại đoàn kết Phật giáo, phá hoại dân tộc."* Sự cấm đoán này có vi phạm nhân quyền và tự do tôn giáo không?

Chúng tôi xin thưa: Phật giáo Việt Nam trong 100 năm qua, nhất là từ năm 1950 về sau, PGVN từ những tổ chức địa phương, tiến đến cả nước, từ những hội đoàn có danh hiệu riêng biệt, tiến đến thống nhất sau pháp nạn I năm 1963. Sự nghiệp thống nhất đó do các vị giáo phẩm tiền bối của cố Đại Lão Hòa Thượng Đôn Hậu, Hòa Thượng Trí Độ, Hòa Thượng Thiện Hòa v.v... thế mà ông Trưởng Ban nói chúng tôi phá hoại đoàn kết Phật giáo thì quả là điều vu khống. Chúng tôi kế thừa sự nghiệp Lịch đại Tổ sư làm việc đoàn kết, lại bị lên án là phá hoại đoàn kết là nghĩa làm sao, thưa ông Trưởng Ban? Trong lời nói đầu bản Hiến Chương GHPGVNTN có nói: **"Sự tồn tại của Phật giáo đặt trong sự tồn tại của dân tộc,"** nên châm ngôn Giáo hội chúng tôi có nêu: DÂN TỘC VÀ ĐẠO PHÁP thì chúng tôi phá hoại việc gì?

Chúng tôi nghĩ: Nhà nước lập ra GHPGVN có quy tụ 9 tập đoàn PG mà ông Nguyễn Văn Hiếu loại GH chúng tôi ra, tức chính Nhà nước đã phá hoại sự đoàn kết nội bộ Phật giáo. Sự đàn áp Giáo hội chúng tôi trong một năm qua, tức Nhà nước đã đàn áp khối đa số trong dân tộc. Đảng và Nhà nước luôn luôn đề cao sự nghiệp yêu nước của PGVN, nhất là PG Ấn Quang rất có công trong hai cuộc chiến. Nhưng khi tiếng súng vừa chấm dứt trước Dinh Độc Lập cũ, thì lại phát hỏa vào Ấn Quang từ trưa 30-4-1975. Vậy Ấn Quang có tội gì mà bị đàn áp nặng nề như thế?

— ***Vấn đề các cơ sở của GHPG Ấn Quang:***

Công văn Ban Tôn Giáo nói: *"Các cơ sở của GHPG Ấn Quang sau ngày GHPGVN ra đời, các cơ sở đó vẫn do các tăng ni của GH Ấn Quang quản trị cư trú có gì mất mát đâu?"*

Chúng tôi xin thưa: Các vị Tăng Ni của GH chúng tôi vẫn ở đó vì vấn đề hộ khẩu. Hơn nữa các vị ấy có công trong việc bảo quản kiến thiết. Nhưng điều đáng nói là các cơ sở ấy ngày nay đã đổi chủ. Bảng hiệu GHPGVNTN đã bị gỡ bỏ, bảng hiệu GHPGVN được thượng lên, trong khi GHPGVNTN chưa ký giấy bán các cơ sở đó cho GHPGVN làm chủ. Hai giáo hội, hai danh hiệu, hai hiến chương, hai pháp lý khác nhau, sao giáo hội này chiếm đoạt tài sản của Giáo hội nọ và được Nhà nước bảo đảm cho việc làm phi pháp đó là nghĩa làm sao, thưa ông Trưởng Ban?

* Điều 3: NHÀ NƯỚC NÓI LÀ TRIỆT ĐỂ THỰC HIỆN TỰ DO TÔN GIÁO V.V... NHƯ ĐIỀU 70 TRONG HIẾN PHÁP QUY ĐỊNH

Nhưng Hiến pháp có cho phép Nhà nước lập Giáo hội này dẹp bỏ Giáo hội khác không? Thế mà Nhà nước đã làm việc phế lập đó cho Phật giáo chúng tôi, có phạm điều 70 của Hiến pháp không?

Trong các cuộc tiếp xúc với chúng tôi, các vị đại diện Đảng và Nhà nước thường thanh minh rằng, nhất là tại cuộc họp ngày 10, 11-4-1993 tại trụ sở UBND tỉnh Quảng Ngãi, ông Trưởng Ban nói: *"Ông gọi GHPGVN là GH của Nhà nước không đúng!"* Tôi thưa ngay: Ông Nguyễn Văn Linh tuyên bố tại cuộc họp ngày 12, 13-02-1980 rằng: *"Phải thống nhất Phật giáo cả nước để làm chỗ dựa vững chắc cho Đảng Cộng Sản"* thì ông Trưởng Ban có luận cứ nào bảo GHPGVN không phải GH của Nhà nước? Trong 9 tập đoàn PG hòa hợp thành lập ra GHPGVN, sau ngày GH đó ra đời, họ không mất mát gì, giáo phẩm của họ không ai bị bắt, bị giết v.v... họ vẫn giữ sự sinh hoạt truyền thống của họ, thì tại sao tài sản, nhân sự của PG Ấn Quang mất hết là nghĩa làm sao, trong khi GH Ấn Quang không đề cử giáo phẩm nào vào cộng tác với GH do Nhà nước dựng lên. Do đó chúng tôi coi sự mất mát tài sản, nhân lực của GH chúng tôi là do Nhà nước tước đoạt cho GH Nhà nước sử dụng là điều phạm pháp phi lý không tôn trọng tự do tôn giáo của Hiến pháp.

* Điều 4: VIỆC CHÚNG TÔI THÚ TỘI TRƯỚC TÒA NGÀY 08-12-1978

Ông Trưởng Ban dẫn lời thú tội của chúng tôi trong cáo trạng được tuyên đọc tại phiên tòa ngày 08-12-1978 rằng: *"Từ trước đến nay, chủ trương chúng tôi là bất hợp tác với chính quyền,"* và chúng tôi cũng xác nhận rằng: *"trong quá khứ cũng như sau ngày miền Nam hoàn toàn giải phóng, chúng tôi có những việc làm sai trái với đường lối, chánh sách, luật pháp của chính quyền. Những tội lỗi đó là do chúng tôi gây ra."*

Chúng tôi xin thưa: Các lời thú tội đó, đến nay chúng tôi vẫn thấy còn có ý nghĩa. Vì chúng tôi làm sao hợp tác được với một chính quyền xem tôn giáo là kẻ thù? Còn việc chống đối các đường lối chánh sách pháp luật là chánh sách đường lối nào? Phải chăng chánh sách quốc hữu hóa tài sản của dân chúng; chánh sách bao cấp, kinh tế chỉ huy; các chủ trương tiêu diệt tôn giáo và lợi dụng của luật sư cũng do tòa án chỉ định. Chúng tôi cũng chỉ cảm ơn, từ chối sự giúp đỡ ấy. Vì chúng tôi đủ sức biện hộ cho những việc làm của bản thân, nên nhờ, hư chịu.

— ***Việc Huệ Hiền, việc Như Hiền và việc Thầy Thiện Minh chết:***

Ông Trưởng Ban viết: *"Huệ Hiền tự thiêu vì sợ phát giác việc làm xấu xa với số nữ tu."* Ông Trưởng Ban có tài liệu nào nói Huệ Hiền có các việc xấu xa ấy? GH chúng tôi có băng ghi âm cuộc lễ cuối cùng của Huệ Hiền với các nữ tu trước khi tự thiêu, cuộn băng đó chúng tôi có sang và gởi cho chính quyền để biết sự thật và yêu cầu chính quyền mở cuộc điều tra nội vụ. Sau đó chính quyền thành phố Hồ Chí Minh có mở cuộc điều tra tại Cần Thơ. Trong cuộc họp điều tra ấy, các cán bộ xã và huyện đổ lỗi cho nhau gây nên cái chết thê thảm của thầy trò Huệ Hiền 11 mạng. Và cũng không có ai tố cáo Huệ Hiền làm việc xấu xa với số nữ tu cả. Cuộc điều tra nầy đại diện GH chúng tôi không ký vào biên bản vì nại lý do là không được điều tra tại chỗ. Sau đó chính quyền thành phố Hồ Chí Minh đã 5, 7 lần buộc GH chúng tôi ra thông cáo nói: nội vụ GH không liên hệ. Nhưng GH chúng tôi không làm như thế. Sau đó ông Mai Chí Thọ vào Ấn Quang đặt lại vấn đề điều tra tại chỗ để biết rõ sự thật. Nhưng GH chúng tôi đã dư biết sự thật đến nay đã được diễn giải và chứng tích đã không còn nguyên trạng thì điều tra tìm sự thật để làm gì. Do đó GH chúng tôi phát biểu rằng: "Điều tra tìm sự thật để làm gì, khi GH chúng tôi cũng như chánh quyền không ai là bị cáo và tuyên cáo thì điều tra sự thật đó làm án ai đây? Chúng tôi nghĩ: nội vụ là sự mâu thuẫn giữa tôn giáo và chính trị gây ra. Chúng ta có trách nhiệm đề phòng đừng để tái diễn những đau thương tương tự khác." Ông Mai Chí Thọ nghe chúng tôi trình bày như thế và sự thật có đầy đủ trong cuộn băng ghi âm mà GH chúng tôi và cả chính quyền đều biết, nên từ ấy cả hai bên không đặt vấn đề điều tra nữa. Thế nhưng tại "Đơn Xin Cứu Xét Nhiều Việc" đề ngày 26-5-1992 GH chúng tôi có đặt lại vấn đề Huệ Hiền vì trong giới lãnh đạo cứ nói là Huệ Hiền làm bậy với các nữ tu nên GH chúng tôi mới đặt lại vấn đề đó mà thôi.

Nay ông Trưởng Ban Tôn Giáo nêu ra với lời bêu xấu Huệ Hiền thì chỉ có đào mả Huệ Hiền và các nữ tu cộng 11 mạng lên hỏi Huệ Hiền về sự thật ấy. Còn các tài liệu nào nhà cầm quyền có sau cuộc điều tra tại Cần Thơ thì chúng tôi coi như vô giá trị, vì Huệ Hiền và các nữ tu đâu còn nữa để đối chất. Tuy nhiên, Ban Tôn Giáo muốn xem xét lại vụ nầy, Giáo Hội chúng tôi sẽ sẵn sàng làm chứng nhân cho nội vụ.

— ***Việc nữ tu Như Hiền:***

Ông Trưởng Ban nói: *"Nữ tu Như Hiền - mang hoang thai - tự tử."* Nhưng GH chúng tôi có yêu cầu chính quyền điều tra hay phản đối chính quyền việc gì đâu, cũng như không coi cái chết của Như Hiền là chết vì đạo đâu mà ông Trưởng Ban nói chúng tôi xuyên tạc để vu cáo chính quyền đàn áp Phật giáo. Chính Nhà nước vu cáo chúng tôi, chứ không phải chúng tôi vu cáo chính phủ trong vụ Như Hiền. Điều chúng tôi muốn nói là sự khổ tâm của GH chúng tôi trong cái chết của Như Hiền và thời gian đã làm sự đau lòng đó quên dần. Nay ông Trưởng Ban cố tình khơi lại sự khổ tâm ấy của chúng tôi để làm gì, phải chăng để chống đỡ các vụ khác mà Nhà nước khó giải thích minh bạch như vụ thầy Thiện Minh sau đây?

— ***Việc cái chết của thầy Thiện Minh:***

Sau ngày thầy Thiện Minh bị bắt, GH chúng tôi có hỏi nhà cầm quyền thành phố Hồ Chí Minh: "Thầy Thiện Minh bị bắt vì lý do gì?" Và được nhà cầm quyền trả lời rằng: *"Ông Thiện Minh bị bắt có 3 lý do sau đây:*

a) *"Ông Thiện Minh bị bắt vì tình nghi vượt biên."*

Chúng tôi nói: Thầy Thiện Minh từ 294 Công Lý cũ qua Gia Định là vượt biên? từ Gia Định qua cầu Bình Lợi là vượt biên? và từ Bình Lợi đi Lái Thiêu là vượt biên?

b) *"Ông Thiện Minh bị bắt vì tình nghi còn cảm tình với chế độ cũ."*

Chúng tôi nói: Chế độ cũ làm tù thầy Thiện Minh 15 năm và

đã ám sát thầy Thiện Minh bể mông, gãy một chân, nên thầy ấy còn cảm tình với chế độ cũ?

c) *"Ông Thiện Minh bị bắt vì có đời tư bất hảo."*

Chúng tôi nói: Chắc Nhà nước đã lấy tài liệu của báo Sóng Thần tố cáo thầy Thiện Minh có đời tư bất hảo? Chúng tôi không ngờ là Nhà nước lại lấy tài liệu ở báo Sóng Thần, một tờ báo chống Cộng quyết liệt nhất làm tài liệu để bắt thầy Thiện Minh. Hơn nữa, việc đời tư của cá nhân, lại lấy phép công của Nhà nước ra bắt bớ xét xử là nghĩa làm sao, thưa ông Trưởng Ban?

Thế nhưng thầy Thiện Minh vẫn ở tù và chết trong ngục tối! Sau đây là những gì tôi đã biết trong cái chết của thầy Thiện Minh:

— Thầy Thiện Minh từ nhà giam Phan Đăng Lưu được đưa qua Sở Công An thành phố tại đường Trần Hưng Đạo vào ngày 09-10-1978 ở phòng số 13; tôi cũng từ nhà giam trên được đưa qua Sở Công An thành phố vào ngày 10-10-1978, hai người ở gần nhau theo số lẻ của nhà giam. Sở dĩ tôi biết phòng cạnh là phòng thầy Thiện Minh bị giam như tôi vì người mang cơm nước hàng ngày chia cho các bị can cho tôi biết: "Phòng cạnh đây cũng là ông thầy tên là Đỗ Xuân Hằng." Rồi từ đó chúng tôi liên lạc nhau qua người tiếp tế cơm nước (người này cũng là phạm nhân đã giác ngộ tội lỗi được Nhà giam giao cho việc tiếp tế cho phạm nhân). Trong thời gian mấy ngày chúng tôi đã nói gì cho nhau nghe đều qua người tiếp tế và người tiếp tế ấy đã nói với tôi những gì về cái chết của thầy Thiện Minh mà tôi còn nhớ rõ và sẽ trình bày trước Tòa khi vụ thầy Thiện Minh được pháp luật xét lại—ở đây không tiện viết hết theo lời yêu cầu của GH chúng tôi.

Thưa ông Trưởng Ban,

Từ ngày thầy Thiện Minh bị bắt, đến ngày thầy Thiện Minh chết, GH chúng tôi không được nhà cầm quyền thành phố Hồ Chí Minh thông báo một việc gì cả, ngoại trừ khi xác thầy Thiện Minh đưa ra quàn tại căn cứ 6 Long Khánh, nhà cầm quyền mới báo cho GH chúng tôi biết là thầy Thiện Minh đã chết và GH muốn đi thăm tùy ý. Được tin báo như thế, GH chúng tôi cử phái đoàn ra căn cứ 6 vào trại thăm, cán bộ tại trại đưa chúng tôi vào chỗ quàn xác thầy Thiện Minh, họ chỉ kéo nắp hòm từ đầu xuống độ 3 tấc đủ thấy đầu, mặt thầy Thiện Minh chết thật rồi đậy nắp quan tài lên như cũ. Chúng tôi có xin làm một lễ và đưa thầy Thiện Minh đến nơi an nghỉ cuối cùng, nhưng cán bộ tại trại đều từ chối tất cả. Chúng tôi ra về trong lòng quá đau khổ và âm thầm cầu nguyện và cả GH cũng không dám làm tuần thất chi cả. Riêng Hòa Thượng Trí Thủ có thiết bàn nhỏ cạnh bàn Tổ ở chùa Già Lam cúng dường thất tuần trong thầm lặng mà thôi. Còn việc viêm não như ông Trưởng Ban nói, chúng tôi hoàn toàn không biết. Chúng tôi chỉ nghe thầy Thiện Minh tắm hàng ngày vào 7 giờ sáng và 10 giờ đêm. Sau giờ tắm tối tôi nghe thầy Thiện Minh niệm Phật. Thầy Thiện Minh chết lúc nào tôi không biết nhưng nghe đâu vào ngày vía Đức Quán Âm (19-9 âm lịch). Ngoài ra chúng tôi cũng không được thân nhân của thầy Thiện Minh báo cáo gì về cái chết của thầy Thiện Minh cả. Giáo hội chúng tôi có đặt việc cái chết của thầy Thiện Minh tại "Đơn Xin Cứu Xét Nhiều Việc" là vì GH chúng tôi không được Nhà nước thông báo cho chúng tôi biết một việc gì cả. Và có nhiều nghi vấn phải được cứu xét minh bạch của cơ quan pháp luật của Nhà nước, chứ không thể để Nhà nước muốn bắt giáo phẩm nào và giết giáo phẩm nào một cách dễ dàng như vậy.

Thưa ông Trưởng Ban,

Ông nói: "*Mọi việc đã được Viện Kiểm Sát Nhân Dân thành phố Hồ Chí Minh xác minh có kết luận rõ ràng, vậy mà ông đã xuyên tạc và vu cáo chính phủ đàn áp Phật giáo. Lẽ nào ông không biết những việc ông làm là vi phạm giới luật của đạo Phật cấm vọng ngữ dối trá, vu cáo chính phủ là phạm pháp.*"

Chúng tôi xin thưa: GH chúng tôi không biết cái chết của thầy Thiện Minh, do đó chúng tôi phải đặt vấn đề cứu xét. Trong vụ thầy Thiện Minh, GH chúng tôi không hề tố cáo Nhà nước đàn áp, sao ông dựng lên rồi bảo chúng tôi phạm giới vọng ngữ? Vì lúc đó, ai dám nói Nhà nước đàn áp mà có thể xin cứu xét cũng đã có gan lắm rồi. Còn chuyện Nhà nước làm việc phạm pháp đã nói ở trên rồi.

* Điều 6:

Công văn nói: "*Những ngày gần đây, với sự chỉ đạo của Võ Văn Ái và các phần tử phản động lưu vong, ông còn tiến hành nhiều hành động phá hoại đoàn kết PG, chống nhà nước trong lễ tang và Lễ Tiểu tường Hòa Thượng Đôn Hậu. Trong vụ gây rối ở Huế, ông còn tỏ ý đồng tình với kẻ gây rối, và với một người chết chưa rõ lý do, ông đã dựng chuyện phật tử tự thiêu để vu cáo chính phủ."*

Chúng tôi xin thưa: Chúng tôi làm việc trong một năm qua là làm theo ý chí của các vị giáo phẩm Giáo hội chúng tôi trong và ngoài nước cũng như thực hiện lời di huấn, chúc thư của vị lãnh đạo cao cấp của GH chúng tôi. Chúng tôi không hề dựa sự chỉ đạo nào của ông Võ Văn Ái hay bất cứ ai ở hải ngoại cả. Ông Trưởng Ban có tài liệu gì bảo chúng tôi nhận sự chỉ đạo của ông Ái? v.v... Nếu không có thì chính ông là người vọng ngữ và vu cáo chúng tôi những việc vô căn cứ.

— Còn ***việc chúng tôi gây rối ở Huế trong lễ tang và lễ Tiểu Tường Cố Đại lão Hòa Thượng Đôn Hậu,*** việc này cũng chính các ông gây ra. Chúng tôi ra Huế sau khi HT Đôn Hậu ra đi đã 7 ngày. Tôi đến Linh Mụ được môn đồ Ngài cho biết Tang lễ đã được sắp xếp yên ổn sau nhiều cuộc họp giữa chính quyền Hà Nội và Huế rất gay cấn. Tôi nghe thế cũng tạm yên tâm và cứ theo chương trình lễ tang tiến hành. Tôi có làm gì mà gọi là tôi gây rối? Tuy nhiên, tang lễ đến chiều 30-4-1992 chúng tôi nhân danh giáo hội có báo cáo tình hình GH nhiều năm qua, mà khi Hòa thượng Đôn Hậu đang bịnh chúng tôi không dám trình báo. Nếu coi việc làm đó là gây rối, sao đại diện chính quyền Trung ương và địa phương không câu lưu chúng tôi tại chỗ, giờ đây ông Trưởng Ban bảo tôi gây rối thì đã quá muộn. Hơn nữa lễ tang được cử hành sáng ngày 01-5-1992 vẫn được im lặng và trang nghiêm, không xảy ra việc gì đáng tiếc, có gì gọi là gây rối? Còn lễ Tiểu tường Cố Đại lão Hòa Thượng Đôn Hậu, chúng tôi bị ông Trưởng Ban quần thảo tại trụ sở tỉnh Quảng Ngãi cả 3 buổi từ 10, 11-4-1993 làm tôi hết thì giờ đi Huế thì chúng tôi đã làm gì ở Huế mà gọi là chúng tôi gây rối? Nếu nói gây rối thì chính Nhà nước gây rối từ chiều 30-4-1992 đến sáng ngày đưa kim quan cố Hòa Thượng Đôn Hậu bằng cách hạn chế ngăn chặn Tăng Ni Phật tử bớt đi về chùa Linh Mụ và việc hạn chế ngăn chặn ấy cũng diễn ra trong lễ Tiểu tường Cố Hòa Thượng Đôn Hậu và lần ngăn chặn này quy mô hơn lần trước. Sự ngăn đón này được bố trí từ thành phố Hồ Chí Minh ra đến Quảng Trị, không một vị giáo phẩm nào, Tăng Ni Phật tử nào từ trong và ngoài Huế đến chùa Linh Mụ được trong hai ngày 11 và 12-4-1993 cả, nhất là tại Quảng Ngãi, và chính chúng tôi bị ông Trưởng Ban cầm chân hoãn binh không cho đi Huế đúng ngày giờ quy định. Như vậy ai gây rối cho ai đây thưa ông Trưởng Ban?

— Còn ***việc chúng tôi tỏ đồng tình với các sư Tăng ở chùa Linh Mụ*** thì có tội gì? Các vị ở chùa Linh Mụ đâu có tổ chức tự thiêu cho ai đâu! Cũng không lãnh đạo ai biểu tình bên kia cầu Phú Xuân Huế đâu! Chúng tôi chỉ phản đối sự đàn áp tại chùa Linh Mụ khi công lực đến bắt các sư Tăng ở đó, cũng như phản đối việc đàn áp khốc liệt chư Tăng Linh Mụ và Phật tử, sinh viên, học sinh, các giới lao động phía nam cầu Thuận Hóa.

— Ông Trưởng Ban nói: *"Còn một người tự thiêu chưa rõ lý do mà ông cũng đã dựng chuyện Phật tử tự thiêu để vu cáo chính phủ."*

Chúng tôi nghĩ: người chết đó ở An Giang ra Huế, khi đến Huế biết bao chùa danh tiếng, người ấy không đến chùa nào đó tự thiêu, lại đến chùa Linh Mụ? Phải chăng người ấy muốn đem xác thân gởi cho chùa, linh hồn gởi cho Phật Tổ và cũng có ý muốn cúng dường thân mạng của họ cho giác linh Hòa Thượng Linh Mụ? Chúng tôi coi người đó có mang niềm tin Phật giáo và chúng tôi nhận định như thế có tội gì không?

— ***Vụ đàn áp tại chùa Sơn Linh ở Bà Rịa Vũng Tàu:***

Thầy Hạnh Đức đã ở đó cả hơn 10 năm rồi, nhưng gặp nhiều khó khăn về sự cư trú, kể cả các tử đệ của thầy ấy nữa. Tính tình của thầy ấy mà tôi được biết: mọi việc khó khăn gì giải quyết trong đối thoại ôn hòa thì không sao cả, nhưng giải quyết bằng sức mạnh thì thầy ấy cũng liều đến chết thôi. Chúng tôi xác nhận thầy ấy là cán bộ của GH chúng tôi tại Bà Rịa và làm việc với GH chúng tôi một cách công nhiên, do đó GHPGVN của Nhà nước địa phương ấy không chấp nhận và làm giấy trục xuất thầy. Việc đó hoàn toàn là việc nội bộ Phật giáo của địa phương đó, nhưng chính quyền Bà Rịa lại thi hành giấy trục xuất đó bằng cách mang công lực đến bao vây và tấn công vào chùa, do đó đã gây ra sự xung đột gay gắt v.v... Vụ chùa Sơn Linh chúng tôi coi như có sự dàn dựng từ bên ngoài theo dư luận chung quanh chùa Sơn Linh cho biết như thế. Tuy nhiên, GH chúng tôi chấp nhận đấu tranh bất bạo động, nhưng bạo động từ ngoài đưa đến thì cũng phải chấp nhận dù phải chết, đừng nói bị bắt bị tù.

Chúng tôi mong rằng các vụ ở Huế, Bà Rịa và Sài Gòn v.v...

sẽ được chính quyền đưa ra xét xử hợp tình, hợp lý và hợp pháp, đừng để các bị can đó sau khi mãn án ra về còn phải tố cáo việc nầy việc nọ trong lúc họ ở trong tù, mất hết tự do.

— Việc bịa đặt vu cáo về nhân quyền v.v...

Việc bảo vệ nhân quyền đâu phải chúng tôi bịa đặt vu cáo chính quyền vi phạm nhân quyền. Vấn đề nhân quyền là của Liên Hiệp Quốc có từ ngày tổ chức quốc tế đó ra đời. Việc vi phạm nhân quyền ở Việt Nam đâu phải một mình GH chúng tôi nói mà cả thế giới đã nói quá nhiều về vi phạm quyền làm người tại Việt Nam. Chúng tôi không kêu gọi các nhà doanh gia tư bản ngoại quốc dừng đầu tư và thương mãi với Việt Nam thì có gì làm hại quyền lợi dân tộc, quyền lợi nhân dân mà ông Trưởng Ban lại dựng lên?

— Việc Nhà nước Việt Nam đánh giá rất cao về truyền thống yêu nước của Phật giáo Việt Nam trong hơn 2000 năm qua, cũng như tôn trọng các nhà tu hành chân chính và cũng sẽ nghiêm trị các hành động lợi dụng tôn giáo chống chính quyền nhân dân:

Chúng tôi xin thưa: Không những công văn Ban Tôn Giáo đánh giá cao Phật giáo VN trong việc giữ nước dựng nước trong 2000 năm lịch sử, mà chính ông Trưởng Ban và ông Lam cũng đã nói trước mặt chúng tôi là: Phật giáo Ấn Quang rất có công trong hai cuộc kháng chiến vừa qua. Nhưng trong chỉ thị MẬT của Ban Dân Vận Trung Ương lên án chúng tôi là bọn phản động Phật giáo Ấn Quang là nghĩa làm sao? Phật giáo Ấn Quang là GH kế thừa chính thống của các GH tiền nhiệm, có công với xứ sở, sau 30-4-1975 Nhà nước tức khắc chống lại Giáo hội đó cho đến ngày nay, ngày một nghiệt ngã đau khổ là nghĩa làm sao thưa ông Trưởng Ban? Sự đàn áp GH chúng tôi trong 18 năm qua là sự nghiêm trị kẻ lợi dụng tôn giáo chăng? Tại sao Nhà nước biết đàn áp, còn chúng tôi không có quyền phản đối sao? Kinh thánh Các Mác Lê Nin nói: "Ở đâu có đàn áp bất công, ở đó có chống đối hữu lý."

Trong chỉ thị TUYỆT MẬT của Bộ Nội Vụ và Công An Quảng Trị, ngoài những kế hoạch đàn áp Phật giáo ghê gớm ra, chỉ thị tuyệt mật ấy có 2 nhận định sáng suốt:

"1. GHPGVNTN là một chủ lực trong các hệ phái PG khác."

Sự nhận định này rất đúng: vì GH ấy có cơ sở to lớn ở trong và ngoài nước nên phải đập cho giáo hội đó tan rã...

"2. *Từ lâu rồi chúng ta làm việc thi hành các chánh sách chủ trương của Đảng và Nhà nước, chúng ta có những vi phạm về tôn giáo, nhất là đối với Phật giáo."*

Sự nhận định này cũng rất đúng, nhưng nhận định sự sai không phải để sửa sai mà để tiếp tục đàn áp cho chí tử. Đàn áp chia rẽ một tôn giáo dân tộc có lợi gì cho đất nước? GH chúng tôi đã tiếp tục viết tiếp trang sử vẻ vang của tôn giáo chúng tôi và việc gì chúng tôi đã làm trong một năm qua đã đi vào lịch sử không tính việc thành bại. Vì việc làm của GH chúng tôi có chính nghĩa và đã được sự ủng hộ của dư luận thế giới. Và Nhà nước đã được gì trong cuộc đàn áp Phật giáo chúng tôi?

— Cuối công văn ông Trưởng Ban yêu cầu chúng tôi: "*Nhận rõ lẽ phải và đạo lý, nhận rõ sai lầm khuyết điểm đối với đạo, với đất nước, với luật pháp để thành tâm sửa chữa và chuyên tâm tu hành vì sự nghiệp phụng sự đạo pháp và dân tộc."*

Chúng tôi xin thưa: Chúng tôi rất cảm ơn ông Trưởng Ban nhắc nhở chúng tôi mọi việc sai trái để sửa chữa và chuyên tâm tu hành v.v... chúng tôi sẽ nghe lời yêu cầu của ông Trưởng Ban một cách rất hoan hỷ; nhưng chúng tôi cũng tha thiết, thành thật kêu gọi Nhà nước cũng xét lại sự sai trái của Nhà nước trong việc lật đổ giáo hội chúng tôi một cách ngang trái. Có thế mới giải quyết vụ rắc rối của Phật giáo do Nhà nước gây ra. Chúng tôi không tự giỡ nhà mình rồi vác đơn đi kiện Nhà nước.

Thưa ông Trưởng Ban,

Tại cuộc họp ngày 04-8-1993 tại trụ sở UBND tỉnh Quảng Ngãi, chúng tôi có nói: Thủ tướng Võ Văn Kiệt đi công du Úc Châu, Âu Châu về sẽ giảng cho GH chúng tôi một đòn chí tử và đòn chí tử đó đã đến với GH chúng tôi qua hai văn kiện của Ban Tôn Giáo của Chính phủ và quyết định của UBND tỉnh Quảng Ngãi đã làm cho tình hình đã không bớt gay gắt lại càng nguy hiểm hơn chẳng có lợi gì cho ai cả.

— Bây giờ xin thưa ***về văn thư của Ban Tôn Giáo gởi cho ông Lê Đình Nhàn tức tu sĩ Huyền Quang ở chùa Hội Phước Quảng Ngãi:***

Tôi được văn thư đề tên họ chúng tôi như thế, chúng tôi nghĩ là ông Trưởng Ban Tôn Giáo có quyền gì tước bỏ hết giáo phẩm giới phẩm của chúng tôi một cách ngang ngược xấc xược như thế? Chúng tôi có nhận giáo phẩm giới phẩm từ Ban Tôn giáo hay Nhà nước trao cho đâu mà nay Nhà nước bất bình lấy lại! Chúng tôi cũng từng nói, từng viết rằng: "Dù kẻ thù cũng phải có lễ". Sách nho xưa dạy như thế kia mà.

Qua văn thư và qua quyết định gọi tên chúng tôi như thế, chúng tôi có thể không nhận không làm việc. Nhưng chúng tôi suy nghĩ và nhẫn nhục chấp nhận làm việc bằng cách gởi văn thư nầy đến ông Trưởng Ban để ông Trưởng Ban xét lại những gì chúng tôi đã nói có đúng sự thật không. Trong tất cả các vấn đề mà ông Trưởng Ban đã nói tại công văn của Ban Tôn Giáo gồm 3 trang 6 điểm và rất nhiều chi tiết lớn nhỏ. Ban Tôn Giáo thừa lệnh Thủ tướng Chính phủ, UBND tỉnh Quảng Ngãi cấm chúng tôi không được hành xử chức danh Quyền Viện Trưởng Viện Hóa Đạo GHPGVNTN trái với luật pháp. Cấm chúng tôi sử dụng khuôn dấu Viện Hóa Đạo trái phép và giao khuôn dấu cho cơ quan chức năng của Nhà nước, đồng thời cũng cấm chúng tôi không được dùng chùa Hội Phước hay bất cứ chùa nào trong tỉnh Quảng Ngãi làm trụ sở lưu vong Viện Hóa Đạo để hoạt động trái phép, chấm dứt mọi hoạt động chống Nhà nước, chống GHPGVN, phá hoại sự đoàn kết tôn giáo...

Thưa ông Trưởng Ban,

Chúng tôi nghe đọc hai văn kiện trên, tôi đã không hoảng sợ lại còn vui mừng là khác, vì Ban Tôn Giáo và chính quyền Quảng Ngãi còn nhìn nhận có Giáo Hội Phật Giáo Việt Nam Thống Nhất, có Viện Hóa Đạo, có khuôn dấu Viện Hóa Đạo, có văn phòng lưu vong Viện Hóa Đạo. Tất cả còn đó, chỉ cấm người mà Nhà nước gọi là mạo nhận chức danh Quyền Viện Trưởng Viện Hóa Đạo, sử dụng khuôn dấu và thiết lập văn phòng lưu vong Viện Hóa Đạo là bất hợp pháp mà thôi. Chúng tôi nghĩ đây không phải là lối hành văn sơ hở mà chính Ban Tôn Giáo và chính quyền Quảng Ngãi không căn cứ vào luật pháp nào để viết như thế này: Cấm Tỳ Kheo Thích Huyền Quang không được mạo danh quyền Viện Trưởng Viện Hóa Đạo cũng như sử dụng khuôn dấu Viện Hóa Đạo và thiết lập văn phòng lưu vong Viện Hóa Đạo bất cứ ở đâu, vì GHPGVNTN sau 1975-1981 không còn nữa. Ông Thích Huyền Quang còn làm các việc trên là bất hợp pháp, pháp luật sẽ xử lý nghiêm trị v.v...

Do đó, chúng tôi đề nghị Ban Tôn Giáo Chính phủ các việc sau đây để chúng tôi hoan hỷ chấp hành mệnh lệnh của các cơ quan Nhà nước:

1. Trên giấy tờ xin đề đúng: can cứu Thích Huyền Quang hiện quản chế tại xã Nghĩa Chánh, thị xã Quảng Ngãi, từ nay không được hành xử chức danh Quyền Viện Trưởng Viện Hóa Đạo, kể cả sử dụng khuôn dấu Viện Hóa Đạo, văn phòng lưu vong Viện Hóa Đạo vì giáo hội Ấn Quang không còn nữa.

2. Văn thư mang số 248-CV-TGCP đề ngày 27-7-1993 của Ban Tôn Giáo Chính phủ, có giá trị pháp lý như bản cáo trạng của Viện Kiểm Sát Nhân Dân, can cứu Huyền Quang phải chấp nhận.

3. Quyết định số 1110-UB-QĐ đề ngày 04-8-1993 của UBND tỉnh Quảng Ngãi có giá trị pháp lý như phán quyết của Tối cao pháp viện (Tòa Án tối cao), can cứu Huyền Quang phải cúi đầu thọ án. Nhà nước đưa nội vụ Phật giáo Ấn Quang ra trước Tòa án để lấy phán quyết khai tử hoặc giải tán tổ chức ấy. Vì GH chúng tôi nếu phải chết thì chết dưới sự phán quyết của luật pháp công minh, không phải của Ban Tôn Giáo của Chính phủ.

5. Giáo hội chúng tôi không chống Chính phủ trước, mà chính Nhà nước chống đối chúng tôi trước qua việc lập GHPGVN thứ 2 hiện nay, và chính Nhà nước phá hoại sự đoàn kết nội bộ Phật giáo, không phải chúng tôi.

6. Chính Đảng Cộng Sản Việt Nam sau ngày 30-4-1975 đã giáo dục quần chúng lao động nghèo khổ hận thù giai cấp giàu có, giáo dục cán bộ Đảng chống đối tôn giáo và các tổ chức chính trị phi Cộng sản.

7. Giáo hội chúng tôi không chống GHPGVN do Nhà nước Cộng sản dựng lên, chúng tôi chỉ phản đối việc can thiệp nội bộ Phật giáo quá đáng của Đảng Cộng Sản Việt Nam thôi và sự mượn gậy chúng tôi để đánh chúng tôi.

8. Đảng Cộng sản Việt Nam phải chịu hoàn toàn trách nhiệm trong việc phá hoại nội bộ Phật giáo và nội bộ dân tộc Việt Nam.

9. Giáo hội chúng tôi không muốn có một giáo hội mà giáo hội đó như cái ghế để Đảng Cộng sản Việt Nam ngồi cho vững, dựa cho chắc, như lời ông Nguyễn Văn Linh đã tuyên bố tại cuộc họp ngày 12, 13-02-1980. Chúng tôi coi lời tuyên bố đó là sự xúc phạm thiêng

liêng của tôn giáo chúng tôi và khinh rẽ giáo hội, coi GH chúng tôi có giá trị như một chiếc ghế sử dụng tạm thời mà thôi.

Thưa ông Trưởng Ban,

Thư Biện Minh và Chất chính này viết đã quá dài, nhưng cũng chưa nói hết những gì cần nói, kính gởi đến ông Trưởng Ban để ông Trưởng Ban xét lại những gì chúng tôi nói không đúng sự thật, luận cứ không vững, vô lễ hay thiếu chín chắn v.v... Vì đây là vấn đề cấm đoán sinh hoạt của một tôn giáo dân tộc, khai tử bức tử một GH to lớn không phải một hiệp hội nghề nghiệp, nó liên hệ đến lịch sử đất nước và chế độ hiện tại. Một vấn đề đã đi vào thời sự thế giới ở các nước tự do dân chủ, vì các nước ấy đã can thiệp nhiều lần với Nhà nước Việt Nam trong vấn đề tôn trọng nhân quyền và tự do tôn giáo.

Chúng tôi đang chờ đợi sự phán quyết cuối cùng của cơ quan pháp luật công minh của chế độ, cũng như thơ phúc của Ban Tôn Giáo Chính phủ sau khi thư này được gởi đi. Cũng như yêu cầu ông Trưởng Ban và chính quyền Quảng Ngãi cho đăng tải lên báo chí và truyền thanh truyền hình của cơ quan truyền thông đại chúng, như đã phổ biến thư của Ban Tôn Giáo và Quyết định của chính quyền Quảng Ngãi để quần chúng trong và ngoài nước rộng đường dư luận.

Trân trọng cảm ơn và kính chào ông Trưởng Ban Tôn Giáo.

Nay kính,

Quảng Ngãi, ngày 01-9-1993

Can cửu Thích Huyền Quang

(ký tên)

Bản sao kính gởi:

— Ủy Ban Nhân Dân tỉnh Quảng Ngãi "để trình việc"

— GHPGVNTN các cấp ở trong và ngoài nước "để thay báo cáo và biết rõ thái độ của giáo hội".

■

Ghi chú: Để tỏ thái độ hoan hỷ và chờ đợi, tạm thời tôi không dùng chức danh và khuôn dấu của GHPGVNTN và sẵn sàng đón nhận các áp lực từ Nhà nước giáng xuống sau thư Biện Minh và Chất Chính này.

GIÁO HỘI PHẬT GIÁO VIỆT NAM THỐNG NHẤT
VIỆN HÓA ĐẠO
Số II - 56/VPLV/VHĐ
Phật lịch 2537, Quảng Ngãi, ngày 20-11-1993

TUYÊN CÁO
của Quyền Viện Trưởng Viện Hóa Đạo GHPGVNTN

* Xét rằng, chủ nghĩa Cộng sản do Chủ tịch Hồ Chí Minh mang về từ Liên Xô năm 1930. Về sau, khi đã thiết lập chính quyền vô sản, Đảng Cộng Sản Việt Nam luôn đi theo đường lối giáo điều, cố tín, hướng cuộc đấu tranh tiêu diệt hai kẻ thù chính yếu của ý thức hệ Mác-Lê: Tôn giáo và Đế quốc Tư bản. Sau 70 năm thi hành chủ trương này, sự sụp đổ của Liên Xô, mẫu quốc của CHXHCNVN, là bằng chứng thất bại hiển nhiên trong việc đem lại no cơm ấm áo, tự do và đạo đức cho nhân dân. Tiếc rằng Đảng Cộng Sản Việt Nam không tiếp thu được bài học thất bại ấy để thay đổi chính sách tại Việt Nam, khiến cho hiện trạng đen tối, đói nghèo, áp bức của các nước XHCN tiếp diễn tại Việt Nam;

* Xét rằng, Đảng và Nhà nước CHXHCNVN tuy kêu gọi mở cửa kinh tế thị trường tự do. Nhưng lại để cho tham vọng độc quyền đặc lợi của một cơ chế Nhà nước bóp chết sự phát triển của thị trường tự do. Ngày nay, nạn tham nhũng được nuôi dưỡng bởi giới tham quan ô lại Nhà nước. Có cho phép báo chí phê phán nạn tham nhũng đấy, nhưng lại cấm phê phán cơ chế chính trị đẻ ra nạn tham nhũng, đặc trưng của Nhà nước XHCN. Chế độ XHCN tại Việt Nam là tổng thể những gì tệ hại nhất của xã hội Cộng sản ở Liên Xô, Đông Âu cũ và xã hội tư bản thô lỗ. Đến như cơ quan có tính đại diện quần chúng là Quốc hội cũng chỉ là nơi diễn tập một chiều những chỉ thị và nghị quyết do Đảng đề xuất. Dân bị bịt họng vì không có dân biểu độc lập;

* Xét rằng, Đảng Cộng sản Việt Nam xu phụ nước ngoài chịu xóa bỏ hận thù, làm thân với ngoại thù trước kia là đế quốc tư bản. Nhưng đối với Tôn giáo trên lãnh thổ Việt Nam, Đảng vẫn tiếp tục đàn áp. Không ý thức rằng hậu quả của các cuộc đàn áp này làm tiêu hủy mọi mầm mống đạo đức, quan niệm chân thiện mỹ, và tình nghĩa Việt Nam. Những nền tảng tâm linh thăng hoa và hướng thiện cho con người trầm luân nơi xã hội suy đồi ngày nay;

* Xét rằng, mục tiêu đàn áp tôn giáo nói chung, giải thể Giáo Hội Phật Giáo Việt Nam Thống Nhất (GHPGVNTN) nói riêng, khởi phát sau ngày 30-4-1975 không thành. Nên năm 1981, Đảng và Nhà nước thay đổi chiến lược bằng cách tạo dựng một Giáo hội công cụ và tay sai để dùng người của Phật giáo đánh phá Phật giáo theo chính sách chia để trị;

* Xét rằng, không một thế quyền nào tự nhận là dân tộc lại có thể làm chuyện phi dân tộc là khai tử GHPGVNTN. Trong khi ấy, bản Chúc Thư thiêng liêng của Cố Đại Lão Hòa Thượng Thích Đôn hậu để lại, dặn dò ba nhiệm vụ Phật giáo đồ phải hoàn tất: a) Hòa Thượng trao quyền lãnh đạo Hội Đồng Lưỡng Viện cho hàng giáo phẩm cao cấp của Giáo hội, b) chỉ thị việc tổ chức Đại hội kỳ 8 của GHPGVNTN bị gián đoạn từ năm 1977 vì chính sách đàn áp Phật giáo của Nhà nước, và c) điều hành Phật sự trong giai đoạn mới đối với quần chúng Phật tử, đặc biệt đối với bộ phận hải ngoại của Giáo hội ở khắp năm châu;

* Xét rằng, toàn thể Phật giáo đồ trong và ngoài nước nói chung, GHPGVNTN nói riêng, đã nhất tề thực hiện sự thống hợp giáo đoàn và giáo thể theo bức Thông Điệp đề ngày 31-10-1991 của Cố Đại Lão Hòa Thượng Thích Đôn Hậu kêu gọi Tăng Ni, Phật tử thực hiện tinh thần Thống nhất, Đoàn kết và Hòa hiệp trong giai đoạn mới của Phật giáo. Thực hiện Chúc Thư do Ngài để lại, Văn Phòng Lưu Vong Viện Hóa Đạo GHPGVNTN đã viết "Đơn xin cứu xét nhiều việc", tức "Yêu sách Chín điểm", ngày 25-6-1992 gởi đến sáu cơ quan Nhà nước CHXHCNVN. Đại cương bản yêu sách này đòi phục hồi quyền sinh hoạt của GHPGVNTN, hoàn trả các cơ sở chùa viện, văn hóa, giáo dục, xã hội... bị Nhà nước sung công và cưỡng chiếm sau năm 1975; trả tự do cho tất cả các Tăng Ni, Phật tử bị bắt giam trong các nhà tù, trại cải tạo hay quản thúc, vì "tội" đòi quyền tự do tôn giáo

và nhân quyền; và minh bạch hóa việc công an Thành phố Hồ Chí Minh tra khảo đến chết Hòa Thượng Thích Thiện Minh năm 1978. Thế nhưng, ngoài việc Đảng và Nhà nước nhiều lần cử những cán bộ cao cấp vào Quảng Ngãi tiếp xúc với Văn Phòng Lưu Vong Viện Hóa Đạo để trao đổi những nguyên nhân tranh chấp, cho đến nay Nhà nước CHXHCNVN chưa đáp ứng bất cứ điểm nào do Giáo hội đề ra qua văn thư nói trên.

* Xét rằng, chẳng những không giải quyết những yêu sách của GHPGVNTN, Nhà nước CHXHCNVN còn đi sâu vào việc khủng bố, bắt bớ Tăng, Ni, Phật tử, ngăn cấm tổ chức lễ Tiểu tường Cố Đại Lão Hòa Thượng Thích Đôn Hậu trung tuần tháng Tư 1993, và tung chiến dịch bôi nhọ Chúc Thư của Cố Đại Lão Hòa Thượng trên khắp mặt báo chí, truyền hình của Nhà nước. Trầm trọng hơn, hai tài liệu "Mật" số 125/TUDV của Ban Dân Vận Đảng Cộng Sản Việt Nam do ông Trưởng ban Phan Minh Tánh ký ngày 17-8-92 và "Tuyệt Mật" của Bộ Nội Vụ - Công An Quảng Trị do Đại tá Trương Hữu Quốc ký ngày 18-8-1992 chỉ thị thẳng tay đàn áp GHPGVNTN, tức Giáo hội Ấn Quang. Hai tài liệu này đã được Liên Hiệp Quốc tế Nhân quyền và Ủy Ban Bảo Vệ Quyền Làm Người Việt Nam đệ trình Ủy Ban Nhân quyền Liên Hiệp Quốc ở Genève tháng 2 năm nay như một bằng chứng của chính sách đàn áp và tiêu diệt GHPGVNTN của Nhà nước CHXHCNVN. Cho đến nay, phái đoàn của Nhà nước Việt Nam tại Liên Hiệp Quốc chưa bao giờ lên tiếng phủ nhận hai tài liệu ấy;

* Xét rằng GHPGVNTN trong thực tế Việt Nam, kế thừa nền Phật giáo dân tộc từ 20 thế kỷ qua, đại diện cho 80% quần chúng Việt Nam. Trên pháp lý, GHPGVNTN đã thống hợp sáu tập đoàn Tăng Ni và Cư sĩ đại diện khắp ba miền Bắc, Trung, Nam tại đại hội toàn quốc ở chùa Từ Đàm Huế ngày 06-5-1951, thành lập "Tổng Hội Phật Giáo Việt Nam", tiền thân của GHPGVNTN. Gọi là Tổng hội vì dưới thời Pháp thuộc, Dụ số 10 cấm nền Phật giáo dân tộc không được dùng danh xưng Giáo hội, trên pháp lý chỉ được hiện hữu như một hiệp hội. Tuy nhiên cuộc tranh đấu bảo vệ Chánh pháp và yêu sách tự do tôn giáo của Phật giáo đồ khởi phát từ tháng 5 năm 1963 đã thành công hủy bỏ Dụ số 10, phục hồi danh xưng và hoạt động cổ truyền của Giáo hội, tức GHPGVNTN, tại đại hội Phật

giáo đầu năm 1964. Bởi vậy, từ Dụ số 10 cho đến các Nghị định về tôn giáo lập ra sau ngày 06-5-1951 đều vô giá trị đối với thực tại cũng như pháp lý của GHPGVNTN;

* Xét rằng, công cuộc vận động hợp lý, hợp pháp và có chính nghĩa của GHPGVNTN từ hơn một năm qua đã được sự hậu thuẫn của quần chúng Phật tử trong và ngoài nước cũng như dư luận và chính giới quốc tế. Điển hình là cuộc biểu dương bất bạo động của 40.000 Phật tử và nhân dân thành phố Huế ngày 24-5-1993 và sự lên tiếng hậu thuẫn của các chính phủ, Quốc hội Âu, Á, Mỹ, Phi, Úc, Quốc hội Âu châu, của Liên Hiệp Quốc, Liên Đoàn Quốc tế Nhân Quyền, Tổng Liên Đoàn Lao Động Hoa Kỳ AFL-CIO, các Tổ chức Nhân Quyền, Ân Xá Quốc Tế, các tôn giáo bạn, cũng như các đoàn thể tôn giáo và chính trị trong Cộng Đồng Người Việt Hải Ngoại... Sự kiện không thể chối cãi, vì chính Thủ Tướng Võ Văn Kiệt đã chứng kiến khi đi công du Úc châu và Âu châu. Tất cả các chính quyền gặp gỡ Thủ tướng đều yêu sách trả tự do cho các Tăng sĩ Phật giáo và phục hồi quyền sinh hoạt của GHPGVNTN;

* Xét vì, thay vì chấm dứt chính sách đàn áp Phật giáo để thực hiện lời kêu gọi "Xóa bỏ mặc cảm, xóa bỏ thù hận, nhìn về tương lai" và "Mọi người Việt Nam, bất kể giai cấp và tầng lớp, dân tộc và tôn giáo, bất kể quá khứ trước kia ra sao, dù từng giữ chức vụ gì trong chế độ cũ, hãy đứng vào khối đại đoàn kết toàn dân" mà Thủ tướng Võ Văn Kiệt và ông Tổng Bí thư Đỗ Mười tuyên bố nhân dịp Tết nguyên đán năm nay, thì trái lại, Nhà nước CHXHCNVN ngày càng đi sâu vào con đường chia rẽ dân tộc, can thiệp vào nội bộ Phật giáo, khủng bố, bắt bớ các Tăng Ni, Phật tử các cấp thuộc GHPGVNTN;

* Xét rằng, dù Phật giáo là mũi dùi đàn áp kịch liệt và tang thương nhất, nhưng các tôn giáo bạn ở Việt Nam như Công giáo, Cao Đài, Hòa Hảo, Tin Lành, Cơ Đốc, v.v... cũng chung chịu cảnh đàn áp, kỳ thị. Điển hình gần nhất là vụ Nhà nước ngăn cản việc phong chức Giám quản Tông Tòa TP. Hồ Chí Minh của vị Giám Mục Huỳnh Văn Nghi;

* Xét rằng, công cuộc tái thiết quốc gia Việt Nam [illegible] đức dân tộc trong một xã hội vong thân [illegible] hóa, đưa dân thoát khỏi tình trạng nghè[illegible]

công tham gia của mọi tầng lớp dân chúng, mọi gia đình tôn giáo và chính trị. Nhưng chủ trương độc tài chính trị và độc tôn đảng trị là lực cản con đường tiến thủ của dân tộc một cách hiểm độc. Con đường mà tiền nhân đã đổ biết bao xương máu khai phá và gầy dựng.

Từ những nhận thức trên đây về hiện trạng Phật giáo bị khủng bố, đàn áp nói riêng, và toàn thể nhân dân bị đánh bật ra khỏi vai trò tái thiết xứ sở nói chung, nay Tuyên cáo trước quốc dân đồng bào và dư luận thế giới:

1. Phật giáo Việt Nam là một thực thể dân tộc. Từ bình minh của lịch sử Việt đã có đóng góp lớn trong việc dựng nước, khai dòng văn hiến, có kế thừa sau trước, từ Lịch đại Tổ Sư đến các Bồ tát tử đạo, mà GHPGVNTN là sự truyền thừa chính thống và đại diện duy nhất của toàn thể quần chúng Phật tử Việt Nam. Trên bình diện quốc tế, GHPGVNTN là thành viên sáng lập phong trào Phật giáo Quốc tế tại Colombo, thủ đô Tích Lan năm 1950, mang tên "Liên hữu Phật giáo Thế giới". Không một tổ chức Phật giáo nào khác, do tư nhân hay thế quyền thiết lập cho những mục tiêu sai khác với Hiến Chương của GHPGVNTN, có thể thay thế hoặc điều khiển GHPGVNTN trong việc hướng dẫn Phật sự cho Phật tử Việt Nam trong và ngoài nước và đại diện Phật giáo Việt Nam trên trường quốc tế;

2. Hành động gần đây của Đảng Cộng Sản và Nhà nước CHXHCNVN, qua tay Ban Tôn giáo chính phủ và Ủy Ban Nhân Dân tỉnh Quảng Ngãi, đối với Văn Phòng Lưu Vong Viện Hóa Đạo GHPGVNTN và vị Quyền Viện Trưởng Viện Hóa Đạo, vừa phản Hiến pháp, phi pháp luật, vừa vi phạm Công ước về Quyền Công dân và Quyền Chính trị của Liên Hiệp Quốc mà Nhà nước CHXHCNVN là thành viên và đã ký kết tôn trọng;

3. Đảng và Nhà nước CHXHCN phải khởi sự ngay tiến trình dân chủ hóa chế độ bằng cách để cho xã hội công dân hình thành, thông qua các quyền cơ bản như quyền tự do ngôn luận, tự do báo chí, tự do tín ngưỡng, tự do tôn giáo, tự do lập hội... Một trong những nét đặc điểm của nền văn minh Việt Nam là đức hạnh. Hai mươi thế kỷ qua, nhân dân Việt Nam là một tổ hợp của quần chúng có tín ngưỡng. Các lực lượng tôn giáo, trong đó có Phật giáo, hiện tập trung

đông đảo nhất các tầng lớp nhân dân, với khả năng vô song để thực hiện việc hóa giải thù hận và tái thiết đất nước sau 50 năm chiến tranh thừa sai cho cuộc tranh chấp lưỡng cực quốc tế. Do đó, đàn áp tôn giáo nói chung và Phật giáo nói riêng, là tiếp diễn cuộc chiến tranh lạnh lỗi thời, đồng lúc phá hoại tiềm lực dựng xây tổ quốc. Phải chấm dứt ngay chính sách đàn áp GHPGVNTN;

4. Chủ trương "Xóa bỏ mặc cảm, xóa bỏ thù hận, hướng về tương lai" của Đảng và Nhà nước không thể ngủ lì trên diễn văn mang tính chiến thuật hầu đánh lừa dư luận quốc tế về cái gọi là "đổi mới kinh tế" và "ổn định chính trị. Một quốc gia tôn trọng nhân quyền và dân chủ lành mạnh là một quốc gia có đối lập. Đối lập để xây dựng, để ngăn ngừa các khuynh hướng cực đoan độc tài, tạo sự tham gia bình đẳng và đồng đẳng của toàn dân. Áp dụng chính sách đàn áp và khủng bố tôn giáo cũng như các đoàn thể chính trị đối lập. Đảng và Nhà nước CHXHCNVN chỉ ổn định được bộ máy cai trị theo chế độ toàn quyền, nhưng không khởi động được sinh lực phát triển của dân tộc. Phải thoát ly diễn văn, thực hiện "Xóa bỏ mặc cảm, xóa bỏ thù hận" trong hành động cụ thể và qua chính sách tôn trọng nhân quyền được pháp luật bảo vệ. Đối với quần chúng Phật tử, hãy tức khắc trả tự do cho các hàng giáo phẩm, Tăng Ni, Phật tử thuộc GHPGVNTN bị tù đầy, cải tạo, quản thúc từ 1975 trở đi. Nếu họ có tội, thì phải đưa ra xét xử công minh và công khai trước quần chúng và báo chí quốc tế, với sự biện hộ của Luật sư Việt Nam hay quốc tế do họ chọn lựa;

5. GHPGVNTN yêu cầu Nhà nước công khai xử lại vụ án Huế theo quy định của luật pháp và đúng với tiêu chuẩn quốc tế, ghi trong bản Tuyên ngôn Quốc Tế Nhân Quyền và các Công ước của Liên Hiệp Quốc. Cuộc xử các Đại Đức Trí Tựu, Hải Tạng, Hải Thịnh, Hải Chánh và những Phật tử thuộc GHPGVNTN ở Huế ngày 15-11-1993 vừa qua, pháp luật không ngồi vai chánh án, công an thay vai biện hộ của Luật sư mà Giáo hội đề cử. Bốn ngày trước vụ xử, nhiều Bộ Ngoại giao Tây phương muốn cử quan sát viên về Huế theo dõi, nhưng nhân viên Bộ Ngoại giao ở Hà Nội đã nói lừa rằng vụ xử được dời lại chưa biết đến lúc nào. Ngày xử báo chí không được tham dự, hãng thông tấn AFP bị cấm tin, ba luật sư Pháp, do Liên Đoàn Quốc Tế Nhân Quyền chỉ định theo lời Giáo hội yêu cầu, không được cấp

chiếu khán lên đường về Huế biện hộ cho các Đại đức. Sự phản đối rầm rộ đến dư luận quốc tế đối với vụ xử mờ ám nầy là những lời tố các hùng hồn và khách quan về một Nhà nước phi pháp quyền. Điển hình là các lời tố cáo đến từ Liên Đoàn Quốc Tế Nhân Quyền tại Pháp, các Thượng nghị sĩ Hoa Kỳ Bill Bradley và Robert Kerrey, Thượng nghị sĩ Avebury đại diện cho 130 Thượng nghị sĩ và Dân biểu thuộc Lưỡng viện Quốc hội Vương quốc Anh, Tổng Liên Đoàn Lao Động Hoa Kỳ AFL-CIO, Ban Đặc Lãnh Nhân Quyền Quốc Hội Hoa kỳ gồm 200 Dân biểu, Tổ chức Nhân quyền Hoa Kỳ Asia Watch, Chủ tịch Ban Nhân Quyền Quốc Hội Âu Châu v.v...;

6. Một Nhà nước Pháp quyền phải tôn trọng tam quyền phân lập, không để cho một đảng nào chỉ huy Nhà nước. Nguyên nhân của các cuộc đàn áp liên miên những phong trào quần chúng mà chẳng có cơ quan pháp lý nào kiểm soát, xử lý, là tình trạng độc tài chính trị và độc tôn đảng phái. Do đó, yêu cầu Nhà nước CHXHCNVN thực hiện nền dân chủ pháp trị bằng ba hành động cụ thể: Bỏ điều 4 trên bản Hiến pháp hiện hành, như hành động cụ thể thứ nhất, để toàn dân được phép tham gia kiến quốc; Bầu lại Quốc hội với sự tự do tham gia ứng cử và bầu cử của toàn dân, trong đó có mọi khuynh hướng chính trị và tôn giáo, như hành động cụ thể thứ hai, để Quốc hội là Quốc hội của dân chúng chứ không phải là Quốc hội của Đảng; Viết lại bản Hiến pháp phù hợp với nguyện vọng về nhân quyền và dân chúng của toàn dân qua các đại biểu độc lập của họ, và cũng để thích nghi với xu thế tiến bộ của thế giới ngày nay, mà phương châm đang thực hiện khắp năm châu là cộng tác để cộng sinh. Cần quét sạch những tàn dư lệ thuộc quá khứ phong kiến, thực dân, quốc tế phân tranh, mở ra trang sử mới cho dân và nước. Cần nói rõ là bỏ điều 4 trên Hiến pháp hiện hành không có nghĩa là loại trừ hay tiêu diệt đảng Cộng sản. Chỉ xóa bỏ tính chất độc tôn độc quyền làm những điều sai lầm gây nguy hại cho đất nước. Một cơ chế dân chủ thực sự trong tương lai phải là nơi tập hợp của mọi thành phần dân chúng, mọi khuynh hướng chính trị hay tôn giáo. Đua tranh phục vụ nhưng không tương tranh tiêu diệt. Hòa hiệp phát triển nhưng không sát phạt thủ tiêu. Trước khi thành đảng viên Cộng sản hay bất cứ đảng nào khác, người ấy là một người Việt Nam. Lấy quan điểm Việt Nam có chiều dài văn hiến năm nghìn

năm làm cơ sở cho mọi cuộc gặp gỡ, đối thoại, cộng tác mà mục tiêu chính yếu là làm cho nước Việt Nam tồn vững, văn minh và cường thịnh trong cộng đồng nhân loại;

7. Sự sụp đổ của chủ nghĩa và chế độ XHCN tại các nước Liên Xô cũ và Đông Âu đến từ nguyên nhân nội tại của luật đào thải, chứ không do ai bên ngoài gây ra trước. Chủ nghĩa và chế độ này cũng đang trên đà hoại diệt tại Việt Nam vì những lý do nội tại trong nội bộ đảng, chứ không do ai hay thế lực nào khác. Chạy trời không khỏi nắng, như nhà Phật quan niệm có sinh thì có diệt. Tuy nhiên, nếu sáng suốt và hành động kịp thời, Đảng và Nhà nước CHXHCNVN có thể tránh khỏi một cuộc trả thù ghê gớm của nhân dân. Bởi vì Đảng và Nhà nước đã gây quá nhiều khổ đau tang tóc cho đông đảo quần chúng từ bốn mươi năm hơn. Muốn thế, Đảng và Nhà nước CHXHCNVN phải gây nhân lành từ bây giờ. Nhân lành ấy là để cho Phật giáo và các tôn giáo lớn tự do sinh hoạt tôn giáo, hầu chận đứng sự phát triển thù hận và suy thoái đạo đức đang hoành hành tâm địa mọi tầng lớp xã hội Việt Nam ngày nay. Không có lực lượng hóa giải hận thù nào khác tại Việt Nam ngoài các tôn giáo. Hiện nay, "Diễn biến Hòa bình" là điều Đảng và Nhà nước vô cùng sợ hãi. Dù kinh hãi và tìm cách ngăn chặn đến đâu, thì Hòa bình, tức an lạc tinh thần và ấm no thể xác cho quần chúng, cũng từ từ diễn biến tới mảnh đất quê hương này. Thử nghĩ xem, có phải "diễn biến hòa bình" vẫn hơn là "diễn biến chiến tranh" không? Thế thì tại sao lại sợ, mà không vui vẻ chào đón và chấp nhận như một Sứ giả của sự cộng tác và hòa hiệp dân tộc để cộng sinh trên giải đất quá thương đau hơn ba trăm năm rồi, từ thời Trịnh Nguyễn phân tranh đến hai thời mất nước và nội chiến?

8. Đối với quân nhân Hoa Kỳ mất tích trong chiến tranh [illegible] kia họ là kẻ thù của Đảng và Nhà nước CHXHCNVN, nhưng [illegible] được công nhận như bạn, nên Đảng và Nhà nước [illegible] tìm kiếm, báo cáo thành khẩn với chính phủ Hoa Kỳ [illegible] động đáng khen, đáng ca ngợi, vì thể hiện [illegible] tính từ bi của nền văn hiến Việt. Tuy nhiên [illegible] thì thế, còn với con dân đất nước thì sao [illegible] Nam-Bắc vùi thây trong chiến trận [illegible] cả, biên giới, như thập loại chúng sinh [illegible]

đình họ có được báo tin, an ủy, bồi thường xứng đáng không? Ngoài kẻ tử sĩ, còn hàng triệu thương binh hai miền, số phận họ và con em họ có được Nhà nước chiếu cố không? Đây không còn là vấn đề trả nghĩa theo truyền thống dân tộc có từ thời Vua Hùng, mà còn là sự tôn trọng linh quyền của người chết, mà tục thờ cúng ông bà và nhớ ơn các đấng anh hùng vị quốc vong thân đã được nhân dân ghi xương khắc cốt. Đối với thành phố Huế, các vị tướng lãnh và chính trị viên cầm quân Cách mạng tấn công năm Mậu Thân đã viết bài, viết sách thú nhận những lỗi lầm tàn sát dân lành. Nay đến lượt Đảng và Nhà Nước phải công khai sám hối với nhân dân thành phố Huế về những hầm chôn tập thể mà quân đội và lực lượng địa phương Cách mạng là tác giả. Sám hối trước những gia đình nông dân bị bức tử trong thời Cải cách ruộng đất và phục hồi nhân phẩm cho gia đình, con cháu họ. Hãy tổ chức một Ngày Sám Hối Toàn quốc để tạ lỗi và hướng vọng tới những vong linh vô tội bị chết oan, bị bức tử. Vừa sám hối với người chết, vừa nguyện hứa lo cho người sống được sống người;

9. *Trung ngôn nghịch nhĩ.* Nếu lời Tuyên cáo hôm nay làm cho Đảng và Nhà nước phẫn nộ, Giáo hội Phật Giáo Việt Nam Thống Nhất, trong đó có tôi, can cứu Thích Huyền Quang bị quản thúc không lý do tại Quảng Ngãi từ năm 1982 và chưa bao giờ được xét xử, xin lãnh hết mọi trách nhiệm. Chúng tôi chỉ sử dụng quyền tự do ngôn luận mà Hiến pháp của Nhà nước CHXHCNVN công nhận. Tuy nhiên, nếu Đảng và Nhà nước CHXHCNVN muốn trừng phạt, thì xin hãy đưa chúng tôi ra một phiên tòa công khai có quần chúng và báo chí quốc tế tham dự, với sự biện hộ của Luật sư quốc tế, mà ngay giây phút này tôi xin nhờ Liên Đoàn Quốc Tế Nhân Quyền tại Paris chỉ định và lo liệu biện hộ cho chúng tôi, nếu một mai tôi bị truy tố ra tòa;

Cũng kể từ giây phút bản Tuyên Cáo này được công bố, nếu có gì bất trắc xảy ra cho thân thể tôi, hay xảy tới ngôi chùa Hội Phước ở Quảng Ngãi, nơi tôi bị quản thúc từ năm 1982 và nơi GHPGVNTN đặt Văn Phòng Lưu Vong Viện Hóa Đạo, thì trách nhiệm này hoàn toàn thuộc Đảng Cộng Sản và Nhà nước CHXHCNVN. Vì hiện nay công an Nhà nước canh gác, kiểm soát nghiêm nhặt quanh chùa, nội bất xuất ngoại bất nhập, không cho tôi liên lạc với bất cứ ai. Ai tình cờ đến thăm tôi đều bị công an theo dõi, bắt giữ, khám xét hành trang và tra hỏi. Đây là hoàn cảnh tôi bị lâm vào kể từ biến cố Huế ngày 24-5-1993.

Nhân Tuyên Cáo này, tôi xin ngỏ lời tri ân các Chính phủ, Quốc hội các nước Âu, Á, Mỹ, Phi, Úc, Quốc hội Âu Châu, Ban Đặc Lãnh Nhân Quyền (Human Rights Caucus), Ban Nhân Quyền Lưỡng Viện Quốc Hội Vương Quốc Anh, các cơ quan Liên Hiệp Quốc, Liên Đoàn Quốc Tế Nhân Quyền, Tổng Liên Đoàn Lao Động Hoa Kỳ AFL-CIO, các tổ chức Nhân quyền và Ân Xá Quốc Tế, các cơ quan truyền thông, hãng thông tấn, báo chí quốc tế đã ưu ái lên tiếng truyền thanh, hậu thuẫn cuộc vận động đòi tự do tôn giáo và nhân quyền mà GHPGVNTN phát khởi tại Việt Nam từ hơn một năm qua. Mặt khác, GHPGVNTN quốc nội và hải ngoại không bao giờ quên công đức của Cộng đồng Người Việt Hải Ngoại qua các tổ chức tôn giáo, đảng phái, hiệp hội, báo chí khắp thế giới, đã tích cực và tự nguyện đóng góp mọi mặt hỗ trợ Phong Trào Giải Trừ Pháp nạn do GHPGVNTN và quần chúng Phật tử trong nước phát động.

Mong tất cả chư liệt vị tiếp tục cuộc hỗ trợ cho tới ngày dân tộc Việt Nam đạt được tự do tôn giáo nhân quyền và dân chủ đích thực.

Tỳ kheo Thích Huyền Quang
Viện trưởng Viện Hóa Đạo GHPGVNTN
(Ký tên và đóng dấu)

Bản sao kính gởi:

— Ông Võ Văn Kiệt, Thủ Tướng Chính Phủ nước CHXHCNVN, Hà Nội, do Văn Phòng II Viện Hóa Đạo đặt tại Hoa Kỳ chuyển đạt với thư kèm—vì tất cả mọi cơ quan, văn phòng của Giáo hội trong nước đã bị phong tỏa triệt để, "để kính trình việc"

— Ông Tổng Thư Ký Liên Hiệp Quốc, do Văn Phòng II Viện Hóa Đạo tại Hoa Kỳ chuyển đạt "để yêu cầu cứu xét và can thiệp hữu hiệu hơn";

— Quý vị lãnh đạo các chính phủ, các Quốc hội, các Tôn giáo, các Tổ Chức Nhân Quyền, Ân Xá Quốc Tế, các Tổ chức Nghiệp Đoàn và các Cơ quan truyền thông, hãng thông tấn, báo chí quốc tế—do Phòng Thông Tin Phật Giáo Quốc Tế của GHPGVNTNHN-

HK đặt tại Paris chuyển đạt; "để xin tiếp tục hỗ trợ";

— Chư liệt vị Giáo phẩm cao cấp, trung cấp lãnh đạo Giáo hội quốc nội và hải ngoại "để thay báo cáo và yêu cầu nghiên cứu, khai thác và tùy nghi làm việc";

— Lưu chiếu tại Văn phòng Lưu Vong VHĐ tại Quảng Ngãi.

Chùa Hội Phước
Quảng Ngãi
Văn Phòng Lưu Vong Viện Hóa Đạo

GIÁO HỘI PHẬT GIÁO VIỆT NAM THỐNG NHẤT
VIỆN HÓA ĐẠO
Phật lịch 2538 — Quảng Ngãi, ngày 20/7/1994
Số 077 — VPLV/ VHĐ

Kính gửi: Các anh chị Huynh Trưởng Gia đình Phật tử Việt Nam nhân lễ Hiệp kỵ hằng năm tại Đà Lạt ngày 19/6 Vía Bồ Tát Quan Thế Âm.

A Di Đà Phật,

Các anh chị Huynh Trưởng thân mến,

Trên con đường phục vụ đạo pháp và dân tộc đầy khó khăn gian khổ mà các anh chị em đang bước, vẫn còn nhiều gian nan trắc trở. Trong quá khứ, Giáo hội ta cũng chẳng thuận lợi gì, hiện tại lại càng rủi ro, đau khổ nhiều hơn.

Mười chín năm qua là một thời gian cay đắng trong lịch sử Phật giáo Việt Nam. Các vị lãnh đạo, kẻ chết trong tù, người bị biệt giam, quản thúc, số khác bỏ nước ra đi lánh nạn. Anh chị em cũng bị đẩy đến tận cùng bể khổ của thời đại. Nhưng chính sự gian nan ấy đã tạo cho Phật giáo nguồn sinh động mới, ý thức mới trước lịch sử, xác định sự tồn tại vững chắc cả chiều sâu lẫn chiều rộng, cả trong lẫn ngoài nước mà chính trong sự nghiệp bảo vệ chánh pháp, gìn giữ truyền thống đức lý của đạo Phật Việt, anh chị em đã và đang là người tiên phong kiên cường bất khuất trước mọi thử thách hiểm nguy của thời đại.

Dù trong hoàn cảnh bị quản thúc, mọi hoạt động vô cùng khó khăn, nhưng tôi vẫn luôn luôn hằng tâm, động não đến các Phật sự giáo hội nhất là đến sự chuyển mình vươn dậy làm phần hưng màu áo, sắc cờ của Gia đình Phật tử Việt Nam — vốn có truyền thống tốt đẹp mà trong suốt thời gian qua đã bị đình đốn ngưng trệ, do bởi ý thức hệ chánh trị thời đại làm tan vỡ đổ nát — hôm nay nhân ngày Hiệp kỵ hằng năm, nhằm mục đích tưởng niệm, nhớ ghi công đức của tất cả Đoàn viên trung kiên quá cố, mang một ý nghĩa vô cùng cao đẹp, thể hiện đạo tình nồng hậu, thắm thiết, không những đối với người đã khuất mà còn đối với kẻ hiện tiền.

Giáo hội lưu ý nhắc nhở anh chị em tấm gương "bi trí dũng" của Phan Duy Trinh, Phi Yến, Nguyễn Thị Vân, Phan Văn Diên và gần đây có các anh chị Lương Hoàng Chuẩn, Hoàng Thị Kim Cúc, Nguyễn Khắc Từ, Ngô Văn Mão, Hoàng Thị Thảo đã một đời vì sự nghiệp đem đạo vào đời, chấn hưng nền đạo đức Việt.

Tuy nhiên, trong thời đại vàng thau lẫn lộn, nhiêu khê, anh chị em huynh trưởng cũng cần cảnh giác những viên thuốc độc bọc đường có khả năng làm tê liệt, băng hoại hoặc chệch hướng, tôn chỉ và mục đích của Gia đình Phật tử vốn có truyền thống lý tưởng cao cả phụng sự đạo pháp và dân tộc.

Qua văn thư số 034/CV/TG/VP ngày 30/6/1994 cả ban tôn giáo tỉnh Ninh Thuận, chúng ta đã thấy rõ chủ trương nhằm tiêu diệt nguồn sinh lực chính (Gia đình Phật tử) của Phật giáo mà Giáo hội Phật giáo Nhà nước vẫn làm thinh, đồng tình, đó là điều bất hạnh đau khổ mà anh chị em còn phải đương đầu với các thế lực phi Việt, phi chánh thống đã làm tan vỡ tổ chức to lớn của Giáo hội chúng ta, trong đó lực lượng Gia đình Phật tử rất đáng kể.

Nhân lễ Hiệp kỵ nầy, Giáo hội cũng xin lưu ý các anh chị em Huynh Trưởng xác định lại các cơ sở vật chất như "trại trường" Gia đình Phật tử Việt Nam tại Đà Lạt (đài Lục Hòa), trụ sở và hội trường của Gia đình Phật tử Thừa Thiên—Huế và Phú Vang v.v..., tình trạng hiện nay ra sao, Nhà nước lấy sử dụng vào mục đích gì, có phù hợp với tinh thần đạo đức và văn hóa dân tộc không? Ban Hóa Đạo Gia đình Phật tử có trách nhiệm phản ảnh, can thiệp giải quyết!

Giáo hội sẵn sàng xóa bỏ những đau thương, mất mát trong quá khứ, nhưng cũng kiên quyết đòi lại những gì đã mất, đã bị Nhà nước tước đoạt một cách phi pháp trong 19 năm qua. Và đó cũng là một thái độ hộp tác và xây dựng trên căn bản đạo lý của dân tộc và trên tinh thần cọng tác để cọng sinh, phát triển đất nước.

Thay mặt Giáo hội, tôi thành tâm cầu nguyện chư Phật, Bồ Tát, chư anh linh Thánh Tử Đạo và các bậc tiền bối hữu công, Đoàn viên quá cố, hộ trì cho anh chị em trong đại gia đình Phật tử Việt Nam kiên cường, vô uý trên bước đường phụng sự đạo pháp, dân tộc và nhân loại.

Chúc buổi lễ Hiệp kỵ thành công viên mãn, toàn thể anh chị em Huynh Trưởng Gia đình Phật tử Việt Nam một mùa Vu Lan thắng hội, cứu tế độ sanh, giải trừ Pháp nạn.

Quyền Viện Trưởng Viện Hóa Đạo
Giáo Hội Phật Giáo Việt Nam Thống Nhất

Tỳ Kheo Thích Huyền Quang

GIÁO HỘI PHẬT GIÁO VIỆT NAM THỐNG NHẤT
VIỆN HÓA ĐẠO
Chùa Hội Phước, Quảng Ngãi
Văn Phòng Lưu Vong Viện Hóa Đạo
Phật lịch 2538, Quảng Ngãi ngày 10-10-1994

BẠCH THƯ
VỀ QUÁ TRÌNH XÂY DỰNG GIÁO HỘI VÀ ĐÒI TỰ DO DÂN CHỦ CỦA GHPGVNTN

I. DẪN NHẬP:

Công cuộc thống nhất Phật giáo Việt Nam hình thành từ năm 1951-1964:

* Thuận lợi: phát xuất từ nguồn giáo lý sinh động, vượt không gian và thời gian, hòa nhập, thích nghi với đời sống tâm linh và thực tiễn xã hội dân sinh trong từng giai đoạn lịch sử Việt Nam, đã và đang trưởng thành, trường tại.

* Khó khăn: Đạo Phật đã hiện hữu trong giòng sinh mệnh của dân tộc Việt Nam gần 2000 năm, biết bao thăng trầm cùng với vận nước. Thời kỳ Lý-Trần vẻ vang giữ nước, dựng đạo, rồi suy vi nối liền 3 thế kỷ nhiễu nhương thời Trịnh Nguyễn phân tranh và ngoại thuộc Tây phương, nhất là thời kỳ đất nước lâm vào cảnh chiến tranh ý thức hệ giữa hai thế lực Tư Bản và Cộng Sản quốc tế đã làm suy nhược sinh thể dân tộc và Phật giáo không ít. Nhưng nhờ vào tinh thần từ bi, khai phóng, khoan dung, với khả năng hóa chuyển phi thường, Phật giáo Việt Nam vẫn trường tại và phát triển vững vàng.

II. TIẾN TRÌNH THỐNG NHẤT PHẬT GIÁO VIỆT NAM:

* Tổng Hội Phật giáo Việt nam: Do sự hòa hợp của sáu tập đoàn Tăng già và Cư sĩ của ba miền Trung-Nam-Bắc thành lập năm 1951 tại chùa Từ Đàm, Huế. Tổng Hội này chỉ lãnh đạo các Phật sự quan trọng lớn, việc quản trị của mỗi tập đoàn vẫn còn tồn tại sau năm 1951. Sự thống nhất Phật giáo Việt Nam đã có bước tiến đáng kể sau hơn hai thế kỷ suy vi.

* Hiệp định Genève năm 1954 chia đôi đất nước: Đất nước bị chia đôi hai miền Nam Bắc bởi Hiệp định đình chiến năm 1954. Miền Bắc do Đảng CSVN cai trị với chế độ vô sản chuyên chính theo chủ

nghĩa Mác-Lênine. Miền Nam do nhà Ngô quản lý với chế độ gia đình trị và tôn giáo trị thuộc chủ nghĩa Tư bản. Hai chế độ tuy khác nhau, nhưng đồng nhau ở hai điểm: độc tài đảng trị và chống tôn giáo, ngoại trừ Thiên Chúa giáo.

* Phật giáo Việt Nam tại hai miền đều là nạn nhân của hai chế độ. Riêng Thiên Chúa giáo bị đàn áp ở miền Bắc, nhưng được ưu đãi ở miền Nam. Các giáo phái khác và các tổ chức chính trị bất đồng chính kiến với Đảng Cộng sản và Đảng Cần lao đều bị hai đảng nầy tiêu diệt tất cả.

* Tại miền Nam, sau khi dẹp tan các giáo phái, các chánh đảng, nhà Ngô phát động phong trào chống Cộng và đồng thời cũng đặt chính sách kỳ thị tôn giáo, đối xử bất công với Phật giáo. Mà cao điểm là vụ đàn áp Phật giáo vào ngày Phật Đản (Phật lịch 2507, tháng 5-1963) tại Huế.

* Để chống lại sự đàn áp đó, Tổng Hội Phật Giáo Việt Nam triệu thỉnh các tập đoàn Phật giáo Nam-Trung-Bắc, các giáo phái Nam-Bắc tông, Miên, Việt và Hoa, thành lập Ủy Ban Liên Phái Bảo Vệ Phật Giáo tại chùa Xá Lợi. Và Ủy Ban nầy đã lãnh đạo phong trào đấu tranh gồm 3 mục đích lớn:

1. Chống chủ trương kỳ thị và đối xử bất công với Phật giáo.

2. Đòi hủy bỏ Dụ số 10, áp đặt Phật giáo từ địa vị một tôn giáo lớn lâu đời của dân tộc Việt Nam xuống thành Hiệp hội xã hội.

3. Đòi công bằng xã hội đối với mọi tầng lớp nhân dân.

Phong trào đấu tranh nầy kéo dài từ tháng 5 đến ngày 1-11-1963 thì kết thúc bởi cuộc đảo chánh của Hội Đồng Quân Nhân Cách Mạng, sau những vụ đàn áp khốc liệt do chiến dịch [illegible] đêm 20-8-1963, bắt toàn bộ nhân sự của UBLPBVPG và [illegible] Tăng, Ni các Tự viện và một số đông đồng bào Phật tử.

* Mở đầu Pháp nạn I năm 1963, tám Phật tử đã hy sinh tại Đài phát thanh Huế vào đêm Phật Đản 2507, tiếp theo là ngọn lửa thiêng của Bồ Tát Thích Quảng Đức tự đốt mình tại ngã tư Phan Đình Phùng-Lê Văn Duyệt lúc 9 giờ ngày 11-6-1963, rồi tiếp đến các ngọn đuốc anh dũng vì Đạo của Thích Quảng Hương, Nguyên Hương, Thanh Tuệ, Tiêu Diêu, Thiện Mỹ, Diệu Quang và nữ Phật tử Nhất Chi Mai, Quách Thị Trang v.v... đã hy sinh [illegible] ngày 2?-8-1963.

III. GIÁO HỘI PHẬT GIÁO VIỆT NAM THỐNG NHẤT

Sau chín năm cai trị độc ác, nhà Ngô sụp đổ bởi cuộc đảo chính của Hội Đồng Quân Nhân Cách Mạng, Giáo Hội Phật Giáo Việt Nam Thống Nhất được thành lập ngày 31-12-1963. Pháp Nạn I tuy được kết thúc, nhưng thế lực Diệm-không-Diệm vẫn tồn tại, tiếp tục trả thù Phật giáo suốt 12 năm tiếp theo. Giáo Hội Phật Giáo Việt Nam Thống Nhất vừa lo chống đỡ, vừa tổ chức xây dựng cơ sở Giáo hội từ Quảng Trị đến khắp các tỉnh thành phía Nam, qua các công tác sau đây:

A. ĐỐI VỚI GIÁO HỘI

1) Tổ chức nhiều lớp huấn luyện, đào tạo nhân sự trung cấp, xây dựng cơ sở mới tại các tỉnh thành miền Nam và củng cố phát triển các cơ sở đã có ở miền Trung.

2) Mở thêm các Phật học viện Sơ đẳng tại các tỉnh chưa có và nâng số Phật học viện Trung đẳng lên Cao đẳng như Hải Đức-Nha Trang, Huệ Nghiêm-Sài Gòn.

3) Xây dựng Đại học Vạn Hạnh theo chủ trương phát huy Quốc học và tiếp thu tân học.

4) Tiếp tục phát huy hệ thống Trung, Tiểu học Tư thục Bồ Đề tại các Tỉnh thành, Quận, Huyện chưa thiết lập trước năm 1963.

5) — Ngoài tổ chức kỳ cựu Gia Đình Phật Tử, sau năm 1963, các tổ chức Thanh niên, Sinh viên, Học sinh Phật tử, Thanh Niên Phật tử Thiện chí và trên 30 hội đoàn Phật tử chuyên nghiệp cũng được thành lập, sinh hoạt, học tập giáo lý hằng tháng và các tổ chức nầy đã tham gia đắc lực trong cuộc vận động hòa bình và đòi tự do dân chủ trong những năm 1964-1974.

— Xây dựng trường Thanh Niên Phụng Sự Xã Hội và trường này đã có nhiều công tác đáng kể tại các vùng nông thôn nghèo khổ và chiến tranh tàn phá.

6) — Kiến thiết Trung Tâm Quảng Đức, trụ sở của các tập thể thanh niên, sinh viên, học sinh Phật tử, đồng thời cũng là cư xá giúp sinh viên từ xa về học tại Sài Gòn.

— Thành lập Nha Tuyên Úy Phật giáo năm 1964, nhằm ngăn chặn việc trả thù nhau trong quân đội, sau nhiều năm quân nhân Phật tử bị kỳ thị, đồng thời truyền bá giáo lý, nêu cao tinh thần từ bi, vị tha, vô ngã, nhằm giảm bớt thù nghịch giữa anh em đồng bào ruột thịt. (Nhưng sau hai năm hoạt động [1964-1966] không có hiệu quả như ý muốn, Giáo hội quyết định đình chỉ vai trò tuyên úy và kêu gọi trở về sinh hoạt thuần túy tôn giáo).

7) Tham dự Ủy hội UNESCO, cơ quan giáo dục văn hóa của Liên Hiệp Quốc.

8) Thiết lập các cơ sở từ thiện xã hội, giúp đỡ cô nhi như các cơ sở: Quách Thị Trang, Diệu Quang ở Sài Gòn và nhiều tỉnh thành khác.

9) Tổ chức huấn luyện nhân viên y tế cấp tốc để giúp đỡ đồng bào nạn nhân chiến tranh, lập các trạm phát thuốc, bệnh xá, bệnh viện nhỏ, giúp đỡ bệnh nhân nghèo tại nhiều địa phương.

10) Vận động các nhà từ thiện, mạnh thường quân trong và ngoài nước, cứu trợ nạn nhân chiến tranh, thiên tai và giúp học bổng cho cô nhi, số này khá nhiều.

11) Giúp đỡ các Tăng, Ni du học ngoại quốc.

12) Lập Ủy Ban Vận Động Phóng Thích và giúp đỡ tù nhân chính trị.

13) Lập làng định cư ở Cam Ranh, Phú Mỹ (Bà Rịa), giúp đỡ cho đồng bào nạn nhân tỵ nạn chiến tranh từ miền Trung vào.

14) Mua lại và mở trường Trung học Tư thục Bồ Đề Cầu Muối, cấp nhiều học bổng cho học sinh nghèo. Việc cấp phát học bổng nầy cũng chung cho các trường Bồ Đề các cấp tại các địa phương.

15) Lập cơ sở xuất bản An Tiêm, Lá Bối và các cơ quan ngôn luận như: Phật Giáo Việt Nam, Hải Triều Âm, Chánh Đạo, Đất Tổ, Liên Hoa, Hóa Đạo và Từ Quang (của Hội Phật Học Nam Việt).

16) Thành lập các chi bộ Giáo hội Phật giáo Hải ngoại và bổ nhiệm đại diện giáo hội tại các nước Nhật, Mỹ, Pháp, Đức v.v...

17) Tổ chức các lớp huấn luyện nhân sự cơ sở như ở Sa Đéc, Vĩnh Long (Trà Ôn); mở các lớp giảng, khóa tu cho Phật tử tại các cơ sở Tự viện, được tổ chức quanh năm.

18) Tham dự các đại hội vận động hòa bình cho Việt Nam tại Nhật, Bỉ, Genève năm 1970 - 1972 - 1974.

19) Tố cáo quân đội ngoại quốc bắn giết nhân dân tại Mỹ Lai, Quảng Ngãi và Phan Rang, đưa vụ án bắn giết nầy ra tòa án quốc tế La Hay.

20) Nối lại sự liên hệ với hai tổ chức "Phật Giáo Liên Hữu Quốc Tế" và "Giáo Hội Tăng Già Thế Giới", cũng như cử một số chức sắc tham gia hai tổ chức này.

Đó là những Phật sự được xây dựng nội bộ trong hoàn cảnh khó khăn bởi sự tiếp tục chống phá của thế lực nhà Ngô còn lại.

B. ĐỐI VỚI DÂN TỘC

1) Vận động hòa bình cho Việt Nam, vì cuộc chiến từ hai thế lực Cộng sản và Tư bản chủ động điều khiển. Dân tộc Việt Nam cả Nam lẫn Bắc đều là nạn nhân của cuộc chiến tranh tương tàn khốc liệt. Cuộc vận động bị các thế lực chủ chiến chống đối. Phía Tư bản bảo rằng: đòi hòa bình tức là đòi quân ngoại nhập rút lui, đầu hàng Cộng sản. Phía Cộng sản lại bảo: không thể có hòa bình khi quân đội ngoại quốc còn trên đất nước Việt Nam.

2) Đòi Tự do Dân chủ: Cuộc vận động nầy, phía Sài Gòn bảo rằng Phật giáo muốn lật đổ chính quyền quân sự đang cầm quyền; phía Hà Nội lại nói: Phật giáo muốn xây dựng và hợp thức hóa chính quyền miền Nam vững mạnh để tiếp tục chống lại chính quyền miền bắc do Đảng Cộng sản lãnh đạo. Hai chính quyền Nam - Bắc lúc bấy giờ chẳng bên nào chấp nhận cuộc vận động Hòa bình và Tự do Dân chủ cả. Do đó, bên nào cũng đánh phá Phật giáo tàn tệ. Nhưng cuộc vận động Hòa bình ấy được thế giới ủng hộ và mời tham dự các Đại hội Hòa Bình như trên đã nói.

3) Kết quả hai cuộc vận động trên đã thúc đẩy hai phe lâm chiến tại Việt Nam ngồi vào bàn hội nghị năm 1968, tại Paris. Và, chính quyền Sài Gòn đã chấp nhận tổ chức Quốc hội Lập hiến và sau đó, Phật giáo có ủng hộ một số Phật tử tham gia Quốc hội lần thứ nhất, tẩy chay lần thứ hai trước năm 1972 vì độc diễn, độc xuất, phi dân chủ.

4) Việc lập Lực Lượng Hòa Giải Hòa Hợp Dân Tộc: Việc nầy dư luận trong và ngoài nước cho là lực lượng chính trị của Phật giáo; sự thực thì việc làm đó, Giáo hội không chủ trương, nhưng có một số cư sĩ cũng gọi là chính khách thân Phật giáo thành lập, và họ chưa làm được việc gì thì biến cố 30-4-1975 xảy ra.

Nói tóm lại, sau 10 năm thành lập, GHPGVNTN đã làm nhiều việc quan trọng cho Đạo pháp và Dân tộc, mỗi việc làm cũng lắm gian nan nguy hiểm, vì phải chịu nhiều sự đánh phá của các thế lực chủ chiến phi dân tộc. GHPGVNTN, một tổ chức kế thừa có chiều dài 2000 năm lịch sử, có sự nghiệp dựng nước, giữ nước, do đó Giáo Hội không thể chỉ lo việc Đạo pháp mà quên trách nhiệm đối với Dân tộc được. GHPGVNTN trong 10 năm qua (1964-1974) với công việc đã làm rất rõ ràng, chính đáng như thế, nhưng không tránh khỏi những phẩm bình là những người lãnh đạo lợi dụng tôn giáo làm chính trị, chống chế độ nầy, chế độ khác, hoặc biến Giáo hội là một thứ công cụ của chính trị thời đại.

Các biến động từ 1963-1974, từ cái nhìn của các tổ chức chính trị, có sự chỉ trích là những người lãnh đạo GHPGVNTN không biết gì về chính trị cả, hay việc làm của Giáo hội không có hiệu quả. Các sự chỉ trích ấy sao đơn giản quá hay coi việc làm của Giáo hội vô trách nhiệm v.v... Mọi phê phán phẩm bình đều có thể nghe được cả, vì Giáo hội đâu phải một tập đoàn chính trị chuyên nghiệp, một tổ chức tìm kiếm chính quyền, tranh giành quyền lợi, địa vị v.v... Do đó, trong 2000 năm qua, không có vị cao Tăng, danh Tăng nào làm chính trị như những nhà làm chính trị chuyên nghiệp ở thế gian. Nhưng từ 1963-1974, ở miền Nam nầy được mấy ai làm chính trị chuyên nghiệp đã làm gì cho dân tộc trong cuộc chữa lửa chiến tranh mà sự chỉ đạo hoặc trực tiếp can thiệp từ bên ngoài vào cuộc chiến tranh ấy? cũng như đã làm gì cho nền Tự do, Dân chủ, dù chỉ một viên gạch, một nắm cát... mặc dù miền Nam trong suốt 20 năm (1955-1975) đã có hơn 60 tổ chức chính trị xuất hiện.

IV. GIÁO HỘI PGVN THỐNG NHẤT BỊ LẬT ĐỔ

Những người lãnh đạo đảng Cộng sản Việt Nam trong đó có ông Nguyễn Duy Trinh, Chủ tịch Ủy Ban Kháng chiến Liên khu 5, khi được Trung ương Đảng chỉ đạo vào giữ nhiệm vụ lãnh đạo kháng chiến LK5 đã nói trong một cuộc họp rằng (không nhớ ngày tháng): "Phật giáo đã đến lúc cáo chung". Từ nhận định đó, dẫn đến hành động mở chiến dịch bài trừ tôn giáo ở Liên khu 5, từ năm 1950-1954, mở đầu là khóa học tập về tôn giáo và lên án tôn giáo đủ thứ bất hảo. Tiếp đến là bắt tay vào việc bắt bớ giam cầm các giáo sĩ giáo dân, kể cả các giáo phẩm cao cấp của các tôn giáo. Giáo hội Phật giáo Cứu quốc Liên khu 5 bị giải tán, sau khi bắt Tăng sĩ Thiện Huyền

Quang an trí tại Quảng Ngãi từ năm 1952-1954, sau khi ký Hiệp định đình chiến Genève mới trả tự do mà không có một sự lên án nào cả.

Tại chiến khu 4 có Hòa thượng Trí Độ, chiến khu 7 có Hòa thượng Minh Nguyệt, Thiện Hào tham gia kháng chiến. Biến cố 1968 Tết Mậu Thân, Hòa Thượng Thích Đôn Hậu bị bắt đưa lên chiến khu, trong lúc Hòa Thượng đang bị sốt xuất huyết, bắt buộc tham gia Mặt trận Giải Phóng Miền Nam Việt Nam. Sau 30-4-1975, Hòa Thượng trở về miền Nam thấy tình hình Phật giáo bị đàn áp nên Hòa Thượng đưa đơn từ chức tất cả các chức vụ trong Mặt trận và Quốc hội. Các Hòa Thượng Thiện Hào, Minh Nguyệt thì vẫn tiếp tục giữ các chức vụ trong Mặt trận và trong Ban Liên Lạc Phật Giáo Yêu Nước. Hòa Thượng Trí Độ và Minh Nguyệt nay đã từ trần, chỉ còn Hòa Thượng Thiện Hào hiện là Trưởng ban Trị sự Thành hội Phật Giáo Thành phố Hồ Chí Minh, do Đảng Cộng sản Việt Nam lãnh đạo.

Sau 30-4-1975, tiếng súng chống ngoại xâm vừa chấm dứt, Cộng sản Việt Nam liền quay lại bắn phá Phật giáo. Các Hòa Thượng Thiện Minh, Huyền Quang, Quảng Độ, Thuyền Ấn, các Thượng Tọa Thông Bửu, Nhật Thiện bị bắt vào tháng 4-1977, đưa ra tòa tuyên án ngày 10-12-1978, có vị trắng án, có vị 2 năm tù treo, có vị 3 năm tù ở kể từ ngày bị bắt. Các vị khác trong Hội đồng Viện Hóa Đạo và Viện Tăng Thống, kẻ ẩn náu tu hành, người bôn tẩu ra nước ngoài lánh nạn. Hòa Thượng Thích Đức Nhuận, Thượng Tọa Tuệ Sỹ, Trí Siêu, Nguyên Giác... cũng bị bắt và kêu án từ 10 đến 20 năm. Hằng trăm nhân sự trung cấp khắp các tỉnh thành miền Nam bị giam giữ, quản thúc từ 3 đến 10 năm, riêng thầy Liễu Minh 16 năm biệt xứ nay vẫn còn tiếp tục quản thúc vô thời hạn. Nhiều chùa chiền, cơ sở Giáo hội khắp miền Nam Việt Nam bị Nhà nước Cộng sản chiếm dụng; nhiều Phật đài lộ thiên uy nghiêm to lớn như ở Biển Hồ Pleiku, Bình Định, Phan Thiết... đều bị đập phá sạch sẽ. Các Phật sự Giáo hội bị đình trệ ngay từ lúc đó, nhất là sau khi hàng giáo phẩm cao cấp lãnh đạo bị bắt, Giáo hội hoàn toàn bị tê liệt gần như tan rã. Bởi đảng Cộng sản Việt Nam và chính quyền Cách mạng Lâm thời Miền Nam Việt Nam không thừa nhận sự có mặt của GHPGVNTN, một giáo hội có đông đảo quần chúng, có địa vị trong nước, ngoài nước, có truyền thống đấu tranh dựng nước, giữ đạo, nên đã làm cho đảng CS ngán ngại, cần phải tiêu diệt.

Đến năm 1980, Nhà nước CSVN mời các Hòa Thượng Đôn Hậu, Trí Thủ, Minh Châu, Trí Tịnh, tham gia ban Vận động Thành lập GHPGVN do Đảng lãnh đạo hiện nay. Quí vị trên tham gia với tư cách cá nhân, không đại diện cho GHPGVNTN. Và, giáo hội do Đảng dựng lên đã ra đời vào tháng 11 năm 1981 tại Hà Nội. Hòa Thượng Đôn Hậu được bầu (vắng mặt) làm Phó Pháp chủ Giáo hội Nhà nước, nhưng sau đó Hòa Thượng đã viết đơn từ chức, vì thấy không thể để tiếp tục bị lợi dụng, phiêu lưu vào mục tiêu chính trị, mất hết giá trị của tôn giáo như ông Nguyễn Văn Linh đã tuyên bố tại cuộc họp có đông đảo hàng giáo phẩm nghe: "phải thống nhất Phật giáo cả nước để làm chỗ dựa vững chắc cho Đảng CSVN". Hơn nữa, sau 30-4-75, GHPGVNTN có gởi thư ra Hà Nội kêu gọi Phật giáo thống nhất hai miền, nhưng không được đáp ứng. Sau đó, Hòa Thượng Đôn Hậu được GHPGVNTN đề cử đại diện Giáo hội đến tiếp xúc với nhà cầm quyền Mặt trận Giải phóng Miền Nam Việt Nam để trao đổi ý kiến về việc thống nhất Phật giáo cả nước, thì được ông bộ trưởng Văn hóa Nguyễn Văn Hiếu tuyên bố rằng "thống nhất Phật giáo là tốt, nhưng thống nhất với Phật giáo cách mạng chứ thống nhất làm gì với Phật giáo phản động". Từ ông Nguyễn Duy Trinh ở Liên khu 5 đến ông Hiếu và sau đó ông Linh đều có một thái độ chống GHPGVNTN. Do đó, Nhà nước Cộng sản đã loại GHPGVNTN, tách ra khỏi khối quần chúng Phật tử và lập ra một giáo hội công cụ hiện nay. Sau khi Giáo hội Nhà nước ra đời tháng 11-1981, đến tháng 2-1982, Nhà nước bắt Hòa thượng Huyền Quang, đệ nhất Phó Viện trưởng, Hòa Thượng Thích Quảng Độ, Tổng Thư Ký, lưu đày biệt xứ đến nay là 13 năm không xét xử, không can án, không cho biết phạm tội gì. Và, được biết, sau ngày Giáo hội Nhà nước ra đời, chính quyền thành phố buộc Hòa Thượng Trí Tịnh và Minh Châu ký thư đồng ý tống xuất Hòa Thượng Huyền Quang và Quảng Độ ra khỏi thành phố để Giáo hội Nhà nước dễ dàng sinh hoạt, không còn ai cản trở, rồi đồng loạt chiếm đoạt trụ sở, văn phòng và các cơ quan Văn hóa, Giáo dục, Từ thiện xã hội của GHPGVNTN các cấp giao cho Giáo hội Nhà nước sử dụng một cách ngang nhiên, phi pháp. Trong biến cố nầy, cố Đại lão Hòa Thượng Đôn Hậu, Chánh thư ký kiêm Xử lý Viện Tăng Thống, đã có thái độ phản kháng nhưng vì cô đơn, vì nhân sự Hội đồng Lưỡng Viện tan rã, kẻ chết trong tù, người bị quản thúc, số khác biệt xứ lưu vong, phần thì bệnh tình của Hòa Thượng lâu năm ngày càng suy yếu, nên chưa làm được gì sau khi GHPGVNTN bị lật đổ năm 1981 cho đến năm 1991. Hòa Thượng Đôn Hậu viết chúc thư, ủy thác lãnh đạo Phật sự Giáo hội cho chư vị giáo phẩm hiện có mặt ở trong và ngoài nước, tiếp tục điều hành Phật sự của Giáo hội.

V. PHONG TRÀO ĐÒI PHỤC HỒI SINH HOẠT GHPGVNTN

* Khởi sự từ tang lễ cố Đại lão Hòa Thượng Thích Đôn Hậu, Hòa Thượng Huyền Quang Đệ nhất Phó Viện trưởng bái lãnh Di Chúc của cố Hòa Thượng Chánh Thư Ký, Xử lý Viện Tăng Thống, đã tuyên bố Phục Hồi Sinh Hoạt GHPGVNTN lúc 14 giờ ngày 30-4-1992. Sau đó, Hòa Thượng Huyền Quang nhân danh Quyền Viện Trưởng Viện Hóa Đạo, đưa "Đơn Xin Cứu Xét Nhiều Việc" gởi nhà cầm quyền CSVN đề ngày 25-6-1992, đòi hỏi cứu xét 9 điểm đã ghi trong đơn dẫn chiếu. Và, sự phản ứng của Đảng và Nhà nước bằng cách là cử đại diện bộ Nội vụ vào Quảng Ngãi gặp Tỳ kheo Thích Huyền Quang, Quyền Viện Trưởng Viện Hóa Đạo vào ngày 4, 5-8-1992 tại Ủy Ban Nhân Dân tỉnh Quảng Ngãi, nhưng qua 4 phiên họp, phái đoàn Nhà nước chẳng đá động gì đến 9 điểm trong Đơn khiếu nại, mặc dù đại diện Giáo hội đã mấy lần yêu cầu đưa các vấn đề trong Đơn Xin Cứu Xét ra giải quyết. Nhưng vị đại diện Bộ Nội vụ không từ chối mà chỉ ra lệnh: "phải chấm dứt việc sử dụng chức danh Quyền Viện Trưởng Viện Hóa Đạo, giao khuôn dấu Viện Hóa Đạo cho Nhà nước quản lý và đóng cửa Văn phòng Lưu vong Viện Hóa Đạo", Hòa Thượng Quyền Viện Trưởng chấp nhận khi nào có minh văn chính thức. Sau đó, ban Dân vận Trung ương Đảng ra chỉ thị MẬT số 125-TUDV và chỉ thị TUYỆT MẬT của Bộ Nội vụ số 106-PA 15, 16, chính thức ra tay triệt tiêu GHPGVNTN bằng các biện pháp đã chỉ thị tại 2 văn kiện vừa nêu. Và, sau đó việc đàn áp đã diễn ra:

* Bắt thầy Không Tánh, Nhật Thường, Trí Lực vào trung tuần tháng 9-1992. Tiếp theo, hằng loạt biện pháp đe dọa, bức cung, soát nhà, soát chùa, theo dõi, tịch thu tài liệu của Giáo hội. Có người buộc phải đến cơ quan công an từ 3 đến 4 mươi lần để tra hỏi đủ thứ.

* Nhà nước ép buộc các nạn nhân phải công nhận Chúc Thư của Hòa Thượng Đôn Hậu là Chúc Thư giả và đã buộc Hòa Thượng Nhật Liên phải ký nhận như thế, nhất là môn đồ Linh Mụ bị trấn áp quyết liệt, bức cung nặng nề nhất.

* Vụ tự thiêu của Phật tử Nguyễn Ngọc Dũng tại chùa Linh Mụ đã dẫn đến việc xuống đường của hơn 40.000 Phật tử các giới tại thành phố Huế. Sau ngày Phật Đản 2537, chính quyền đã áp đảo, bắt bớ chư Tăng chùa Linh Mụ giam cầm và đưa ra tòa xét xử tháng 11-1993, kết án 3-4 năm tù ở.

* Vụ chùa Sơn Linh Bà Rịa-Vũng Tàu, Thượng Tọa Hạnh Đức và chư Tăng, Phật tử bị tấn công bằng mấy trăm quả lựu đạn cay, lựu đạn ói mửa, rồi bắt tất cả thầy trò giam tại nhà lao Phước Cơ Vũng Tàu, đưa ra tòa xét xử ngày 05-01-1994, kết án 3 năm tù ở.

* Vụ xử án kể trên, cả hai trường hợp đều mờ ám, bất công, quá nặng nề nghiệt ngã, có tánh cách đe dọa, trấn áp những người khác.

* Dư luận thế giới đã lên án phản đối việc đàn áp Phật giáo tại Việt Nam và ủng hộ mạnh mẽ phong trào đòi phục hồi GHPGVNTN (sẽ nói ở phần sau).

* Nhà nước đã đàn áp Tăng, Ni, Phật tử suốt hai năm qua đủ mọi hình thức, trong đó có biện pháp "tố khổ" các chức sắc cao cấp, trung cấp và số Tăng, Ni, Phật tử, nhất là vụ Huế, Bà Rịa trên các phương tiện truyền thông báo chí, suốt từ trước Phật Đản 2537 đến 2538 (4-93 đến 5-94).

* Sau nhiều lần gặp đại diện Giáo hội, nhưng tuyệt nhiên Nhà nước không đá động gì đến việc giải quyết các yêu cầu ghi ở "Đơn Xin Cứu Xét Nhiều Việc" và nhiều đơn khiếu nại khác, mặc dù Giáo hội luôn luôn đòi hỏi phải cứu xét.

* Sau cuộc công du Úc Châu, Âu Châu về, Thủ tướng Võ Văn Kiệt ra lệnh Ban Tôn Giáo giải quyết vụ GHPGVNTN bằng cách đưa ra một chỉ thị có "tính cách như một cáo trạng", nhằm nêu những tội lỗi của người thừa hành giáo hội đã làm các việc sai trái trong hai năm qua, do công văn số 428 ngày 27-7-1993, có nội dung "chấm dứt việc sử dụng chức danh Quyền Viện Trưởng Viện Hóa Đạo". Các công văn và quyết định của Ban Tôn giáo và chính quyền Quảng Ngãi đều vô hiệu, vì chỉ cấm ông Lê Đình Nhàn, [illegible] Thích

Huyền Quang, chứ không cấm Tỳ kheo hay can cứu Thích Huyền Quang, đương kiêm Quyền Viện Trưởng Viện Hóa Đạo. Hai văn bản quan trọng trên đã được Quyền Viện Trưởng Viện Hóa Đạo gởi thư Biện Minh và Chất Chính, nêu rõ từng điểm một trong hai văn kiện trên gởi Ban Tôn giáo chính phủ và Ủy Ban Nhân Dân tỉnh Quảng Ngãi và chờ sự phản ứng hợp lý để chấp hành. Do đó, hai văn kiện lịch sử trên đến nay vẫn chưa được đại diện Giáo hội chấp hành và vẫn tiếp tục làm việc trong sự kiểm soát lúc nào cũng căng thẳng từ Văn phòng Lưu vong đến các cơ sở cả nước.

VI. SỰ ỦNG HỘ CỦA THẾ GIỚI

(Vì không đủ tài liệu, phần này dành cho Giáo hội Phật giáo Việt Nam Thống Nhất tại Hải ngoại viết tiếp, những việc Giáo hội Hải ngoại đã làm, các tổ chức Nhân quyền Liên Hiệp Quốc, các tổ chức phi chính phủ và Ủy Ban Bảo Vệ Quyền Làm Người Việt Nam tại Pháp. Cần ghi đủ các chi tiết quan trọng để làm tài liệu lịch sử Pháp nạn II).

VI. TỔNG KẾT

* GHPGVNTN giữ vững truyền thống 2000 dựng nước, giữ nước và truyền bá chính pháp của Phật. Do đó các tổ chức Phật giáo thời đại không có tư cách đại diện đầy đủ cho Phật giáo Việt Nam.

* Giáo hội không có lập trường chính trị phe phái và cũng không ủng hộ phe phái chính trị nào. Tuy nhiên, phe nhóm chính trị nào có tầm vóc, có chính cương dân tộc thực sự và có người lãnh đạo xứng đáng được dân tộc ủng hộ thì Phật giáo cũng sẵn sàng ủng hộ.

* Phật giáo không xem ai là kẻ thù, nhưng ai xem Phật giáo là kẻ thù thì đương nhiên Phật giáo có thái độ tự tồn, tự vệ trong tinh thần ôn hòa, vô úy, bất bạo động.

* Trong 100 năm qua, Phật giáo Việt Nam, từ buổi suy vi hai thế kỷ trước, đã tiến lên thống nhất phát triển phong phú, đa dạng, từ Tổng Hội Phật Giáo Việt Nam đến GHPGVNTN; từ giáo hội quốc nội, phát triển giáo hội hải ngoại, qua hai lần pháp nạn 1963-1975, mặc dù phải trả giá khá đắt, qua sự hy sinh cao cả thiêng liêng của các Thánh Tử Đạo, cả Tăng lẫn tín đồ đã nhận lãnh biết bao hy sinh tù tội, chết chóc, đọa đày của vô số Tăng, Ni, Phật tử suốt gần 100

năm qua, bởi các thế lực chính trị phi dân tộc. Do đó, ở Việt Nam chưa có một tổ chức Phật giáo nào, có tổ chức to lớn, có cơ sở rộng rãi và có địa vị quốc tế xứng đáng hơn GHPGVNTN.

* Đảng Cộng sản Việt Nam sẽ bị lịch sử dân tộc ghi những sai lầm tội ác đối với dân tộc cũng như đối với tôn giáo nói chung. Phật giáo nói riêng. Từ ngày Đảng Cộng sản lên cầm quyền lãnh đạo quê hương đến nay khiến cho nhân dân càng ngày thêm nghèo khổ, đói rách... Các quốc gia có hoàn cảnh lịch sử mất nước như Việt Nam, nhưng họ đâu có áp dụng chiến tranh đến nỗi phải hy sinh biết bao máu xương của đồng bào để giành độc lập? Họ cũng đâu có áp dụng chủ thuyết Marx-Lénine để xây dựng xứ sở, mà đất nước họ vẫn được độc lập và phồn vinh gần 50 năm qua, sau thế chiến thứ hai chấm dứt. Họ sai hay ta sai trong việc giành độc lập, tự do ấy?!

Phật giáo Việt Nam gắn liền với lịch sử dân tộc qua những bước thăng trầm, suy thịnh suốt 20 thế kỷ nay, không ai có quyền gạt bỏ hay xuyên tạc nó. Tuy nhiên, vào những thế kỷ tới, liệu Phật giáo Việt Nam còn giữ được địa vị lịch sử vẻ vang ấy hay không là do ở sự kế thừa lãnh đạo của lớp Tăng, Ni và sự bảo trì của các giới Phật tử ở hôm nay và ngày mai vậy.

VII. HẬU TỪ

Giáo hội đang chờ đón những sứ giả Như Lai có đạo lực cao, có trí tuệ lớn. Hy vọng sự thực sẽ thứ tự trình diện trước Liên đài Tổ sư, chư Thánh tử đạo, phát bồ đề tâm, hành Bồ tát hạnh, nối tiếp gánh vác Phật sự ở hiện tại cũng như tương lai. Giáo hội đặt nhiều tin tưởng vào thế hệ kế thừa đã và có mặt trong Giáo hội quốc nội và hải ngoại. Quý vị—trong GHPGVN hiện tại—không vì một lẽ gì để có thể biện minh trách nhiệm của mình là đã làm gì trong giáo hội do Đảng Cộng sản Việt Nam lập ra từ năm 1981 tới nay?!. Giáo hội đó không thể nào từ chối những chỉ đạo của đảng, cũng như không đòi hỏi được gì cho lợi ích của đạo ở đảng ấy cả. Đảng Cộng sản lập giáo hội để chia rẽ nội bộ Phật giáo, lấy giáo hội này đánh phá giáo hội kia và chỉ Đảng có lợi mà thôi. Ai tiếp tay cho Đảng làm việc chia rẽ nội bộ và đánh phá Phật giáo? Lịch sử sẽ ghi việc làm của quí vị nào đó, như người Cộng sản đội lốt sư tăng hay sư giả, sư công an Cộng sản nằm vùng vậy. Trong bức thư mang tên

"Một tai nạn mới của GĐPTVN" của Phật tử Huynh trưởng Tâm Lam, Hoàng Trọng Dũng, đã chỉ đích danh các tay đao phủ của Gia Đình Phật Tử như Giác Quang, Minh Bổn ở Huế, Thông Anh ở Cam Ranh, Trương Văn Trọng ở Phan Thiết, Mã Thành Cưng ở Đồng Nai, Huệ Xướng ở Sài Gòn v.v... là một bản án lịch sử đã công khai tuyên cáo. GHPGVNTN thành khẩn kêu gọi những Tăng Ni, vì hoàn cảnh, lý do riêng tư mà phải làm việc với Giáo hội Nhà nước, hãy thức tỉnh trở về với Giáo hội chính thống của Lịch đại Tổ sư. Đảng Cộng sản Việt Nam ngày nay họ cũng đã bỏ lý tưởng Cộng sản mà họ đã tôn thờ gần thế kỷ qua để đi theo Tư bản chủ nghĩa, thì quý vị còn nghĩ ngợi gì mà không từ giã Giáo hội Nhà nước do Đảng Cộng sản chỉ đạo để TRỞ VỀ với Giáo hội do Lịch đại Cao Tăng, chư Thánh tử đạo sáng lập (mà) quí vị không thể không biết. Và, chỉ có ở Việt Nam, Đảng Cộng sản mới can thiệp vào nội bộ tôn giáo quá chặt chẽ, quá gay gắt không những đối với Tăng, Ni nào không phục tòng Giáo hội Nhà nước do Đảng đạo diễn mà ngay cả các Tăng, Ni, Tự viện thuộc quyền kiểm soát của Giáo hội Nhà nước, Đảng và Nhà nước Cộng sản cũng không nhẹ tay trói buộc và kiểm soát nghiệt ngã, nhất là không tin một ai tại cấp lãnh đạo cũng như ở cơ sở cả. Vì tính nghi kỵ, theo dõi là sở trường của người Cộng sản, họ cũng không tin chính người đồng đảng của họ, chứ đừng nói chi với tôn giáo (mà họ đã công khai tuyên bố) là kẻ thù, bọn ma túy của nhân loại. Đảng Cộng sản thế giới đã bỏ chủ nghĩa Cộng sản mà họ đã xây dựng bằng cả trăm triệu sinh linh vô tội, thì cái Giáo hội do Cộng sản lập ra họ tiếc gì mà không bỏ, khi Giáo hội đó không cần hiết nữa. Lúc đó, quí vị Tăng, Ni sẽ đi về đâu và ở với ai khi Giáo hội thời đại chính trị ấy không còn nữa?

Long trọng ghi lại những gì Giáo hội đã làm, đã biết để dâng lên cúng dường chư Lịch đại Tổ sư, Thánh tử đạo và liệt vị tiền bối hữu công thùy từ chứng minh.

Cẩn bạch thư
TM Hội Đồng Lưỡng Viện GHPGVNTN
Quyền Viện Trưởng Viện Hóa Đạo
Tỳ Khưu Thích Huyền Quang
(Ấn ký)

GIÁO HỘI PHẬT GIÁO VIỆT NAM THỐNG NHẤT
VIỆN HÓA ĐẠO
Số 83-VPLV-VHĐ
P.L. 2538 - Quảng Ngãi ngày 12-10-1994

Nam mô Bổn Sư Thích Ca Mâu Ni Phật
Quyền Viện Trưởng Viện Hóa Đạo GHPGVNTN
Kính gởi: Hòa Thượng Thích Quảng Độ, Tổng Thư Ký Viện Hóa Đạo GHPGVNTN

Tôi xin nhân danh Hội Đồng Lưỡng Viện GHPGVNTN kính gởi đến Hòa Thượng lời cầu chúc an lành và dũng mãnh để phục vụ Đạo pháp và Giáo hội. Tôi cũng như Hội Đồng Giáo Phẩm Lưỡng Viện GH vô cùng hoan hỷ là sau 19 năm tù đày gian khổ mà Hòa Thượng vẫn giữ được sức khoẻ để ngày nay tiếp tục gánh vác Phật sự trong hoàn cảnh Pháp nạn lâu dài đầy khó khăn và nguy hiểm.

Thưa Hòa Thượng, sau đây là một số sự việc để Hòa Thượng lưu ý trong việc thiết lập Văn Phòng Lưu Vong Viện Hóa Đạo:

1) Chúng tôi nghĩ là Hòa Thượng ở đâu là Văn Phòng Tổng Thư Ký Viện Hóa Đạo Lưu Vong ở đó, như Văn Phòng Quyền Viện Trưởng ở Quảng Ngãi, không cần lập cơ quan làm việc ngoài nơi cư trú hiện nay của Hòa Thượng, nhưng rất nghiêm mật.

2) Hòa Thượng có thể ký các văn bản có nội dung Phật sự nội bộ, với tư cách thừa ủy nhiệm quyền Viện trưởng cũng như các giấy tờ cần thiết cho Tăng Ni Phật tử đã và sẽ qui tụ phục vụ GH để tùy nghi tiện dụng.

3) Mọi chi phí cho Văn Phòng Tổng Thư Ký sẽ do sự giúp đỡ của Tăng Ni Phật tử xa gần và tùy đó chi dụng cũng như chịu đựng mọi thiếu thốn khó khăn trong hoàn cảnh lưu vong của Giáo hội hiện tại.

4) Hòa Thượng có thể soạn thảo tài liệu để xây dựng ý thức trách nhiệm cho Tăng Ni Phật tử trong nhiệm vụ đối với Đạo pháp và Giáo hội trong sự nghiệp phục hồi sinh hoạt bình thường của Giáo hội như trước năm 1975.

5) Đường hướng của GH lưu vong đã và đang đòi hỏi Đảng

Cộng sản và Nhà nước CSVN phải giải quyết các yêu sách đã ghi ở "Đơn xin Cứu xét Nhiều việc" ngày 25-6-1992 và tôn trọng tự do tôn giáo và nhân quyền của nhân dân Việt Nam.

6) Chúng ta bác bỏ mọi luận điệu: hòa hợp, đoàn kết thống nhất PG, vì chúng ta có làm gì mất thống nhất đoàn kết và hòa hợp nội bộ mà nay phải xây dựng lại sự đổ nát của Giáo hội trong 19 năm qua.

7) GH sẽ không chấp nhận một sự can thiệp nào từ bên ngoài có âm mưu lấy gậy ông đập lưng ông một lần nữa cũng như không hợp tác với tổ chức PG nào thiếu trang nghiêm thanh tịnh, nhất là thiếu tư cách kế thừa lịch sử PGVN.

8) GH không mưu đồ địa vị chính trị mà chỉ đòi sự độc lập chủ quyền của tôn giáo mà luôn luôn bị những thế lực chính trị thời đại đánh phá suốt 300 năm cận đại, nhưng PGVN vẫn vượt qua và đi lên trong 100 năm ngày một vững chãi.

9) Chư Thánh tử vì Đạo, các cư sĩ hữu công và Tăng Ni Phật tử nhiều đời đã đổ ra biết bao xương máu tù đày để bảo vệ xây dựng Đạo pháp được trường tồn với Dân tộc gần 2000 năm có công giữ nước dựng nước. Chúng ta là những người kế thừa Chúc Thư của Cố Đại Lão Hòa Thượng Thích Đôn Hậu, Chánh Thư Ký kiêm Xử lý Viện Tăng Thống GHPGVNTN đã và đang đưa lịch sử quang vinh của PGVN và sử Dân tộc Việt Nam vào cuối thế kỷ 20 này.

Tất cả Hội Đồng Lưỡng Viện Giáo Hội quốc nội và hải ngoại sẽ gặp nhau tại Việt Nam Quốc Tự, Tổ Đình Ấn Quang, Linh Mụ, Từ Đàm, Vĩnh Nghiêm và Quán Sứ Hà Nội khi cuộc vận động giải trừ Pháp nạn Quốc nạn hiện nay được thành tựu đầy chính nghĩa và được sự ủng hộ nhiệt tình của dư luận rộng lớn trong và ngoài nước. Và mong rằng Hòa Thượng cũng hoan hỷ với Phật sự mà chúng tôi vừa trình bày trên.

Trân trọng kính chào Hòa Thượng Tổng Thư Ký.

Tỳ Khưu Thích Huyền Quang

(Ấn ký)

Bản sao kính gởi:

- Các cấp GH tại quốc nội và hải ngoại để thay báo cáo và liên hệ làm việc - giúp đỡ.
- Lưu chiếu Văn Phòng Lưu Vong Viện Hóa Đạo.

GIÁO HỘI PHẬT GIÁO VIỆT NAM THỐNG NHẤT
VIỆN HÓA ĐẠO
Văn Phòng Viện Hóa Đạo
Chùa Ấn Quang Quận 10

Văn Phòng Tổng Thư Ký Viện Hóa Đạo
Thanh Minh Thiền Viện
90 Trần Huy Liệu, Phú Nhuận, TP Hồ Chí Minh
Số: 85/VPLV/VHĐ
Phật lịch 2538, TP HCM, 14-10-1994

THÔNG CÁO

Kính gởi:

— Chư Tôn Đức Giáo phẩm lãnh đạo Giáo hội Phật Giáo Việt Nam Thống Nhất các cấp

— Quý liệt vị Đại đức Tăng Ni và Phật tử thuộc Giáo hội Phật giáo Việt Nam Thống Nhất trong và ngoài nước.

Trích yếu: **V/v Thực thi Thông bạch số 75 VPLV-VHĐ ngày 18-7-1994 của Quyền Viện Trưởng VHĐ.**

Thưa quý liệt vị,

Suốt 19 năm qua, GHPGVNTN đã bị đàn áp, khủng bố bằng mọi hình thức. Nhiều giáo phẩm lãnh đạo Giáo hội các cấp bị tù đày, chết chóc, bỏ nước ra đi để lánh nạn, khiến toàn bộ cơ cấu tổ chức của giáo hội tan nát, sinh hoạt của giáo hội ngưng trệ. Mặc dầu vậy, pháp lý—Hiến chương của Giáo hội vẫn còn đó, chưa bị xóa bỏ, chưa có bất cứ cơ quan chính quyền nào quyết định xóa bỏ Hiến chương, giải tán Giáo hội, mà Giáo hội cũng chưa tuyên bố tự giải tán; chỉ vì bị chèn ép, đàn áp nên tạm thời gián đoạn sinh hoạt mà thôi.

Nhưng, từ hơn 2 năm qua, khâm thừa di chúc thiêng liêng của Cố Đại lão Hòa Thượng Thích Đôn Hậu, Chánh Thư ký kiêm Xử lý Viện Tăng Thống GHPGVNTN, Hội đồng Lưỡng Viện đã quyết định hồi phục các sinh hoạt bình thường của Giáo hội, và ngày

18-7-1994 vừa qua, Trưởng lão Tỳ kheo Quyền Viện trưởng Viện Hóa Đạo đã ra Thông Bạch số 75-VPLV-VHĐ "Về việc củng cố thành phần nhân sự Ban Đại Diện các cấp Giáo hội". Vậy kính yêu cầu chư tôn giáo phẩm lãnh đạo GHPGVNTN các cấp trước đây và quý liệt vị Đại Đức Tăng Ni trung kiên với Giáo hội hãy cố gắng thực hiện tinh thần Thông Bạch nói trên, lập danh sách Ban Đại Diện lâm thời gởi về Văn phòng Viện, đồng thời báo cáo những khó khăn, trở ngại để Viện kịp thời can thiệp, giải quyết.

Viện xin long trọng nhắc rằng: toàn thể Tăng Ni Phật tử Việt Nam đã hy sinh biết bao xương máu, tù đày để đòi hỏi hủy bỏ Đạo dụ số 10 của thời thực dân vốn đặt Giáo hội vào hàng các hiệp hội thông thường, như hội Phụ nữ, hội Thanh niên v.v... đòi hỏi được tự do tín ngưỡng, được bình đẳng tôn giáo,và kết quả là Đạo dụ số 10 đã bị hủy bỏ. Như vậy, tư cách pháp lý của GHPGVNTN hiện giờ là tư cách một giáo hội được luật pháp quốc gia và công pháp quốc tế thừa nhận, chứ không phải là một hiệp hội thông thường nữa.

Viện cũng xin long trọng nhắc là: điều 70 của Hiến pháp nước Cộng Hòa XHCNVN đã minh định: "Công dân có quyền tự do tín ngưỡng, tôn giáo, theo hoặc không theo một tôn giáo nào. Các tôn giáo đều bình đẳng trước pháp luật. Những nơi thờ tự tín ngưỡng, tôn giáo được Pháp luật bảo vệ. Không ai được xâm phạm tự do tín ngưỡng tôn giáo, hoặc lợi dụng tín ngưỡng tôn giáo để làm trái pháp luật và chính sách của Nhà nước."

Dựa vào cơ sở Pháp lý đó, Giáo hội chúng ta đòi hỏi được sinh hoạt, hiện hữu bình đẳng như các giáo hội của các tôn giáo khác theo luật pháp hiện hành mà không ai có quyền ngăn cản cấm đoán. Do đó:

1. Nếu ai bảo Giáo hội Phật Giáo Việt Nam Thống Nhất đã bị giải tán bởi quyết định của cơ quan nào đó thì chúng ta hãy yêu cầu họ trưng dẫn bằng chứng cụ thể và nếu có thì yêu cầu họ giải tán luôn các giáo hội của các tôn giáo khác hiện đang có mặt trên đất nước Việt Nam để tôn trọng điều "Các tôn giáo đều bình đẳng trước pháp luật".

2. Nếu các cấp giáo hội dựng lại bảng hiệu "Giáo Hội Phật Giáo Việt Nam Thống Nhất" tại các cơ sở, chùa chiền thuộc Giáo hội mà có ai ngang nhiên hạ xuống thì rõ ràng người ấy đã "xâm

phạm tự do tín ngưỡng" của người khác, vi phạm luật pháp quốc gia và công pháp quốc tế.

3. Nếu tu sĩ nào cất giấu hàng lậu thuế trong các cơ sở, tự viện giáo hội tức là người ấy đã "lợi dụng tín ngưỡng, tôn giáo để làm trái pháp luật và chính sách của nhà nước".

Những điều hướng dẫn trên đây, yêu cầu quý vị lãnh đạo các cấp giáo hội, Tăng Ni và Phật tử nghiên cứu đầy đủ, kỹ lưỡng để thi hành nghiêm túc Thông bạch dẫn chiếu mà không sợ sai, sợ trật đối với pháp luật nhà nước cũng như đối với lịch sử kế thừa chư Lịch đại Tổ sư, chư Thánh tử đạo và các bậc tiền bối đã dày công xây dựng GHPGVNTN.

Rất mong chư Tôn Đức Giáo phẩm, Tăng, Ni và Phật tử hết lòng vì sự nghiệp của GHPGVNTN nhiệt tình hưởng ứng để Phật sự Giáo hội được tiến hành viên mãn.

Nam mô Bổn Sư Thích Ca Mâu Ni Phật.
Nay thông cáo,
T.U.N. Quyền Viện Trưởng
Tổng Thư Ký VHĐ.
Tỳ kheo Thích Quảng Độ
(Ấn ký)

Bản sao kính gởi:
— Trưởng lão TK. Q. Viện trưởng VHĐ
"để kính tường"
— Văn phòng II GHPGVNTN tại Hoa Kỳ
"để thông báo"
— Hồ sơ lưu.

GIÁO HỘI PHẬT GIÁO VIỆT NAM THỐNG NHẤT
VIỆN HÓA ĐẠO
Phật lịch 2538 — Quảng Ngãi, ngày 14/11/1994
Số 90 Văn Phòng Lưu Vong—Viện Hóa Đạo

Kính gởi: Thủ Tướng Võ Văn Kiệt
nước CHXH Chủ Nghĩa Việt Nam tại Hà Nội.

Trích yếu: V/v bắt bớ các sư và Phật tử thuộc Giáo Hội Phật Giáo Việt Nam Thống Nhất đi cứu trợ đồng bào lũ lụt tại đồng bằng sông Cửu Long.

Thưa Thủ Tướng,

Trong văn thư số 086 Văn Phòng Lưu Vong — Viện Hóa Đạo ngày 20/10/1994, Viện tôi có trình báo cho Thủ Tướng biết về việc cứu trợ nạn nhân lũ lụt tại các tỉnh đồng bằng sông Cửu Long. Sau đó, trong văn thư số 04 Văn Phòng Lưu Vong-Tổng Thư Ký-Viện Hóa Đạo ngày 27/10/1994, Giáo hội chúng tôi đã chính thức cử phái đoàn do Thượng tọa Thích Long Trí, Chánh Văn Phòng Viện làm Trưởng Đoàn cứu trợ và dự định thực hiện cứu trợ đợt 1 vào ngày 1/11/1994. Nhưng đột nhiên lúc 7 giờ sáng ngày 29/10/1994, sở công an Thành phố Hồ Chí Minh đã bắt Thượng tọa Thích Long Trí đưa về Đà Nẵng quản thúc. Thế là chuyến cứu trợ dự định vào ngày 1/11/1994 phải hủy bỏ.

Đến ngày 06/11/1994, Giáo hội chúng tôi lại tổ chức đi cứu trợ và lần nầy do thầy Thích Không Tánh làm Trưởng đoàn. Nhưng ngay từ 3 giờ sáng ngày 06/11/1994, lực lượng công an đã đến bao vây các chùa có đi cứu trợ, ngăn cản không cho đi, đồng thời, bắt luôn các sư và Phật tử có tên sau đây:

— Thích Không Tánh, trụ trì chùa Liên Trì, Thủ Thiêm.

— Thích Trí Lực, trụ trì chùa Pháp Vân, Quận Tân Bình, thành phố Hồ Chí Minh.

— Thích Nhật Ban, trụ trì chùa Bát Nhã, Biên Hòa, tỉnh Đồng Nai.

— Phật tử Nhật Thường ở thành phố Hồ Chí Minh.

— Phật tử Đồng Ngọc ở thành phố Hồ Chí Minh.

Hiện những người có tên trên đây bị giam giữ ở đâu, Giáo hội chúng tôi không được rõ.

Đến 8 giờ sáng ngày 10/11/1994, công an Quận 8 thành phố Hồ Chí Minh, gọi thầy Thích Nguyên Lý, trụ trì chùa Từ Hiếu đến Quận 8 để "làm việc" và bị giữ luôn tại đó cho đến mãi 8 giờ tối mới cho về. Trong khi thầy Nguyên Lý bị giữ ở Quận 8, một lực lượng công an, quân đội khoảng hai trăm người đến bao vây chùa Từ Hiếu, vòng ngoài có các xe Jeep cảnh sát án ngữ, không cho bất cứ ai ra hay vào chùa, rồi đám người bao vây ấy xông vào chùa, uy hiếp một bà già, ba chú tiểu và mấy nữ huynh trưởng Gia đình Phật tử, dồn họ vào một góc nhà, công an đứng canh gác để đám người kia lấy hết hàng cứu trở đưa lên xe tải đã đậu sẵn trong sân chùa đưa đi. Số hàng bị lấy đi gồm có:

— 450 kg bột ngọt.

— 450 kg bột giặt.

— 900 cái mùng mới.

— 900 cái thau nhựa mới loại lớn.

— 900 cái gáo nhựa.

— 313 bộ quần áo mới.

— 500 bộ quần áo cũ.

— 5,400 gói mì ăn liền.

Và một số mặt hàng khác như: mì khô, muối, đường, sữa v.v...

Thưa Thủ Tướng, trong Hiến Pháp nước Cộng Hòa Xã Hội Chủ Nghĩa Việt Nam, tôi không thấy có điều nào nói việc cứu trợ nạn nhân thiên tai là một cái tội, thế tại sao những người đi cứu trợ bị bắt. Hay Nhà nước cộng sản Việt Nam coi nhân dân Việt Nam chỉ là những con vật, muốn bắt lúc nào cũng được? Và tài sản của nhân dân muốn lấy đi lúc nào cũng được?

Bằng văn thư này, Giáo hội chúng tôi cực lực phản đối hành động bắt bớ và cưỡng đoạt trái phép trên đây của Nhà nước Cộng Hòa Xã Hội Chủ Nghĩa Việt Nam; yêu cầu Nhà nước đưa những người bị bắt ra xét xử công khai để dư luận được sáng tỏ, và trả lại những tài sản đã bị lấy đi.

Trân trọng kính chào Thủ Tướng.
Nay thư,
Quyền Viện Trưởng Viện Hóa Đạo
Can cứu **Thích Huyền Quang**

Bản sao kính gởi:

— Văn Phòng II Giáo Hội Phật Giáo Việt Nam Thống Nhất tại Hoa Kỳ.

— Các tổ chức Nhân Quyền.

— Hội Hồng Thập Tự Quốc Tế.

— Các cơ quan từ thiện nhân đạo trong và ngoài nước để nhờ can thiệp.

— Các cấp Giáo hội, tăng, ni và Phật tử quốc nội và hải ngoại để tường.

— Văn Phòng Lưu Vong-Tổng Thư Ký-Viện Hóa Đạo để biết.

— Hồ sơ lưu.

Thế giới ngày nay được gọi là thế giới của sự văn minh, tiến bộ. Cộng đồng nhân loại trên mặt đất đồng hướng về chân trời tự do, khoan dung, nhân ái để xây dựng một cuộc sống ấm no, hạnh phúc. Để tôn trọng quyền sống và quyền làm người bình đẳng trong xã hội. Thời đại của sự thông tri, cảm thông và đối thoại để khơi nguồn cho thế giới tâm linh rực sáng và từ nơi đó, giá trị con người là siêu việt, thù thắng trong vạn loài.

Đọc qua Bản Cáo Trạng của Viện Kiểm Sát Nhân Dân Thành phố Hồ Chí Minh, chúng ta không tìm thấy có một chút công lý, giá trị tự do, tình người với người, tình tôn giáo tín ngưỡng của các tu sĩ, tình đạo đức nhân luân của người Việt với người Việt và tình có chung một nòi giống tổ tông. Nơi đó, chỉ có hận thù sôi sục tưới lên những tâm hồn thương đau, uất nghẹn để dập tắt tình tự dân tộc quê hương.

Viện Kiểm Sát Nhân Dân Thành Phố Hồ Chí Minh
Số: 18/KSĐT-AN
Cộng Hòa Xã Hội Chủ Nghĩa Việt Nam
Độc Lập — Tự Do — Hạnh Phúc

CÁO TRẠNG

VIỆN TRƯỞNG VIỆN KIỂM SÁT NHÂN DÂN
THÀNH PHỐ HỒ CHÍ MINH

— Căn cứ điều 141, 142 Bộ Luật tố tụng hình sự nước Cộng hòa Xã hội Chủ nghĩa Việt Nam.

— Căn cứ quyết định khởi tố vụ án hình sự số 33 ngày 19/9/1992 và các quyết định khởi tố bị can số 117, 118, 119 ngày 19/9/1992: số 50, 60 ngày 12/11/1994 của cơ quan An ninh điều tra Công an thành phố Hồ Chí Minh đối với: Phan Ngọc Ấn, Phạm Văn Tưởng, Phạm Văn Xua, Hồ Bửu Hoa, Nguyễn Thị Em về tội "Phá hoại chính sách đoàn kết" (điều 81), "Tuyên truyền chống chế độ xã hội chủ nghĩa" (điều 82) và quyết định khởi tố bị can số 75 ngày 25/12/1994 đối với Đặng Phúc Tuệ về tội "Phá hoại chính sách đoàn kết" (điều 81) và tội "Lợi dụng các quyền tự do dân chủ xâm phạm lợi ích của Nhà nước, của tổ chức xã hội hoặc của công dân (điều 205a) Bộ Luật hình sự.

— Căn cứ quyết định bổ sung quyết định khởi tố bị can số 1, 2, 3, 4, 5 ngày 05/01/1995 đối với: Phan Ngọc Ấn, Phạm Văn Tưởng, Phạm Văn Xua, Hồ Bửu Hoa, Nguyễn Thị Em về tội "Lợi dụng các quyền tự do dân chủ xâm phạm lợi ích của Nhà nước, của tổ chức xã hội hoặc của công dân (điều 205a) Bộ Luật hình sự.

Trên cơ sở kết quả điều tra có đủ cơ sở xác định hành vi phạm tội của các bị can như sau:

Ngày 16/9/1992 được nhân dân phát hiện, Công an thành phố Hồ Chí Minh bắt quả tang Phạm Văn Xua đang thuê đánh máy tài liệu "Thông bạch 20/9/1992" có nội dung phá hoại chính sách đoàn kết, xuyên tạc, tuyên truyền chống chế độ xã hội chủ nghĩa (bút lục

77 tập 4; bút lục 8 đến 16 tập 7). Khám xét người Phạm Văn Xua Công an Thành phố Hồ Chí Minh thu giữ tài liệu "Kế hoạch 20" (bút lục 41, 79 tập 4; bút lục 17, 18 tập 7). Khám xét nơi ở của Phạm Văn Xua tại 444D Cách Mạng Tháng Tám Phường 11 Quận 3, Công an Thành phố Hồ Chí Minh còn thu giữ nhiều tài liệu khác có nội dung xuyên tạc chính sách đoàn kết của Đảng và Nhà nước Việt Nam.

Ngày 02/10/1992 Công an Thành phố Hồ Chí Minh bắt quả tang Phan Ngọc Ấn, Phạm Văn Tưởng đang vận chuyển để tán phát các tài liệu có nội dung như các tài liệu thu giữ của Phạm Văn Xua. Khám xét nơi ở của Phan Ngọc Ấn tại 153 Lương Định của xã An Khánh — Thủ Đức thành phố Hồ Chí Minh và nơi tạm trú của Phạm Văn Tưởng số 27/68 ấp 5 xã Tân Quy Đông huyện Nhà Bè, Công an thành phố Hồ Chí Minh đã thu giữ thêm nhiều tài liệu có nội dung kích động phá hoại chính sách đoàn kết, tuyên truyền chống chế độ xã hội chủ nghĩa đặc biệt là các tài liệu chép tay, thư của Lê Đình Nhàn ở Quảng Ngãi chỉ đạo cho Phan Ngọc Ấn, Phạm Văn Tưởng, Phạm Văn Xua hoạt động tại thành phố Hồ Chí Minh.

Quá trình điều Phan Ngọc Ấn, Phạm Văn Xua, Phạm Văn Tưởng đã khai nhận hành vi phạm tội của mình và cam đoan với chính quyền không hoạt động tuyên truyền, xuyên tạc chính sách đoàn kết của Đảng và Nhà nước, không hoạt động thành lập tổ chức bất hợp pháp mạo danh "Giáo hội Phật giáo Việt Nam thống nhất." Chiếu theo chính sách khoan hồng, nhân đạo của Đảng và Nhà nước, Viện kiểm sát nhân dân thành phố Hồ Chí Minh đã quyết định thay đổi biện pháp ngăn chặn (cho tại ngoại) đối với các bị can: Phan Ngọc Ấn, Phạm Văn Xua, Phạm Văn Tưởng chờ xử lý.

Thế nhưng, sau khi được tại ngoại, dưới sự chỉ đạo của Lê Đình Nhàn, Đặng Phúc Tuệ, các bị can Phan Ngọc Ấn, Phạm Văn Tưởng, Phạm Văn Xua cùng với Hồ Bửu Hoa, Nguyễn Thị Em và một số người khác tiếp tục có hành vi phạm tội mang tính công khai. quyết liệt hơn trước, nhất là năm 1994.

Cần phải thấy rằng: Sau khi đất nước được Thống nhất thể theo nguyện vọng của đông đảo tăng ni, Phật tử và các vị cao tăng của các hệ phái Phật giáo, từ ngày 04 đến 07 tháng 11 năm 1981 Đại biểu các hệ phái, các tổ chức Phật giáo ở Việt Nam trong đó có cả Giáo hội Phật giáo Việt Nam thống nhất đã tiến hành Đại hội thành lập Giáo hội Phật giáo chung cho cả nước lấy tên: Giáo hội Phật giáo Việt Nam. Đại hội Đại biểu Phật giáo Việt Nam đã bầu ban lãnh đạo Giáo hội Phật giáo Việt Nam trong đó có nhiều vị cao tăng đang lãnh đạo Giáo hội Phật giáo Việt Nam thống nhất trước đây được bầu vào Giáo hội Phật giáo Việt Nam như: Hòa thượng Thích Đôn Hậu — Chính thư ký kiêm xử lý Viện Tăng Thống Giáo hội Phật giáo Việt Nam thống nhất đã được suy cử làm Phó Pháp chủ thứ nhất kiêm Giám Luật của Giáo hội Phật giáo Việt Nam. Hòa thượng Thích Trí Thủ — Viện trưởng Viện Hóa Đạo Giáo hội Phật giáo Việt Nam thống nhất được suy cử làm Chủ tịch Hội đồng trị sự Trung ương Giáo hội Phật giáo Việt Nam.

Hội nghị Đại biểu Phật giáo Việt Nam đã thông qua bản "Hiến chương Giáo hội Phật giáo Việt Nam" (có hiệu lực thi hành từ ngày 7/11/1981), trong đó nhận định "Giáo hội Phật giáo Việt Nam là tổ chức Phật giáo duy nhất đại diện cho Phật giáo về mọi mặt quan hệ ở trong nước và ngoài nước."

"Giáo hội Phật giáo Việt Nam hoạt động theo Hiến pháp và Luật pháp của nước Cộng hòa xã hội chủ nghĩa Việt Nam..."

Quyết định số 83/BT ngày 29/12/1981 của Bộ trưởng Tổng thư ký Hội đồng Bộ trưởng về việc cho phép thành lập Giáo hội Phật giáo Việt Nam, phê chuẩn Hiến chương Giáo hội Phật giáo Việt Nam và công nhận Ban lãnh đạo Trung ương Giáo hội Phật giáo Việt Nam. Như vậy kể từ ngày 7/11/1981 Nhà nước Cộng hòa xã hội chủ nghĩa Việt Nam chỉ công nhận Giáo hội Phật giáo Việt Nam là tổ chức duy nhất hợp pháp đại diện cho Phật giáo Việt Nam ở trong và ngoài nước.

Đại hội Đại biểu của Giáo hội Phật giáo Việt Nam đã không suy cử một số người trước đó có giữ vai trò lãnh đạo Giáo hội Phật giáo Việt Nam thống nhất cũ như Lê Đình Nhàn, Đặng Phúc Tuệ... vào các cơ quan lãnh đạo Giáo hội Phật giáo Việt Nam vì những người này đã phạm tội; Năm 1973 Tòa án nhân dân thành phố Hồ Chí Minh đã khoan hồng. Nhưng sau đó, những người này lại hoạt động chống phá Giáo hội Phật giáo Việt Nam và chính quyền nhân dân, bất chấp Luật pháp, ngang nhiên mạo xưng là Giáo hội Phật giáo Việt Nam thống nhất. Sự thật những người này không có một tư cách Pháp lý gì để tự xưng là Đại diện cho Giáo hội Phật giáo

Việt Nam thống nhất trước đây.

Để thực hiện âm mưu phá hoại chính sách đoàn kết dân tộc: Lê Đình Nhàn, Đặng Phúc Tuệ đã có nhiều hoạt động bất hợp pháp. Nhất là sau khi Hòa thượng Thích Đôn Hậu mất (năm 1992), Lê Đình Nhàn đã chỉ đạo Phan Ngọc Ấn, Phạm Văn Tưởng, Phạm Văn Xua, Hồ Bửu Hoa, Nguyễn Thị Em tiến hành các hoạt động xuyên tạc chính sách đoàn kết của Đảng và Nhà nước Việt Nam đồng thời vận động phá hoại Giáo hội Phật giáo Việt Nam, lập ra một tổ chức Giáo hội Phật giáo bất hợp pháp.

Thực hiện sự chỉ đạo của Lê Đình Nhàn một số phần tử lợi dụng tôn giáo tại thành phố Hồ Chí Minh, đứng đầu là Phan Ngọc Ấn, Phạm Văn Xua, Phạm Văn Tưởng đã ráo riết hoạt động như: soạn thảo, in ấn, phát tán những tài liệu có nội dung xuyên tạc sự thật lịch sử cách mạng Việt Nam, gây chia rẽ giữa Phật giáo với Chính quyền, giữa Phật giáo với Phật giáo, giữa Phật giáo với tầng lớp nhân dân. Phan Ngọc Ấn, Phạm Văn Tưởng, Phạm Văn Xua, Nguyễn Thị Em đã soạn thảo in ấn, hàng chục loại tài liệu của Lê Đình Nhàn và tài liệu do bọn phản động nước ngoài gửi về để tán phát rộng rãi trên địa bàn thành phố Hồ Chí Minh và các tỉnh khác gây ảnh hưởng xấu trong các tầng lớp nhân dân.

Các tài liệu có nội dung rất phản động như:

— Tài liệu: "*Giải phóng trí thức Việt Nam — nhu cầu thúc bách của thời đại*" do Phan Ngọc Ấn cắt xén trong tạp chí "*Bông Sen*" của đồng bọn gửi từ nước ngoài về, rồi sao chụp nhiều bản, tán phát nhiều nơi trong nước vu khống Đảng và Nhà nước Việt Nam đàn áp trí thức (bút lục 54, 55, 56 tập 6: bút lục 46, 47 tập 3.)

— Thông bạch 20/9/1992 do Phan Ngọc Ấn, Phạm Văn Xua viết (Lê Đình Nhàn ký) trong đó có những đoạn ghi "*Sau khi đất nước hòa bình, thống nhất, những người cộng sản khi nắm quyền cai trị đất nước đã phủ nhận công lao xương máu của toàn dân trong đó có Phật giáo...*"

"*Chính quyền cộng sản đã dùng bạo lực đập tan Giáo Hội Phật Giáo Việt Nam Thống Nhất rồi cho ra đời một Giáo Hội Phật Giáo khác...*"

— "*Đơn xin cứu xét nhiều việc*" của Lê Đình Nhàn nội dung vu khống Nhà nước Việt Nam đàn áp Phật giáo và đả kích Giáo hội

Phật giáo Việt Nam. Tài liệu được chuyển ra nước ngoài, bọn phản động nước ngoài đã đăng tải trên báo chí (bút lục 50 đến 63 tập 7.)

— "*Kế hoạch 20*" do Phạm Văn Xua soạn thảo có nội dung phân chia các tỉnh miền Nam thành 8 cụm nhằm thực hiện ý đồ vừa kích động quần chúng Phật tử đấu tranh với chính quyền, vừa thu thập tin tức, số liệu, hình ảnh cung cấp cho bọn phản động ở nước ngoài tuyên truyền chống Việt Nam (bút lục 78, 79 tập 4; bút lục 19 tập 4.)

Ngoài những tài liệu trên, Phan Ngọc Ấn, Phạm Văn Xua, Phạm Văn Tưởng nhất là Đặng Phúc Tuệ còn soạn thảo, in, tán phát nhiều tài liệu có nội dung xuyên tạc, đả kích Đảng và Nhà nước Việt Nam gây chia rẽ khối đoàn kết toàn dân và lập ra tổ chức Giáo hội Phật giáo bất hợp pháp. Đặc biệt, Đặng Phúc Tuệ đã viết tài liệu "*Bản nhận định về những sai lầm tai hại của Đảng Cộng Sản Việt Nam đối với Dân tộc và Phật giáo*" dài 44 trang, trong đó có nhiều điểm, nhiều đoạn công khai vu cáo Đảng và Nhà nước Việt Nam. Trong "*Bản nhận định...*" có đoạn viết:

— "*Chủ trương của cộng sản là tiêu diệt Phật giáo trong ngắn hạn cũng như dài hạn... Cộng sản hy vọng trong vòng 50 năm Phật giáo sẽ bị tiêu diệt hoàn toàn...*"

— "*... Dùng lực lượng Giáo hội Nhà nước đập những tăng ni nào không theo Giáo hội Nhà nước...* " Đặng Phúc Tuệ còn dùng những lời lẽ chẳng những xúc phạm các vị lãnh đạo Giáo hội Phật giáo Việt Nam mà còn đả kích cả Hòa thượng Thích Minh Châu — Đại biểu Quốc hội nước Cộng hòa xã hội chủ nghĩa Việt Nam. Đặng Phúc Tuệ viết: "*Có lẽ Thích Minh Châu chỉ muốn một mình sống trong thiên đường thôi... thì ra Thích Minh Châu thích làm chính trị cộng sản chứ không thích vận động hòa bình...*"

— "*Thực chất thì Giáo hội Phật giáo Việt Nam của cụ Trí Độ chẳng làm gì cho Phật giáo, nếu không nói là làm bù nhìn để hợp pháp hóa cho cộng sản tiêu diệt Phật giáo...*"

Những tài liệu trên đây chẳng những nói xấu, đả kích Đảng và Nhà nước Việt Nam, gây chia rẽ giữa các tín đồ Phật giáo với Đảng và Chính quyền mà còn gây chia rẽ giữa các tín đồ Phật giáo với nhau, đả kích nói xấu các vị lãnh đạo Giáo hội Phật giáo Việt Nam.

Các tài liệu này đã được các bị can in ấn, photocopy nhiều bản tán phát trong nước và gửi ra nước ngoài. Một số phần tử thù địch ở nước ngoài đã dựa vào những tư liệu này để viết báo gửi vào trong nước nhằm tuyên truyền, xuyên tạc Đảng và Nhà nước Việt Nam, xuyên tạc tình hình Phật giáo Việt Nam và nghiêm trọng hơn nữa họ bất chấp Luật pháp Nhà nước, tự lập ra tổ chức Phật giáo bất hợp pháp.

Trong bản cung ngày 18/01/1995 Đặng Phúc Tuệ thừa nhận các tài liệu do Tuệ viết gửi ra nước ngoài nhằm mục đích: "Tố cáo Chính quyền Việt Nam đàn áp tôn giáo, gây chia rẽ giữa Chính quyền với các tổ chức tôn giáo, giữa người theo đạo và không theo đạo, gây sự nghi ngờ, mâu thuẫn của đông đảo tăng ni, Phật tử ở nước ngoài với Đảng và Nhà nước Cộng hòa xã hội chủ nghĩa Việt Nam... để những kẻ xấu đang sống ở nước ngoài lợi dụng, tuyên truyền xuyên tạc, cản trở sự hợp tác của nước ngoài đối với Việt Nam... " (bút lục 33, 34 tập 9)

Với các tài liệu, chứng cớ có trong hồ sơ khẳng định các bị can: Đặng Phúc Tuệ, Phan Ngọc Ấn, Phạm Văn Xua, Phạn Văn Tương, Hồ Bửu Hoa, Nguyễn Thị Em, đã phạm tội "Phá hoại chính sách đoàn kết" được quy định tại điều 81 Bộ luật hình sự.

Bên cạnh các hoạt động nhằm phá hoại chính sách đoàn kết của Đảng và Nhà nước Việt Nam, các bị can Đặng Phúc Tuệ, Phan Ngọc Ấn, Phạm Văn Xua, Phạm Văn Tưởng, Hồ Bửu Hoa, Nguyễn Thị Em còn phạm tội "Lợi dụng các quyền tự do dân chủ xâm phạm lợi ích của Nhà nước, của tổ chức xã hội hoặc của công dân." Cụ thể:

— Lợi dụng quyền tự do ngôn luận, tự do báo chí, các bị can đã biên soạn, tán phát nhiều tài liệu có nội dung xấu, xuyên tạc sự thật, tuyên truyền những tin thất thiệt gây tâm lý hoang mang lo lắng trong nhân dân làm ảnh hưởng đến uy tín của cơ quan Nhà nước, làm cho nhiều người hiểu sai chính sách của Đảng và Nhà nước Việt Nam, gây khó khăn cho quan hệ quốc tế nhất là việc thực hiện chính sách hòa bình, hữu nghị, mở rộng giao lưu quốc tế của Việt Nam với các nước trên thế giới.

— Phan Ngọc Ấn, Hồ Bửu Hoa, Phạm Văn Tưởng và một số người khác đã lợi dụng quyền tự do tín ngưỡng, quyền hội họp, lập hội để lập trái phép các tổ chức: "Tăng đoàn bảo vệ Chánh pháp" (tháng 3/1994), "Ban Văn hóa từ thiện" (tháng 8/1994) để thu hút một số tăng ni, Phật tử vào tổ chức Phật giáo bất hợp pháp. Phan Ngọc Ấn giao cho Hồ Bửu Hoa thuê người khắc hai con dấu với nội dung "Tăng đoàn bảo vệ Chánh pháp," "Ban Văn hóa từ thiện" để sử dụng.

— Đặng Phúc Tuệ cùng một số người khác đã lập trái phép cái gọi là "Văn phòng Tổng thư ký Viện hóa đạo" tại 90 Trần Huy Liệu, Phường 15, Quận Phú Nhuận thành phố Hồ Chí Minh để chỉ đạo nhóm Phan Ngọc Ấn lập ra các Ban đại diện của tổ chức Phật giáo bất hợp pháp. Đặng Phúc Tuệ cùng Phan Ngọc Ấn, Phạm Văn Xua, Phạm Văn Tưởng, Hồ Bửu Hoa lợi dung cứu trợ để công khai hóa tổ chức Phật giáo bất hợp pháp và tạo lòng tin với bọn hoạt động chính trị phản động ở nước ngoài.

Việc lập các tổ chức trái phép như: "Tăng đoàn bảo vệ Chánh pháp." "Ban Văn hóa từ thiện." "Văn phòng Tổng thư ký Viện hóa đạo" đã vi phạm vào điều 3 sắc lệnh số 102/SL-L004 ngày 20/5/1957 của Chủ tịch nước Việt Nam Dân chủ Cộng hòa.

Điều 3 sắc lệnh 102 ghi rõ: "Để đảm bảo việc lập Hội có mục đích chính đáng, bảo vệ và củng cố chế độ dân chủ nhân dân, lập Hội phải xin phép."

— Ngày 6/11/1994 Phan Ngọc Ấn và một số người khác (nhận sự chỉ đạo và sử dụng tiền của một số tổ chức phản động nước ngoài) đã tập trung hàng trăm người với nhiều xe ô tô cùng các biểu ngữ lớn có dòng chữ "Giáo hội Phật giáo Việt Nam thống nhất," lợi dụng việc "cứu trợ" để thực hiện âm mưu biểu dương lực lượng, gây thanh thế cho tổ chức bất hợp pháp mạo xưng là "Giáo hội Phật giáo Việt Nam thống nhất."

Toàn bộ âm mưu và ý đồ xấu của các bị can đã bị phát hiện và ngăn chặn kịp thời. Sau đó, Phan Ngọc Ấn, Hồ Bửu Hoa đã gặp và báo cáo cho Đặng Phúc Tuệ biết việc "lợi dụng cứu trợ" không thành. Đặng Phúc Tuệ đã viết và gửi ra nước ngoài hai bức điện "khẩn cấp" với nội dụng vu cáo Chính quyền Việt Nam, tạo cơ hội cho các phần tử xấu ở nước ngoài chống phá Việt Nam.

Như vậy các bị can: Đặng Phúc Tuệ, Phan Ngọc Ấn, Phạm Văn Xua, Phạm Văn Tưởng, Hồ Bửu Hoa, Nguyễn Thị Em đã có hành vi phạm tội "Lợi dụng các quyền tự do dân chủ xâm phạm lợi ích của Nhà nước, của tổ chức xã hội hoặc của công dân" theo điều 205a Bộ luật hình sự.

* * *

Quá trình điều tra đã xác định Lê Đình Nhàn, Lý Trường Châu có liên quan đến vụ án này. Cơ quan An ninh điều tra Công an thành phố Hồ Chí Minh quyết định tách và chuyển giao toàn bộ hồ sơ tài liệu về hành vi phạm tội của Lê Đình Nhàn, Lý Trường Châu cho cơ quan An ninh điều tra Công an tỉnh Quảng Ngãi và tỉnh Quảng Nam — Đà Nẵng xử lý.

Đối với các tu sĩ, Phật tử do ngộ nhận mà tham gia hai tổ chức thành lập trái phép "Tăng đoàn bảo vệ Chánh pháp," "Ban Văn hóa từ thiện" nhằm góp phần thực hiện ý đồ trên. Cơ quan An ninh điều tra công an thành phố Hồ Chí Minh đã triệu tập lấy lời khai với tư cách người làm chứng, chưa cần thiết phải khởi tố bị can.

Căn cứ vào các tình tiết và chứng cứ trên:

KẾT LUẬN

Các bị can có lý lịch sau:

1. Họ và tên: **Đặng Phúc Tuệ** tức **Quảng Độ.**

Sinh ngày: 27/11/1927 tại Thái Bình.

Nguyên quán: Vũ Đoài, Vũ Thư — Thái Bình.

Chỗ ở hiện tại: 90 Trần Huy Liệu, Phường 15, Quận Phú Nhuận thành phố Hồ Chí Minh.

Quốc tịch: Việt Nam — Dân tộc: Kinh.

Văn hóa: Đại học.

Con ông: Đặng Quang Thiều (chết).

Và bà: Đào Thị Huân (chết).

Vợ con: Không có.

Nhân thân:

— Từ 1927 đến 1956: sống phụ thuộc gia đình, sau đi học ở miền Bắc và nước ngoài.

— 1957 đến 1982 dạy học ở thành phố Hồ Chí Minh.

— 1982 đến 1992 Ủy ban nhân dân thành phố Hồ Chí Minh quyết định bắt buộc cư trú tại Vũ Đoài, Vũ Thư— Thái Bình do đã có hành vi phá rối an ninh.

— Tháng 3/1992 đến 1995 ở tại 90 Trần Huy Liệu, Phường 15.

Quận Phú Nhuận, thành phố Hồ Chí Minh.

— Tạm giam từ ngày 4/1/1995 đến nay.

* Quá trình điều tra đã xác định hành vi phạm tội của Đặng Phúc Tuệ như sau:

* Soạn thảo và cho in ấn, tán phát nhiều tài liệu mang nội dung xấu như:

— "*Bản nhận định về những sai lầm tai hại của Đảng Cộng Sản Việt Nam đối với Dân tộc và Phật giáo Việt Nam*" nội dung vu khống, xuyên tạc các cao tăng trong Giáo hội Phật giáo Việt Nam, Mặt trận tổ quốc, Đảng và Nhà nước Việt Nam (bút lục 60 đến 81 tập 9).

— Thông cáo 85 ngày 14/10/1994 về việc thực thi Thông bạch số 75 ngày 18/7/1994 có nội dung kêu gọi củng cố thành phần nhân sự, Ban đại diện các cấp của tổ chức bất hợp pháp, mạo danh Giáo hội Phật giáo Việt Nam thống nhất (bút lục 51 tập 9; 28 tâp 11.)

— Ký 8 văn thư (trong đó 3 văn thư do Đặng Phúc Tuệ soạn thảo) để chỉ đạo cho nhóm Phan Ngọc Ấn hoạt động thành lập tổ chức bất hợp pháp.

— Trực tiếp viết hai bức điện khẩn cấp gửi ra nước ngoài nội dung xuyên tạc sự thật, vu khống Nhà nước Việt Nam ngăn cản việc cứu trợ bão lụt (bút lục 56, 57 tập 9).

— Thành lập trái phép Văn phòng Tổng thư ký Viện hóa đạo tại 90 Trần Huy Liệu, Phường 15, Quận Phú Nhuận thành phố Hồ Chí Minh, để chỉ đạo các hoạt động của tổ chức bất hợp pháp mạo danh: "Giáo Hội Phật Giáo Việt Nam Thống Nhất."

— Trực tiếp chỉ đạo Phan Ngọc Ấn, Hồ Bửu Hoa và những người trong "Tăng đoàn bảo vệ Chánh pháp," "Ban Văn hóa từ thiện" lợi dụng cứu trợ trương các biểu ngữ lớn có dòng chữ "Giáo hội Phật giáo Việt Nam thống nhất" nhằm công khai hóa tổ chức bất hợp pháp này.

2. Họ và tên: **Phan Ngọc Ấn** tức **Không Tánh**.

Sinh ngày: 9/8/1943 tại Bình Định.

Chỗ ở hiện tại: 153 Lương Đình Của, xã An Khánh, Thủ Đức thành phố Hồ Chí Minh.

Quốc tịch: Việt Nam — Dân tộc: Kinh.

Văn hóa: 12/12.

Con ông: Phan Kha (chết).
Và bà: Lê Thị Mười (đã già).
Vợ con: Không có.
Nhân thân:

— Từ 1943 đến 1978: sống phụ thuộc gia đình, sau theo học Phật học.

— 1978 đến 1988 bị công an thành phố Hồ Chí Minh bắt vì có những hoạt động bất hợp pháp xâm phạm an ninh. Sau đó được tha.

— 1988 đến 1992 ngụ 153 Lương Đình Của xã An Khánh — Thủ Đức thành phố Hồ Chí Minh. Ngày 2/10/1992 Công an thành phố Hồ Chí Minh khởi tố bắt tạm giam, được tạm tha ngày 28/9/1993. Ngày 6/11/1994 bị bắt tạm giam đến nay.

* Quá trình điều tra đã xác định hành vi phạm tội của Phan Ngọc Ấn như sau:

— Tháng 6/1992 Phan Ngọc Ấn chỉ đạo và cùng với Phạm Văn Xua soạn thảo "tâm thư" có nội dung đả kích, châm biếm các vị cao tăng trong Giáo hội Phật giáo Việt Nam gây chia rẽ khối đoàn kết trong Phật giáo.

— Cùng Phạm Văn Xua, Long Trí soạn thảo "Thông bạch 20/9/1992" có nội dung xuyên tạc sự thật, nói xấu Đảng và Nhà nước Việt Nam, kêu gọi gia nhập tổ chức bất hợp pháp.

— Trực tiếp nhận, tán phát những tài liệu có nội dung xấu do bọn phản động nước ngoài gửi về như: Tạp chí "Quê Mẹ," "Bông Sen," "Giải Phóng Trí Thức...," "Luận Chiến Nước Ngoài."

— Trực tiếp liên lạc bằng điện thoại, fax với một số phần tử phản động ở nước ngoài để xin và nhận tiền, tài liệu phục vụ cho việc lập ra tổ chức bất hợp pháp.

— Tháng 3/1994 Phan Ngọc Ấn lập ra "Tăng đoàn bảo vệ Chánh pháp" và đến tháng 8/1994 tiếp tục lập "Ban Văn hóa từ thiện" nhằm quy tụ tăng ni, Phật tử tham gia tổ chức bất hợp pháp.

— Tháng 10/1994 Phan Ngọc Ấn chuyển "*Bản nhận định về những sai lầm tai hại của Đảng Cộng Sản Việt Nam đối với Dân tộc và Phật giáo Việt Nam*" (của Đặng Phúc Tuệ) ra nước ngoài để cho một nhóm người xấu sử dụng xuyên tạc Đảng, Nhà nước Việt Nam.

— Ngày 6/11/1994 Phan Ngọc Ấn giao nhiệm vụ cho Phạm Văn Tưởng, Hồ Bửu Hoa, Nguyễn Thị Em, Phạm Văn Xua (không xin phép Chính quyền), lợi dụng cứu trợ, lôi kéo tăng ni, Phật tử tập họp đông người trương các biểu ngữ mang dòng chữ lớn "Giáo hội Phật giáo Việt Nam thống nhất" treo bên thành xe... nhằm mục đích gây thanh thế để công khai hóa tổ chức bất hợp pháp.

3. Họ và tên: **Phạm Văn Xua** tức **Nhật Thường.**

Sinh năm: 1939 tại Bình Định.

Chỗ ở hiện tại: 444D Cách Mạng Tháng Tám, Phường 11, Quận 3 Thành phố Hồ Chí Minh.

Quốc tịch: Việt Nam — Dân tộc: Kinh.

Văn hóa: Đại học.

Con ông: Phạm Ân (chết).

Và bà: Phùng Thị Đá (chết).

Vợ: Huỳnh Thị Thu Vân — Có 3 con, lớn nhất 9 tuổi, nhỏ nhất 1 tuổi.

Nhân thân:

— Từ 1939 đến 1992: sống phụ thuộc gia đình, sau đi học và dạy học ở Sài Gòn. Năm 1978 bị bắt vì tội trốn đi nước ngoài sau đó được tha.

— Ngày 16/9/1992 công an thành phố Hồ Chí Minh khởi tố và bắt tạm giam do có hành vị lợi dụng tôn giáo hoạt động chống chính quyền, được tạm tha ngày 23/4/1993.

— Tạm giam 6/11/1994 đến nay.

* Quá trình điều tra đã xác định hành vi phạm tội của Phạm Văn Xua như sau:

— Tháng 5/1992 Phạm Văn Xua soạn thảo, in ấn, tán phát nhiều tài liệu có nội dung xuyên tạc, đả kích các vị cao tăng của Giáo hội Phật giáo Việt Nam, kích động, gây chia rẽ khối đoàn kết tôn giáo, như tài liệu: "Tâm thư," "Thông bạch 20/9," "Kế hoạch 20,"...

— Tháng 10/1994 Phạm Văn Xua được giao nhiệm vụ "Phó Ban Văn hóa từ thiện" trong đợt cứu trợ nên thường gặp gỡ, xin chỉ thị của Đặng Phúc Tuệ. Phạm Văn Xua đã soạn thảo, thuê đánh máy các tài liệu: Thông cáo 85 ngày 14/10/1994, Thông cáo về việc lập đoàn cứu trợ, Thông báo việc Lý Trường Châu bị bắt... Nhưng tài liệu này đã được photocopy, tán phát nhiều nơi.

— Phạm Văn Xua nhiều lần nhận tài liệu của Phan Ngọc Ấn, Đồng Văn Kha, Nguyễn Thị Em và các tài liệu của một số phần tử xấu từ nước ngoài gửi về để đem tán phát (bút lục 23, 26, 27, 28, 43, tập 11.)

4. Họ và tên: **Phạm Văn Tưởng** tức **Trí Lực.**

Sinh ngày: 15/3/1954 tại Thừa Thiên, Huế.

Nguyên quán: ấp Tân Cang, xã Tân Phước, Huyện Long Thành, Đồng Nai.

Chỗ ở hiện tại: số 1 đường 37, Khu phố 2, Phường 18, Tân Bình, thành phố Hồ Chí Minh.

Quốc tịch: Việt Nam — Dân tộc: Kinh.

Văn hóa: Đại học.

Con ông: Phạm Văn Cấp (già yếu).

Và bà: Nguyễn Thị Xuân (chết).

Vợ: Nguyễn Thị Hà (đã ly hôn cuối 1993) — Có 1 con 3 tuổi.

Nhân thân:

— Từ 1954 đến 1992: sống phụ thuộc gia đình và đi học.

— Ngày 2/10/1992 Công an thành phố Hồ Chí Minh khởi tố và bắt tạm giam do có hành vi lợi dụng tôn giáo hoạt động chống chính quyền, được tạm tha ngày 23/12/1992.

— Tạm giam 6/11/1994 đến nay.

* Quá trình điều tra đã xác định hành vi phạm tội của Phạm Văn Tưởng như sau:

— Phạm Văn Tưởng nhiều lần cùng Phan Ngọc Ấn soạn thảo, in ấn, tán phát nhiều tài liệu có nội dung chống chính quyền, gây chia rẽ khối đoàn kết tôn giáo: Phạm Văn Tưởng đã cung cấp thông tin sai sự thật về Nhà nước Việt Nam đàn áp, tiêu diệt tôn giáo để bọn xấu ở nước ngoài lợi dụng xuyên tạc chính sách Nhà nước Việt Nam. Trong thời gian được tạm tha (23/12/1992), Phạm Văn Tưởng tiếp tục hoạt động phạm tội.

— Phạm Văn Tưởng đã tham gia cái gọi là "Tăng đoàn bảo vệ Chánh pháp" và "Ban Văn hóa từ thiện" là hai tổ chức thành lập trái phép. Phạm Văn Tưởng tích cực cùng đồng bọn lợi dụng việc cứu trợ để công khai hóa tổ chức bất hợp pháp như cắt, dán biểu ngữ, làm và phát phiếu cho khách đi... Phạm Văn Tưởng đã khai nhận việc tổ chức cứu trợ là một cuộc biểu dương lực lượng nhằm gây thanh thế cho việc kêu gọi gia nhập tổ chức bất hợp pháp.

5. Họ và tên: **Nguyễn Thị Em** tức **Đồng Ngọc**.

Sinh năm: 1938 tại Bình Định.

Chỗ ở hiện tại: 54 Trương Định — Phường Bến Thành, Quận 1, thành phố Hồ Chí Minh.

Quốc tịch: Việt Nam — Dân tộc: Kinh.

Văn hóa: 12/12.

Con ông: Nguyễn Ấn (già yếu).

Và bà: Lê Thị Cảng (chết).

Chồng: Nguyễn Đê (chết) — Không có con.

Nhân thân:

— Từ 1938 đến 1978: sống phụ thuộc gia đình, sau là chủ cơ sở gạch ngối ở Bình Định. Năm 1975 là Ủy viên Mặt trận xã Phước Nghĩa và là Hội Phó Hội Công Thương nghiệp ở Tuy Phước — Bình Định.

— Từ 1978 đến 1987: Phó Giám đốc Xí Nghiệp công tư hợp doanh gạch ngối Phước An — Sở Xây dựng Bình Định.

— Từ 1987 đến 1994 cư ngụ tại địa chỉ trên.

— Tạm giam 6/11/1994 đến nay.

* Quá trình điều tra đã xác định hành vi phạm tội của Nguyễn Thị Em như sau:

— Nguyễn Thị Em có những hoạt động tích cực giúp cho Lê Đình Nhàn từ cơ sở vật chất ở Bình Định cho đến khi biết rõ việc Lê Đình Nhàn có âm mưu lập tổ chức Phật giáo bất hợp pháp, Nguyễn Thị Em vẫn tích cực tham gia. Được Lê Đình Nhàn tin tưởng, giao nhiệm vụ thông tin liên lạc giữa trong và ngoài nước Nguyễn Thị Em đã nhận và chuyển giao khoảng 20 loại tài liệu khác nhau, trong đó có những thư, tài liệu của bọn phản động ở nước ngoài gửi về đều mang nội dung xuyên tạc, vu khống Nhà nước Việt Nam đàn áp, tiêu diệt tôn giáo.

— Nguyễn Thị Em nhiều lần nhận dollars từ nước ngoài chuyển về làm kinh phí cho những hoạt động phạm pháp nhằm khuếch trương và công khai hóa cho tổ chức bất hợp pháp. Nguyễn Thi Em nhiều lần dự họp bàn cùng với Phan Ngọc Ấn (tại 153 Lương Đình

Của, An Khánh, Thủ Đức, thành phố Hồ Chí Minh) và tham gia kiểm soát chi phí cho đoàn cứu trợ, thực chất là một chuyến đi nhằm biểu dương lực lượng gây thanh thế cho tổ chức bất hợp pháp.

6. Họ và tên: **Hồ Bửu Hoa tức Nhật Ban.**

Sinh ngày: 15/3/1937 tại Bình Định.

Ngụ ở: Khu Đồi Dốc 47, ấp Long Khánh, Tam Phước — Long Thành, Đồng Nai.

Quốc tịch: Việt Nam — Dân tộc: Kinh.

Văn hóa: 12/12.

Con ông: Hồ Thoan (chết).

Và bà: Quách Thị Nhã (chết).

Vợ con: Không có.

Nhân thân:

— Từ 1937 đến 1974: sống phụ thuộc gia đình, đi học tại Bình Định, Nha Trang và Đồng Nai.

— Từ 1976 đến 1994 cư trú tại Đồng Nai.

— Tạm giam 6/11/1994 đến nay.

* Quá trình điều tra đã xác định hành vi phạm tội của Hồ Bửu Hoa như sau:

— Từ đầu năm 1994, theo chỉ đạo của Phan Ngọc Ấn, Hồ Bửu Hoa đã tham gia góp ý bản soạn thảo các tài liệu và photocopy, tán phát nhiều tài liệu có nội dung xuyên tạc, vu khống Nhà nước đàn áp tôn giáo, đả kích châm biếm các cao tăng trong giáo hội Phật giáo Việt Nam.

— Tháng 4/1994, Hồ Bửu Hoa tham gia "Tăng đoàn bảo vệ Chánh pháp" và đến tháng 8/1994 tham gia "Ban văn hóa từ thiện," Hồ Bửu Hoa đã trực tiếp phác thảo và thuê người khắc hai con dấu cho hai tổ chức trên.

— Ngày 6/11/1994 Hồ Bửu Hoa cùng Phan Ngọc Ấn, Phạm Văn Tưởng, Phạm Văn Tưởng, Nguyễn Thị Em... lợi dụng việc cứu trợ lũ lụt, nhằm gây thanh thế và công khai hóa cho tổ chức bất hợp pháp mạo xưng là "Giáo hội Phật giáo Việt Nam thống nhất."

Như vậy, với những tài liệu, chứng cứ đã thu thập được có đủ cơ sở kết luận: Đặng Phúc Tuệ, Phan Ngọc Ấn, Phạm Văn Xua, Nguyễn Thị Em, Phạm Văn Tưởng và Hồ Bửu Hoa đã có hoạt động chống chủ trương đoàn kết thống nhất Phật giáo Việt Nam. Họ đã lợi dụng quyền tự do tín ngưỡng, tự do báo chí, quyền lập hội để hoạt động tuyên truyền, xuyên tạc, vu khống, kích động, gây sự hiềm khích hận thù chia rẽ khối đoàn kết toàn dân, lập tổ chức trái phép. Hành vi phạm tội của các bị can không những xâm phạm đến lợi ích của Nhà nước, tổ chức xã hội và công dân về trật tự quản lý hành chánh Nhà nước mà còn xâm phạm đến chính sách đoàn kết thống nhất dân tộc, thông qua đó nhằm chống chính quyền nhân dân. Tính chất nghiêm trọng của hành vi phạm tội thể hiện ở chỗ hành vi phạm tội của các bị can mang tính chất liên tục, thực hiện trong thời gian dài và có sự cấu kết chặt chẽ giữa những người cùng thực hiện tội phạm. Mặc dù được các cấp Chính quyền giáo dục nhiều lần và xử lý nhân đạo khoan hồng nhưng các bị can vẫn không chịu hối cải, không chịu từ bỏ hoạt động phạm tội của mình, thậm chí ngày càng hoạt động trắng trợn hơn, quyết liệt hơn, xem thường kỷ cương phép nước. Họ không từ một thủ đoạn nào như vụ cáo, xuyên tạc, kích động gây hận thù hòng chống lại đến cùng công cuộc thống nhất Phật giáo, chống lại Hiến chương Giáo hội Phật giáo Việt Nam. Hành vi phạm tội của các bị can không những ảnh hưởng đến trật tự an ninh xã hội, phá hoại cuộc sống yên bình của nhân dân mà còn gây xáo trộn cuộc sống tốt đạo đẹp đời của các tăng ni, Phật tử. Xét tính chất nghiêm trọng của hành vi phạm tội, cần phải đưa các bị can ra xét sử nghiêm minh trước pháp luật, góp phần giáo dục phòng ngừa.

Hành vi phạm tội của các bị can: Đặng Phúc Tuệ, Phan Ngọc Ấn, Phạm Văn Xua, Phạm Văn Tưởng, Nguyễn Thị Em, Hồ Bửu Hoa đã phạm hai tội "Phá hoại chính sách đoàn kết" và "Lợi dụng quyền tự do dân chủ xâm phạm lợi ích của Nhà nước, tổ chức xã hội hoặc của công dân" được quy định tại điều 81 và 205a Bộ luật hình sự nước Cộng hòa xã hội chủ nghĩa Việt Nam.

* Điều 81 quy định:

" 1. Người nào có một trong các hành vi sau đây nhằm chống chính quyền nhân dân thì bị phạt tù từ 5 năm đến 15 năm.

a. Gây chia rẽ giữa các tầng lớp nhân dân, giữa nhân dân với lực lượng vũ trang, với Chính quyền nhân dân, với các tổ chức xã hội.

b. Gây hận thù miệt thị, chia rẽ dân tộc, xâm phạm quyền bình đẳng trong cộng đồng các dân tộc Việt Nam.

c. Gây chia rẽ người theo tôn giáo với người không theo tôn giáo, chia rẽ các tín đồ tôn giáo với chính quyền nhân dân, các tổ chức xã hội.

d. Phá hoại việc thực hiện chính sách đoàn kết quốc tế."

* Điều 205a quy định:

"Người nào lợi dụng các quyền tự do ngôn luận, tự do báo chí, tự do tín ngưỡng, quyền hội họp, lập hội hoặc các quyền tự do dân chủ khác xâm phạm lợi ích của Nhà nước, của tổ chức xã hội hoặc của công dân thì bị phạt cảnh cáo, cải tạo không giam giữ đến 2 năm hoặc bị phạt tù từ 3 tháng đến 3 năm."

Vì các lẽ ấy,

QUYẾT ĐỊNH

1. Truy tố các bị can: Đặng Phúc Tuệ, Phan Ngọc Ấn, Phạm Văn Xua, Phạm Văn Tưởng, Nguyễn Thị Em, Hồ Bửu Hoa ra trước Tòa án nhân dân thành phố Hồ Chí Minh để xét xử về 2 tội: "Phá hoại chính sách đoàn kết" và "Lợi dụng các quyền tự do dân chủ xâm phạm lợi ích của Nhà nước, của tổ chức xã hội hoặc của công dân" theo khoản 1 Điều 81 và Điều 205a Bộ luật hình sự nước Cộng hòa xã hội chủ nghĩa Việt Nam như đã viện dẫn. Áp dụng điều 100 Bộ luật hình sự để quyết định hình phạt bổ sung đối với các bị can trên.

2. Đình chỉ điều tra — Miễn truy tố về hành vi vi phạm pháp luật quy định tại Điều 82 Bộ luật hình sự nước Cộng hòa xã hội chủ nghĩa Việt Nam đối với Phan Ngọc Ấn, Phạm Văn Xua, Phạm Văn Tưởng, Nguyễn Thị Em, Hồ Bửu Hoa.

Kèm theo cáo trạng là toàn bộ hồ sơ và tang vật vụ án chuyển Tòa xét xử, gồm có:

— Tập hồ sơ chung vụ án (tập 1) có 97 tờ, đánh số từ 1 đến 97.

— Tập lời khai nhân chứng (tập 2) có 98 tờ, đánh số từ 1 đến số 98.

— Tập hồ sơ Phan Ngọc Ấn (năm 1992, tập 3) có 88 tờ, đánh số từ 1 đến 81.

— Tập hồ sơ Phạm Văn Xua (Năm 1992, tập 4) có 88 tờ, đánh số từ 1 đến số 88.

— Tập hồ sơ Phạm Văn Tưởng (năm 1992, tập 5) có 101 tờ, đánh số từ 1 đến 101.

— Tập tài liệu thu giữ của Phan Ngọc Ấn (năm 1992, tập 6) có 113 tờ, đánh số từ 1 đến số 113.

— Tập tài liệu thu giữ của Phạm Văn Xua (năm 1992, tập 7) có 75 tờ, đánh số từ 1 đến 75.

— Tập tài liệu thu giữ của Phạm Văn Tưởng (tập 8) có 107 tờ, đánh số từ 1 đến 107.

— Tập hồ sơ Đặng Phúc Tuệ (tập 9) có 162 tờ, đánh số từ 1 đến 162.

— Tập hồ sơ Phan Ngọc Ấn (năm 1994, tập 10) có 66 tờ, đánh số từ 1 đến 61.

— Tập hồ sơ Phạm Văn Xua (năm 1994, tập 11) có 51 tờ, đánh số từ 1 đến 51.

— Tập hồ sơ Phạm Văn Tưởng (năm 1994, tập 12) có 58 tờ, đánh số từ 1 đến 58.

— Tập hồ sơ Nguyễn Thị Em (tập 13) có 96 tờ, đánh số từ 1 đến 96.

— Tập hồ sơ Hồ Bửu Hoa (tập 14) có 56 tờ, đánh số từ 1 đến 56.

— Tập tài liệu thu giữ của Phan Ngọc Ấn (năm 1994, tập 15) có 80 tờ, đánh số từ 1 đến 80.

— Tập tài liệu thu giữ của Phạm Văn Xua (tập 16) có 51 tờ, đánh số từ 1 đến 51.

— Tập tài liệu thu giữ của Phạm Văn Tưởng (năm 1994, tập 17) có 104 tờ, đánh số từ 1 đến 104.

— Tập tài liệu thu giữ của Nguyễn Thị Em (năm 1992 và 1994, tập 18) có 187 tờ, đánh số từ 1 đến 187.

— Hai con dấu bằng gỗ có khắc chữ "Tăng đoàn bảo vệ Chánh pháp" và "Ban văn hóa từ thiện."

— 4 biểu ngữ kích thước khác nhau bằng vải màu vàng, đều có chữ "Đoàn cứu trợ lũ lụt Giáo hội Phật giáo Việt Nam thống nhất."

— Một bảng thiếc (1,2m x 0.4m) nền xanh có chữ vàng "Tăng đoàn bảo vệ Chánh pháp."

— Một bảng giấy cứng màu trắng (0,6m x 0,8m) có viết nhiều chữ bằng bút mực đen của Phan Ngọc Ấn.

— 5.512 USD và 850 dollars Úc (Ngân hàng ngoại thương đang tạm giữ.)

— 03 băng cassettes có nội dung thuyết giảng và bình luận của Đài phát thanh nước ngoài.

Viện Trưởng Viện Kiểm Soát Nhân Dân
Thành phố Hồ Chí Minh

Đặng Thế Đồng

Chương Mười Một

PHỤ LỤC
Quan điểm, nhận định của các triết gia, văn gia, học giả, giáo sư

■

CỘNG SẢN HÀ NỘI VỪA TUYÊN ÁN TỬ HÌNH HAI VỊ THIỀN SƯ LỖI LẠC NHẤT,THÔNG MINH NHẤT, UYÊN BÁC NHẤT, TRONG SẠCH NHẤT CỦA VIỆT NAM HIỆN NAY!

Phạm Công Thiện

Theo nguồn tin mới nhất gần đây của Thông Tấn Xã Pháp AFP thì Hà Nội vừa mới lên án tử hình hai người mang tên là Phạm Văn Thương và Lê Mạnh Thát; cả hai nhân vật này đều bị bắt giam trên bốn năm qua (từ ngày 1 tháng 4 năm 1984). Nhật báo *Người Việt* ra ngày thứ năm 13 tháng 10 cũng đã loan tin trên ngay tít lớn trang đầu, nhưng ít người biết được hai nhân vật bị kết án là ai; *Người Việt* ra ngày thứ bảy 15 tháng 10 có loan tin rõ ràng thêm rằng Phạm Văn Thương là "Nhà văn Tuệ Sỹ" và Lê Mạnh Thát là "Sử gia Lê Mạnh Thát." Giới văn học có một số ít biết đến tên tuổi Tuệ Sỹ và chỉ biết đại loại như là "dịch giả" hay "học giả" thôi; còn đối với Lê Mạnh Thát thì lại càng ít người biết đến tên tuổi và tài năng (chỉ trừ ra một số sử gia chuyên viên hạng nặng của Hà Nội, vì họ đã sử dụng khai thác triệt để những cống hiến uyên bác của Lê Mạnh Thát về mặt sử liệu quí báu mà từ lâu không có sử gia nào biết được.) Thực ra đối với giới trí thức Phật học và Phật tử thì Tuệ Sỹ và Lê Mạnh Thát đã nổi tiếng mà còn được thương yêu quí chuộng như "hiện tượng dị thường," "trân bảo khó thấy" của Phật giáo Việt Nam; nhất là đối với toàn thể Tăng Ni Việt Nam từ 45 tuổi trở xuống thì hai vị này là hai thần tượng được ngưỡng mộ thán phục hăng say nhất và đã có bao nhiêu giai thoại đủ loại về hành tung và trí tuệ xuất chúng của hai vị. Chẳng những thế thôi, ngay cả đến những người lớn tuổi hơn, từ những Hòa Thượng và Thượng Tọa đại lão cho đến những nhà Phật học lớn tuổi như Luật sư Nghiêm Xuân Hồng và Kỹ sư Ngô Trọng Anh cũng đều rất thương quí và ca ngợi hết lời (đối với hai cụ Phật học uyên thâm này thì đó là "những Bồ Tát Hóa Thân cứu đời.") Một nhà Phật học khác ở Pháp đã hiểu được vị thế quan trọng lỗi lạc của nhị vị Phạm và Lê là nhà thơ Thi Vũ Võ Văn Ái, chủ nhiệm tập san *Quê Mẹ*; ông Võ Văn Ái đang tổ chức phát động một phong trào lớn rộng trong giới trí thức quốc tế và chính khách ngoại quốc khắp thế giới để can thiệp và lên tiếng báo nguy về cái án tử hình của Tuệ Sỹ và Lê Mạnh Thát. Theo lời yêu cầu của Võ Văn Ái từ Paris điện thoại trực tiếp với tôi và nhắc nhở đến sự lên tiếng cần thiết khẩn trương đối với trường hợp đặc biệt của Tuệ Sỹ và Lê Mạnh Thát, vì tôi vốn "thuộc về một số rất ít người ở hải ngoại hiện nay được biết rõ nhiều nhất về Tuệ Sỹ và Lê Mạnh Thát;" và cũng theo lời yêu cầu của Nguyễn Xuân Hoàng của nhật báo *Người Việt* và Viên Linh, Chủ tịch Hội Văn Bút Việt miền Nam California, tôi xin trình bày một cách khiêm tốn tất cả những gì tôi đã được biết về Tuệ Sỹ và Lê Mạnh Thát. Tất nhiên tôi chỉ nói lên những gì chính yếu và thường khi rất chủ quan. Chủ quan một cách khách quan, nếu có thể nói thế.

Tôi được may mắn quen biết Tuệ Sỹ và Lê Mạnh Thát khi hai vị này còn rất trẻ và còn dưới hai mươi tuổi. Bây giờ hai vị đã được 45 tuổi (cả hai đều sinh năm 1943). Lúc tôi quen biết hai vị thì hai vị hãy còn là những chú tiểu ở chùa; bây giờ thì hai vị đã trở thành hai vị Thiền sư lỗi lạc và lại cũng là Anh Hùng Dân Tộc của Lịch sử Việt Nam hiện đại. Tại sao gọi là "Anh Hùng Dân Tộc" thì rất dễ nhận thấy (mà cụ thể nhất là cái án tử hình về "tội phản cách mạng và bạo động vũ khí lật đổ chế độ," v.v...) Nhưng tại sao gọi Lê Mạnh Thát và Tuệ Sỹ là "hai vị Thiền sư lỗi lạc nhất, thông minh nhất, uyên bác nhất, trong sạch nhất của Việt Nam hiện nay?" "Thiền sư" à? Chỉ nội cái danh hiệu "thiền sư" đã là mệt rồi, lại càng thêm mấy chữ mơ hồ như "lỗi lạc nhất, thông minh nhất...?" Tôi muốn nói về Tuệ Sỹ và Lê Mạnh Thát với tất cả thận trọng và suy nghĩ chín chắn cặn kẽ, và tôi xin chịu mọi trách nhiệm về cái nhìn khác thường của tôi đối với nhị vị.

Tại sao là "thiền sư?" Và "thiền sư" là thế nào? Không cần trả lời trực tiếp về những câu hỏi bất thường này. Nơi đây tôi chỉ xin nhấn mạnh đôi điều gián tiếp và ai muốn hiểu gì thì cứ hiểu. Không ai có thể tự nhận đủ thẩm quyền tôn giáo và tâm linh để trả lời dứt khoát những câu hỏi bất thường trên. Chỉ có những kẻ bỏ cả trọn đời mình lặng lẽ sống chết với cái gọi là "Bồ Đề Tâm" hay "Phát Bồ Đề Tâm" thì may ra mới trực nhận đâu đó khí phách và thần dụng bảng lảng của "nghịch hành thiền." Mấy chữ "thiền sư" đã bị người ta lạm dụng để tự truy tặng một cách lố bịch hay truy tặng kẻ khác với nông nỗi dễ dãi tự mãn phè phỡn nông cạn, nhất là từ lúc Thiền hay Zen trở thành cái mốt trí thức đốn mạt. Bất cứ người nào tỏ vẻ "kiêu ngạo khác thường" một chút và có những hành động cử chỉ "ngược đời trái đạo" một chút thì tự gán hay bị và được gán là "thiền sư." Lê Mạnh Thát và Tuệ Sỹ không bao giờ tự nhận là "thiền sư" và cũng không bao giờ nghĩ mình là cái gì cả trên mặt đất này. Hai người chỉ là những kẻ lễ độ khiêm tốn một cách tự nhiên và không bao giờ biết giả vờ "hạ mình" với ý đồ kín đáo chà đạp lên trên kẻ khác. Có sống bên cạnh Tuệ Sỹ hay Lê Mạnh Thát từ ngày này qua ngày khác, trong những hoàn cảnh khác nhau, thì mới may ra cảm nhận đôi chút tác phong thiền sư kín đáo thoát ra một cách tự nhiên và một cách "vô công dụng hạnh" từ đời sống thường nhật và tinh thần "diệu nhập" của hai vị. Tôi xin gọi hai vị này là "thiền sư" với tất cả đắn đo thận trọng và với tất cả ý nghĩa cao đẹp và "như thực" của một danh xưng "xung thiên chí..."

Giữa dòng thác lũ ào ạt và địa chấn thường trực của sinh mệnh, thế mệnh và tính mệnh của quê hương, một sớm hôm nào đó, tôi đã được xô đẩy lặn hụp với Tuệ Sỹ và Lê Mạnh Thát: tất cả ba anh em chúng tôi đều xuất thân từ Viện Phật Học Miền Trung mà vị cha già của chúng tôi là Hòa Thượng Trí Thủ (người đã bị cộng sản Hà Nội thủ tiêu ngay lập tức sau khi Tuệ Sỹ và Lê Mạnh Thát bị bắt giam vào ngày 1 tháng 4 năm 1984, vì "tội tán thành, ủng hộ, che chở, đùm bọc hành động phản cách mạng, lật đổ chế độ cộng sản.") Đối với tôi, từ lúc nào cho đến lúc nào thì Tuệ Sỹ và Lê Mạnh Thát cũng như và hơn cả "những đứa em ruột thịt" (mang vị thế là "đàn anh" thì chỉ thực sự là "anh" khi mình có đủ sức mạnh sở kiến xô đẩy cho những đứa em vượt xa hơn mình, và sự thực hiện nay là Tuệ Sỹ và Lê Mạnh Thát đã vượt xa hẳn tôi đến nghìn trùng biên tế trong việc cưu mang trọn vẹn Tính Mệnh Việt Nam mà hậu quả bi tráng là cái án tử hình do Hà Nội tàn nhẫn thực hiện bao nhiêu lần đối với bao nhiêu bộ óc siêu việt và bao nhiêu chư vị Anh Hùng Việt Sử bất khuất của Dân Tộc.) Cả ba anh em đều lớn lên và trưởng thành và làm việc với Viện Đại Học Vạn Hạnh mà chúng tôi coi như mái nhà gia đình trong cả nghĩa đen và nghĩa trắng; chúng tôi đều là thành phần chính yếu nhất của Ban biên tập tạp chí *Tư Tưởng* do tôi chủ trương thành lập, cùng với Ngô Trọng Anh, Tuệ Sỹ, Trí Hải (Phùng Khánh), Chân Hạnh, Lê Mạnh Thát. Tất cả ý thức dẫn đạo cho cả Viện Đại Học Vạn Hạnh là do chính tất cả anh em chúng tôi quyết định (vị Viện Trưởng đương thời chỉ có thế lực về mặt hành chánh quản trị đại học, còn tất cả đường hướng tư tưởng triết lý dẫn đạo đều do chúng tôi khai thông và thể hiện trong những năm từ 1966 đến 1970, sau đó tôi xa lìa Việt Nam cho đến nay và tôi không còn biết rõ tinh thần Vạn Hạnh như thế nào từ 1970 cho đến khi bị cộng sản đóng cửa vào khoảng sau 1975.) Thực sự từ những năm 1966 cho đến 1970, Lê Mạnh Thát đang còn du học tại Hoa Kỳ, học ban tiến sĩ tại Viện Đại Học Wisconsin, Madison, hình như mãi đến năm 1973 mới về Đại Học Vạn Hạnh, nhưng chúng tôi vẫn liên lạc nhau thường xuyên, nhất là qua bài vở của tạp chí Tư Tưởng. Tuệ Sỹ và Lê Mạnh Thát đều sinh năm 1943 (Thát sinh quán tại Quảng Trị và Tuệ Sỹ thì nguyên quán tại Quảng Bình và ra đời ở Pakse tại Lào.) Tên thực của Tuệ Sỹ là Phạm Văn Thương và pháp hiệu Tuệ Sỹ do chính mình tự đặt ra, có lẽ vì muốn theo gương của vị Đại Thiền sư đời Trần Tuệ Trung Thượng Sỹ? Cũng như Lê Mạnh Thát đã tự đặt pháp hiệu là Trí Siêu để gợi lại tên tuổi của hai vị Trưởng lão Thiền sư có tài và có đức nhất thời hiện đại? Tuệ Sỹ và Trí Siêu đều đi tu ở chùa từ lúc rất bé nhỏ; cả hai đều rất giỏi chữ Hán và rành chữ Pháp và chữ Anh, đọc hiểu chữ Đức, đọc được chữ Pali và chữ Phạn (Lê Mạnh Thát cũng biết đôi chút chữ Tây Tạng); cả hai đều có kiến thức uyên bác về những kinh luận chính yếu của Phật giáo và về những tông phái quan trọng của Phật Giáo Nguyên Thủy và Đại Thừa. Ít có nhà Phật học nào ở Việt Nam có thể am hiểu tường tận về tư tưởng Vasubandhu (và cả tư tưởng Asanga) cho bằng Lê Mạnh Thát; cũng như ít có người hiểu được tư tưởng Abhidharma (hệ thống phức tạp nhất của Phật giáo Nguyên Thủy) và tư tưởng Nagarjuna một cách sâu sắc cho bằng Tuệ Sỹ. Chẳng những thế, Lê Mạnh Thát và Tuệ Sỹ đều có kiến thức sâu rộng về Triết học Tây phương (Tuệ Sỹ đọc rất kỹ Heidegger và Michel Foucault; bài diễn thuyết đầu tiên về Michel Foucault tại Việt Nam dạo đó là do Tuệ Sỹ thuyết trình tại giảng đường Đại Học Vạn Hạnh; còn Lê Mạnh Thát rất thông thạo về Marxism, đọc cặn kẽ bộ *Recherches logiques* của Husserl, hiểu biết rành rọt Wittgenstein và Bertrand Russell và Merleau-Ponty; Tuệ Sỹ thì có tâm hồn thi sĩ khơi vơi, sống trọn vẹn trong thế giới nghệ thuật và thi ca, thổi sáo, chơi dương cầm, làm thơ, say mê thi sĩ Đức Heine và Hoelderlin, đọc hết toàn tập Đường thi và Tống thi ngay nguyên tác, viết một tác phẩm sâu sắc thơ mộng nhan đề "*Tô Đông Pha, Những Phương Trời Viễn Mộng*;" còn Lê Mạnh Thát thì không biết làm thơ và chẳng hề để ý đến văn chương nghệ thuật, say mê luận lý học, khoa học và toán học, nghiên cứu sâu rộng trong lãnh vực kinh tế, chính trị và quân sự và nhất là lịch sử thế giới, đặc biệt nhất là lịch sử những cuộc cách mạng ở thế giới (trong thư viện của tôi ngày xưa tặng cho Phật Viện Nha Trang có bộ sách Révolution russe của Trotski; hồi đó, vào khoảng năm 1962 hay 1963, tôi thấy Lê Mạnh Thát thường mượn đi mượn lại bộ sách ấy và lấy mất mang đi luôn giữ riêng cho mình!) Lê Mạnh Thát rất nặng tính thực nghiệm duy lý khoa học (tôi còn nhớ vào năm 1968, nhân dịp được State Department mời qua viếng thăm một số trường đại học Hoa Kỳ, tôi có dịp gặp lại Lê Mạnh Thát tại Wisconsin và không ngờ đó là lần cuối cùng và mãi đến bây giờ là 20 năm rồi mà chúng tôi vẫn chưa gặp nhau lại; đêm cuối cùng ấy, chúng tôi đã thức suốt đêm nói chuyện, và Thát đã làm tôi tức cười một cách khó quên khi Thát đề nghị sử dụng computer để "hệ thống hóa" Tư Tưởng bao la của Bát Nhã Ba La Mật!) Còn nói riêng về mặt lịch sử Phật giáo Việt Nam thì cả hai đều có được kiến thức uyên bác mà khó có ai vượt qua nổi. Bộ *Chân Nguyên Toàn Tập* (2 cuốn) và Bộ *Sơ Thảo Lịch Sử Phật Giáo Việt Nam* (mới in được vài cuốn) của Lê Mạnh Thát là những sử liệu quí báu nhất chưa từng thấy xuất hiện tại Việt Nam từ cả thế kỷ nay! Chính Thát là người đầu tiên đã phát hiện ra "Sáu Bức Thư" quan trọng ở thế kỷ thứ V ở Việt Nam giữa ĐẠO CAO, PHÁP MINH và LÝ MIỄU. Trong Nghiên Cứu Lịch Sử năm 1981 ở Hà Nội, Trần Văn Giàu đã trích dẫn tài liệu của Lê Mạnh Thát về "bằng chứng sáng tỏ của một số sinh hoạt văn hóa của nhân dân Giao Châu (ông bà ta) hồi thế kỷ thứ V... rằng sinh hoạt văn hóa đó đã phát triển đến một trình độ đáng tự hào, mang nhiều đặc sắc dân tộc, yêu nước," "cả một kho tàng chờ đợi chúng ta khai thác." Lý thuyết gia cộng sản Trần Văn Giàu đã tận lực khai thác sự phát hiện của Lê Mạnh Thát để xuyên tạc một cách ngu xuẩn tất cả nội dung tư tưởng cao siêu nhất của Việt Nam ở vào thế kỷ thứ V. Cộng sản Hà Nội cũng sử dụng và khai thác triệt để những công trình nghiên cứu độc đáo của Lê Mạnh Thát về Nguyễn Trãi nhân dịp UNESCO tổ chức kỷ niệm lần thứ 600 ngày sinh của Nguyễn Trãi. Điều này ít ai biết. Nếu không bị giam từ ngày 1 tháng 4 năm 1984 thì chắc chắn Lê Mạnh Thát còn tiếp tục phát hiện biết bao nhiêu điều bí ẩn giấu kín "đã chôn vùi trong bóng tối ngàn năm" (như lời của Trần Văn Giàu nói về sự phát hiện tư liệu lịch sử về thế kỷ thứ V ở Việt Nam do Lê Mạnh Thát khai quật ra từ "*Hoàng Minh Tập*," và sau cùng mới đây khi Lê Mạnh Thát và Tuệ Sỹ bị Hà Nội kết án tử hình thì đó chính là sự Phát Hiện lỗi lạc nhất của nhị vị để cho cả thế giới thấy rằng cộng sản Hà Nội đã lạnh lùng tàn phá tiêu diệt tất cả những gì là tinh ba, là trí huệ thượng đẳng, là tâm linh siêu việt của dân tộc.

Từ lúc hãy còn rất nhỏ cho tới lớn khôn trưởng thành, Tuệ Sỹ và Lê Mạnh Thát đều sống một đời sống tu hành khắc khổ và trong sạch hoàn toàn, không bao giờ ham mê danh vọng thế tục, không bao giời để ý đến địa vị xã hội và chẳng bao giờ biết đến tiền bạc lợi lộc cho chính bản thân. Trong lòng nhị vị vẫn thường trực hừng hực Thệ Nguyện vô biên đến Giác Ngộ vì lợi ích cho tất cả và giải thoát cho tất cả, mà bước đi hùng dũng đã được thể hiện oanh liệt nhất hiện nay là dâng hiến cả sinh mệnh mình để giải phóng quê hương thoát khỏi cái chủ nghĩa ngu xuẩn nhất và tàn bạo nhất và vô minh nhất của thế kỷ XX.

Chúng ta chỉ đủ sức nhìn thấy được những Thiền sư đúng nghĩa là Thiền sư mỗi khi nào chúng ta có đủ sức mạnh tâm linh để tự quên mình, cũng như Đại sư ĐẠO CAO đã dạy thống thiết trong "Sáu Bức Thư ở thế kỷ thứ V" mà Lê Mạnh Thát đã phát hiện cho toàn thể dân tộc: "Nếu quên mình mà hết lòng thành thì tất có cảm và có cảm thì tất có thấy: không cảm thì không thấy. Thánh nhân đâu phải không thường ở với quần sinh, đâu phải là ta không thường thấy..." Lê Mạnh Thát và Tuệ Sỹ đã quên mình mà hết lòng thành thì tất nhiên nhị vị cảm được tất cả những đổ vỡ bi đát của quê hương và kiếp người: Hai người đã cảm được hết tất cả Tính Mệnh của Việt Nam thì tất nhiên nhìn thấy được những gì vẫn giữ lại Việt Tính như là Việt Tính, và họ đã lên đường trở thành những Đạo sư dẫn đường cho tất cả Dân Tộc. Lúc Hà Nội kết án tử hình Tuệ Sỹ và Lê Mạnh Thát hay bất cứ kẻ nào khác vô danh đã tranh đấu cho quyền làm người Việt Nam thì chính Hà Nội đã kết án tử hình toàn thể Dân Tộc. Khi mà toàn thể Dân Tộc Việt Nam bị một chế độ tàn bạo kết án tử hình thì đó cũng là lúc chế độ ấy đang tự hủy diệt trong lòng địa chấn linh hiện của Đại Mệnh Việt Nam.

California ngày 18 tháng 10, 1988

PHẬT GIÁO ĐỐI DIỆN VỚI CỘNG SẢN

Tâm Huy

Đứng trên lập trường dân tộc, cộng sản là một lực lượng phi dân tộc, cộng sản là một thế lực phá sản toàn diện đối với dân tộc. Do đó, cộng sản là hiện thân của một cơn thác loạn, một cuộc khủng hoảng, một đại họa trong tiến trình lịch sử của dân tộc ta.

Trong ý nghĩa đó, đối diện không có nghĩa là đối thoại, không có nghĩa là một cuộc gặp gỡ tay đôi để đi đến thỏa hiệp. Đối diện cũng không có nghĩa tuyệt đối phải là một cuộc đối kháng bằng bạo lực. Đối diện ở đây đích thị là một sự nhận diện, nhận diện từ bản chất đến hoạt dụng, nhận diện để đi đến nhận thức, để thức giác. Chính thức giác mới đưa đến sự kết thúc những mê vọng, kết thúc một đêm dài tâm tối, kết thúc một cơn đại họa khủng khiếp. Bởi vì, tất cả mọi hành động của chúng ta nếu không đạt căn bản trên thức giác, tự nó chỉ là những hoạt dụng của mê vọng, của tâm tối, chúng là đại họa. Và đại họa đáng sợ nhất là đại họa trong chính nội thể của chúng ta! Nó là căn nguyên của sự tự hủy.

Do đó, sự đối diện của Phật giáo và cộng sản là sự nhận diện của Phật giáo đối với cộng sản để đi đến thức giác, thức giác đối với mê vọng, đối với một cơn đại họa. Nói như thế không có nghĩa là cho rằng từ lâu nay Phật giáo chưa được thức giác đối với cộng sản. Thực ra, mọi hoạt dụng của Phật giáo đều bắt nguồn từ tình thương và thức giác, hay nói khác đi là từ Từ Bi và Trí Tuệ; Từ Bi và Trí Tuệ là hai bánh xe của cỗ xe Phật giáo. Ở đây bằng một sự khiêm tốn, người viết chỉ muốn góp một vài thiển kiến chung quanh vấn đề

Phật giáo và cộng sản.

I. PHẬT GIÁO TRONG QUAN ĐIỂM CỦA CỘNG SẢN

Ngày nay, một cách mặc nhiên, đối với những người cộng sản, Phật giáo đã là một tôn giáo. Là một tôn giáo, đối với cộng sản, tất nhiên Phật giáo cũng mang đầy đủ những yếu tính của nó, đó là tính chất thần quyền, giáo điều, tín điều, huyền thoại, không tưởng và thậm chí còn mê tín nữa!

Nhưng, đối với cộng sản, điều lợi hại nhất của tôn giáo là sự ru ngủ quần chúng, là thứ khí giới của giai cấp tư bản để thống trị giai cấp công nông. Cộng sản tự cho mình là giai cấp vô sản, giai cấp công nhân đứng lên làm cách mạnh xã hội, đạp đổ giai cấp tư bản bóc lột, san bằng sự bất công và độc quyền tư hữu, xây dựng một xã hội bình đẳng và tiến bộ, họ đã không ngần ngại coi tôn giáo, coi Phật giáo như là đối tượng nguy hiểm phải tiêu diệt.

Cộng sản quan niệm Phật giáo là một tôn giáo tiêu cực, bi quan, yếm thế và đầu hàng cuộc sống. Họ cho rằng mục tiêu tối hậu của Phật giáo chỉ là một thế giới không tưởng, hư vô: những tín đồ Phật giáo là những người chối bỏ cuộc đời, bất lực trước sự thử thách của thiên nhiên và xã hội, đi tìm sự che chở nơi quyền năng của tha lực siêu nhiên ảo huyền. Cộng sản quan niệm triết lý của Phật giáo chứa đầy tính cách phản động, vì nó tố cáo cuộc đời là đầy dẫy sự khổ đau và bất ổn, nó kêu gọi con người trốn chạy trước thực tại đời sống và đi tìm một thế giới xa lạ khác để ẩn thân. Đối với cộng sản, tư tưởng Phật giáo mang đầy tính chất huyền thoại phản khoa học, đó là tư tưởng của thời kỳ huyền sử, thời kỳ cổ đại. Cộng sản cho rằng Phật giáo kêu gọi con người nhẫn nhục là làm mất đi tính đấu tranh, tính cách mạng, là làm cho con người cam chịu sự bóc lột và thống trị của các thế lực quân chủ và tư bản. Cộng sản cho rằng, cuộc sống luôn luôn đi theo quy luật tiến hóa, nó là một tiến trình đấu tranh không ngừng giữa các thế lực đối kháng nhau theo tính cách biện chứng, Phật giáo chủ trương nhẫn nhục là đi ngược lại luật tắc của xã hội, của vũ trụ!

Karl Marx và Engel, hai nhà sáng lập chủ thuyết cộng sản, ra đời và sống vào cuối thế kỷ thứ mười tám đến hậu bán thế kỷ thứ mười chín. Trong thời kỳ này, tại Tây phương nói chung, tại Âu Châu nói riêng, Phật giáo chỉ được biết đến một cách rất hời hợt, bởi vì, Phật giáo chưa được phổ biến đến Tây phương một cách có hệ thống. Chính vì vậy, họ đã không thể hiểu được Phật giáo một cách căn bản, hơn nữa, họ vốn có thành kiến đối với các tôn giáo và chủ thuyết duy tâm. Do đó, dù sau này Phật giáo đã phổ biến có hệ thống tại Tây phương, những người cộng sản cũng không hiểu được gì thêm. Cộng sản vốn có thành kiến đối với các tôn giáo, vốn mang nặng đầu óc giáo điều, cố chấp và tự phụ về chủ thuyết của họ, nên việc tìm hiểu các tôn giáo một cách đứng đắn đã là một việc không thể, đừng nói đến là một nhận thức chính xác. Chính điều này là một sai lầm lớn lao nhất của cộng sản để đưa đến sự sụp đổ của chủ nghĩa cộng sản ngày hôm nay!

Là một tôn giáo thì không thể thiếu được các yếu tính sau đây:

— Thần quyền.

— Hệ thống giáo nghĩa mang tính giáo điều.

— Giáo đoàn có giáo chủ.

— Lễ nghi tế tự mang tính thần quyền.

Theo Phật giáo, thành Phật không có nghĩa là trở thành một vị Thần, một Thượng đế, cũng không có nghĩa là mang sứ mệnh Thiên Khải để công bố quyền năng mặc khải nào. Thành Phật, đơn giản chỉ là biết được mình là ai và hiểu được thực tại là gì. Nói khác đi, thành Phật là thể hiện hoàn toàn nhân bản tính của một con người thật sự. Ngôi vị của một vị Phật, một vị Bồ Tát không phải là ngôi vị độc tôn hay bất khả, mà là một trình độ giác ngộ khả hữu cho tất cả chúng sanh. Điều này đã được các kinh điển Phật giáo nói rõ, đặc biệt trong kinh *Đại thừa Diệu Pháp Liên Hoa* chính đức Phật đã xác nhận:

"Chư Phật vị nhất đại sư nhân duyên xuất hiện ư thế dục linh chúng sanh khai thị ngộ nhập Phật chi tri kiến?"

(Các đức Phật vì một nhân duyên chính mà có mặt nơi cõi đời, đó là muốn khai mở, chỉ vẽ, đánh thức và đưa vào tri kiến Phật cho chúng sanh.)

Hơn nữa, sự ra đời của Phật giáo là một bước ngoặc lớn trên tiến trình lịch sử triết lý, tư tưởng, tôn giáo của nhân loại, trong đó Phật giáo đã không ngừng phủ nhận vai trò độc tôn của Thần quyền, của Thượng đế, mà tiêu biểu là tôn giáo Bà La Môn với ngôi vị thần

Brahma. Như vậy, xét về khía cạnh Thần quyền Phật giáo không phải là một tôn giáo.

Phật giáo có một hệ thống (nếu có thể gọi là hệ thống) giáo nghĩa rất phong phú. Nhưng cho rằng giáo nghĩa của Phật giáo mang tính chất giáo điều là một sự nhầm lẫn! Tại sao? Khi Tu Bạc Đà La, một vị đệ tử sau cùng mà đức Phật thâu nhận trước khi nhập diệt, thỉnh ý đức Phật về tính chất đúng sai giữa những lời thuyết giảng của các đạo sĩ Bà La Môn và đức Phật, đã được đức Phật khuyên ông sử dụng chính kiến giải của ông để nhận thức sự sai biệt này. Trong trường hợp này cho phép chúng ta hiểu được nội dung những gì đức Phật thuyết giảng, nội dung của giáo nghĩa Phật giáo rồi. Lại nữa, toàn bộ giáo nghĩa Phật giáo đều mang tính đối trị tất đàn và đối cơ, không phải mang tính chất cục bộ hay cứng nhắc. Nó hoàn toàn chú trọng về mặt thực nghiệm, chứng nghiệm và siêu thoát, không như là những giáo thuyết có tính cách lý thuyết thuần túy. Điều này đã được nói rõ trong kinh *Kim Cang Bát Nhã Ba La Mật Đa*:

"Nhữ đẳng Tỷ kheo tri Ngã thuyết pháp như phiệt dụ dã, pháp thượng ưng xả, hà huống phi pháp."

(Các thầy Tỷ kheo, các ông nên biết rằng lời dạy của Ta như thí dụ về chiếc bè, chánh pháp còn phải bỏ, huống chi là phi pháp.)

Giáo nghĩa Phật giáo giải thích, mô tả một cách rõ rệt nguyên nhân, bản chất và hiện trạng của vũ trụ và con người, đồng thời nói rõ về phương cách thể nghiệm thực tại để giác ngộ chân thực tướng của vạn hữu. Đức Phật đã từng nói, giáo nghĩa của Phật giáo như là những liều thuốc trị bệnh, uống hay không là quyết định của mỗi cá nhân, Phật giáo không ép uổng, không đe dọa. Như thế, cho rằng giáo nghĩa Phật giáo mang tính chất giáo điều là một sai lầm.

Phật giáo có giáo đoàn rất đông, giáo đoàn ấy là các vị Tu sĩ xuất gia, là biểu tượng của nền đạo đức thực chứng và siêu thoát. Giáo đoàn Phật giáo là một tập thể của Tăng già (Sangha), tức là một tập thể gồm từ bốn vị tu sĩ xuất gia trở lên sống hòa hợp và bình đẳng theo tinh thần lục hòa (Thân hòa đồng trú, khẩu hòa vô tránh, ý hòa đồng duyệt, kiến hòa đồng giải, giới hòa đồng tu, lợi hòa đồng quân.) Giáo đoàn Phật giáo lấy tinh thần tự giác và giác tha làm phương tiện và cứu cánh cho mọi sinh hoạt, lấy tinh thần dân chủ cộng đồng làm nguyên tắc quyết định mọi vấn đề. Giáo đoàn Phật giáo từ nguyên thủy đến nay không hề có giáo chủ. Chính đức Phật cũng đã tự xác định như vậy. Ngài đã tuyên bố rõ ràng trước chúng hội về vai trò của Ngài đối với tứ chúng rằng, Ngài chưa bao giờ nghĩ rằng mình là vị giáo chủ, là Người lãnh đạo Tăng đồ, Ngài cũng khuyên các vị Tăng sĩ không nên nghĩ rằng Ngài là giáo chủ, là người lãnh đạo họ. Đó là lời dạy mà đức Phật đã dạy cho tôn giả A Nan Đà khi A Nan Đà hỏi Ngài sau khi nhập diệt, ai sẽ là người thay thế Ngài để lãnh đạo tứ chúng. Điều đó đã được ghi chép đầy đủ trong kinh *Trung Bộ* (Majihima Nikàya).

"Các ngươi hãy tự thắp đuốc lên mà đi." Đó là câu danh ngôn vốn được phổ biến trong Phật giáo. Câu nói không những mang ý nghĩa sách tấn trên phương diện thực chứng, mà còn xác định rõ vai trò của đức Phật đối với tứ chúng, vai trò đó là vai trò của một vị lương y, của một Người chỉ đường.

Có người sẽ cho rằng lập luận đó không đúng! Bởi vì, đức Phật Thích Ca Mâu Ni là Người khai sáng ra Phật giáo, tất nhiên Ngài là giáo chủ rồi. Thực ra, trong Phật giáo và chính đức Phật cũng đã nói trong quá khứ, trong hiện tại và trong tương lai đã, đang và sẽ có vô số chư Phật ra đời, có vô số chúng sanh giác ngộ, vậy Phật giáo đâu phải chỉ do mỗi một đức Thích Ca sáng lập ra. Hơn nữa, thành Phật là thể nghiệm thực tại một cách hoàn toàn, thực tại là thực tại hằng hữu, đâu phải có Phật giáo rồi mới có thực tại, đâu phải đợi đến lúc đức Thích Ca thành Phật rồi mới có thực tại! Thực tại vốn vượt ra ngoài hạn cục tính của thời và không gian.

Lễ nghi tế tự nếu không mang tính Thần quyền, nó chỉ là hình thức văn hóa, văn nghệ, âm nhạc, hay chỉ là sinh hoạt đạo đức, luân lý của nhân loại mà thôi. Lễ nghi tế tự mang tính Thần quyền khi con người xử dụng nó như là phương tiện để tạo sự giao cảm giữa người và thế giới siêu nhiên, giữa sự chứng giám, sự ngự trị, sự ban ân huệ của Thần Thánh và sự cầu nguyện, sự van xin của con người.

Phật giáo không phủ nhận sự hiện hữu của thế giới siêu nhiên, của Thần Thánh, nhưng Phật giáo không cho rằng quyền năng của thế giới siêu nhiên, của Thần Thánh là quyền năng tối thượng hay tuyệt đối có khả năng ban phước hay giáng họa cho kẻ khác, có khả năng làm cho con người được an lạc hay đau khổ và sau hết có khả năng giải thoát cho nhân loại. Phật giáo cho rằng Thần quyền, ngay cả là Thượng đế, vẫn là thế giới tương đối, nghĩa là vẫn chưa tự giải thoát, chưa tự giác ngộ được thực tại hoàn toàn. Và do đó, Thần quyền cũng không thể làm cho người khác hoàn toàn an lạc, hoàn toàn giải thoát. Hơn nữa, sự giải thoát, sự giác ngộ không phải là một ân huệ có thể ban bố được, không phải do bất cứ một tha lực nào mang đến cho con người. Giải thoát, giác ngộ là do chính con người thực nghiệm, thể nghiệm lấy. Chính vì vậy, Phật giáo không coi lễ nghi tế tự là phương tiện để tạo sự giao cảm giữa con người và thế giới Thần quyền, để cầu ân huệ từ thế giới siêu nhiên.

Xét theo các yếu tính của một tôn giáo như trên, chúng ta thấy rằng, cộng sản đã hoàn toàn sai lầm khi xác quyết Phật giáo là một tôn giáo với đầy đủ tính chất Thần quyền, tín điều, giáo điều v.v... Ngược lại, cộng sản thường rêu rao chủ trương tam vô của chúng, mục đích là để tiêu diệt giai cấp tư bản, các tôn giáo và chính quyền của xã hội tư bản. Thực ra, trên thực tế, tại các nước cộng sản, chúng ta thay thế thuyết tam vô bằng một thứ tam hữu quái lạ. Thay vì giai cấp tư bản, cộng sản đã làm phát minh một giai cấp mới, giai cấp Thống trị, với đầy đủ quyền lực sinh sát trong tay. Thay vì tôn giáo, cộng sản đã biến chủ nghĩa của chúng thành một thứ tôn giáo chính trị bạo lực, cũng mang đủ các yếu tính: Thần quyền cá nhân lãnh đạo, giáo điều Mác Lê, tín điều xã hội cộng sản, huyền thoại thiên đường vật chất. Thay vì chính quyền tư bản, cộng sản đã củng cố chính quyền bạo trị để hà khắc và bóc lột nhân dân.

Cho rằng Phật giáo là một tôn giáo, tất nhiên cộng sản quan niệm Phật giáo là một bộ phận của chủ nghĩa duy tâm. Đối với cộng sản, dù là duy tâm chủ quan hay duy tâm khách quan cũng đều coi tâm thức, ý thức là yếu tính của mọi hiện tượng, lấy tâm thức, ý thức làm nguyên lý căn bản để giải thích mọi hiện hữu. Các tôn giáo dù là lấy Thượng đế, Thần quyền hay tâm linh để giải thích mọi hiện hữu, đối với cộng sản cũng đều bắt nguồn từ tâm thức, ý thức. Quan niệm Thượng đế hay Thần quyền, đối với cộng sản đều là sản phẩm của tâm thức, ý thức và sản phẩm đó tất nhiên là không tưởng, bởi vì tâm thức, ý thức chỉ là sản phẩm của vật chất.

Phật giáo là một bộ phận của chủ nghĩa duy tâm vì Phật giáo cũng lấy tâm thức làm nguyên lý để giải thích mọi hiện hữu, vì các quan niệm về Niết bàn, về Thế giới Cực lạc, về đời trước đời sau v.v... của Phật giáo đều là sản phẩm của tâm thức, và sản phẩm đó, đối với cộng sản tất nhiên là không tưởng.

Nếu là người hiểu Phật giáo một cách căn bản và đúng đắn, chỉ cần nghe qua hai chữ: "duy tâm" cũng đã thấy là một sai lầm nghiêm trọng, khi quan niệm Phật giáo như vậy. Sai lầm vì nó hoàn toàn trái ngược với nội dung của giáo nghĩa Phật giáo. Phật giáo lấy phá chấp (ngã chấp và pháp chấp) làm phương tiện, lấy giải thoát (phiền não chướng) và giác ngộ (sở tri chướng) làm cứu cánh, từ lý thuyết đến thực nghiệm, Phật giáo không hề để lại một chút dấu vết cố chấp nào, thì tại sao Phật giáo phải duy cái này, phải duy các khác? Duy tức là thiên vị, là đứng lại, là ngã về là cố chấp, là hẹp hòi, là cục bộ, là phiến diện. Duy thì không thể phá chấp, không thể giải thoát, không thể giác ngộ được, bởi vậy, nó hoàn toàn đi ngược lại con đường của Phật giáo.

Đúng vậy, Phật giáo có học thuyết duy thức của Duy Thức học, có duy tâm của Hoa Nghiêm, nhưng không phải duy thức, duy tâm đó là loại duy tâm chủ nghĩa như cộng sản quan niệm. Trong các học thuyết của Câu Xá, Thành Thật, Duy Thức đều có phân tích rõ ràng cả tâm thức và vật chất. Trong *A Tỳ Đạt Ma Câu Xá Luận* của Thế Thân ở phẩm Nghiệp đã phân tích rất rõ về cơ cấu của vật chất trong đoạn nói về vô biểu và biểu nghiệp. Biểu và vô biểu nghiệp là hai hình thái cơ bản để hình thành nghiệp quả, nó đi từ cơ cấu hoạt dụng của vật chất thô đến tế để tạo thành năng lực duy trì sự hiện hữu của các hiện tượng. Đây cũng là một chủ trương nòng cốt của Tiểu thừa Hữu bộ trong việc giải thích cơ cấu hình thành nhân sinh quan và vũ trụ quan. Tại sao cộng sản lại không thấy điều đó? Duy thức học là một giáo nghĩa chủ yếu của Đại thừa Phật giáo, chủ trương phân tích cặn kẽ các hiện tượng tâm thức và vật chất để đưa đến một nhận thức chính xác về thực tại, mà không phải rơi vào các quan niệm cực hữu hay thiên không, duy tâm hay duy vật mà thôi. Hoa Nghiêm từ đầu đến cuối dùng giáo nghĩa duyên khởi để giải trừ tuyệt đối các quan niệm đoạn kiến và thường kiến, rồi từ đó cho thấy ý nghĩa chơn không diệu hữu của thực tại, sao gọi là duy tâm? Niết bàn là dịch âm của chữ Nirvana từ tiếng Phạn, Nirvana nghĩa đen là khu rừng trống, khu rừng là tâm thức, trống là không có các khổ não, các phiền lụy, các cấu uế. Trạng thái tâm thức được an lạc, giải thoát các phiền não, các cấu uế đó là Niết bàn. Niết bàn chỉ là trạng thái tâm lý, trạng thái tâm lý trải qua giai đoạn diệt trừ các phiền não, các tạp niệm. Tiến trình trong sạch hóa tâm lý là một tiến trình cụ thể và ai cũng có thể làm được. Đơn giản chỉ có thế, sao gọi là không tưởng? Không tưởng là cái Thiên đường vật chất của chủ nghĩa cộng sản đã non một thế kỷ nay mà vẫn chưa làm được kia!

Đối với cộng sản Việt Nam, Phật giáo là một lực lượng văn hóa nòng cốt của dân tộc. Từ các triều đại xa xưa như Đinh, Lê, Lý, Trần đến hôm nay, Phật giáo có một đóng góp không nhỏ trong gia tài văn hóa của đất nước. Các nhà văn hóa lớn của dân tộc ta ít nhiều đều thấm nhuần giáo nghĩa Phật giáo, một Nguyễn Trãi, một Tố Như Nguyễn Du, một Ngô Thời Nhiệm v.v... đã cho thấy rõ điều đó. Các quan niệm về nhân quả, về nghiệp báo, về nhơn duyên v.v... của Phật giáo đã trở thành truyền thống tư tưởng của dân tộc ta. Các câu chuyện cổ tích nhân gian như Quan Âm Thị Kính, như Tấm Cám đều bắt nguồn từ quan điểm Phật giáo, hay chịu ít nhiều tư tưởng của Phật giáo. Nói tóm lại, trong mạch sống văn hóa, tư tưởng của dân tộc Việt Nam có một phần dưỡng tố Phật giáo lưu lộ.

Chính đó là một trong những yếu tố làm cho cộng sản lo lắng không ngừng. Lo lắng, vì nếu Phật giáo còn có một vị thế nhất định trong gia tài văn hóa của dân tộc, cộng sản không thể nào thực hiện được tham vọng đồng hóa chủ nghĩa của chúng lên dân tộc ta, không thể nào thay thế được nền văn hóa truyền thống của dân tộc bằng nền văn hóa nô dịch của chúng!

Lại nữa, đối với cộng sản Việt Nam, Phật giáo còn là một khối lượng quần chúng lớn lao. Ngay từ các triều đại xa xưa, chùa chiền và đình làng là những cơ sở tín ngưỡng truyền thống nhân gian, tại mỗi ngôi làng đều có chùa và đình, ngoài tính cách tín ngưỡng truyền thống, chùa còn là cơ sở giáo dục phổ thông, các vị tăng sĩ ngoài sứ mệnh lưu bố chánh pháp còn là những nhà giáo dục tận tình. Mãi cho đến thời vua Lý Thánh Tôn mới mở trường và khoa thi tam giáo để chọn nhân tài ra giúp nước, trước đó vấn đề giáo dục vẫn mang tính cách tự nguyện và địa phương mà chùa là một trong những cơ sở phổ biến nhất. Cho đến ngày nay, tại các tỉnh miền Trung Việt, tục lệ chùa và đình làng có nơi vẫn còn giữ gìn đầy đủ, nhất là ở các miền thôn quê. Quần chúng nông thôn, đa số còn giữ truyền thống tín ngưỡng tổ tiên và đạo Phật. Việt Nam là nước nông nghiệp, số lượng nông dân là tuyệt đại đa số và do đó Phật giáo có một khối lượng quần chúng không nhỏ.

Cộng sản Việt Nam lấy quần chúng nông thôn làm lực lượng chủ yếu để giành lấy đất nước và bảo vệ ngôi vị của chúng. Bởi vậy, chúng càng cần thiết quần chúng, thì càng thấy Phật giáo là một chướng ngại lớn lao! Thấy là một chướng ngại lớn, nhưng cộng sản thật khó mà có thể giải trừ được chướng ngại này. Bởi vì, tính chất uyển chuyển và siêu tổ chức của khối lượng quần chúng Phật giáo, nó giống như là một vết dầu nổi trên mặt nước, đụng vào thì tan ra, mà rút tay lên thì tụ lại. Nhiều lúc, trông bên ngoài thì rời rạc, mong manh, nhưng bên trong lại kiên cố bền chặt. Có khi, trông bên ngoài thì cô đọng vững chắc, nhưng bên trong lại bàng bạc, biến hóa không lường. Tính chất có mà không, không mà có đó là tính chất linh hoạt của Phật giáo, nó không thể dùng bạo lực để thống trị, dùng sắt thép để phá đổ. Chính vì vậy, Phật giáo đã có một quá trình lịch sử gắn bó với dân tộc Việt ngót hai ngàn năm nay.

II. CHỦ THUYẾT DUY VẬT NHỊ NGUYÊN CỦA CỘNG SẢN VÀ CON ĐƯỜNG VÔ DUY TRUNG ĐẠO CỦA PHẬT GIÁO

Chủ thuyết duy vật có mặt rất sớm trong lịch sử tư tưởng Ấn Độ. Trước khi Phật giáo ra đời, tại Ấn đã có sáu phái triết học lớn, một trong sáu phái triết học này là hệ phái duy vật, chủ trương đất, nước, gió, lửa là những nguyên tố chính cấu thành vạn vật. Ở Tây phương chủ thuyết duy vật cũng đã xuất hiện rất sớm với Democritug (460-360 B.C) ông chủ trương nguyên tử (Atoms) là một thực thể tồn tại tuyệt đối và là nguyên tố cấu thành vạn vật. Quan niệm về một xã hội cộng sản thì được Plato phác họa một cách tổng quát trong tác phẩm nổi tiếng của ông, quyển "*Cộng hòa*" (The Republic), vào khoảng ba thế kỷ trước công nguyên.

Không phải là một sự ngẫu nhiên, hay là một sự sáng tạo độc lập, nhưng là một hệ quả tất dĩ của cả một bối cảnh xã hội rộng lớn, cọng thêm vào đó là những suy diễn, những suy diễn đã vượt quá sự thực lịch sử, của Karl Marx và F. Engels mà chủ thuyết duy vật đã được ra đời. Một cách tổng quát, Marx và Engels đã chịu ảnh hưởng từ ba bối cảnh xã hội để từ đó xây dựng chủ thuyết cộng sản của họ. Ba bối cảnh đó là: Xã hội học Pháp, kinh tế học Anh và triết học Đức. Trên bình diện duy vật biện chứng, các nhà cộng sản cho rằng vật chất là căn thân của mọi hiện hữu, vật chất tồn tại tuyệt đối dưới dạng thức là những qui luật vận động. Tiến trình tồn tại của vật chất là tiến trình biện chứng, trong đó, vật chất, một cách tất yếu, phải kinh quá ba giai độ: Chính đề, phản đề và tổng đề, sự mâu thuẫn, hủy thể là yếu tính của qui luật biện chứng này. Ý thức, tâm thức là sản phẩm của chất ở một cấp độ cao. Trên bình diện duy vật sử quan, các nhà cộng sản cho rằng sự thay đổi hệ thống kinh tế là yếu tố then chốt tạo ra sự thay đổi các chế độ xã hội. Trong tiến trình lịch sử xã hội đó, qui luật biện chứng vẫn là qui luật tất yếu. Theo đó, sự mâu thuẫn để đi đến hủy thể giữa các hệ thống kinh tế đã làm cho tiến trình lịch sử nhân loại càng ngày càng đi lên. Cứ như thế, các nhà cộng sản suy diễn ra rằng, hệ thống kinh tế tư bản cuối cùng sẽ bị thay thế bằng hệ thống kinh tế cộng sản. Và để đẩy bánh xe lịch sử xoay nhanh hơn, các nhà cộng sản hô hào một cuộc cách mạng xã hội, đưa giai cấp vô sản lên làm lực lượng chủ lực triệt tiêu giai cấp tư bản.

Xây dựng chủ thuyết của mình trên một bình diện hạn cục nào đó, hay trên một khía cạnh phiến diện của thực tại để rồi chia cắt thực tại ra, mổ xẻ thực tại ra, bóp méo thực tại đi, chấp chặt vào quan điểm của mình như là một phán quyết tối hậu trên bình diện nhận thức, đó là phương thức của nhị nguyên luận. Phương thức này sẽ dẫn đến sự mâu thuẫn và đối kháng không những trên mặt lý luận mà còn trên thực tế xã hội. Đây là con đường của thế giới văn minh vật chất, văn minh khoa học mà hệ quả tất yếu là đưa nhân loại vào vòng tranh chấp, chiến tranh và hận thù. Trong quá khứ, nhân loại đã nhận lấy những tai họa khủng khiếp của hai cuộc đại chiến thế giới, trong hiện tại nhân loại đang hồi hộp, lo sợ cái thảm họa không thể lường được của cuộc đại chiến thế giới thứ ba, của một cuộc chiến tranh vũ khí hạt nhân diệt chủng! Không ai phủ nhận rằng khoa học đã đóng góp rất nhiều cho nền văn minh và tiến bộ của nhân loại, khoa học đã đáp ứng nhiều nhu cầu cần thiết trong đời sống hằng ngày của con người và khoa học cũng đang mở ra nhiều viễn tượng tốt đẹp cho tương lai của thế giới chúng ta. Nhưng trên bình diện nào đó, khoa học đã bị lợi dụng cho những mưu đồ, những tham vọng đen tối của các chủ thuyết nhị nguyên, của những tranh chấp giữa các phe phái, các chủ nghĩa, các ý thức hệ. Vì vậy, khoa học, trên bình diện nào đó, đã không còn giữ được vai trò kiến tạo thế giới, mà là một phương diện phá sản thế giới.

Chính vì là một chủ thuyết nhị nguyên, cộng sản đã có những nhận thức lệch lạc về thực tại xã hội và lịch sử. Khi cho rằng kinh tế là động lực chủ yếu làm thay đổi các chế độ xã hội và tiến trình lịch sử, cộng sản thật sự đã không quan tâm, hay đúng hơn đã không biết, đến những động lực khác không kém quan trọng hơn kinh tế, đó là những biến thiện và xung đột nội và ngoại của các tôn giáo; những ảnh hưởng có tính xâm thực của các phong tục, tập quán; những thiên tai của thiên nhiên; những thức giác của nhân loại về các quan điểm tự do, dân chủ, độc lập; những xung đột, mâu thuẫn trong vấn đề chủng tộc, sắc tộc v.v... Chính những bình diện đó đã góp một phần động lực không nhỏ trong tiến trình thay đổi lịch sử và các chế độ xã hội. Cộng sản quan niệm rằng trong xã hội và nền kinh tế tư bản, sự xung đột giữa giai cấp vô sản và giai cấp tư bản sẽ trở thành là quy luật tất yếu để đưa đến sự sụp đổ của xã hội tư bản. Đây cũng là một sai lầm nghiêm trọng của cộng sản, bởi vì, trên thực tế xã hội, cho đến hôm nay, tại các nước tư bản hàng đầu, vấn đề này đã không trở thành là quy luật tất yếu nữa. Tình trạng sinh hoạt của công nhân ngày càng được cải thiện, các công đoàn đã ra đời và mối liên hệ giữa nhà tư bản và giới thợ thuyền đã trở nên chặt chẽ hơn. Ngược lại, nền kinh tế gọi là xã hội chủ nghĩa ngày càng suy sụp nghiêm trọng, đến nỗi hôm nay các nước đứng đầu trong khối cộng sản như Liên Xô và Trung Cộng đều phải thú nhận một cách đau đớn rằng đường lối kinh tế xã hội của họ đã lỗi thời, đã không thể đem lại sự no cơm ấm áo cho nhân dân của nước họ. Họ đã không ngần ngại khởi xướng đường lối cởi mở, tái phố trí. Vốn mang đầu óc nhị nguyên cực đoan, cộng sản hơn một thế kỷ nay thường rêu rao về sự ưu việt của chủ thuyết họ, cố chấp và khép kín trong thế giới giáo điều duy vật, họ thật sự đang đứng trước một lối rẽ nan giải, nếu chấp nhận một cuộc thay đổi thật sự thì sẽ ảnh hưởng đến sự tồn vong của chủ nghĩa cộng sản, nếu chỉ làm một cách nửa mùa thì sẽ không thể cải thiện được nền kinh tế suy sụp của họ.

Nhị nguyên là thế tương đối, thế phân cực, bởi vậy, cộng sản chỉ thừa nhận chủ thuyết duy vật của họ là chân lý, là hiện thực, còn các chủ thuyết khác, các quan điểm khác đều sai, đều không tưởng. Kẻ nào đi theo chủ thuyết duy vật, cộng sản nhận là bạn, ngược lại là thù. Cộng sản luôn luôn nuôi mộng thống trị thế giới, nhuộm đỏ thế giới này, biến thế giới này thành thiên đường vật chất của họ. Việt Nam từ hơn nửa thế kỷ nay là nạn nhân bi thảm nhất của sự tranh chấp giữa các chủ thuyết nhị nguyên. Các nhà lãnh đạo hai miền Nam Bắc Việt Nam đã bị cuốn hút vào vòng tranh chấp này và nhân dân Việt Nam là những người gánh chịu trực tiếp cái thảm họa đó! Cho đến hôm nay, dân tộc Việt Nam vẫn còn phải mang lấy cái nghiệp dĩ bất đắc ấy, gần sáu mươi triệu sinh linh đang thống khổ trong hỏa ngục đỏ, hàng triệu người phải bỏ nước ra đi, hàng chục ngàn người vùi thây dưới đáy biển hay trong rừng sâu nước độc, hàng chục ngàn người đang sống dở, chết dở tại các trại tỵ nạn ở các nước Đông Nam Á!

Trung đạo của Phật giáo không phải là con đường giữa, lại càng không phải là con đường thứ ba. Trung đạo chỉ là một cái tên giả đặt tạm gọi cho một cách thức đối trị chứng bệnh thiên lệch và cố chấp của tư tưởng, của nhận thức. Nó có thể được hiểu như là một phủ định tuyệt đối, phủ định của phủ định. Nó là một con đường không đường, không dấu vết. Vì chân lý, thực tại đích thực thì không có tên gọi là những điều mà con người cho là chân lý, là thực tại như duy tâm, duy vật v.v... chỉ là những tên gọi được con người tạo ra từ tư duy và nhận thức, nó mặc nhiên trở thành là những phạm trù tất định, nó trở thành chân lý, thực tại. Phật giáo bằng con đường trung đạo giải trừ một cách tuyệt đối chứng bệnh thiên chấp này của tư tưởng, của nhận thức để trả tư tưởng, nhận thức về lại bản vị của nó, để nó tự thể nghiệm chân lý, thực tại đích thực. Trung đạo là một phủ định tuyệt đối, bởi vì nó không thừa nhận bất cứ một thẩm quyền nào của nhận thức thuộc thế giới tỷ lượng đối với thực tại, ngay dù là thẩm quyền của chính nó. Vì mọi sự hữu, kể cả tư duy và ngôn thuyết, như là một sự hữu đích thực đều hiện hữu trong ý nghĩa duyên khởi, và duyên khởi tức là giả danh, là không tự thể, là không.

"Dĩ hữu không nghĩa cố
Nhất thiết pháp đắc thành.
Dĩ vô không nghĩa cố
Nhất thiết pháp bất thành."
(Trung Quán Luận - Long Thọ)

(Vì là không tánh cho nên,
Tất cả các pháp thành tựu.
Vì là không không tánh cho nên,
Tất cả các pháp không thành tựu.)

Trung đạo là cơn lốc cuốn sạch tất cả những cái duy, những cố chấp, những cặn bã của nhận thức. Trung đạo là phá đổ toàn triệt, phá đổ mà không phải là phá sản, không phải là hư vô, vì phá đổ tức là xây dựng. Trung đạo là ngọn đuốc phá sạch bóng tối và phá sạch bóng tối tức là tái lập ánh sáng, phá tức là lập!

Duy vật nhị nguyên là cố chấp một cách cực đoan vào chủ thuyết duy vật, là coi vật chất như thần thánh, xem con người là cái máy, là loại thú vật có giai cấp tính cao. Bởi vậy, cộng sản dùng bạo lực để cai trị nhân dân, dùng bạo lực để quản lý hệ thống kinh tế, dùng bạo lực để bắt buộc người khác phải phục tùng họ một cách vô điều kiện. Cộng sản quan niệm con người chỉ là một cơ cấu vật chất thuần túy, bởi vậy họ không hề quan tâm đến nhân tính và nhân quyền của quần chúng, họ hô hào đấu tranh giai cấp, bạo lực và mạnh được yếu thua. Cộng sản muốn biến thế giới con người thành thế giới rừng rú sát phạt lẫn nhau, bởi vậy, họ đã từng gây ra cảnh con tố cha, vợ giết chồng, bà con nghi kỵ bất tín nhau!

Phật giáo bằng con đường trung đạo, không tự đặt mình và người trong một vị thế nào cố định, không tự chôn mình và người trong một định kiến, một chủ thuyết, một ý hệ nào. Phật giáo luôn luôn tự đánh thức mình và người trong lộ trình sinh tử trước những mê vọng và khổ đau triền miên. Đánh thức để tự chủ, để thoát khỏi những giới hạn của tư duy và hành động, để chiêm quan cuộc đời và thực tại trong tư thái ung dung, tự tại, đó là tư thái của vô úy, vì thức giác rằng cuộc đời vừa huyễn hóa vừa mầu nhiệm! Bằng sự thức giác của trung đạo, Phật giáo nhận thức được rằng thực tại không phải chỉ là cái này mà không là cái kia, thực tại không phải chỉ là tâm hay vật, không phải cả hai và không phải không cả hai. Thực tại là thực tại, không cần phải định nghĩa, không cần phải biện minh hay dùng đến một hệ thống tuyên truyền để quảng bá, để ca tụng.

III. THẾ GIỚI ĐẠI ĐỒNG CỦA CỘNG SẢN VÀ LÝ TƯỞNG BÌNH ĐẲNG CỦA PHẬT GIÁO

Trong mưu đồ nhằm lừa bịp quần chúng và Phật giáo, các nhà lý thuyết cộng sản đã từng cho rằng Phật giáo và cộng sản có những điểm tương đồng nhau, chẳng hạn thế giới đại đồng của cộng sản và lý tưởng bình đẳng của Phật giáo.

Qua lý thuyết của chủ nghĩa cộng sản, mục tiêu tối hậu của cộng sản là xã hội cộng sản. Trong xã hội cộng sản sự mâu thuẫn có tính cách tất yếu của biện chứng giữa giai cấp vô sản và giai cấp tư bản đã kết thúc. Cả thế giới không còn bóng dáng của thế lực tư bản, cả thế giới đã bị xích hóa, đến giai đoạn đó chính quyền và nhà nước chuyên chính vô sản không còn hiệu năng để hiện hữu, kế hoạch tam vô đã hoàn tất. Bởi vì, thời kỳ đó, đời sống của con người được ổn định và quân bình hoàn toàn. Con người làm việc và tiêu dùng theo năng xuất bình đẳng, mọi quyền lợi vật chất được hưởng theo sức lao động của mình, quyền tư hữu đã xóa sạch, mọi tài sản đều là cộng đồng. Quyền tư hữu không còn, thì không có ai độc quyền đối với các phương tiện sản xuất và do đó không còn sự bóc lột của giai cấp này đối với giai cấp kia. Chính vì vậy, sự mâu thuẫn giai cấp đã hết. Xã hội là một thế giới đại đồng.

Trong một đoạn trước chúng tôi đã có nói, sự mâu thuẫn và đổi thay của xã hội không phải duy chỉ có trong mối tương quan sản xuất, tương quan giai cấp, xã hội có rất nhiều sự mâu thuẫn và đổi thay từ nhiều khía cạnh. Bởi thế, dù cộng sản có thể đạt đến tình trạng tiêu diệt hoàn toàn giai cấp tư bản, tước bỏ tuyệt đối độc quyền đối với phương tiện sản xuất và quân bình lợi quyền vật chất cho con người, xã hội, một cách tất yếu, vẫn còn nhiều mâu thuẫn và đổi thay. Hơn nữa sự mâu thuẫn và đổi thay, cũng như bản chất tham sân, vị kỷ vốn có sẵn trong nội thể của từng cá nhân, từng con người, làm thế nào bằng vào những phương thức bề ngoài và hạn cục đó cộng sản có thể tạo được sự quân bình tuyệt đối? Tự nó, lý thuyết biện chứng, mà cộng sản xem như là quy luật phổ quát và tất yếu, là một lý thuyết cho thấy tính tương đối và năng động của vật chất và lịch sử. Tại sao cộng sản đã dùng lý thuyết đó để dẫn đến một kết luận có tính tĩnh chết và tuyệt đối như thế? Đó là một mâu thuẫn không thể vượt qua!

Bình đẳng của Phật giáo trước hết, đứng trên nhận thức có tính chất nhân bản thật sự. Đức Phật ra đời và trưởng thành trong một hiện tình xã hội Ấn đang phân hóa trầm trọng vì chủ trương phân chia giai cấp của Bà La Môn giáo qua bộ luật Manu. Dưới sự phán quyết khắc khe của luật Manu, con người thuộc giai cấp Thủ Đà La đã trở thành công cụ của những giai cấp trên, họ hầu như không cò tư cách của một con người, họ, dưới con mắt của giai cấp thống trị, là những con thú mang lốt người. Chính vì vậy, sự xuất hiện của đạo Phật lúc bấy giờ như là một trào lưu cách mạng xã hội, đức Phật muốn sang bằng mọi chủ trương phân chia giai cấp để trả lại vị thế nhân bản cho con người. Ngài đã từng nói:

"Không có giai cấp trong giọt máu cùng đỏ, trong giọt nước mắt cùng mặn!"

Bình đẳng của Phật giáo còn bắt nguồn từ tình thương chân thực qua sự thể nghiệm đồng nhất thể của vạn hữu, của chúng sinh. Không phải chỉ có loài người, mà tất cả chúng sinh đều sẵn có giác tính và linh tri như nhau, đều có khả năng thành tựu mục tiêu tối thượng của đời sống: Tự thức giác mình và thức giác người, làm lợi ích cho mình và cho người. Xem sự khổ đau của người như chính sự khổ đau của mình, bình đẳng còn là một thái độ nhập thế tích cực, dấn thân vào cuộc đời để san sẻ nỗi khổ đau và mang lại sự an lạc cho muôn loại. Bình đẳng còn vượt khỏi giới hạn của chủng tộc, của quốc độ, của giai tầng xã hội, và trên hết, vượt khỏi hạn cục tính của bản ngã vị kỷ, của tranh chấp hận thù.

Cộng sản hô hào xóa bỏ sự bất công giai cấp, nhưng trên thực thế xã hội họ đã tạo ra những giai cấp mới còn tệ hại hơn. Họ đã làm cho giai cấp vô sản vốn khốn khó còn khốn khó hơn. Họ đã gầy dựng giai cấp đảng trị còn bạo lực và sắt máu hơn. Bằng phương châm "cứu cánh biện minh cho phương tiện," cộng sản đã không từ một thủ đoạn tội ác nào để thực hiện tham vọng của họ. Cộng sản không đứng trên một nhận thức nhân bản nào, không xuất phát từ một động lực của tình thương hay đức hiếu sinh nào để hành động, bởi vậy họ đã chà đạp lên nhân bản, lên quyền sống của loài người và muôn loại khác.

Bình đẳng của Phật giáo không chà đạp lên đặc tính cá biệt và sự sáng tạo độc lập của mỗi người, mỗi sinh vật. Bình đẳng của Phật giáo tôn trọng sự tự chủ của mỗi cá nhân. Cộng sản ngược lại đã tẩy sạch tính cá biệt, sự tự chủ và sự sáng tạo của mỗi người, biến con người thành một cái máy, một cái loa chỉ biết hô to khẩu hiệu nhất trí ủng hộ và ca tụng các nhà lãnh đạo chủ nghĩa cộng sản. Cộng sản không tôn trọng đặc tính cá biệt, sự tự chủ và sáng tạo của mỗi cá nhân, bởi vì, trong quan điểm của cộng sản, vị trí của mỗi con người, mỗi cá nhân không có đất đứng, họ chỉ chú trọng đến xã hội, đến cái tổng thể, cái tổng thể mà thực chất chỉ là một hư danh. Hư danh không khác gì quan niệm về một "ý tưởng chung quanh" (General idea) của Plato, để rồi cuối cùng kéo mọi hiện hữu vào thế giới. Ý tưởng mông lung không thực. Chính từ đó mà Plato đã phác họa ra thế giới cộng hòa của ông. Và cũng chính từ đó cộng sản đã dệt thành thế giới đại đồng của họ — một thế giới không tưởng chẳng khác gì cái không tưởng của thế giới ý tưởng của Plato. Xã hội chỉ là một cái danh để gọi cho một tập hợp của nhiều người, nhiều cá nhân. Thực thể của xã hội, nếu có, chính là từng con người, từng cá nhân hiện hữu. Phủ định vị trí của cá nhân, của từng con người tức là phá đổ thực thể của xã hội. Một quan niệm về xã hội mà không có vị trí của mỗi con người, mỗi cá nhân thì quan niệm ấy, nếu không phải là không tưởng cũng là mất nhân bản!

IV. CÁCH MẠNG BẠO LỰC CỦA CỘNG SẢN VÀ CÁCH MẠNG TÂM LINH CỦA PHẬT GIÁO

Nói một cách nghiêm túc, chủ nghĩa cộng sản là chủ nghĩa bạo lực, bạo lực từ trong lý thuyết đến hành động. Người cộng sản chủ trương làm cách mạng bằng bạo lực, dùng bạo lực để cướp chính quyền, dùng bạo lực để xây dựng xã hội. Người cộng sản nghĩ rằng bạo lực có thể khuất phục được con người, bạo lực có thể đưa xã hội đi theo chiều hướng chủ thuyết của họ, bạo lực có thể giải quyết được mọi mâu thuẫn và bế tắc của xã hội! Cộng sản đã lầm!

Những năm cuối của thập niên tám mươi này, người cộng sản mới hé thấy được một phần nào sự sai lầm của họ. Say mê trong hào quang sắt máu của cuộc cách mạng bạo lực năm 1917, những người cộng sản Nga tiếp tục phiêu lưu vào con đường bạo lực hòng xích hóa địa cầu: Xua quân xâm lược Hung Gia Lợi năm 1956, Tiệp Khắc năm 1968, can thiệp bằng quân sự vào Afghanistan năm 1979. Cũng thế, cộng sản Việt Nam, vì hào quang của cuộc cách mạng bạo lực năm 1945-1954, đã điên cuồng lao vào con đường bạo lực: Xâm lược miền Nam năm 1975, thôn tính lãnh thổ Campuchia năm 1978. Sau bao nhiêu năm lao vào con đường bạo lực, những người cộng sản đã thấy gì? Trước mặt họ, dưới gót đinh họ, chung quanh họ, cả một xã hội, một đất nước, một dân tộc đang quằn quại thống khổ, đang đói khát lầm than đang lạc hậu, ngu dốt!

Cách mạng bạo lực đó! Nó có thể biến thế giới thành bể máu lửa, nó có thể cướp đi chính quyền tư bản, nhưng nó không thể làm cho thế giới xanh tươi, nó không thể làm cho con người hạnh phúc ấm no! Tại sao? Đối với cộng sản, câu hỏi đó vẫn chưa được đặt ra, thì làm gì có câu trả lời!

Trên hai ngàn rưỡi năm về trước, đức Phật Thích Ca cũng đã tự nêu ra tra vấn đó và Ngài đã tự giải đáp một cách sáng suốt, khi Ngài chọn con đường cách mạng tâm linh làm mục tiêu tối hậu để xây dựng xã hội. Ngài không ngồi lại ngôi vị quốc vương để nắm lấy quyền bính trong tay và xử dụng bạo lực để xây dựng xã hội, trong lúc Ngài cũng mang một hoài bão lớn lao muốn đem lại sự an lạc và hạnh phúc cho muôn dân.

Cách mạng bạo lực, dù bắt nguồn từ sự ưu tư và thiện chí muốn xây dựng xã hội, trước hết, cũng chỉ nhắm đến đối tượng thực sự là cái tổng thể xã hội, hay là trọng điểm của tổng thể xã hội: Cơ cấu chính quyền. Tổng thể xã hội, như đã nói, là một hư danh, vì thực thể xã hội là từng con người, từng cá nhân. Lấy tổng thể xã hội làm mục đích cho cuộc cách mạng chỉ là nhắm vào cái hư danh, cái huyễn tượng. Trọng điểm của tổng thể xã hội: cơ cấu chính quyền chỉ là một thành phần đại diện nhỏ cho tập thể những thực thể xã hội, cơ cấu chính quyền cũng là một giả danh của một tập hợp những thực thể xã hội nắm quyền hành lãnh đạo. Nhắm vào cơ cấu chính quyền làm mục đích cho cuộc cách mạng chỉ là nhắm vào một giả danh của tập hợp những thực thể xã hội, hay chỉ là một thiểu số rất nhỏ của xã hội. Một cuộc cách mạng như vậy chỉ là nhắm vào cái hư danh hay một thiểu số quá nhỏ, chỉ là nhắm vào cái bề ngoài của xã hội mà thôi. Cuộc cách mạng như thế, tất nhiên không thể thay đổi được tận nền tảng của xã hội, không thể xây dựng được xã hội thật sự.

Cách mạng bạo lực còn là con đường của máu lửa và hận thù, sự thành công của cách mạng bạo lực được xây dựng trên xương máu của con người, trên sự đổ nát và hoang tàn của xã hội, những gì mà con người phải mất bao nhiêu thời gian và công lao để gầy dựng nên! Cộng sản xử dụng phương châm "cứu cánh biện minh cho phương tiện" để thực hiện cách mạng bạo lực, do đó, họ đã không ngần ngại sử dụng bất cứ một thủ đoạn nào, dù là việc tàn sát lương dân hay phá sản tiền đồ của một dân tộc! Nếu cách mạng là thay đổi một cách triệt để và toàn diện những thực trạng xấu xa, bẩn thỉu, bất công, đen tối, đói khổ và tang thương của xã hội, để mở ra một chân trời mới xán lạn, tươi vui, thì tại sao con đường cách mạng bạo lực lại tô đậm thêm, lại phá nát thêm cái thảm trạng của một xã hội đang phơi bày ra đó? Đây là một mâu thuẫn, một mâu thuẫn mà hiện nay đang hiển lộ ra một cách trắng trợn trên khắp mặt đất, trên mọi quốc gia trong khối cộng sản và đặt biệt ngay trên quê hương Việt Nam của chúng ta!

Mầm mống của những xấu xa, bẩn thỉu, đen tối, đồi trụy, lạc hậu, đói khổ, đổ nát và tang thương của xã hội không phải chỉ có ở một xã hội tư bản, ở một giai cấp tư bản, ở một chính quyền tư bản, chúng vốn có mặt khắp nơi trên trái đất, có mặt ở những nơi nào có những con người còn nuôi dưỡng sự xấu xa, bẩn thỉu, đen tối v.v... trong chính tâm hồn họ, chính nội thể họ. Vấn đề là ở đó. Đối tượng đích thật của mọi cuộc cách mạng xã hội hay con người là ở đó. Và phương cách để thay đổi, để tiêu diệt một cách triệt để và toàn diện những thảm trạng của xã hội không phải là nhắm vào cái giả danh của tổng thể xã hội, cái giả danh của cơ cấu chính quyền, cũng không phải là phải giết sạch giai cấp tư bản, chính quyền tư bản, hay những ai chống đối đường lối cách mạng của mình. Bởi vì, dù những nhà cách mạng bạo lực có giết sạch con người trên mặt đất, họ cũng không thể xây dựng được một xã hội tốt đẹp toàn diện như họ muốn, vì chính họ sẽ là người trước nhất gây nên thảm trạng, vì mầm mống của thảm trạng xã hội vẫn còn ở trong con người của những nhà cách mạng!

Mọi cuộc cách mạng xã hội đích thực phải là cuộc cách mạng từ con người, từ thực thể của xã hội, và mọi cuộc cách mạng từ con người đều phải là cuộc cách mạng tâm linh. Vì từ con người mà xã hội được xây dựng hay phá đổ, vì từ con người mà những mầm mống bất công, đen tối v.v... được tiêu diệt hay khởi phát. Đó là con đường cách mạng tâm linh là con đường thức giác, tự thức giác mình và thức giác người. Thức giác để thấy rõ, để nhận diện rõ đâu là vô minh đen tối, xấu xa, lạc hậu, đâu là con đường dẫn đến tươi sáng, an lạc và hòa điệu. Khổng Tử đã không từng nói đó sao? Phải tu thân, tề gia rồi mới trị quốc và bình thiên hạ! Bắt đầu từ cái dễ nhất nhưng cũng là khó nhất. Vì sức mạnh của một người tu thân, một người thức giác, một người tự chủ là sức mạnh vô bờ, nó không phải là thứ sức mạnh của một viên võ tướng, nhưng một viên võ tướng cũng không thể địch lại, ngàn viên võ tướng cũng không thể địch lại.

Như thế, cuộc cách mạng tâm linh mang đầy tính nhân bản, vì nó lấy con người làm trọng tâm cho công cuộc xây dựng xã hội, vì nó đặt con người lại ở vị thế nguyên vẹn nhất trong xã hội. Cuộc cách mạng tâm linh còn mang tính hiếu sinh triệt để, vì nó tôn trọng sự sống, tôn trọng màu xanh tươi của cuộc đời, của xã hội. Sự sống, sự hiện hữu, dù là của con người hay của mọi sinh vật, tự nó có một giá trị thiêng liêng và đặc hữu. Chính sự sống đã làm cho thế giới, cho cuộc đời, cho vũ trụ trở nên xanh tươi, sinh động và mầu nhiệm. Chất liệu để nuôi dưỡng sự sống ngàn đời là tình thương, là đức hiếu sinh của trời đất, của vạn vật. Chính tình thương chứ không phải hận thù hay sắt máu đã nuôi dưỡng sự sống, nuôi dưỡng con người. Đức tính từ bi của Phật giáo được bắt nguồn từ sự thâm cảm đức hiếu sinh đó, nó không thể được hiểu theo ý nghĩa tích cực hay tiêu cực bình thường. Cuộc cách mạng tâm linh còn được khơi nguồn từ nhận thức tính tương đối và đa dụng của con người, của cuộc đời. Bởi vì, trong mỗi con người, trong mối hiện hữu vốn là một hiện hữu tương đối, nó luôn luôn cưu mang trong nó hai mặt của cuộc đời, có và không, thiện và ác, cao thượng và thấp hèn, phải và trái, dũng hoạt và yếu đuối! Không ai trong con người mà không hơn một lần thể hiện sự cao thượng, sự dũng hoạt, sự đúng đắn, cũng không ai trong con người mà đã không một lần lầm lỗi, xấu ác hay yếu hèn, dù là đối với chính mình hay đối với tha nhân!

Cách mạng tâm linh tự đánh thức mình và đánh thức người để khơi dậy trong con người ngọn đuốc trí tuệ và dòng suối tình thương, để cho con người tự nhận diện mình, tự thức giác mình trước những ru ngủ và khuất lấp của vô minh đen tối, của xấu xa tội lỗi. Dù chỉ một lần thôi, khi tia sáng rực ngời đã rọi vào, thì bóng tối của ngàn năm tự tan biến!

V. CHỦ NGHĨA PHI DÂN TỘC CỦA CỘNG SẢN VÀ CON ĐƯỜNG DÂN TỘC CỦA PHẬT GIÁO

Để thực hiện mưu đồ nhuộm đỏ hoàn cầu, cộng sản, ngay từ trong lý thuyết, đã chủ trương xóa bỏ biên giới quốc gia, xóa bỏ tính đặc thù của mỗi dân tộc. Cộng sản hô hào sự đoàn kết các đảng cộng sản địa phương, các phong trào của giai cấp vô sản lại thành một lực lượng thống nhất, một sức mạnh bất khả phân. Sau cuộc cách mạng tháng mười năm 1917 ở Nga, những nhà cộng sản Nga muốn trở thành minh chủ của phong trào cộng sản quốc tế, muốn dùng sức mạnh của các phong trào cộng sản quốc tế, muốn dùng sức mạnh của các phong trào cộng sản địa phương làm bàn đạp cho tham vọng đế quốc đỏ của mình, đã sử dụng cả lý thuyết và bạo lực để thu phục các nước cộng sản đàn em theo quỹ đạo của chúng, buộc các nước đàn em phải tận lực nghe theo mệnh lệnh và dâng hiến cả dân tộc, cả tổ quốc cho chúng. Hồ Chí Minh là một trong số những đàn em ngoan ngoãn, chính vì vậy, Hồ Chí Minh và cộng sản Việt Nam đã đem cả sinh mệnh của dân tộc ta trao cho quan thầy đế quốc Nga!

Trong giai đoạn chiến tranh Việt Pháp năm 1945-1954, lợi dụng lòng yêu nước của dân tộc ta, đảng cộng sản Việt Nam đã đề ra cái bình phong cách mạng dân tộc, giải phóng nhân dân để tận dụng tiềm lực của dân tộc, thu hút tài sản và xương máu của nhân dân cho dã tâm bán đứng sinh mệnh dân tộc cho quan thầy Nga Xô của họ. Rồi trong thời kỳ chiến tranh Nam Bắc từ thập niên 1960 đến thập niên 1970, cộng sản Việt Nam lại một lần nữa phung phí tiềm lực của dân tộc cho mưu đồ nhuộm đỏ thế giới của quốc tế cộng sản.

Sau cuộc chiến nam bắc, từ 1975 đến nay, cộng sản lại điên cuồng nghe theo mệnh lệnh của quan thầy Nga xua quân xâm lược Lào và Campuchia, để một lần nữa phá sản một cách toàn diện tiềm lực dân tộc, đưa đất nước xuống vực thẳm đen tối của nghèo đói và lạc hậu.

Trong suốt quá trình lịch sử hơn năm mươi năm qua, để làm tròn nghĩa vụ quốc tế và thực thi đường lối phi dân tộc, cộng sản Việt Nam đã gieo biết bao tang thương và đổ nát cho dân tộc! Họ phá nát nhiều chính đảng và sát hại bao nhiêu nhà cách mạng, chiến sĩ yêu nước. Họ giết chết biết bao anh tài của dân tộc, các nhà văn hóa, các nhà tư tưởng, các nhà nghệ thuật, các chuyên viên, kỹ thuật viên, khoa học gia v.v... Họ còn khủng bố, thủ tiêu các tôn giáo, các tu sĩ, các giáo dân, các cơ sở tín ngưỡng. Họ đả phá, cấm đoán các phong tục, tập quán và truyền thống lâu đời của tổ tiên dân tộc ta. Họ xuyên tạc các danh nhân lịch sử, các sự kiện lịch sử. Họ đập phá những truyền thống đạo đức, luân lý qúi giá của dân tộc ta. Họ nhồi sọ tư tưởng hệ, ý thức hệ Mác-xít vào các học đường, vào thế hệ thanh thiếu niên Việt Nam. Họ hô hào đấu tranh giai cấp, bạo lực, họ đào tạo lớp người mới chỉ biết hô to khẩu hiệu, thực thi mệnh lệnh và quay lưng lại với tình tự dân tộc, với truyền thống đất nước! Trong suốt chiều dài lịch sử trên mấy ngàn năm qua, chưa có một triều đại, một thể chế chính quyền nào đã đưa dân tộc Việt vào thế cùng bi thảm như hiện nay, khiến cho hàng triệu người phải bỏ nước ra đi, dù đối mặt với cái chết, với bao hiểm nguy, tủi nhục! Tại sao? Dân tộc Việt Nam là một dân tộc chuộng cuộc sống hòa điệu, có một tình tự dân tộc quê hương cao, có một tinh thần tổng hợp rộng rãi đối với các trào lưu văn hóa, tôn giáo, xã hội, đã từng kết hợp ba dòng thác tư tưởng tôn giáo, Nho Phật Lão, đã từng dung hợp hai nền văn minh Ấn Hoa, đã từng thu nạp hai chiều hướng văn minh Đông Tây, mà đối với chủ nghĩa cộng sản, dân tộc ta lại không thể chấp nhận? Đây là một minh chứng cụ thể cho thấy rằng chủ nghĩa cộng sản là một chủ nghĩa phi dân tộc.

Trong ý nghĩa duyên khởi của Phật giáo, vũ trụ pháp giới là một màng lưới hỗ tương liên hệ chằng chịt đến vô cùng. Theo đó, cái này có, cho nên cái kia có, cái này không, cho nên cái kia không, cái này sinh, cho nên cái kia sinh, cái này diệt, cho nên cái kia diệt. Một là tất cả và tất cả là một (nhất tức nhất thiết, nhất thiết tức nhất.)

Khởi đi từ nhận thức đó, Phật giáo luôn luôn hành hoạt với một cách thế bất biến tùy duyên và tùy duyên bất biến. Bởi vậy, Phật giáo, trên suốt lộ trình du hóa hơn hai ngàn rưởi năm qua, đã mang thông điệp tình thương và ngọn đuốc giác ngộ phổ cập qua một vòng đai lớn của lục địa Á Châu. Nơi nào, quốc độ nào Phật giáo du nhập vào đều kết thành những bông hoa rực rỡ với màu sắc dân tộc tính ở nơi đó.

Khi Phật giáo bước vào lãnh địa của dân tộc Việt Nam, Phật giáo đã mau chóng hòa nhập vào dân tộc tính Việt Nam. Phật giáo là Phật giáo Việt Nam. Phật giáo Việt Nam có những đặc tính mà Phật giáo Trung Hoa, Nhật Bản v.v... không có, đặc tính đó là đặc tính dân tộc Việt. Chẳng hạn, sắc thái của Thiền tông Việt Nam không giống với sắc thái của Thiền tông Trung Hoa, Thiền tông Trung Hoa không thể có một Thiền sư hành hoạt như một Thiền sư Vạn Hạnh, như Thiền sư Trúc Lâm Điều Ngự Trần Nhân Tông, hay như một Tuệ Trung Thượng Sỹ v.v... Nói như vậy, không có nghĩa là Phật giáo đã bị tha hóa, hay đánh mất đi nội dung cốt lõi uyên nguyên của mình, khi du nhập vào từng quốc độ. Nội dung cốt lõi uyên nguyên vẫn ngời sáng, vẫn còn là nguồn mạch chảy suốt vào mọi hoạt dụng của Phật giáo ở các quốc độ sai biệt. Nội dung cốt lõi đó là thông điệp tình thương và ngọn đuốc giác ngộ.

Tự coi mình như là một thành tố trong cộng đồng dân tộc, trải ngót hai ngàn năm có mặt trên đất nước Việt Nam, Phật giáo luôn luôn góp phần vào công cuộc dựng nước và giữ nước, cũng như phát huy truyền thống văn hóa dân tộc. Vốn mang lý tưởng xây dựng con người và xã hội bằng công cuộc cách mạng tâm linh, Phật giáo, trong mọi hành hoạt, đều nhắm đến mục đích đánh thức tiềm năng thức giác của dân tộc. Chính thức giác là yếu tố then chốt để cho dân tộc tự vươn mình lên, thoát khỏi mọi mông muội phủ trùm xuống dân tộc từ mọi chiều hướng. Sức mạnh tự chủ, tự quyết của dân tộc Việt qua các triều đại Đinh, Lê, Lý, Trần, mà bài thơ hịch tướng sĩ nơi giòng sông Như Nguyệt lúc quân ta đánh với quân nhà Tống đã bắt nguồn từ sự thức giác này:

"Nam quốc sơn hà Nam Đế cư,
Tuyệt nhiên định phận tại Thiên thư.

Như hà nghịch lỗ lai xâm phạm,
Nhữ đẳng hành khan thủ bại hư!"

Và cuộc vận động của Phật giáo trong cách mạng ngày 1/11/1963 là một minh xác cụ thể đối với tiềm năng thức giác của dân tộc ta. Chính vì, chỉ lấy mục đích khơi dậy sự thức giác cho dân tộc làm chủ hướng cho mọi hoạt dụng, Phật giáo chưa bao giờ trở thành là thế lực, dù là thế lực tôn giáo, đe dọa lên sinh mệnh của dân tộc Việt, cũng chưa bao giờ Phật giáo có tham vọng thống trị dân tộc hay bành trương uy thế tôn giáo để gây mâu thuẫn và chia rẽ đại khối dân tộc. Phật giáo cũng chưa bao giờ tiếp tay với thế lực chính quyền nào, dù trong nước hay ngoại bang, để thống trị hay nô dịch hóa dân tộc.

Tất nhiên, với một đường hướng dân tộc sáng ngời như vậy, Phật giáo, trong quá khứ, trong hiện tại và trong tương lai, không thể tránh khỏi những thị phi đố kỵ, tai ách từ các thế lực phi dân tộc, phản dân tộc mang đến. Nhưng Phật giáo vững tin vào tiềm năng thức giác của dân tộc, vững tin rằng mọi thế lực phi dân tộc đều bị năng lực thức giác của dân tộc đào thải trên tiến trình vượt thoát, vượt thoát trong ý nghĩa Việt tính của Việt Nam. Chẳng thế mà trải qua hàng ngàn năm dưới ách thống trị của Thiên triều phương Bắc và ngót một trăm năm của thời kỳ Pháp thuộc dân tộc ta vẫn đứng vững dưới vòm trời Á Đông với niềm tự hào về dân tộc tính trọn vẹn của mình đó sao!

Phật giáo không chủ trương đối kháng với bất cứ một thế lực, một ý hệ nào, dù là tôn giáo hệ, Phật giáo chỉ đứng chung hàng ngũ với dân tộc để gầy dựng sự thức giác và chia xẻ nỗi hưng vong của dân tộc. Do đó, nếu có sự đối kháng từ các thế lực, các ý hệ khác đối với Phật giáo, là do vì các thế lực, các ý hệ đó đã đối kháng với dân tộc, đã mang bản chất phi dân tộc, phản dân tộc. Thực trạng của đất nước ta hiện nay là một bằng chứng cụ thể.

"CÔNG LÝ" DƯỚI XÃ HỘI CHỦ NGHĨA

(Tường Thuật Phiên Tòa Tử Hình 2 Vị Tu Sĩ Phật Giáo)

Tâm Thể

DẪN KHỞI

"Không có nỗi đớn đau nào bằng sự lừa bịp, phỉnh gạt dân tộc Việt Nam suốt trong mấy thập kỷ vừa qua, đã bị nhà cầm quyền cộng sản Hà Nội dùng những chiêu bài tráo trở "GIẢI PHÓNG DÂN TỘC," "ĐỘC LẬP, TỰ DO," "THỐNG NHẤT ĐẤT NƯỚC" để xây dựng ý đồ đen tối phục vụ âm mưu bá quyền của mình tại vùng Đông Nam Á, phục vụ sách lược nhuộm đỏ toàn cầu của cộng sản Quốc tế, xua quân xâm chiếm Campuchia, thống trị Lào, lăm le khiêu khích các nước khác trong vùng.

Đã đến lúc dân tộc chúng tôi, toàn dân Việt Nam phải đứng dậy, tranh đấu cho nền độc lập tự do dân chủ thực sự của quê hương... (PGVNTN tại Bidong) tiếng của phát ngôn viên truyền đi từ khối thông tin qua hệ thống phóng thanh trên các loa trong chương trình phát thanh "Tiếng Chuông Chùa do GHPGVNTN tại Pulau Bidong thực hiện trên toàn trại tỵ nạn trong buổi đầu đạp chân lên Hải đảo của vùng đất tự do đang vẫn còn dậy lại trong tâm tôi, trong tiềm thức của gần 10.000 đồng bào Việt Nam hiện diện nơi đây. Hùng khí và âm thanh ấy, suốt gần 20 thế kỷ qua của Phật giáo Việt Nam vẫn đang là sức mạnh để thúc đẩy 60 triệu dân Việt đứng lên bẻ gãy xích xiềng mà cộng sản đang cùm trói dân tộc Lạc Hồng nặng nề nhất kể từ sau 30/4/1975.

Hải trình mà trên 1 triệu người đã đi qua, phải chăng là chặng đường chỉ cách nhau bằng một gạch nối giữa "Sanh Tử" "Ngục Tù Tự Do", đó là con đường duy nhất của những người con nước Việt không còn chịu đựng nổi ách thống trị phi nhân của bạo quyền Hà Nội, họ không chịu để bị cùm chân hay bị bít miệng, khi họ muốn có những bước chân khắp quê hương để tung rải ánh sáng chân lý, hay truyền trao nền dân chủ hầu phục hưng quyền làm người và đem lại tự do, no cơm ấm áo cho nhân quyền mà cộng sản đã cướp mất suốt mười ba năm qua. Tôi sinh ra và lớn lên giữa hai chế độ mà con người quen gọi là Tư Bản và Cộng Sản, tôi được un đúc trong nền tảng đạo học của dân tộc từ khung cửa chốn Thiền môn qua suốt quá trình bể dâu của quê hương dân tộc, tôi không hy sinh tấm thân này để nói lên tiếng nói nhân quyền và thức tỉnh những con người sắt máu như người chị của thế hệ trẻ Việt Nam đã làm: "Sống mà không thể nói, chết mới được ra lời" đối với cái gọi là "CHỦ NGHĨA CỘNG SẢN" được.

— 13 năm trôi qua, 13 năm dân tộc đang quằn quại dưới gót dày đinh ghê tởm;

— 13 năm trôi qua, 13 năm hằng ngàn người đứng lên chống lại áp bức;

— 13 năm hằng triệu người bỏ nước ra đi để phải chịu hy sinh trong núi rừng Miên, Thái;

—13 năm dân Việt đã và đang làm mồi cho thú biển, hoặc làm trò đùa giải trí cho dục vọng của cướp biển Thái Lan;

— 13 năm Trường sơn trùng điệp dần dà chôn vùi hằng trăm ngàn người lính VNCH, những văn nghệ sĩ, những nhà lãnh đạo tôn giáo trong các trại cải tạo;

— 13 năm trôi qua, 13 năm hằng loạt người hiên ngang nằm xuống giữa pháp trường, mang theo họ một mối căm phẫn tột cùng v.v... và v.v...

— Chúng ta ra đi hôm nay, phải chăng là run sợ trước họng súng của bạo quyền? Không, chúng ta ra đi là để nói lên tiếng nói nhân bản mà cộng sản đang cố tình bưng bít để dễ bề thao túng tham vọng phi nhân tại các nước chúng đang cai trị, chúng ta cùng nhau nói lên tiếng nói của lương tâm nhân loại và đồng tâm nguyện thề quang phục quê hương. Từ những khởi điểm ấy, lưu lộ hoằng nguyện độ sanh của thế hệ trẻ Việt Nam nói chung, tăng sĩ nói riêng đã không hổ thẹn với lời nguyện của mình mà mỗi buổi sáng tỉnh thức chúng tôi thường đọc:

"Tương thử thâm tâm Phụng trần sát
Thị tắc danh vi báo Phật ân...
Ngũ trược ác thế thệ tiên nhập
... Chung bất ư thử thủ Nê hoàn..."

Và cũng từ Bi nguyện ấy, chỉ trong vòng 13 năm cưỡng chiếm miền Nam, cộng sản đã đặt quyền cai trị lên toàn dân bằng chính sách, đàn áp sắt máu, vong bản qua hệ thống chằng chịt vây bủa của mạng lưới công an, mục đích của chúng là tiêu diệt hết tất cả sự đối lập, trong đó chú trọng đặt biệt tôn giáo, nhất là Phật giáo vẫn luôn luôn đứng đầu trong phong trào đấu tranh truyền thống suốt quá trình lịch sử. Vì thế mà Phật giáo đã phải cùng chung số phận với quê hương dân tộc. Phật giáo luôn luôn là kẻ tiên phong để mở ngòi cho những cuộc đấu tranh chống lại độc tài, chống lại bạo quyền áp bức của bất kỳ một thế lực nào, chúng tôi cam chịu tất cả những sự thiệt thòi để đáp ứng nguyện vọng của nhân dân. Thế nên sau 13 năm cộng sản nhuộm đỏ quê hương, máu của tăng ni Phật tử Việt Nam đã đổ xuống dãi đất này điển hình như cái chết của Thượng tọa Thích Thiện Minh (cố vấn Viện Hóa Đạo), Thượng tọa Thích Bảo Huệ (chánh đại diện tỉnh Long Khánh) ngay trong lao tù cộng sản cùng với sự ra đi bất ngờ đầy âm mưu mờ ám mà cộng sản đã giáng xuống cho Phật giáo, cố Hòa thượng Thích Trí Thủ (nguyên Viện Trưởng Viện Hóa Đạo) mang theo cả người cộng sự đắc lực Hòa thượng Thích Thanh Trí (chánh đại diện Giáo Hội tỉnh Thừa Thiên) người mà được mệnh danh là linh hồn của Phật giáo miền Trung, đều là nạn nhân trong âm mưu ám hại thâm độc của cộng sản, đã nằm xuống trong cùng một cảnh ngộ và thời gian không quá đầy nửa tháng, tuy thế, chết đi không phải là hết, mà sống đây cũng chưa phải là còn, chiến đấu cho công lý, theo quan điểm Phật giáo là một cuộc chiến đấu miên trường, các ngài nằm xuống như thể là một cuộc hóa thân hay nói đúng hơn để báo động cho nhân loại biết rằng: "Thế giới chúng ta đang bị một loài ác quỷ hiện hình dưới chiêu bài "cộng sản" mà mục tiêu tột cùng của nó vẫn là lấy máu của con người nhuộm đỏ hoàn cầu chúng ta." Mặt trận đấu tranh của Phật giáo Việt Nam tiềm tàng trong muôn mặt, ẩn hiện khắp nơi nơi từ thành thị, thôn quê, đến núi rừng... là cuộc đấu tranh luân lưu, khi quyết liệt, khi mềm dẻo, khi cứng rắn, khi nhu hòa đã làm cho cộng sản thất điên bát đảo, dù phải bị lưu đày vĩnh viễn như Thượng tọa Huyền Quang (phó Viện trưởng Viện Hóa Đạo), Thượng tọa Quảng Độ (tổng Thư ký Viện Hóa Đạo) có ai nói rằng quí ngài ấy dù đang sống hay đã chết bị chùn chân trước bạo lực đỏ không.

Gần đây, tức là trước ngày tôi xuống thuyền vượt biển không đầy nửa tháng, thêm một lần nữa, cộng sản Hà Nội vẫn không lườm tay khát máu, ngang nhiên chà đạp nhân quyền, chụp mũ Phật giáo hòng dập tắt dòng máu đấu tranh của dân tộc, hầu tiếp tục áp đặc ách thống trị cường quyền lâu dài trên đất nước chúng ta. Nhà cầm quyền Hà Nội đã nhóm họp một phiên tòa mang đầy đủ đặc chất là phiên tòa của "XÃ HỘI CHỦ NGHĨA" trắng trợn công khai tuyên án tử hình hai tu sĩ nổi danh của Phật giáo đó là: Đại đức Thích Trí Siêu tục danh Lê Mạnh Thát, Đại đức Thích Tuệ Sỹ tục danh Phạm Văn Thương cùng với 19 tăng ni và Phật tử khác, mà chúng gọi là lực lượng "VIỆT NAM TỰ DO" đội lốt tôn giáo hoạt động chính trị, nhằm mục đích lật đổ chính quyền cách mạng. Chúng đã cho nhóm họp dưới cái gọi là "TÒA ÁN" tại thành phố Hồ Chí Minh (Sài Gòn) vào các ngày 28, 29, và 30 tháng 9 năm 1988 vừa qua.

KHUNG CẢNH PHIÊN TÒA

Sau những cơn mưa cuối mùa của miền Nam thành phố Sài Gòn như trầm lặng xuống, nhưng thực ra đang có một cái gì đang âm ỉ ở bên trong của thành phố và trên từng khuôn mặt của tăng ni Phật tử ẩn chứa một nét lo buồn, hồi hộp, đợi chờ, rồi cũng có hồi phải đến. Hôm ấy, khung trời buồn hẳn xuống theo với lòng người, từ tảng sớm tăng ni Phật tử đã tựu về nơi tụ điểm xử án, mỗi người mang riêng một tâm trạng buồn vui lẫn lộn nhưng tựu trung thì cũng quay về một mối, đó là quan tòa và bị can trước "vành móng ngựa." Họ buồn vì thế sự ngả nghiêng. Họ vui vì được thấy những con người khả kính sau 4 năm biệt giam kể từ tháng 4 năm 1984 đến nay, trong giờ phút chờ đợi nặng trĩu trôi qua, một vài giọt mưa rơi lác đác như cùng khóc thầm với dân tộc trong cảnh điêu linh trầm thống thì phiên tòa đầu tiên được khai mạc lúc 7 giờ 30, sáng ngày 28/9/1988 với các thành phần như sau: Về phía nhà nước, tôi tạm gọi là thành phần xử án gồm có:

— Phạm Thị Thu Phước, chủ tọa cũng là chánh án;

— OI Đại diện viện kiểm sát ND. Thành Phố Hồ Chí Minh;

— Thư ký đoàn;

— Đại diện nhân dân;

— Luật sư v.v... đều là những nhân vật xuất thân từ lòng trứng đảng quyền Marxist;

— Về phía bị can;

— Đứng đầu là Tuệ Sỹ, Lê Mạnh Thát cùng với 19 đồng hữu khác, trong đó có cả Thượng tọa Thích Đức Nhuận (xem phần kết án ở sau).

Cũng từ những thủ tục lừa bịp cố hữu của tập đoàn cộng sản Hà Nội xưa nay, tòa án này vẫn rập khuôn theo âm mưu và chỉ thị của những tên chóp bu đầu sỏ bất lương đảng trị mà nhân dân cho đó là những con cáo già hung hãn thèm khát miếng mồi, chúng đang ngụy danh "TÒA ÁN NHÂN DÂN" che mắt thiên hạ dưới hình thức bít kín dư luận quần chúng với những hàng rào công an vây phủ pháp trường hay len lỏi giữa đám đông sẵn sàng đàn áp bất kỳ một sự phản kháng nào xảy ra đối với tăng ni Phật tử không đủ "tiêu chuẩn" để được vào bên trong, song với khí thế ẩn tàng trong hằng ngàn trái tim vẫn đang là sự hậu thuẫn tích cực cho đồng hữu của mình, đang là nạn nhân chính của chế độ với sự tham dự đông đảo đủ mọi thành phần tăng, ni, nhân sĩ, Phật tử. Cho dù nhà cầm quyền cộng sản cố tình tìm cách giới hạn và tạo thế bất ngờ như chúng đã từng làm trong những lần trước.

DIỄN TIẾN PHIÊN TÒA

— Ngày 28/9/1988

Bước vào phiên tòa, như đã trình bày ở trên. Sau những lời rập khuôn cố hữu bằng những thủ đoạn thâm độc chụp mũ tôn giáo, Phạm Thị Thu Phước được cử làm chủ tọa đã giới thiệu quan tòa, đồng thời tuyên bố bảng cáo trạng của sở công an với những lời vu khống, thóa mạ lịch sử dân tộc, và công cuộc đấu tranh giữ nước trong suốt quá trình đạo Phật hiện diện cùng quê hương của chúng ta. Bà Phước người đang là đại diện cho cái gọi là công lý "XHCN" tại Việt Nam thật là ngu xuẩn vu vơ, tưởng chừng như nền dân chủ thực sự đang được thi hành, bà kết thúc màn đấu này bằng một câu hỏi: "Các bị can có cần sửa đổi hay thay thế thành viên nào trong hội đồng xử án này không?"

Vẫn với các vóc dáng quen thuộc, nhỏ nhắn, linh hoạt của năm nào khi lướt những đường phấn trắng xóa trên bảng đen của giảng đường Đại học Vạn Hạnh, hay những lớp học tại Phật Học Viện năm xưa, thế mà hôm nay với chính sách "khoan hồng ưu đãi" của nhà nước cách mạng sau 4 năm "nghỉ mát" ở "khách sạn" "Phan Đăng Lưu" thầy Tuệ Sỹ giờ đây trở nên như bao người đói cơm rách áo khắp vỉa hè phố chợ, nhưng tâm hồn và khí phách vô cùng hiên ngang ấy, người đã mở đầu cho đồng hữu bằng những lời phản kháng chí lý, kỳ cùng, chẳng ai ngờ trong phút giây đầu tiên ấy thầy đã chiến thắng một cách hào hùng làm tê liệt toàn bộ cái gọi là "nền tảng công lý của Hà Nội," với giọng nói trầm hùng, với đôi mắt trực khí, thanh cao đầy cương nghị, thầy dõng dạt nêu lên những sai lầm trầm trọng của nhà cầm quyền rằng: "Là chủ tọa của một phiên tòa, tức là nắm sinh mạng của bao sinh linh, nên chữ ký của chủ tọa vô cùng quan trọng, vậy mà bà Phước đã ký một tờ lệnh của tòa án, trong đó ghi lầm tên cha của bị can này qua bị can khác, tòa án đã không chú trọng đến những chi tiết này, nhưng đối với bị can thì rất quan trọng, dựa trên sự làm việc không cẩn thận của tòa án, với chữ ký của một chủ tọa phiên tòa mà không có thận trọng như vậy, chúng tôi thiết nghĩ không nên đặt niềm tin vào phiên tòa này được."

Ngay từ phút đầu ấy, thầy Tuệ Sỹ, đã giáng xuống đầu quan tòa một trận đòn khó đỡ, mọi người như mở được một thắt gút, nhốn nháo ầm lên vì thế mà tòa tạm nghỉ 15 phút để nghị án và bọn công an đưa những con mắt lăm le, hăm dọa mọi người, mặc dù trong pháp đình vẫn trên 2 phần 3 là đảng viên của chúng.

Song song với bản chất hiếu chiến của cộng sản, cộng với nền luật pháp sói rừng, sau 15 phút hội ý riêng, chúng tiếp tục giở con bài tráo trở khác bằng những lời trói buộc, xuẩn hèn. Bà ta tiếp tục phiên tòa bằng một giọng độc đoán:

"Tòa thấy lý do bị can nêu lên không xác thực, tòa quyết định vẫn giữ nguyên thành phần xử án."

Như sự đồng tình chủ mưu được bố trí một cách thứ lớp từ trước chúng không để hở một cơ hội nào cho bị can phản kháng, vị đại diện kiểm sát nhân dân lên tiếng và đọc toàn bộ bản cung của vụ án do cơ quan thẩm quyền công an cung cấp của từng bị can trong suốt thời gian các thầy bị giam giữ tại trại giam Phan Đăng Lưu, Chí Hòa. Đại khái cũng không ngoài chiêu bài, vu khống, chụp mũ, chúng trắng trợn phơi bày ý đồ gian hiểm, ngụy tạo lên những lời khai của bị can một cách ngớ nghịch, xuẩn mị, đê hèn với hy vọng làm nhục chí tinh thần đấu tranh của nhân dân. Những đều mà chúng cho là cụ thể mà chúng đã dày công vẽ vờ bằng những chiêu chức ngụy tạo trá hình, mô thức ấy hôm nay được dựng lên một lần nữa tại tòa án này qua một loạt tài liệu hoạt động phản cách mạng của cái gọi lực lượng "Việt Nam Tự Do" mà chúng đã thổi phồng lên cho to chuyện, đại diện VKSND huênh hoang đưa ra những hoạt động cụ thể của bị can như: Cho cất giấu vũ khí, cương lĩnh hoạt động sách báo tuyên truyền, trong đó có tập "những rặng trường sơn" của thầy Tuệ Sỹ, tuy chúng đã tìm cách bôi nhọ và xỉ mạ, thế nhưng từ điểm ấy mà nó đã lột trần được bộ mặt thật của cộng sản phi nhân đang làm cho cả một dân tộc điêu đứng, đi sâu vào cuộc đấu tranh cho nhân quyền, độc lập, tự do, dân chủ thật sự của các thầy, cộng sản càng lộ rõ chân tướng giả nhân giả nghĩa của chúng mà từ lâu chúng đã khoác vào với sắc áo chủ nghĩa. Sau khi đọc xong bản cung, chủ tọa hỏi các bị can một cách gượng gạo:

— "Các bị can có ý kiến gì về bản cung?"

— Giữa lúc ấy khí thế quyết liệt của các bị can đồng đứng lên chống trả một cánh quyết liệt, họ đồng thanh phủ nhận bản cung này, đồng thời nêu lên những điểm không trung thực do những lời cáo buộc vô bằng cứ. Cuộc đọ sức kéo dài làm cho quan tòa phải vung tay múa ngón bằng những cử chỉ thô lỗ tục tằn mà ta chỉ có thấy ở xã hội chủ nghĩa, cho đến khi chiều ngã xuống và cũng là thời gian kết thúc phiên tòa ngày thứ 1 vào lúc 17 giờ.

— Ngày 29/9 cũng bắt đầu vào lúc 7 giờ 30 sáng:

— Từng bị can phải đứng lên để tiếp tục nghe bản cung của mình qua lời đọc của đại diện VKSND. Không khí phiên tòa hôm nay lại căng thẳng một cách nặng nề hơn. Khi tòa án bắt buộc bị can phải khai lại những hoạt động của mình, đồng thời vị đại diện ấy đưa ra những lời cáo buộc (bị can phải khai lại) nham hiểm mà chúng đã quen làm ra. Điểm đặc biệt của phiên tòa hôm nay là 2 Đại đức Mạnh Thát và Tuệ Sỹ đã không chịu tự khai trước tòa án, họ hoàn toàn không chấp nhận phiên tòa là hợp pháp, bởi lẽ tòa án được dựng lên không đúng với quy ước pháp luật Quốc tế, và thành phần xử án không xứng dáng để được chấp nhận như hai vị đã phản kháng ngay từ buổi đầu. Riêng về Thượng tọa Đức Nhuận thì không được trình bày những lý do hay quan điểm của mình trước phiên tòa.

— Bằng những lý lẽ phân minh, bằng những quan điểm lập trường cứng rắn, 21 tăng ni và Phật tử Phật giáo Việt Nam đã thể hiện rõ nét đặc thù trong nền giáo lý Phật đà, cuộc đối chọi giữa hai ý thức hệ, cuộc đối chọi giữa hai thế lực một bên là tay không, một bên là họng súng, lưỡi lê

— Nhờ thấm nhuần được tinh thần vạn pháp là vô thường nên chết và sống đối với đạo Phật chỉ là một, nói như thế không có nghĩa là đồng hóa với nhu nhược. Nói như thế có nghĩa là khơi bày tinh thần vô úy của đạo Phật, sống vì tha nhân, chết cũng vì tha nhân.

NGÀY 30/9 CŨNG LÀ NGÀY QUYẾT ĐỊNH TỐI HẬU SINH MẠNG CỦA 21 TĂNG, NI, PHẬT TỬ VIỆT NAM

Sau 2 ngày nhai lui nhẩm lại những lời buộc tội đầy mâu thuẫn của bọn mỵ dân mỵ nước, nền công lý xã hội chủ nghĩa được phơi bày rõ rệt bằng họng súng, dao găm, bằng ngục tù áp bức bằng chiêu bài chó săn hung tợn của màn lưới, công an mật vụ dày đặc đang vây bủa khắp mọi nơi và ngay cả trong phiên tòa này mà chúng từng lách mép to mồm, gieo rắc vào đám thủ hạ ngông cuồng, trong mấy thập niên qua, trước dư luận thế giới hôm nay, chúng phải trả lời như thế nào để xứng đáng với hai chữ "TỰ DO" của con người? Vì không còn kiếm đâu ra một con đường ngụy biện quanh co nên chúng đã kết thúc bằng những lời ngắn gọn là cho phép các bị can nói lời cuối cùng.

— Đại đức Tuệ Sỹ:

"Tôi sẵn sàng chấp nhận những gì tôi đã làm."

— Đại đức Mạnh Thát:

"Tôi sẵn sàng chấp nhận việc làm của tôi, tôi chỉ đòi hỏi sự sáng suốt của công lý."

— Thượng tọa Đức Nhuận:

"Nếu có thời gian tòa cho tôi nói thì tôi sẽ nói là có, còn không có thời gian và không cho tôi nói, tôi sẽ bảo là không," và người kết thúc bằng hai câu thơ của nhà Cách mạng, cụ Phan Bội Châu:

"*Ai thương tôi, tôi xin cảm ơn*
Ai ghét tôi, tôi cũng xin cảm ơn, và tôi xin cảm ơn phiên tòa."

— Sư cô Trí Hải:

"Với những tu sĩ chúng tôi, chúng tôi không cần bày tỏ vì "*Oan ức không cần bày tỏ vì bày tỏ là hèn nhát.*" Chúng tôi chỉ xin tòa án xét xử một cách phân minh sáng suốt và khoan hồng cho các bị can là những Phật tử cư sĩ, vì họ còn có vợ yếu con thơ đang mong mỏi. Tôi chỉ tiếc rằng..." cô chỉ nói đến ngang đó thì bị chủ tọa ngắt lời không cho nói tiếp.

— Thái Ngọc Lợi:

"Tôi chấp nhận việc làm của tôi, tôi chỉ yêu cầu nhà nước, cũng như tòa án xét xử dựa trên tinh thần sáng suốt của công lý." Với tất cả dũng khí, Thái Ngọc Lợi đã phát biểu như trên, tức thì những tràng pháo tay rầm rộ nổi lên, làm cho chủ tọa hốt hoảng bấm chuông yêu cầu giữ trật tự.

— Nguyễn Văn Mỹ:

"Với quan điểm" "đổi mới tư duy" như nhà nước đã hô hào, trong hiện tình đất nước hôm nay, chúng tôi thấy việc làm của chúng tôi là đúng, vì chúng tôi đã chống lại những việc làm sai trái của Đảng và nhà nước. Nếu một chính thể nào đem đến tự do cơm no áo ấm cho nhân dân, chúng tôi sẵn sàng ủng hộ, dù phải đổi lấy xương máu, ngược lại với một chính thể nào không đem đến sự an lành cho dân chúng, chúng tôi sẵn sàng chống đối, chúng tôi tiếc rằng..." lại thêm một lần và còn nhiều lần khác nữa chủ tọa ngắt lời bị can.

21 chiến sĩ cang cường, 21 lời tương tự bộc phát, đầy khí phách hiên ngang, sẵn sàng chấp nhận cái chết cho chân lý.

CÔNG BỐ TỘI TRẠNG VÀ TUYÊN ÁN TỪNG BỊ CAN

1. Đại đức Thích Tuệ Sỹ tức Phạm Văn Thương. Tội cầm đầu

tổ chức, lãnh án tử hình;

2. Đại đức Thích Trí Siêu tức Lê Mạnh Thát. Cục chính trị trung ương, lãnh án tử hình;

3. Tôn Thất Kỳ. Tổng cục Quân sự, án tù chung thân;

4. Phạm Văn Ty. Tổng cục tổ chức chiến khu, chung thân;

5. Đại đức Thích Chơn Nguyên tức Trương Tâm Lạc. Hoạt động viên, 20 năm tù;

6. Lê Đăng Pha. Hoạt động viên, 20 năm tù;

7. Đại đức Thích Nguyên Giác tức Nguyễn Khắc Dũng. Cục thông tin liên lạc, 14 năm tù;

8. Nguyễn Thị Nghĩa. Cục hậu cần, 14 năm tù;

9. Thượng tọa Đức Nhuận. Cố vấn các lực lượng, 10 năm tù;

10. Phạm Phú Cường. Mua Võ khí, 10 năm tù;

11. Thái Ngọc Lợi. Hoạt động viên, 7 năm tù;

12. Sư cô Thích nữ Trí Hải tức Công Tằng Tôn Nữ Phùng Khánh. Hội trưởng ban kinh tài, 4 năm rưỡi tù;

14. Đại đức Thích Như Minh tức Huỳnh Phát. Tội thông tin liên lạc, 4 năm rưỡi tù;

15. Phạm Thị Loan. Ủng hộ hậu cần, 4 năm rưỡi tù;

— Cùng với 6 bị can khác mà tôi không nhớ rõ, nhưng cũng từ khoảng 4 năm rưởi trở lên. Đồng thời phiên tòa cũng chấm dứt trong tinh thần, nhanh, gọn trước những thái độ bình thản hiên ngang của các bị can và sự căm phẫn, tức tưởi của đồng bào, tòa kết thúc hồi 17 giờ cùng ngày.

DƯ LUẬN QUẦN CHÚNG TẠI QUỐC NỘI

1. Tính chất và thành phần xét xử

— Không đúng quy chế công lý và pháp luật đối với tuyên ngôn nhân quyền của Liên Hiệp Quốc.

— Hạn chế và đàn áp bị can buộc họ phải chấp nhận lời buộc tội mà không được bào chữa và không có luật sư công bằng biện hộ.

— Tư cách và khả năng của thành phần xử án không đủ tiêu chuẩn qua sự sai trái từ pháp lý lúc ban đầu.

— Buộc tội và kết án bị can không bằng chứng cụ thể, xác đáng, nhất là quá phi nhân so với tội phạm mà tòa án đưa ra.

— Đối xử với bị can quá tàn tệ, từ ăn uống cho đến nhân (phẩm, cách) của con người.

2. Dư luận tại quốc nội

— Tăng, ni, Phật tử cùng đồng bào yêu nước chân chính vô cùng căm phẩn nhà cầm quyền đã vu khống, chụp mũ tôn giáo, cố tình tiêu diệt toàn bộ những nhà trí thức nhân bản của dân tộc, phiên tòa đã làm chấn động toàn quốc, nhất là giới trí thức, một phiên tòa chưa từng xảy ra trong suốt quá trình lịch sử dân tộc kể cả các thời kỳ đại phong kiến vẫn chưa một lần nào xét xử, kết án tàn nhẫn, phi nhân đối với tôn giáo nhất là tu sĩ Phật giáo như thế.

THÁI ĐỘ VÀ TINH THẦN CỦA TĂNG NI PHẬT TỬ

Trong 3 ngày xử án nói trên, toàn bộ tăng ni Phật tử tại thành phố Sài Gòn đã đến theo dõi phiên tòa hết sức đông đảo. Nhiều tiếng khóc thét lên khi nghe bản án của từng vị chơn tu khả kính. Những giọt nước mắt thay cho hàng loạt mưa thu của đô thị Sài Gòn, họ tập trung trước sân tòa rất lâu và tỏ thái độ phẫn nộ, uất ức như những tiếng kêu trầm thống tận cùng của sự đau khổ. Thấy thế bọn công an sợ có bạo động nên đã đưa thêm nhiều đơn vị khác đến và giải tán đám đông.

Hôm sau đó, tức là ngày 1/10/1988 không ai bảo ai, tăng ni cùng Phật tử gặp nhau trong từng ngôi nhà cư sĩ thân tín, hay những tu viện bí mật để họp bàn những kế hoạch và tỏ thái độ trước sự bạo tàn của cộng sản Việt Nam. Không một phương cách bạo động nào có thể dập tắt được ác quyền vọng nô, chúng tôi sẵn sàng hy sinh thân mạng để xiển dương ngọn cờ chính nghĩa, nhưng không thể để trở thành những con thiêu thân vô nghĩa dưới một chế độ vô cùng phi nhân có sẵn trong tay những phương tiện giết người ghê tởm ấy được. Mang sẵn trong dòng máu bất khuất của đạo Phật, thế hệ trẻ tăng ni chúng tôi không thể nào làm ngơ trước những hành động vi phạm nhân quyền trắng trợn, ngược đãi lại quyền lợi dân tộc mà lịch sử Phật giáo Việt Nam đã là một thực (thể, chứng) rõ nét nhất trong lộ trình tiến hóa và xây dựng quê hương. Dù với những cơn mưa tầm tả ở bên ngoài, từng đoàn tăng ni chúng tôi phân tán khắp đô thị để vận động cho nguyện vọng "hủy án tử hình" cho 2 tu sĩ Tuệ Sỹ, Lê

Mạnh Thát và đồng hữu vừa bị nhà cầm quyền kết án hôm qua, đó là biện pháp mà chúng tôi ở quê nhà có thể làm được, dù chung quanh chúng tôi bọn tay sai vẫn đang sẵn sàng hăm he cây súng, chực sẵn và hạ thủ bất kỳ lúc nào những ai đối lập lại chính sách độc tài của bọn chúng, với tất cả hùng khí của quê hương, với tất cả lòng thương vì nhân loại, chúng tôi âm thầm đề đạt kiến nghị lên cấp lãnh đạo Phật giáo Việt Nam hiện thời với đa số chữ ký của hầu hết các Tu viện, Tự viện và tăng, ni cùng Phật tử Sài Gòn cùng các vùng phụ cận.

Thái độ tiêu cực của giáo hội bù nhìn Việt Nam hiện nay:

Đông đảo tăng ni tập trung sau đó ở chùa Xá Lợi, nơi mà những tay cầm đầu, cái gọi là Phật giáo Việt Nam do cộng sản nặn ra, vào năm 1981 để làm thừa sai cho bọn chúng, nơi chúng đang chiếm làm trụ sở văn phòng II Trung ương Giáo Hội Phật Giáo Việt Nam. Trước tinh thần và khí phách đấu tranh của tăng ni chúng tôi, thoạt đầu các thành viên của Giáo Hội này tỏ thái độ làm ngơ bằng những lời quanh co thiếu trách nhiệm trước lịch sử. Một trong các thành viên ấy đã nói rằng "Giáo hội không dính dáng đến vụ này." Nhưng vì thế lực của tăng ni chân chính ngày một hùng hậu kéo đến ngày càng đông, nên buộc lòng họ phải miễn cưỡng chấp thuận gởi cho nhà cầm quyền một bản kiến nghị, chẳng qua đó là một phương thức để xoa dịu lòng căm phẫn của tăng ni Phật tử chân chính, còn làm được gì là chính ở nơi mỗi một chúng ta, chúng ta cũng không thể tin suông vào những lời dịu ngọt đầy chua ngoa của bọn giáo mép dưới bóng Từ Bi, đang đồng lõa với tập đoàn Hà Nội đưa cả dân tộc đạo pháp vào con đường diệt vong.

KẾT LUẬN

Tóm lại, trước chiêu bài mới, đầy nham hiểm của tập đoàn thống trị Hà Nội, bản án Tuệ Sỹ, Lê Mạnh Thát là nhát búa mạnh nhất đối với dân tộc nói chung, Phật giáo nói riêng. Đảng trị sắt máu tập quyền Hà Nội đang manh nha mở lời dò đường để thực hiện âm mưu thâm độc, bằng những thủ đoạn lưu manh nhất mà mục tiêu cuối cùng vẫn là tiêu diệt tôn giáo, tiêu diệt những thành phần đối lập, song dù có che kín, bưng bít và quản lý mọi hệ thống sinh hoạt xã hội như thế nào chăng nữa thì cộng sản Hà Nội vẫn không thể nào dấu kín cái chân tướng thô bỉ của một con dã thú man rợ nhất thế kỷ 20 này. Tưởng cũng cần nhắc lại ở đây rằng, sau khi thỏa mãn tham vọng cưỡng chiếm miền Nam tự do này dưới tay một chính quyền đã hoàn toàn tê liệt bởi các thế lực ngoại bang, tên đầu sỏ Phạm Văn Đồng ôm choàng lấy Mạnh Thát và giới thiệu với các phái đoàn quan thầy của chúng: "Đây là một nhà đại sử học Việt Nam," tưởng rằng với những hành động tâng bốc đấy sẽ thuyết phục được nhà trí thức nổi tiếng này, nhưng trái lại Mạnh Thát và tất cả các nhà trí thức yêu nước chân chính khác đã quá rõ âm mưu ti tiện, đê hèn của chính sách hà khắc bất lương của bọn cộng sản, nên họ vẫn thờ ơ lãnh đạm trước cái gọi là "đạo đức cách mạng" để trở về với tiếng gọi của lương tâm nhân loại. Vì thế mà cộng sản tìm cách triệt hạ lần hồi tất cả các nhà lãnh đạo tôn giáo, các văn nhân nghị sĩ, đồng bào trí thức. Riêng đối với Phật giáo thì chúng xem như là một đối thủ vô cùng nguy hại cho cộng sản Hà Nội hiện nay nên chúng không bao giờ dừng tay sát hại.

— Xã hội Việt Nam đang là một hố thẳm của ngục tù.

— Xã hội Việt Nam đang là một địa ngục khổ đau và đói rách.

— Xã hội Việt Nam đang là mồ chôn của chính sách ngu dân, bần cùng hóa thế hệ tương lai. Cộng sản Hà Nội đang thỏa mãn trên những hiện cảnh lầm than đó.

— Để kết thúc bài tường thuật này, chúng tôi có một nguyện vọng duy nhất, kêu gọi lương tâm nhân loại, hãy vì tình người "trong giòng máu cùng đỏ, nước mắt cùng mặn" hướng về Việt Nam chúng tôi, nơi tham vọng điên cuồng của bầy ác quỷ đỏ đang hành hạ dân tộc chúng tôi, anh em đồng đạo chúng tôi.

Hơn ai hết một trong những nạn nhân trực tiếp chứng kiến chính sách hà khắc man rợ và đầy phi nhân của cộng sản từ hồi tháng 4/84 đến khi vụ án Tuệ Sỹ, Mạnh Thát kết thúc (30/10/1988) tôi xin kể lại một cách chân thật, chất phát từ mắt tôi thấy, tai tôi nghe để mọi người đều thấy rõ sự thật, sự thật chưa bao giờ có ở các nước tự do mà tôi đã thuật lại như trên.

(Thích nữ Tuệ Phương thuật, Tâm Thể ghi.)

Chùa Thiên Mụ dưới ánh sáng mặt trời

Quảng Hưng

Mỗi khi nhàn rỗi, tôi thường viếng những cảnh chùa đẹp tại Huế. Ngôi chùa Thiên Mụ cũng là nơi tôi thường lui tới. Cảnh muốn, người trọng, do đó vô tình tôi đã có sự gắn bó cảm tình từ hồi nào mà chính tôi cũng không còn nhớ.

Trải qua nhiều thế kỷ, ngôi chùa do các vị cao tăng trụ trì, lo các Phật ạu, chăm sóc, tu bổ, vốn sẵn cảnh đẹp thiên nhiên, cọng thêm bàn tay người tô điểm, cảnh chùa thêm mỹ miều duyên dáng xứng đáng một thắng cảnh hiếm có tại Việt Nam.

Ngôi chùa, cũng gắn liền với vận nước nổi trôi, song không có thời gian nào tồi tệ bằng thời gian của những người cộng sản cầm quyền.

Tết năm Mậu Thân (1968) thành phố Huế bị cộng sản chiếm, hàng ngàn đồng bào Phật tử bị trả thù bằng chém giết, chôn sống, khắp các nẻo đường phố, người ta thấy xuất hiện, đi lại Nguyễn Đắc Xuân, Hoàng Phủ Ngọc Tường, Hoàng Phủ Ngọc Phan. Trong dư luận người ta cho rằng chính những người này đóng góp với cộng sản tạo thành bể máu. Lúc nầy, chùa Thiên Mụ dưới sự bảo vệ an ninh của đồn Văn Thánh, cộng sản tung tin đánh đồn này, do đó lực lượng về đêm phải rút lui để bảo vệ đồn, một toán người đột nhập vào chùa ban đêm, nói chùa này nằm trong tầm hỏa lực tấn công đồn Văn Thánh và dùng áp lực bắt Hòa Thượng Đôn Hậu phải rời chùa đến một địa điểm an toàn do họ lo liệu. Hòa thượng rời chùa, họ thay phiên nhau gánh, vì Hòa thượng đang mang bệnh nặng, không đi nổi (bây giờ những người gánh còn ở gần chùa). Gánh đi tránh hỏa lực sao mà đi tuốt ra Bắc, Hòa thượng không cưỡng được.

Hòa thượng kể, khi ra miền Bắc, Hòa thượng chẳng có hề viết lách chi. Các bản văn được đọc trên đài phát thanh, đăng trên báo chí, do ông Tôn Thất Dương Tiềm viết, nhưng ông Tiềm thật khéo léo, mỗi khi viết xong, ông Tiềm nói: "Để con đọc lại ôn nghe." Lần nào Hòa thượng cũng nói "được", nhưng Hòa thượng xin bỏ hai chữ. Ông Tiềm hỏi "hai chữ chi". Hòa thượng trả lời: "Hai chữ Đôn Hậu". (Hiện nay ông Tiềm còn ở phía sau Hoàng thành, thành nội Huế). Nhiều tổ chức, đoàn thể chính trị ra đời, nhà nước cộng sản tự ghi tên Hòa thượng đứng vào. Hành động thiếu liêm sỉ! Ngay cả việc thành lập Giáo Hội Phật Giáo Việt Nam nhằm triệt hạ GHPGVNTN, Hòa thượng không tham gia, nhưng vẫn bị ghi tên vào.

Lượng khách du lịch đến thăm Huế khá đông. Mỗi khi đến, họ phải đóng số tiền gọi là "tham quan"; ngoài ra, muốn vào thăm Hoàng cung, các lăng tẩm, đền miếu, khách phải mua vé tại chỗ nữa. Nhưng đối với chùa Thiên Mụ thì không có điều đó. Lẽ đó Sở thông tin văn hóa Du lịch Huế muốn quản lý ngôi chùa. Có lần Sở có đặt vấn đề với thầy Trí Tựu, giám tự chùa: "Chùa công thì phải do nhà nước quản lý." Thầy trả lời: "Vâng, tôi đồng ý là chùa công, từ xưa nay chẳng có ai làm của riêng tư cả, mà cũng trải qua nhiều chế độ chẳng có chế độ nào giành chuyện quản lý chùa, ngoại trừ các ông. Song các điều Phật sự như tụng kinh bái sám, thỉnh chuông, quét dọn và săn sóc tu bổ, chúng tôi tự làm lấy, cũng không thấy ai giành công việc nầy dùm cho."

Sau một thời gian, thầy Trí Tựu kể lại "Đoàn có đem lên năm chục ngàn đồng (5 đô la) trong ba tháng một lần, gọi là để giúp quý Thầy lo việc chùa. Trên thực tế, số tiền nầy chỉ đủ dùng mua chổi để quét. Nhưng họ có để tôi yên đâu, họ thường lên chùa, mỗi lần họ đến khoảng 8 giờ sáng. Tôi ngồi tiếp đến trưa. Tôi dọn cơm khá tươm tất, ngoài tiêu chuẩn nhà chùa ăn. Mãi đến chiều họ xin thêm một bữa ăn nữa, rồi họ mới chịu ra về. Cả ngày đó tôi không làm được chi cả, cho nên tôi từ chối tiếp đoàn và không nhận tiền các lần sau. Mấy năm đầu khi mấy ông cộng sản vào tiếp thu miền Nam cũng lắm phiền phức. Họ cho bốn năm người công an ở trong chùa, hễ ai vào chùa thì phải ghi tên vào sổ, giờ đến giờ về và mục đích đến chùa phải nói rõ lý do. Cho nên không ai muốn đến để gặp chuyện rắc rối. Công an đem chó mèo vào chùa làm thịt ăn là chuyện thường ngày. Ông Phạm Văn Đồng có lần đến chùa, Hòa thượng nói công chuyện này để ông Đồng rõ, sau đó công an không ở trong chùa mà ra ở vòng ngoài.

Những người cộng sản biết rõ thái độ bất hợp tác của Hòa thượng, nên chùa Thiên Mụ được công anh chiếu cố khá chu đáo: một tháng vài lần họ vào xét hộ khẩu, các chú điệu chạy trốn như chuột chạy.

Từ khi Giáo Hội Phật Giáo Việt Nam do nhà nước cộng sản dựng lên nhằm triệt hạ GHPGVNTN và đào thêm hố chia rẽ khác để phân hóa trong hàng ngũ giáo hội và đồng bào Phật tử, Hòa thượng xác định lập trường dứt khoát thái độ của chính mình đứng chung vào hàng ngũ của những vị còn trung thành với GHPGVNTN. Ở trong nước, Hòa thượng lo việc củng cố, ở ngoài nước, Hòa thượng sai thầy Hải Tạng và thầy Trí Tựu theo ý Hòa thượng, soạn những thông tư, thông điệp nhắn nhủ và khích lệ việc thành lập GHPGVNTN tại hải ngoại nhằm hỗ trợ Giáo hội tại quê nhà.

Mặt khác, Hòa thượng thường thao thức vấn đề người cộng sản đến đâu thì đạo đức suy đồi, tà chính không phân minh, cai trị dân bằng thanh gươm, những ai đó có há miệng kêu gọi hãy trở về với nẻo đạo, lập sự nghiệp trên đạo đức thì người đó không chóng thì chầy sẽ bị ghép vào tội phản động, phản cách mạng, là kẻ thù của nhân dân và rồi bị thanh toán một cách tàn bạo. Nạn nhân đầu tiên là Hòa thượng Thiện Minh bị sát hại. Hòa thượng Quảng Độ và Hòa thượng Huyền Quang bị lưu đày, không có ánh sáng công lý xét xử. Đứng trước chế độ bạo lực như thế, Hòa thượng Đôn Hậu vẫn giữ vững đức hạnh, trọn tình trọn nghĩa. Thỉnh thoảng, Hòa thượng sai thầy Hải Tạng đi thăm nuôi hai vị Hòa thượng bị lưu đày: một ở Quảng Ngãi và một ở miền Bắc xa xôi.

Chỉ vì Hòa thượng Đôn Hậu không chịu liên minh với cộng sản trong vấn đề tôn giáo, từng lên tiếng nói lương tâm tôn giáo về phía dân tộc và tìm cho dân tộc con đường không cộng sản phù hợp với bản sắc văn hóa của Việt Nam. Những điều nầy thật quan trọng. Các đệ tử của Hòa thượng tại chùa Thiên Mụ noi theo tấm gương nầy, không ngần ngại tiếp tục dấn bước.

Tôi có thưa với thầy Trí Tựu "Con đường thầy đang đi rất nguy hiểm. Thầy nên tiên liệu để ổn định về tinh thần". Thầy cười và trả lời với tôi "Đời tôi có ba chữ T: Tu, Tù, Tử. Quyết tâm là tu, Tu không được thì tù và tử cũng bình thường thôi."

Hòa thượng Đôn Hậu viên tịch, hai giờ sau đài truyền hình Hà Nội đọc tiểu sử. Các huân chương nhà nước cộng sản ban và thông báo sẽ tổ chức quốc tang. Thầy Trí Tựu có cho tôi biết: "Hòa thượng mất gặp lúc một viên chức coi về ban Tôn giáo trung ương Hà Nội vào Huế, do đó họ biết sớm, chứ tôi đã thông báo ai đâu. Còn các huân chương họ tự bày mà đọc, chứ ôn có thì tôi đã biết."

Thói thường, chỗ nào lợi dụng được mà có lợi thì cộng sản nhảy vào liền. Ngay cả việc Hòa thượng không phải là người của nhà nước. Hòa thượng là một cao tăng có nhiều tiếng tăm và uy tín của khối Phật giáo trong nước, ai cũng biết. Ấy thế là cộng sản giành lấy Hòa thượng là người của nhà nước, nên để nhà nước lo quốc tang. Sự rắc rối khởi sự bùng nổ giữa môn đồ tại chùa Thiên Mụ và cộng sản, một đằng lo việc tang theo lời thầy mình đã dặn, nghĩa là trong môn đồ lo là chính, một đằng tổ chức theo quốc tang, có dàn chào, đọc văn điếu tuyên công trạng và trao huân chương, người nào muốn lo một công chuyện gì phải thông qua nhà nước và được đồng ý mới được làm. Thời gian nầy, thầy Trí Tựu có nhiều lần gặp gỡ nhà cầm quyền để thỏa thuận chung một giải pháp, nhưng lần nào cũng không kết quả. Lần đi sau cùng, thầy được mời xuống tỉnh ủy đảng giải quyết. Thầy có đem theo 4 lít xăng, nếu không đạt sự thỏa mãn thầy sẽ tự thiêu dọc đường. Không ngờ có người theo dõi, bị phát hiện nên mọi việc đã không xảy ra. Việc chưa đến hồi ngã ngũ, chính quyền cộng sản thấy được sự hậu thuẫn to lớn của dân chúng đứng về phía nhà chùa, e ngại không ổn và sợ lớn chuyện, nên vào một buổi khuya, ông Nguyễn Văn Hoan, Chủ tịch Ủy ban nhân dân tỉnh Quảng Trị đến chùa gặp thầy Trí Tựu và thông báo phía nhà cầm quyền đã nhượng bộ.

Đặc biệt trong thời gian việc tang có 2 sự việc:

Thứ nhất là phái đoàn trung ương nhà nước đi điếu, trong mâm phẩm lễ có một cái hộp. Đến khi thầy Trí Tựu thấy, thầy công khai tuyên bố: "Đây là cái hộp mà phái đoàn bỏ quên, tôi không rõ thứ gì đựng trong hộp, tôi niêm phong, giao người có trách nhiệm cất vào tủ khóa cẩn thận và cũng niêm tủ, khi phái đoàn đến lại nhớ trả lui." Về sau ai cũng hiểu cái hộp đó đựng huân chương của nhà nước trao tặng Hòa thượng.

Thứ hai là vào phút chót, lễ nhập kim quan vào tháp, thầy Thiện Hạnh cầm micro điều khiển buổi lễ có mời ông Nguyễn Hữu Thọ đọc một bài điếu văn. Về sau, thầy Trí Tựu cho tôi biết: "Theo như đã thỏa thuận từ trước, bài điếu văn nầy không có trong đám tang, không hiểu sao lại có. Đứng trước sự việc đã rồi, tôi không có cách chi trở tay kịp."

Chính quyền cộng sản lúc đầu tưởng đã bẻ gãy kế hoạch phục hồi GHPGVNTN sau khi Hòa thượng Đôn Hậu viên tịch, không ngờ thầy Hải Tạng và thầy Trí Tựu tiếp tục các nhiệm vụ chưa thực hiện mà thầy mình đã giao phó từ trước: nối đường dây liên lạc kéo dài từ Huế — Quảng Ngãi, nơi Hòa thượng Huyền Quang đang bị quản thúc. Do đó, chùa Thiên Mụ trở thành điểm nóng, một chướng ngại vật đầy khó khăn cản trở những nỗ lực của nhà cầm quyền cộng sản.

Vào một buổi trưa, thầy Trí Tựu cho tôi biết có một người đàn ông tự thiêu sau chùa. Tôi liền hỏi thầy: "Người đó là ai vậy?" Thầy trả lời: "Tôi không biết, chỉ biết đó là một Phật tử." Thầy kể tiếp các diễn biến như sau: "Một người tuổi trạc trung niên, xách một cái tráp, có xin tôi vào lễ Phật tại chánh điện, sau một hồi, anh ta xin qua bàn thờ giác linh của Hòa thượng để đảnh lễ. Tôi nghĩ đó là chuyện bình thường, vì hàng ngày rất nhiều Phật tử đến chùa hành lễ như vậy, nên tôi không có gì để mà chú ý. Khoảng một giờ sau, các chú điệu báo cho tôi biết đằng sau chùa, nơi tháp ôn có một người tự thiêu. Tôi vội gọi điện thoại liền đến chính quyền địa phương, Đảng ủy và chính quyền lên ngay khi đó và cùng đứng với tôi chứng kiến ngọn lửa đang cháy. Trong lúc người thiêu cứ chấp tay niệm Phật, 7 phút sau mới chết. Lửa nhiều quá không cách chi cứu được. Sau đó tôi và chính quyền vào chùa ngồi lập biên bản nội vụ. Tôi có làm một cái đơn xin phép, nội dung: "Một là cho nhận thi thể nạn nhân đó để chôn cất và cầu siêu, hai là nhờ chính quyền tìm đến gia đình anh ta báo cho họ biết càng sớm càng tốt để cùng lo lễ đám." Nhưng trong khi tôi lập biên bản thì bên chính quyền đã bưng xác đó chuyển qua tường thành cùng cái tráp tư trang của người tự thiêu, cho nên tôi không biết họ đem đi đâu và trong tráp có những thứ chi. Chùa có 3 cửa vô ra, họ không đi lại leo tường thành, họ làm chi mà có vẻ bí mật quá."

Ít hôm sau, thầy Trí Tựu cho tôi biết thầy có nhận được một tờ triệu dụng của chính quyền đưa đến. Thầy hỏi tôi triệu dụng nghĩa là chi. Tôi thưa với thầy "Có thể họ dùng danh từ bị sai, phàm cơ quan công quyền gởi giấy triệu dụng đến một nhà chuyên môn như vị bác sĩ khám nghiệm tử thi, một anh thợ làm khóa đến mở khóa tại nhà một phạm trường, đằng nầy thầy là một tu sĩ, không hiểu sao họ mời như vậy." Thầy Trí Tựu nói lại với tôi "Như rứa thì tôi không đi."

Cùng ngày hôm đó, vào khoảng 9 giờ 30 tối, bên ngoài trời mưa, thầy Trí Tựu đến cho tôi biết thầy vừa nhận một giấy mời của Ủy ban Nhân dân thành phố, sáng mai đúng 8 giờ đến họp tại ủy ban để giải quyết theo đơn xin của thầy. Tôi và thầy trao đổi những ý kiến cho cuộc họp ngày mai. Khi tiễn thầy ra cửa, tôi thưa thầy "Thầy có nghĩ đến tình huống xấu, nghĩa là thầy bị bắt?" Thầy trả lời: "Thôi được, ngày mai khoảng 10 giờ đến 11 giờ, tôi cho mấy chú xuống để coi tình hình của tôi."

Về sau thầy kể cho tôi diễn tiến trong phòng họp: Thầy đi họp một mình, đúng 8 giờ tại Ủy ban nhân dân thành phố Huế (tạm gọi chính quyền thị xã Huế, trụ sở khu Công chánh cũ, góc khách sạn Morin ngó qua, khoảng cách cầu Trường Tiền 100m). Trong phòng họp có sẵn máy quay video, tề tựu đủ các giới chức công quyền. Mở đầu tất cả người nầy đem tất cả nỗ lực áp đảo thầy, buộc thầy phải nhận tội viết kiểm điểm, nội dung như sau:

1. Ông Nguyễn Ngọc Dũng, người tự thiêu, không phải là một Phật tử.

2. Ông Nguyễn Ngọc Dũng không phải tự thiêu mà tự sát bằng xăng.

3. Ông Nguyễn Ngọc Dũng được chở đi cấp cứu chứ không phải chết để đòi hỏi làm đám tang và cầu siêu.

4. Dẹp bỏ ngay bàn thờ nơi ông Dũng ngồi tự thiêu.

Thầy Trí Tựu liền phát biểu:

1. Ông Nguyễn Ngọc Dũng bây giờ tôi mới biết tên, theo lời cán bộ nhà nước nói. Tôi không hề quen biết và cũng không biết ông ta theo tôn giáo nào. Nhưng theo tôi nghĩ, phàm con người chỉ cần có một phút cảm nhận một tôn giáo, thì người đó trở thành có tôn giáo, tín ngưỡng, huống hồ, chính tôi có thấy ông Dũng xin tôi

vào lễ Phật tại chánh điện, và rồi qua tiếp phòng bên nơi bàn thờ giác linh của thầy chúng tôi để cúng một hồi lâu. Tôi đánh giá ông Dũng là một Phật tử thuần thành. Bây giờ các ông còn nói rằng ông Dũng ở trong miền Nam, từ trong Nam ra Huế trên 1,000 cây số! Chán chi sông núi, biển cả, ruộng vườn, xe cộ, tại sao không chọn được một nơi chết, mà lại tìm đến một điểm nóng mà chết? Theo tôi, ông Dũng đã chọn một phần đất thiêng liêng để chết đúng theo sở nguyện, có thể trong cái tráp đựng tư trang của ông Dũng có để lại thư từ hay lời di chúc gì đó về cái chết và nguyện vọng của ông ta. Nhưng rất tiếc là cái tráp đó các ông lấy đi mà không cho tôi biết. Trong biên bản có lập, giữa các ông và tôi có viết ông Dũng là một Phật tử, bây giờ các ông buộc tôi nói ông Dũng không phải là Phật tử, điều này tôi không thể chấp nhận được.

2. Ông Dũng tự thiêu hay tự sát bằng xăng, đối với tôi, không đặt vấn đề danh từ, nhưng có điều xưa nay hễ ai chết cháy thì trong dân chúng gọi là chết thiêu. Ông Dũng dùng xăng đốt thân, tôi gọi đó là chết thiêu; nếu ông Dũng uống xăng để chết, khi ấy các ông có thể qui cho tôi nói sai. Tôi cũng không hiểu tại sao các ông tránh né chữ *Thiêu* để bắt bẻ qui tội cho tôi?

3. Chính quyền địa phương, đảng ủy cùng với tôi đến tận chỗ ông Dũng thiêu, đúng 7 phút sau thì ông Dũng chết. Việc này có lập biên bản đầy đủ tại chùa, giờ đây các ông buộc tôi viết kiểm điểm nhìn nhận lúc đó ông Dũng còn sống nên phải chở đi cấp cứu. Tôi xin hỏi, ngay khi đến, các ông chính quyền có đầy đủ trách nhiệm, phương tiện tại sao không chở liền đi cấp cứu cho tôi được thấy? Đàng này, một mặt các ông chính quyền, đảng ủy lập biên bản với tôi trong chùa, một mặt các ông sai người di chuyển thi hài ông Dũng cùng cái tráp đựng tư trang, không đi các lối ngõ thông thường mà đi leo lên thành ngã sau rồi đi đâu tôi không biết rõ. Đứng về mặt tinh thần, tôi là một tu sĩ Phật giáo thấy cái chết của ông Dũng, tôi rất xúc động, lại chết trong khuôn viên nhà chùa nên tôi có trách nhiệm lo đám, cầu siêu, tôi nghĩ không có gì quá đáng; song về phương diện khác, tôi có cảm nghĩ chính quyền không ưa việc cúng bái. Tôi vẫn giữ tính tự trọng, nên đã làm đơn xin phép. Tôi về đây giải quyết theo đơn xin, nghĩa là chưa có giải quyết chi theo tinh thần đơn của tôi, giờ đây các ông cố tình bắt bẻ tôi.

4. Tôi chỉ đặt một cái bàn nhỏ, trên bàn đặt một bát nhang, đánh dấu chỗ ông Dũng thiêu. Vị trí này trong khuôn viên tháp thuộc phạm vi nhà chùa, không có trở ngại chi trên phương diện lưu thông, hoặc cản trở gì đến công cộng. Cái bàn này không thể trở thành một phương tiện làm phương hại đến nền an ninh trật tự được. Tôi nghĩ không cần phải dẹp bỏ. Các ông muốn dẹp thì tự các ông làm lấy.

Sau khi thầy Trí Tựu phát biểu, có tiếng đạp cửa, hai cánh cửa vào phòng họp mở tung, có hai người bước vào: một mặc sắc phục công an và một người mặc thường phục. Cả hai đi nhanh đến hướng thầy Trí Tựu và tay chỉ thầy nói: "Tôi làm việc với tên nầy." Thầy Trí Tựu trả lời: "Vậy hồi sáng đến giờ những người làm việc với tôi không có đủ tư cách hay sao? Thôi được, các người muốn bắt, tôi để cho mà bắt, tôi sẽ đi ra đây cho mà bắt."

Thầy ra khỏi phòng họp, đi thẳng ra lề đường Lê Lợi. Thầy lót đôi dép ngồi xếp bằng. Sau một chốc, công an lấy các cổng sắt chắn lối lưu thông trên đoạn đường đó.

Gặp lúc dân chúng di chuyển thấy có hiện tượng lạ, mọi người đứng nhìn mỗi lúc mỗi đông, chật cả khu vực quanh trụ sở Ủy ban Nhân dân. Công an giải tỏa không kết quả, đành tháo gỡ cổng sắt cho lưu thông trở lại, nhưng số người vẫn đứng tại chỗ. Ít phút sau đó, có bốn thanh niên tay cầm hai cái mền, phủ kín thầy Trí Tựu ôm vào trong trụ sở, trên nền nhà cũng có trải sẵn một cái mền nữa.

Thầy Trí Tựu ngồi chốc lát thì trở lại ngồi vào chỗ cũ. Thầy ngồi chưa được lâu, lúc nầy có 6 thanh niên ôm mền tiến lại nơi thầy và lần nầy không đưa thầy vào nhà mà đẩy thầy lên chiếc xe đậu sẵn trước sân. Cả 6 người dùng sức mạnh áp lực thầy lên xe. Thời điểm nầy, đúng lúc có hai chú trên chùa Thiên Mụ về coi tình hình của thầy, thấy việc như thế, bèn gọi quý thầy trên chùa về hợp lực với nhau, ngồi trước câu lạc bộ Thể Dục Thể Thao (Cercle Notique cũ) đòi hỏi nhà cầm quyền phải trả tự do cho thầy Trí Tựu.

Trong khoảng thời gian rất nhanh, đồng bào thành phố Huế hỗ trợ quý thầy hàng chục ngàn người. Chính quyền cố ngăn cản, nhưng bất lực trước số lựng đông đảo đồng bào Phật tử tham gia. Lo ngại tình hình gay cấn căng thẳng thêm, công an làm nút chận không cho mọi người di chuyển vào Huế. Một nút chận phía bắc vào đặt tại An Lỗ, phía nam ra tại Phú Bài.

Khi chiếc xe bắt thầy Trí Tựu chạy vào Lao Thừa Phủ, vì quá đông người không thể đi nhanh được, đến ngã tư góc bệnh viện trung ương Huế, xe gần như ngừng hẳn, một lượng người khá đông đứng trên đống đá tham dự tranh đấu. Họ nhìn được khá rõ bên trong xe có hình dáng một ông thầy mặc áo vàng, chưa rõ đây là thầy Trí Tựu, nhưng số người nầy bắt buộc những người ngồi trong xe mở cửa để xem xét. Bị từ chối, sẵn có đống đá bên dưới, họ cùng nhau ném vào xe, cửa kính bể, những người áp giải vất xe chạy thoát. Thầy Trí Tựu được dìu ra khỏi xe và đưa lên chiếc xe cyclo trở về chùa Thiên Mụ. Sẵn cơ hội chiếc xe là điểm cao nhất, thầy Hải Thịnh đứng trên xe nói lớn để đồng bào nghe tình hình Phật giáo trong nước đang bị nhà cầm quyền cộng sản dùng thủ đoạn tiêu diệt lần hồi, cùng diễn biến các sự việc sáng nay đối xử thầy Trí Tựu. Kết thúc hồi nói chuyện trước đám đông, thầy Hải Thịnh hô to: "Chính quyền cộng sản hãy trả tự do các vị tranh đấu cho tự do tín ngưỡng. Nước Việt Nam phải có tự do tôn giáo. Yêu cầu chính quyền cộng sản không được xâm phạm vào nội bộ Phật giáo!"

Đáp lại sự hô hào của thầy Hải Thịnh, công an chìm, công an nổi, và cả lực lượng bộ đội kéo xe vòi rồng, xe tăng, với dùi cui, súng ống, bao vây trấn áp đám đông. Một cuộc xô xát diễn ra giữa đồng bào Phật tử tay không và lực lượng võ trang của chính quyền.

Cũng may là sự giằng co không đến nỗi gây thương tích nặng cho ai. Chiếc xe khi nãy bắt thầy Trí Tựu bị đồng bào lật ngửa ra giữa đường tự dưng bị đốt cháy, không rõ ngọn lửa từ đâu và do ai mồi. Chỉ thấy có điều lạ là mặc dù có xe chữa lửa được chính quyền điều động đến để giải tán đám đông mà lại không chịu chữa cháy khi ngọn lửa mới bùng lên nơi chiếc xe nhỏ. Nhà nước quay phim, chụp hình, đăng báo, cho rằng đồng bào Phật tử làm loạn, đốt phá xe chính quyền.

Nhìn chung, cuộc biểu tình không chuẩn bị, không ai kêu gọi ai mà do sự bộc phát tự lòng dân để tỏ thái độ ủng hộ Phật giáo, vì Phật giáo vốn có mối liên hệ chặt chẽ, gắn bó với tinh thần dân tộc từ ngàn đời. Một điểm đáng lưu ý là với số lượng biểu tình trên bốn chục ngàn người mà mọi người vẫn có ý thức cao, kềm chế được những xung động như tức giận, căm thù, để không gây ra cảnh đẫm máu đối với các nhân viên công lực. Tinh thần cuộc biểu tình chỉ nhằm đánh thức và cảnh cáo nhà cầm quyền cộng sản nên sửa sai, nên biết lắng nghe nguyện vọng của Phật giáo, của dân tộc. Cho nên, chỉ sau đó ít lâu thì tình hình thành phố Huế trở lại bình thường. Dù rằng một số cán bộ cộng sản tại Huế lo sợ nhân dân nổi dậy trả thù, đã chuẩn bị sẵn sàng tư trang để kịp thời ra Bắc lánh thân. Nhưng họ đã hiểu lầm, vì chẳng có sự trả thù nào xảy ra cả.

Có chăng cái phản ứng cho cuộc biểu tình ngày hôm ấy là đòn trả thù của chính quyền qua hệ thống truyền thanh, truyền hình, báo chí khắp nơi trong nước, tuyên truyền rằng một vài tăng sĩ Phật giáo tại Huế đã làm loạn, xúi giục nhân dân nhẹ dạ đánh phá chính quyền... Mặt khác, lực lượng an ninh từ Hà Nội vào Huế tăng cường thêm, xiết chặt một vòng đai đàn áp và trả thù:

1. Bủa mạng lưới công an đến từng tổ an ninh dân phố rà xét từng cá nhân trong tổ đã tham gia biểu tình và tìm người đứng đầu tổ chức biểu tình ngày hôm đó.

2. Dùng cuốn phim video quay được để nhận dạng người tham gia rồi thanh lọc bắt giam.

3. Hai giải pháp nầy không hiệu quả, vì không có người đứng ra tổ chức mà họ cần bắt. Họ bèn chọn đối tượng thứ hai là các thầy chùa Thiên Mụ. Về phần nầy, cộng sản soạn bài sẵn khá chu đáo:

1. Cho Tôn Thất Hanh đứng chung vào một vài kẻ vô danh tiểu tốt khác vốn dĩ có thành tích ăn cơm quốc gia thờ ma cộng sản, phát biểu trên vô tuyến truyền hình và truyền thanh rằng quý thầy phá đạo, phá đời, phá rối an ninh trật tự, phá cách mạng v.v... trút các tội lỗi nầy lên quý thầy ở chùa Thiên Mụ.

2. Trong thành phần Giáo Hội Phật Giáo của nhà nước thì đưa Thích Đức Trì, nguyên cơ sở nuôi dưỡng cán bộ cộng sản nằm vùng tại Vỹ Dạ, cùng một vài nhà sư hưởng lương nhà nước khác, xuất hiện trên đài truyền hình, truyền thanh, nhằm hà hơi tiếp sức cho cầm quyền cộng sản để có cơ sở căn bản bắt bớ thành phần đối lập.

3. Chính quyền cộng sản đem vợ, con và người anh ông Nguyễn Ngọc Dũng lên đài truyền hình, truyền thanh khắp nước cho phát biểu những lời với nội dung sau:

a/ Ông Nguyễn Ngọc Dũng không phải là Phật tử.

b/ Ông Nguyễn Ngọc Dũng vì buồn việc nhà mà tự sát.

c/ Không hiểu nguyên do đưa đẩy ông Dũng chết tại chùa Thiên Mụ, xin nhờ chính quyền điều tra làm sáng tỏ vấn đề.

Việc làm nầy chẳng có tác dụng chi mấy đối với người dân Huế. Không thể lấy vải thưa che mắt thánh, không thể lấy thúng để úp voi. Gia đình ông Dũng phát biểu như vậy họ cảm thấy rất khổ tâm, bèn tìm đến chùa Thiên Mụ, coi chỗ chết của ông Dũng và luôn tiện gia đình nầy thăm thầy Trí Tựu, bày tỏ nỗi lòng của họ và ăn năn sám hối những lời họ đã phát biểu. Họ tâm sự với thầy Trí Tựu như sau: gia đình biết tin ông Dũng chết do chính quyền đem đến. Chính quyền đặt điều kiện gia đình muốn thăm mộ ông Dũng, chính quyền sẽ cho xe chở gia đình đi và về, kể cả ăn uống, chính quyền đài thọ hết, chỉ cần gia đình thuận theo lời yêu cầu, phát biểu đúng nội dung soạn sẵn như trên. Gia đình ông Dũng gốc miền Bắc, suốt mấy đời theo Phật. Phần ông Dũng, hằng ngày ăn chay, tụng kinh, thường theo dõi tình hình Phật giáo trong nước. Ông tỏ nhiều thái độ bất bình đối với chính quyền. Gia đình cũng xin thầy hoan hỷ bỏ qua các sự việc đã xẩy ra làm phiền lòng quý thầy. Thầy Trí Tựu có đặt vấn đề cho được sáng tỏ, nhờ gia đình viết lại những điều mà gia đình vừa nói ra, gia đình đã viết thuật lại đầu đuôi bản văn nầy lưu tại chùa. Không ngờ bản văn nầy chưa phổ biến thì đã bị tịch thu trong buổi bắt thầy Trí Tựu.

Vài ngày sau, đại lễ Phật Đản, vào xế chiều, một đoàn xe công an khá đông người từ hướng Huế lên, chạy thẳng vào chùa. Công an còng tay tại chỗ thầy Trí Tựu và Hải Thịnh, các tăng chúng bị buộc ngồi tại chỗ, nội bất xuất, ngoại bất nhập, rồi công an tùy tiện lục soát khắp chùa, tịch thu những gì họ muốn, kể cả chiếc xe Honda hai bánh của chùa dùng làm phương tiện đi lại cũng bị lấy đi luôn, không thèm nói với ai một lời, không cần có một chữ biên nhận, và nó được kể như chiến lợi phẩm có đi mà không có về.

Đoàn xe không chạy lộ trình như khi lên, mà chạy qua ngả Văn Thánh, trực chỉ về Lăng Minh Mạng, qua phà bến Tuần và quay về Huế. Suốt thời gian giam giữ, không cho nhà chùa biết nơi giam, chỉ cho phép bới thức ăn hằng tuần một lần, thức ăn nầy chỉ được phép để tại Ủy ban Thành phố Huế, không một ai biết có được đến tay quý thầy hay không.

Tôi viết những điều trên đây không đứng vào phe nầy hay nhóm nọ để gây thêm oán thêm thù mà có tính cách vô tư nhằm đóng góp vào tư liệu một sự kiện xảy ra tại Huế mà người ta thường gọi "Vụ chùa Thiên Mụ".

Tôi cũng như mọi người khác, có quyền yêu nước, yêu tự do, có quyền xây dựng nước, có quyền chối từ độc quyền yêu nước, độc quyền lãnh đạo, thấy sai tôi có quyền nói, thấy đúng tôi có quyền theo. Tôi có quyền tôn kính quý vị lãnh đạo tôn giáo trong và ngoài nước có tinh thần trách nhiệm đối với quốc gia dân tộc, nói lên tiếng nói lương tâm tôn giáo mình để đem lại thanh bình an lạc cho quê hương xứ sở. Tôi có quyền kính trọng quý thầy chùa Thiên Mụ, đã vì hiếu với thầy, trung với đạo mà mắc vào lòng lao lý. Tôi cũng quyền tin rằng một mai Phật giáo Việt Nam có cống hiến được gì trong cái ý thức mới cũng là nhờ cuộc thử lửa nhiều gian khổ, đón nhận nhiều đau đớn hiện nay mà quý thầy đang chịu đựng tại quê nhà cũng như tại hải ngoại.

Viết tại Los Angeles, mùa Vu Lan 2539 (1995)

Chương Mười Hai

PHỤ LỤC

HÌNH ẢNH CHƯ VỊ LỊCH ĐẠI TỔ SƯ
CHƯ VỊ THÁNH TỬ ĐẠO
ĐÃ VÌ PHÁP THIÊU THÂN
VÌ QUỐC VONG XU
ĐỂ BẢO VỆ ĐẠO PHÁP, DÂN TỘC

"Pháp lý của Giáo Hội là hai ngàn năm
vinh nhục với Dân tộc trên giải đất này.
Địa vị của Giáo Hội là 80 phần trăm dân chúng
già trẻ, lớn bé, thành thị nông thôn,
cao nguyên và hải đảo.
Đó là cơ sở vững chắc nhất của Giáo Hội..."
Hòa Thượng Thích Huyền Quang

Đã một thời suốt chiều dài lịch sử Dân tộc Đạo pháp, chư vị Lịch Đại Tổ Sư, chư vị Thánh Tử Đạo, đem máu xương, trái tim, khối óc để hy hiến cho Đạo Pháp được trường tồn, và tô đậm màu xanh cho non sông gấm vóc ngày một âu ca, phú cường.

Bề dày của lịch sử đó, là thế hợp pháp, là đạo lý, đạo tình, đạo nghĩa của Giáo Hội ngót trên 2,000 năm qua, và hình ảnh chư vị Tổ Đức, chư Tăng Ni Phật tử đã thực sự nằm xuống là giá trị chân thực trong công cuộc hoằng truyền Phật Pháp, và bảo vệ quê hương, thì hôm nay đừng ai bắt phải đòi giấy khai sinh của Giáo Hội, hay sự ra đời, có mặt, hợp pháp, hợp hiến để thừa nhận hay phủ nhận Giáo Hội được tồn tại hay không tồn tại.

Đức Đệ I Tăng ThốngGHPGVNTN
Đại lão Hòa Thượng Thích Tịnh Khiết
(1890-1973)

Đức Đệ II Tăng Thống GHPGVNTN
Đại lão Hòa Thượng Thích Giác Nhiên

Đại Lão Hòa Thượng Thích Đôn Hậu,
Chánh Thư Ký kiêm Xử lý Viện Tăng Thống GHPGVNTN
(1994)

Đại Lão Hòa Thượng Thích Trí Thủ,
Viện Trưởng Viện Hóa Đạo GHPGVNTN

Hòa Thượng Thích Thiện Minh
(1922-1978)

Hòa Thượng Thích Thanh Trí

Hòa Thượng Thích Đại Hải

Hòa Thượng Thích Đức Hải

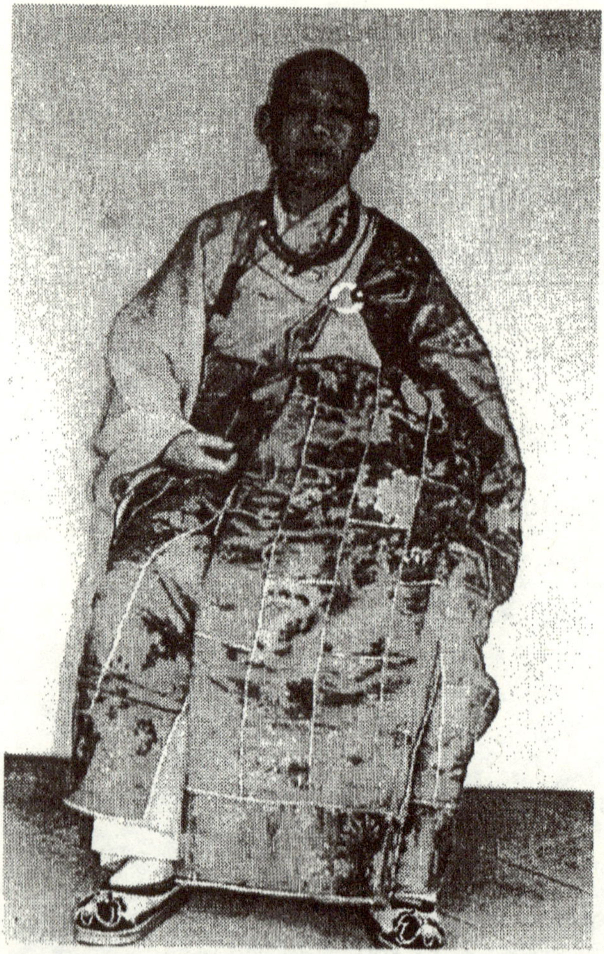

Hòa Thượng Thích Kế Châu

Hòa Thượng Thích Thiện Minh và các anh chị trưởng GĐPTVn

Hòa Thượng Thích Huyền Quang
Quyền Viện Trưởng Viện Hóa Đạo GHPGVNTN
Khởi xướng phong trào đấu tranh
đòi Tự do Nhân quyền và Tôn giáo tại Việt Nam

Hòa Thượng Thích Quảng Độ
Tổng Thư Ký Viện Hóa Đạo GHPGVNTN
bị lưu đày và cấm cố nhiều năm dưới chế độ CSVN
vì công khai đấu tranh bảo vệ Đạo Pháp và Dân Tộc

Hòa Thượng Nhật Liên đón Hòa Thượng Huyền Quang trong dịp Lễ cố Đại Lão Hòa Thượng Thích Đôn Hậu viên tịch tại Chùa Linh Mụ, Huế.

Tang lễ Đức cố Đại Lão Hòa Thượng Thích Đôn Hậu

Công an áp giải Hòa Thượng Thích Quảng Độ ra tòa vì tội "cứu trợ nạn nhân bão lụt" (1995).

Hòa Thượng Quảng Độ đang tiếp quí Thầy trong cuộc viếng thăm tại phòng khách của Thanh Minh Thiền Viện. (1993)

Cuộc biểu tình của 40.000 Phật tử cho tự do tôn giáo và nhân quyền tại Huế ngày 24-5-1993.

Trước phiên tòa giả trá tại Huế ngày 15-11-1993, từ trái qua phải: các Đại Đức Thích Hải Chánh, Thích Trí Tựu, Thích Hải Tạng, Thích Hải Thịnh và 5 Phật tử

Trước phiên tòa giả trá tại Saigon ngày 15-8-1995, từ trái qua phải: HT. Quảng Độ, Cư sĩ Nhật Thường, TT. Nhật Ban, Cư sĩ Đồng Ngọc, ĐĐ Trí Lực, TT Không Tánh

Đòi hỏi tự do tôn giáo và phục hồi quyền sinh hoạt của GHPGVNTN, Đại Đức Thích Huệ Thâu tự thiêu tại Vĩnh Long ngày Phật Đản Phật lịch 2538 (1994).

HT Thích Đức Nhuận, nguyên Chánh Thư Ký Viện Tăng Thống GHPGVNTN, bị kết án 5 năm tù (bên phải) và TT Không Tánh (trái). Ảnh của Tạp Chí Bông Sen

Thượng Tọa Tuệ Sỹ
trên đường đi đến
phòng thẩm cung
Có công an làm thị giả
ngồi phía sau.

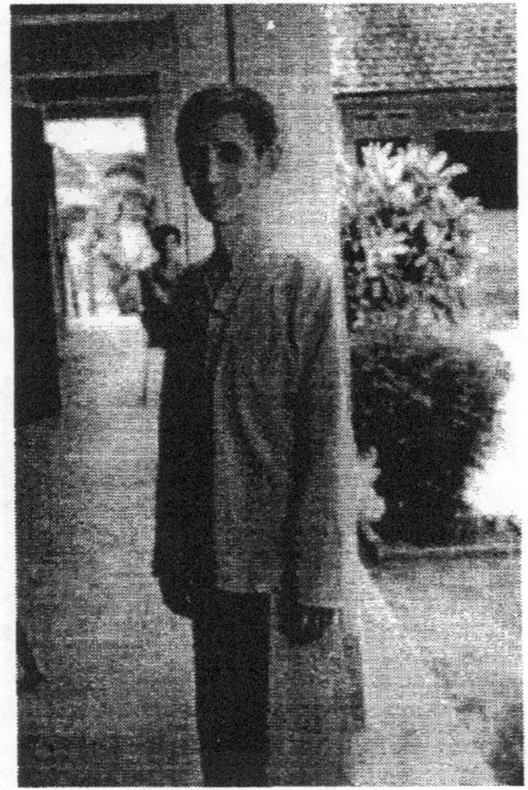

HT Thích Thuyền Ấn,
nguyên Tổng vụ trưởng
Tổng Vụ Hoằng Pháp
GHPGVNTN,
GS Đại Học Vạn Hạnh,
người tù của chế độ
CSVN (6-4-1977).

←

HT Thích Hộ Giác,
Chủ Tịch
Hội Đồng Điều Hành
Giáo Hội Phật Giáo
Việt Nam Thống Nhất
Hải Ngoại tại Hoa Kỳ
Văn Phòng II
Viện Hóa Đạo
(1996)

→

Ph.5b.

TOÀ ÁN NHAN DAN
Thành phố Hồ Chí Minh
-+-

CÔNG HOÀ XÃ HỘI CHỦ NGHĨA VIỆT NAM
Độc lập - Tự do - Hạnh phúc

Số : 325 /TA.

LỆNH THA

TOÀ-ÁN NHAN DAN THÀNH PHỐ HỒ CHÍ MINH

- Căn cứ Sắc luật số 01-SL/76 ngày 15.3.1976 của Hội đồng Chánh phủ, qui định tổ chức Toa án nhan dân và Viện kiểm sát nhan dân ;

- Chiếu quyết định Toà án nhân dân Thành phố Hồ Chí Minh tại án số ngày 9 tháng 12 năm 1978 tuyên bố HOANG KHONG UẨN tức THÍCH THUYỀN ẤN đã phạm tội vì mục đích phản cách mạng phá hoại khối đoàn kết và thống nhất dân tộc, phá hoại trật tự an ninh, chống chánh quyền cách mạng và xử phạt HOÀNG KHÔNG UẨN tức THICH THUYỀN ẤN hai năm tù nhưng cho hưởng án treo và thời hạn thử thách hai năm.

RA LỆNH THA

- Họ và tên HOÀNG KHÔNG UẨN tức THICH THUYỀN ẤN.

- Sinh năm : 1928

- Sinh quán : tại Quảng Bình (Bình Trị Thiên)

- Trú quán : 243 Sư vạn Hạnh - Quận 10.

- Dân tộc : Việt Nam - Kinh.

- Tôn giáo : Phật giáo.

Bị giam ngày 6 tháng 4 năm 1977.

Yêu cầu Ban Giám thị Trại giam thi hành lệnh tha bị can HOANG KHÔNG UẨN có lý lịch ghi trên nếu y không bị giam giữ về tội nào khác.

Ngày 9 tháng 12 năm 1978
CHÁNH ÁN,

Nơi nhận :

- Viện KSND Thành phố
- Sở Công an Thành phố
- Trại giam "để thi hành"
- Bị can "để thi hành"
- Lưu.

Lệnh tha của Hòa Thượng Thích Thuyền Ấn do nhà nước CSVN cấp sau 2 năm tù ở

Hội Đồng Chứng Minh, Chủ Tọa Đoàn và Thư Ký Đoàn Khoáng Đại I - Đại Hội Thống Nhất Phật Giáo Việt Nam tại Hoa Kỳ tại San Jose, California, 1992.

Hội Đồng Chứng Minh, Chủ Tọa Đoàn và Thư Ký Đoàn Đại Hội Khoáng Đại Kỳ I, GHPGVNTNHN tại Hoa Kỳ tại Los Angeles, California, 1996.

Hội Đồng Chứng Minh Đại Hội Tăng Già PGVN Hải Ngoại tại chùa Viên Giác, Đức quốc, 1995.
Từ trái sang phải: HT Thích Thiền Định (Pháp), HT Tâm Châu (Canada), HT Thích Hộ Giác, HT Thích Chánh Lạc, HT Thích Đức Niệm, HT Thích Trí Chơn (Hoa Kỳ)

TT Thích Viên Lý, Tổng Thư Ký Hội Đồng Điều Hành GHPGVNTNHN tại Hoa Kỳ, Văn Phòng II Viện Hóa Đạo

Chư Tôn Đức từ trái sang phải: TT Thích Như Điển, TT Thích Minh Tâm, HT Thích Hộ Giác, TT Thích Nguyên Trí, TT Thích Viên Lý, đang tuyệt thực đòi tự do nhân quyền và tín ngưỡng cho Việt Nam trước tòa nhà Liên Hiệp Quốc, Thụy Sỹ.

Từ trái sang phải: TT Thích Huệ Minh, TT Thích Phước Thắng, TT Thích Nguyên Trí, đang tuyệt thực biểu tình để phản đối việc vận động ngoại giao và thương mãi với Việt Nam của Đại Sứ Lê Văn Bàng, yêu cầu phóng thích HT Thích Quảng Độ, các nhà lãnh đạo tôn giáo và những người tù lương tâm đấu tranh cho tự do và nhân quyền tại Việt Nam.

THƯ MỤC

TÁC GIẢ TÁC PHẨM

1. Thích Thanh Kiểm

* *Lịch Sử Phật Giáo Ấn Độ.*

2. Thích Thanh Kiểm.

* *Lịch Sử Phật Giáo Trung Hoa* - Phú Lâu Na 22. 1991.

3. T.T. Mật Thể.

* *Lịch Sử Phật Giáo Việt Nam.*

4. Thích Thiện Hoa.

* *50 Năm Chấn Hưng Phật Giáo* - P.H.V.Q.T. 1981.

5. Thích Mãn Giác.

* *Bão Qua Cổng Chùa.* 1991

* *Kỷ Niệm Cố H.T. Thiện Minh* - T.T.V.H.VN. 1983.

6. Quốc Tuệ.

* *Phật Giáo Việt Nam.* 1963.

7. Trương Đình Luân, Hoàng Sử Mai, Thân Trọng Mẫn, Đỗ Hữu Tài, Nguyễn Quốc Trung, Trương Vũ.

* *Những Vấn Đề Việt Nam.* 1992.

8. Nguyễn Ngọc Bách, Nguyễn Khái dịch.

* *Chủ Nghĩa Cộng Sản.* 1989.

9. Thích Trí Quang.

* *Tăng Già Việt Nam.* 1992.

10. Hồ Sĩ Khuê.

* *Hồ Chí Minh, Ngô Đình Diệm và Mặt Trận Giải Phóng* - Văn Nghệ. 1993.

11. Chơn Thiện.

* *Phật Học Khái Luận.*

12. Lê Mạnh Thát.

* *Khương Tăng Hội Toàn Tập I* - Tu Thư Đại Học Vạn Hạnh. 1975.

13. Đức Nhuận.

* *Phật Học Tinh Hoa, Một Tổng Hợp Đạo Lý* - Tu Thư Đại Học Vạn Hạnh. 1990.

14. Phạm Công Thiện.

* *Nguyễn Du Đại Thi Hào Dân Tộc* - V.T.L.V.N. và T.H.T.G. CA. USA. 1996.

15. Hoàng Linh Đỗ Mậu.

* *Việt Nam Máu Lửa Quê Hương Tôi* - Văn Nghệ. 1993.

16. H.T. Thích Trí Thủ.

* *Thơ Văn H.T. Thích Trí Thủ.* 1984.

17. Văn Phòng Thường Trực Hội Đồng Điều Hành G.H.P.G.V.N.T.N.H.N.H.K.

* *Phật Giáo Việt Nam - Biến Cố và Tư Liệu. Hai Mươi Năm Trong Chế Độ Cộng Sản (1975-1995).* 1996.

18. Trần Minh.

* *Cộng Sản Con Đường Vô Đạo.* 1993.

19. *Hoa Đàm. Số 5.* Thứ Bảy, 25/9/1993.

20. *Hoa Đàm. Số 6.* Thứ Bảy, 2/10/1993.

21. *Hoa Đàm. Số 12.* Ngày 12/11/1993.

21. *Hoa Đàm. Số 13.* Ngày 19/11/1993.

22. *Hoa Đàm. Số 16.* Ngày 10/12/1993.

20. *Hoa Đàm. Số 17.* Ngày 17/12/1993.

21. *Hoa Đàm. Số 18.* Thứ sáu, 24/12/1993.

22. *Bông Sen. Số 14.* Tháng 3, 4/1993.

22. *Bông Sen. Số 17.* Tháng 9, 10/1993.

22. *Bông Sen. Số 20.* Hoàng Trí Sơn.

23. *Florida Việt Báo. Số 38.* Tháng 12/1993.

24. *Florida Việt Báo. Số 50.* Tháng 12/1994.

25. *Florida Việt Báo. Số 52.* Tháng 2/1995.

26. *Florida Việt Báo. Số 53.* Tháng 3/1995.

27. *Florida Việt Báo. Số 59.* Tháng 9/1995.

28. *Florida Việt Báo. Số 60.* Tháng 10/1995.

29. *Quê Mẹ. Số 121.* Tháng 5, 6/1992.

30. *Phật Giáo Hải Ngoại. Số 3.* 1994. Bùi Chánh Thời.
31. *Liên Minh. Tháng 2/1994.*
32. *Liên Minh. Tháng 9/1994.*
33. *Liên Minh. Tháng 1/1995.*
34. *Liên Minh. Tháng 9/1995.* Lê An Bình.
35. *Liên Minh. Tháng 9/1995.* Thanh Vân.
36. *Liên Minh. Tháng 9/1995.* Nguyễn Thị Thanh.
37. *Thời Báo. Số 3.* Tháng 1/1994.
38. *Gia Đình. Số 28.* Tháng 9/1995. Năm thứ 7. Bộ Mới.
39. *Khai Thác Thị Trường. Số 20.* Tháng 10-12/1995.
40. *Làng Văn. Số 133.* Tháng 9/1995.
41. *Làng Văn. Số 133.* Tháng 9/1995. Nguyễn Hữu Nghĩa.
42. *Ý Dân. Số 81.* Ngày 1/8/1995. Năm thứ 5.
43. *Thế Kỷ 21. Tháng 8/1995.* Nguyễn Hộ.
44. *Phật Giáo Hải Ngoại. Số 8.* Lý Đại Nguyên.
45. *Phật Giáo Việt Nam. Số 81.* Tháng 7/1992.
46. *Hồn Việt. Số 141.* Tháng 6/1995. H.T. Thích Thắng Hoan.
47. *Nhật Báo Việt Báo Kinh Tế.* Thứ sáu, 18/8/1995.
48. *Nhật Báo Việt Báo Kinh Tế.* Thứ tư, 23/8/1995.
49. *Báo Giác Ngộ. Số 60.* Ngày 15/6/1993.
50. *Báo Giác Ngộ. Số 61.* Ngày 1/7/1993.
51. *Báo Giác Ngộ. Số 63.* Ngày 1/8/1993.
52. *Kỷ Yếu Đại Hội Thống Nhất P.G.V.N. Tại Hoa Kỳ* Phật Lịch 2536.
53. *Chân Nguyên. Số 5, 6.* Tháng 11/1988.
54. *Chân Nguyên. Số 18, 19.* Xuân Quí Dậu. 1993.
55. *Chân Nguyên. Số 22.* Tháng 4/1994.
56. *Chân Nguyên. Số 26, 27.* Tháng 8/1995.

MỤC LỤC

CHƯƠNG BA

CHƯƠNG BỐN

CHƯƠNG NĂM

CHƯƠNG SÁU

CHƯƠNG BẢY

CHƯƠNG TÁM

CHƯƠNG CHÍN

CHƯƠNG MƯỜI

CHƯƠNG MƯỜI MỘT

CHƯƠNG MƯỜI HAI

CÙNG MỘT TÁC GIẢ:

**** SÁCH ĐÃ XUẤT BẢN:***

- *Tư Tưởng Xã Hội trong Kinh Điển Phật Giáo Nguyên Thủy*
- *Ưu Đàm Lướt Bão*

**** SÁCH SẼ XUẤT BẢN:***

- *Thiền Học và Thi Ca Việt Nam*
- *Chiếc Bè Qua Sông*

VIỆN TRIẾT LÝ VIỆT NAM & TRIẾT HỌC THẾ GIỚI
424 S. RAMONA AVENUE,
MONTEREY PARK, CA 91754 - USA
TEL: (626) 288-5359

www.ingramcontent.com/pod-product-compliance
Lightning Source LLC
LaVergne TN
LVHW060309051026
849517LV00004B/1040
* 9 7 9 8 3 4 9 6 7 7 8 6 1 *